பொருளற்றதாக்கப்படும் அரசியல் சட்ட உரிமைகள்

நெருக்கடி நிலை உலகம் – தொகுதி 3

AF850831

பொருளற்றதாக்கப்படும் அரசியல் சட்ட உரிமைகள்

நெருக்கடி நிலை உலகம் – தொகுதி 3

அ. மார்க்ஸ்

எழுத்து
பிரசுரம்

Title: Porulatrathaakkapadum Arasiyal Satta Urimaigal
Author's Name: A. Marx
Copyright © A. Marx
Published by Ezutthu Prachuram

All rights reserved. No part of this publication may be reproduced, stored in a retrieval system, or transmitted, in any form or by any means, electronic, mechanical, photocopying, recording, psychic, or otherwise, without the prior permission of the publishers.

Ezutthu Prachuram
(An imprint of Zero Degree Publishing)
No. 55(7), R Block, 6th Avenue,
Anna Nagar,
Chennai - 600 040

Website: www.zerodegreepublishing.com
E Mail id: zerodegreepublishing@gmail.com
Phone : 89250 61999

Ezutthu Prachuram First Edition: July 2022
ISBN: 978-93-93882-42-4
TITLE NO EP: 357

Rs.

Cover Design & Layout: Vijayan

சமர்ப்பணம்

Prof P.Koya, General Secretary, NCHRO

பொருளடக்கம்

பகுதி 2

காவல் நிலைய அத்துமீறல்களும் படுகொலைகளும்

பகுதி 3
இரண்டாந்தரக் குடிமக்களாக்கப்படும் முஸ்லிம்கள்

பகுதி 4

அடக்குமுறைக்கு ஆளாகும் தீவிர இயக்கங்கள்

1.1

அரசியல் சட்டமும் மனித உரிமைகளும்

முன்னுரையாகச் சில குறிப்புகள்

மனித உரிமைகள் என்கிற கருத்தாக்கம் குறைந்தபட்சம் இரு எதிர் எதிரான பார்வைகளில் அணுகப்படுகிறது. மனிதர்களாகப் பிறந்த ஒவ்வொருவரும் அவர்கள் வயது, பாலியல் அடையாளம், மதம், மொழி, இனம், தேசம் என எந்த அடிப்படையிலும் வேறுபாடோ உயர்வு தாழ்வோ காட்டப்படாமல் அணுகப்பட வேண்டும் என்கிற உரிமையைத்தான் மனித உரிமைகள் என வரையறுக்கிறோம். இரண்டாம் உலகப் போர்க் கொடுமைகளுக்குப் பின்னே ஐ.நா அவை உருவாக்கப்பட்டபோது முதற்கட்டமாக மேற்கொள்ளப்பட்ட நடவடிக்கை இந்த மனித உரிமைகளைக் காப்பதற்காக ஒரு பிரகடனத்தை *(Universal Declaration of Human Rights UDHR. 1948)*. வெளியிட்டதுதான் *(டிச 10. 1948)*.

அந்த வகையில் அதற்குப் பின் உலக அவையில் உள்ள நாடுகள் எல்லாம் இந்தப் பிரகடனத்தை ஏற்று நடைமுறைப்படுத்தப்பட

வேண்டிய கடமை உடையவை ஆயின. அதை ஒட்டி 'அனைத்துலக பொருளாதார சமூக பண்பாட்டு உடன்படிக்கை' *(The International Covenant on Economic, Social and Cultural Rights-ICESCR))* என்கிற பன்னாட்டு உடன்படிக்கை ஒன்றும் ஐ. நா பொது அவையால் டிசம்பர் *16, 1966* அன்று உருவாக்கப்பட்டது. மற்றும் குடி / அரசியல் உரிமைகளுக்கான பன்னாட்டு நகல் ஒப்பந்தங்கள் *-1976 (The International Covenant on Civil and Political Rights - ICCPR)*, பொருளாதார, சமூக, பண்பாட்டு உரிமைகளுக்கான பன்னாட்டு உடன்படிக்கை *(The International Covenant on Economic, Social and Cultural Rights - ICESCR)* முதலானவையும் உருவாக்கப்பட்டன. *1976* இல் இவை இரண்டும் பன்னாட்டுச் சட்டங்களாகவும் ஆக்கப்பட்டன. உலகளாவிய மனித உரிமைப் பிரகடனத்துடன் கடைசியில் சொன்ன இந்த இரு உடன்பாடுகளும் இணைந்து மனித உரிமைகளுக்கான பன்னாட்டுச் சட்ட உடன்பாடு *(International Bill of Human Rights)* என்பதாக இன்று உருவாகியுள்ளன.

இப்படி மனித உரிமைகளை உறுதிப்படுத்த இப்படிப் பல உடன்பாடுகளும் இன்று உள்ளன. உலக அளவிலும், ஒவ்வொரு நாடுகளுக்குள்ளும் இந்த உரிமைகளை உறுதிப்படுத்த பல்வேறு அமைப்புகளும் உருவாயின. இந்த உரிமைகள் மீறப்படும்போது நீதிமன்றங்களையும், சில நேரங்களில் உள்நாட்டில் நீதிகிடைக்காமல் போகும்போது உலக அவைகளை நாடுகிற உரிமைகளையும் மக்கள் பெற்றுள்ளனர்.

ஆனால் ஒவ்வொருமுறை இவ்வாறு மனித உரிமைகளுக்காக மக்களோ இயக்கங்களோ இப்படி நீதிமன்றங்களை அணுகும்போதும், உரிமைகளுக்கான போராட்டங்களை எடுக்கும்போதும் அவை மிகக் கடுமையாக எதிர்கொள்ளப் படுவதையும் காண்கிறோம். எந்த அரசுகள் மனித உரிமைகளைக் காக்கும் கடப்பாடுகளைக் கொண்டுள்ளதோ அவையே மனித உரிமைகளை மீறுகின்றன. அப்படி மீறுவதற்கு ஏற்பாக அவை சட்டங்களை இயற்றிக்கொள்கின்றன. 'அசாதாரணச் சூழல்கள்' *(extra-ordinary circumstances)* எனவும் 'அரசின் காரணங்கள்'

(Raison-de-etat) எனவும் கூறி அரசியல் சட்டம் வழங்கியுள்ள இந்த உரிமைகள் ரத்து செய்யப்படுகின்றன. ஆக அரசியல் சட்டத்தில் உரிமைகள் வரையறுக்கப்பட்டும் அதனால் மக்களுக்கு எந்தப் பயனும் இல்லாமல் செய்யப்படுகிறது.

இந்தச் சட்டங்கள் சட்ட விரோதமானவை என்றோ உலகளாவிய பிரகடனங்களுக்கு எதிரானவை என்றோ நாம் நீதிமன்றத்தை அணுகும்போது ஆள்பவர்களால் மட்டுமின்றி, பல நேரங்களில் பொதுப்புத்தியாலும், ஊடகங்களாலும் எதிர்க்கப்படுவதையும் காண்கிறோம். *TADA, POTA, UAPA, AFPSA, NIA* முதலாக இன்று அரசுகள் இயற்றி வைத்துள்ள எண்ணற்ற கொடுஞ் சட்டங்களை, அவை அரசியல் சட்டத்திற்கு விரோதமானவை என நாம் எதிர்க்கும்போது அதைக் கண்டித்துக் களம் இறங்குபவர்கள் தம் பங்குக்கு முன்வைக்கும் 'நியாயம்' என்ன?

"இப்படியான சட்டம் நாடாளுமன்றப் பெரும்பான்மையின் அடிப்படையில் மேற்கொள்ளப்பட்ட ஒன்று. ஜனநாயகம் என்பதன் அடிப்படையே பெரும்பான்மையின் அடிப்படையில் முடிவெடுப்பதுதான். எனவே மனித உரிமைகள் என்கிற பெயரில் இந்த ஜனநாயக அடிப்படையைக் கேள்விக்கு உட்படுத்துவது எப்படி என்பதுதான் இவர்கள் கேள்வி.

மனித உரிமைகள் குறித்த இரண்டாவது பார்வை இதுதான்...

இந்தப் பார்வை பல்வேறு சந்தர்ப்பங்களில் நீதிமன்றங்களால் ஏற்கப்படுவதையும் பார்க்கிறோம். இந்திரா காந்தி அரசியல் சட்ட உரிமைகளை ரத்து செய்து 'நெருக்கடிநிலைப் பிரகடனம்' செய்தபோது அதை இந்திய உயர் நீதிமன்றம் ஏற்றுக்கொண்டது. "நெருக்கடிநிலை அறிவிக்கப்பட்டால் குடிமக்களுக்கு உயிர்வாழும் உரிமையும் கூட இல்லையா?" என நீதிமன்றம் வினவியபோது, அன்றைய அட்டர்னி ஜெனெரல் நிரேன் டே, "ஆம்!" என இறுகிய குரலில் பதிலளித்த நினைவுகள் அப்போது ஒரு இளம் கல்லூரி ஆசிரியனாகப் பணியில் சேர்ந்திருந்த என் நினைவிலிருந்து இன்னும் அகலவில்லை.

இன்று நெருக்கடி நிலை அறிவிக்கப்படாதபோதிலும் பாபர்

மசூதி வழக்கில் ஐந்து நீதிபதிகள் கொண்ட இந்திய உயர் நீதிமன்றத்தின் அரசியல்சட்ட அமர்வு ஒன்று, சட்டத்தை மீறி யார் அந்த மசூதியை வன்முறையாக இடித்தார்களோ அவர்களுக்கே சொந்தம் எனத் தீர்ப்பளித்ததைப் பார்த்தோம். நாட்டின் சிறுபான்மையினர்களில் ஒரு பிரிவினரான முஸ்லிம்கள் 450 ஆண்டு காலம் தொழுது வந்த வரலாற்றுப் புகழ் பெற்ற ஒரு மசூதி இருந்த இடத்தை அப்படி இடித்த குற்றவாளிகளுக்கே அளித்ததும் இதே பெரும்பான்மை வாதத்தின் அடிப்படையில்தான் என்பதையும் நாம் அவ்வளவு எளிதாக மறந்துவிட இயலாது.

ஆனால் அரசியல் சட்டத்தின் அடிப்படைகளுக்கு உண்மையாக நின்று அளிக்கப்பட்ட வரலாற்றுச் சிறப்புமிக்க தீர்ப்புகளும் இங்கு உண்டு. 'கேசவானந்த பாரதி எதிர் கேரள அரசு' எனும் புகழ்பெற்ற வழக்கில் (1973) நீதியரசர் ஹன்ஸ் ராஜ் கன்னா மற்றும் 12 பேர் கொண்ட அரசியல் சட்ட அமர்வு 7 / 6 எனும் வீதத்தில் அளித்த தீர்ப்பில் நாடாளுமன்றப் பெரும்பான்மை என்னும் அடிப்படையில் அரசியல் சட்டக் கட்டமைப்பின் அடிப்படையைச் சிதைத்துவிட முடியாது எனத் தீர்ப்பளிக்கப்பட்டது. "நாடாளுமன்றம் 'அகன்ற' அதிகாரங்களை *(wide powers)* கொண்டதுதான் என்றாலும் அரசியல் சட்டத்தின் அடிப்படைகளை அழிக்கவோ, காயடிக்கவோ அதற்கு அதிகாரம் கிடையாது" என்கிற தீர்ப்பு வாசகங்கள் இன்றளவும் முக்கியமானவையாக உள்ளன.

நமது அரசியல் சட்டம் உலகளாவிய மனித உரிமைப் பிரகடனம் இயற்றப்பட்ட பின்னணியில் தொடர்ந்து இரண்டாண்டு கால விரிவான விவாதங்களின் ஊடாக இயற்றப்பட்ட ஒன்று. டாக்டர் அம்பேத்கர், ஜவஹர்லால் நேரு முதலான ஜனநாயக சக்திகள் அதில் முக்கிய பங்கு வகித்தனர். இருந்த போதிலும் அன்று இன்றைய பா.ஜ.கவின் முன்னோடியான பாரதீய ஜனசங்கும் காங்கிரசுக்குள்ளும் அரசியல் சட்ட அவையிலும் இருந்தது என்பதை மறந்துவிட முடியாது. அன்று மக்கள் மத்தியில் பெருஞ் செல்வாக்கு வகித்த மகாத்மா காந்தியும்

இடையில் சுட்டுக் கொல்லப்பட்டார். இவை அரசியல் சட்ட உருவாக்கத்திலும் சில தாக்கங்களை ஏற்படுத்தவே செய்தன. குறிப்பாக சிறுபான்மைச் சமூகங்களின் உரிமைகள் தொடர்பான அரசியல் சட்டப் பிரிவுகளை இயற்றும் குழுவுக்குத் தலைமை தாங்கியவர் அன்றைய துணைப்பிரதமரும் இன்று பா.ஜ.கவினரால் கொண்டாடப்படுல் இலட்சிய நாயகருமான வல்லபாய் படேல்தான் என்பதையும் நாம் நினைவில் கொள்ள வேண்டும்.

சிறுபான்மை மக்கள் தொடர்பான அரசியல் சட்டப் பிரிவுகள் விவாதிக்கப்பட்டு உருவாக்கப்பட்ட பின் அரசியல்சட்டம் இறுதியாக்கப்படும் தருணத்தில் படேல் அவற்றை மறுபரிசீலனை செய்ய வேண்டும் எனக் கோரினார். சிறுபான்மை மக்களின் பிரதிநிதிகளாக இருந்த முஸ்லிம், கிறிஸ்தவ மற்றும் சீக்கிய உறுப்பினர்கள் பதறியதையும் மீறி அந்த நகல் பிரிவுகள் மீண்டும் விவாதிக்கப்பட்டன, முஸ்லிம்களுக்கு கல்வி மற்றும் வேலை வாய்ப்புகளில் வழங்கப்பட்டிருந்த இட ஒதுக்கீடு நிறுத்தப்பட்டு மாநில அரசுகள் மாநில அளவில் விரும்பினால் கொடுக்கலாம் என்கிற அளவில் அது குறுக்கப்பட்டது. கிறிஸ்தவ மதத்தில் பெரும்பான்மையோர் தலித்கள். சமூக, பொருளாதார அடிப்படைகளில் அவர்கள் பிற இந்து தலித்கள் போன்ற நிலையிலேயே உள்ளவர்கள். ஆனால் இன்றளவும் அவர்களுக்கு இட ஒதுக்கீடு கிடையாது.

சிறுபான்மை மதங்களைப் பொறுத்தமட்டில் கிறிஸ்தவம், இஸ்லாம், பௌத்தம் முதலியன பரப்புதற்குரிய மதங்கள். பிறவியில் ஒருவர் இம்மதங்களைச் சேராதவராக இருந்தாலும் அந்த மதங்களின் கொள்கைகளால் ஈர்க்கப்பட்டு ஒருவர் அந்த மதங்களுக்கு மாறலாம். அந்த உரிமையும் அரசியல் சட்டத்தில் குறுக்கப்பட்டது. “சமூக அமைதியைக் குலைக்காத வகையில்” மட்டுமே மதம் பரப்புதல் அனுமதிக்கப்படும் என்கிறவாறு அச்சட்டம் அமைக்கப்பட்டது. அந்த அடிப்படையில்தான், “மதமாற்ற முயற்சிகள் சமூக அமைதியைக் குலைக்கின்றன” எனும் காரணத்தைச் சொல்லி இன்று பல மாநிலங்களில்

மதமாற்றத் தடைச் சட்டங்கள் இயற்றப்பட்டுள்ளன என்பதையும் நாம் மறந்துவிடக் கூடாது.

சிறுபான்மை மதவாதத்தையும் பெரும்பான்மை மதவாதத்தையும் ஒன்றேபோலப் பார்ப்பது சாத்தியமில்லை. பெரும்பான்மை மதவாதம் மதத்தின் அடிப்படையில் மக்களைப் பிளவு படுத்தும் நோக்கம் கொண்டது. பிளவுபடுத்தினால்தான் அது பெரும்பான்மை வாக்குகளை அள்ளி அதிகாரத்தில் அமர முடியும். சிறுபான்மை மதவாதம் மக்களைப் பிளவுபடுத்தி எதிர் எதிராக நிறுத்தும் நோக்கம் கொண்டதல்ல. அதனால் அதற்கு எந்தப் பயனும் கிடையாது. அப்படிப் பிளவுபடுத்துதல் அதற்கு இழப்பாக மட்டுமே முடியும்.

அதேபோல சிறுபான்மை மதவாதம் பாசிசமாக மாறுவதற்கும் வாய்ப்பில்லை. ஏனெனில் எங்கு வன்முறைகள் மற்றும் மதக் கலவரங்கள் நடந்தாலும் இழப்பு அதற்குத்தான்.

"சிறுபான்மை" எனும் சொல்லை வழக்கில் நாம் அரசியல் சிறுபான்மைக்கும், மொழி, இன, மதச் சிறுபான்மைக்கும் ஒன்றாகவே பயன்படுத்துகிறோம். ஆனால் இரண்டும் வேறு வேறு என்பதை விளக்க வேண்டியதில்லை. அரசியல் சிறுபான்மை இந்தத் தேர்தலில் தோல்வியுற்றாலும் அடுத்தொரு தேர்தலில் வெற்றிபெற வாய்ப்புண்டு. ஆனால் மதம், மொழி, இனம் முதலானவற்றின் அடிப்படையில் சிறுபான்மையாக உள்ளவர்கள் என்றைக்கும் பெரும்பான்மை ஆக முடியாது. எனவே மொழி, மத, இனச் சிறுபான்மை மக்களுக்கு உரிய பாதுகாப்புகளும் சிறப்பு உரிமைகளும் வழங்கப்பட வேண்டும் என்பது உலகளவில் ஏற்றுக்கொள்ளப்பட்ட நியதி. "பெரும்பான்மை ஒன்றே உச்ச அதிகாரத்தின் உத்தரவாதமாக இருக்க முடியாது. அது கொடுங்கோன்மைக்கே வழிவகுக்கும்" என்பார் டாக்கியவெலி. மொழி, மத, இனச் சிறுபான்மையினரின் உரிமைகள் அவர்கள் சிறுபான்மையராக இருக்கிற காரணத்திற்காகவே மறுக்கப்படுவதற்கு ஜனநாயகத்தில் இடமில்லை. அப்படி நடக்கும்போது ஜனநாயகம் பாசிசத்தின் எல்லைக்குள் நுழைகிறது.

இந்தக் கரிசனமும் கவலையும் உலகளவில் விவாதிக்கப்பட்ட காலத்தில் உருவாக்கப்பட்ட போதிலும் நமது அரசியல் சட்டத்தில் அதற்குப் போதிய முக்கியத்துவம் அளிக்கப்படவில்லை. முதன் முதலில் 1919ல் போலந்துடன் போடப்பட்ட "வெர்சைல்ஸ் சிறிய ஒப்பந்தத்தில்" *(Little Treaty of Versailles)* இது தொடங்கி வைக்கப்பட்டது. அப்போதிருந்த உலக நாடுகள் அவை *(League of Nations)*, "பெரும்பான்மையிடமிருந்து வேறுபட்டமொழி, மதம், இனம் சார்ந்த மக்கள் சிறுபான்மையினராகக் கருதப்படுவர்" என வரையறுத்தது. அப்படியானவர்களுக்குச் சம உரிமைகள் வழங்கப்பட வேண்டும் என்பதும், அவர்களின் உயிரும் உரிமைகளும் பாதுக்காக்கப்பட வேண்டும் என்பதும் போலந்து ஒப்பந்ததில் வலியுறுத்தப்பட்டன. இவை மீறப்படும்போது பாதிக்கப்பட்ட சிறுபான்மையர் "உலக நாடுகள் அவையிடம்" புகாரளிக்கலாம். அது அவற்றை விசாரிக்கும் எனவும் கூறப்பட்டது. ஆனால் இவை எதுவும் நமது அரசியல் சட்டத்தில் உள்ளடக்கப்படவில்லை.

தொடர்ந்து பன்னாட்டு அளவில் சிறுபான்மையினர் தொடர்பாக இயற்றப்பட்ட உடன்பாடுகளும் அவ்வப்போது இங்கே கவனத்தில் எடுத்துக்கொள்ளப்படவில்லை. இரண்டாம் உலகப் போருக்குப் பின் உருவான 'இனப்படுகொலைத் தடுப்பு மற்றும் தண்டனை குறித்த உடன்பாடு' *(The Convention on the Prevention and Punishment of the Crime of Genocide, 1948)*, ஐ.நா. அவையின் 'சிவில் மற்றும் அரசியல் உரிமைகளுக்கான பன்னாட்டு உடன்பாடு' *(International Covenant on Civil and Political Rights, 1966)* ஆகியன சிறுபான்மை மக்களின் அடிப்படை உரிமைகளை தேசிய அரசுகள் புறக்கணிக்கலாகாது என்பதை வற்புறுத்துகின்றன. சிறுபான்மையினர் தம் மொழி, பண்பாடு, மதம் ஆகியவற்றைக் கடைப்பிடிப்பது, பரப்புவது முதலியவற்றிற்கு முழுச் சுதந்திரமும் அளிக்கப்பட வேண்டும் என்பவற்றை இவை சுட்டிக்காட்டின.

1995 ல் உருவாக்கப்பட்ட 'தேசியச் சிறுபான்மையினரைப் பாதுகாப்பதற்கான உடன்பாடு' *(Framework Convention for the Protection of National Minorities)* சிறுபான்மையினர் தம் அடையாளங்களைக் காப்பாற்றிக்கொள்வதற்கு உள்ள உரிமைகள், இவற்றுக்குரிய அரசு கடப்பாடுகள், அந்தக் கடப்பாடுகளை நடைமுறைப்படுத்துவதற்கு உரிய சட்டங்கள் மற்றும் அதை நிறைவேற்றுவதற்கான கருவிகள் ஆகியன குறித்து மிகத் துல்லியமான வரையறைகளை உருவாக்கியது. சமூகங்களுக்கிடையே பரஸ்பர சகிப்புத் தன்மையை வளர்த்தல், கலாச்சார உரையாடல்களை உருவாக்குதல் ஆகியவற்றில் அரசு நிறுவனங்கள் முக்கிய பொறுப்பேற்க வேண்டும் என்பதும் இந்த உடன்பாட்டில் வற்புறுத்தப்பட்டது. சமூகங்களுக்கிடையே பரஸ்பர மரியாதை, புரிதல், கூட்டுச் செயல்பாடுகள் ஆகியவற்றை உருவாக்குவதிலும் அரசுக்குள்ள பொறுப்பை அது சுட்டிக்காட்டியது.

இதற்கான சட்டங்களை உருவாக்குதல் என்பதோடு அரசின் கடமைகள் முடிந்துவிடவில்லை, அதற்குரிய கொள்கைகளை உருவாக்குதல், மக்கள் மத்தியில் பிரச்சாரங்கள் மேற்கொள்ளுதல் ஆகியனவும் அரசின் கடமைகள் எனவும் அந்த உடன்பாடு வற்புறுத்தியது

ஆக, மொழி, மதம், இன அடிப்படையிலான சிறுபான்மையினரின்,

1. உயிர், உடமை, உரிமைகள் பாதுகாக்கப்படுதல்,
2. அவர்கள் தம் பண்பாடு, மொழி மற்றும் மத நம்பிக்கைகளைப் பேணுதல் மற்றும் பரப்புதல்,
3. சமூகங்களுக்கிடையே பரஸ்பர நட்பு, மரியாதை ஆகியவை காக்கப்படுதல்,
4. இவற்றை உறுதி செய்வதற்கான சட்டங்களை இயற்றுதல்,
5. இச் சட்டங்களை நிறைவேற்றுவதற்கான கருவிகளை அமைத்தல்.

– ஆகியவற்றை சர்வதேச ஒப்பந்தங்கள் இன்றைய அரசுகளின்

கடப்பாடுகள் ஆக்குகின்றன. இவை மீறப்படும்போது பாதிக்கப்படும் சிறுபான்மையினர் சர்வதேச அமைப்புகளில் புகாரளிக்கவும். சர்வதேச அமைப்புகள் தலையிட்டு நீதியை நிலை நாட்டுவதற்கும் இதன் மூலம் அனுமதி அளிக்கப்படுகிறது.

இவற்றை ஏற்று சாத்தியப்படுத்துபவைகளே உண்மையான பொருளில் ஜனநாயக அரசுகளாக இருக்க முடியும். ஆனால் இவை எதுவும் நமது அரசியல் சட்டத்தில் அவ்வப்போது உள்ளடக்கப்படாததோடு தொடர்ந்து இங்கே சிறுபான்மை மக்களுக்கு எதிரான வெறுப்புகள் பரப்பப்படுவது பெரிய அளவில் நடந்து வருவது கண்கூடு.

அரசியல் சட்ட உரிமைகளைக் கேலிக்கூத்தாக்கும் கொடூரச் சட்டங்கள்

நமது அரசியல் சட்டம் அது இயற்றப்பட்ட காலத்திலேயே எவ்வாறு குறைபாடுகள் உடையதாக இருந்தது என்பதைப் பார்த்தோம். தொடர்ந்து அடிப்படையான அரசியல் சட்ட நெறிகளைப் புறக்கணிக்கும் வகையில் இங்கே சட்டங்கள் இயற்றப்பட்ட வரலாற்றைச் சுருக்கமாகக் காணலாம்.

இந்திய அரசு அது தோன்றிய நாள் முதல் இன்று வரை இது போன்ற சிறப்பு அதிகாரங்களை அளித்துக்கொள்ளும் தடுப்புக் காவல் சட்டங்களின்றிச் செயல்பட்டதே இல்லை. அரசியல் சட்டம் இயற்றப்பட்டு இந்தியா குடியரசாக அறிவிக்கப்பட்ட அதே ஆண்டிலேயே (1950) முதல் தடுப்புக் காவல் சட்டத்தையும் அன்றைய உள்துறை அமைச்சர் சர்தார் படேல் அறிவித்தார். பின் 1967ல் ‘சட்ட விரோத நடவடிக்கைகள் தடுப்புச் சட்டம் (UAPA)’, பின் 1971ல் ‘உள்நாட்டுப் பாதுகாப்பை செயல்படுத்துவதற்கான மிசா சட்டம் (MISA)’, பின் 1980ல் ‘பொதுப் பாதுகாப்புச் சட்டம் (PSA)’, அப்புறம் 1980 முதல் இன்று வரை அமுலில் உள்ள ‘தேசியப் பாதுகாப்புச் சட்டம் (NSA)’, ‘அவசியப் பணிகள் செயல்பாட்டுச் சட்டம் (ESMA 1980)’, தடா (1985), பொடா (2001)... எனத் தொடர்ந்து இத்தகைய சட்டங்கள் இயற்றப்பட்டன.

குற்றம் சுமத்தப்பட்டவரை காவலில் வைத்து விசாரிக்கும் காலத்தை அதிகப்படுத்துவது, கேட்கும் கேள்விகளில் சிலவற்றிற்கு குற்றம் சுமத்தப்பட்டவர் பதிலளிக்காவிட்டால் அவர் குற்றத்தை ஏற்றுக்கொண்டதாக முடிவெடுப்பது, குற்றப் பத்திரிகை தாக்கல் செய்யாமலேயே ஒருவரை நீண்ட நாட்கள் சிறையில் வைத்திருப்பது, சந்தேகத்தின் பலனை குற்றம் சுமத்தப்பட்டவருக்கு அளிப்பது எனும் அடிப்படை நீதிவழங்கு நெறியை ரத்து செய்வது எனப் பல வடிவங்களில் இந்தச் சட்டங்கள், நீதி நெறிகளும் அரசியல் சட்டமும் குடி மக்களுக்கு வழங்கும் அடிப்படை உரிமைகள் பலவற்றை, ஒவ்வொன்றும் ஒவ்வொரு விதத்தில் பறித்தன. இதன் மூலம் அரசியல் சட்ட விரோத நடவடிக்கைகளைச் சட்ட பூர்வமாகவே மேற்கொள்ளக்கூடியவைகளாக அரசுகள் தம்மை அதிகாரப்படுத்திக் கொண்டன.

சட்டபூர்வமான சட்டங்களால் *(Regular Laws)* கட்டுப்படுத்த இயலாத சூழலின் விளைவாக இத்தகைய சட்ட விரோதச் சட்டங்களை இயற்ற வேண்டிய அத்தியாவசியம் *(rational of supreme necessity)* உள்ளதாக அரசுகள் வாதிட்டன. இந்தச் சட்டங்களை எதிர்த்து தனிமனிதர்களும் மனித உரிமை அமைப்புகளும் நீதிமன்றங்களுக்குச் சென்ற போது, அவை இத்தகைய அத்தியாவசியம் *(supreme necessity)* அரசுக்கு உண்மையிலேயே இருந்ததா என்கிற கேள்விகளுக்குள் செல்லாமல் பாராளுமன்றத்திற்கு இத்தகைய சட்டங்களை இயற்ற அதிகாரமுண்டா இல்லையா *(question of legislative competence)* என்பதாகப் பிரச்சினையை மாற்றி, அத்தகைய அதிகாரமுண்டு எனக்கூறி இத்தகைய சட்டங்களுக்கு ஒப்புதல் வழங்கின (எ.டு: பி.யூ.சி.எல் எதிர் இந்திய அரசு ரிட் மனு எண் *129/2002).* அந்த வகையில் நீதிமன்றங்கள் நீதிக்குத் துரோகம் இழைத்தன,

பொது ஒழுங்கு கெட்டுவிட்டது, தேசப் பாதுகாப்புக்கு ஆபத்து, அரசுடன் போர்ப் பிரகடனம், அரசுக்கு எதிராகச் சதி, பயங்கரவாதம் ஆகிய காரணங்களைச் சொல்லி இத்தகைய

சட்ட விரோதச் சட்டங்களுக்கான ‘அத்தியாவசியத்தை’ அரசுகள் வற்புறுத்தியதை நீதிமன்றங்கள் அப்படியே ஏற்றுக் கொண்டன. அரசின் சட்டம் இயற்றும் அதிகாரத்தை நீதிமன்றங்கள் இவ்வாறு விரிவுபடுத்தின. வேறு வார்த்தைகளில் சொல்வதானால் அரசு தனது அவசிய அதிகாரம் (Necessary Power) என எதைக் கருதுகிறதோ அதை ஏற்று உண்மையிலேயே அரசியல் சட்டத்தால் அவற்றுக்கு வழங்கப்பட்டுள்ள அதிகாரத்தை மீறிச் செயல்படுவதற்கு நீதிமன்றங்கள் உதவி செய்தன. ஏற்பு வழங்கின.

இத்தகைய ஏற்பு வழங்குவது மூலம் அசாதாரணச் சட்டங்களுக்கு அரசியல் சட்ட அங்கீகாரம் அளிப்பது மட்டுமின்றி, இத்தகைய அசாதாரணச் சூழல்களைக் கட்டுப்படுத்துவதற்குரிய நடவடிக்கைகளை (measures) அரசு நிர்வாகம் மேற்கொள்ளவும் அனுமதி அளிக்கப்பட்டது. இந்த நடவடிக்கைகளில் அரசு மேற்கொள்கிற சட்ட விரோத நடவடிக்கைகளும் அடக்கம். சட்டீஸ்கரில் மாவோயிஸ்டுகளை எதிர்கொள்ள அரசே நிறுவிய ஆயுதம் தாங்கிய கூலிப்படையாகிய ‘சல்வாஜூடும்’ தொடங்கி கைது செய்யப்பட்டவர்கள் மீது மேற்கொள்ளப்படும் போதைப் பகுப்பாய்வு (Narco - analysis) எனும் உண்மை அறியும் சோதனை உட்பட அரசின் சட்ட விரோத நடவடிக்கைகள் அடக்கம்.

கடும் எதிர்ப்புகளின் விளைவாக தடா, பொடா முதலான சட்டங்கள் திரும்பப் பெற்றுக் கொள்ளப்பட்ட போதிலும், அல்லது அதன் காலக்கெடு முடிந்தவுடன் மறுபடி நீடிக்காமல் விடப்பட்ட போதிலும் தேசியப் பாதுகாப்புச் சட்டம், (NSA) அவசிய பணிகள் செயல்பாட்டுச் சட்டம் (ESMA), சட்ட விரோத நடவடிக்கைகள் தடுப்புச் சட்டம் (UAPA) முதலியன தொடர்ந்து அமலில் உள்ளன. ஐக்கிய முற்போக்குக் கூட்டணி அரசு 2004ல் பதவி ஏற்றவுடன் முன்பே அறிவித்தபடி பொடா சட்டத்தை அது நீக்கிக் கொண்டது. ஆனால் அதே நேரத்தில் ஏற்கனவே இருந்து வந்த சட்ட விரோத நடவடிக்கைகள் தடுப்புச் சட்டத்தில் (UAPA) சில திருத்தங்களைச் செய்து, பொடா (POTA) சட்டத்தின் பல மோசமான கூறுகளை அதில்

இணைத்து அறிவித்தது. அப்படி இணைக்கப்பட்டது, "சட்ட விரோத நடவடிக்கைகள் தடுப்புச் சட்டம் (திருத்தப்பட்டது) 2004" என்று அது அழைக்கப்பட்டது. அப்படித் திருத்தப்பட்ட அச் சட்டத்தைப் பயன்படுத்தியே டாக்டர் பினாயக் சென் போன்ற மனித உரிமைப் போராளிகள் மட்டுமின்றி இதர பல அரசியல் செயல்பாட்டாளர்களும் பின்னர் கைது செய்யப்பட்டனர்.

இந்தச் சட்டங்கள் தவிர கொடூரமான பிரிவுகளை உள்ளடக்கிய இதுபோன்ற அசாதாரணச் சட்டங்கள் மாநில அளவில் இயற்றப்பட்டு நடைமுறைப் படுத்தப்படுவதும் குறிப்பிடத்தக்கது. மணிப்பூர் மக்களின் கடும் எதிர்ப்பையும் மீறி பிடிவாதமாக நடைமுறைப்படுத்தப்படும் ஆயுதப்படைகள் சிறப்பு அதிகாரச் சட்டம் (AFPSA) 1958, அமைப்பு ரீதியான குற்றங்களைக் கட்டுப்படுத்தும் மஹாராஷ்டிரச் சட்டம் (MCOCA), "சட்டீஸ்கர் சிறப்புப் பொதுப் பாதுகாப்புச் சட்டம் (CSPSA), தமிழ் நாட்டின் "குண்டர் சட்டம்" முதலியன இவ்வகையில் அடக்கம். பினாயக் சென் மீது மாநில அளவிலான இந்த (CSPSA) சட்டமும் பயன்படுத்தப்பட்டது. இந்தச் சட்டத்தின்படி சட்டீஸ்கர் அரசு எந்த இயக்கத்தையும் "சட்ட விரோதமானது" என அறிவிக்க முடியும். அந்த இயக்க உறுப்பினர்களை மூன்று ஆண்டுகள் வரை காவலில் வைக்கலாம். எந்தப் பேச்சையும், பொதுக்கூட்டத்தையும் சட்ட விரோதம் என அறிவித்து ஏழு ஆண்டுகள் வரை தண்டனை வழங்கலாம். இவ்வாறு அமைப்பு ரீதியாகத் திரள்வதும், பேச்சுரிமை முதலான அடிப்படை அரசியல் சட்ட உரிமைகளும் பறிக்கப்படுவதும் நடக்கின்றன. பினாயக் சென் பிணை மறுக்கப்பட்டுச் சிறையில் கிடந்தார். இப்போது இப்படியான சட்டங்களில் 'அர்பன் நக்சல்கள்' என அமித்ஷாவால் குறிப்பிடப்படும் சுதா பரத்வாஜ் முதலானோர் இரண்டாண்டுகளுக்கும் மேலாகச் சிறையில் அடைபட்டுக் கிடக்கின்றனர்.

இத்தகைய சட்ட விரோத அசாதாரணச் சட்டங்கள் குறித்து இன்னொன்றையும் இங்கே குறிப்பிட வேண்டும். இந்தச் சட்டங்கள் காலாவதியான பின்னும்கூட தொடர்ந்து

செயல்படும் உரிமைகளை *(Norm of Continuity)* தன்னகத்தே கொண்டுள்ளன. தடா சட்டத்தின் (14) மற்றும் பொடாவின் (16) பிரிவுகளின்படி, தண்டனை, சட்டக் கடப்பாடு *(liability)* மற்றும் உரிமைகள் *(rights & privileges)*, இந்தச் சட்டத்தின்படி தொடங்கப்பட்ட புலனாய்வுகள், வழக்கு நடவடிக்கைகள் ஆகியன இச்சட்டம் காலாவதியான பின்னும் கூட காலாவதி ஆகாதது போலவே கருதித் தொடரப்படும். எனவே ஒரு முறை தடா, பொடாவில் சிக்கியவர்களுக்கு அச்சட்டம் நீக்கப்பட்டாலும்கூட எந்தப் பயனும் இல்லை. தவிரவும் அதே வழக்கில் தொடர்புடையவர்கள் என யாரை வேண்டுமானாலும், சட்டம் காலாவதியான பின்னும் கூட எப்போது வேண்டுமானாலும், இணைத்து இச்சட்டத்திற்குள் கொண்டு வர இயலும். இதை விளங்கிக்கொள்ள ஒரு எடுத்துக்காட்டை மட்டும் பார்க்கலாம்.

2007 செப்டம்பரில் சுந்தரமூர்த்தி என்பவரோடு 14 பேர்கள் தேனி, போடி, வருசநாடு பகுதிகளில் செயல்பட்ட மாஓயிஸ்டுகள் எனக் கைது செய்யப்பட்டனர்.

1992ம் ஆண்டு தர்மபுரி மாவட்டத்தில் ஒரு பாலத்திற்கு வெடிகுண்டு வைத்ததாக சுந்தரமூர்த்தி மீது தடா வழக்கொன்று சென்னை தடா நீதி மன்றத்தில் நிலுவையில் இருந்து வந்தது. எனவே இவர் தடா நீதிமன்றத்தால் அறிவிக்கப்பட்ட ஒரு குற்றவாளி *(Proclaimed Offender)* என்பதால் 15 ஆண்டுகளுக்குப் பின் கைதானவுடன், அப்போது தடா சட்டமே இல்லாதபோதும், அவர் தடா வழக்குக் குற்றவாளியாகவே விசாரிக்கப்பட்டார். முன் குறிப்பிட்ட *Norm of Continuity* எனும் விதியின்படி அவருக்கு இந்நிலை ஏற்பட்டது. அவராவது ஏற்கனவே ஒரு தடா வழக்கில் இருந்தவர். எந்தத் தடா வழக்கிலும் அதுவரை கைது செய்யப்படாதவர்களாக இருந்தபோதும் மன்மதராசா (35), ரத்தினவேலு (38), பெருமாள் (33), திருப்பதி (36) என்கிற நான்கு பேர்கள் மீதும் அவர்கள் மீது அதுவரை எந்தத் தடா வழக்கும் இல்லாதபோதும் அவர்கள் சுந்தரமூர்த்திக்கு அடைக்கலம் கொடுத்தார்கள் எனக் குற்றம் சாட்டப்பட்டு

அவர்கள் மீதும் தடா சட்டம் பாய்ந்தது. தடா காலாவதியாகி அப்போது பன்னிரண்டு ஆண்டுகள் கடந்திருந்தன என்பது குறிப்பிடத் தக்கது.

கிரிமினல் வழக்குகளில் குற்ற நிரூபணம்

காவல்துறை பதியும் கிரிமினல் வழக்குகளில் குற்ற நிரூபண வீதம் ரொம்பக் குறைவாக உள்ளதாம். அதை அதிகப்படுத்தப்பட வேண்டுமாம் - அமித் ஷா சொல்லியுள்ளாார்.

தடா, பொடா போன்ற கொடுஞ் சட்டங்களின் மூலம் கைது செய்யப்பட்டவர்கள் பல ஆண்டு காலம் சிறைகளில் இருந்து பின்னர் அப்பாவிகள் என விடுதலை செய்யப்பட்டுள்ளது வரலாறு. கிட்டத்தட்ட 80 சதம் பேர்கள் இவ்வாறு குற்றம் நிரூபிக்க முடியாமல் விடுதலை செய்யப்பட்டுள்ளனர்.

ஆயிரம் குற்றவாளிகள் தப்பித்த போதும் ஒரு நிரபராதி கூட தண்டிக்கப்படக் கூடாது என்பது நீதிவழங்கு முறையின் அடிப்படை அறம். அதற்காக அளிக்கப்பட்டுள்ள பல பாதுகாப்புகள் இன்று “பயங்கரவாதம்” எனப் பெயர் சூட்டி ஒழிக்கப்பட்டுள்ளது. குற்ற நடைமுறைச் சட்டத்தில் திருத்தங்கள் தொடர்பாக அமைக்கப்பட்ட மாலிமத் கமிட்டி, மாதவ மேனன் கமிட்டி முதலியன மேற்குறிப்பிட்ட அற அடிப்படைகளுக்கு ஆதாரமான அம்சங்களை இரக்கமின்றி ஒழித்துக்கட்ட பரிந்துரைத்தன.

குற்ற நிரூபண அறங்களில் ஒன்று குற்றத்தைச் சாட்டியவர்கள்தான் அதை நிரூபிக்க வேண்டும் என்பது. மேற்சொன்ன இந்தக் குழுக்கள் குற்றம் சாட்டப்பட்டவர் மீது தான் குற்றவாளி இல்லை என நிரூபிக்கும் சுமையை ஏற்றின. குற்றம் சுமத்தப்பட்டவர் சில கேள்விகளுக்கு மௌனம் சாதிக்கும் உரிமை *(Right against incrimination)* என்பது நமது அரசியல் சட்டம் குடிமக்களுக்கு வழங்கியுள்ள அடிப்படை உரிமைகளில் ஒன்று.

ஆனால் 'பயங்கரவாதம்' குறித்த சொல்லாடல்களின் மூலமாக இன்று நிலைமை மாறியுள்ளது. மௌனம் என்பது சுமத்தப்பட்ட குற்றத்தை ஏற்றுக்கொள்வதாக இன்று ஆக்கப்பட்டுள்ளது.

அதுமட்டுமல்ல, இனி நீதிபதிகள் நடுநிலையாளர்களாக இருக்கக் கூடாது எனவும், அவர்கள் 'பிராசிகியூஷனின்' ஓரங்கமாக இருந்து சாட்டப்பட்ட குற்றத்தை நிறுவ வேண்டும் எனவும் மேற்குறித்த குழுக்களின் ஊடாக இன்று புதிய வழமைகள் ஏற்படுத்தப்பட்டுள்ளன. அதாவது நீதிபதிகள் நடுநிலையாளராக இருந்து இருதரப்பு விவாதங்களையும் கேட்டுத் தீர்ப்பளிக்காமல் அவர்களே ஒரு *inquisitorial role* எடுத்து - அதாவது குற்றத்தை நிறுவும் ஒரு போலீஸ்காரரைப் போலச் செயல்பட்டு - குற்றம் சுமத்தப்பட்டவர் தண்டிக்கப்பட வேண்டுமாம்.

எல்லா மட்டங்களிலும் ஜனநாயக அடிப்படைகள் சிதைக்கப்பட்டுக்கொண்டிருக்கும் பின்னணியில் இன்று அமித்ஷா போன்றவர்கள் பேசும் இப்பேச்சுக்கள் கூர்ந்து கவனிக்கப்பட வேண்டியவையாக உள்ளன. இது குறித்தெல்லாம் எதிர்க் கட்சிகள் கவனங்கொள்ளாமல் இருப்பதும், கண்டுகொள்ளாமல் போய்க் கொண்டிருப்பதும் மேலும் கவலைக்குரியவை.

பொதுத்தளங்களிலும் இது ஒரு விவாதப் பொருளாக்கப்படாதது மேலும் வேதனைக்குரியவை. மத்தியதர வர்க்கமும், உயர்சாதி மனநிலைகளும் இத்தகைய கொடும் போக்கிற்கு ஆதரவாகவே உள்ளன.

இப்படி நிறைய எடுத்துக்காட்டுகளைச் சொல்ல முடியும். 1985 முதல் 1995 வரை உயிருடனிருந்த தடா சட்டத்தின் கீழ் கைது செய்யப்பட்ட 76,000 பேர்களில் வெறும் 1.5 சதத்தினர் மீதான குற்றச்சாட்டுகளை மட்டுமே காவல்துறையால் நிரூபிக்க முடிந்தது என்பது குறிப்பிடத் தக்கது. மீதியுள்ள 98.5 சதத்தினரும் பிணையில் விடுதலையின்றிப் பல ஆண்டுகள் சிறையிலேயே கழிக்க நேர்ந்தது.

இன்று தடாவும் இல்லை பொடாவும் இல்லை. ஆனால் அதனிலும் கொடிய நிரந்தரச் சட்டமான 'சட்டவிரோத நடவடிக்கைகள் தடுப்புச் சட்டம்' *(Unlawful Activities Prevention Act - UAPA)* உள்ளது. மேலும் மேலும் அது திருத்தப்பட்டு ஒவ்வொரு முறையும் கூடுதலாகக் கொடு அதிகாரங்கள் அதில் திணிக்கப்படுகின்றன. அது மட்டுமல்லாமல் அமெரிக்க பாணியில் "தேசிய புலனாய்வு முகமை *(National Investigation Agency - NIA)*" ஒன்றும் அபரிமிதமான அதிகாரங்களுடன் உருவாக்கப்பட்டுள்ளது. நரேந்திரமோடி அமித்ஷா ஆகியோரின் தலைமையில் இரண்டாம் முறையாக இன்று அமைந்திருக்கும் பா.ஜ.க அரசு பதவி ஏற்ற கணம் முதல் தினம் தினம் நிறைவேற்றிக் கொண்டுள்ள கொடுஞ் சட்டங்கள் மற்றும் நடைமுறைகளில் ஓரங்கமாக இந்த *UAPA* சட்டமும் *NIA* அமைப்பும் மேலும் மேலும் இப்போது அதிகாரப்படுத்தப் பட்டுள்ளன.

இவை ஒவ்வொன்று குறித்தும் இந்தப் பகுதியில் உரிய தரவுகளுடன் விரிவாக விளக்கப்படுகின்றன. இவை பலவும் சாதாரண மக்கள் தெரிந்திருப்பதில்லை. குற்றம் செய்பவர்கள்தானே தண்டிக்கப்படுகின்றனர் என்கிற ரீதியில் இவை காதில் விழுந்தாலும் கடந்து விடுகின்றனர். இதுதான் கொடுஞ் சட்டங்களை உருவாக்குபவர்களுக்குப் பெரும் பாதுகாப்பாக அமைகிறது.

எல்லாவற்றையும் விடக் கொடுமை என்னவெனில் பெரிய அரசியல் கட்சிகளாகச் சொல்லிக் கொள்பவை, அவை எதிர்க் கட்சிகளாக இருந்தபோதிலும் இப்படியான கொடுஞ் சட்டங்களைக் கண்டுகொள்வதில்லை. ஜனநாயகம், அரசியல் சட்டத்தின் ஆளுகை என்பவை பற்றி எல்லாம் அவை உரிய கவனம் செலுத்துவதில்லை. அவர்கள் மேலும் மேலும் ஆதரவு குன்றி நசிந்து போவதையும், ஜனநாயகம், மதச் சார்பின்மை முதலான அடிப்படைகள் அழிவுபடுவதையும் அவர்கள் இணைத்துப் பார்ப்பதும் இல்லை. இது பாசிச சக்திகளுக்கு வாய்ப்பாகிவிடுகின்றன.

இந்தத் தொகுப்பில் உள்ள கட்டுரைகள் இப்படியான பிரச்சினைகளையும், கொடுஞ் சட்டங்கள் எவ்வாறு மேலும் மேலும் கொடுமையாக ஆக்கப்படுவதன் ஊடாக ஜனநாயகம் கேலிக்கூத்தாக்கப்படுவதையும் விரிவாக, உரிய ஆதாரங்களுடன் விளக்குகின்றன.

தோழர்கள் இவற்றைப் படிப்பதோடு பொதுவெளிகளில் பேசவும் வேண்டும். நான்கு தொகுதிகளாக வெளிவரும் இத் தொகுப்பை சிறப்புறவும், அதிவேகமாகவும் அச்சிட்டு வெளியிடும் சீரோ டிகிரி பதிப்பகத்திற்கு என் மனமார்ந்த நன்றிகள்.

1.2

இன்றும் தொடரும் காலனிய கால தேசத்துரோகச் சட்டம் (124 A)

ஒன்று

நமக்கொரு நல்ல அரசியல் சட்டம் வாய்த்தது என நான் எழுதுவது வழக்கம். இன்று நமது அரசியல் சட்டத்தில் உள்ள உரிமைகள் அனைத்தும் படிப்படியாகப் பறிபோய்க் கொண்டுள்ள நிலையில் அப்படிச் சொல்ல வேண்டி உள்ளதே ஒழிய நமது அரசியல் சட்டம் எல்லா வகையிலும் புனிதமானது என்றோ குறைகளற்றது என்றோ அதற்குப் பொருள் அல்ல. நமது அரசியல் சட்ட அவையில்தான் அன்று இன்றைய பா.ஜ.கவும் இருந்தது என்பதையும், முதல் மத்திய அமைச்சரவையில் ஆர்.எஸ்.எஸ் உறுப்பினர்களும், ஆதரவாளர்களும் பங்கு பெற்றிருந்தனர் என்பதையும் நாம் மறந்துவிடக் கூடாது. சியாமா பிரசாத் முகர்ஜி ஒரு எடுத்துக்காட்டு. காங்கிரஸ் கட்சிக்குள்ளும் அவர்கள் இருந்தனர். காந்தி கொலையில் ஆர். எஸ்.எஸின் பங்கு இருந்ததன் பின்னணியில்தான் அவர்கள்

அரசிலிருந்து நீக்கப்பட்டனர். காங்கிரசிலும் ஆர்.எஸ்.எஸ்ஸிலும் ஒரே நேரத்தில் இருக்க இயலாது என்பது விதியாக்கப்பட்டது. எனினும் காங்கிரசுக்குள்ளேயும் வல்லபாய் படேல் உட்படப் பலர் வலதுசாரிச் சிந்தனை உடையோராக இருந்தனர். இந்தியாவில் வலதுசாரிச் சிந்தனை என்பது ஆர்.எஸ்.எஸ். இந்துத்துவக் கருத்தியல் வடிவத்துடன் விளங்கியதை நாம் அறிவோம். சுதந்திர இந்திய அரசு பதவி ஏற்கும்போதே இங்கு பசுவதைத் தடைச் சட்டம் இயற்றப்பட வேண்டும் என காங்கிரசுக்குள் இருந்த ஆர்.எஸ்.எஸ்ஸினரும், காங்கிரஸ் தலைவர்களாக இருந்தவர்களிலும் வல்லபாய் படேல் முதலானவர்களும் முயற்சித்தபோது, காந்தி அதைத் தடுத்த வரலாற்றையும் நாம் அறிவோம். "நானும் கோமாதாவை வணங்குபவன்தான்; ஆனால் என்னுடைய கடவுள் எப்படி எல்லோருடைய கடவுளாகவும் இருக்க முடியும்?" என்கிற ஒற்றைக் கேள்வியின் ஊடாக அதற்கு அவர் முற்றுப்புள்ளி வைத்தார்.

அதேபோல அரசியல் சட்ட அவையில் இறுதிக் கட்டத்தில் வல்லபாய் படேல் உட்பட்ட வலதுசாரியினர் முன்னதாக அரசியல் சட்டத்தில் முஸ்லிம்களுக்குத் தனி ஒதுக்கீடு அளிக்க வேண்டும் என இயற்றி இருந்த தீர்மானத்தை மறு பரிசீலனை செய்ய வேண்டும் எனக் கோரி முஸ்லிம்களுக்கான தனி இட ஒதுக்கீட்டை இல்லாமற் செய்ததும் அன்றைக சூழலை நாம் விளங்கிக் கொள்ள உதவும். இது குறித்தும் எனது தனி குறுநூல் ஒன்றும் உண்டு ('முஸ்லிம் இட ஒதுக்கீடு அரசியல்சட்ட அவையில் நடந்ததென்ன?').

காந்தி மறைந்த சில காலத்தில் பாபர் மசூதிக்குள் ராமர் சிலைகள் வைக்கப்பட்டதையும், அதன் பின்விளைவுகள் இந்திய அரசியல் சட்டத்தின் மதச்சார்பின்மை எனும் அடிப்படையைத் தகர்ப்பதாக அமையும் எனும் நிலையை நேரு அப்போதே உணர்ந்து வேதனைப்பட்டதும், அதை அவர் தன் நண்பர்கள் மத்தியில் பகிர்ந்து கொண்டதும் இன்று ஆவணங்களாக உள்ளன. வேதனைப்படத்தான் அவரால் முடிந்ததே ஒழிய,

அன்று இந்தியத் தலைவர்களில் யாரைக் காட்டிலும் மக்கள் செல்வாக்கு மிகுந்தவராக இருந்தபோதும் நேருவால் ராமர் சிலைகளை பாபர் மசூதியிலிருந்து அகற்றி அந்தப் பிரச்சினைக்கு அப்போதே ஒரு முடிவுகட்ட இயலாமற் போனமையையும், அதன் பின்விளைவுகளையும் நாம் அறிவோம்.

இதெல்லாம் ஒரு பக்கம் எனில் இன்னொரு பக்கம் உலக அளவில் சோஷலிசம், கம்யூனிசம், பாட்டாளி வர்க்கச் சர்வாதிகாரம் முதலான கருத்துகள் செல்வாக்கு அடைவது, இன்னொரு பக்கம் ருஷ்யாவை அடுத்து சீனா மற்றும் கிழக்கு ஐரோப்பிய நாடுகள் எல்லாம் இத்தகைய சிந்தனைகள் பரவியது ஆகிய அம்சங்களில் இங்கு நேரு உட்பட எல்லோருக்குமே பெருங் கவலை இருந்ததையும் நாம் அன்றைய சூழல் குறித்த ஆய்வுகளில் கவனத்தில் கொள்ள வேண்டும். எனவே அன்று இங்கு செல்வாக்குடன் வளர்ந்து வரும் வாய்ப்பைப் பெற்றிருந்த கம்யூனிஸ்ட் கட்சியை ஒடுக்குவதில் அன்றைய காங்கிரசும் நேருவும் தீவிரமாக இருந்தனர்.

இந்தப் பின்னணியில்தான் இங்கே பிரிட்டிஷ் அந்நிய ஆட்சியின் எச்ச சொச்சமாக இருந்த "அரச துரோகச் சட்டத்தை" (124 A) சுதந்திரத்திற்குப் பிந்திய இந்திய அரசு மீண்டும் பயன்பாட்டிற்குக் கொண்டு வந்தது. அந்த வகையில் மக்கள் உரிமைகள் மீதான பிரிட்டிஷ் ஆட்சியின் கொடுங்கோன்மைக்கு சுதந்திர இந்திய அரசு எள்ளளவும் குறைந்ததல்ல என்பது கண்முன் நிரூபணமானது.

அது குறித்துச் சற்று விரிவாகப் பார்ப்பதற்கு முன் இன்னொன்றும் இங்கே குறிப்பிடத் தக்கது. 1860ம் ஆண்டில் லார்ட் மெக்காலேதான் இந்திய தண்டனைச் சட்டத்தின் IPC யின் ஆரம்ப நகலைத் தயாரித்தவர் என்பதை நாம் அறிவோம். ஆனால் அந்த நகலில் 'தேசத்துரோகச் சட்டம்' என எதையும் வரையறுத்துக் குற்றமாக்கவில்லை. 1870 இல்தான் அன்றைய வெள்ளை அரசால் அது குற்றப் பட்டியலில் சேர்க்கப்பட்டது. ஜேம்ஸ் ஸ்டீபன் என்பவர் அதை முன்மொழிந்தார். 1891இல் இருந்துதான் அந்தச் சட்டத்தின் கீழ் இங்கு கைதுகள்

மேற்கொள்ளப்பட்டன. *1898* இல் மேலும் சில திருத்தங்கள் *(IPC - Amendment Act)* அதில் சேர்க்கப்பட்டன. சுதந்திரப் போராட்ட காலத்தில் திலகர், காந்தி உட்படப் பலரும் அச்சட்டத்தின் கீழ் கைது செய்யப்பட்ட வரலாற்றை நாம் அறிவோம். அந்த வரலாற்றைச் சுருக்கமாகப் பார்ப்போம்.

இரண்டு

இந்திய சுதந்திரத்திற்குப் பின் நமது அரசியல் சட்ட உருவாக்க அவையில் காலனிய ஆட்சிக்குப் பின்னும் காலனிய அரசின் இந்தச் சட்டம் தொடர வேண்டுமா எனும் விவாதம் எழுந்தது. அரசியல் சட்ட அவையிலேயே தேசத் துரோகச் சட்டத்தை முன்மொழிந்தார் சர்தார் வல்லபாய் படேல் *(ஏப் 29, 1947)*. கம்யூனிஸ்ட் கட்சியின் சோம்னாத் லாகிரி இதை எதிர்த்தார். "நான் அறிந்தவரை இங்கிலாந்தில் கூட எவ்வளவு தேசத் துரோகமானது எனக் கருதப்பட்டாலும் அப்படியான பேச்சுக்கள் எதுவும் இப்படியான சட்டம் ஒன்றின் கீழ் குற்றம் ஆக்கப்படவில்லை" எனக் கூறி அதைக் கண்டித்தார். சேட் கோவிந்த தாசும் 'தேசத் துரோகம்' *(Sedition)* என்பதை நீக்கச் சொன்னார். அதன் விளைவாக அந்தக் கொடூரமான சட்டம் அதன் பெயரில் இருந்த 'தேசத் துரோகம்' எனும் சொல்லை மட்டும் நீக்கி, இன்னும் சில கொடூரமான பிரிவுகள் சேர்க்கப்பட்டு சுதந்திரத்திற்குப் பிந்திய இந்தியாவில் தொடர்ந்தது. இன்றளவும் தொடர்கிறது.

'சிப்பாய்க் கலகம்' என அன்றைய பிரிட்டிஷ் ஆட்சியாலும், 'முதல் சுதந்திரப் போர்' என இன்று நம்மாலும் அழைக்கப்படும் அந்நிய ஆட்சிக்கு எதிராக *1857* இல் படை வீரர்கள் மற்றும் மக்கள் மத்தியில் எழுந்த புகழ்மிக்க மக்கள் போராட்டத்தை ஒட்டி பிரிட்டிஷ் ஆட்சியால் கொண்டு வரப்பட்ட *(1880)* கொடும் சட்டம்தான், பிரிட்டிஷ் ஆட்சி போன பின்னும் இன்றளவும் நம் மீது ஆட்சி செலுத்தும் 'அரசத் துரோகச் சட்டம்' *(Law of Sedition)*. பிரிட்டிஷ் அரசாங்கத்தை எதிர்த்து

சுதந்திரப் போராட்டத்தில் கலந்துகொண்ட தலைவர்கள், மகாத்மா காந்தி உட்பட (1922இல்) இச்சட்டத்தில் கைது செய்யப்பட்டனர்.

இச்சட்டம் குறித்து, "குடிமக்களின் சுதந்திரத்தை ஒடுக்குவதற்காக இந்தியத் தண்டனைச் சட்டப் பிரிவுகளில் உருவாக்கப்பட்ட சட்டங்களிலேயே ராணி போன்றது" *(the prince among the political sections of the Indian Penal Code designed to suppress the liberty of the citizen)* என அப்போது காந்தி கிண்டலாகக் குறிப்பிட்டார். "அரசின் மீதான பக்தி என்பதை இப்படியான சட்டங்களின் மூலமாகவெல்லாம் உருவாக்கிவிட முடியாது" என்றும் அவர் குறிப்பிட்டார்.

'அரசு எதிர் பாலகங்காதர திலகர்' வழக்கில் (1892), "அரசுக்கு எதிராகச் சிறிய அளவிலோ, பெரிய அளவிலோ கலவரம் அல்லது புரட்சியைத் தூண்டுவது மட்டுமல்ல, மற்றவர்கள் மனத்தில் அரசின் மீது வெறுப்பைத் தூண்டும் எந்த முயற்சியையும் தேசத் துரோகம்" என காலனிய கால நீதிமன்றங்கள் இதற்கு விளக்கமளித்துத் தண்டித்தன. கலவரங்களோ இல்லை இதர பிரச்சினைகளோ ஏற்பட வேண்டும் என்பது கூட இச்சட்டத்தின் கீழ் தண்டிப்பதற்கு அவசிய காரணமாக இருக்க வேண்டியது இல்லை. தனது 'யங் இந்தியா' இதழில் (1919 1922) எழுதிய மூன்று கட்டுரைகளைக் காரணம் காட்டித்தான் காந்திக்கு இச்சட்டத்தின் கீழ் ஆறு ஆண்டுகள் சிறைத் தண்டனை அளிக்கப்பட்டது. 'அரசின் மீதான விசுவாசத்தில் சலனம் / பாதிப்பு ஏற்படுத்துவது (tampering), அதிர்ச்சியை உருவாக்குவது, பிரிட்டிஷ் அரசின் மீது வெறுப்பை ஏற்படுத்துவது ஆகியன காந்தியின் மீது சுமத்தப்பட்ட குற்றங்கள். ஆக அரசைக் கவிழ்க்க முயற்சித்தார் என்பது கூடத் தேவையில்லை. அரசை விமர்சித்தாலே போதும் அவர் தேசத் துரோகி எனக் குற்றஞ் சாட்டி இந்தச் சட்டத்தின் கீழ் கடும் தண்டனைக்கு ஆட்படுத்தப்படலாம் என்பதுதான். காந்தி போலப் பெரிய அளவில் மக்கள் ஆதரவு பெற்றவர்களுக்கே இதுதான் கதி என்றால் பிற குடிமக்களின் நிலை குறித்துச் சொல்ல வேண்டியதில்லை.

காலனிய ஆட்சி இங்கிருந்து சென்றபோது அதனுடைய அடையாளமாக பக்தி சிரத்தையுடன் இந்திய அரசு இந்த தேசத் துரோகச் சட்டத்தைப் பத்திரமாக வைத்துக் கொண்டது. தனது ஆட்சியில் இப்படியான ஒரு சட்டம் தொடர்வதை சுதந்திர இந்தியாவின் அரசியல் சட்டத் திருத்தமாகச் செய்ய நேர்ந்த நிலையில் (1951) அப்போதைய பிரதமர் ஜவஹர்லால் நேரு,

"என்னைப் பொறுத்தமட்டில் இ.த.ச 124 என்பது ஏற்க இயலாத ஒன்று (highly objectionable). வரலாற்று ரீதியாகவும் சரி, நடைமுறை ரீதியிலும் சரி இன்று நாம் இயற்றக்கூடிய சட்டங்களில் இதற்கு இடமே இல்லை. எவ்வளவு சீக்கிரமாக இதனை உதறித் தள்ளுகிறோமோ அத்தனைக்கு நல்லது" எனச் சொன்னது குறிப்பிடத்தக்கது.

என்ன சொல்லி என்ன பயன். அரசுக்கு எதிராக வெறுப்பைத் தூண்டும் வகையில் எழுதுதல், பேசுதல், படம் தீட்டுதல் எல்லாம் இந்தக் கொடுஞ் சட்டத்தின் கீழ் குற்றங்களாகக் கொண்டு வரப்பட்டன. "பிற நாடுகளுடன் நட்புறவைக் குலைத்தல், பொது ஒழுங்கைப் பாதித்தல்" முதலியன பழைய பிரிட்டிஷ் காலச் சட்ட வரையறையில் கூடுதலாகச் சேர்க்கவும் பட்டன.

இப்படியான சட்டங்களுக்கு முழுமையாக ஆதரவாளரான வல்லபாய் படேல் இதைப் பயன்படுத்தியதில் வியப்பில்லை. நேரு காலத்திலும் இச்சட்டம் பயன்படுத்தப்பட்டது. சுதந்திர இந்தியாவில் முதன்முதலில் இச்சட்டம் ஆர்.எஸ்.எஸ்ஸின் 'ஆர்கனைசர்' மற்றும் Cross Roads எனும் ஊடகம் ஆகியவற்றின் மீது பயன்படுத்தப்பட்டது. நமது அரசியல் சட்டம் குடிமக்களின் கருத்துச் சுதந்திரத்தை ஏற்கிறது (14, 21 பிரிவுகள்). ஆனால் தேச விரோதச் சட்டத்தின் 19 (1) பிரிவு அதற்கு எதிராக உள்ளது என்பதை எல்லாம் நீதிமன்றங்கள் கூடச் சுட்டிக் காட்டியுள்ளன. இதெல்லாம் நமது அரசியல் சட்டத்தில் உள்ள முரண்கள் மற்றும் சிக்கல்கள். அவற்றைச் சீர்திருத்த அதிகாரத்தில் இருந்த

எந்த அரசுகளுக்கும் மனம் இருந்ததில்லை. இன்னொரு பக்கம் 'கேதார்நாத்சிங் எதிர் இந்திய அரசு' எனும் முக்கிய வழக்கில் சர்ச்சைக்குரிய இந்த 124 A ஆள்தூக்கிச் சட்டத்தை உச்ச நீதிமன்றத்தின் ஆறு நீதிபதிகள் கொண்ட அமர்வு ஒன்று உறுதி செய்தது (ஜன 20, 1952).

மூன்று

மிகச் சமீபத்தில் மோடி அரசு 2014 இல் இங்கு பதவி ஏற்ற அடுத்த இரண்டு ஆண்டுகளில் இச்சட்டத்தைப் போராடும் மாணவர்கள்மீது உட்படப் பெரிய அளவில் பயன்படுத்தி வருவதை அறிவோம். ஜவஹர்லால் நேரு பல்கலைக்கழக மாணவர் கண்ணையா குமார் இந்தக் காலனிய காலத் தேசத் துரோகச் சட்டத்தின் கீழ் கைது செய்யப்பட்டதைப் பார்த்தோம். அப்படி என்ன தேசத் துரோகத்தை அவர் செய்தார்? பல்கலைக்கழக மாணவர்கள் உட்படக் கருத்து மாறுபடும் அனைத்து மக்களின் மீதும் இப்படி வன்முறைகளைச் செயல்படுத்துவது இந்தியா சிதைவுறுவதற்கே வழிவகுக்கும் எனச் சுட்டிக் காட்டியதற்காகத்தான் அவர்மீது இச்சட்டம் அன்று பாய்ந்தது. "இந்தியாவிற்கு எதிராக யாரேனும் ஒருவர் முழக்கமிட்டாலும், தேசத்தின் ஒற்றுமை மற்றும் முழுமையைக் கேள்விக்குள்ளாக்கினாலும் அவர்களைச் சும்மா விடமாட்டோம்" என உள்துறை அமைச்சர் ராஜ்னாத் சிங் அப்போது எச்சரித்ததை அவ்வளவு எளிதாக நாம் மறந்துவிட இயலாது.

பிரிட்டிஷ் அரசு காலத்தில் உருவாக்கப்பட்ட இந்த ராஜதுரோகச் சட்டம் இன்று அங்கு செயல்படுவதில்லை. ஆனால் இந்தியாவில் இது இன்றும் தொடர்கிறது. இன்றைய பாஜக ஆட்சியில் மேற்குறிப்பிட்டவாறு பெரிய அளவில் அது பயன்படுத்தப்படுகிறது. பா.ஜ.க அரசு இன்று முஸ்லிம்களின் குடி உரிமையைப் பாதிக்கும் 'குடி உரிமைச் சட்டம்' ஒன்றை இயற்றியுள்ளதை அறிவோம். பாதிக்கப்படும் முஸ்லிம்கள்

அதற்கு எதிராக அமைதி வழியில் மிகப் பெரிய போராட்டம் ஒன்றை நடத்தியது சமீப கால வரலாறு. முஸ்லிம் பெண்கள் நடத்திய அந்தப் போராட்டத்தில் கலந்துகொண்டு பேசினார் என்பதற்காக சர்ஜில் இமாம் என்கிற ஜவஹர்லால் நேரு பல்கலைக்கழக மாணவர் மீது இச்சட்டம் பயன்படுத்தப்பட்டு அவர் கைது செய்யப்பட்டார். அவரைப் பாராட்டி ஆதரவு அளித்தமைக்காக மேலும் சுமார் நாற்பதுக்கும் மேற்பட்ட மாணவர்கள்மீது இச்சட்டம் போடப்பட்டது. இவை மிகச் சமீபகாலத்து வரலாறுகள்.

பா.ஜ.க ஆட்சியில் இன்று எந்த அளவிற்கு இந்தச் சட்டத்தின் கீழ் பொய் வழக்குகள் போடப்பட்டு கருத்து மாறுபடும் குடி மக்கள் துன்புறுத்தப்படுகின்றனர் என்பதற்குக் கீழ்க்கண்ட தரவுகள் உறுதி பகர்கின்றன.

2016-2019க்கு இடைப்பட்ட காலத்தில் 124 A சட்டத்தின் கீழ் கைது செய்யப்பட்டவர்களின் எண்ணிக்கை 160 சதம் அதிகரித்துள்ளது. ஆனால் விசாரணை நடத்தப்பட்டு தண்டிக்கப்படுபவர்களின் எண்ணிக்கை வெறும் 3.3 சதமாகக் குறைந்துள்ளது. இதன் பொருள் என்ன?. இப்படிக் கைது செய்யப்படுபவர்களில் 96.7% குடிமக்கள் பொய் வழக்குகளால் பல ஆண்டுகாலம் சிறைக் கொட்டடிகளில் அவதிப்பட நேர்கிறது என்பதுதான். 2016 இல் இது 33.3 % ஆக இருந்தது அடுத்த மூன்றாண்டுகளில் இத்தனை கொடூரமாக அதிகரித்துள்ளது.

(Ref: Arrest Under Sedition Charges Rise but Conviction Rate Falls to 30% Rahut Tripathy, ETE Burea, Feb 12, 2021).

1.3

‘தடா’ – சட்டம் ஒரு வன்முறை

(சுதந்திர இந்தியாவில் உருவாக்கப்பட்ட இந்திய அரசியல் சட்டம் உலகப் போருக்குப் பின் உருவாக்கப்பட்டிருந்த உலகளாவிய மனித உரிமைப் பிரகடனம் மற்றும் அதை ஒட்டிய துணைப் பிரகடனங்கள் முதலானவற்றிலிருந்து பல நல்ல ஜனநாயகக் கூறுகளைக் கொண்டிருந்ததை ஆய்வாளர்கள் சுட்டிக் காட்டுவர். அப்போதும் கூட அரசியல் சட்ட அவையில் அன்று காங்கிரசுக்குள் இருந்த ஆர்.எஸ்.எஸ் அமைப்பினர் மற்றும் அத்தகைய சிந்தனை கொண்டோர் சிறுபான்மை மக்களின் இட ஒதுக்கீடு முதலானவற்றில் இன்றளவும் அவர்களின் உரிமைகளைப் பாதிக்கும் சில முடிவுகளுக்குக் காரணமாக இருந்தபோதிலும், ஒட்டுமொத்தமாய் நோக்கும்போது, பல நல்ல ஜனநாயகக் கூறுகளைக் கொண்டதாக நம் அரசியல் சட்டம் அமைந்ததை இது குறித்த ஆய்வாளர்கள் சுட்டிக் காட்டுவது உண்டு. அது மட்டுமல்ல, அப்போதே

அதற்கு முந்திய பிரிட்டிஷ் ஆட்சிக் காலத்து காலனியச் சட்டமான 'தேச விரோதச் சட்டம் – Sedition Law' என்பது சுதந்திரத்திற்குப் பிந்திய ஆட்சியிலும் நீக்கப்படாமல் தொடர்ந்தது என்பதை நாம் மறக்க இயலாது. காலனிய ஆட்சியில் தேச விடுதலைக்காக நின்ற பலர் மீதும் பாய்ந்த கொடுஞ் சட்டம் அது. சுதந்திரத்திற்குப் பிந்திய இந்தியாவில் தொடர்ந்தது. 1950 (Feb 25) இல் முதல் தடுப்புக்காவல் சட்டத்தை சர்தார் படேல் அறிவித்தார். அப்போது அது கம்யூனிஸ்ட்களை ஒடுக்கப் பயன்படுத்தப்பட்டது. தொடர்ந்து இந்திரா காந்தி ஆட்சியில் 'மிசா' (MISA) 1971, பின் நிரந்தரமாக ஆக்கப்பட்ட தேசியப் பாதுகாப்புச் சட்டம் (NSA), 1980 எனக் கொடுஞ் சட்டங்கள் தொடர்ந்தன. 1980 களின் பிற்பகுதியில் பஞ்சாப்பில் உருவான எழுச்சியை ஒட்டி அப்போதைய இந்திய அரசு முதல் முதலாக உருவாக்கிய கொடுஞ் சட்டம்தான் 'தடா – TADA' (Terrorist and Disruptive Activities (Prevention) Act). அதற்குப் பின் இன்றுவரை ஏகப்பட்ட கொடுஞ் சட்டங்கள் இந்தியாவில் நடைமுறையில் உள்ளன. பானைச் சோற்றுக்கு ஒரு பதமாக முதலில் இந்த இகழ்மிக்க 'தடா' சட்டத்தைச் சற்று விரிவாகப் பார்ப்போம். இச்சட்டம் 10 ஆண்டுகளுக்குப் பின் நீக்கப்பட்டாலும் பின் இன்றுவரை உள்ள இப்படியான தடுப்புக்காவல் சட்டங்கள் மற்றும் அவற்றில் தொடர்ந்து ஏற்றப்படும் ஆகக் கொடூரமான வன்முறை அதிகாரங்கள் குறித்துத் தொடர்ந்து பார்க்கலாம். இது தடா சட்டம் நீக்கப்படுவதற்கு முன்னதாக எழுதப்பட்ட கட்டுரை என்பதை நினைவிற்கொண்டு வாசிக்கவும்.)

சட்டம் என்பது குடிமக்களைப் பாதுகாப்பதற்கானது எனச் சொல்லிக் கொண்டாலும் அதைக் காட்டிலும் பாதுகாப்பு எனும் பெயரால் நம்மைத் தண்டித்து அச்சுறுத்துவது எனும் நோக்கிலேயே உருவாக்கப்படுகிறது என்பது நாம் அறிந்ததுதான். இப்படிப் போடப்பட்டுள்ள எண்ணற்ற சட்டங்களில் ஆகக்

கொடுமையானதாகத் தொடங்கியது 'தடா' சட்டம்தான். 1995 மே மாதத்தில் காலாவதியாக இருக்கும் இந்தச் சட்டத்தை நீடிக்க மத்திய அரசு திட்டமிட்டு வருகிறது. மாநிலங்கள் பலவற்றிலும் இந்தச் சட்டம் தவறான முறையில் கொடுமையாகப் பயன் படுத்துவதைத் தேசிய மனித உரிமைகள் ஆணையமும் (NHRC) கூடச் சுட்டிக் காட்டியுள்ளது. இந்த நிலையில் தமிழ்நாடு அரசு தடா சட்டத்தை வாபஸ் பெறக்கூடாது என்று வெளிப்படையாக அறிவித்திருப்பது மனித உரிமைகளில் அக்கறை கொண்டோருக்கு அதிர்ச்சியை அளித்துள்ளது. இந்தக் கொடும் சட்டத்தை ரத்து செய்ய வேண்டுமென உலக அளவில் 'ஆம்னஸ்டி இண்டர்நேஷனல்' உட்பட வெளிநாட்டு அரசியல் தலைவர்கள் பலரும் கோரியிருப்பது கவனத்துக்குரியது. சிறுபான்மையினர், தலித்துகள், இன உணர்வு கெண்டோர் முதலியோரை ஒடுக்குவதற்கென்றே உள்ள இந்தச் சட்டத்தை ரத்து செய்ய வேண்டுமென்று பல்வேறு இந்திய அரசியல் கட்சிகளும் கோரி வருகின்றன.

தடா எவ்வாறெல்லாம் மனித உரிமைகளுக்கு எதிராக அமைந்துள்ளது என்பதை விளக்கியும், அதனை ரத்து செய்ய வேண்டியதன் அவசியத்தை வலியுறுத்தியும் எழுதப்பட்டுள்ள இந்தக் குறுநூல் மனித உரிமைகள் குறித்த புரிந்துணர்வைப் பரவலாக்கவும், தடா சட்டத்துக்கு எதிரான போராட்டங்களைத் தீவிரப்படுத்தவும் உதவுமென்று நம்புகிறோம்.

தடா: சட்டம் ஒரு வன்முறை

சட்டம் ஒரு இருட்டறை என்றுதான் கேள்விப்பட்டிருக்கின்றோம். சட்டம் ஒரு வன்முறை; துப்பாக்கிக் குழலின் மூலமாகவும் வெடிகுண்டுகளைப் பயன்படுத்தியும் மட்டும்தான் வன்முறையை மேற்கொள்ள முடியுமென்பதில்லை. சட்டத்தின் வழியாகவும் வன்முறையையும் பயங்கரவாதத்தையும் மேற்கொள்ள முடியும் என்பதற்கோர் எடுத்துக்காட்டாய் விளங்குவதுதான் 'தடா' சட்டம் (TADA - Terrorist and Disruptive Activities (Prevention)

Act) “பயங்கரவாத மற்றும் பிளவு நடவடிக்கைகள் (தடுப்பு) சட்டம்” என இதை மொழியாக்கலாம். இந்திய அரசியல் சட்டமும், இந்திய அரசு கையெழுத்திட்டுள்ள சர்வதேச மனித உரிமை நகல் உடன்பாடுகளும் குற்றம் சாட்டப்படுகிற ஒரு குடிமகனுக்கு வழங்கியுள்ள மனித உரிமை அடிப்படையிலான அனைத்துச் சட்ட உரிமைகளையும் குழிதோண்டிப் புதைக்கும் கொடூரமான சட்டம் இது.

மனித உரிமை அமைப்புகளாலும், உச்ச நீதிமன்ற நீதிபதிகளாலும், இந்திய அரசால் உருவாக்கப்பட்டுள்ள தேசிய மனித உரிமைகள் ஆணையத் தலைவராலும், சர்வதேசப் பொதுமன்னிப்பு அவையாலும், ஐ.நா மனித உரிமைகள் ஆணைய உறுப்பினர்களாலும், மிகக் கடுமையாகக் கண்டிக்கப்பட்ட ஆள்தூக்கிக் கொடுஞ் சட்டமான ‘தடா’ என்னென்ன விதமாக இதர வழமையான குற்றவியல் சட்டங்களிலிருந்து வேறுபடுகிறது என்று முதலில் பார்ப்போம்.

தோன்றிய கதை

வெள்ளையராட்சியில் நமது மக்கள் மீது ஏவப்பட்ட அன்றைய கொடிய சட்டமாகிய ‘ரவுலத்’ சட்டத்தைக் காந்தியும் காங்கிரஸ்காரர்களும் எதிர்த்தனர். ஆனால் விடுதலைக்குப் பிந்திய நமது ஆட்சியினர் தொடர்ந்து இத்தகைய தடுப்புக் காவல் சட்டங்களைப் பயன்படுத்தத் தயங்கியதில்லை. 1950ஆம் ஆண்டில் ஒரு ஞாயிற்றுக்கிழமையன்று (பிப்ரவரி 25) அன்றைய உள்துறை அமைச்சர் சர்தார் பட்டேல் பாராளுமன்றத்தில் தடுப்புக் காவல் சட்டம் ஒன்றைக் கொண்டு வந்தார். நிரந்தரமாக அதனை வைத்துக் கொள்ளும் உத்தேசமில்லை எனவும் மறுபரிசீலனை செய்யப்படும் எனவும் அன்று அறிவிக்கப்பட்டதெனினும், வாக்குறுதி அளிக்கப்பட்டபடி மறுபரிசீலனை என்றுமே செய்யப்படவில்லை.

பின்னர் இதுவே இன்னும் பல கொடூரமாக அம்சங்கள்

இணைக்கப்பட்டு ‘மிசா’ சட்டமாக (*Maintenance of Internal Security Act*) *1971*லும் பின்னர் தேசியப் பாதுகாப்புச் சட்டமாக (*National Security Act - NSA*) *1980*-லும் மாற்றியமைக்கப்பட்டது. அந்தக் காலத்திலேயே இத்தகைய தடுப்புக் காவல் சட்டங்களென்பன ஜனநாயகச் சட்ட நெறிமுறைகளுக்கு விரோதமானவை என நீதிமன்றங்கள் (*1950, 1969, 1979*) கண்டித்ததையெல்லாம் அரசுகள் கண்டுகொள்ளவில்லை.

*1980*களில் இந்தியா முழுமையும் ஒரு கொந்தளிப்பான சூழல் நிலவியதை அறிவோம். பல்வேறு தேசிய இனத்தினரும், பழங்குடி மக்களும், விவசாயிகளும் பிரிவினை உள்ளிட்ட பல்வேறு கோரிக்கைகளை முன்வைத்துப் போராடத் தொடங்கியிருந்தனர். கடும் அடக்குமுறைகள் மூலம் அரசு இவற்றை எதிர்கொண்டது. பொற்கோவிலில் தங்கியிருந்த காலிஸ்தான் தீவிரவாதிகளைக் கொன்று குவிப்பதற்கு ராணுவம் அனுப்பப்பட்டதையும் அதனைத் தொடர்ந்து பஞ்சாபில் தீவிரவாதம் மேலும் வலுப்பட்டதையும் நாம் அறிவோம். இந்தச் சங்கிலித் தொடரின் ஓர் கண்ணியாக அன்றைய பிரதமர் இந்திரா காந்தி சுட்டுக் கொல்லப்பட்டதும் (*1984*) அதனையடுத்து நான்கு நாள்கள் டெல்லியில் அரசு ஆதரவுடன் நடைபெற்ற வன்முறையில் *2733* சீக்கியர்கள் கொல்லப்பட்டதும், இதற்குக் காரணமானவர்கள் மீது நடவடிக்கை எடுக்கப்படாததும் நினைவிருக்கலாம். டெல்லி நகரக் காவல்துறையும் பிரபலமான காங்கிரஸ் கட்சித் தலைவர்கள் சிலரும் முன்னின்று நடத்திய அந்த வன்முறை தொடர்பாக ஒரு விசாரணைக் கமிஷனை அமைப்பதற்கே ஆறு மாதம் ஆகியது. இந்தப் பின்னணியில்தான் *1985* மே *10, 11* தேதிகளில் டெல்லி நகரில் பொது இடங்களிலும், பேருந்துகளிலும் தொடர்ச்சியாக வெடிகுண்டுகள் வெடித்து ஏராளமான அப்பாவி மக்கள் கொல்லப்பட்டனர். இதனையடுத்து ஒரு வாரத்தில் (மே*18, 1985*) பாராளுமன்றத்தில் அன்றைய சட்ட அமைச்சர் அசோக்சென் ‘தடா’ சட்டத்தை முன்வைத்தார். காலிஸ்தான் (சீக்கியர்) பயங்கரவாதம் ஒரு புதிய கட்டத்தை எட்டியுள்ளதாகவும், இதனால் விளைந்துள்ள அசாதாரணச் சூழலை சாதாரணச் சட்டங்களின் மூலம் சமாளிக்க இயலாது

எனவும், இதனால் ‘தடா’ சட்டம் கொண்டுவரப்படுகிறது எனவும் இது மிகவும் தற்காலிகமானதுதான் எனவும் இரண்டே இரண்டு யூனியன் பிரதேசங்களிலும் (டெல்லி, சண்டிகார்) நான்கே நான்கு மாநிலங்களிலும் (பஞ்சாப், அரியானா, உ.பி., ராஜஸ்தான்) மட்டுமே இச்சட்டம் பிரயோகிக்கப்படும் எனவும் அரசு உறுதியளித்தது. கடுமையான எதிர்ப்புகள் எதுவுமில்லாமல் கிட்டத்தட்ட அனைத்து அரசியல் கட்சிகளின் ஒப்புதலுடனும் ‘தடா’ சட்டம்’ பாராளுமன்றத்தில் நிறைவேறியது.

ஆனால் அரசு கொடுத்த வாக்குறுதிகள் இரண்டையும் நிறைவேற்றவில்லை. அடுத்த இரண்டாண்டுகளில் சட்டம் திரும்பப் பெறப்படவில்லை. மாறாக இன்னும் கொடுமையான பிரிவுகள் இணைக்கப்பட்டு 1987-ல் மேலும் இரண்டாண்டுகள் நீட்டிக்கப்பட்டது. பின்னர் இவ்வாறே 1989லும், 1991லும் கடைசியாக 1993லும் இரண்டிரண்டு ஆண்டுகளாகத் ‘தடா’ சட்டம் நீட்டிக்கப்பட்டு வந்தது. இரண்டே இரண்டு மாநிலங்களில் மட்டும்தான் பிரயோகிக்கப்படும் என்கிற வாக்குறுதியும் கடைப்பிடிக்கப்படவில்லை. 1987-ல் மேலும் இரு மாநிலங்களும் 1989-ல் மேலும் 13 மாநிலங்களும் தடாவின் வீச்சிற்குள் கொண்டுவரப்பட்டன. ஒரிஸ்ஸா, சிக்கிம் ஆகிய மாநிலங்கள் தவிர அப்போதைய மற்ற 23 மாநிலங்களிலும் தடா பிரயோகிக்கப்பட்டது. புதுச்சேரி உட்பட்ட ஐந்து சின்னஞ்சிறு யூனியன் பிரதேசங்கள் மட்டும் விதிவிலக்கு. மக்கள்தொகை அடிப்படையில் சொல்வதானால் எண்பது கோடி மக்கள் ‘தடா’வின் வீச்சுக்குள் கொண்டுவரப்பட்டனர்.

தொடக்கத்தில் அரசு வாக்களித்தது போல காலிஸ்தான் தீவிரவாதிகளுக்கு எதிராக மட்டும் ‘தடா’ பிரயோகிக்கப்படவில்லை.

★ குஜராத், மகாராஷ்டிரா மற்றும் தமிழ்நாட்டில் ஏராளமான முஸ்லிம்கள் மீதும், ஆந்திராவிலும், மகாராஷ்டிரத்திலும் மத்தியப் பிரதேசத்திலும் மலைவாழ் மற்றும் பழங்குடி மக்கள் மீதும்,

★ தேசிய இன உரிமைப் போராளிகள், நக்சலைட்டுகள் ஆகியோர் மீதும்,

★ குஜராத்தில் போராடும் 'ரிலையன்ஸ்' மில் தொழிலாளர்கள் மீதும்,

★ பாலகோபால், நாகரி பாபய்யா போன்ற மனித உரிமைப் போராளிகள் மீதும்,

★ வரவரராவ், சயீத்சிதிக், அல்ஹஸ்நஸ் அன்சாரி, காலித், பெருஞ்சித்திரனார், வி.டி. ராஜசேகர் செட்டி போன்ற பத்திரிகையாளர்கள் மீதும்,

★ அர்மீத்சிங், ஜக்மோகன், தலீப் சிங், நெடுஞ்செழியன் போன்ற பேராசிரியர்கள் மீதும்,

★ பிரேம்சிங், சந்து மஜ்ரா, சுப்புலட்சுமி ஜெகதீசன் போன்ற முன்னாள் அமைச்சர்கள் மீதும்,

★ நெடுமாறன், கோவை ராமகிருஷ்ணன், வை. ராமச்சந்திரன் போன்ற அரசியல் கட்சித் தலைவர்கள் மீதும்,

★ பல்பீர்சிங் போன்ற விவசாய இயக்கத் (பாரதீய கிசான் சங்கம்) தலைவர்கள் மீதும்,

★ அஜீத்சிங் பெய்ன்ஸ் போன்ற முன்னாள் நீதிபதிகள் மீதும்,

★ வீரசேகரன், மருதநாயகம் போன்ற வழக்கறிஞர்கள் மீதும்,

★ பிடிக்காத எதிர்க்கட்சித் தலைவர்கள் மீதும்,

★ 15, 12 வயது சிறுவர்கள் மீதும்,

★ ஏராளமான அப்பாவிகள் மீதும் தடா பாய்ந்தது.

இங்கே ஒரு முக்கியமான செய்தி குறிப்பிடத்தக்கது. எந்த டிரான்சிஸ்டர் வெடிகுண்டு வெடிப்புகளுக்காகத் தடா கொண்டுவரப்பட்டதாகச் சொல்லப்பட்டதோ அந்த வழக்கில்

கைது செய்யப்பட்ட முக்கியக் குற்றவாளிகளாக நிறுத்தப்பட்ட யாரும் தடாவின் கீழ் விசாரிக்கப்படவில்லை. கே.எஸ். நரங், மொகிந்தர்சிங் கல்சா, மொகிந்தா பால்சிங், ஜக்தீஷ்சிங் நரேலா ஆகிய நால்வரும் டெல்லி காவல் நிலையங்களிலேயே 'செத்துப் போனார்கள்' (1985). இன்னொரு குற்றவாளியாகிய தல்ஜித் சிங் சித்திரவதை செய்து சொல்லப்பட்டார்.

அரசு பாராளுமன்றத்தில் தெரிவித்துள்ள விவரங்களின்படி இந்தியா முழுவதும் 'தடா' சட்டத்தின் கீழ்க் கைது செய்யப்பட்டவர்கள் 67,509 பேர். இவர்களில் சுமார் 50,000 பேர் அரசு தொடக்கத்தில் அறிவித்த நான்கு மாநிலங்களில் அடங்காதோர். இவர்களில் பலர் காவல்துறையில் நிரூபிக்க இயலாத குற்றங்களுக்காகக் கைது செய்யப்பட்டவர்கள். குல்தீப்நய்யாரின் கணக்குப்படி மே 1985 முதல் மார்ச் 1993 வரை 'தடா'வில் கைது செய்யப்பட்ட 52,998 பேரில் 434 பேர்களின் மீதுதான் குற்றம் நிறுவப்பட்டுள்ளது. அதாவது ஒரு சதத்திற்கும் குறைவானவர்கள்தான் குற்றவாளிகள் எனத் தண்டிக்கப்பட்டுள்ளனர். குற்றம் நிரூபிக்க இயலாத பல்லாயிரக் கணக்கானோரை இவ்வாறு கைது செய்து பல மாதங்கள், ஆண்டுகள் பிணையில் வெளியே வர இயலாமல் சிறையிலடைக்க எப்படி முடிகிறது? இந்தக் கொடுமையை அரசு எவ்வாறு சட்டபூர்வமாக நிறைவேற்றிக் கொள்கிறது? இந்தக் கேள்விகளுக்கு விடை அறிய 'தடா' சட்டத்தின் சில முக்கியமான பிரிவுகளை விளங்கிக் கொள்வது அவசியம்.

தடா எங்கெல்லாம் செல்லுபடியாகும்? பயங்கரவாதிகளுக்கு வரையறை உண்டா?

அட்டவணை 1

தடா கைதிகளின் எண்ணிக்கை

மொத்தம் 67509

கேரளா, ஒரிசா, சிக்கிம், நாகலாந்து, டையுடாமன், லட்சதீபம்,

தத்ரா நகர், ஹவேலி *(Dadra and Nagar Haveli)*, புதுச்சேரி, அரசுகள் தடாவைப் பயன்படுத்தவில்லை.

மாநிலங்கள்	தடா கைதிகள்
குஜராத்	19263
பஞ்சாப்	15175
அஸ்ஸாம்	11684
ஆந்திரா	8692
ஜம்மு- காஷ்மீர்	2557
மகாராஷ்ட்ரா	2219
அரியானா	1740
மணிப்பூர்	1480
டெல்லி	1192
உ.பி	1098
மே.வங்கம்	531
ராஜஸ்தான்	468
ம.பி	355
சண்டிகார்	253
தமிழ்நாடு	235
கர்நாடகம்	215
அருணாசலம்	104
பீகார்	93
இமாசலம்	59
திரிபுரா	47
மிசோராம்	29
மேகாலயா	15
கோவா	4
அந்தமான் - நிக்கோபார்	1

குறிப்பு: அரசு தெரிவித்துள்ள புள்ளி விவரங்களின் அடிப்படையில் உருவாக்கப்பட்டதுதான் இந்த அட்டவணை. அரசு தெரிவித்துள்ள புள்ளி விவரங்களில் உள்ளதைக் காட்டிலும் உண்மையில் அதிகம் பேர்கள் தடாவில் சிறைப்பட்டுள்ளனர் என பி.யு.டி.ஆர் போன்ற அமைப்புகள் ஆதாரத்துடன் நிறுவியுள்ளன.

நன்றி: ப்ரண்ட்லைன், செப்டம்பர் 23, 1994.

'தடா' சட்டம் நான்கு பகுதிகளாக முப்பது பிரிவுகளை உள்ளடக்கியுள்ளது. பயங்கரவாதத்தாலும் பிளவு நடவடிக்கைகளாலும் பாதிக்கப்பட்ட பகுதி என அரசால் கெசட்டில் அறிவிக்கப்பட்டவுடன் அந்தப் பகுதியிலுள்ளவர்கள் மீது 'தடா'வைப் பிரயோகிக்கும் உரிமை அரசுக்கு வந்து விடுகிறது *[s.2(1) (f)]*. இவ்வாறு எந்த ஒரு பகுதியையும் பயங்கரவாதப் பகுதி என அறிவிப்புச் செய்வதற்கு எந்த ஒரு அளவுகோலும் வரையறையும் 'தடா' சட்டத்தில் கொடுக்கப்படவில்லை. மாநில அரசின் ஒப்புதல் இல்லாமலேயே மைய அரசு எந்த ஒரு பிரதேசத்தையும் 'தடா' பகுதியாக அறிவிக்க முடியும் *(S.7)*. பயங்கரவாத மற்றும் பிளவு நடவடிக்கைகள் குறித்த வரையறைகள் இறுக்கமானவையல்ல. தனிப்பட்ட / பொதுவான / வன்முறை சார்ந்த / வன்முறையற்ற.. பல்வேறு விதமான நடவடிக்கைகளையும் இதற்குள் அடக்கிவிட முடியும். மேடையில் பேசுவதும், பத்திரிகைகள் உள்ளிட்ட தொடர்புச் சாதனங்களில் பேசுவதும், பத்திரிகைகள் உள்ளிட்ட தொடர்புச் சாதனங்களில் எழுதுவது அல்லது கருத்துத் தெரிவிப்பதும் கூடப் பிளவு நடவடிக்கையாகக் கருதப்படும் *[S.4 (2)]*. தடா அல்லாத வேறு சட்டங்களின் கீழான குற்றங்களிலும் கூட அவை தடாவின் கீழான நடவடிக்கைகளுக்குத் 'துணையாக' மேற்கொள்ளப்பட்டால் அவையும் கூட தடாவுக்குள் உள்ளடக்கப்படும். எனவே சாதாரண குற்றங்களுக்காக ஒருவர் கைது செய்யப்பட்டாலும் கூட அவர் மீது 'தடா' இணைக்கப்படும்போது வழக்கு நடவடிக்கைகள் வேறுவிதமாகவும் தண்டனைகள் கடுமையானதாகவும் இருக்க

முடியும். பயங்கரவாத நடவடிக்கையில் பங்கு பெறுவது மட்டுமல்ல, அதற்கு உடந்தையாக இருப்பதும் கூடத் 'தடா'வில் கைது செய்யப்படுவதற்குப் போதுமானது. பயங்கரவாத அமைப்புகளில் உறுப்பினராக இருப்பதும் பயங்கரவாத நடவடிக்கைகள் மூலம் சேகரிக்கப்பட்ட சொத்துக்களை வைத்திருப்பதும் கூடக் குற்றங்கள்தான். ஆனால் பயங்கரவாதி, பயங்கரவாத அமைப்பு என்றால் என்ன என 'தடா' சட்டம் எங்கும் கூறவில்லை. பயங்கரவாதி எனத் தெரியாமல் யாரேனும் உதவியிருந்தாலும் கூட அவரும் கைது செய்யப்படலாம். பின்னர் வழங்கப்பட்ட உச்ச நீதிமன்றத் தீர்ப்பில்தான் (மார்ச் 11, 1994) "மனப்பூர்வமான இசைவு" என்பது கைதாவதற்கான நிபந்தனையாக்கப்பட்டுள்ளது. மேற்படி உச்ச நீதிமன்றத்தின் பெரும்பான்மைத் தீர்ப்பின்படி ஆயுதங்கள் வைத்திருப்பதற்கு இது பொருந்தாது. அதாவது பயங்கரவாத நோக்கமில்லாமலே ஆயுதங்கள் வைத்திருந்தாலும், 'தடா'வின் கீழ் தண்டிக்க முடியும்.

கைதும் ரிமாண்டும்

சாதாரண சட்ட விதிகளின்படி கைது செய்யப்பட்ட 24 மணி நேரத்துக்குள் காவல்துறையினர் குற்றம் சுமத்தப்பட்டவரை ஒரு நீதித்துறை நடுவர் முன் கொண்டு சென்று விசாரணைக்காகக் காவலில் வைக்க அனுமதி பெற வேண்டும் (Cr. P.C.S.167). விசாரணைக்காக அவரை போலீஸ் காவலில் வைக்க நடுவர் உத்தரவிடலாம். ஆனால் 15 நாட்களுக்கு மேல் போலீஸ் காவலில் வைக்க உத்தரவிடுவதற்கு நடுவருக்கும் அதிகாரமில்லை. தொடர்ந்து காவலில் வைக்க நியாயமான காரணங்கள் இருப்பதாக நடுவர் திருப்தி கொள்ளும் பட்சத்தில் அவரை நீதிமன்றக் காவலில் வைக்க மட்டுமே அவர் உத்தரவிட முடியும். விசாரணைக்காக இவ்வாறு நீதிமன்றக் காவலில் வைப்பதும் கூட 90 நாட்களுக்கு மிகக்கூடாது.

கைது செய்யப்பட்டவர்களுக்கு வழங்கப்பட்டுள்ள இந்த நியாயமான சட்ட உரிமைகளையெல்லாம் 'தடா' காற்றில்

பறக்கவிடுகிறது. 'தடா'வின் கீழ் கைது செய்யப்பட்ட ஒருவரைக் காவலில் வைக்க உத்தரவிட நீதித் துறை நடுவர் தேவையில்லை. நிர்வாக நடுவரே - அதாவது வருவாய்த் துறை அதிகாரி ஒருவரே போதும் *[S.20(4)(a).20]*. கைது செய்யப்பட்டவரை *60* நாட்கள் வரை போலீஸ் காவலிலேயே வைத்திருக்க முடியும் *[S.20(4) (b)]*. குற்றம் என்ன வகையானாலும் கவலையில்லை. *1993*-ல் நீதித்துறைக் காவல் ஓராண்டிலிருந்து ஆறு மாதமாகக் குறைக்கப்பட்டது.

தனி நீதிமன்றம்

மைய, மாநில அரசுகள் 'தடா' வழக்குகளை விசாரிப்பதற்கெனத் தனி நீதிமன்றங்கள் உருவாக்கிக்கொள்ள முடியும். ஒரு குறிப்பிட்ட வழக்குக்கு எனவும் இத் தனி நீதிமன்றம் உருவாக்கப்படலாம். உயர் நீதிமன்றத் தலைமை நீதிபதியின் அனுமதியோடு அப்போது பணிபுரிந்துகொண்டிருக்கிற ஒரு 'செஷன்ஸ்' அல்லது கூடுதல் செஷ்ன்ஸ் நீதிபதியைத் தனி நீதிமன்ற நீதிபதியாக நியமிக்க முடியும். தனி நீதிமன்றங்களை அமைப்பதில் இந்தியா முழுவதும் சீரான நடைமுறைகள் கடைப்பிடிக்கப்படுவதில்லை. சில மாநிலங்களில் மாநிலம் முழுமைக்கும் ஒரே தனி நீதிமன்றமும் ஆந்திரா குஜராத் போன்ற மாநிலங்களில் மாவட்டத்திற்கு ஒரு தனி நீதிமன்றமும் உள்ளன. செஷன்ஸ் நீதிபதிகளை அரசு எளிதில் கட்டுப்படுத்த முடியும். ஓய்வு பெற்ற பிறகும் கூட அந் நீதிபதி தொடர்ந்து பணியாற்ற முடியும் *(S.9)*.

தனி நீதிமன்றம் தனது அமர்வு இடத்தை எங்கு வேண்டுமானாலும் வைத்துக் கொள்ளலாம் *(S.10)*. அதாவது சிறையையே வேண்டுமானாலும் நீதிமன்றமாக மாற்ற முடியும். அரசு நினைத்தால் தடா வழக்கொன்றை அந்த மாநிலத்திற்குள்ளேயோ, அல்லது வேறு மாநிலத்திலுள்ள வேறொரு தனி நீதிமன்றத்திற்கோ மாற்ற முடியும் *(S.11)*. தடாவுடன் தொடர்புடைய வேறு வழக்குகளையும் தனி

நீதிமன்றம் விசாரிக்க முடியும் *(S.12)*. தனி நீதிமன்றத்தில் விசாரணை எல்லை குறித்த பிரச்சினை எழும்போது உயர் நீதிமன்றமோ, உச்ச நீதிமன்றமோ அதைத் தீர்மானிக்க முடியாது. மைய அரசே இதனைத் தீர்மானிக்க முடியும். இதன் மூலம் நீதிமன்ற அதிகாரம் பறிக்கப்பட்டு நிர்வாகத்திடம் கொடுக்கப்படுவது குறிப்பிடத்தக்கது. தடா விசாரணைக்கு முன்னுரிமை கொடுப்பதன் மூலம் *(S.17)* கைது செய்யப்பட்டவர் மீதுள்ள பிற விசாரணைகளை நடத்தாமலே ஒத்திவைக்க முடியும். வழக்கைத் தொலைவிலுள்ள தனி நீதிமன்றங்களுக்கு மாற்றுவதன் மூலம் கைது செய்யப்பட்டவருக்கும் அவரது உறுவினர்கட்கும் எண்ணற்ற துன்பத்தை அளிக்க முடியும்.

இரகசிய விசாரணையும் அடையாளம் தெரியாத சாட்சிகளும்

அரசு வழக்குரைஞர் கேட்டுக் கொண்டாலொழிய மற்றபடி விசாரணை முழுமையும் மூடிய அறைக்குள் இரகசியமாக நடத்தப்படும் *(S.16)*. கைது செய்யப்பட்டவர்கள் மீது அரசு வழக்குரைஞர் குற்றம் சாட்டிப் பேசுவதை மட்டுமே பத்திரிகைகள் பிரசுரிக்கலாம். குற்றம் சுமத்தப்பட்டவர்கள் சார்பில் முன்வைக்கப்படும் வாதங்கள் வெளியுலகிற்குத் தெரிவிக்கப்பட வேண்டியதில்லை. அரசு தரப்புச் சாட்சிகளின் பெயர், முகவரி மற்றும் அடையாளங்களை குற்றம் சுமத்தப்பட்டவர்களுக்கோ பொது மக்களுக்கோ தெரிவிக்க வேண்டியதில்லை. "எக்ஸ் எனும் சாட்சி உங்கள் மீது இந்தக் குற்றத்தை முன்வைத்துள்ளார். நீங்கள் குற்றமற்றவர் என நிறுவ வேண்டிய பொறுப்பு உங்களுடையது" என அரசுத் தரப்பில் சொன்னால் போதுமானது. வழக்கு விசாரணை முழுமையையுமோ, ஏதோ ஒரு பகுதியையோ பிரசுரிக்கக் கூடாது எனத் தனி நீதிமன்றம் ஆணையிட்டால் பத்திரிகைகளோ இல்லை வேறு ஊடகங்களோ அவற்றைப் பிரசுரிக்கவோ வெளியிடவோ கூடாது. மீறிப் பிரசுரித்தால் ஓராண்டுத் தண்டனையும் ஆயிரம் ரூபாய் அபராதமும் உண்டு.

தேவைப்பட்டால் சுருக்க விசாரணை செய்யும் உரிமையும் தனி நீதிமன்றத்திற்கு உண்டு (S.14). சில சந்தர்ப்பங்களில் குற்றம் சுமத்தப்பட்டவரோ வழக்குரைஞரோ இல்லாதபோதும் தனி நீதிமன்றம் விசாரணையை நடத்தலாம் [(S.14 (5)].

குற்றம் சுமத்துபவர்கள்தான் குற்றத்தை நிறுவ வேண்டுமென்பது உலகெங்கிலும் ஏற்கப்பட்டுள்ள மிக அடிப்படையான நீதி விசாரணை நெறிமுறைகளில் ஒன்று. தடா சட்டம் இந்த அடிப்படை நெறிமுறைகளையும் குழிதோண்டிப் புதைக்கிறது. கீழ்க்கண்ட ஐந்து சூழல்களில் குற்றமற்றவர் என்பதைத் தடா கைதிதான் நிறுவிக்கொள்ள வேண்டும். அவை:

1. கைதானவரிடமிருந்து ஆயுதங்கள் அல்லது வெடிமருந்து கைப்பற்றப்பட்டு அவை குற்ற நடவடிக்கைக்குப் பயன்படுத்தப்பட்டிருக்கலாம் என நம்புவதற்கான காரணங்கள் உள்ளபோது.

2. குற்றம் நடைபெற்ற இடத்திலோ அல்லது குற்றத்தோடு தொடர்புடைய ஏதொன்றிலோ குற்றம் சாட்டப்பட்டவரின் கைரேகைப் பதிவுகள் இருந்ததாக ஒரே ஒரு நிபுணரேனும் சாட்சி உரைத்துள்ளபோது.

3. குற்றம் சுமத்தப்பட்டுள்ள சக கைதி ஒருவர் வாக்குமூலம் அளித்துள்ளபோது.

4. போலீஸ் அல்லாத வேறு யாரிடமேனும் குற்றம் சுமத்தப்பட்டவர் வாக்குமூலம் அளித்துள்ளபோது.

5. இதே குற்றத்திற்காகக் கைது செய்யப்பட்டுள்ள சக கைதி ஒருவருக்கு நிதி உதவி அளித்துள்ளபோது; அல்லது நிதி உதவி அளித்திருப்பார் என சந்தேகப்படக்கூடியபோது.

மேற்குறித்த எல்லாச் சந்தர்ப்பங்களிலும் குற்றம் சுமத்தப்பட்டவர் தன் குற்றமற்ற தன்மையை நிறுவாவிட்டால் அவரைக் குற்றவாளி என நீதிமன்றம் கருதும். தடா சட்டம் உருவாக்கப்பட்டபோது இப்பிரிவு இல்லை. 1987ல்தான் இது சேர்க்கப்பட்டது.

பிணையும் மேல்முறையீடும்

தடா வழக்குகளில் பிணை விடுதலை சாத்தியமில்லை. குற்றம் சாட்டப்பட்டுள்ளவர் குற்றவாளியில்லை என நீதிபதி நம்புவதற்கான நியாயமான அடிப்படையிலும், பிணையிலுள்ள போது குற்றம் சுமத்தப்பட்டுள்ளவர் குற்றமிழைக்க மாட்டார் என்கிற நம்பிக்கையுள்ளபோதும் மட்டுமே தடாவில் பிணை வழங்கமுடியும் *[S.20(8)]*. வழக்கு தொடர்பான ஆவணங்களின் அடிப்படையிலேயே நீதிபதி இத்தகைய முடிவுக்கு வரமுடியும். ஆனால் தடா வழக்கில் ஆறு மாதம் வரை விசாரணை தொடர்பான ஆவணங்களை நீதிமன்றத்தில் போலீஸ் தாக்கல் செய்ய வேண்டிய அவசியமில்லை. பயங்கரவாத நடவடிக்கைக்காகத் தயார் செய்து கொண்டிருந்ததாகக் கைது செய்யப்பட்ட மோகன் இந்தர் சிங் (ஜனவரி 1988) என்பவர் பிணை விடுதலைக்கு மனு செய்தபோது கனடாவிலிருந்த இரு சாட்சிகளை விசாரிக்காமல் பிணை விடுதலை அளிக்க இயலாது என ஆஜ்மீர் தனிநீதிமன்றம் அந்த மனுவைத் தள்ளுபடி செய்தது.

தடா வழக்குகளில் தனி நீதிமன்றத்திற்கு அடுத்த கட்ட மேல்முறையீட்டு நீதிமன்றம் உயர் நீதிமன்றமல்ல. உச்ச நீதிமன்றத்திற்குத்தான் போக வேண்டும் *(S.19)* . டெல்லியிலுள்ள உச்ச நீதிமன்றத்திற்குச் செல்வதென்பது ஒரு சாதாரண குடிமகனைப் பொறுத்தமட்டில் எத்தனை கடினமானது என்பதை விளக்கவேண்டியதில்லை.

பிமல் கவுர் கல்ஸா என்பவரது வழக்கில் பஞ்சாப் - அரியானா உயர் நீதிமன்றம் (ஜனவரி 1988) நிர்வாக நடுவர், விசாரணைக்காவல் காலம், பிணை ஆகியவை தொடர்பான 'தடா' விதிகள் அரசியல் சட்டத்திற்குப் புறம்பானவை எனத் தீர்ப்பளித்தது. இந்த வரவேற்கத்தக்க தீர்ப்பின்மீது தடையுத்தரவு ஒன்றை மைய அரசு உச்ச நீதிமன்றத்தில் பெற்றது. இதற்கிடையில் இன்னொரு வழக்கில் உச்ச நீதிமன்றம் பிணை தொடர்பான விசயங்களின் மீது உயர் நீதிமன்றத்திற்கு

அதிகாரமில்லை எனத் தீர்ப்பளித்தது

உச்ச நீதிமன்றத்தில் மேல் முறையீடு செய்வதென்பது கூட எல்லா வழக்குகளிலும் சாத்தியமில்லை. தனி நீதிமன்றங்கள் வழங்கிவரும் இடைக்கால ஆணையின் *(Interlocutory Order)* மீது மேல்முறையீட்டு உரிமை தடா கைதிக்குக் கிடையாது *(S.19)*. பரோடாவிலுள்ள தனி நீதிமன்றம் தாவீத்பாய் மேமனுக்கும் மற்றவர்களுக்கும் பிணை விடுதலையை மறுத்தபோது (குஜராத், 1985) அவர்கள் உச்ச நீதிமன்றத்திற்கு மேல்முறையீடு செய்தனர். இந்த வழக்கில் பிணை தொடர்பான ஆணையும்கூட இடைக்கால ஆணைதான் என்கிற அரசுத் தரப்பு வாதத்தை ஏற்றுக்கொண்டு உச்ச நீதிமன்றம் தீர்ப்பளித்தது. இந்தத் தீர்ப்பின் மூலம் தடா கைதிகளுக்குப் பிணை விடுதலை தொடர்பான மனுவைப் பொறுத்தமட்டில் முதல் நீதிமன்றமாகிய தனி நீதிமன்றமே இறுதி நீதிமன்றமாகவும் ஆகிய அவலம் நேர்ந்தது. இவற்றின் விளைவாகத் தடா கைதிகளைப் பொறுத்தமட்டில் பிணை என்பது நடைமுறைச் சாத்தியமில்லாத வெறுங்கனவாகவே ஆனது.

இன்றுவரை இப்படியான ஆள்தூக்கிச் சட்டங்களில் பிணையில் விடுதலை என்பது சாத்தியம் இலாமலேயே உள்ளது. ஸ்டான்சாமி போன்ற பழங்குடி மக்கள் மத்தியில் செயல்பட்டவர்கள் கடும் நோய்த் தாக்குதல்களில் உரிய சிகிச்சை இல்லாமல் சாகத்தான் முடிந்தது.

தடா கைதிகளுக்கான நீதி வழங்கு நடைமுறையில் உயர் நீதிமன்றங்களின் பங்கை இப்படி ஒன்றுமில்லாமல் செய்ததன் மூலம் நீதி வழங்கு நெறிமுறையின் இயல்பான படிநிலை அமைப்பு சிதைக்கப்படுகிறது. மரண தண்டனை உள்ளிட்ட எந்தத் தண்டனை ஆனாலும், தடா குற்றம் சாட்டப்பட்டவருக்கு இவ்வாறு உயர் நீதிமன்றம் செல்லும் உரிமை மறுக்கப்பட்டது.

எல்லாவற்றையும் விட மிகப்பெரிய கொடுமை தடா வழக்கில் கைது செய்யப்பட்டவர் கண்காணிப்பாளர் மட்டத்திலான உயர்காவல் அதிகாரி ஒருவர் முன் அளிக்கும்

வாக்குமூலமே குற்றத்திற்கான சாட்சியமாய்க் கருதப்படும் *(S.15)*. வாக்குமூலங்களைச் சாட்சியமாய்க் கருதும் கொடுமை உலகில் வேறெங்கும் கிடையாது. எத்தகைய வாக்குமூலங்களை எவ்வாறு பெற வேண்டும் என்கிற வித்தை தெரிந்தவர்கள் நமது காவல்துறையினர் என்பதை நாம் அறிவோம். தேவைப்படும் வாக்குமூலத்தை வரவழைப்பதற்காகக் கடும் சித்திரவதைகளை மேற்கொள்வதற்கான தூண்டுதல் இதன்மூலம் காவல்துறைக்கு அளிக்கப்படுவதைப் பலரும் கண்டித்துள்ளனர். தடாவுக்கெதிரான மனுக்கள் மீது பின்னாளில் வந்த உச்ச நீதிமன்றத் தீர்ப்பில் (மார்ச்சு 94) மனிதாபிமானமற்ற, கொடூரமான காவல் சித்திரவதைகளையெல்லாம் சுட்டிக் காட்டிய நீதிபதிகள், இந்தப் பிரிவு, சட்டத்தை மட்டுமல்லாமல் நீதி வழங்கு நடைமுறையையே இழிவுபடுத்துகிறது என்று குறிப்பிட்டுள்ளனர்.

இப்படி எல்லாவற்றையும் சொல்லிவிட்டு இறுதியாக நம் நீதிமன்றங்கள் இப்பிரிவை ஏற்றுக்கொண்டு பெரும்பான்மைத் தீர்ப்பை வழங்கியது கொடுமை. எனினும் சிறுபான்மைத் தீர்ப்பில் நீதிபதி சாஹேற இந்தப் பிரிவிற்கு எதிராகத் தீர்ப்பு வழங்கியது சற்றே ஆறுதலாக இருந்தது. பெரிய அதிகாரி முன் வாக்குமூலம் வழங்கும் போது தவறுகள் நடக்கும் சாத்தியமில்லை என்கிற வாதத்தை மறுத்துள்ள நீதிபதி சாஹேற அவர்கள், “ஒரு எஸ்.ஐ.க்கும் எஸ்.பி.க்கும் அணுகல் முறையில் வேறுபாடு இருக்கலாம். அடிப்படைத் தத்துவத்தில் என்ன வேறுபாடு இருக்கப் போகிறது?” எனக் கேட்டுள்ளது குறிப்பிடத்தக்கது. சில ஆண்டுகளுக்கு முன்னர் அலகாபாத் உயர் நீதிமன்ற நீதிபதி முல்லா அவர்கள் “ஒரு கூடை நாறிய மீனில் நல்ல மீனைப் பொறுக்குகிற முட்டாள் நானல்ல” எனக் காவல் துறை பற்றிக் கூறியது நினைவிற்கு வருகிறது.

தண்டனை

தடா வழக்குகளில் சாதாரணக் குற்றங்களுக்கானதைக் காட்டிலும் கூடுதலான தண்டனை வழங்க முடியும்.

குறைந்தபட்சம் ஐந்தாண்டுச் சிறைத் தண்டனை முதல் மரண தண்டனைவரை தடா குற்றங்களுக்கு வழங்க முடியும். இது தவிர தடா வழக்கில் தண்டிக்கப்படுகிறவர்களின் சொத்துக்களை அரசு கைப்பற்றிக் கொள்ள முடியும் (S.8). தடா சட்ட விதிகளின்படி இவ்வாறு கைப்பற்றிக் கொள்வதற்கான காரணங்களை அரசு சொல்ல வேண்டியதில்லை. எனினும் பிந்திய உச்ச நீதிமன்றத் தீர்ப்பு ஒன்றில் காரணங்களைச் சொல்ல வேண்டுமெனத் தீர்ப்பளிக்கப்பட்டுள்ளது. பம்பாய் வெடிகுண்டு வழக்கில் முதல் குற்றவாளியாகக் குறிக்கப்பட்டுள்ள தாவூது இப்ராஹிமின் பினாமி சொத்துக்களைக் கைப்பற்ற இப்பிரிவின் கீழ்தான் முயற்சிகள் மேற்கொள்ளப்பட்டன. இந்த தாவூத் இப்ராஹீம் அப்போதைய பாம்பாய் முதல்வர் சரத் பவாருக்கு மிகவும் நெருக்கமானவர் என பம்பாய் நகராட்சி உதவி ஆணையர் கய்மார் குற்றம் சாட்டியது வேறு கதை.

தடா: ஏன் இதை எதிர்க்க வேண்டும்?

இதை மட்டுமல்ல இப்படியான எல்லா ஆள்தூக்கிக் கொடுஞ் சட்டங்களுக்கும் இப்போது சொல்லப்போகிறவை பொருந்தும். எக்காரணம் கொண்டும் நிரபராதி ஒருவர் தண்டிக்கப்பட்டுவிடக் கூடாது என்பதுதான் உலகெங்கிலும் நீதி வழங்கு நெறிமுறைகளின் அடிப்படையாக இருக்கிறது. உலகெங்கிலும் ஏற்றுக்கொள்ளப்பட்ட மனித உரிமை உடன்பாடுகளும் ஜனநாயக நெறிமுறைகளும் அடிப்படையான சுதந்திரத்தையும் பாதுகாப்பையும் மனிதர்க்கு வழங்குகின்றன. நிறுவப்பட்ட நெறிமுறைகளுக்கு எதிராக யாரொருவரும் கைது செய்யப்படக் கூடாது; காவலில் வைக்கப்படக் கூடாது; குற்றம் நிறுவப்படுவதற்கு முன்னதாகப் பிணையில் வருவதற்கு ஒருவருக்கு உரிமை உண்டு; குற்றம் சாட்டுபவர்கள்தான் குற்றத்தை நிறுவ வேண்டும்; குற்றம் சுமத்துபவர்களே நீதிபதிகளாக அமைய முடியாது; சாட்சிகளைக் குறுக்கு விசாரணை செய்யும் உரிமை குற்றம் சுமத்தப்பட்டவருக்கு உண்டு; தீர்ப்பின் மீது மேல் முறையீடு செய்யவும், மேல்

முறையீட்டுக் காலத்தில் பிணையில் வரவும் குற்றம் சுமத்தப்பட்டவருக்கு உரிமையுண்டு என்பன போன்ற அடிப்படையான நீதி வழங்கு நெறிமுறைகளையெல்லாம் தடா எவ்வாறு குப்பையில் கவிழ்க்கிறது என்பதை விரிவாய்ப் பார்த்தோம்.

சர்வதேச உடன்பாடுகளுக்கு எதிராகத் தடா

சர்வதேச அளவில் மனித உரிமைகள் தொடர்பாக *(i)* சமூக / பொருளாதார / பண்பாட்டு உரிமைகளுக்கான சர்வதேச நகல் உடன்பாடு எனவும் *(ii)* குடி / அரசியல் உரிமைகளுக்கான சர்வதேச நகல் உடன்பாடு எனவும் இரு உடன்பாடுகள் 1976ல் நிறைவேற்றப்பட்டன. 1979 மார்ச் 27 அன்று இந்தியா இவ்விரு உடன்பாடுகளிலும் கையெழுத்திட்டது. எனினும் குடி / அரசியல் உரிமைகள் தொடர்பான உடன்பாட்டின் ஒன்பதாம் பிரிவு தடுப்புக் காவலை முற்றாக மறுக்கிறது என்பதைக் காரணம் காட்டி இந்தியா அப்பிரிவை ஏற்றுக்கொள்வதில் தயக்கம் காட்டியது. ஆனால் மேற்கண்ட உடன்பாட்டின் 14ஆம் பிரிவு கைது செய்யப்பட்டவர் மீதான வழக்கு நியாயமாக நடத்தப்பட வேண்டுமெனச் சொல்கிறது. இதனை இந்தியா ஏற்றுக் கொண்டுள்ளது. உடன்பாட்டில் கண்டுள்ள உரிமைகள் மறுக்கப்படும்போது குடிமக்கள் சர்வதேச நீதி நிறுவனங்களில் புகார் செய்து கொள்ள உரிமை அளிக்கும் விருப்ப ஒப்பந்தங்களில் இந்தியா இதுவரை கையெழுத்திடவில்லை. சர்வதேச அளவிலான வணிக ஒப்பந்தங்கள் முதலியவற்றில் கையெழுத்திடுவதில் முந்திரிக் கொட்டையாக நிற்கும் இந்திய அரசு சர்வதேச அளவிலான மனித உரிமை உடன்பாடுகளில் கையெழுத்திடாமல் ஏமாற்றி வருவது ஒரு பக்கம். இன்னொரு பக்கம் கையெழுத்திட்டுள்ள ஒப்பந்தத்தையும் கூட மனித உரிமை விடயங்களில் காற்றில் பறக்க விடுவதையும் நாம் கவனிக்க வேண்டும். தடா சட்டத்தின் இரகசிய விசாரணை, சாட்சிகளை இரகசியமாய் வைத்திருத்தல் போன்ற பிரிவுகள் சிவில் மற்றும் அரசியல் உரிமைகளுக்கான நகல் ஒப்பந்தத்தின்

14ஆவது பிரிவுக்கு எதிராக உள்ளன. நகல் ஒப்பந்தத்தில் கையெழுத்திட்ட நாடுகள் அவ்வப்போது ஐ.நா. அவையின் மனித உரிமைக் குழுவிற்கு முன்பாக அறிக்கைகள் சமர்ப்பிக்க வேண்டும். சென்ற மார்ச் 27, 1991-ல் இவ்வாறு அறிக்கை ஒன்றை இந்திய அரசின் 'அட்டார்னி ஜெனரல்' ஜி. ராமசாமி முன்வைத்த போது குழு உறுப்பினர்களான ஜோஸ் ஏகிலார் ரபினா, ரோஸலின் இக்கின்ஸ், வேகோ, ஸெர்ரானோ கால்டேரா போன்றோர் 'தடா' சட்டத்தை வன்மையாகக் கண்டித்துள்ளனர்.

சர்வதேச நெறிமுறைகளுக்கு எதிராக மட்டுமல்ல இந்திய அரசியல் சட்டம் தனது குடிமக்களுக்கு வழங்கும் பல்வேறு அடிப்படை உரிமைகளையும் 'தடா' சட்டம் குழி தோண்டிப் புதைத்துள்ளது. இந்த வகையில் தன் நாட்டு அரசியல் சட்டத்திற்கே எதிராகச் செயல்படும் ஒரே நாடு இந்தியாதான் என்பது குறிப்பிடத்தக்கது. 'தடா' பிரிவுகள் எவ்வாறு இந்திய அரசியல் சட்டத்திற்கு எதிராக உள்ளன என்பது அட்டவணையில் காட்டப்பட்டுள்ளது. விளக்கம் தேவையில்லை.

'தடா'வின் மூலம் அரசு, அதிகார வர்க்கம், காவல்துறை ஆகியவற்றின் அதிகாரம் அபரிமிதமாக்கப்படுகிறது. நீதித்துறையின் அதிகாரம் குறுக்கப்படுகிறது. மாநிலங்களின் மீது மைய அரசு தனது எதேச்சதிகாரத்தை விரிவுபடுத்தும் வாய்ப்பு அதிகமாகிறது. ரெவின்யூ நிர்வாகமும், காவல்துறையும் இணைந்து செயல்பட்டு அரசுக்குப் பிடிக்காத யாரொருவரையும் 'தடா'வில் கைது செய்து நீதித்துறையின் தலையீடின்றி நீண்ட காலம் போலீஸ் காவலிலேயே வைத்திருக்க முடியும். தனி நீதிமன்றம் தொடர்பான எல்லா அதிகாரங்களும் நீதித்துறையைக் காட்டிலும் அரசிடமே அதிலும் மைய அரசிடமே குவிந்துள்ளதை ஏற்கனவே விளக்கியுள்ளோம். தனி நீதிமன்றங்களின் தலைமை நீதிபதி ஒரு வெறும் செஷன்ஸ் அளவிலான நீதி அதிகாரிதான் என்பதால் அரசு அவரை எளிதில் கையாள முடியும்.

இவ்வாறு நீதித்துறையின் அதிகாரமெல்லாம் பறிக்கப்பட்டு

அரசதிகாரம் விரிவாக்கப்படுவது மிகப்பெரிய ஆபத்து என்பதை நாம் புரிந்து கொள்ள வேண்டும். ஜனநாயகம் என்பது அடிப்படையான ஜனநாயக உரிமைகளைக் குடிமக்களுக்கு வழங்கி அதனைக் காக்கிற ஒரு நிறுவன ரீதியான அமைப்பு என்பதற்குப் பதிலாக வெறுமனே ஓட்டுப்போட்டு ஆளும் கட்சியைத் தேர்ந்தெடுப்பது மட்டும்தான் என்பதாக இன்று சுருக்கப்பட்டுவிட்டது. “மக்கள் நல அரசு” என்கிற கோட்பாட்டையும் இன்று அரசு வெளிப்படையாகவே உதறி வருகிறது. கல்வி, மருத்துவம் போன்ற அடிப்படை உரிமைகளை மக்களுக்கு வழங்குதல், வளர்ச்சித் திட்டங்களை நிறைவேற்றுதல் என்பதிலிருந்தெல்லாம் அரசு தன் பொறுப்புக்களைத் தட்டிக் கழித்துக் கொண்டிருக்கும் ஒரு காலக்கட்டத்தில் வாழ நிர்ப்பந்திக்கப்பட்டவர்கள் நாம். சுதந்திர வணிகம், சந்தை, தனியார்மயம் என்கிற பெயர்களில் இந்திய முதலாளிகளும் சர்வதேச முதலாளிகளும் எவ்வளவு வேண்டுமானாலும் கொள்ளையடிக்க அனுமதித்துவிட்டு அதற்கு எதிராக எந்த வகையான எதிர்ப்புகளும் பிரச்சினைகளும் எழாமல் முளையிலேயே கிள்ளி எறியும் ஒரு அடக்குமுறை நிறுவனமாக மட்டுமே அரசு தன்னை இன்று சுருக்கிக்கொண்டுள்ளது. அதற்கேற்ற வகையில் ராணுவ ரீதியாகவும், சட்ட ரீதியாகவும் அரசு தன்னை வலுப்படுத்திக் கொள்கிறது. அதன் ஓரங்கமே ‘தடா’. புதிய உலகச் சூழலில் சர்வதேச / உள்நாட்டு அளவிலான எஜமானர்களின் ஒரு விசுவாசமிக்க அடியாளாக அரசு மாறியுள்ளதை நாம் விளங்கிக் கொள்ள வேண்டும்.

எனவே, ஜனநாயகமான, வளமிக்க, சமத்துவம் நிறைந்த ஒரு எதிர்காலச் சமூகத்தைக் கனவு காணும் மனித உரிமையில் நாட்டமுடைய யாரும் ‘தடா’வை எதிர்க்காமல் இருக்க முடியாது.

தடா: சில ஐயங்களும் தெளிவுகளும்

இன்று இந்தியா முழுவதும் பயங்கரவாதம் தலைவிரித்தாடுகிறது. இனத்தின் அடிப்படையிலும் மதத்தின் அடிப்படையிலும் மக்களைப் பிளவுறுத்தும் போக்கும் அதிகமாகவே உள்ளது.

இந்நிலையில் 'தடா' போன்ற ஒரு சட்டம் அமைதியை நிலைநாட்டுவதற்குத் தேவைதானே?

இன்றைய இந்தியச் சூழல் பயங்கரவாதத்தாலும் பிளவுறுத்தும் போக்குகளாலும் நிரம்பியிருப்பது உண்மைதான். இத்தகைய சூழல் ஏன் ஏற்பட்டுள்ளது என்பதற்கான சமூக / பொருளாதார / கலாச்சார / அரசியல் பின்னணிகளை நாம் விரிவாக ஆராய்ந்து பார்த்து இவற்றிற்கான மூல வேர்களைக் கண்டறிந்து களைவதற்கான நடைமுறைகளை மேற்கொள்வதன் மூலமாகத்தான் அமைதியை உருவாக்க முடியுமே தவிர 'தடா' போன்ற நடவடிக்கைகள் மக்களை அன்னியப்படுத்தவே வழிவகுக்கும். காஷ்மீர் மக்கள் இன்று அன்னியப்பட்டு நிற்பதற்கு இத்தகைய நடைமுறைகள்தான் காரணம் என்பதை விரிவாக விளக்க வேண்டியதில்லை. .

இன்னொன்றையும் கவனிக்க வேண்டும். அடிப்படை ஜனநாயக உரிமைகளை மறுப்பதென்பதே பயங்கரவாதம் உருவாவதற்கும் பெருகுவதற்கும் ஒரு காரணமாக அமைந்துவிட முடியும். எடுத்துக்காட்டாக ஒன்றைப் பார்க்கலாம். குற்றவாளிகள் எனச் சந்தேகப்படுவோர் 'தடா'வில் கைது செய்யப்படும்போது பிணையில் வெளிவருவதற்கும் உரிமையின்றி, வழக்கும் விரைவாக முடிக்கப்படாமல் நீண்ட காலம் சிறையிலேயே வாட நேரும் அவலம் பற்றி நாம் அறிவோம். சட்ட பூர்வமான வழிகளில் 'தடா' கைதிகளை வெளியே கொண்டு வர இயலாதபோது தீவிர இயக்கங்கள் வேறு வழிகளைக் கையாள வேண்டிய நிர்ப்பந்தம் ஏற்பட்டுவிடுகிறது. ருபீயா சயீத், துரைசாமி, கோஸ்லா, குப்தா போன்றோரை காஷ்மீரத் தீவிரவாதிகள் கடத்தியபோதும் ஆந்திராவில் அரசு அதிகாரிகள், சட்டமன்ற உறுப்பினர்கள் போன்றோரை மக்கள் யுத்தக் குழுவினர் கடத்தியபோதும் பிணைக் கைதிகளுக்கு ஈடாக இந்த இயக்கத்தினர் கேட்டதெல்லாம் நீண்ட காலமாக 'தடா' வில் சிறையிலடைக்கப்பட்ட தமது தோழர்களை விடுதலை செய்யச் சொல்லித்தான் என்பதை நாம் மறந்துவிடக் கூடாது. எனவே சாதாரண நீதிமன்ற உரிமைகளெல்லாம் பறிபோன

ஒரு சூழலில் கடத்துதல் என்பது சிறையிலிருப்பவர்களை வெளிக்கொணரும் 'ஹேபியர்ஸ் கார்ப்பஸ்' நடவடிக்கைகளில் ஒன்றாகி விடுகிறது. எனவேதான் 'தடா' பயங்கரவாதச் சூழலை அதிகரிக்கவே பயன்படும் என்கிறோம்.

மதத்தின் பெயராலும் இனத்தின் பெயராலும் மக்கள் பிளவுறுவதைத் தடுக்க 'தடா' பயன்படாதா?

பயன்படாது. சமூக / பொருளாதார / கலாச்சார வேர்களைக் கண்டறிந்து களையாமல் இவற்றைத் தடுக்க முடியாது. இதனைச் செய்யாமல் 'தடா' கொடுஞ் சட்டங்களைப் பயன்படுத்துவது மக்களை மேலும் இந்த அடிப்படையில் பிளவுறுத்துவதிலேயே கொண்டுபோய் நிறுத்தும்.

மக்களை ஏதோ ஒரு வகையில் பிளவுறுத்தி, ஒரு குறிப்பிட்ட பிரிவாக அவர்களை ஒதுக்கித்தான் அவர்கள் மீது இதுவரை 'தடா' பயன்படுத்தப்பட்டுள்ளது. பஞ்சாபில் சீக்கியர்கள் மீதும் குஜராத், பம்பாய், ராஜஸ்தான் போன்ற இடங்களில் இஸ்லாமியர்கள் மீதும் மத்தியப் பிரதேசம், ஆந்திரா போன்ற இடங்களில் மலையின மக்கள் மீதும் இன, மத ரீதியில்தான் தடா பயன்படுத்தப்பட்டது. தமிழகத்திலும் கூட இன்று இஸ்லாமியர்கள் இவ்வாறு 'தடா' தாக்குதலுக்கு உள்ளாக்கப்படுகின்றனர். இச்சட்டம் செயல்பாட்டில் இருந்த காலத்தில் மதுரையில் இந்து முன்னணித் தலைவர் ஒருவர் கொல்லப்பட்டபோது குற்றவாளி எனக் கைது செய்யப்பட்ட இஸ்லாமியர் 'தடா'வில் போடப்பட்டதும், அதே சமயத்தில் இதனையொட்டிய கலவரத்தில் திண்டுக்கல்லில் இஸ்லாமியர் ஒருவரைக் கொன்ற நபர் சாதாரண சட்டத்தில் கைது செய்யப்பட்டதும் குறிப்பிடத் தக்கது. இதுபோன்ற ஏராளமான எடுத்துக்காட்டுகளைச் சொல்ல முடியும். தடா சட்டம் அமலில் இருந்தபோது இந்தியா முழுவதிலும் இச்சட்டத்தில் கைது செய்யப்பட்டோரில் பெரும்பான்மையோர் முஸ்லிம்கள்தான் என்பதை இன்று பலரும் ஏற்றுக்கொள்கின்றனர். தடா மூலம்

இஸ்லாமியர் குறிவைத்துத் தாக்கப்படுகின்றனர் என்பதை இந்திய அரசின் சிறுபான்மையர் ஆணையம் மட்டுமின்றி ஜாபர் ஷெரீப், ராஜேஷ் பைலட் போன்ற மத்திய அமைச்சர்களும் கூட ஒத்துக்கொள்கின்றனர். பாராளுமன்றத்தில் பேசிய எதிர்க்கட்சி உறுப்பினர் ஒருவர் 'தடா' வில் கைது செய்யப்பட்ட 50,000 பேர்களில் 40,000 பேர் சிறுபான்மைச் சமூகங்களைச் சேர்ந்தவர்கள் எனக் குறிப்பிட்டார். தடாவில் சிறையிலுள்ளோர் பற்றிய மதவாரியான புள்ளிவிவரங்கள் தம்மிடம் உள்ளதெனவும் எனினும் தேச நலன் கருதி அதனை வெளியிட இயலாது எனவும் உள்துறை அமைச்சர் எஸ்.பி. சவான் தெரிவித்துள்ளார். எனவே இத்தகைய நடவடிக்கைகள் எத்தகைய பிளவுபடும் மனநிலையைப் பாதிக்கப்பட்டவர்கள் மத்தியில் ஏற்படுத்தும் என்பதை நாம் நினைத்துப் பார்க்க வேண்டும்.

பயங்கரவாதம் அன்றாட நடவடிக்கையாகிவிட்ட ஒரு சூழலில் சாதாரணச் சட்டங்கள் போதுமா?

இந்தக் கேள்வியைத்தான் ஆகப் பெரிய தத்துவார்த்தக் கேள்வியைப் போல இந்தச் சட்டத்தை எந்தக் குற்ற உணர்வும் இன்றிப் பயன்படுத்துபவர்கள் கேட்கின்றனர். நாம் சொல்லுகிறோம் : "ஆம். இந்தச் சட்டங்களே போதும்". சஞ்சய் தத் வழக்கையே எடுத்துக் கொள்ளுங்கள். உரிமம் இல்லாமல் ஏ.கே. 47 துப்பாக்கி ஒன்றை வைத்திருந்தார் என்பதுதான் அவர் மீதுள்ள குற்றச்சாட்டு. மற்றபடி எந்த பயங்கரவாதக் குற்றச்சாட்டையும் அரசு அவர் மீது சுமத்தவில்லை. எனவே அவரைச் சாதாரண ஆயுதச் சட்டத்தின் கீழேயே கைது செய்யலாமே. 'தடா' எதற்கு? நீதிபதியிடம் வாரண்ட் பெறாமல் கூட ஒருவரைக் கைது செய்ய சாதாரணச் சட்டத்திலேயே வழி இருக்கிறதே. கைது செய்யப்படக் கூடிய குற்றமொன்றுடன் தொடர்புடையவர் என்கிற நியாயமான சந்தேகம் ஒரு போலீஸ் அதிகாரிக்கு இருக்குமானால் எந்த வாரண்டும் இல்லாமல் அந்த அதிகாரி, குற்றவியல் சட்டம் 41-வது பிரிவின் கீழ்ச் சந்தேகப்பட்டவரைக் கைது செய்யலாமே!

'தடா'வில் அங்கொன்றும் இங்கொன்றுமாகச் சில தவறுகள் நடந்திருப்பது உண்மைதான். அதற்காகச் சட்டத்தையே தூக்கி எறிய வேண்டுமா என்ன?

தூக்கி எறியத்தான் வேண்டும். மிக நியாயமான உரிமைகளையெல்லாம் மறுக்கிறது என்ற வகையில் 'தடா' அடிப்படையிலேயே கொடூரமான சட்டம். தவிரவும் தவறுகள் ஏதோ அங்கொன்றும் இங்கொன்றுமாக நடப்பதாக எண்ண வேண்டாம். தவறுகள் செய்யத் தூண்டக்கூடியதாகவே இச்சட்டம் அமைக்கப்பட்டுள்ளது. போலீஸ் அதிகாரியிடம் கொடுக்கப்படும் வாக்குமூலமே சாட்சியமாகப் பயன்படுத்துவதற்குத் தடா சட்டம் வழிவகுக்கும்போது குற்றம் சுமத்தப்பட்டவர்கள் மீது மூன்றாம் தரச் சித்திரவதைகளை மேற்கொள்ள போலீஸ்காரர்கள் ஊக்குவிக்கப்படும் நிலை ஏற்பட்டுவிடுகிறது. கொடூரமான சட்டமாக இருப்பதனால் "தடா'வைப் பயன்படுத்தி விடுவேன்" என்கிற அச்சுறுத்தல் மூலமாகவே போலீஸ்காரர்கள் ஏராளமாகப் பணம் பறிப்பது பற்றிய செய்திகள் அவ்வப்போது பத்திரிகைகளில் வருகின்றன. இதனாலும் அதிகம் பாதிக்கப்பட்டவர்கள் இஸ்லாமியர்தான். இவ்வாறு வன்முறையையும், லஞ்சத்தையும் தூண்டக்கூடிய காரணிகளை உள்ளார்ந்து கொண்டுள்ள 'தடா'வை ஒட்டுமொத்தமாய்த் தூக்கி எறியத்தானே வேண்டும்?

எத்தனையோ தடுப்புக் காவல் சட்டங்கள் இதற்கு முன்பு வந்துள்ளன. அவற்றையெல்லாம் விட 'தடா' மோசமென்கிறீர்களா?

மோசமானதுதான். அன்றைய நிலையில் அதற்கு முன்னும், அதன் சமகாலத்திலும் இருந்த இதுபோன்ற வேறு சில ஆள்தூக்கிச் சட்டங்களுடன் ஒப்பிட்டுப் பார்த்தால் உண்மை விளங்கும். வட அயர்லாந்து நாட்டில் ஆகஸ்டு 71 முதல் டிசம்பர் 75 வரை நடைமுறையில் இருந்த இப்படியான சட்டமொன்றைப் பலரும் குறிப்பிடுவார்கள். இந்தச் சட்டமும் தடுப்புக் காவல் சட்டமாக இருந்தபோதிலும் இதில் 'தடா'வைப் போல

இரகசிய விசாரணை இல்லை. குற்றத்தை அரசு தரப்புதான் நிறுவவேண்டும். குற்றம் சாட்டப்பட்டவர் பிணைக்கு மனு செய்ய இலவசச் சட்ட உதவி வழங்கப்படும். அரசு வழக்குரைஞர் என்பவர் ஒரு முழுமையான அரசு ஊழியரல்ல; சுதந்திரமான பொது விசாரணை இயக்குநர் ஒருவரே அரசு தரப்பில் வழக்கை நடத்துவார். போலீஸ் மற்றும் ராணுவத்திற்கெதிரான புகார்களை விசாரிக்கச் சட்டபூர்வமான தனி அமைப்புகள் உண்டு. இதெல்லாம் அயர்லாந்தில். இந்த உரிமைகள் எதுவும் இந்திய அரசின் ‘தடா’ சட்டத்தில் கிடையாது என்பதைக் கவனத்தில் கொள்ள வேண்டும்,

பிரிட்டிஷ் ஆட்சிக் காலத்தில் அமலில் இருந்த இப்படியான கொடிய சட்டம் ரவுலத் சட்டம். இந்தச் சட்டத்தின் நான்காவது பிரிவின்படி தனி நீதிமன்றம் அமைக்க வேண்டுமானால் உயர் நீதிமன்றத் தலைமை நீதிபதியிடம் மாகாண அரசு அனுமதி பெற வேண்டும். இத்தகைய அனுமதி எதுவும் தடாவுக்குத் தேவையில்லை. ரவுலத் சட்டத்தின் கீழ் கைது செய்யப்பட்டவரை விசாரிக்க மூன்று உயர் நீதிமன்ற நீதிபதிகளை தலைமை நீதிபதி நியமிக்க வேண்டும். தடாவில் ஒய்வு பெற்ற ஒரு செஷன்ஸ் நீதிபதியே போதுமானது. ரவுலத் சட்டத்தில் முதலில் அரசு வழக்குரைஞர், தான் எந்தச் சட்டத்தின் அடிப்படையில் குற்றத்தை நிறுவப் போகிறார் என்பதைச் சுருக்கமாக விளக்கியாக வேண்டும். ரவுலத் சட்டத்தில் மூன்று நீதிபதிகளும் கருத்தொருமிக்கும் போதுதான் மரண தண்டனை வழங்க முடியும். அப்படித் தீர்ப்பு வழங்கப்பட்ட பின்பு மேல் முறையீடு கிடையாது. இதற்காக ரவுலத் சட்டம் கடுமையாகக் கண்டிக்கப்பட்டது. ‘தடா’ சட்டத்தில் மேல்முறையீடு அனுமதிக்கப்பட்டாலும் அதை உச்ச நீதிமன்றத்தில்தான் செய்ய வேண்டும். நீதிபதி ரத்தினேவல் பாண்டியன் குறப்பிட்டது போலச் சாதாரண மக்களுக்கு இது சாத்தியமில்லை என்பது குறிப்பிடத்தக்கது. பிணை தொடர்பான விதிமுறைகளை உருவாக்கிக் கொள்ள ரவுலத் சட்டம் தலைமை நீதிபதிக்கு உரிமையளித்தது. ரவுலத் சட்டத்தின்படி ஒருவரைத் தடுப்புக் காவலில் வைக்க

வேண்டுமானால் நீதித்துறை நடுவர் ஒருவரிடம் ஆணை பெற வேண்டும். 'தடா'வில் வருவாய்த்துறை அதிகாரி ஒருவரே இந்த ஆணையை வழங்க முடியும்.

கடைசியாக, இன்றும் இங்கு நடைமுறையில் உள்ள தேசிய பாதுகாப்புச் சட்டத்துடன் (1980) ஒப்பிட்டாலும் 'தடா' மோசமானதுதான். என்.எஸ்.ஏ.வில் கைது செய்யப்பட்ட ஒருவருக்கு ஐந்து நாட்களுக்குள் அல்லது தவிர்க்க இயலாத சந்தர்ப்பங்களில் பத்து நாட்களுக்குள் காரணம் சொல்லப்பட வேண்டும். மூன்று வாரங்களுக்குள் இது தொடர்பான ஆலோசனைக் குழு (Advisory Board) ஒன்றிடம் வழக்கு தொடர்பான ஆவணங்கள் சமர்ப்பிக்கப்பட வேண்டும். என்.எஸ்.ஏ.வின் கீழ் அதிகபட்சம் ஓராண்டுக் காலம்தான் ஒருவரைச் சிறையில் வைக்க முடியும். இத்தகைய உரிமைகள் கூடத் 'தடா' கைதிகளுக்கு இல்லை.

எனவே எந்த வகையில் பார்த்தாலும் தடாவைக் காட்டிலும் கொடூரமான ஆள் தூக்கிக் கொடுஞ் சட்டம் உலகில் கிடையாது.

தடா: இவர்கள் எல்லாம் என்ன சொல்கிறார்கள்?

எஸ்.பி. சவான், மத்திய உள்துறை அமைச்சர்: "எவ்வளவோ முயற்சிகள் செய்து பார்த்தும், எத்தனையோ கடிதங்கள் எழுதியும் 'தடா' தவறாகப் பயன்படுத்தப்படுவதைத் தடுக்க முடியவில்லை என்றால் இதை யாரும் மறுக்க முடியாது."

– பாராளுமன்ற மாநிலங்கள் அவையில் பேசும்போது குறிப்பிட்டது – ஆக.19,1994.

ராஜேஷ் பைலட், மத்திய துணை அமைச்சர்: "இஸ்லாமியர்களுக்கு எதிராகத் 'தடா' பெரிய அளவில் பயன்படுத்தப்பட்டு வருகிறது. இப்படித் தவறாகப் பயன்படுத்துவதன் விளைவாகவே 95 சதம் தடா வழக்குகள் நீதிமன்றங்களில் தோற்றுவிடுகின்றன. 'தடா' பயன்படுத்தப்படுவது எங்களுக்குத் திருப்தி அளிக்கவில்லை.

சில மாநில அரசுகள் இதைத் தவறாகப் பயன்படுத்துகின்றன. பஞ்சாப் தீவிரவாதத்தை எதிர்கொள்வதற்காக இச்சட்டம் உருவாக்கப்பட்டது. இப்போது இதனை மறுபரிசீலனை செய்வதற்கான நேரம் வந்துவிட்டது."

– அகில இந்திய கிலாபத் குழு பேரணி (ஆக. 21,94) – மற்றும் ஃப்ரண்ட் லைன் பேட்டி – செப் 23,94

சி.கே. ஜாஃபர் ஷெரீப், மத்திய ரயில்வே அமைச்சர்: 'தடா' தவறாகப் பயன்படுத்தப்படுகிறது என்பதில் எனக்குச் சந்தேகமே இல்லை. பயங்கரவாதிகளுக்காகப் போடப்பட்ட இச்சட்டத்தைக் காவல்துறையினர் அப்பாவி மக்களை அச்சுறுத்துவதற்குப் பயன்படுத்திக் கொள்கின்றனர். ஏராளமானோர் என்னைச் சந்தித்துத் தமக்கு மிகவும் நெருக்கமானவர்கள் எந்தக் காரணமும் இல்லாமல் தடாவில் கைது செய்யப்பட்டது பற்றிய வேதனைக் கதைகளைச் சொல்கிறார்கள். 'தடா'வில் கைது செய்யப்பட்டிருப்பவர்களின் புள்ளிவிவரங்களை ஆய்வு செய்து பார்த்தால் ஒரு குறிப்பிட்ட சமூகப் பிரிவினர் அதிகம் பாதிக்கப்பட்டிருப்பதை அறியலாம். பஞ்சாப் அஸ்ஸாம், ஜம்மு-காஷ்மீர் போன்ற பகுதிகளில் நிலவும் அசாதாரணமான சூழலை எதிர்கொள்வதற்காகத்தான் இச்சட்டம் கொண்டுவரப்பட்டது. இன்று இது மகாராஷ்டிரா, குஜராத் போன்ற மாநிலங்களில் பெரிய அளவில் பயன்படுத்தப்படுவது கண்டு வேதனைப்படுகின்றேன். 'தடா'வைத் தவறாகப் பயன்படுத்துவது கடுமையான மனித உரிமை மீறலாகும். நாகரிகமான ஜனநாயகச் சமூகம் ஒன்றில் இதனை நியாயப்படுத்த முடியாது.

– ஃப்ரண்ட் லைன், செப் 23, 94.

ரங்கனாத் மிஸ்ரா, தேசிய மனித உரிமை ஆணையத் தலைவர்: "65,000 பேருக்கு மேல் கைது செய்யப் பயன்படுத்தப்பட்டுள்ள 'தடா' சட்டத்தை மறுபரிசீலனை செய்ய வேண்டுமென உறுதியாகக் கருதுகின்றேன். பயங்கரவாதத்திற்குத் தொடர்பே இல்லாத பல மாநிலங்களில் இச்சட்டம் பயன்படுத்தப்படுவது

தொடர்கிறது. மனித உரிமை தொடர்பான சில சர்வதேச நகல் உடன்பாடுகளில் நாம் கையெழுத்திட்டுள்ளோம். விசாரணைக் கைதிகளை நடத்துகிற வகையிலும், இதர மனித உரிமைப் பிரச்சினைகளிலும் இந்த உடன்பாடுகள் சில நெறிமுறைகளை வகுத்துள்ளன. நிச்சயமாக 'தடா' இந்நெறிமுறைகளோடு பொருந்திவரவில்லை."

- ஃப்ரண்ட்லைன், செப் 23,94. 'தடா'வை எதிர்த்து தேசிய மனித உரிமை ஆணையம் உச்ச நீதிமன்றத்தில் வழக்குப் போட்டது. இன்னும் இரண்டு மாதங்களில் தடா சட்டப் புத்தகத்திலிருந்து நீக்கப்படும் என்றும் ரங்கநாத் மிஸ்ரா குறிப்பிட்டது இந்தியன் எக்ஸ்பிரஸ் *(அக்.2, 94)* இதழில் வெளிவந்தது.

அரசியல் சட்டப்படி அமைக்கப்பட்ட சிறுபான்மையோர் ஆணையம்: "சிறுபான்மையினருக்கு எதிரான ஆயுதமாகத் 'தடா' அடிக்கடி பயன்படுத்தப்படுகிறது. குடிமக்களுக்கு எதிராக பாரபட்சமாகவும், நியாயமில்லாமலும் பயன்படுத்த வாய்ப்பளிக்கும் இச்சட்டத்தை உடனடியாகத் திரும்பப் பெறவேண்டும்."

- ஜூன் 6, 1994 அன்று நிறைவேற்றிய தீர்மானம்.

ரோஸலின் இக்கின்ஸ், ஐ.நா. மனித உரிமை ஆணைய உறுப்பினர்: "தடா சட்டத்தின் சில பிரிவுகள் சிவில் மற்றும் அரசியல் உரிமைகளுக்கான சர்வதேச நகல் உடன்பாட்டிற்கு எதிராக உள்ளன. விசாரணை வெளிப்படையாக நடத்தப்பட வேண்டுமென்கிறது நகல் உடன்பாடு. ஆனால் உங்கள் 'தடா'வோ இரகசிய விசாரணைக்கு வழிவகுக்கிறது. தனி நீதிமன்றங்கள் மரண தண்டனை கூட வழங்க முடியும் என்கிறபோது மேற்குறித்த இரகசிய விசாரணைப் பிரிவு எவ்வாறு நகல் உடன்பாட்டின் 14-வது பிரிவுடன் பொருந்திவரும் என்று கேட்கிறேன்."

- மார்ச் 27, 1994.

சர்வதேச பொது மன்னிப்பு நிறுவனம்: 'தடா'வின் நடைமுறைப்

பிரிவுகள் அநீதியானவை; தர்க்க நியாயங்களுக்கு எதிரானவை. இது ஏதோ குற்றவாளிகளுக்கு எதிரான சட்டம் மட்டுமல்ல; ஒட்டுமொத்தமாகச் சமூகத்திற்கே அநீதியான சட்டம். 'தடா'வின் மூலம் அப்பாவிகளையும்கூட அநியாயமாகக் கைது செய்ய முடியும். நீண்ட காலம் போலீஸ் காவலிலும் நீதித் துறைக் காவலிலும் வைக்க முடியும்; தண்டித்துவிட முடியும். 'தடா'வின் மூலமான இத்தகைய அநீதி என்பது கைது செய்யப்பட்டவர்களது உறவினர்கள் மற்றும் நண்பர்கள் மத்தியில் கடும் அதிருப்தியை ஏற்படுத்துகிறது. இது தீவிரவாதம் வளர்வதற்குக் காரணமாகிறது. தடாவின் மூலம் போலீசுக்குக் கிடைக்கும் எதேச்சாதிகாரமான அதிகாரங்கள் அரசு பயங்கரவாதத்தைக் கட்டமைக்கிறது எனச் சொல்வது பொருத்தமே. இது பயங்கரவாதத் தீ வளர்வதற்குக் காரணமாகும். மேலும் போலீசின் அதிகாரங்கள் இவ்வாறு அதிகரிப்பதென்பது நிலவுகிற லஞ்ச ஊழலை அதிகரிப்பதிலேயே முடியும். அரசியல் சட்டத்தின் 21-வது பிரிவிற்கு எதிராக உள்ள இந்த அநீதியான சட்டப் பிரிவுகள் ஒழித்துக்கட்டப்படவேண்டும்" - இது பொது மன்னிப்பு நிறுவனத்தின் ஆண்டறிக்கையில் மேற்கோள் காட்டப்பட்ட வாசகங்கள்.

- மெய்ன்ஸ்ட்ரீம், செப். 3, 1994.

நீதிபதி சுரேஷ் ஒஸ்பெட்: ஆந்திரா, மத்தியப் பிரதேசம், மகாராஷ்டிரா அல்லது வடகிழக்கிலுள்ள மலையின மக்கள் ஆயுதங்கள் வைத்திருப்பதென்பது அவர்களின் இயல்பான பண்புகளில் ஒன்று. அவர்கள் மீது 'தடா' பயன்படுத்தப்படுவதற்கு இது காரணமாகிவிட முடியாது. சாதாரணமான ஆயுதச் சட்டத்தின் மூலமாகவே இதனை எதிர்கொள்ள முடியும். சர்தார் சரோவர் திட்டத்திற்கு எதிராகப் போராடுகிற கிராமவாசிகளுக்கு எதிராகவும் கூடத் தடா பாய்ந்துள்ளது. அவர்களை எதிர்கொள்ள இதுவா வழி? நீண்ட நாட்களாக அந்தப் பகுதியில் வாழ்ந்து வந்த அவர்களின் நலன்கள் பாதுகாக்கப்படும் என்கிற நம்பிக்கையை ஏற்படுத்துவதுதான் சரியான வழிமுறையாக இருக்குமே ஒழிய மோதி அழிப்பது அல்ல.

- மெய்ன்ஸ்ட்ரீம், செப். 3, 1994.

ரத்தினவேல் பாண்டியன், உச்ச நீதிமன்ற நீதிபதி : "குற்றம் சாட்டப்பட்டவர்கள் பிணையில் வருவதைத் தடுக்கிற வக்கிர நோக்கத்திற்காகவும், வேறு சில வழக்குகளில் சாதாரணப் பிரிவுகளின் கீழ்க் கைது செய்யப்பட்டவர்களுக்கு நீதிமன்றம் பிணை அளிக்க முன்வரும்போது அதைத் தடுத்து நீதிமன்றத்தின் அதிகாரத்தைக் கட்டுப்படுத்துவதற்காகவும் போலீஸ் அதிகாரிகள் பல சந்தர்ப்பங்களில் ரொம்பவும் அநியாயமாகத் 'தடா' சட்டத்தைப் பயன்படுத்துவது உண்மைதான். தேவையே இல்லாத சந்தர்ப்பங்களில் இவ்வாறு 'தடா'வைப் பயன்படுத்துவதென்பது சட்டத்தைக் காவல்துறை அப்பட்டமாகத் தவறாகப் பயன்படுத்துவதுதான்."

- உச்ச நீதிமன்றத் தீர்ப்பு, மார்ச் 11,1994.

குல்தீப் நய்யார், பத்திரிகையாளர்: "ஒரு குறிப்பிட்ட சட்டம் சரியா, தவறா என்பதல்ல பிரச்சினை. மக்களின் சுதந்திரத்தைத் தடுப்பதற்காக ஏராளமான சட்டங்களை அரசு கைவசம் வைத்துள்ளது. ஒரு ஜனநாயக அமைப்பில் மக்கள் அனுபவித்து வருகிற சுதந்திர உரிமைகள் குறைக்கப்படுவதை எந்த அளவிற்கு அனுமதிக்கப்போகிறோம் என்பதுதான் பிரச்சினையே. அரசியல் சட்ட உருவாக்கத்தின் போது காவலில் எவ்வளவு நாட்கள் வைத்திருக்கலாம் என்கிற விவாதம் வந்தபோது டாக்டர் அம்பேத்கர் அவர்கள் 15 நாளா, ஏழு நாளா என்கிற விவாதத்தைத் தூக்கி எறிந்து, "காவலில் வைத்திருக்கும் காலம் 24 மணி நேரத்தைத் தாண்டக்கூடாது" என்றார். இன்று 'தடா'வில் ரிமாண்ட் காலம் ஆறு மாதம் என்பது அம்பேத்கர் கருத்துடன் ஒப்பிட்டுப் பார்த்தால் எத்தனை சோகமானது! சட்டப் புத்தகத்தில் தடா இருக்கும்வரை சாதாரண சட்டங்களை ஒதுக்கி வைத்துவிட்டு அதைப் பயன்படுத்துவதிலிருந்து அரசைத் தடுக்க முடியாது."

- மெய்ன்ஸ்ட்ரீம், ஆக. 20,1994.

ஏ.ஜி. நூரானி, மனித உரிமைச் சிந்தனையாளர் : 'தடா' பாராளுமன்றத்தின் மீது மேற்கொள்ளப்பட்ட ஒரு ஏமாற்று நடவடிக்கை. 'தடா'வின் மோசமான அம்சங்களை மட்டும் தனியே பார்த்துவிட்டு அதன் மொத்தத்துவத்தைப் பாராமல் இருந்துவிடக்கூடாது. புகழ் பெற்ற மனித உரிமைப் போராளியும் வழக்குரைஞருமான ஏர்லி நார்ட்டன் அவர்கள் வேறோர் சந்தர்ப்பத்தில் குறிப்பிட்டதுபோல, "குற்றம் சாட்டப்பட்டவர்களுக்கு வழங்கப்பட்டுள்ள சட்டபூர்வமான பாதுகாப்புகள் அனைத்தையும் ஒழித்துக்கட்டிவிடும் அதிகாரத்தை இந்தச் சட்டத்தின் மூலமே பெற்றுக்கொண்டுள்ள அரசின் கரங்களில் குற்றவாளியின் விதியை நிர்ணயிக்கும் அதிகாரம் விடப்படுவது என்பது மிகப் பெரிய கொடுமை."

- ஃப்ரண்ட்லைன், செப். 23, 1994.

தடா: சில சோகக் கதைகள்

பரேஷ் கலிதா

3-11-91ல் கைதான இச்சிறுவனின் வயது 12. அஸ்ஸாம் மாநிலத்தில் உதல்குரி பகுதியைச் சேர்ந்தவன். இவன்மீது இ.பி.கோ. 120 பி சட்ட விரோத நடவடிக்கைகள் தடுப்புச் சட்டம் 5.3, இந்திய ஆயுத சட்டம் 2.25 (1ஏ) தடா 5.3, 4, 5 ஆகிய பிரிவுகளின் கீழ் வழக்குகள் போடப்பட்டன.

வரவரராவ்

தெலுங்குக் கவிஞரும், பேராசிரியருமான வரவரராவ் அவர்கள் ராம்நகர் சதி வழக்கில் கைது செய்யப்பட்டது நாம் அறிந்ததுதான். இந்த வழக்கில் அவர் 14-வது குற்றவாளி (A-14). சாட்சியத்தின் ஒரு பகுதி A-14-ன் கையெழுத்திலேயே இருப்பதாகக் குறிப்பிட்ட காவல்துறை - எனவே வரவரராவ் குற்றவாளி என வாதிட்டது. சான்றாக அச்சாட்சியத்தின் செராக்ஸ் பிரதி ஒன்று நீதிபதிகளுக்கு வழங்கப்பட்டது.

குற்றப்பத்திரிகையில் *A-4* ன் எழுத்து வடிவிலான சாட்சியமாக குறிப்பிடப்பட்ட அது இப்போது *A-14* ஆகத் திருத்தப்பட்டு, செராக்ஸ் எடுக்கப்பட்டது பின்னர் கண்டுபிடிக்கப்பட்டது. இரகசிய விசாரணையில் அரசு தரப்பில் எத்தகைய தில்லு முல்லுகளையும் கொடூரமான அயோக்கியத் தனங்களையும் செய்து குடிமக்களைப் பழிவாங்கலாம் என்பதற்கு இது ஒரு சான்று.

ககா - ஜிண்டா

பொற்கோவில் தாக்கப்பட்டபோது ராணுவத் தலைவராக இருந்த ஜெனரல் வைத்யாவைச் சுட்டுக்கொன்ற குற்றத்திற்காகக் கைது செய்யப்பட்டவர்கள்தான் ககாவும் ஜிண்டாவும். குற்றத்தை இருவரும் ஒப்புக்கொண்டனர். இ.பி.கோ. *120B. 302, 307* மற்றும் தடா *(S.3.4)* பிரிவுகளின் கீழ் அவர்கள் மீது வழக்குப் போடப்பட்டது. தடா வழக்கு என்பதால் கொலை வழக்கும் சேர்ந்து தனி நீதிமன்ற விசாரணைக்கு உட்படுத்தப்பட்டது. வழக்கில் தடா குற்றங்கள் நிருபணமாகவில்லை. அதாவது பயங்கரவாதி என நிரூபிக்கப்படவில்லை. எனினும் தடா வழக்கு என்பதால் இ.பி.கோ. பிரிவுகளின் கீழான வழக்கும் தொடர்ந்து தனி நீதிமன்றத்திலேயே விசாரிக்கப்பட்டு மரண தண்டனை வழங்கப்பட்டு இறுதியில் அவர்கள் தூக்கிலிடவும் பட்டனர். தடா வழக்கு சேர்க்கப்பட்டதால் கொலைக்குற்ற விசாரணையில் குற்றம் சாட்டப்பட்டவர்களுக்குக் கிடைக்கக்கூடிய உயர் நீதிமன்றத்தில் மேல்முறையீடு செய்யும் உரிமை ககா - ஜிண்டாவுக்கு மறுக்கப்பட்டது கவனிக்கத்தக்கது.

அஜீத் சிங் பெய்ன்ஸ்

ஓய்வு பெற்ற நீதிபதி, பஞ்சாப் மனித உரிமை அமைப்பின் தலைவர், அகாலி தள் (மான்) கட்சி சார்பாகத் தேர்தலில் நின்று தோற்றவர். *1992* ஏப்ரல் *30* ஆம் தேதி காலை விளையாட்டுத் திடலிலிருந்து வீட்டுக்குத் திரும்பிக் கொண்டிருந்தபோது கைது செய்யப்பட்டார். விலங்கிட்டு அழைத்துச் செல்லப்பட்டார். சித்திரவதை செய்யப்பட்டார். மற்ற வழக்குகளோடு தடா

வழக்கும் சேர்க்கப்பட்டது. மார்ச் 18-ஆம் தேதி அன்று நடைபெற்ற ஒரு கூட்டத்தில் காலிஸ்தான் பிரிவினைக் கருத்துகள் பேசப்பட்டது என்பதும் அக்கூட்டத்தில் பெய்ன்சும் கலந்து கொண்டார் எனபதும் அவர் மீது சுமத்தப்பட்ட குற்றங்கள். வேறு எந்தப் பயங்கரவாத நடவடிக்கையோடும் அவர் இணைக்கப்படவில்லை. கைதான போது அவர் வயது எழுபது.

டோங்னோவா கப்பல் வழக்கு

1991 நவம்பர் 1 அன்று சிங்கப்பூரிலிருந்து தமிழ் ஈழ மக்களின் தேவைக்காக உணவுப் பொருட்கள், மருந்து, பெட்ரோல் ஆகியவற்றை ஏற்றிக்கொண்டு கப்பலொன்று சர்வதேசக் கடல் எல்லையில் - சென்னையிலிருந்து 383 கடல் மைல் தொலைவில் சென்றுகொண்டிருந்தபோது இந்தியப் படை தாக்கி அதைக் கைப்பற்றியது அனைவரும் அறிந்த ஒன்று. இந்தக் கப்பலின் கேப்டன் பாலன், உதவியாளர் ராஜ்குமார் மற்றும் இக்கப்பலில் ஊதியத்திற்காக வேலை செய்த சின்னத்தம்பி, விவேகானந்தன், சாந்தகுமார், முரளீதரன், விக்கினராஜா, மகேந்திர சிகாமணி ஆகியோர் கைது செய்யப்பட்டுப் பல்வேறு சித்திரவதைகளுக்குப் பின் தடா வழக்கில் சிறையிலடைக்கப்பட்டனர். மூன்று ஆண்டுகளாகியும் விசாரணையின்றிச் சிறையில் உள்ளனர். இவர்களில் ஒருவரான சிவத்தம்பியை இவ்வழக்கில் கைதான நான்கு மாதங்களுக்குப் பிறகு பட்டினங்காத்தான் துப்பாக்கிச் சூட்டு வழக்கில் தொடர்புபடுத்தி மேலும் ஒரு தடா வழக்கைச் சேர்த்தனர். ஆக இவர் மீது இரண்டு தடா. இவர் நிரபராதி எனப் பின்னர் நீதிமன்றம் இவரை விடுதலை செய்தது. 1991 பிப்ரவரி 4-ல் கைது செய்யப்பட்டு தேசியப் பாதுகாப்புச் சட்டத்தின் கீழ் சிறையிலிருந்த ஈழத்தமிழர் ஈசன் என்பவரையும் 8-11-91ல் பிடிபட்ட மேற்படி டோஸ்னோவா கப்பல் வழக்கில் சேர்த்துத் தடா வழக்கில் இணைத்தனர். இதேபோல 6.2.91ல் கைது செய்யப்பட்டு தேசிய பாதுகாப்புச் சட்டத்தின் கீழ்ச் சிறையிலிருந்த சுகிர்குமார் என்பவரையும் ஒன்பது மாதங்களுக்குப் பின் பிடிபட்ட டோங்னோவா கப்பல்

வழக்கில் சேர்த்துத் தடா வழக்கையும் இணைத்தனர்.தேசியப் பாதுகாப்புச் சட்டத்தின் கீழ் இவருடன் கைது செய்யப்பட்ட இவரது மனைவி கலைவாணி, இரு மைத்துனிகள் கலைமதி, அமுதா மற்றும் ஒன்றரை வயதுக் குழந்தை ஆகியோர் மீது தடா வழக்கில்லாததால் அவர்கள் பிணையில் விடுதலை செய்யப்பட்டனர்.

இரண்டு தடா வழக்குகள்

கோபாலகிருஷ்ணன், ராஜரத்தினம், அருணாசலம் ஆகியோர் 1991 ஆகஸ்டு, 3, 4, 7 ஆகிய தேதிகளில் திருச்சி போலீசால் கைது செய்யப்பட்டு தடா வழக்கில் சிறையிடப்பட்டனர். பின்னர் சிறையிலிருந்தபோதே இவர்கள் மீது தேசியப் பாதுகாப்புச் சட்டமும் (21.10.91 அன்று) ஏவப்பட்டது. விடுதலைப் புலிகளுக்கு உதவி செய்ததாக இவர்கள் மீது குற்றச்சாட்டு. ஓராண்டுச் சிறைக்குப் பின் சொந்தப் பிணையில் (5.8.92) விடுதலை செய்யப்பட்டனர். எனினும் இவர்களை முறையே 1993 ஜூலை 7, ஜூன் 28, ஜூலை 2 ஆகிய தேதிகளில் கைது செய்து இரண்டாம் தடவையாக தடா வழக்குப் போடப்பட்டுள்ளது. பிப்ரவரி 94-ல் ரூ.50,000 மதிப்புள்ள இரு நபர் பிணை இவர்களுக்கு வழங்கப்பட்டது. அது சாத்தியமில்லாததால் விடுதலை உத்தரவு கிடைத்தும் தொடர்ந்து பல காலம் அவர்கள் சிறையிலேயே இருந்தனர்.

பா.ம.க. மற்றும் தி.க.வினர் மீதும் தடா

பாட்டாளி மக்கள் கட்சியின் வட ஆர்க்காடு மாவட்ட மாணவர் அணிச் செயலர் கோ. சதாசிவம் வேலூர் வட்டார பா.ம.க. தலைவரின் மகன் து. ரமேஷ், பா.ம.க. ஆதரவாளர் பாஸ்கர் ஆகியோர் பஸ் எரிக்கப்பட்ட வழக்கொன்றில் இ.பி.கோ. பிரிவொன்றின் கீழ் 1994 ஏப்ரல் மாதத்தில் கைது செய்யப்பட்டனர், இவர்கள் மீது பத்து நாட்களுக்குப் பிறகு (21.04.94) தடா பிரிவும் சேர்க்கப்பட்டது.

முற்போக்கு இளைஞர் அணியினர் மீது தடா

காவல்துறை அத்துமீறல்களை எதிர்த்து முற்போக்கு இளைஞர் அணியின் சார்பாக பரமக்குடி பகுதியில் பொதுக்கூட்டம், ஊர்வலம் முதலியவற்றை நடத்தியவர் கண்ணுசாமி. நவம்பர் 91ல் கைது செய்யப்பட்ட இவர், கடும் சித்திரவதைகளுக்குப் பிறகு தடாவில் சிறையிடப்பட்டார். மின்வாரிய ஊழியராகிய மு. வேலு முற்போக்கு இளைஞரணியின் ஆதரவாளர். நவம்பர் 92ல் கைது செய்யப்பட்ட இவரையும் மு.சிசுபாலன் என்கிற திராவிடர் கழக உறுப்பினரையும் தருமபுரி அருகே ரயில்வே பாலத்தைத் தகர்க்க முயன்றதாகக் குற்றம்சாட்டி தடாவில் சிறையிட்டுள்ளனர். பிணை கிடைக்காமல் இருவரும் இரண்டாண்டுகளாகச் சிறையிலுள்ளனர்.

தமிழ்த் தேசிய மீட்புப் படையினர்

'தமிழ்த் தேசிய மீட்புப் படை' என்கிற தீவிரவாத அமைப்பைச் சேர்ந்தவர்கள் எனக் குற்றம் சாட்டி 30 பேர் திண்டுக்கல் போலீசால் நவம்பர் 91-ல் கைது செய்யப்பட்டனர். இவர்கள் அனைவர் மீதும் தடா வழக்குகள் போடப்பட்டன. இவர்களில் இருவர் ராஜீவ் கொலை வழக்கில் தொடர்புடையவர்கள் எனப் பூந்தமல்லி சிறையில் அடைக்கப்பட்டனர். இதனால் மற்ற வழக்குகள் நடத்தப்படவில்லை. பிணையும் வழங்கப்படவில்லை. இவ்வாறு ஒரு வழக்கில் சம்பந்தப்பட்டுள்ள ஒரு சிலரைப் பாதுகாப்புக் காரணங்களுக்காக நீதிமன்றம் அழைத்து வர இயலாதபோது மற்றவர்களைப் பிணையில் விடுதலை செய்யலாம் என உச்ச நீதிமன்றத் தீர்ப்பொன்று உள்ளது. இந்தத் தீர்ப்பின்படி வேறு சில வழக்குகளில் உள்ளவர்களுக்குப் பிணை விடுதலை அளித்தாலும் அடுத்த ஒன்பது மாதக் காலம் வரை தமிழ்த் தேசிய மீட்புப் படை வழக்கில் தொடர்புடையோருக்கு மட்டும் பிணை விடுதலை அளிக்கப்படாமல் சிறையில் அடைக்கப்பட்டிருந்தனர்.

மகேந்திர ராஜா

முறையாக அகதி எனப் பதிவு செய்திருந்த ஈழத் தமிழராகிய இவர் பத்மநாபா கொலை வழக்கிலுள்ள ஒருவருக்கு அடைக்கலம் கொடுத்ததாகக் குற்றம் சாட்டப்பட்டு நவம்பர் 91-ல் சிறையில் அடைக்கப்பட்டார். தன்மீது என்ன குற்றம் சாட்டப்பட்டுள்ளது என்பதையே அவர் நீதிமன்றம் மூலமாகத்தான் அறிய முடிந்தது. இரு நபர் பிணையில் மூன்றாண்டுகளுக்குப் பின்பு விடுதலை செய்யப்பட்ட இவரை (9.8.94) சிறை வாசலிலேயே Q பிரிவு போலீசார் கைது செய்து செங்கல்பட்டு சப் ஜெயிலில் உள்ள சிறப்பு முகாமில் அடைத்தனர். அங்கு 24 மணி நேரமும் பூட்டியே வைக்கப்பட்டிருந்தார். சிறைக்குள் பிற இயக்கத்தவரால் தாக்குதலுக்கும் உள்ளாக்கப்பட்டார். இவற்றின் விளைவாகத் தனது பிணையைத் தானே ரத்து செய்து அவர் சென்ற அக்டோபர் 28-ல் சென்னை மத்தியே சிறைக்கே திரும்பினார்.

பேராசிரியர் நெடுஞ்செழியன்

மன்னார்குடியில் சென்ற ஆகஸ்டு எட்டாம் தேதியன்று கொள்ளை முயற்சியில் ஈடுபட்டு, துப்பாக்கியால் சுட்டுக் கொண்டு ராசேந்திரன் என்பவர் செத்துப்போனதை அறிவோம். இந்த வழக்கில் தொடர்புபடுத்தி ஈ.வெ.ரா. பெரியார் கல்லூரித் தமிழ்ப் பேராசிரியர் டாக்டர் க. நெடுஞ்செழியன், தஞ்சை வள்ளலார் கல்வி அறக்கட்டளையின் தாளாளர் கு. குருசாமி, பாப்பாநாடு கிராமத்தைச் சேர்ந்த இளைஞர் காமராசு ஆகியோரைச் சென்ற செப்டம்பர் மாதத்தில் தடா வழக்கில் சிறையில் அடைத்துள்ளனர். சென்ற ஜனவரி 94ல் ஒரத்தநாடு காவல் நிலையத்தில் ரெங்கம்மாள் என்பவர் பாலியல் வன்முறைக்கு உள்ளாக்கப்பட்டதையும் அதையடுத்து அவர் கணவர் தற்கொலை செய்து கொண்டதையும் வெளிக்கொணர்ந்து நீதிபெறும் முயற்சியில் நடைபெற்ற சட்டபூர்வமான போராட்டங்களில் முன்னணியில் இருந்து பங்கு பெற்றவர் காமராசு. இவர் என் ஊர்க்காரர். நான் இவரைச் சின்ன வயது முதல் அறிவேன். மன்னார்குடி வழக்கில்

தொடர்புபடுத்தி இவர் கைது செய்யப்பட்டவுடன் கடும் சித்திரவதைக்கு உள்ளாக்கப்பட்டார். “போய் அந்த ரங்கநாத் மிஸ்ராவிடம் சொல்லு, அவன் வந்து உன்னைக் காப்பாற்றுவான்” என்று சொல்லி அவரை அடித்துள்ளனர். வெற்றுத் தாள்களில் கையெழுத்து வாங்கியுள்ளனர். பேராசிரியர் நெடுஞ்செழியனும் எங்களோடு அரசு கல்லூரிகளில் பணியாற்றியவர்.அவரும் குருசாமியும் கைது செய்யப்பட்டடனர். தாழ்த்தப்பட்ட வகுப்பைச் சேர்ந்தவரும் சுமார் முப்பதாண்டுகளாக அரசு கல்லூரியில் பேராசிரியராகப் பணியாற்றிவருபவரும், முக்கியமான தமிழ் நூல்கள் சிலவற்றின் ஆசிரியருமான டாக்டர் நெடுஞ்செழியன் சிறந்த கல்வியாளர். தமிழறிஞர். ‘தமிழர் பாசறை’ என்கிற அமைப்பைச் சேர்ந்தவர்களுக்கு நெடுஞ்செழியன் வீட்டில் தமிழ்நாட்டுப் பிரிவினை குறித்த வகுப்பு நடத்தப்பட்டதாக நெடுங்செழியன், குருசாமி ஆகியோர் மீது குற்றச்சாட்டு. எந்தவிதமான ஆதாரமுமில்லாமல் இவ்வழக்கும் தடா சட்டத்தின் கீழ் போடப்பட்டது.

ஜே.என். போரா

தடா சட்டம் நிறைவேற்றப்பட்டதற்குச் சுமார் 17 ஆண்டுகள் முன்னதாக பூத்பார் என்னும் அஸ்ஸாம் மொழிப் பத்திரிகையில் பிரிவினை கோரி கட்டுரை ஒன்றை எழுதியதற்காக அஸ்ஸாம் சாகித்ய சங்கத் தலைவர் போரா அவர்களையும் பத்திரிகை ஆசிரியர் பராக்தாஸ் அவர்களையும் தடாவில் மாட்டியது அஸ்ஸாம் அரசு. ஆனால் இந்த வழக்கில் மட்டும் அரசுக்குப் பெரிய தோல்விதான். போராவைத் தடா வழக்கில் போட்டாலும், அவரைக் கைது செய்ய முடியவில்லை. ஏனெனில் அவர் ஏழு ஆண்டுகளுக்கு முன்பே இறந்திருந்தார்.

இஸ்லாமியர் மீது தடா

அகில இந்திய அளவில் தடாவால் அதிகம் பாதிக்கப்பட்டது முஸ்லிம்கள்தான் என்பதை அனைவரும் ஏற்றுக் கொள்கின்றனர். கைதானவர்களில் எண்பது சதம் பேர் அவர்கள்தாம் எனப் பாராளுமன்றத்தில் எதிர்க்கட்சியினர் குற்றம் சாட்டினர்.

தேச நலனை முன்னிட்டுக் கைதானவர்களில் மதவாரியான எண்ணிக்கையைச் சொல்ல முடியாது என்றார் அமைச்சர் சவான். தமிழகத்திலும் கூட இதுவரை ஈழத்தமிழர்கள், நக்சல்பாரி இயக்கத்தினர், பா.ம.க. உள்ளிட்ட தமிழ்த் தேசிய ஆதரவு சக்திகள் மீது பாய்ந்து கொண்டிருந்த தடா சட்டம், சென்னை ஆர்.எஸ்.எஸ். அலுவலகம் குண்டு வீசித் தகர்க்கப்பட்ட பின்பு (நவம்பர் 93) இஸ்லாமியர் மீது பாயத் தொடங்கியது. குண்டு வைத்தவர்களைத் தேடுகிறேன் என்ற பெயரில் வடஆர்க்காடு வாணியம்பாடி, கோவை, கோட்டைமேடு போன்ற பகுதிகளில் கடும் போலீஸ் தாக்குதல் நடைபெற்றது. சென்ற 1993 நவம்பர் 16ஆம் தேதி அன்று ஆயிரக்கணக்கில் போலீசைக் கொண்டு குவித்து கோட்டைமேடு பகுதியைச் சேர்ந்த பாட்சாவைக் கைது செய்து தடா வழக்குப் போட்டு சென்னைச் சிறையில் அடைத்தனர். இவர் மீது வேறு பல வழக்குகள் ஏற்கனவே உள்ளன. பாட்சாவுடன் தொடர்புடையவர்கள் எனக் குற்றம் சாட்டப்பட்டு பல அப்பாவி இளைஞர்கள் தடாவில் சிறையிடப்பட்டனர். இவர்களில் பலர் 25 வயதுக்கும் குறைவான இளைஞர்கள். எடுத்துக்காட்டாக கோட்டைமேடு யூசூப்பின் மகன் அப்துல் ஓஸீர் 24 வயது இளைஞர். அப்துல் ரகுமானின் மகன் நவாப் கானின் வயது 22. ஏ.எம். பாட்சாவின் மகன் முஜிபுர் ரஹ்மானின் வயது 23. “பாகிஸ்தானுக்கு ஓடுங்கடா” எனச் சொல்லி இவர்கள் அனைவரும் கடும் சித்திரவதைகளுக்கு உள்ளாக்கப்பட்டனர். மதுரை இந்து முன்னணித் தலைவர் கொலை வழக்கில் கைது செய்யப்பட்ட சீனி நயினார் முகம்மது முதலிய இஸ்லாமியர் தடா வழக்கில் சிறையிலடைக்கப்பட்டனர். ஆர்.எஸ்.எஸ். அலுவலகக் குண்டு வழக்கிலும் சரி, இதிலும் சரி முதன்மையான குற்றவாளிகள் கைது செய்யப்படாதபோதே இவை தொடர்பாகக் கைது செய்யப்பட்டவர்கள் தடா வழக்கிற்கு உட்படுத்தப்பட்டுள்ளது குறிப்பிடத்தக்கது. மதுரை கொலை வழக்கைத் தொடர்ந்து நடைபெற்ற கலவரத்தில் இசுலாமியர்களைக் கொன்றவர்கள் மீது சாதாரண இ.பி.கோ. பிரிவின் கீழ்தான் வழக்குத் தொடரப்பட்டுள்ளது. ஆனால் சீனி நயினார் முகம்மது மற்றும் அவரைச் சேர்ந்தவர்கள்

மீது தடா என்பது இச்சட்டப் பிரயோகத்தின் மதச் சார்புத் தன்மைக்கு ஒரு வெளிப்படையான சான்று.

தடா: என்ன செய்யப் போகின்றோம்?

கொஞ்ச காலத்திற்கு மட்டும் எனவும் ஒரு சில மாநிலங்களில் மட்டும்தான் பிரயோகிக்கப்படும் எனவும் வாக்குறுதிகளுடன் புகுத்தப்பட்ட தடா சட்டம், 1985 -1995 காலகட்டத்தில் 10 ஆண்டு காலம் இங்கு கோலோச்சியது. 1987இல் இச் சட்டம் திருத்தப்பட்ட்து. இடையில் 1987இல் கடும் திருத்தங்கள் இதில் மேற்கொள்ளப்பட்டன. இந்தக் கட்டுரை 1994 இல் எழுதப்பட்டது. இன்று ஒன்பதாண்டுக் காலமாகியும் விலக்கப்படவில்லை. கிட்டத்தட்ட இந்தியா முழுவதும் பிரயோகிக்கப்படுகிறது. மனித உரிமைப் போராளிகள் தொடர்ச்சியாக தடா சட்டத்தை எதிர்த்து வந்த போதும், முக்கிய அரசியல் கட்சிகள் எதுவும் வன்மையாகத் தடாவை எதிர்க்கவில்லை என்பதும் குறிப்பிடத்தக்கது. எதிர்க்கட்சிகள் அவ்வப்போது தடாவை எதிர்த்துப் பேசி வந்தபோதும், அவை எல்லாம் ஒப்புக்குச் சொல்லப்பட்டவையாக இருந்ததேயொழிய தடாவை எதிர்த்துப் பெரிய இயக்கங்கள் எதையும் அவர்கள் நடத்திவிடவில்லை. தடாவை எதிர்த்தவர்களே அதிகாரம் கிடைத்தபோது அதனைப் பிரயோகிக்கவும் செய்தனர். இதனைக் கொஞ்சம் விளக்கமாகப் பார்த்தல் தகும்.

இந்திய அரசு பாதுகாப்புச் சட்டம் (DIR) 1926ல் இந்திய - சீன எல்லைத் தகராறை ஒட்டிப் புகுத்தப்பட்டபோது ஒன்றாய் இருந்த பொதுவுடைமைக் கட்சி, சோஷலிஸ்ட் கட்சி உட்பட அனைத்து எதிர்க்கட்சிகளும் ஆதரித்தன. பின்னர் மும்பையில் நகராட்சி ஊழியர்கள் வேலை நிறுத்தம் ஒன்றை நடத்த முற்பட்டபோது சோஷலிஸ்ட் கட்சித் தலைவர்கள் மதுலிமாயி, தாதா நாயக் ஆகியோர் அச்சட்டத்தின் கீழ்க் கைது செய்யப்பட்டனர். 1964 இறுதியில் ஆயிரக்கணக்கான மார்க்சிஸ்ட் கட்சி ஊழியர்கள் மீது அச்சட்டம் பிரயோகிக்கப்பட்டது. 1971ல் மிசா சட்டம் கொண்டு வரப்பட்டபோது, அதனையும் கிட்டத்தட்ட

எல்லா எதிர்க்கட்சிகளும் ஆதரித்தன. பின்னர் நெருக்கடி நிலை காலத்தில் *(1975 - 77)* பல்லாயிரக்கணக்கான எதிர்க் கட்சித் தலைவர்கள் மற்றும் ஊழியர்கள் மீது அச்சட்டம் பிரயோகிக்கப்பட்டதை நாம் அறிவோம். எண்பதுகளில் எதிர்க்கட்சிகளின் நடவடிக்கைகளில் ஒரு சிறிய மாற்றம் ஏற்பட்டது. பாராளுமன்றத்தில் இத்தகைய சட்டங்களைக் கொண்டுவரும்போது அதனை எதிர்ப்பதும், கொண்டுவந்த பின்பு அவற்றைப் பயன்படுத்தும்போது எதிர்ப்புக் காட்டாததுமாக அவர்கள் நிலை தொடர்ந்தது. *1980*-ல் தேசியப் பாதுகாப்புச் சட்டம் -கொண்டுவந்தபோதும் பின்னர் *1984*-லும் *87*-லும் அதில் திருத்தங்கள் செய்தபோதும் எதிர்க்கட்சியினர் இப்படித்தான் நடந்துகொண்டனர். *1985*-ல் தடா கொண்டு வரப்பட்டபோது சில ஐயங்களை எழுப்பினரேயன்றி எல்லாக் கட்சிகளின் ஆதரவுடனேயே சட்டம் நிறைவேற்றப்பட்டது. ஆனால் *1987*லும் *89*லும் தடா நீட்டிக்கப்பட்டபோது எதிர்க்கட்சிகளில் பல அதனை எதிர்த்தன. என்றாலும் பின்னர் அவர்களே அதனைப் பயன்படுத்தவும் செய்தனர்.

'தடா' கொண்டுவரப்பட்டபோது மைய அமைச்சரவையில் உள்ள இரண்டாம் இடத்திலிருந்தவர் வி.பி. சிங். சட்டத்தை முன்மொழிந்தவர் அன்றைய சட்ட அமைச்சர் அசோக்சென். அத்தியாவசியப் பணிகள் காப்புச் சட்டத்தையும் பயங்கரவாதப் பகுதிகள் சட்டத்தையும் முன்மொழிந்தவர் ஆரிப் முகமது கான். இவர்கள் அனைவரும் இப்போது எதிர்க்கட்சிகளில் உள்ளனர். காங்கிரஸ் கட்சி மட்டுமின்றி ஜனதா கட்சி, ஜனதா தளம், பாரதீய ஜனதா கட்சி, வலது / இடது பொதுவுடைமைக் கட்சிகள், தெலுகு தேசம், அகாலிதளம் (லோங்கோவால்) அஸ்ஸாம் கணபரிசத், தேசிய மாநாடு போன்ற பல்வேறு எதிர்க்கட்சிகளும் தங்களது ஆட்சிக் காலங்களில் 'தடா'வைப் பயன்படுத்தியுள்ளன.

1985-ல் தடா சட்டம் கொண்டுவரப்பட்டபோது *6* மணி நேரம் வாதம் நடைபெற்றது. *34* பாராளுமன்ற உறுப்பினர்கள் கலந்து கொண்டனர். *1987*-ல் சட்டம் மேலும் கடுமையான பிரிவுகள்

இணைக்கப்பட்டு நீட்டிக்கப்பட்டபோது நான்கு மணி நேரம் விவாதம் நடந்தது. 18 உறுப்பினர்கள் கலந்து கொண்டனர். அதற்குப் பிறகு ஒவ்வொரு இரண்டு ஆண்டும் சட்டத்தை நீட்டித்தபோது விவாதத்தில் உறுப்பினர்களின் பங்கேற்பு மிகவும் குறைவாகவே இருந்தது. கடைசியாக மே 93-ல் சட்டத்தை அரசு முன்மொழிந்தபோது குரல் வாக்கெடுப்பிலேயே அது நிறைவேற்றப்பட்டது. பிரச்சினையில்லாத வேறொரு சட்டத் திருத்தத்துடன் தடா நீட்டிப்பைத் தந்திரமாக இணைத்து அரசு முன் வைத்தது. எழுபது நிமிடங்கள் மட்டும் நடைபெற்ற விவாதத்தில் எட்டே உறுப்பினர்கள்தாம் பங்கு பெற்றனர். ஆம் இரண்டாண்டு காலம் அறிஞர்கள் பலரும் இருந்து விவாதித்து உருவாக்கப்பட்ட நம் அரசியல் சட்டத்தை ஒன்றுமில்லாததாக்கிய இந்தக் கொடுஞ் சட்டத்திருத்தத்தை நிறைவேற்ற நம் நாடாளுமன்ற உறுப்பினர்கள் எடுத்துக் கொண்ட நேரம் ஒரு மணி நேரம்தான்.

பத்திரிகைகளும் கூடப் பொதுவில் 'தடா' சட்டத்தை ஆதரித்தே வந்தன. இடையில் சட்ட விரோதமாகத் துப்பாக்கி வைத்திருந்தார் எனத் திரைப்பட நடிகர் சஞ்சை தத் மீது தடா சட்டம் பிரயோகிக்கப்பட்டதை அடுத்து நாடெங்கும் தடா சட்டத்தை ஒட்டி ஒரு விவாதம் நடந்த நிலையில் மைய அமைச்சர்கள், மனித உரிமை ஆணையத் தலைவர் ஆகியோரும் கூட தடாவை எதிர்த்துக் கருத்துகள் சொன்னார்கள். பல பத்திரிகைகள் - தினமணி உட்பட - தடாவை நீட்டிக்கக்கூடாது என எழுதியது குறிப்பிடத்தக்கது. முஸ்லிம்களை வதைக்கப்பயன்படும் என்கிற நோக்கில் பாரதீய ஜனதா கட்சி வெளிப்படையாகவே தடாவை ஆதரித்து வந்தது. பொதுவாகக் கொடுஞ் சட்டங்களை ஆதரிக்கும் கட்சி அது என்பது உலகறிந்த உண்மை. எத்தனையோ பிரச்சினைகளின் அடிப்படையில் பெரிய இயக்கங்களை நடத்தும் எதிர்க்கட்சிகள் இந்த விவாதத்தை ஒட்டிக்கூடப் பெரிய எதிர்ப்பு இயக்கம் எதையும் நடத்தி விடவில்லை என்பது வேதனை. பொதுவாகச் சொல்வதெனில் நமது பிரதான அரசியல் கட்சிகள் எதுவும் மனித உரிமைப் பிரச்னைகளைத் தங்களது நிகழ்ச்சி நிரல்களில் வைத்துக் கொண்டதில்லை.

இந்தப் பின்னணியில் தடா குறித்த ஒரு ஒட்டுமொத்தமான ஒப்புதல் உணர்வு ஒன்று இந்தியா முழுமையிலுள்ள மக்கள் மத்தியிலும் கட்டமைக்கப்பட்டுள்ளது. தொலைக்காட்சி முதலிய தொடர்புச் சாதனங்கள், 'ரோஜா' போன்ற திரைப்படங்கள் முதலானவை இப்படியான கருத்து மக்கள் மத்தியில் உருவாவதற்குப் பெரிய அளவில் ஒத்துழைக்கின்றன என நான் அப்போது இந்தக் குறு நூலில் பதிவு செய்தேன். பயங்கரவாதிகள் குறித்து இங்கே பூதாகரமாகக் கட்டமைக்கப்படும் பிம்பங்கள் இத்தகைய கொடுஞ் சட்டங்களை நியாயப்படுத்த உதவுகின்றன. தடா சட்டம் போன்றவற்றின் கொடுமையான பிரிவுகள் குறித்தும், எத்தனை ஆயிரம் அப்பாவிகள் இவற்றால் பாதிக்கப்பட்டுள்ளனர் என்பது குறித்தும் இவை வாய் திறப்பதில்லை. எனவே ஒரு பக்கச் சார்பான செய்திகள் முற்றாக மறைக்கப்பட்டு, இன்னொரு பக்கச் சார்பான செய்திகள் மிகைப்படுத்தப்பட்டு அரசின் ஜனநாயக உரிமை மீறல்கள் நியாயப்படுத்தப்படுகின்றன. இன்னொரு பக்கத்தில் இதுவே பயங்கரவாதம் வளர்வதற்குக் காரணமாகவும் ஆகி விடுகின்றன.

இவற்றை எல்லாம் சொல்வதால் 'தடா' போன்ற சட்டங்களுக்கு முற்றிலும் எதிர்ப்பே இல்லை என நாம் கருதி விட வேண்டியதில்லை. இவ்வளவையும் மீறி ஆங்காங்கு எதிர்ப்புகள் வெளிப்பட்டுக்கொண்டுதான் இருந்தன, இருக்கின்றன. குஜராத்திலும் அஸ்ஸாமிலும் மக்கள் பங்கேற்ற எதிர்ப்புகள் இருந்தன. அகமதாபாத்தில் ஆயிரக்கணக்கான தொழிலாளிகள் தடா சட்டத்தை எதிர்த்து வேலை நிறுத்தம் செய்தனர். கவ்ஹாத்தியில் பெரிய அளவில் மக்கள் பங்கேற்ற ஆர்ப்பாட்டங்களும் மாநாடுகளும் நடைபெற்றன. அறிவுத் துறையினரும் இதில் கணிசமாகப் பங்கேற்றனர். பஸ்தார் பகுதியில் தடாவுக்கு எதிராக பந்த் நடத்தப்பட்டது. தனி நீதிமன்றங்களை இடமாற்றம் செய்ய வேண்டுமென காஷ்மீரில் அரசு ஊழியர்கள் வேலை நிறுத்தம் மேற்கொண்டனர். பஞ்சாப்பிலும், சண்டிகரிலும் வழக்கறிஞர்கள் வேலை நிறுத்தம் செய்தனர். நீதிமன்றங்களைப் புறக்கணித்தனர். ஆந்திரப் பிரதேச

சிவில் உரிமைக் கழகம் (APCLC) தடா கைதிகளுக்குத் தொடர்ந்து சட்ட உதவி செய்து வந்தது. ஜனநாயக உரிமைகளுக்கான மக்கள் ஒன்றியம் (PUDR) தொடர்ச்சியாகத் தடாவை எதிர்த்து வெளியீடுகளைக் கொண்டு வந்துள்ளது. தடா தொடர்பாக மறைக்கப்பட்ட பல்வேறு உண்மைகளை இந்த அமைப்பு வெளிக்கொணர்ந்தது.

தமிழகத்தில் ராஜீவ் காந்தி கொலையை அடுத்து கடுமையான அடக்குமுறைகள் மேற்கொள்ளப்பட்டபோது ‘தடா எதிர்ப்புக் கூட்டியக்கம்’ ஒன்று உருவாக்கப்பட்டு, தமிழகத்தின் முக்கிய நகரங்கள் பலவற்றில் பொதுக் கூட்டங்கள் நடத்தப்பட்டன. பாட்டாளி மக்கள் கட்சி, தமிழர் தேசிய இயக்கம், தமிழ் தேசியப் பொதுவுடைமைக் கட்சி, ஜிகாத் கமிட்டி, விடுதலைக் குயில்கள், திலீபன் மன்றம், மக்கள் கல்வி இயக்கம் போன்ற அமைப்புகள் இதில் முன்னணியில் இருந்தன. பெருஞ்சித்திரனார் கைது செய்யப்பட்டபோது தமிழ்நாடு பொதுவுடைமைக் கட்சி, கேடயம், பி.யு.சி.எல். போன்ற அமைப்புகள் இயக்கங்கள் நடத்தின. கோவையில் முஸ்லிம் பெண்கள் பெரிய அளவில் பங்கேற்ற தடா எதிர்ப்பு இயக்கம் ஒன்று பெரிய அளவில் கவனத்தை ஈர்த்தது. மீண்டும் தடா எதிர்ப்பு இயக்கம் ஒன்று உருவாக்கப்பட்டு அதன் முன் முயற்சியில் தடா கைதிகளின் உறவினர்கள் பங்கேற்ற ஒரு நாள் உண்ணாவிரதப் போராட்டம் ஒன்று சென்னையில் நடத்தப்பட்டது. பேராசிரியர் நெடுஞ்செழியனை விடுதலை செய்யச் சொல்லி கலலூரி ஆசிரியர்கள் அமைப்பு குரல் கொடுத்தது. பி.யு.சி.எல். கைெயழுத்து இயககம நடததியது.

இரண்டு மாதத்திற்குள் ‘தடா’ நீக்கப்படும் எனத் தேசிய மனித உரிமை ஆணையத் தலைவர் ரங்கனாத் மிஸ்ரா அவர்கள் கூறி இரண்டு மாதங்கள் ஆகியும் மத்திய அரசு மௌனம் காத்தது.

‘தடா’வுக்கெதிரான மனுக்களைப் பரிசீலனைக்கு எடுத்துக் கொண்ட உச்சநீதிமன்றம் 1994 மார்ச்சில் கிட்டத்தட்ட அப்படியே தடாவை அங்கீகரிதது. ‘தடா’ சட்டம் கொண்டு வருவதற்கு அரசு முன் வைத்த அதே காரணங்களைச் சுட்டிக்

காட்டி ஒரு சில அறிவுரைகளை மட்டும் வழங்கி உச்ச நீதிமன்றம் தடா சட்டத்தை அங்கீகரித்தது. மத்திய உள்துறை அமைச்சர் மாநில அரசுகளுக்கும் காவல் துறைக்கும் தடாவைச் சரியாகப் பயன்படுத்துங்கள் என அறிவுரை கூறுவதோடு நிறுத்திக்கொண்டார். "தடா சட்டத்தை அரசு நீக்கும் என எதிர்பார்ப்பதில் பொருளில்லை. ஒரு சில மாற்றங்களுடன் மீண்டும் 1995 லும் 'தடா' நீட்டிக்கப்படும் என நம்புவதற்கு இடமிருக்கிறது" என்று அப்போது இந்தக் குறுநூலின் முதற்பதிப்பில் குறிப்பிட்டேன்.

"பிரச்சினை 'தடா'வைச் சரியாகப் பயன்படுத்துவதா, தவறாகப் பயன்படுத்துவதா என்பதல்ல. 'தடா'வைப் பயன்படுத்தவே கூடாது என்பதுதான். ஏனெனில் 'தடா'வைப் பயன்படுத்துவது என்பதே தவறாகப் பயன்படுத்துவதுதான். அடிப்படையான மனித உரிமைகளைப் பறிப்பதுதான். அடிப்படையான மனித உரிமைக் கோட்பாடுகளுக்கும் நமது அரசியல் சட்டத்திற்கும், சர்வதேச மனித உரிமைப் பிரகடனங்களுக்கும் எதிராக உள்ள தடா சட்டத்தை மனித உரிமையில் அக்கறையுள்ள அனைவரும் கடுமையாக எதிர்க்க வேண்டிய தருணம் இது.

"இதன் முதற்படியாகத் தடாவுக்கு ஆதரவாக அரசு தரப்பில் மக்கள் மத்தியில் கட்டமைக்கப்பட்டிருக்கும் கருத்துக்களைத் தகர்த்தாக வேண்டும். தடா சட்டத்தின் கொடூரமான பிரிவுகளையும், தடா சட்டத்தால் பாதிக்கப்பட்டுள்ளவர்களின் சோகக் கதைகளையும் மக்கள் மத்தியில் விளக்கியாக வேண்டும். சிறையில் வாடுபவர்களுக்குச் சட்ட உதவிகள் அளிக்க முன் வர வேண்டும். தடாவுக்கு எதிராக ஜனநாயக உணர்வுடையோர் குரல் கொடுக்க வேண்டும்" என அப்போது என் அந்தக் குறுநூல் முடிந்தது.

1994 உச்ச நீதிமன்றத் தீர்ப்பு அன்று அப்படியான ஒரு மனநிலையைத்தான் உருவாக்கி இருந்தது. எனினும் 1995 இல் தடா முடிவுக்கு வந்தது. ஆனால் அதன் இடத்தில் வந்து அமர்ந்தது 'பொடா' சட்டம்.

தொடர்ந்து பார்க்கலாம்.

1.4

பா.ஜ.க அரசின் 'பொடா' சட்டம் அடுத்து வந்த ஆபத்து

26 மார்ச் 2002 முதல் 21 செப்டம்பர் 2004 வரை நடைமுறையில் இருந்த கொடும் சட்டம் இது. பழ. நெடுமாறன், சுப.வீரபாண்டியன் ஆகியோர் இச்சட்டத்தின் கீழ் கைதுசெய்யப்பட்ட நூற்றுக் கணக்கானோரில் ஒரு சிலர். காங்கிரஸ் ஆட்சியில் இங்கு ஏவப்பட்ட 'தடா' சட்டம் குறித்து விரிவாகப் பார்த்தோம். இது அதேபோல ஒரு கொடிய ஆள்தூக்கிச் சட்டம். அதனிலும் கொடிது எனவும் சொல்லத்தக்கது இது. சுருக்கமாக இது குறித்துச் சிலவற்றைக் காணலாம்.

செப்டம்பர் 11 2001 அமெரிக்க இரட்டைக் கோபுரத் தாக்குதலை ஒட்டி பயங்கரவாத எதிர்ப்புச் சட்டங்களை அமெரிக்கா உடபடப் பல மேலை நாடுகள் இயற்றின. அப்போது இந்தியாவில் வாஜ்பேயீ தலைமையில் பா.ஜ.க கூட்டணி ஆட்சி செயல்பட்டது. டிசம்பர் 13 2001 அன்று இந்திய நாடாளுமன்றம் 'லக்ஷர் ஏ- தொய்பா' (LeT) மற்றும் 'ஜெய்ஷ் ஏ- மொஹம்மெட்' (JeM) அமைப்புகளின் பயங்கரவாதத்

தாக்குதலுக்கு ஆட்பட்டதை அறிவோம். இம்மாதிரியான கொடுஞ் சட்டங்களை மிகவும் நேசிக்கும் பா.ஜ.க இதை ஒட்டி உருவாக்கிய சட்டம்தான் 'பொடா' என அழைக்கப்பட்ட பயங்கரவாதத் தடுப்புச் சட்டம் *(Prevention of Terrorism Act POTA)*. அமெரிக்க மாதிரியில் செய்யப்பட்ட இந்தச் சட்டம் அதைக் காட்டிலும் கொடுமையானது என்பதை ஆய்வாளர்கள் பதிவு செய்துள்ளனர் *(Chris Gagne, POTA: Lessons from Indian Anti-Terrorism Act, Boston College Third World Law Journal, 2004-05)*. நாடாளுமன்றத் தாக்குதல் மட்டுமின்றி, வடகிழக்கு மாநிலங்களில் உருக்கொண்ட பயங்கரவாதம், விடுதலைப் புலிகள் தாக்கக்கூடிய ஆபத்து என இதற்கு பா.ஜ.க அரசு காரணங்களை முன்வைத்தது. எனினும் அப்போதைய மேலவையில் எதிர்க்கட்சிகள் பலமாக இருந்ததால் அது ஏற்றுக் கொள்ளப்படவில்லை. இரண்டு அவைகளிலும் ஒப்புதல் இருந்தால்தான் சட்டம் செயல்பாட்டுக்கு வரும் என்பதால் அப்போதைய வாஜ்பேயி அரசு அரசு இரு அவைகளையும் ஒரே அமர்வில் கூட்டி அதில் பெரும்பான்மையை நிறுவி அதைச் சட்டம் ஆக்கியது. இப்படி இரு அவைகளையும் கூட்டி முடிவெடுக்க சட்டத்தில் இடமுண்டு. அதுவரைக்கும் மூன்று முறை இப்படி இரு அவைகளையும் கூட்டி முடிவுகள் எடுக்கப்பட்டதாக அறிகிறோம்.

இவ்வாறு *425* வாக்குகள் எதிர் *296* எனும் வீதத்தில் பாஜக அரசு இந்தப் பொடா சட்டத்தை நிறைவேற்றியது.

இச்சட்டத்தின் சில கொடும் கூறுகளைக் காணலாம்.

1. ஒரு காவல் அதிகாரியிடம் கைது செய்யப்பட்டவர் அளிக்கும் வாக்குமூலமே குற்றம் ஏற்றுக்கொள்ளப்பட்டதாகக் கருதி, மேல் விசாரணை இன்றி தண்டனைக்குரிய குற்றமாக நீதிமன்றத்தால் ஏற்றுக்கொள்ளப்படும். காவல்துறை சித்திரவதைகள் மூலம் இப்படியான வாக்குமூலங்களைப் பெற்றிருக்கலாம் என்பது இங்கே கணக்கில் கொள்ளப்படுவதில்லை. சாதாரணச் சட்டங்கள் என்றால்

குற்றம் சுமத்தப்பட்டவரின் வாக்குமூலமே ஆனாலும் குற்றம் சுமத்தும் காவல்துறை அதை ஐயத்திற்கிடமின்றி நிறுவ வேண்டும்.

2. எந்தக் குற்றத்தை வேண்டுமானாலும் விசாரணை போலீஸ் கைது செய்யப்பட்டவர் மீது சுமத்தலாம். அதை அவர் நிறுவ வேண்டியதில்லை. குற்றம் சுமத்தப்பட்டவரே அப்படி அல்ல என நிறுவ வேண்டும். இப்படிக் குடிமக்களின் அடிப்படை உரிமைகளை மறுத்து, அவர்களை வதைத்து காவல்துறை எந்தக் குற்றத்தை வேண்டுமானாலும் குடிமக்கள் மீது சுமத்தலாம்.

3. இதுகுறித்த விவாதத்தின் போது இப்படியான திருத்தங்கள் காவல்துறையால் யார் மீதும் தவறாகப் பயன்படுத்தப்படலாம் என்கிற அச்சத்தை எதிர்க் கட்சிகள் முன்வைத்தபோது இச்சட்டத்தை ஆதரித்து அரசுத் தரப்பில் சொல்லப்பட்டது: “எல்லாச் சட்டத்தையும்தான் தவறாகப் பயன்படுத்தலாம்”. அமைச்சரின் இந்தப் பதில் சரியாகக் கூட இருக்கலாம். ஆனால் இவ்வளவு கொடூரமான கூறுகளைக் கொண்டுள்ள சட்டம் தவறாகப் பயன்படுத்தப்படும்போது அது எத்தகைய விளைவுகளை ஏற்படுத்தும் என்கிற பொறுப்புணர்வு ஏதுமின்றி இது என்ன பதில் பாருங்கள். வைகோ இப்படித்தான் கைது செய்யப்பட்டார். மத்திய நாடாளுமன்றத்தில் அவர் உறுப்பினராக இருந்தபோதும் அவர் சிறையில் அடைக்கப்பட்டார். ஓராண்டுக்குப் பின்தான் அவர் உச்ச நீதிமன்றத்தால் விடுதலை செய்யப்பட்டார்.

4. குற்றப்பத்திரிகை தாக்கல் செய்யாமலேயே 180 நாட்கள் வரை ஒருவரைச் சிறையில் வைக்கலாம். பயங்கரவாதம் எனச் சொல்லி யார் ஒருவரையும் இப்படி நீண்ட காலம் சிறையில் அடைத்துக் கடைசியில் குற்றம் நிறுவப்படாமல் அவர் விடுதலை செய்யப்படலாம். அரசுக்கும் காவல்துறைக்கும் பிடிக்காத யாரும் இப்படி வதைக்கப்படலாம். இப்படியான

சட்டங்களில் தண்டனை வீதம் மிக மிகக் குறைவு. ஆனால் அவர்கள் இப்படிக் குற்றம் நிறுவப்படாமலேயே பலகாலம் சிறையில் வதைபட்டிருப்பார்கள்.

5. இந்தியத் தண்டனைச் சட்டம் *(IPC)*, கிரிமினல் சட்ட நடைமுறைகள் *(CrPC)* ஆகியன குற்றம் சுமத்தப்பட்டவர் அநீதியாகத் தண்டிக்கப்படாமல் இருப்பதற்காக அளிக்கும் பாதுகாப்புகள் இச்சட்டத்தில் கைது செய்யப்படுபவர்களுக்கு இல்லை.

6. குற்றங்களை இச்சட்டம் துல்லியமாக வரையறுப்பதில்லை. மாறாக எப்படி வேண்டுமானாலும் பொருள் கொள்ளுமாறு இப்படியான பயங்கரவாதச் சட்டங்கள் உருவாக்கப்படுவதை நாம் கவனத்தில் கொள்வது அவசியம். ‘அரசின் இறையாண்மைக்கு *(Sovereignty, Integrity)* ஆபத்து விளைவித்தார்’ எனக் குடிமகன் ஒருவரைக் குற்றம்சாட்டி, “நீ அதைப் பொய் என நிறுவு” எனச் சொன்னால் அவர் இதை எப்படி நிறுவுவார். ‘சதி செய்தார்’, ’குற்றம் செய்ய முற்சித்தார்’, ‘குற்றச் செயலுக்கு ஆதரவாகப் பேசினார்’, ‘உதவி செய்தார்’, ‘துணையாக இருந்தார்’, ’பயங்கரவாத நடவடிக்கைக்குத் தயாரானார்’ என்கிற சொல்லாக்கங்களை எல்லாம் எப்படி வேண்டுமானாலும் பொருள் கொள்ளலாம்.

7. குற்றம் சுமத்தப்பட்டவர்கள் குற்றம் இறுதியாக நிறுவப்படும்வரை பிணையில் விடுதலை பெற உரிமையானவர்கள் என ஏற்பதுதான் பொதுவாக ஏற்றுக்கொள்ளப்பட்ட நீதி விசாரணை அறம். ஆனால் இச் சட்டத்தில் பிணை விடுதலை என்பதற்குக் கடும் விதிகள் *(stringent bail conditions)* கடைப்பிடிக்கப்படும். கைது செய்யப்பட்டவர் பிணையில் விடுதலை செய்ய வேண்டினால் ஒரு பொடா நீதிமன்றம் ஓராண்டுவரை அதன்மீது முடிவெடுக்காமல் காலம் கடத்தலாம்.

குற்றம் நிரூபிக்கப்படும்வரை ஒருவரைக் குற்றமற்றவர் எனக் கருதவேண்டும்” என்பது ஒரு நீதிவழங்கு அறம் *(Presumption of innocence on those accused).* ஆனால் 'பொடா' முதலான சட்டங்களைப் பொறுத்தமட்டில் இது தலைகீழ். கைது செய்யப்பட்டாலே அவர் குற்றவாளியாகக் கருதப்படுவார் *(Presumption of guilty on those accused for TADA activities).*

அடுத்த இரண்டு ஆண்டுகளில் இப்படியாக இச் சட்டத்தின் ஊடாக நிறைய அத்துமீறல்கள் நடந்தன என்கிற கருத்துகள் மேலெழுந்தன. எடுத்துக்காட்டாக இச்சட்டத்தின் கீழ் குஜராத்தில் கைது செய்யப்பட்டவர்களில் ஒருவர் தவிர பிற அனைவரும் முஸ்லிம்கள் *(Sachin Mehta, Repeal of POTA Justified, Laws in India).*

ஜூலை *22* க்குள் *940* பேர்கள், இந்தக் கொடுஞ்சட்டத்தில் கைது செய்யப்பட்டனர். இதில் *520* பேர்கள் தொடர்ந்து சிறையில் இருந்தனர் தொடர்ந்து கைதுகள் நடந்தன என்கிறது 'ஆம்னெஸ்டி இண்டர் நேஷனல்' செய்தி அறிக்கை *(20,* செப்டம்பர் *2006).*

இச்சட்டத்தை நீக்குவதாகச் சொல்லி காங்கிரஸ் கூட்டணி *2004* இல் ஆட்சியைக் கைப்பற்றியது. சொன்னதுபோல அது இச்சட்டத்தை உடன் நீக்கியது. அப்போது எதிர்க் கட்சியாக இருந்த பா.ஜ.க. அதை எதிர்த்து வாக்களித்தது. ஆனால் கொடுமை என்னவென்றால் இந்தக் கொடுஞ் சட்டத்தில் இருந்த எல்லாக் கொடூரமான ஆள்தூக்கிப் பிரிவுகளும் இந்த நிரந்தர ஆள்தூக்கிச் சட்டமான "சட்டவிரோத நடவடிக்கைகள் தடுப்புச் சட்டத்திற்குள்" *(Unlawful Activities Prevention Act UAPA)* திணிக்கப்பட்டன. இப்படிச் செய்ததற்கு அது கொஞ்சமும் வெட்கப்படவில்லை.

அது மட்டுமல்ல. தொடர்ந்து இந்த *UAPA, NIA, POHA* முதலான சட்டங்களில் மேலும் மேலும் கொடூரமான பிரிவுகள் இணைக்கப்பட்டன.

இவை குறித்துத் தொடர்ந்து பார்க்கலாம்.

1.5 UAPA – சட்டமும் அதில் செய்யப்பட்ட திருத்தங்களும்

ஒன்று

UAPA - ஒரு சுருக்கமான பின்னணி

இந்திய சுதந்திரம் உலகளாவிய பல மாற்றங்களின் பின்னணியில் உருவானது. ஐ.நா அவை உருவாக்கம், உலகளாவிய மனித உரிமைப் பிரகடனம் ஆகிய பின்னணியில் நமது அரசியல் சட்ட அவையில் விவாதங்கள் நடந்து பல நல்ல கூறுகளுடன் இந்திய அரசியல் சட்டம் 1951 இல் ஏற்றுக் கொள்ளப்பட்டது. அப்போதே நமது ஆட்சியாளர்கள் அன்றைய பொதுவுடைமைப் புரட்சிகளையும் அதன் இந்திய எதிரொலிகளையும் சுட்டிக் காட்டி பிரிட்டிஷ் அரசு காலத்திய தேசத் துரோகச் சட்டம் தொடர்ந்தது என்றாலும் பெரிய அளவில் செயல்படுத்தப்படவில்லை. இந்திய நீதிமன்றங்களும் தொடக்க காலத்தில் சில நல்ல தீர்ப்புகளையும் அளித்தன.

எனினும் அடுத்தடுத்து மத்தியில் ஆளவந்த அரசுகள் அரசியல் சட்டத்தில் இருந்த சில அடிப்படை உரிமைகளுக்குக்

கட்டுப்பாடுகளை உருவாக்கும் திருத்தங்களைத் தொடர்ந்து மேற்கொண்டன. அரசியல் சட்டம் வழங்கிய பேச்சுரிமை மற்றும் கூட்டம் கூடும் அடிப்படை உரிமைகளுக்கு "நியாயமான கட்டுப்பாடுகள்" (*reasonable restrictions*) என்பது உருவாக்கப்பட்டு இந்திய அரசியல் சட்டத்தில் முதல் திருத்தம் *A 19 (1) (a)* உருவாக்கப்பட்டது.

அடுத்து சீன இந்தியப் போரில் இந்தியா எதிர்கொண்ட தோல்வி, மற்றும் தமிழகத்தில் தி.முக முன்வைத்த பிரிவினைக் கோரிக்கை ஆகியவற்றின் பின்னணியில் "இந்திய ஒருமை மற்றும் இறையாண்மை ஆகியவற்றைப் பாதுகாக்கும் நோக்கில் மேற்கொள்ளப்படும் நியாயமான கட்டுப்பாடுகள்" (*reasonable restrictions in the interest of the sovereignty and the integrity of India*) - எனக் கூறி 1963 இல் அரசியல் சட்டத்தின் 16 ஆவது திருத்தம் -19(2)- இயற்றப் பட்டது.

இந்தப் பின்னணியில்தான் 1967 டிசம்பர் 30 அன்று UAPA எனும் "சட்டவிரோத நடவடிக்கைகள் தடுப்புச் சட்டம்" (*Unlawful Activities Prevention Act*) இயற்றப்பட்டது.

பெரிய அளவில் இந்தச் சட்டம் தொடக்க காலத்தில் சர்ச்சைக்கு உள்ளாகாமல் இருந்தது. ஆனால் 'தடா' (TADA) போன்ற பல கொடுஞ் சட்டங்கள் இயற்றப்பட்டு, அன்று பெரிய அளவில் அவை பயன்படுத்தவும்பட்டன. தடா, பொடா போன்ற தடுப்புக்காவல் சட்டங்களுக்கும் UAPA வுக்கும் உள்ள ஒரு முக்கியமான வேறுபாடு என்னவெனில் தடா முதலியன தற்காலிகச் சட்டங்கள். இரண்டு அல்லது மூன்றாண்டுகள் எனக் காலகெடு அறிவிக்கப்பட்டு உருவாக்கப்படுபவை. அரசு நினைத்தால் பின் நாடாளுமன்ற ஒப்புதலுடன் கால கெடுவை மீண்டும் நீட்டிக்கொள்ளலாம். எனினும் அவை இந்த வகையில் தற்காலிகச் சட்டங்களே. ஆனால் ஜனநாயக உரிமைகளைப் பறிக்கும் நிரந்தரச் சட்டங்கள் வேண்டும் எனும் நோக்கத்துடன்தான் இந்திய அரசுகள் UAPA எனும் இந்த நிரந்தரச் சட்டத்தையும் கூடவே இயற்றி வைத்துக் கொண்டன என்பதை நாம் கவனத்தில் கொள்ள வேண்டும்.

பெரிய அளவில் பயன்பாட்டில் இல்லாத போதும் 2004 இல்தான் முதன் முதலில் நம் கவனம் இச்சட்டத்தின்பால் ஈர்க்கப்பட்டது. அப்போதுதான் *UAPA* சட்டத்தில் முதல் திருத்தம் மேற்கொள்ளப்பட்டு சர்ச்சைக்குள்ளானது. இந்தத் திருத்தத்தின்படி பயங்கரவாத நடவடிக்கைகள் எனச் சிலவற்றை வரையறுத்து அந்த அடிப்படையில் “அமைப்புகளை” பயங்கரவாத அமைப்புகள் என அறிவித்து அவற்றைத் தடை செய்யும் உரிமையை அரசு எடுத்துக் கொண்டது.

2008 இல் இச்சட்டத்தில் இரண்டாவது திருத்தம் செய்யப்பட்டது. இதன்படி குற்றம் சுமத்தப்படாமலேயே குடிமக்களைக் கைது செய்து சிறையில் அடைக்கும் உரிமையை அரசு எடுத்துக் கொண்டது. அதுமட்டுமல்ல, குற்றம் சுமத்தப்பட்டவரைக் காவல்துறை ‘கஸ்டடடி’ யில் எடுத்து விசாரிக்கும் காலத்தை 15 நாட்களிலிருந்து 30 நாட்களாக ஆக்கிக் கொண்டது. அது மட்டுமல்ல இதே நேரத்தில்தான் *NIA (National Investigation Agency)* எனப்படும், மத்திய அரசின் முழுக் கட்டுப்பாட்டில் இயங்கும் ‘பட்டியல் இடப்பட்ட குற்றங்களின் மீது’ விசாரணை நடத்தும் இந்திய அளவிலான ஒரு அமைப்பும் உருவாக்கப்பட்டது. மாநில அரசு விசாரித்துக் கொண்டுள்ள எந்த வழக்கையும் தன்னிடம் எடுத்துக் கொண்டு விசாரிக்கும் உரிமையும் அதற்கு அளிக்கப்பட்டது. பீமா கொரேகான் வழக்கில் விசாரணை உரிமையை மகாராஷ்டிர அரசிடமிருந்து இந்த *NIA* பறித்துக் கொண்டது இப்படித்தான். இது மட்டுமல்ல, *National Intelligence Grid* எனும் ‘தேசியப் புலனாய்வு வலைப்பின்னல்’ ஒன்றும் இப்போது உருவாக்கப்பட்டது. விசாரணைக்குத் தேவைப்படும் தகவல்களை அறிந்து *NIA, CBI, RAW* முதலான புலனாய்வு முகமைகளுக்கு அளிக்கும் நிறுவனமாக இன்று இது உள்ளது.

2012 இல் *UAPA* சட்டத்தில் செய்த மாற்றங்களின்படி எந்த ஒரு இயக்கத்தையும் காரணம் சொல்லாமல் சட்ட விரோதம் என அறிவித்துக் கைதுகளைச் செய்யலாம். ஆறு மாதங்கள் வரை இப்படிச் சட்ட விரோதமாக அறிவித்ததற்கான காரணங்கள் என எதையும் சொல்ல வேண்டியதில்லை. அதேபோல எந்த

ஒரு இடத்தையும் சோதனை செய்தல், குற்றச்செயல் எனக் கூறப்பட்டவைக்குத் தொடர்பில்லாத மூன்றாம் நபர்களின் வாக்குமூலங்களையும் கணக்கில் கொள்ளல் முதலிய அதிகாரங்களையும் அரசு எடுத்துக் கொண்டது.

குடிமக்கள் பல்வேறு வகைகளிலும் கண்காணிக்கப்படுவது மற்றும் கருத்து மாறுபடுபவர்கள் பெரிய அளவில் நீண்ட காலம் தடுத்து வைக்கப்படுவது என்பன எல்லாம் இப்படித்தான் இன்று உருவாக்கப்பட்டுள்ளன.

இரண்டு

UAPA: தனிநபர்களைப் பயங்கரவாதிகள் என அறிவிக்கும் கொடூரம்

தனிநபர்களைப் பயங்கரவாதிகள் என அறிவித்துக் கைது செய்யும் ஆபத்தான UAPA சட்டத் திருத்தம்:

2019 ஆம் ஆண்டில் மத்திய அரசு UAPA என சுருக்கமாக அழைக்கப்படும் The Unlawful Activities (Prevention) Act, 1967 சட்டத்தில் ஒரு முக்கிய மாற்றத்தைச் செய்தது. இனி இந்தியக் குடிமகன் அல்லது குடிமகள் யாரையும் இச்சட்டத்தின் 4வது அட்டவணையின் கீழ் ஒரு 'பயங்கரவாதி' என அறிவிக்க அரசுக்கு அதிகாரம் அளிக்கும் வகையில் ஆகஸ்ட் 08, 2019 அன்று குடியரசுத் தலைவர் இச்சட்டத் திருத்தத்திற்கு ஒப்புதல் அளித்தார். பயங்கரவாத நடவடிக்கையில் ஏதோ ஒரு வகையில் பங்கு பெறுகிறார், அல்லது அதற்கான தயாரிப்புகளில் ஈடுபடுகிறார், அல்லது ஊக்குவிக்கிறார் எனத் தன் குடிமக்களில் யாரையும் கருதினால், அதை மறுக்க அவருக்கு வாய்ப்புக் கொடுக்காமலேயே அவரைப் பயங்கரவாதி என அறிவிக்கும் அதிகாரத்தை இதன் மூலம் அரசு எடுத்துக் கொண்டது. இந்தியாவுக்குள் அல்லாமல் வெளிநாட்டில் நடக்கும் ஒரு தாக்குதலுக்காகவும் இப்படி ஒருவரை இந்திய அரசு இந்தச் சட்டத்தில் கைது செய்யலாம். 1967 இல் இயற்றப்பட்ட இந்த

UAPA சட்டம் மற்றும் அதற்குப் பின் அதில் மேற்கொள்ளப்பட்ட திருத்தங்கள் ஆகியவற்றின்படி ஒரு அமைப்பைத்தான் பயங்கரவாத அமைப்பு என அறிவித்து நடவடிக்கை எடுக்க முடியுமே தவிர இப்படித் தனி மனிதர்களைப் பயங்கரவாதிகள் என அறிவிக்க முடியாது.

ஆனால் இப்போது *UAPA* சட்டத்தின் நான்காவது பிரிவில் *(Fourth Schedule)* பட்டியலிடப்பட்டால் எந்த ஒரு இந்தியக் குடிமகன் அல்லது குடிமகளும், அவர் ஏதும் பயங்கரவாத அமைப்புடன் தொடர்பில் உள்ளார் என நிறுவப்படாமலேயே பயங்கரவாதி எனக் கருதப்பட்டு நடவடிக்கைகள் மேற்கொள்ளப்படும். அவர் *UAPA* சட்டத்தில் கைது செய்யப்படுவது மட்டுமின்றி அவர் தனது பயங்கரவாத நடவடிக்கையின் ஊடாகச் சம்பாதித்த சொத்து என *NIA* வின் தலைவர் *(Director General* எதைக் கருதினாலும் அதைக் கைப்பற்றும் அதிகாரமும் அளிக்கப்படுகிறார்.

NIA அமைப்பில் ஆய்வாளர் எனும் *(inspector)* நிலையில் உள்ள ஒரு அதிகாரி அந்த நபரின் பயங்கரவாத நடவடிக்கைகளையும், பயங்கரவாத அமைப்புகளையும் விசாரிக்கும் அதிகாரம் பெறுகிறார். முன்னதாக *DSP* அல்லது *ACP* மட்டத்தில் உள்ள அல்லது அதற்கு மேலுள்ள அதிகாரிகளுக்குத்தான் இத்தகைய குற்றங்களை விசாரிக்கும் அதிகாரம் அளிக்கப்பட்டிருந்தது.

ஏற்கனவே பல்வேறு விமர்சனங்களுக்கு ஆளாகியுள்ள இந்த *UAPA* சட்டத்தில் மேற்கொள்ளப்படும் இத்திருத்தம் மேலும் பல தவறான நோக்கங்களுக்குப் பன்படுத்தப்படும் என்கிற அச்சத்தை வல்லுனர்கள் முன்வைக்கின்றனர்.

தேசிய குற்றப்பதிவு நிறுவனத்தின் *(NCRB)* தரவுகளிலிருந்து இச்சட்டங்கள் செயல்படுத்தப்படத் தொடங்கிய காலத்திலேயே *67%* க்கும் மேற்பட்ட வழக்குகளில் இச்சட்டங்களின் ஊடாகக் கைது செய்யப்படுபவர்களின் மீதான குற்றங்கள் நிரூபிக்கப்படவில்லை என்பதை அறிகிறோம். பல ஆண்டுகள் வரைக்கும் அவர்கள் பிணை விடுதலை முதலிய

அடிப்படை உரிமைகள் இன்றிச் சிறையில் அடைக்கப்பட்டு இறுதியில் குற்றம் நிறுவப்படவில்லை என அவர்கள் விடுதலை செய்யப்படுகின்றனர். இந்த நிலையில் இப்போது செய்யப்பட்டுள்ள மேற்குறித்த இந்தத் திருத்தம் மேலும் ஆபத்தானதாக உள்ளது.

அரசியல் சட்ட வல்லுனர் கவ்தம் பாடியா இச்சட்டத் திருத்தம் பற்றிக் கூறுவது: "UAPA சட்டத்தில் கைது செய்யப்படுபவர் குற்றம் சுமத்தப்படாதபோதே விசாரணைக்கு (custody) அனுப்பப்படுவது எனும் நிலை ஏற்கனவே உள்ளது. முன்கூட்டிய ஜாமீன் பெறும் உரிமையும் பறிக்கப்பட்டுள்ளது; குற்றவாளி எனக் கருதப்பட்டவருக்கும் கூட அவரைப் பிணையில் விடுதலை செய்வதற்கான நீதிமன்ற அதிகாரமும் இச்சட்டத்தின் ஊடாகப் பறிக்கப்பட்டுள்ளது. அந்த வகையில்தான் இந்த UAPA சட்டத்தை ஒரு 'கொடுஞ்சட்டம்' (draconian law) என்கிறோம். இந்நிலையில் தனிநபர்களைப் பயங்கரவாதிகள் என அறிவிக்கும் இந்தத் திருத்தம் நிலைமையை மேலும் மோசமாக்கும்; விசாரணை நிறுவனங்கள் தனிச்சையாகச் செயல்பட வாய்ப்பளிக்கும்."

இதுமட்டுமல்ல, விசாரணை இல்லாமல் சிறையில் அடைக்கப்படும் காலத்தை அதிகரிப்பதற்கும் இது இட்டுச் செல்லும். எந்தக் குற்றத்தையும் யார் மீது வேண்டுமானாலும் சுமத்துவதன் ஊடாக அதை இல்லை என நிறுவ வேண்டிய பொறுப்பு குற்றம் சுமத்தப்படும் குடிமக்களின் தலையில் விடியும். குடிமக்கள் மீதான எல்லா அதிகாரமும் மையத்தை நோக்கிக் குவியும்.

குற்றத்தை நிறுவும் கடப்பாடு குற்றத்தைச் சுமத்துபவருக்குத்தான் உண்டு எனும் அடிப்படை நீதி நெறியும் இப்படி இந்தகைய சட்டங்களில் தலைகீழாக ஆக்கப்படுவதை நாம் மறந்துவிடக் கூடாது. எந்தக் குற்றத்தை வேண்டுமானாலும் அவர்கள் குடிமக்கள் மீது சுமத்தலாம். தாம் குற்றவாளி இல்லை என்பதைக் குற்றம் சுமத்தப்பட்டவர்கள்தாம் நிறுவ வேண்டும் எனும் நிலையில் இப்படியான கொடுந்திருத்தங்கள் எப்படியெல்லாம் பயன்படுத்தப்படும் என்பதை நாம் புரிந்துகொள்ளலாம்.

அரசியல் சட்ட விதிகள் 21 மற்றும் 22 ஆகியவற்றுக்கு இது எதிரானது என்பதையும் சட்ட வல்லுனர்கள் சுட்டிக் காட்டுகின்றனர். 21 ஆம் பிரிவின்படி சட்ட ரீதியான நெறிமுறைகளைச் செயல்படுத்தாமல் குடிமக்களில் யார் ஒருவரையும் பயங்கரவாதி என அரசு அறிவிக்க இயலாது என்பது, மற்றும் கைது செய்யப்படும் யாரும் 24 மணி நேரத்திற்குள் ஒரு நீதித்துறை நடுவர் முன் நிறுத்தப்படுதல் முதலான அடிப்படை உரிமைகள் எல்லாம் இதன் மூலம் காலாவதி ஆகும் என்கிற அச்சத்தையும் சட்ட வல்லுனர்கள் முன்வைக்கின்றனர்.

ஒருவர் 'பயங்கரவாதி' எனக் குற்றம்சாட்டப்பட்டுக் கைது செய்யப்படுகிறார் என்றால் அவர் ஒரு மாதத்திற்குள் தான் குற்றவாளி அல்ல என நிறுவ வேண்டும். விசாரிப்பவர்கள் அதை ஏற்காவிட்டால் குற்றம் சுமத்தப்பட்டவர் மறு ஆய்வுக் குழுவை *(Review Committee)* அணுக வேண்டும். அதில் முன்னாள் நீதிபதிகளும் முன்னாள் அதிகாரிகளும் இருப்பார்கள். இந்தக் குழு விசாரணைக்குப் பின் தன் கருத்தை வெளியிட எந்தக் கால எல்லையும் குறிப்பிடப்படவில்லை. இந்த மறு ஆய்வுக் குழுவும் கைவிடும்பட்சத்தில் பயங்கரவாதியாகக் குற்றம் சுமத்தப்பட்டவர் உச்ச நீதிமன்றத்துக்குத்தான் போக வேண்டும். இப்படி அதிகாரங்கள் குவியும்போது அது அநீதிகளுக்கே வழி வகுக்கும் என்பதை விளக்க வேண்டியதில்லை.

மூன்று

3. UAPA மூலம் பறிபோகும் மாநில உரிமைகள்

சொத்தை முடக்குவது என்பதைப் பொறுத்தமட்டில் அரசுக்கு இப்போது அதிகாரம் உண்டு என்பது உண்மையே. ஆனால் இப்படியான சோதனை *(raid)* மற்றும் விசாரணையைப் பொறுத்தமட்டில் *NIA* உள்ளூர் காவல்துறைக்கு முன்கூட்டித் தகவல் அளிக்க வேண்டும். உள்ளூர் *DGP* இடம் அனுமதி

பெற வேண்டும். ஆனால் இப்போது உள்ளூர் காவல்துறைக்குத் தெரிவிக்காமலும், அவர்களின் கருத்தைக் கேட்காமலும் அவரது சொத்துக்களைப் பறிமுதல் செய்யலாம். அதேபோல ஒரு தனி நபரை சந்தேகத்தின் அடிப்படையில் தடுத்து வைப்பது அல்லது யாரையும் விசாரணைக்கு அழைப்பது ஆகிய எல்லாவற்றிற்கும், அது *NIA* ஆனாலும், உள்ளூர் காவல் நிலையத்தில் 'டைரி' பதிவு செய்வது அவசியம். ஆனால் இன்று மேற்கொள்ளப்பட்டுள்ள இந்தத் திருத்தம் இந்தக் கடப்பாடுகள் எல்லாவற்றையும் நீக்கிவிட்டது.

NIA இப்போது தான் சந்தேகப்படும் யாரையும் தூக்கிச் சென்று ஆறு மாதங்கள் வரைக்கும் தடுத்து வைக்கலாம். ஏற்கனவே அப்படி அது ஒருவரை ஒருமாதம்தான் வைத்திருக்க முடியும்.

அமெரிக்கா, இங்கிலாந்து போன்ற பிற நாடுகளிலும் பயங்கரவாதத்தின் பெயரால் இப்படியான சில உரிமைகளை அரசு எடுத்துக் கொண்டிருந்தாலும், அங்கு விசாரணை அமைப்பு மக்களுக்குப் பதில் சொல்லியாக வேண்டும் எனும் நிலை உள்ளது. பொதுவாக குறுகிய வெறுப்புகள், நோக்கங்கள் ஆகிய அடிப்படையில் அப்பாவிகள் யாரும் அங்கு குற்றம் சாட்டப்படுவதில்லை. ஆனால் நம்நாட்டில் பொடா, தடா எல்லாம் பெரிய அளவில் இப்படி அநீதியாகப் பயன்படுத்தப்பட்டதை அறிவோம். ஆனால் அப்படிக் கைது செய்யப்படுவோர் மீதான குற்றம் நிறுவப்பட்டுத் தண்டிக்கப்பட்டோர் எண்ணிக்கை இங்கு மிக மிகக் குறைவு என்பதை நாம் மறந்துவிடக் கூடாது. அதே நேரத்தில் அப்பாவிகளும் அறிவுஜீவிகளும் பெரிய அளவில் கைது செய்யப்பட்டு நீண்ட காலம் சிறையில் அடைக்கப்படுவது மிக மிக அதிகம்.

ஒருவர் பயங்கரவாதி எனக் குற்றம் சாட்டப்பட்டுவிட்டார் என்றால் பின் அவர் எந்த அடிப்படை உரிமைகளுக்கும், சட்டப் பாதுகாப்புகளுக்கும் அப்பாற்பட்டவராகக் கருத்தப்படும் நிலை இன்று இந்தத் திருத்தங்களின் ஊடாக

வந்துவிடுகிறது. இந்நிலையில் மாநில அரசின் உரிமைகளையும் குடிமக்களின் அடிப்படையான சட்டப் பாதுகாப்புகளையும் அழித்து மேற்கொள்ளப்படும் இத்தகைய மாற்றங்கள் மிகவும் ஆபத்தானவை.

இன்னொரு பக்கம் அமித்ஷா இப்போது உருவாக்கி இருக்கும் இம்மாற்றங்கள் இரண்டாம் உலகப்போரை ஒட்டி ஐ.நா அவையால் உருவாக்கப்பட்ட சிவில் மற்றும் அரசியல் உரிமைகள் பற்றிய உடன்பாடு *(ICCPR)*, பொருளாதார, சமூக, பண்பாட்டு உரிமைகளுக்கான உலகளாவிய உடன்பாடு *(IC-ESCR)* ஆகியவற்றுக்கும் எதிரானவை.

அது மட்டுமல்ல ஒரு அமைப்பின் மீது இப்படியான குற்றச்சாட்டை முன்வைப்பதற்கும் தனிநபர்கள் மீது இப்படிக் குற்றம் சுமத்தி, அந்தத் தனிநபர்களே இப்படித் தம் மீது சுமத்தப்பட்ட அக் குற்றச்சாட்டை முறியடிக்க வேண்டும் என்பதற்கும் வேறுபாடுகள் உண்டு. அமைப்பு பலம் இல்லாத ஒரு தனிநபர் இப்படியான கொடுஞ்சட்டத்தில் சிறையில் அடைக்கப்பட்டுள்ள நிலையில், அவரே அவர்மீதான இக் குற்றச்சாட்டைப் பொய் என நிறுவ வேண்டுமானால் இதெல்லாம் சாத்தியமா?

தனிநபர்களையும் விசாரிக்க வேண்டிய அவசியம் இருக்கிறது என இவர்கள் சொல்வதில் ஏதும் உண்மை இருக்கிறது என வைத்துக் கொண்டாலும் கூட ‘தனிநபர் பயங்கரவாதிகளை’ எதிர்கொள்வதற்கு ஏற்கனவே *UAPA* வில் உள்ள *51A* பிரிவே போதுமானது.

மொத்தத்தில்,

ஒவ்வொன்றாக மாநில உரிமைகளில் கை வைத்து, இறுதியாக குடிமக்களின் தனிமனித உரிமைகள் தொடர்பான அம்சங்களிலும் கை வைப்பது என்பது மிகவும் ஆபத்தான ஒன்று.

குறிப்புகள்:

(அ). 2001 இல் அமெரிக்காவில் நடத்தப்பட்ட இரட்டை கோபுர தாக்குதல் என்பது இன்று இப்படியான கொடுஞ் சட்ட உருவாக்கங்களுக்கான நியாயங்களாக முன்வைக்கப்படுகின்றன. உலகமயம் மற்றும் புதிய தாராளமய அரசியல் பொருளியல் சித்தாந்தங்களைப் பாதுகாப்பதற்கான இராணுவ சித்தாந்தமாகத்தான் இன்று இந்த 'பயங்கரவாத எதிர்ப்புச் சட்டங்கள், நடவடிக்கைகள், போர்கள்" ஆகியவை வளர்த்தெடுக்கப்பட்டுள்ளன.

(ஆ). 2004இல் பொடா நீக்கப்படுவதாக மக்களிடம் வாக்குறுதி கொடுக்கப்பட்டு அப்படி நீக்கப்பட்ட பொழுது அதன் கூறுகள் தந்திரமாக UAPA வில் சேர்க்கப்பட்டன. பின் அதுவரை செயல்படுத்தப்படாமல் இருந்த UAPA மேலும் மேலும் கொடூரமாக்கப்பட்டு தீவிரமாகச் செயல்பாட்டுக்கும் கொண்டு வரப்பட்டது. தடா, பொடா ஆகியனவாவது ஏதோ ஒரு வகையில் தற்காலிகச் சட்டங்கள். அவற்றைக் காலகெடு முடிந்தபின் தொடர வேண்டுமானால் சில சடங்குகளையாவது நிறைவேற்றி ஆக வேண்டும். ஆனால், UAPA சட்டம் நிரந்தரமான ஒன்று என்பது நாம் கவனத்தில் கொள்ள வேண்டிய ஒன்று.

(இ). CBI, IB போன்ற மத்திய புலனாய்வு நிறுவனங்கள் ஏற்கெனவே இருந்து வந்த நிலையில் கூட்டாட்சி என்ற நோக்கு நிலையில் இருந்து அவை மீது விமர்சனங்கள் இருந்தன. அப்படிப்பட்ட நிலையில், NIA என்ற மற்றுமொரு மத்திய புலனாய்வு நிறுவனம் கொண்டுவரப்பட்டது. ஜெயலலிதா தலைமையில் இங்கே அரசு அமைந்தவரை இந்த NIA விற்கு தமிழகத்தில் அலுவலகம் அமைக்கக் கூட அனுமதி அளிக்கப்படவில்லை. அவர் மறைவுக்குப் பின் அவரது கட்சி ஆட்சியின்போதே இங்கு NIA கால்பதிக்கத் தொடங்கி இன்று ஆட்சி செலுத்துகிறது. மாநில அரசுக்குத் தெரிதெரியாமலேயே NIA இங்கு தமிழகத்தில் யார் இல்லங்களையும் அலுவலகங்களையும் சோதனை செய்வது, கைதுகள் செய்து கொண்டு செல்வது என்பதெல்லாம் இன்று நடக்கின்றன,

Ref : (i) Tarique Anwar, UAPA Amendment Gateway to Misuse Anti Terror Law Say Critics, News Click 10 Aug 2019

(ii) Abdul Khader Kunju S. Explainer: Here's How Handing Over UAPA Cases to NIA Affects the Federal System, The Wire, 29/JAN/2020

நான்கு

UAPA : மனித உரிமைப் பணி என்பது நடவடிக்கை எடுக்கப்படும் குற்றமாக்கப்படும் கொடுமை

30க்கும் மேற்பட்ட ஆந்திரம் மற்றும் தெலங்கானா மாநில மனித உரிமைப் போராளிகள் மற்றும் இயக்கச் செயல்பாட்டாளர்கள் வீடுகள் NIA வின் இரவு நேரச் சோதனைகளுக்கு ஆட்படுத்தப்பட்ட கொடுமையும் இங்கு நடந்தது (April 01, 2021).

அப்படி இரவு நேரத்தில் வீடுபுகுந்து மேற்கொள்ளப்பட்ட NIA சோதனைகளில் பாதிக்கப்பட்ட குடும்பங்களில் ஒன்று விசாகப்பட்டினத்தில் உள்ள வி.என்.கிருஷ்ணா உடையது. மறைந்த மனித உரிமைப் போராளி டாக்டர் பாலகோபாலால் தொடங்கப்பட்ட Human Rights Forum (HRF) அமைப்பின் இன்றைய பொறுப்பாளர்தான் கிருஷ்ணா. HRF அமைப்பு இது தொடர்பாக அப்போது வெளியிட்ட அறிக்கையிலிருந்து சில தகவல்கள்:

சென்ற மார்ச் 31 (2021) அன்று மாலை 5.35 மணி தொடங்கி அன்று நள்ளிரவு 2.30 மணிவரை கிருஷ்ணா அவர்களின் வீட்டில் அச் சோதனை நடந்துள்ளது. அது எந்த அளவிற்கு வீட்டில் உள்ளவர்களைப் பாதித்திருக்கும் என்பதை இதை வாசிக்கும் நண்பர்களின் சிந்தனைக்கு விட்டுவிடுகிறேன். இறுதியில் அந்த NIA குழுமத்தினர் சில 'ஹார்ட் டிஸ்க்'குகளை கவ்விக் கொண்டு போயுள்ளனர். அதில் அவர்கள் தேடிவந்த "குற்றச் செயல்" தொடர்பான எந்தத் தகவலும் இல்லை என கிருஷ்ணா தரப்பில் இன்று சொல்லப்பட்டுள்ளது. அது

முற்றிலும் அவர்களின் குடும்ப வருமானம் மற்றும் செலவுகள் போன்ற தனிப்பட்ட விடயங்கள் தொடர்பானவை மட்டுமே.

சரி, கிருஷ்ணா மீது என்ன குற்றச்சாட்டை NIA முன்வைக்கிறது?
வாகபள்ளி - காவல்துறை பாலியல் வன்முறையால் பாதிக்கப்பட்ட ஆதிவாசிப் பெண்களைக் காவல்துறைக்கு எதிராகத் தூண்டி விட்டார் என்பதுதான் அவர் மீதான குற்றச்சாட்டு.

வாகபள்ளி பாலியல் வன்முறை 2007 இல் நடந்த ஒன்று. 11 ஆதிவாசிப் பெண்கள் அப்போது சிறப்புக் காவல் படையினரால் பாலியல் வன்முறைக்கு ஆட்படுத்தப்பட்டனர் என்பது குற்றச்சாட்டு. வழக்கம்போல அந்த அப்பாவி ஏழைப் பழங்குடிப் பெண்களின் குரல்களை முடக்கும் முயற்சிகளைக் காவல்துறையினர் மேற்கொண்டனர். 2012 இல் உயர் நீதிமன்றமும், 2017 இல் உச்ச நீதிமன்றமும் தலையிட்டு இப்போது 13 காவல்துறையினர் மீது பாலியல் வன்முறை வழக்குப் பதிவு செய்யப்பட்டு 2019 பிப்ரவரியில்தான் விசாரணை தொடங்கியது. வழக்கு நடந்து கொண்டுள்ளது. பாதிக்கப்பட்ட பெண்களில் இருவர் இப்போது உயிருடன் இல்லை.

இதில் கிருஷ்ணா எங்கே வந்து மாட்டினார்? ஒன்றும் இல்லை. 2020 நவம்பர் 23 அன்று பாதிக்கப்பட்ட பழங்குடிப் பெண்கள் சாட்சி சொல்ல விசாகப்பட்டினம் நீதிமன்றம் ஒன்றுக்கு வந்தபோது அங்கு தங்கவோ, சாப்பிடவோ எந்த வசதியும் இல்லாத நிலையில் கிருஷ்ணா அந்த உதவிகளைச் செய்துள்ளார்.

இது எந்த வகையில் குற்றம்? இதற்கெல்லாம் NIA தரப்பில் எந்தப் பதிலும் சொல்லப்படுவதில்லை.

ஐந்து

UAPA சட்டத்தில் கைது செய்யப்பட்டுள்ளோரின் விவரங்கள் சில

(i) மத்திய உள்துறை துணை அமைச்சர் கிஷன் ரெட்டி மாநிலங்கள் அவையில் அளித்த விவரங்களின்படி, 2016, 17, 18 மூன்றாண்டுகளில் இச்சட்டத்தின் கீழ் தொடுக்கப்பட்ட வழக்குகளின் எண்ணிக்கை 3005; கைது செய்யப்பட்டோர் எண்ணிக்கை 3974; விவரம்: 2016, 2017, 2018 ஆண்டுகளில் UAPA சட்டத்தில் தொடுக்கப்பட்ட வழக்குகள் முறையே 922, 901, 1182. ஒவ்வொரு ஆண்டும் கைது செய்யப்பட்டோர் எண்ணிக்கை: 999, 1,554 and 1,421.

(ii) இந்த மூன்று ஆண்டுகளிலும் 232, 272 and 317 வழக்குகளில் குற்றப்பத்திரிகை தாக்கல் செய்யப்பட்டுள்ளது. மொத்தத்தில் இந்த மூன்றாண்டுகளிலும் 821 வழக்குகளில்தான் குற்றப்பத்திரிகை தாக்கல் செய்யப்பட்டுள்ளன. அதாவது வெறும் 27% வழக்குகளில் மட்டும்தான். அது மட்டுமல்ல; 2017 இல் 127 வழக்குகளில் விசாரணை நிலுவையில் (investigation pending) இருந்தன. 2018 இல் 62 வழக்குகள் இப்படி நிலுவையில் இருந்தன. விசாரணை முடியவில்லை என்பதன் பொருள் இந்த வழக்குகளில் கைது செய்யப்பட்டவர்கள் பிணையில் வெளிவர இயலாது.

(iii) தேசியப் பாதுகாப்புச் சட்டத்தில் (NSA) கைது செய்யப்பட்டோர் விவரம்:

2017 இல் 561 பேர் கைது. 229 பேர்களுக்கு மட்டும் பிணையில் விடுதலை. 2018ல் இச்சட்டத்தில் கைது செய்யப்பட்டோர் 697. இதில் 406 பேர்களுக்கு மட்டும் பிணையில் விடுதலை கிடைத்தது. மொத்தத்தில் 1198 பேர்கள் கைது செய்யப்பட்டு அதில் 563 பேர் இன்னும் சிறையில் உள்ளனர். இஸ்லாமிக் ஸ்டேட் (IS) தொடர்பு என. தெலங்கானா, கேரளம், ஆந்திரம், கர்நாடகம்,

தமிழ்நாடு ஆகிய மாநிலங்களில் கைது செய்யப்பட்டோர் எண்ணிக்கை 122. இவை அனைத்தும் செப்டம்பர் 16, 2020 இல் மாநிலங்கள் அவையில் அமைச்சரால் அறிவிக்கப்பட்ட விவரங்கள்.

(iv) பாலன், சீனிவாசன், அனுப்பூர் செல்வராஜ் ஆகியோர் இப்போது (பிப். 2021) கைது செய்யப்பட்டபோது தமிழ்நாடு காங்கிரஸ் கட்சி தரப்பில் வெளியிடப்பட்ட கண்டன அறிக்கையில் அதன் தலைவர் அழகிரி கூறியுள்ளபடி 2019 இல் தமிழ்நாட்டில் மட்டும் UAPA சட்டத்தில் 270 வழக்குகள் பதியப்பட்டுள்ளன. இந்தியா முழுவதும் 2014 காலகட்டத்தில் 4878 வழக்குகள் UAPA சட்டத்தில் போடப்பட்டுள்ளன.

(v) UAPA சட்டத்தின் கீழ் கைது செய்யப்படுபவர்கள் தண்டிக்கப்படும் வீதம் மிகக் குறைவு. இது குறித்துச் சில தரவுகள்: நியூ இந்தியன் எக்ஸ்பிரஸ் நாளிதழ் தேசிய அளவிலான குற்றப் பதிவு ஆவணத்தில் *(National Crime Records Bureau)*) உள்ள தகவல்களின் அடிப்படையில் மேற்கொண்ட ஆய்வில் இவ்வாறு UAPA சட்டத்தில் கைது செய்யப்படுபவர்களில் 50 சதத்திற்கும் மேற்பட்டோர் குற்றமற்றவர்கள் என விடுதலை செய்யப்படுவது வெளிப்பட்டுள்ளது *(Sana Shakil, 50 percent Unlawful Activities Prevention Act cases fell flat in 2014-18, NIE, 20, Sep 2020).* 2o14 முதல் 2018 வரையிலான 5 ஆண்டு கைதுகள் இந்த ஆய்வில் பயன்படுத்தப்பட்டுள்ளன. 2015 இல் வெறும் 14.5 % பேர்கள் மீதான குற்றச்சாட்டு மட்டுமே நிரூபிக்கப்பட்டது. மீதமுள்ள 85.5 % பேர்கள் மீது சுமத்தப்பட்ட குற்றங்கள் நிறுவப்படவில்லை. அதிகபட்சமாகக் குற்றம் நிறுவப்பட்டு தண்டிக்கப்பட்டது 2017 இல் மட்டும்தான். அந்த ஆண்டு 49.3% பேர்கள் தண்டிக்கப்பட்டனர். மற்ற ஆண்டுகளில் 50 % க்கும் மேற்பட்டவர்களின் குற்றங்கள் நிறுவப்படவில்லை. 2018 இல் தண்டிக்கப்பட்டவர்களின் வீதம் 27.2% மட்டுமே. பல ஆண்டுகள் சிறைகளில் அடைக்கப்பட்டு, பிணை விடுதலை முதலான உரிமைகள் மறுக்கப்பட்டு இறுதியில்

குற்றம் நிரூபிக்கப்படாமல்தான் முக்கால்வாசிப் பேர்கள் விடுதலை செய்யப்பட்டுள்ளனர்.

உ.பியில் யோகி ஆதித்யநாத் பதவி ஏற்றபின் *UAPA* சட்டத்தில் கைது செய்யப்படுவோர் எண்ணிக்கை அதிகரித்துள்ளது. அங்கு *2016* இல் வெறும் *10* பேர்கள்தான் இச்சட்டத்தில் கைது செய்யப்பட்டுள்ளனர். ஆனால் *2017* இல் ஆதித்யநாத் பதவி ஏற்றார். அந்த ஆண்டு அங்கு *109* பேர்கள் *UAPA* வில் கைது செய்யப்பட்டனர். *2018* இல் *107* பேர் கைது செய்யப்பட்டனர். அதேபோல ஜம்மு காஷ்மீரில் *2014* இல் கைது செய்யப்பட்டவர்களின் எண்ணிக்கை *45*. *2018* இல் அது *245* ஆக அதிகரித்தது.

(vi) *UAPA* சட்டத்தில் குற்றப்பத்திரிகை *90* நாட்களில் தாக்கல் செய்ய வேண்டும் என்றாலும் அதை *180* நாள் வரை நீட்டலாம். *2014* இல் உச்ச நீதிமன்றம் அளித்த வடாலி தீர்ப்பின் ஊடாக *UAPA* வழக்குகளில் ஜாமீன் பெறுவது மேலும் சிக்கலாக்கப்பட்டது. இப்படியான கடும் நிபந்தனைகளின் ஊடாக இன்று இச்சட்டத்தின் கீழ் குற்றம் நிறுவப்படாமலேயே சிறைகளில் அடைபட்டுக் கிடக்கும் காலம் அதிகமாகிறது. இரண்டு ஆண்டுகள் வரையும், சில நேரங்களில் இரண்டு ஆண்டுகளுக்கும் மேலும் கூட குற்றப் பத்திரிகை தாக்கல் செய்யப்படுவதில்லை.

(vii) *2019* இல் மோடி அரசு குடிமக்களில் எந்த ஒரு தனிநபரையும் 'பயங்கரவாதி' என் அறிவித்து அவரது சொத்துக்களைக் கைப்பற்றும் அதிகாரத்தை எடுத்துக் கொண்டது குறித்து அறிவோம். மாநிலங்கள் அவையில் எதிர்க் கட்சிகள் அதை ஒரு தேர்வுக் குழுவுக்கு *(select committee)* அனுப்பி ஒப்புதல் பெறவேண்டும் என முன்வைத்த கருத்து நிராகரிக்கப்பட்டது. ஒரு அமைப்பை அரசு தடை செய்தால் தடை செய்யப்பட்ட அமைப்பில் இருந்தோர் வேறொரு பெயரில் இயங்கத் தொடங்கிவிடுவதால் தனி நபர்களையே பயங்கரவாதிகள் என அறிவிக்க வேண்டிய

நிலை அரசுக்கு ஏற்பட்டுள்ளது என்பதாக அமித்ஷா இச்சட்டத்திற்கு நியாயம் கற்பித்துள்ளார்.

குறிப்புகள் 1. நாடாளுமன்றத்தில் அரசு அறிவித்துள்ள இவ்விவரங்கள் இன்றளவும் இவ்வழக்குகளில் கைது செய்யப்பட்டவர்களின் எண்ணிக்கையை உள்ளடக்கியதல்ல. எடுத்துக்காட்டாக தொடக்கத்தில் கூறப்பட்டவை 2016, 2017, 2018 ஆகிய ஆண்டுகளில் செய்யப்பட்ட கைதுகளை மட்டுமே குறிக்கின்றன.

2. இந்திய அளவில் அதிகமாகக் கைது செய்யப்படுபவர்கள் முஸ்லிம்கள், பழங்குடிமக்கள், தேர்தல் அரசியலில் பங்கு பெறாத சிறு அமைப்பினர், நக்சல்பாரி இயக்கத்தினர், அறிவுஜீவிகள் ஆகியோர் என்பது குறிப்பிடத் தக்கது.

3. மொத்தத்தில்1967ல் UAPA சட்டம் இயற்றப்பட்டபோது அது "சட்டவிரோத நடவடிக்கைகளுக்கு" எதிரான சட்டம் என்று மட்டுமே அறிவிக்கப்பட்டது. குறிப்பாகப் பிரிவினை கோருவது அல்லது தேசத்தின் மீது வெறுப்பை ஏற்படுத்துவது (disaffection) முதலியன மட்டும்தான் அப்போது இதில் குற்றமாக்கப்பட்டன. பின்னாளில் "பயங்கரவாத நடவடிக்கைகள் (terrorist activities) என்பதும் இதில் சேர்க்கப்பட்டன. இயக்கங்களை "பயங்கரவாத இயக்கங்கள்" என அறிவித்துத் தடை செய்யும் அதிகாரம் சேர்க்கப்பட்டது. அடுத்து Lone wolf attack எனச் சொல்லப்படும் தனிநபர் பயங்கரவாதத் தாக்குதல்கள் என்கிற அடிப்படையில் தனிநபர்களையும் "பயங்கரவாதிகள்" என அறிவித்து நடவடிக்கை எடுக்கும் உரிமையையும் மத்திய அரசு எடுத்துக் கொண்டது. இச்சட்டத்தின் கீழ் வரையறுக்கப்படும் தாக்குதல்கள் இந்தியாவில்தான் நடக்கவேண்டும் என்பதுமல்ல; வெளிநாட்டில் நடக்கும் இப்படியான தாக்குதல் ஒன்றை வைத்தும் இக்குற்றச்சாட்டைச் சுமத்தியும் நடவடிக்கை எடுக்கலாம்.

எனவே ஆளும் அரசுக்கு எந்த ஒரு அமைப்பு அல்லது குழுவைப் பிடிக்கவில்லையோ, அவர்கள் இதன் கீழ் பழிவாங்கப்படலாம்.

பசுவின் பெயரால் நடக்கும் கொலைகள், பழங்குடி அல்லது தலித்கள் மீதான தாக்குதல்கள் என யார் அவற்றை எதிர்த்து நின்றாலும் அவரை இவர் என்னேரமும் வெடிக்கக்கூடிய வகையில் புகைந்து கொண்டிருக்கும் ஒரு வெடிகுண்டு எனச் சொல்லி ஆண்டுக் கணக்கில் உள்ளே தள்ளிவிடலாம்.

UAPA சட்டத்தின் *25*ம் பிரிவில் செய்யப்பட்ட திருத்தத்தின் ஊடாக ஆர்ப்பாட்டம் இல்லாமல் விசாரணை உரிமையை மாநில அரசிடமிருந்து மத்திய அரசு கைப்பற்றிக்கொள்கிறது. மாநிலக் காவல்துறை இயக்குனரிடம் *(DGP)* அனுமதி பெறாமல் இப்போது *NIA* இயக்குனரிடம் அனுமதி பெற்றால் போதுமானது. மொத்தத்தில் மாநில அளவில் எந்த அனுமதியும் இல்லாமலேயே மத்திய அரசு நிறுவனங்கள் மூலமாக இப்போது காரியங்கள் நிறைவேற்றப்படுகின்றன.

ஆறு

ஒரு உண்மைக் கதை: இம்ரானின் அனுபவங்கள் எவருக்கும் வரவேண்டாம்

மார்ச் 06, 2014

இன்று முழுவதும் டெல்லியில் *UAPA* சட்டத்திற்கு எதிரான *NCHRO* மாநாடு. மாலைக் கருத்தரங்கில் சுமார் *5000* பேர் கலந்துகொண்டனர். ஏகப்பட்ட தலைவர்கள் இந்தக் கொடூர சட்டத்திற்கு எதிராகக் கண்டன உரையாற்றினர்.

காலையில் இச்சட்டத்தால் பாதிக்கப்பட்டவர்களுடன் ஒரு உரையாடல் நடைபெற்றது. நானும் மகாராஷ்டிராவைச் சேர்ந்த வழக்குரைஞர் ஒய்.கே. ஷபானாவும் ஒரு 'பேனலில்' இருந்தோம். மூன்று மணி நேரத்தில் இந்தச் சட்டத்தால் பாதிக்கப்பட்ட நால்வரின் சோக அனுபவங்களுக்குக் காது கொடுக்க முடிந்தது.

ஒவ்வொன்றும் இங்கே உங்களுடன் பகிர்ந்து கொள்ள வேண்டிய நெஞ்சை உருக்கும் அனுபவங்கள்தான். ஒன்றை மட்டும் இங்கே பதிகிறேன்.

என் பேனலின் முன் தம் அனுபவங்களைப் பகிர்ந்து கொள்ள வந்தவர்களில் சென்ற வாரம் ஹைதராபாத்தில் சந்தித்த அந்த அழகிய இளைஞனை மீண்டும் பார்த்தபோது ஒரு கணம் துணுக்குற்றேன், ஆவலுற்றேன். ஓடிச்சென்று அவன் கைகளைப் பற்றிக்கொண்டேன்.

சென்ற மாதம் ஹைதராபாத்தில் . இதே *UAPA* சட்டத்திற்கெதிரான அரங்கக் கூட்டம் ஒன்றிற்கு வந்திருந்தவர்களில் அவனும் ஒருவன். அவன், இவன் எனக் குறிப்பிடுவதை மரியாதைக் குறைவால் அல்ல. அன்பின் மிகுதியும் அப்படி விளிப்பதில் முடியும்தானே.

யாரோ சொன்னார்கள். ஹைதராபாத் மக்கா மசூதி வழக்கில் பொய்யாய்க் குற்றம் சாட்டப்பட்டுக் கடுஞ் சித்திரவதைகளையும், பல மாதச் சிறையையும் அனுபவித்து இறுதியில் குற்றமற்றவன் என விடுதலை செய்யப்பட்டவன், பெயர் இம்ரான் என்றார்கள். அப்போதும் அவன் கைகளைப் பற்றிக்கொண்டு மவுனமாக இருக்கத்தான் முடிந்தது.

கொஞ்சம் பேச வேண்டும் என்றேன். அவனுக்கு ஏதோ அவசரம். நான் தங்கியுள்ள அறைக்கு மாலை வருகிறேன் எனச் சொன்னான். அவன் சரியாகத்தான் வந்தான், நான்தான் அப்போது அறையில் இல்லை. அன்று ஹைதராபாத்தில் விரிவாகப் பேசமுடியவில்லையே என ஏமாற்றம் அடைந்திருந்த எனக்கு இன்று டெல்லியில் அவனைப் பார்த்தபோது இரட்டிப்பு மகிழ்ச்சி.

எனது பேனலின் முன் முதலாவதாக வந்து தன் அனுபவங்களைப் பகிர்ந்து கொண்டவர் ஒரு ராஜஸ்தான் மாநிலத்தவர். ஐந்து பிள்ளைகள். ஒரு பள்ளி நடத்துகிறார். ஆயுதங்களுடனும் ஆபாசமான முழக்கங்களுடனும் பஜ்ரங்தள் ஊர்வலம்

ஒன்று நடந்தபோது அப்படி ஆபாசமாக முழக்கமிடுவதை எதிர்த்துள்ளார். கைது, சித்திரவதை, *UAPA* சட்டம் என நீண்ட நாள் சிறைவாசத்திற்குப் பின் குற்றமற்றவர் என விடுதலையானவர். பெயர் முகம்மது ஹனீஃப்.

அவர் சென்றவுடன் நான் இம்ரானை அழைத்தேன்.

★★★

பெயர்: சையத் இம்ரான் கான். வயது 30 (இப்போது). கல்வி: பி.டெக் (கம்ப்யூட்டர் சயன்ஸ்). வேலை: ICICCI வங்கி (அப்போது).

அப்பா ஒரு மத்திய அரசு ஊழியர் (அப்போது). ஒரு தம்பி, ஒரு தங்கை. ஊர்: செகந்தராபாத்தில் போன்பள்ளி.

சுவாமி அசீமானந்தாவின் இப்போதைய வாக்குமூலம், 2007 மக்கா மசூதி குண்டு வெடிப்பு இந்துத்துவவாதிகளின் சதி என்பதை இன்று உறுதிப்படுத்தியுள்ளது. ஆனால் அன்று அந்தத் தாக்குதல் நடந்தபோது முஸ்லிம் தீவிரவாதிகள், லக்ஷர் ஏ தொய்பா, பாகிஸ்தானில் பயிற்சி, இந்திய முஜாஹிதீன் என்கிற அளவில் பேசப்பட்டது. ஊடகங்கள் அப்படியே செய்திகள் பரப்பின. முஸ்லிம் இளைஞர்கள் பலர் சுற்றி வளைக்கப்பட்டார்கள், கைது செய்யப்பட்டார்கள், சித்திரவதை செய்யப்பட்டார்கள், சிறையில் அடைக்கப்பட்டார்கள். அவர்களில் ஒருவன்தான் இம்ரான்.

மக்கா மசூதி குண்டு வெடிப்பிற்கு (25, மே, 2007) எட்டு நாளைக்குப் பின் சுமார் 200 பேர் கொண்ட ஒரு போலீஸ் படை இம்ரானின் வீட்டைச் சுற்றிக் கொண்டது. நாலைந்து போலீஸ் வேன்கள், கொஞ்சம் ஊடகக்காரர்கள் சகிதம் அந்தப் படையெடுப்பு நடந்துள்ளது..

என்ன காரணம் என அவனிடமோ இல்லை பெற்றோர்களிடமோ சொல்லாமல், சும்மா ஒரு விசாரணை, போலீஸ் ஸ்டேஷன் வரை வந்துவிட்டுப் போ என அவன் அழைக்கப்பட்டுள்ளான்.

வேனில் ஏறுமுன் கறுப்புத் துணியால் ஆக்கப்பட்ட ஒரு பையால் தன் முகம் மூடப்பட்டபோதுதான் இம்ரானால் அதிர்ச்சியைத் தாங்கமுடியவில்லை.

பிள்ளையை அத்தனை காமரா வெளிச்சங்களுக்கும் மத்தியில் இப்படி முகத்தைக் கறுப்புத் துணியால் மூடி போலீஸ் வேனில் ஏற்றியதைப் பார்த்திருந்த அவனது பெற்றோருக்கும் உடன்பிறந்தார்களுக்கும் எப்படி இருந்திருக்கும் என ஒரு கணம் நினைத்துப் பார்த்தேன்.

கறுப்புத் துணி விரித்த இருளின் ஊடாக எங்கோ இழுத்துச் சென்று ஒரு பண்ணை வீட்டில் அடுத்த பத்து நாட்கள் சட்ட விரோதக் காவல்.

தினசரி அடி. மின்சார ஷாக்குகள்...

தினம் இரண்டு மணி நேரம் மட்டுமே தூங்க அநுமதி. அசந்து தூக்கம் கண்களைச் சுழற்றினால் இமைகளில் க்ளிப் போட்டுக் கண்களை மூட விடாது செய்து தூக்கத்தை விரட்டுதல்...

இம்ரானிடம் அவனுக்கு விளங்காத பல கேள்விகள், அவனுக்குத் தெரிந்திராத பெயர்களைச் சொல்லி விவரங்கள் கேட்டுத்தான் இத்தனை சித்திரவதைகளும்.

“லக்‌ஷர் ஏ தொய்பாவுடன் உனக்கு எத்தனை நாளாகத் தொடர்பு?”

“பயிற்சிக்காக பாகிஸ்தானுக்கு நீ என்னென்ன தேதிகளில் சென்றிருந்தாய்...”

“தெரியாதா? அடேய் என்ன சொல்கிறாய்..? நீ இப்படிக் கேட்டால் சொல்வாயா?”

“சொல்லமாட்டாயா? சொல்லமாட்டாயா? இப்ப சொல்லுடா, சொல்லுடா, சொல்லுடா...”

★★★

இரண்டுமுறை இம்ரானுக்கு நார்கோ அனாலிசிஸ் செய்துள்ளனர். இன்று அந்த “உண்மை அறியும் சோதனை”, நிரந்தர மூளை ஊனத்தை ஏற்படுத்திவிடக்கூடும் எனத் தடை செய்யப்பட்டுள்ளது. இது குறித்து நான் விரிவாக அன்று இதழ்களில் எழுதியுள்ளேன். எனது ‘நெருக்கடிநிலை உலகம்’ தொகுப்பிலும் உள்ளது. இது தொடர்பான பெரும் போராட்டங்களுக்கும் நீதிமன்றக் கண்டனங்களுக்கும் பின்தான் இன்று அந்தச் சோதனைக்குத் தடை விதிக்கப்பட்டுள்ளது.

அவனுக்கு நார்கோ சோதனை செய்த டாக்டர் மாலினி கிறிஸ்தவ கன்னியாஸ்திரி அபயா கொலையில் (1992) குற்றவாளிகளைக் காப்பாற்ற பொய்யான டெஸ்ட் ரிசல்ட் எழுதியதால் சி.பி.ஐ அதிகாரிகளால் குற்றம் சாட்டப்பட்டவர். புகழ் பெற்ற ஆருஷி வழக்கிலும் போலீசிடம் லஞ்சம் பெற்றுப் பொய் சர்டிஃபிகேட்டுகள் கொடுத்தவர் என்கிற குற்றச்சாட்டும் அவர் மீது உண்டு. 2009ல் தன் பிறந்த நாளை மாற்றி பொய் சர்டிஃபிக்ட் கொடுத்து ஏமாற்றிய குற்றத்திற்காகப் பணி நீக்கம் செய்யப்பட்ட புகழுக்கும் உரியவர் அவர்.

“லேடி போரிங் ஹாஸ்பிடலுக்கு நார்கோ சோதனைக்காக அழைச்சிட்டுப் போய் உட்கார வச்சிருந்தாங்க. அப்போ T9 டி.வி.யில என் படத்தைக் காட்டி என்னமோ சொல்லிட்டு இருந்தாங்க. நான் பதட்டமாயி அங்கே இருந்த நர்ஸ்கிட்ட என்ன சொல்றாங்கன்னு கேட்டேன்.

“அது, நீ ஒரு பயங்கரவாதி, நார்கோ டெஸ்ட்ல எல்லாத்தையும் நீ ஒத்துக்கிட்டன்னு சொல்றாங்க’... அப்டீன்னு அந்த நர்ஸ் சொன்னாங்க.”

எனக்கு வியப்பு.

“என்ன இம்ரான், டெஸ்ட் பண்றதுக்கு முன்னாடியே அப்படி நியூஸ் வெளியிட்டாங்களா என்ன..?”

“ஆமா சார்...”

★★★

மொத்தம் 17 மாதங்கள், 24 நாட்கள் சிறைவாசம். இதில் 10 நாட்கள் சட்டவிரோதப் போலீஸ் காவல்; 15 நாட்கள் சட்டபூர்வக் காவல்.

“சட்டவிரோதமாகக் காவலில் வச்சிருந்ததை நீங்க நீதிமன்றத்தில் சொல்லலியா இம்ரான்?”

“இல்லை. கோர்ட்டுக்குக் கொண்டுபோன அன்னைக்குத்தான் போலீஸ் ஸ்டேஷனுக்கு வந்தபோது கைது செஞ்சதா நீதிபதியிடம் ஒத்துக்கொண்டால் உடனே விட்டர்றதா சொன்னாங்க. விட்டுடுவாங்கன்னு சொன்னதால நானும் அப்படியே சொன்னேன்.”

நீதிமன்றக் காவலில் இருந்தபோதும் கூட, முதல் ஆறு மாதம் தனி செல்லில்தான் வைத்திருந்திருக்கின்றனர். ஆறு மாதத்திற்குப் பின் வழக்கு விசாரணை கர்நாடகப் போலீசிடமிருந்து சி.பி.அய்க்கு மாற்றப்பட்ட பிறகு சிறைக்குள் தனிக் கொட்டடி என்கிற நிலை தளர்த்தப்பட்டுள்ளது.

★★★

ஹைதராபாத்தில் ஒரு அற்புதமான மனித நேய வழக்குரைஞர். பெயர் முஸாபருல்லாஹ் கான். இப்படியான பொய் வழக்குகளில் குற்றம் சாட்டப்பட்டவர்களுக்கு மிக்க தைரியமாகவும், இலவசமாகவும் வழக்காடும் மனிதருள் மாணிக்கம். அவர்தான் இம்ரானுக்காகவும், அவன் மீது தொடுக்கப்பட்ட UAPA மற்றும் இ.த.ச 120 ஏ, 144, 143, வெடிமருந்துச் சட்டம், பண மாற்றீடுக் குற்றச்சாட்டு முதலான எல்லா வழக்குகளிலும் சட்ட உதவி செய்துள்ளார்.

வழக்குரைஞர் முஸாபருல்லாவைப் பற்றிச் சொல்லும்போது இம்ரானின் குரல் கம்மியது.

★★★

சி.பி.ஐ. இறுதியாக இம்ரானை அனைத்து வழக்குகளிலிருந்தும்

விடுதலை செய்து *Clean chit* கொடுத்தது. ஆந்திர போலீஸ் அவன் மீது வீண்வழக்குப் போட்டதாக அறிக்கை அளித்தது.

பதினேழு மாதங்கள் 24 நாட்களுக்குப் பின் அவன் வீட்டுக்கு வந்தான்; அவனது வாழ்க்கையில் 17 மாதங்களும் 24 நாட்களும் மட்டுமல்ல, அவனது ICICCI வங்கி வேலை... இன்னும் என்னென்னவற்றையோ அவன் இழந்தான்.

அவன் தந்தை வி.ஆர்.எஸ் கொடுத்து அரசு வேலையிலிருந்து விலகினார். அவனது தங்கைக்கு இன்னும் திருமணம் ஆகவில்லை. பயங்கரவாதியின் குடும்பம்.

"எனக்கும் கூடத்தான் ஒரு நல்ல வாழ்க்கைத்துணை கிடைக்க மாட்டேன் என்கிறது.."

★★★

மழை விட்டும் தூவானம் விடவில்லை என்பதுபோல. சி.பி.ஐ. க்ளீன் சிட் கொடுத்தபின்னும் கூட மோடியின் குஜராத் போலீஸ் ஏதோ விசாரணை என இம்ரானை அழைத்துச்செல்ல முயன்றுள்ளது. பதறிப்போன இம்ரான் ஹைதராபாத் போலீஸ் கமிஷனரிடம் ஓடியுள்ளான். கவலைப்படாதே உன்னை குஜராத் போலீஸ் கைது செய்யவோ, அழைத்துச்செல்லவோ அனுமதிக்க மாட்டோம் எனச் சொல்லி அனுப்பியுள்ளார்.

இப்போது நிலைமை எப்படி இம்ரான் எனக் கேட்டேன்.

"இப்போதும் கூட அப்பப்ப போலீஸ், உளவுத் துறை வந்து ஏதாவது விசாரிச்சிட்டுத்தான் இருக்கிறாங்க."

"இப்ப என்ன வேலைல இருக்கீங்க?"

சிரித்தான் இம்ரான்.

"ஒரு இன்டிபென்டன்ட் ரிசர்ச்சரா ஒரு கார்பொரேட் நிறுவனத்தில வேல செஞ்சிட்டிருந்தேன், சில நாட்கள் முன்னாடி என்னோட படத்தோட கூகிள்ல யாரோ இதை

எல்லாம் போட்டிருந்தாங்க. இப்ப அந்த நிறுவனம் என்ன வேலய விட்டு நிறுத்திட்டு.”

எங்கள் பேனலுக்கு முன் வருபவர்களுக்கு ஆங்கிலத்தில் பேச வருமானால் நான் கேள்விகளைக் கேட்பது எனவும், உருது அல்லது இந்தியில் மட்டுமே பேசக்கூடியவர்களானால் வழக்குரைஞர் ஷபானா கேட்பது எனவும் எங்களுக்குள் ஒப்பந்தம். இம்ரான் மிக அழகான ஆங்கிலத்தில் என்னிடம் பேசிக் கொண்டிருந்தான். அவன் விடை பெற்றபோது அமைதியாகக் கவனித்துக் கொண்டிருந்த ஷபானாவின் கண்கள் கலங்கி இருந்தன. குரல் கம்மியியிருந்தது.

2012ல் பிரகாஷ் காரட் உள்ளிட்ட மார்க்சிஸ்ட் கட்சியின் மூத்த தலைவர்கள், இப்படிப் பல ஆண்டுகள் சிறைகளில் அடைபட்டிருந்து இறுதியில் அப்பாவிகள் என விடுதலை செய்யப்பட்டு வாழ்வை இழந்த 22 முஸ்லிம் இளைஞர்களின் பட்டியல் ஒன்றைக் கொண்டு சென்று அப்போதைய குடியரசுத் தலைவர் பிரணாப் முகர்ஜியிடம் தந்து நீதி கேட்டனர். சுமார் 20 ஆண்டுகள் வரையில் சிறைகளில் இருந்து இறுதியில் குற்றமற்றவர் என விடுதலை ஆவது என்றால் அதன் பெயர் என்ன?

இந்த அரச அநீதிக்கு என்னதான் தீர்வு? வேக விசாரணை நீதிமன்றங்கள், குற்றம் நிரூபிக்கப்படாமல் விடுதலை ஆகிறவர்களுக்கு வேலைவாய்ப்பு உள்ளிட்ட மறுவாழ்வுத் திட்டங்கள், இழப்பீடுகள் அளித்தல், பொய் வழக்குப் பதிவு செய்தமை குறித்த விசாரணைகள் முதலான மாற்றுகளையும் காரட் தலைமையில் சென்ற குழு முன்வைத்தது. அமைச்சர் சுஷில்குமார் ஷிண்டேயும் வாய்திறந்து ஏதோ சொன்னார். ஆனால் எதிர்பார்த்ததுபோல ஒன்றும் நடக்கவில்லை. மார்க்சிஸ்ட் கட்சியும் அதற்குப் பின் அந்தத் திசையில் ஏதும் செய்ததாகத் தெரியவில்லை.

2013 மார்ச்சில் ஒரு ஒரு வியக்கவைக்கும் செய்தி நம் கண்ணில் பட்டது. ராஜஸ்தான் உயர் நீதிமன்றம் ஒரு நல்ல தீர்ப்பை

முன்வைத்தது. ரஷித் உசேன் என ஒரு இளம் பொறியாளர். இப்படியான ஒரு பொய் வழக்கில் விசாரிக்கப்பட்டு வேலை இழந்தவர். அவருக்கு இலட்ச ரூ இழப்பீடு அளிக்க வேண்டும் என உத்தரவிட்டு, இன்ஃபோசிஸ் நிறுவனமும் அதைத் தந்தது. இது விதி அல்ல. இது ஒரு விதிவிலக்கு. அநீதியாகத் தண்டிக்கப்பட்ட முஸ்லிம்கள் எல்லோருக்கும் இப்படியான நீதி கிடைத்துவிடுவதில்லை. சென்ற மார்ச் 01, 2019 தேதிய நாளிதழ்களிலும் *Scroll.in* உள்ளிட்ட இணைய ஏடுகளிலும் ஒரு செய்தி. 25 முஸ்லிம் இளைஞர்கள் குற்றமற்றவர்கள் என விடுதலை செய்யப்பட்டனர். பாபர் மசூதி தீர்ப்பிற்கு எதிராகப் பழிவாங்குவதற்கான பயங்கரவாதப் பயிற்சி மேற்கொண்டதாக அவர்கள் மீது பொய்க் குற்றச்சாட்டு. நமது நீதிமன்றங்கள் பெருந்தன்மை காட்டிய இன்னொரு வழக்கு இது.

குற்றவாளிகளை விசாரிக்கக் கூடாது என்றோ, குற்றம் நிறுவப்பட்டவர்களைத் தண்டிக்கக் கூடாது என்றோ யாரும் சொல்வதில்லை. சொல்லவும் முடியாது. ஆனால் ஏதேனும் ஒரு மக்கள் சமூகத்தைச் சந்தேகத்துக்குரிய சமூகமாகக் கட்டமைத்து இலக்காக்குவது ஆகாது. இங்கு நீதி கிடைக்காது என்கிற எண்ணம் எந்தத் தரப்பினர் மத்தியிலும் ஏற்படுவது ஒட்டுமொத்தச் சமூகத்திற்கும் உகந்ததல்ல.

1.6

NIA மற்றும் POHA சட்டங்களில் செய்துள்ள ஆபத்தான திருத்தங்கள்

NIA சட்டத் திருத்தங்கள்

(i) பறிபோகும் மாநில உரிமைகள்

தேசியப் புலனாய்வு முகமைச் சட்டம் (NIA) என்பது 2008 இல் உருவாக்கப்பட்டது. உலகளாவிய பயங்கரவாதம் என்கிற கருத்தாக்கத்தின் பின்னணியில் பிற நாடுகளை ஒட்டி இந்தியாவிலும் இது உருவாக்கப்படுவதாக அன்றைய காங்கிரஸ் தலைமையிலான UPA அரசு இதற்குக் காரணம் கூறியது. மத்திய அரசின் கட்டுப்பாட்டில் உள்ள இந்தச் சிறப்புப் புலனாய்வு முகமை தேசியப் பாதுகாப்பைப் பாதிக்கும் நடவடிக்கைகளையும், மத்திய அரசின் கட்டுப்பாட்டில் உள்ள நிறுவனங்கள் மீது மேற்கொள்ளப்படும் தாக்குதல் மற்றும் பாதிப்புகளையும் விசாரிக்கும் நிறுவனமாக அறிவிக்கப்பட்டது.

குற்றச் செயல் எங்கு நடக்கிறது என்பதற்கு அப்பால் இந்தியத் துணைக் கண்டத்தில் எங்கு நடந்தாலும் அதை மாநில அரசுகளின் சிறப்பு அனுமதிகள் ஏதுமின்றி விசாரிக்கும் உரிமையை மத்திய அரசு இதன்மூலம் எடுத்துக் கொண்டது. பயங்கரவாதக் குற்றங்கள் அணு ஆற்றல் தொடர்பான நிறுவனங்கள் மீது போர்த் தாக்குதல்களை மேற்கொள்ளுதல் முதலான குற்ற விசாரணைகள் இதன் மூலம் மத்திய அரசுக்குப் போயின. குற்றச் செயல்கள் சாதாரணமானவை, எனவும் தேசத்திற்கு எதிரானவை எனவும் ஒரு வகைப்பாடும் இதன் மூலம் உருவாக்கப்பட்டது.

2014க்குப் பின் இங்கு மோடி தலைமையில் பா.ஜ.க அரசு உருவாகி 2019 இல் அது இரண்டாம் முறையாகத் தொடர்ந்து மத்தியில் ஆட்சியைக் கைப்பற்றிய போது உள்துறை அமைச்சராக அமர்ந்த அமித் ஷா உடனடியாக இச்சட்டத்தில் சர்ச்சைக்குரிய முக்கிய திருத்தங்கள் சிலவற்றைச் செய்தார். பொது ஒழுங்கை நிலைநாட்டல், காவல்துறையின் மீதான கட்டுப்பாடு ஆகியன மாநில அரசின் உரிமைகள் என்கிற அடிப்படைக் கருத்து இதன் ஊடாகப் பெரிய அளவில் மாற்றமடைந்தது. அமித்ஷா அறிவித்த இந்த மாற்றங்களின் ஊடாக ஆட்கடத்தல்கள் *(Human Trafficking)* பற்றிய குற்றச்சாட்டுகள், வெடிமருந்துப் பொருள் சட்டத்தின் கீழ் வரும் குற்றங்கள் *(Offences under the Explosives Act)*, மேலும் சில ஆயுதச் சட்டம் *(Arms Act)* முதலியன இப்போது இந்தத் திருத்தப்பட்ட NIA சட்டத்தின் ஊடாக மத்திய அரசின் அதிகாரத்திற்குள் கொண்டுவரப்பட்டுள்ளன. மத்திய அரசின் கீழ் இவை கொண்டுவரப்பட்டால்தான் பயங்கரவாத நடவடிக்கைகளைக் கட்டுப்படுத்த முடியும் என்பதற்கு எந்தத் தெளிவான காரணமும் இல்லை. வெடி மருந்துகள் பயன்படுத்தப்படும் எல்லாக் குற்றங்களும் அல்லது ஆயுதச் சட்டத்தின் கீழ் வரும் குற்றச் செயல்கள் அனைத்தும் தேசப் பாதுகாப்பைப் பாதிக்கும் எனச் சொல்வதற்கு எந்தக் காரணமோ நியாயங்களோ இல்லை. மாநில அரசே இவற்றைத் திறம்படச் செய்ய முடியும். தவிரவும் பயங்கரவாதம் தொடர்பானதாக இருந்தால் அப்படியான குற்ற விசாரணைகளை NIA எடுத்துக்

கொள்வதற்கு ஏற்கனவே இருந்த *NIA* சட்டத்திலும் வழி இருந்தது. எனவே இந்தப் புதிய சட்டத் திருத்தங்களுக்கு எந்தத் தேவையும் இல்லை.

பொது ஒழுங்கு தொடர்பான சாதாரணக் குற்றங்களிலேயே மாநில அரசுகளை மீறி மத்திய அரசு தன் அதிகாரத்தை நுழைப்பதற்கும் பீமா கொரேகான் போன்ற நிகழ்வுகளில் தலையை நுழைத்து அப்பாவிச் சிந்தனையாளர்கள், அறிவாளர்கள் எல்லோரையும் கொடும் சட்டப் பிரிவுகளின் கீழ் சிறையில் அடைத்துப் பழிவாங்கும் நோக்கிலும் மட்டுமே இந்தத் திருத்தங்கள் செய்யப்பட்டுள்ளன என்பது எல்லோரும் அறிந்த இரகசியங்கள்தான்.

அது மட்டுமல்ல இந்தியக் குடிமக்கள் மற்றும் இந்திய நலன்களுக்கு எதிரான செயல்பாடுகள் ஆகியவற்றையும் *NIA* தன் கட்டுப்பாட்டுக்குள் எடுத்துக் கொள்ளலாம் என இச்சட்டத் திருத்தத்தில் கூறப்பட்டுள்ளது தெளிவாக இல்லை எனவும், இது மத்திய அரசால் தவறாகப் பயன்படுத்தப் படுவதற்கு ஏதுவாகும் எனவும் சட்ட வல்லுனர்கள் கருத்துத் தெரிவிக்கின்றனர். தெளிவான வரையறை அற்ற குற்றச் சாட்டுகள் இப்படியான சதிகளுக்கே பயன்படும். வழக்கம்போல இந்திய நலனுக்கு எதிரானது எனச் சொல்லி வழக்கம்போல மாற்றுக் கருத்தாளர்களைச் சிறையில் தள்ளிப் பழிதீர்க்கவே அமித்ஷாவின் இந்தத் திருத்தங்கள் ஏதுவாகும்.

NIA சட்டத்தில் கொண்டுவந்துள்ள இந்தத் திருத்தங்கள் ஏற்கனவே *UAPA* சட்டத்தில் கொண்டுவந்துள்ள திருத்தங்களுடன் இணையும்போது இந்திய ஜனநாயகம் என்பது முழுமையாகப் பொருளற்றதாக ஆகும் என்பதை இப்போது நடைமுறையில் நாம் பார்க்கிறோம்.

Ref: Kunal Ambasta, | NIA amendment bill infringes upon state authority, must be reconsidered, Indian Express, July 26, 2019

(ii) வெளிநாட்டில் செய்யப்படும் குற்றங்களை விசாரிப்பது நடைமுறைச் சாத்தியமா?

இது ஒரு மிகப் பெரிய கேள்விக்குறி. 26/11 எனப்படும் மும்பைத் தாக்குதலை ஒட்டி 2008 ல் 'தேசியப் புலனாய்வு முகமை' (NIA) உருவாக்கப்பட்டபோது இந்தச் சட்டத்தின் மூலம் எல்லாவற்றையும் மத்தியில் குவிக்கும் போக்கு அதில் தீவிரமாக வெளிப்படுவதாக விமர்சிக்கப்பட்டது. அதற்கு ஆதரவாக இருந்தவர்கள் இந்த ஐயத்தையும் விமர்சனத்தையும் மிக எளிதாக 'டிஸ்மிஸ்' பண்ணினார்கள். 26/11 மாதிரி இன்னொரு தாக்குதல் ஏற்பட்டால் ஒவ்வொன்றுக்கும் மாநில அரசு அனுமதி அது இது என சிவப்பு நாடா இடைஞ்சல்களை எல்லாம் தாண்டி வந்து நடவடிக்கை எடுக்கக் காத்திருக்க முடியுமா என்பதுதான் அவர்கள் முன்வைத்த வாதம். விரைவான புலன் விசாரணைக்கு NIA வேண்டும் என அவர்கள் உரத்துக் கூவினர். அது உருவாக்கப்பட்டது முதல் NIA வெடிகுண்டுத் தாக்குதலுக்குப் பின்னணியாக இருக்கும் "பயங்கரவாத நிதி உதவி" (terror funding) மற்றும் "பயங்கரவாதக் குழுக்கள்" குறித்த புலன் விசாரணைகளிலேயே அது கவனம் கொண்டிருந்தது. NIA சட்டத்தைப் பொறுத்தமட்டில் அதற்குக் கைது செய்யும் அதிகாரம் கிடையாது. NIA அமைப்பு புலன் விசாரணை செய்யுமே ஒழிய கைது செய்யும் அதிகாரம் காவல்துறையிடமே இருந்தது. அதே போல NIA வுக்கு பயங்கரவாத நடவடிக்கைகளைத் தடுக்கும் அதிகாரமும் கிடையாது. NIA சட்ட இணைப்பில் கொடுக்கப்பட்ட குற்றங்களைப் புலனாய்வு செய்து வழக்கை நடத்துவது மட்டுமே அதன் பணி.

இப்போது NIA சட்டத் திருத்தத்தில் வெளிப்படும் ஒரு சுவையான அம்சம் என்னவெனில், இப்போதுள்ள அரசின் ஆதர்சங்களான இஸ்ரேல் மற்றும் அமெரிக்க பாணியில் எல்லாவற்றையும் செய்ய வேண்டும் என்பதுதான். அங்குள்ள புலன் விசாரணை முறையை அப்படியே இங்கு காப்பி அடிக்க வேண்டுமானால் அதற்குரிய வகையில் இங்கு அகக் கட்டுமானங்கள் இருக்க வேண்டுமே என்கிற சிந்தனை இவர்களுக்குக் கிடையாது.

எடுத்துக்காட்டாக ஒன்று. எங்கெல்லாம் இந்தச் சட்டம் செயல்படுத்தப்படும் என்பதை இச்சட்டத்தின் பிரிவு 1 (section 1) வரையறுக்கிறது. இதில் கூடுதலாக ஒரு கூறை இப்போது சேர்க்கிறார்கள். அதன்படி, "பட்டியலிலுள்ள குற்றம் ஒன்றைச் செய்பவர் அவர் இந்தியாவுக்கு அப்பால் இருந்து குற்றத்தைச் செய்த போதிலும் அக்குற்றம் இந்தியாவைப் பாதிக்கும் அல்லது இந்தியர்களைப் பாதிக்கும் என்கிறபோது அங்கும் இச் சட்டம் பயன்படுத்தப்படும்."

இன்னொரு நாட்டில் குற்றம் நடந்தால் அதையும் விசாரிக்கும் அதிகாரம் உள்ள சட்டம் நம்மிடம் இருந்தால் மட்டும் போதுமா? அதற்கு உரிய அனுமதியையும் உதவிகளையும் அந்த நாடு அளிக்குமா? அதுவும் நல்ல உறவு இல்லாத நாடுகளில் இதெல்லாம் சாத்தியமா? அப்படிக் குற்றம் செய்தவர்களை அந்த நாடே பிடித்துக் கொடுக்காத நிலையில் நாம் போய் அதைச் செய்துவிட முடியுமா? அவர்களே பிடித்துக் கொடுத்தார்கள் என்றால் பிறகு இப்படி ஒரு சட்டம் எதற்கு? இதெல்லாம் நடக்கிற காரியமா?

NIA சட்டத்தில் இப்போது செய்யப்படும் இன்னொரு திருத்தம் 11ம் பிரிவில் உள்ள (3) லிருந்து (7) வரைக்குமான உட் பிரிவுகள் இனி செல்லாது. இந்தப் பிரிவுகள் என்ன சொல்கின்றன? ஏன் இப்போது மோடி அரசு அவற்றை நீக்குகிறது? தற்போது உள்ள NIA சட்டப் பிரிவுகளின்படி. புலன் விசாரணை முடிந்து வழக்கு விசாரணை தொடங்கும்போது அவ்வப் பகுதி மாநில உயர் நீதிமன்றத் தலைமை நீதிபதிகளின் பரிந்துரையின்படி சிறப்பு நீதிமன்றத்திற்கான நீதிபதிகளை மத்திய அரசு நியமிக்கும். இதை இப்போது மோடி அரசு மாற்றுகிறது. எப்படி? இனி சிறப்பு நீதிமன்றங்கள் அமைக்கப்படாமல் இப்போதுள்ள செஷன்ஸ் கோர்ட்களே இந்த NIA வழக்குகளையும் விசாரிக்குமாம். இது ஏற்கனவே வழக்குச் சுமைகளால் கூன் விழுந்து கிடக்கும் நீதித்துறையை மேலும் பிரச்சினைக்குள்ளாக்கும்.

(iii): மாலிமத் மற்றும் மாதவ மேனன் குழு அறிக்கைகள் ஜனநாயக மற்றும் கூட்டாட்சி அடிப்படைகளுக்குக் கேடு

முதலில் இந்த NIA எனப்படும் 'தேசியப் புலனாய்வு முகமை' (National Investigation Agency - NIA) உருவாக்கப்பட்ட வரலாற்றைப் பார்க்கலாம். 2008 மே 13 அன்று ஜெய்பூரில் சுமார் 50 நிமிடங்கள் நடந்த ஒரு தொடர் வெடிகுண்டுத் தாக்குதலில் 63 பேர்கள் கொல்லப்பட்டனர். 70க்கும் மேற்பட்டோர் காயமடைந்தனர்.

இந்தக் கொடூரமான பயங்கரவாதத் தாக்குதலை ஒட்டி அப்போது காங்கிரஸ், பா.ஜ.க இரண்டின் எதிர்வினைகளும் ஒரே மாதிரியாகத்தான் இருந்தன. 'பொடா' சட்டத்தைத் திரும்பக் கொண்டுவர வேண்டும் என்றார் பிரதமர் மன்மோகன் சிங். கூட்டறிவுப் புலனாய்வு முகமை (Federal Investigation Agency- FIA) ஒன்று உருவாக்கப்பட வேண்டும் எனும் கருத்தை முன்வைத்தார் அத்வானி. அதனூடாக "கூட்டாட்சி அளவிலான குற்றம் (Federal Crime) ஒன்றை வரையறுப்பதற்கும் பயங்கரவாதம் மற்றும் இந்த 'வெள்ளைக் காலர் குற்றங்களை' (White Collar Crimes) முடிவுக்குக் கொண்டுவருவதற்குமான காலம் வந்துவிட்டது" என்றும் அவர் கூறினார்.

தொடர்ந்து அமெரிக்க பாணியிலான இப்படியான கூட்டரசுப் புலனாய்வு முகமை குறித்துப் பலரும் பேசத் தொடங்கினர். . அப்போது நடைபெற்ற முதலமைச்சர்கள் மாநாட்டில் அன்றைய உள்துறை அமைச்சர் சிவராஜ் படீல் இதை வற்புறுத்தினார். இந்தத் தாக்குதல் தொடர்பாக பாதுகாப்புக்கான அமைச்சரவைக் குழு முன் (Cabinet Security Committee) அறிக்கை அளித்த அன்றைய தேசியப் பாதுகாப்பு ஆலோசகர் எம்.கே.நாராயணன் புலனாய்வு அமைப்புகளுக்கிடையே போதிய ஒருங்கிணைப்பு இல்லாததன் விளைவே ஜெய்பூர் தாக்குதல் என்றார். மத்திய மாநில அரசுகளுக்கு இடையே இவ் விடயத்தில் உடனடி ஒற்றுமை காண வேண்டும் எனவும் கூறினார். அதாவது FIA ஒன்று அமைக்கவேண்டும் என்கிற கருத்தை மறைமுகமாக வைத்தார்.

பயங்கரவாதத்தை எதிர்கொள்வது என்கிற பெயரில் கடந்த இருபது ஆண்டுகளுக்கும் மேலாகவே தடா, பொடா போன்ற சட்டங்களில் உள்ள கூறுகளை சாதாரண விசாரணைச் சட்டங்களுக்குள்ளேயே கொண்டுவருவது எனப் பேசப்பட்டு வந்தது குறிப்பிடத்தக்கது. குற்ற நீதி அமைப்பில் *(Criminal Justice System)* சீர்திருத்தம் என்கிற வடிவில் இந்த ஆபத்தான கருத்துகள் முன்வைக்கப்பட்டு வந்தன. இந்தப் பின்னணியில்தான் இரண்டாம் உலகப் போரின் முடிவை ஒட்டி உருவான உலகளாவிய மனித உரிமைப் பிரகடனங்கள் முதலானவை மூலம் வெளிப்போந்த ஜனநாயக மலர்ச்சி என்பது 1990 களில் உருவான ஒரு துருவ உலகம் என்கிற கருத்தாக்கத்தின் ஊடாக மண்ணோடு மண்ணாகியது.

பா.ஜ.க தலைமையில் அமைந்த தேசிய ஜனநாயகக் கூட்டணி அரசால் (1999- 2004) காலகட்டத்தில் அமைக்கப்பட்ட மாலிமத் குழு அறிக்கை (2003) மற்றும் “குற்ற நீதிமுறை தொடர்பான புதிய தேசியக் கொள்கை” என்கிற பெயரில் காங்கிரஸ் ஆட்சிக் காலத்தில் உருவாக்கப்பட்ட மாதவ மேனன் குழு அறிக்கை (2007) இரண்டும் அதிகாரங்களை மையப்படுத்துவதை நோக்கிய பரிந்துரைகளை முன்வைத்தன.

இந்தக் குழுக்களின் ஆபத்தான சில பரிந்துரைகள் நம் கவனத்துக்குரியவை. பலரும் புரிந்து கொண்டிருப்பது போல இவை ஏதோ குற்றப்பத்திரிகை தாக்கல் செய்யப்படுவதற்கான காலத்தை அதிகரித்தல், குற்றம் சுமத்தப்பட்டவர்களை ‘போலீஸ் கஸ்டடி’யில் வைத்து விசாரிக்கும் நாட்களை அதிகப்படுத்துதல் என்பதோடு முடிந்து விடுவதல்ல. மாறாகக் குற்ற நீதிமுறையின் மிக அடிப்படையான நீதிவழங்குமுறை நெறிகளையே மாற்றி அமைக்கவேண்டும் என இவை பரிந்துரைத்தன. குற்ற நீதிமுறையின் அடிப்படை விசாரணை நெறிமுறைகளாக ஏற்றுக்கொள்ளப்பட்ட அறங்கள்:

1. குற்றம் ஐயத்திற்கிடமின்றி நிரூபிக்கப்படும் வரை குற்றம் சுமத்தப்பட்டவரைக் களங்கமற்றவராகக் கருத வேண்டும் *(Presumption of Innocence)* என்பது. நியாயமான ஐயங்களுக்கு

அப்பால் 'பிராசிகியூஷன்' குற்றத்தை நிறுவ வேண்டும்.. அவ்வாறு நிறுவப்படாத பட்சத்தில் சந்தேகத்தின் பலனை *(Benefit of doubt)* குற்றம் சுமத்தப்பட்டவருக்கு அளித்தல்.

2. குற்றம் சுமத்தப்பட்டவர் தன்னைக் குற்றத்தில் சிக்க வைத்துக் கொள்ளாமல் காத்துக் கொள்வதற்காக மௌனமாக இருக்கும் உரிமை.

3. குற்றத்தை நிறுவும் பணியைக் குற்றத்தைச் சுமத்தும் 'பிராசிகியூஷனின்' கடமை ஆக்குதல் *(burden of proof on the prosecution).*

குடிமக்களுக்கு அளிக்கப்பட்டுள்ள இந்த உரிமைகள் குற்றவாளிகளைத் தண்டிப்பதற்கும் நீதிவழங்குவதற்கும் எதிராக உள்ளன எனக் கூறும் இந்த மாலிமத் மற்றும் மாதவ மேனன் குழுக்கள், இதனடிப்படையில் மேற்கண்ட நீதியியல் நடைமுறைகள் தகர்க்கப்பட வேண்டும் என்கின்றன. இன்றைய சர்ச்சைக்குரிய நிரந்தரச் சட்டமான *UAPA* வில் இக்கூறுகள் படிப்படியாகக் கொண்டுவரும் நிலை தொடங்கியது.

மாதவமேனன் குழு முன்வைத்த "கூட்டரசு அளவிலான குற்றம்" *(Federal Crime)* என்பது குறித்துச் சிலவற்றை நாம் புரிந்துகொள்வது அவசியம். இன்னும் தீவிரமாக பயங்கரவாதத்தை எதிர்கொள்ள இது தேவை என அது கூறியது. பல்வேறு மாநிலங்களின் ஊடாகவும் செயல்படும் பயங்கரவாத வலைப்பின்னலை ஊடறுக்க இதுவே வழி என்றது. அரசியல் சட்டத்தில் உள்ள சிரமங்களை மீறி இன்னும் தீவிரமாக பயங்கரவாதத்தை எதிர்க்க இது தேவை என்றது.

"அரசியல் சட்டத்தில் உள்ள சிரமங்கள் என்றால் என்ன? சட்டம் ஒழுங்கு மாநில அரசின் கைகளில் இருப்பதுதான் அவர்கள் இதன் மூலம் பொருள்கொள்ளும் சிரமம். எனவே 'கூட்டரசு அளவிலான குற்றம்' அல்லது 'தேசிய அளவிலான குற்றம்' என்கிற பெயரில் மாநில அரசின் இந்த அதிகாரங்களை மத்திய அரசு எடுத்துக் கொள்ள

வேண்டும் என்பதுதான் இவர்கள் இறுதியாகச் சொல்வது. அரசியல் சட்டம் குடிமக்களுக்கு அளித்துள்ள உரிமைகளை இடைஞ்சலாகக் கருதும் அப்பட்டமான போலீஸ் புத்திதான் இதில் வெளிப்படுகிறது

காவல்துறை சீர்திருத்தத்திற்காக அமைக்கப்பட்ட வழக்குரைஞர் சோலி சொராப்ஜி குழுவும்கூட கூட்டரசுப் புலனாய்வு முகமை தேவை என்றது. முன்னாள் CBI இயக்குநர் ஜோகிந்தர் சிங், “1960 களின் முற்பகுதிவரை மத்தியிலும் மாநிலத்திலும் ஒரே கட்சி நிர்வாகம் இருந்தது. அதோடு அப்போது பயங்கரவாத ஆபத்தும் இல்லை. அப்படியான சூழலில் பிரிட்டிஷ் ஆட்சிக் காலத்தில் உருவாக்கப்பட்ட விசாரணைமுறை இன்று பொருந்தாது” என்றார். பயங்கரவாதிகளுக்குச் சாதகமான இப்படியான சூழலும், இப்படியான பயங்கரவாதச் சூழல் இல்லாத பிரிட்டிஷ் காலப் பழஞ் சட்டங்களும், பயிற்சியற்ற காவல்துறையும்தான் இன்றைய பயங்கரவாதத்திற்கான காரணம் என்றார்.

இப்படி இன்றைய பிரச்சினைகளுக்கெல்லாம் ஜனநாயக அடிப்படையிலான சட்டங்களையும் பயிற்சியற்ற காவல்துறையையும் காரணமாக முன்வைக்கும் இவர்கள் மறந்துகூட இன்றைய நெருக்கடிகள் மற்றும் அவற்றுக்குப் பின்னணியாக உள்ள உண்மையான பிரச்சினைகள் மற்றும் அவற்றுக்கான அரசியல் தீர்வுகளுக்கு அரசு அளிக்க வேண்டிய கவனம் மற்றும் முக்கியத்துவம் ஆகியவற்றைச் சுட்டிக் காட்டுவது இல்லை. எக்காரணம் கொண்டும் அரசியல் சட்ட அடிப்படைகளை மீற அரசுக்கும் படைகளுக்கும் உரிமை இல்லை என்பதையும் பேசுவதில்லை. புதிய வகைக் குற்றங்களை விசாரிக்கப் போலீசுக்குப் போதிய பயிற்சி இல்லை என்றால் போதிய பயிற்சிகளை அளிப்போம் என்று இவர்கள் சொல்லமாட்டார்கள். நீதி தாமதமாகிறது என்றால் நீதித்துறை காலி இடங்களைப் பூர்த்தி செய்வோம் என்றும் இவர்கள் பேசமாட்டார்கள். கொடிய ஆள்தூக்கிச் சட்டங்களை நிறைவேற்றி அரசியல் சட்ட உரிமைகளை

ஒழித்துக் கட்டுவது என்பதுதான் இவர்கள் முன்வைக்கும் ஒரே தீர்வு. பயங்கரவாதக் குற்றங்களைப் புலனாய்வு செய்வதில் மத்திய மாநில அரசுகளுக்கிடையே ஒற்றுமை இல்லை என இவர்கள் சொல்வதெல்லாம் படு அபத்தம். இன்று இந்தியாவில் உள்ள அரசியல் கட்சிகள் எதுவும் ஆட்சிக்கு வரும்போது சட்டம் ஒழுங்கை நிலைநாட்டுவதில் எதிர் எதிர்க் கட்சிகளாக இருந்தபோதிலும் பயங்கரவாதங்களை எதிர்கொள்வதில் மாநில அரசுகள் எதுவும் மத்திய அரசுகளுடன் ஒத்துழைக்காமல் இருந்ததில்லை. அப்பாவி மக்களைக் கொல்வதற்கும் கூடத் தயங்குவதில்லை என்பதற்கு காங்கிரசும் பா.ஜ.கவும் சேர்ந்துகொண்டு 'சல்வாஜுடும்' என்கிற ஒரு சட்டபூர்வக் கூலிப் படையைச் சட்டிஸ்கரில் உருவாக்கி, ”நக்சல்பாரிகளுக்கு ஆதரவாக உள்ளார்கள்” எனச் சொல்லிப் பழங்குடி மக்கள்மீது வன்முறைகளை மேற்கொண்டதை நீதிமன்றங்களே கண்டித்த வரலாறுகள் இங்குண்டு. அப்படியான வன்முறை ஒன்றை நாங்கள் நேரில் சென்று ஆய்வு செய்ததும், நிவாரணம் வழங்கியதும் உண்டு.

மாநில உரிமைகள் தேசப் பாதுகாப்பிற்குத் தடையாக உள்ளதாகச் சொல்வது கடுமையாகக் கண்டிக்கப்பட வேண்டிய ஒன்று. மாநில உரிமைகளைப் பறிப்பதற்கான கொடுஞ் சூழ்ச்சி இது. 1946 ஆம் ஆண்டில் இயற்றப்பட்ட டெல்லி சிறப்புக் காவல் நிறுவனச் சட்டத்தின் அடிப்படையில் உருவாக்கப்பட்டதுதான் 'மத்திய புலனாய்வுத் துறை' (CBI). பல நேரங்களில் வழக்கு விசாரணைகளை மாநில அரசுகளே CBI இடம் ஒப்புவிப்பதில்லையா? மாநில அரசுகளிடமிருந்து காவல் அதிகாரங்கள் பறிக்கப்பட வேண்டும் எனச் சொல்வது எத்தனை அபத்தம். எத்தனை கொடுமை.

ஏற்கனவே மத்திய அரசிடம் ஏராளமான அதிகாரங்கள் குவிந்து கிடக்கின்றன. ஆயுதச் சட்டம், வெடிமருந்துப் பொருள் சட்டம் முதலானவற்றை மத்திய அரசுச் சட்டங்கள் எனச் சொல்லி அரசியல் சட்டத்தின் 161வது பிரிவு மாநில அரசுக்கு வழங்கியுள்ள சிறைக் கைதிகளை விடுதலை செய்யும் உரிமையை

மாநில அரசிடமிருந்து பறித்துக் கொள்வதை நாம் தமிழகம் உடபடப் பார்த்துக் கொண்டுள்ளோம். ராஜீவ் காந்தி கொலை வழக்கில் கைது செய்யப்பட்டு நீண்ட காலமாகச் சிறையில் வாடும் 7 பேர்களை விடுதலை செய்யவேண்டும் எனக் கட்சி வேறுபாடுகள் இன்றி தமிழகத்தில் தீர்மானம் இயற்றியும் நம்மால் அவர்களை விடுதலை செய்ய முடிவதில்லை என்பதை எல்லாம் இத்துடன் இணைத்துப் பார்க்க வேண்டும்..

பயங்கரவாதப் பூச்சாண்டி காட்டித்தானே இன்று இப்படி மாநில உரிமைகள் பறிக்கப்படுகின்றன. இத்தனைக்கும் இவ்வாறு பயங்கரவாதப் பூச்சாண்டி காட்டித் தம் மாநில உரிமைகள் பறித்துக்கொள்ளப்படுவதைப் பல மாநில அரசுகள் கண்டுகொள்வதும் இல்லை. இங்கு ஏற்கனவே பல புலனாய்வு அமைப்புகள் உள்ளன. *IB, RAW,* பாதுகாப்பு நுண்ணறிவு முகமை *(DIA),* தேசிய தொழில்நுட்ப ஆராய்ச்சி அமைப்பு *(NTRO),* ரெவின்யூ நுண்ணறிவு மற்றும் கூட்டு நுண்ணறிவுக் குழு *(JIC),* எல்லைப் பாதுகாப்புப் படை இப்படி ஏராளமான அரை இராணுவப் படைகள் முதலியன உடனடியாக நினைவுக்கு வரும் சில. *DIA, NTRO* என்பதெல்லாம் கார்கில் ஊடுருவலுக்குப் பின் கார்கில் விசாரணைக் குழுவின் பரிந்துரையின்படி உருவாக்கப்பட்டவை. இவை உருவானபின் எல்லைகளில் எந்தப் பெரிய முன்னேற்றமும் ஏற்பட்டுவிடவில்லை. மேலும் மேலும் எல்லைகளில் ஊடுருவல்கள் அதிகமாகிக்கொண்டுதான் போகின்றன. மேலும் மேலும் அதிகாரமயமாவதற்கும், ஊழல் பெருகுவதற்கும், அரசின் செலவுகள் அதிகரிப்பதற்கும், மக்களை அச்சுறுத்துவதற்கும், குற்றம் சுமத்தப் படுபவர்களைக் கொடுமையாகக் கையாள்வதற்கும் மட்டுமே அவை வழிவகுத்துள்ளன. பொதுவில் பயங்கரவாதத்தின் பெயரால் ஏராளமான அரை இராணுவப் படைகள் உருவாவதும், மாநில அரசுகளின் அதிகாரத்தில் அத்துமீறி நுழைவதும்தான் இதுவரை நடந்துள்ளன. அதிகாரம் கூட்டப்பட்ட பயங்கரவாத எதிர்ப்பு அமைப்புகள் பயங்கரவாதக் குற்றங்களை விசாரிக்க இன்னொரு உச்ச நீதிமன்றம் என்றெல்லாம் போய்க்கொண்டே இருந்தால் பின் எப்படி?

அமெரிக்காவின் *Federal Bureau of Investigation (FBI)* அமைப்புதான் இப்படியான மத்திய புலனாய்வு அமைப்புகளை உருவாக்குவதற்கும் அவற்றை மேலும் மேலும் அதிகாரப்படுத்துவதற்குமான மாதிரி ஆகவும் நியாயம் ஆகவும் இவர்களால் முன்வைக்கப்படுகின்றன. எந்த அமெரிக்காவை 'மாடல்' ஆகக் காட்டி இன்று *NIA* முதலான மத்திய புலனாய்வு நிறுவனங்களை உருவாக்கி அதிகாரப்படுத்துகிறார்களோ அந்த அமெரிக்காவின் *FBI* நிறுவனம் ஏராளமான ஊழல் குற்றச்சாட்டுகளுக்குக் காரணமாகியதையும் நாம் கவனம் கொள்ள வேண்டும். அதன் தலைமைப் பொறுப்பில் இருந்து அரசுடன் நெருக்கமாக ஆனவர்கள் இன்று இன்னொரு அதிகார மையமாக ஆகியுள்ளனர் என்கிற குற்றச்சாட்டு அங்குண்டு. இதன் முதல் தலைவர் எட்கார் ஹூவர் என்பவர் சாகும்வரை 48 ஆண்டுகாலம் அந்தப் பதவியில் ஒட்டிக் கொண்டிருந்தார். அமெரிக்க பாணியில் பாகிஸ்தானில் உருவாக்கப்பட்ட *FIA* அமைப்பின் தலைவர் குலாம் அன்சார், கூடுதல் பொது இயக்குநர் ரெஹ்மான் மாலிக் முதலானோர் ஊழல் குற்றச்சாட்டுகளுக்காகக் கைது செய்யப்பட்டனர். இஸ்ரேலுடன் இந்த அமைப்பு இரகசிய உறவைப் பேணியது என்றும் கண்டனத்துக்கு உள்ளாகியது.

நுண்ணறிவு சேகரிப்பு, விசாரணை அமைப்பு, நீதிவழங்கும் அமைப்பு ஆகியன தனித்தனியே பிரிக்கப்பட்டுச் செயல்படுவது அவசியம். விசாரணை அமைப்பில் உள்ள குறைபாடுகளைக் களைவதற்குத்தான் அரசு முயலவேண்டுமே ஒழிய பயங்கரவாதத்தின் பெயரால் அரசும் விசாரணை அமைப்புகளும் அதிகாரங்களைக் குவித்துக் கொள்வது ஜனநாயகம் மதச் சார்பின்மை, மனித உரிமைகள், கூட்டாட்சிக் கோட்பாடு ஆகிய அனைத்தும் சீரழிவதற்கே இட்டுச் செல்லும்.

பயங்கரவாதம் மற்றும் தீவிரவாதத்தை ஒடுக்க வேண்டும் என்பதில் யாருக்கும் ஐயமில்லை. பயங்கரவாதம் மற்றும் வன்முறைகளின் ஊடாக எந்தப் பிரச்சினையும் தீர்ந்ததும் இல்லை. தீரப்போவதும் இல்லை. பிரச்சினைகளின்

அடிப்படைகளைப் புரிந்துகொண்டு அதற்குரிய அரசியல் தீர்வுகளை நோக்கி நகராமல் கொடும் சட்டங்களை இயற்றி, சந்தேகத்தின் பெயரில் அப்பாவிகளைக் கைது செய்து அவர்களின் வாழ்வைப் பாழாக்குவதன் மூலம் தீவிரவாதத்தை ஒடுக்கிவிடவும் முடியாது. தடா, பொடா முதலான சட்டங்கள் தற்காலிகமானவை. இரண்டு அல்லது மூன்றாண்டுகளுக்கு ஒருமுறை அவற்றை நீடிப்பதற்கு நாடாளுமன்ற ஒப்புதலைப் பெற வேண்டும் என்கிற ஒரு சடங்காவது முன்பு இருந்தது. ஆனால் இந்த *UAPA* ஒரு நிரந்தரச் சட்டம். தடா, பொடா ஆகியவற்றை எல்லாம் விட மோசமான இது நாடாளுமன்ற ஒப்புதல் எல்லாம் இன்றி காலங் காலமாக நீடித்திருப்பது. அதேபோல 'கூட்டரசுப் புலனாய்வு முகமை' என்பதன் மூலம் மாநில காவல் அதிகாரம் 'டம்மி' ஆக்கப்படுகின்றது. அமெரிக்காவிலாவது மாநில அரசுக்கும் இந்த அதிகாரத்தில் ஒரு பங்கு அளிக்கப்படுகிறது. ஆனால் இங்கோ 'தேசியப் பாதுகாப்பு'. 'ஒற்றைத் தேசம்' முதலான பெயர்களில் 'ஒரே ஆட்சி ஒரே அதிகாரம்' எனும் கோட்பாடு வெளிப்படையாக முன்வைக்கப்படுகிறது.

இதனால்தான் இவர்கள் சொல்லும் கூட்டரசுப் புலனாய்வு முகமை மற்றும் *UAPA* முதலான நிரந்தரத் தடுப்புக்காவல் சட்டங்கள் என்பன அடிப்படையில் ஜனநாயகத்தின் ஆணிவேரையே சிதைப்பவை என்கிறோம்.

POHA சட்டத்தில் செய்யப்பட்டுள்ள மாற்றங்கள்

1993 மனித உரிமைப் பாதுகாப்புச் சட்டத்தில் இப்போது மேற்கொள்ளப்பட்டுள்ள 'பொஹா' சட்டத் திருத்தங்கள் *(POHA AMENDMENTS)* பற்றி ஒரு சிறு குறிப்பு:

POHA எனப்படும் *Protection from Harassment Act* சட்டத்தில் *2019* மே *7* மற்றும் *2020* ஜனவரி *1* ஆகிய தேதிகளில் முக்கிய திருத்தம் ஒன்று நாடாளுமன்றத்தில் நிறைவேற்றப்பட்டது. இதன் ஊடாக '*doxing*' எனும் புதிய குற்றம் ஒன்று இப்போது சேர்க்கப்பட்டது. ஒருவரது அந்தரங்கமான தகவல்கள் மற்றும்

அவரை அடையாளப்படுத்தக்கூடிய தரவுகள் ஆகியவற்றை இணையதளங்கள் முதலான ஊடகங்களின் ஊடாகத் தேடுதல், ஆன்லைன் ஊடகங்கள் மூலம் தனிநபர்கள் பற்றிய தகவல்களைப் பரப்புதல், இப்படியான அந்தரங்கத் தகவல்கள் மூலமாக ஒருவரை அச்சுறுத்தல் முதலியன இதில் உள்ளடக்கம். இப்படியான செயல்களே 'டாக்சிங்' எனப்படும். உள்துறை மற்றும் சட்ட அமைச்சகங்கள் மூலம் இவை கண்காணிக்கப்படும்.

ஜனவரி 2020 இல் மேலும் சில திருத்தங்கள் முன்மொழியப்பட்டன. இந்தத் திருத்தங்களைப் பொறுத்தமட்டில் இதன் உள்நோக்கம் ஒன்றுதான். பிற்படுத்தப்பட்டவர்களுக்கான தேசிய ஆணையம் (*National Commission for Backward Classes- NCBC*), குழந்தைகளின் உரிமைகளைப் பாதுகாப்பதற்கான தேசிய ஆணையம் (*National Commission for Protection of Child Rights - NCPCR*), மாற்றுத் திறனாளிகளுக்கான தலைமை ஆணையர் (*Chief Commissioner for Persons with Disabilities- CCPD*) உள்ளிட்ட மனித உரிமைகள் தொடர்பான சட்டங்கள் மற்றும் அமைப்புகள் எல்லாவற்றையும் தன் பிடிக்குள் மோடி அரசு கொண்டுவருவது என்பதுதான் அந்த உள்நோக்கம்.

முதலில் தேசிய மனித உரிமை ஆணையத்தை (*NHRC*) எடுத்துக் கொள்வோம். உச்ச நீதிமன்றத்தில் தலைமை நீதிபதியாக இருந்தவர்தான் இதன் தலைவராக இருக்க முடியும் என்பது இப்போதுள்ள விதி. அது இனி "உச்ச நீதிமன்றத் தலைமை நீதிபதி அல்லது உச்ச நீதிமன்ற நீதிபதி" என மாற்றப்படுகிறது. மனித உரிமைப் பிரச்சினைகளில் அனுபவம் உள்ள ஒரு பெண் உறுப்பினரும் சேர்த்துக்கொள்ளப்படுவார் என ஆறுதல் ஒன்றும் இத்துடன் சொல்லப்படுகிறது. தலைமை நீதிபதியாக இருந்த ஒருவர்தான் தலைவராக இருக்க முடியும் என்பது மாற்றப்பட்டுள்ளது மிகவும் ஆபத்தான ஒன்று. பதிலாக ஏதாவது ஒரு ஓய்வுபெற்ற நீதிபதி என்பதன் மூலம் தமக்குத் தேவையான ஒருவரை உட்கார வைப்பது அரசுக்கு எளிது என்பது கவனிக்கத் தக்கது.

அடுத்து, பதவிக் காலம் 5லிருந்து 3 ஆண்டுகளாகக் குறைக்கப்படுகிறது. தலைவராக இருப்பவர் மீண்டும் ஒருமுறை நியமிக்கப்படலாம். ஒரே நிபந்தனை அவரது வயது 70க்குள் இருக்க வேண்டும்.

மூன்றாவது மாற்றம்: மனித உரிமை ஆணையத்தின் செயலர் 'தலைமைச் செயல் அதிகாரி' ஆக (Chief Executive Officer) இருப்பார் என்பதும் மாற்றப்பட்டுள்ளது. இனி அவர் ஆணையம் அவருக்கு அளிக்கும் வேலைகளைச் செய்பவராக இருக்க மாட்டார். மாறாக ஆணையத் தலைவர் சொல்வதை அவர் நிறைவேற்றுவார். தலைவர் மற்றும் பிற உறுப்பினர்களை நியமிப்பதற்கு ஆறு பேர்கள் கொண்ட ஒரு குழு இயங்கும். அதில் இருவர் மட்டுமே எதிர்க் கட்சிகளைச் சேர்ந்தவர்களாக இருப்பார்கள்.

இவ்வாறு எல்லா அதிகாரமும் ஆணையத் தலைவரிடம் குவிக்கப்படுகிறது. மாநில மனித உரிமை ஆணைய (SHRC) நியமனங்களிலும் இதே விதிமுறைகள்தான் கடைப்பிடிக்கப்படும். தவிரவும் புதுச்சேரி போன்ற யூனியன் பகுதிகளைப் பொறுத்தமட்டில் ஏதேனும் ஒரு SHRC யிடம் அவற்றின் பொறுப்பு ஒப்படைக்கப்படும். அப்படி ஒப்படைக்கும் அதிகாரம் மத்திய அரசிடமே இருக்கும். டெல்லியைப் பொறுத்தமட்டில் NHRC யே அதன் மனித உரிமை ஆணையப் பொறுப்பை மேற்கொள்ளும்.

1.7

சட்டவிரோதச் சட்டங்கள் என ஏன் இவற்றைச் சொல்கிறோம்?

(i) சட்டங்களைப் பொதுவில் 'கிரிமினல் சட்டம்', 'சிவில் சட்டம்' என்றெல்லாம் பிரிப்பது வழக்கம். மனித உரிமை நோக்கிலிருந்து பார்க்கும்போது சட்டங்களை 'சாதாரணச் சட்டங்கள்' (ordinary laws) எனவும் 'அசாதாரணச் சட்டங்கள்' (extraordinary laws) எனவும் இரண்டு வகைகளாகப் பிரிக்க வேண்டி உள்ளது. அடிப்படை அரசியல் சட்ட நெறிகளைப் (constitutional values) புறக்கணிக்கும் வகையில் அமைந்த சட்டங்களைத்தான் இப்படி "அசாதாரணச் சட்டங்கள்" என்கிறோம். எல்லாவற்றிற்கும் அடிப்படை அரசியல் சட்டம்தான். அதெப்படி அரசியல் சட்டத்தைப் புறக்கணிக்கும் வகையில் ஒரு அரசு சட்டங்களை இயற்ற முடியும்?

முடியும். அப்படித்தான் அரசுகள் நடந்துகொண்டுள்ளன. நாளுக்கு நாள் இப்போக்கு அதிகரித்துக்கொண்டே போகிறது.

“தேசப் பாதுகாப்பு”, “பயங்கரவாதம்” என்பது போல ஒரு காரணத்தைச் சொல்லி அவற்றை சாதாரணச் சட்டங்களைக் கொண்டு தடுத்துவிட முடியவில்லை. எனவே அரசுக்கும், காவல்துறைக்கும், நீதிமன்றத்திற்கும் அதிக அதிகாரங்களைத் தருகிற வகையில் சட்டங்கள் தேவைப்படுகின்றன. அந்த வகையில் இப்படியான சட்டங்கள் அரசியல்சட்ட நெறிகளை மீறும்போது மனித உரிமைகள் என்றெல்லாம் பேசுவது தேசத்திற்கு எதிரானது எனச் சொல்லி இந்த அத்துமீறல்கள் நியாயப்படுத்தப்படுகின்றன. இதனைச் சற்று விளக்கமாகப் பார்க்கலாம்.

முதலில் ஒன்றைக் கவனத்தில் கொள்வோம். இந்திய அரசு அது தோன்றிய நாள் முதல் இன்று வரை இதுபோன்ற சிறப்பு அதிகாரங்களை அளித்துக் கொள்ளும் தடுப்புக் காவல் சட்டங்களின்றிச் செயல்பட்டதே இல்லை. இரண்டாண்டுகள் நடந்த விவாதங்களின் ஊடாக ஒரு விரிவும் ஆழமும் மிக்க அரசியல் சட்டம் இயற்றப்பட்டு இந்தியா குடியரசாக அறிவிக்கப்பட்ட அதே ஆண்டிலேயே (1950) இப்படியான முதல் தடுப்புக் காவல் சட்டத்தையும் அன்றைய உள்துறை அமைச்சர் சர்தார் படேல் அறிவித்தார். பின் 1967ல் “சட்ட விரோத நடவடிக்கைகள் தடுப்புச் சட்டம் (UAPA)”, பின் 1971ல் ‘மிசா’ எனப்படும் “உள்நாட்டுப் பாதுகாப்பைச் செயல்படுத்துவதற்கான சட்டம் (MISA}”, பின் 1978ல் “பொதுப்பாதுகாப்புச் சட்டம் (Public Safety Act - PSA)”, அப்புறம் 1980 முதல் இன்று வரை அமலில் உள்ள “தேசியப் பாதுகாப்புச் சட்டம் (National Security Act - NSA), “அவசியப் பணிகள் செயல்பாட்டுச் சட்டம் (Essential Services Maintenance Act - ESMA 1980)”, தடா (1985), பொடா (2001)... எனத் தொடர்ந்து இத்தகைய சட்டங்கள் இயற்றப்பட்டன. குற்றம் சுமத்தப்பட்டவரை காவலில் வைத்து விசாரிக்கும் காலத்தை அதிகப்படுத்துவது, கேட்கும் கேள்விகளில் சிலவற்றிற்கு குற்றம் சுமத்தப்பட்டவர் பதிலளிக்காவிட்டால் அவர் குற்றத்தை ஏற்றுக்கொண்டதாக முடிவெடுப்பது, குற்றப்பத்திரிகை தாக்கல் செய்யாமலேயே ஒருவரை நீண்ட நாட்கள் சிறையில் வைத்திருப்பது, சந்தேகத்தின் பலனை

குற்றம் சுமத்தப்பட்டவருக்கு அளிப்பது எனும் அடிப்படை நெறியை ரத்து செய்வது எனப் பல வடிவங்களில் இந்தச் சட்டங்கள் நீதி நெறிகளும் அரசியல் சட்டமும் குடிமக்களுக்கு வழங்கும் அடிப்படை உரிமைகள் பலவற்றை ஒவ்வொன்றும் ஒவ்வொரு விதத்தில் பறித்தன. இதன் மூலம் சட்ட விரோத நடவடிக்கைகளைச் சட்டபூர்வமாகவே மேற்கொள்ளக் கூடியவைகளாக அரசுகள் தம்மை அதிகாரப்படுத்திக் கொண்டன.

சட்டபூர்வமான சட்டங்களால் *(Regular Laws)* கட்டுப்படுத்த இயலாத சூழல் நிலவுவதன் விளைவாக இத்தகைய சட்ட விரோதச் சட்டங்களை இயற்ற வேண்டிய அத்தியாவசியம் *(rational of supreme necessity)* உள்ளதாக அரசுகள் வாதிட்டன. இந்தச் சட்டங்களை எதிர்த்து தனிமனிதர்களும் மனித உரிமை அமைப்புகளும் நீதிமன்றங்களுக்குச் சென்ற போது, அவை இத்தகைய அத்தியாவசியம் *(supreme necessity)* அரசுக்கு உண்மையிலேயே இருந்ததா என்கிற கேள்விகளுக்குள் செல்லாமல் பாராளுமன்றத்திற்கு இத்தகைய சட்டங்களை இயற்ற அதிகாரமுண்டா இல்லையா *(question of legislative competence)* என்பதாகப் பிரச்சினையை மாற்றி, அத்தகைய அதிகாரமுண்டு எனக்கூறி இத்தகைய சட்டங்களுக்கு அவை ஒப்புதல் வழங்கின (எ.டு: பி.யூ.சி,எல் எதிர் இந்திய அரசு ரிட் மனு எண் 129/2002).

பொது ஒழுங்கு கெட்டுவிட்டது, தேசப் பாதுகாப்புக்கு ஆபத்து, அரசுடன் போர்ப்பிரகடனம், அரசுக்கு எதிராகச் சதி, பயங்கரவாதம் ஆகிய காரணங்களைச் சொல்லி இத்தகைய சட்ட விரோதச் சட்டங்களுக்கான அத்தியாவசியத்தை அரசுகள் வற்புறுத்தியதை நீதிமன்றங்கள் அப்படியே ஏற்றுக் கொண்டன. அரசின் சட்டம் இயற்றும் அதிகாரத்தை நீதிமன்றங்கள் இவ்வாறு விரிவுபடுத்தின. வேறு வார்த்தைகளில் சொல்வதானால் அரசு தனது அவசிய அதிகாரம் *(Necessary Power)* என எதைக் கருதுகிறதோ அதை ஏற்று உண்மையிலேயே அரசியல் சட்டத்தால் அவற்றுக்கு வழங்கப்பட்டுள்ள அதிகாரத்தை

மீறிச் செயல்படுவதற்கு நீதிமன்றங்கள் உதவி செய்தன. ஏற்பு வழங்கின.

இத்தகைய ஏற்பு வழங்குவது மூலம் அசாதாரணச் சட்டங்களுக்கு அரசியல் சட்ட அங்கீகாரம் அளிப்பது மட்டுமின்றி, இத்தகைய அசாதாரணச் சூழல்களைக் கட்டுப்படுத்துவதற்குரிய நடவடிக்கைகளை *(measures)* அரசு நிர்வாகம் மேற்கொள்ளவும் அனுமதி அளிக்கப்பட்டது. இந்த நடவடிக்கைகளில் அரசு மேற்கொள்கிற சட்ட விரோத நடவடிக்கைகளும் அடக்கம். சட்டீஸ்கரில் மாவோயிஸ்டுகளை எதிர்கொள்ள அரசே நிறுவிய ஆயுதம் தாங்கிய கூலிப்படையாகிய “சல்வா ஜூடும்” தொடங்கி கைது செய்யப்பட்டவர்கள் மீது மேற்கொள்ளப்பட்டு வந்த போதைப் பகுப்பாய்வு *(Narcho - analysis)* எனும் உண்மை அறியும் சோதனை உட்பட அரசின் சட்ட விரோத நடவடிக்கைகள் அடக்கம்.

கடும் எதிர்ப்புகளின் விளைவாக தடா, பொடா முதலான சட்டங்கள் திரும்பப் பெற்றுக் கொள்ளப்பட்ட போதிலும், அல்லது அதன் காலக்கெடு முடிந்தவுடன் மறுபடி நீடிக்காமல் விடப்பட்ட போதிலும் தேசியப் பாதுகாப்புச் சட்டம், *(NSA)* அவசியப் பணிகள் செயல்பாட்டுச் சட்டம் *(ESMA)*, சட்ட விரோத நடவடிக்கைகள் தடுப்புச் சட்டம் *(UAPA)* முதலியன தொடர்ந்து அமலில் உள்ளன. ஐக்கிய முற்போக்குக் கூட்டணி அரசு 2004ல் பதவி ஏற்றவுடன் முன்பே அறிவித்தபடி பொடா சட்டத்தை அது நீக்கிக் கொண்டது. ஆனால் அதே நேரத்தில் ஏற்கனவே இருந்து வந்த சட்ட விரோத நடவடிக்கைகள் தடுப்புச் சட்டத்தில் *(UAPA)* சில திருத்தங்களைச் செய்து, பொடா *(POTA)* சட்டத்தின் பல மோசமான கூறுகளை அதில் இணைத்து அறிவித்தது. அவ்வாறு இணைத்து உருவாக்கப்பட்ட சட்டம், “சட்ட விரோத நடவடிக்கைகள் தடுப்புச் சட்டம் *(Unlawful Acts Prevention Act UAPA)* (திருத்தப்பட்டது) 2004” என்று அழைக்கப்பட்டது. அப்படித் திருத்தப்பட்ட அச் சட்டத்தைப் பயன்படுத்தியே டாக்டர் பினாயக் சென் போன்ற மனித உரிமைப் போராளிகள் மட்டுமின்றி இதர

பல அரசியல் செயல்பாட்டாளர்களும் பின்னர் இச்சட்டத்தில் கைது செய்யப்பட்டனர்.

இந்தச் சட்டங்கள் தவிர கொடூரமான பிரிவுகளை உள்ளடக்கிய இதுபோன்ற அசாதாரணச் சட்டங்கள் மாநில அளவில் இயற்றப்பட்டு நடைமுறைப்படுத்தப்படுவதும் குறிப்பிடத்தக்கது. மணிப்பூர் மக்களின் கடும் எதிர்ப்பையும் மீறி பிடிவாதமாக நடைமுறைப்படுத்தப்பட்ட "ஆயுதப்படைகள் சிறப்பு அதிகாரச்சட்டம் *(AFPSA) 1958*", "அமைப்பு ரீதியான குற்றங்களைக் கட்டுப்படுத்தும் மஹாராஷ்டிரச் சட்டம் *(MCOCA*"), "சட்டீஸ்கர் சிறப்புப் பொதுப் பாதுகாப்புச் சட்டம் *(CSPSA)*", தமிழ் நாட்டின் "குண்டர் சட்டம்" முதலியன இவ்வகையில் அடக்கம். பினாயக் சென் மீது மாநில அளவிலான இந்த *CSPSA* சட்டமும் பயன்படுத்தப்பட்டது. இந்தச் சட்டத்தின்படி சட்டீஸ்கர் அரசு எந்த இயக்கத்தையும் சட்ட விரோதமானது என அறிவிக்க முடியும். அந்த இயக்க உறுப்பினர்களை மூன்று ஆண்டுகள் வரை காவலில் வைக்கலாம். எந்தப் பேச்சையும், பொதுக்கூட்டத்தையும் சட்ட விரோதம் என அறிவித்து ஏழு ஆண்டுகள் வரை தண்டனை வழங்கலாம். இவ்வாறு அமைப்பு ரீதியாகத் திரள்வது, பேச்சுரிமை முதலான அடிப்படை அரசியல் சட்ட உரிமைகளும் கூடப் பறிக்கப்படுவதும் நடக்கின்றன. பினாயக் சென் பிணை மறுக்கப்பட்டுச் சிறையில் கிடந்தார். இப்போது இப்படியான சட்டங்களில் 'அர்பன் நக்சல்கள்' என அமித்ஷாவால் குறிப்பிடப்படும் சுதா பரத்வாஜ் முதலானோர் 'பீமா கொரேகான்' வழக்கில் மூன்றாண்டுகளுக்கும் மேலாகச் சிறையில் அடைபட்டுக் கிடக்கின்றனர் (தற்போது அவர், வரவர ராவ் முதலானோர் கடும் உடல்நிலைப் பிரச்சினைகள் காரணமாகப் பிணையில் விடுதலை செய்யப்பட்டுள்ளனர். கடுமையான பிணை நிபந்தனைகளுடன்தான் அவர்கள் விடுதலை செய்யப்பட்டனர்). பழங்குடி மக்கள் மத்தியில் சேவை செய்த அருட் பணியாளர் ஸ்டேன் சாமி உரிய மருத்துவம் இல்லாமல் சிறைச்சாலையிலேயே செத்துப் போனார்.

இத்தகைய சட்ட விரோத அசாதாரணச் சட்டங்கள் குறித்து

இன்னொன்றையும் இங்கே குறிப்பிட வேண்டும். இந்தச் சட்டங்கள் காலாவதியான பின்னும்கூட தொடர்ந்து செயல்படும் உரிமைகளை *(Norm of Continuity)* தன்னகத்தே கொண்டுள்ளன. தடா சட்டத்தின் (14) மற்றும் பொடாவின் (16) பிரிவுகளின்படி, தண்டனை, சட்டக் கடப்பாடு *(liability)* மற்றும் உரிமைகள் *(rights & privileges)*, இந்தச் சட்டத்தின்படி தொடங்கப்பட்ட புலனாய்வுகள், வழக்கு நடவடிக்கைகள் ஆகியன இச்சட்டம் காலாவதியான பின்னும் கூட காலாவதி ஆகாதது போலவே கருதித் தொடரப்படும். எனவே ஒரு முறை தடா, பொடாவில் சிக்கியவர்களுக்கு அச்சட்டம் நீக்கப்பட்டாலும்கூட எந்தப் பயனும் இல்லை. தவிரவும் அதே வழக்கில் தொடர்புடையவர்கள் என யாரை வேண்டுமானாலும், சட்டம் காலாவதியான பின்னும் கூட எப்போது வேண்டுமானாலும், இணைத்து இச்சட்டத்திற்குள் கொண்டு வர இயலும். இதை விளங்கிக் கொள்ள ஒரு எடுத்துக்காட்டை மட்டும் பார்க்கலாம்.

2007 செப்டம்பரில் சுந்தரமூர்த்தி என்பவரோடு 14 பேர்கள் தேனி, போடி, வருசநாடு பகுதிகளில் செயல்பட்ட மாஓயிஸ்டுகள் எனக் கைது செய்யப்பட்டனர். 1992ம் ஆண்டு தர்மபுரி மாவட்டத்தில் ஒரு பாலத்திற்கு வெடிகுண்டு வைத்ததாக சுந்தரமூர்த்தி மீது தடா வழக்கொன்று சென்னை தடா நீதி மன்றத்தில் நிலுவையில் இருந்து வந்தது. எனவே இவர் தடா நீதிமன்றத்தால் அறிவிக்கப்பட்ட ஒரு குற்றவாளி *(Proclaimed Offender)* என்பதால் 15 ஆண்டுகளுக்குப் பின் கைதானவுடன், அப்போது தடா சட்டமே இல்லாதபோதும், அவர் தடா வழக்குக் குற்றவாளியாகவே விசாரிக்கப்பட்டார். முன் குறிப்பிட்ட *Norm of Continuity* எனும் விதியின்படி அவருக்கு இந்நிலை ஏற்பட்டது. அவராவது ஏற்கனவே ஒரு தடா வழக்கில் இருந்தவர். எந்தத் தடா வழக்கிலும் அதுவரை கைது செய்யப்படாதவர்களாக இருந்தபோதும் மன்மதராசா (35), ரத்தினவேலு (38), பெருமாள் (33), திருப்பதி (36) என்கிற நான்கு பேர்கள் மீதும் அவர்கள் மீது அதுவரை எந்தத் தடா வழக்கும் இல்லாதபோதும் அவர்கள் சுந்தரமூர்த்திக்கு

அடைக்கலம் கொடுத்தார்கள் எனக் குற்றம் சாட்டப்பட்டு அவர்கள் மீதும் தடா சட்டம் பாய்ந்தது. தடா காலாவதியாகி அப்போது பன்னிரண்டு ஆண்டுகள் கடந்திருந்தன என்பது குறிப்பிடத்தக்கது.

இப்படி நிறைய எடுத்துக்காட்டுகளைச் சொல்ல முடியும். 1985 முதல் 1995 வரை உயிருடனிருந்த தடா சட்டத்தின் கீழ் கைது செய்யப்பட்ட 76,000 பேர்களில் வெறும் 1.5 சதத்தினர் மீதான குற்றச்சாட்டுகளை மட்டுமே காவல்துறையால் நிரூபிக்க முடிந்தது என்பது குறிப்பிடத் தக்கது. மீதியுள்ள 98.5 சதத்தினரும் பிணையில் விடுதலையின்றிப் பல ஆண்டுகள் சிறையிலேயே கழிக்க நேர்ந்தது.

இன்று தடாவும் இல்லை பொடாவும் இல்லை. ஆனால் அதனிலும் கொடிய நிரந்தரச் சட்டமான 'சட்டவிரோத நடவடிக்கைகள் தடுப்புச் சட்டம்' (*Unlawful Activities Prevention Act - UAPA*) உள்ளது. மேலும் மேலும் அது திருத்தப்பட்டு ஒவ்வொரு முறையும் கூடுதலான அதிகாரங்கள் அதில் திணிக்கப்படுகின்றன. அது மட்டுமல்லாமல் அமெரிக்க பாணியில் "தேசிய புலனாய்வு முகமை (*National Investigation Agency - NIA*)" ஒன்றும் அபரிமிதமான அதிகாரங்களுடன் உருவாக்கப்பட்டுள்ளது, நரேந்திரமோடி - அமித்ஷா ஆகியோரின் தலைமையில் இரண்டாம் முறையாக இன்று அமைந்திருக்கும் பா.ஜ.க. அரசு பதவி ஏற்ற கணம் முதல் தினம் தினம் நிறைவேற்றிக் கொண்டுள்ள கொடுஞ் சட்டங்கள் மற்றும் நடைமுறைகளில் ஓரங்கமாக இந்த *UAPA* சட்டமும் *NIA* அமைப்பும் மேலும் மேலும் இப்போது அதிகாரப்படுத்தப் படுகின்றன. இவை எந்த அளவிற்கு மக்கள் விரோதமானவை என்பதைத் தொடர்ந்து பார்ப்போம்.

(ii) பயங்கரவாதத்தை ஒடுக்குவது எனும் பெயரில் குடிமக்களின் உரிமைகளைப் பறிக்கும் இந்தியச் சட்டங்கள்

அரசியல் சட்ட அடிப்படைகளை மீறிய அதிகாரங்களைக்

கொண்டுள்ள சட்டங்களைத்தான் நாம் அசாதாரணச் சட்டங்கள் *(Extra Ordinary Laws)* என்கிறோம். அவற்றுள் குறிப்பாக 'தடா' *(TADA)*, 'பொடா' *(POTA)*, சட்ட விரோத நடவடிக்கைகள் தடுப்புச் சட்டம் *(UAPA)* ஆகியவற்றை அடிப்படையாகக் கொண்டு தடுப்புக் காவல் சட்டங்களின் பொதுப் பண்புகளையும், அவை எவ்வாறு குடிமக்களின் அடிப்படை மனித உரிமைகளைச் சீரழிக்கின்றன என்பதையும், இந்த நோக்கில் தற்போது 'தேசியப் பாதுகாப்பு முகமை' *(NIA)* சட்டத்திலும் அத்துடன் இணைந்து *UAPA* சட்டத்திலும் செய்யப்பட்டுள்ள திருத்தங்களையும் சுருக்கமாகக் காணலாம்.

இங்கு பேசப்பட்ட இச்சட்டங்களைத் தவிர காஷ்மீரில் செயல்படுத்தப்படும் "பொதுப் பாதுகாப்புச் சட்டம்" *(Public Safety Act-PSA)*, உத்தரப் பிரதேசத்தில் பெரிய அளவில் பயன்படுத்தப்படும் "தேசப் பாதுகாப்புச் சட்டம்" *(National Security Act NSA)*, மணிப்பூரில் செயல்படுத்தப்படும் "ஆயுதப் படைகள் சிறப்பு அதிகாரச் சட்டம்" *(Armed Forces Special Powers Act AFPSA)* ஆகியன அவை செயல்பாட்டில் உள்ள பகுதிகளில் பெரிய அளவில் மனித உரிமை மீறல்கள், அநீதியான கைதுகள், சித்திரவதைகள், நீண்டநாள் சிறைவாசங்கள் ஆகியவற்றிற்குக் காரணமாகியுள்ளன. உ.பியில் யோகி ஆதித்யநாத் பதவிக்கு வந்த ஓராண்டில் 130 முஸ்லிம் இளைஞர்கள் இச்சட்டத்தின் கீழ் கைது செய்யப்பட்டுள்ளனர் என *EPW* இதழில் வெளிவந்த ஒரு குறிப்பில் பதிவு செய்யப்பட்டுள்ளது. 2021 ஏப்ரல் 06 அன்று உ.பி உயர் நீதிமன்றம் 94 பேர்கள் மீதான *NSA* சட்டங்களை ரத்து செய்தது குறிப்பிடத் தக்கது. மணிப்பூரில் மிக மோசமாகப் பயன்படுத்தப்படும் கொடுஞ்சட்டமான *AFPSA* வுக்கு எதிராக இரோம் ஷர்மிலா 2000 முதல் 2016 வரை 16 ஆண்டுகள் உண்ணாவிரதப் போராட்டத்தை நடத்தியதையும், தங்ஜம் மனோரமா (32) எனும் பெண் ஆயுதப் படைகளால் பாலியல் வன்முறைக்கு உள்ளாக்கப்பட்டுக் கொல்லப்பட்டதை அடுத்து மணிப்பூர் மாநிலப் பெண்கள் 2004 ஜூலை 15 அன்று ஆடைகளின்றி ஆர்ப்பாட்டம் நடத்திய செய்தியையும் யாரும் அவ்வளவு எளிதாக மறந்துவிட இயலாது. காஷ்மீரில் 2016ல்

புர்ஹான் வானி கொல்லப்பட்டபின் அடுத்த 130 நாட்களில் PSA சட்டத்தைப் பயன்படுத்தி 500 கைதுகள் நடந்துள்ளன என கவ்ரவ் பவ்னானா பதிவு செய்துள்ளார்.

இனி நாம் தற்போது NIA சட்டத்துடன் இணைத்துத் திருத்தப்பட்டுள்ள UAPA சட்டத்தை முன்வைத்து இத்தகைய அசாதாரணச் சட்டங்களின் பொதுப் பண்புகளை அலசுவோம்.

(iii) UAPA சட்டத்தை அப்போதே எதிர்த்த கிருபளானி

பிரிவினைக் கோரிக்கைகள் தமிழ்நாடு உட்பட ஆங்காங்கு மேலெழும்பியிருந்த ஒரு காலகட்டத்தில் இந்திராகாந்தி தலைமையில் இயங்கிய காங்கிரஸ் ஆட்சியின்போது (1967) உருவாக்கப்பட்டதுதான் ‘உபா’ எனப்படும் “சட்டவிரோத நடவடிக்கைகள் தடுப்புச் சட்டம்” (Unlawful Activities Prevention Act UAPA). அப்போது ஜே.பி.கிருபளானி, வாஜ்பேயி போன்றோர் அதை எதிர்த்தனர். “இத்தகைய சட்டங்கள் சட்டத்தின் ஆட்சியை மறுதலிப்பவை. இது எதற்காக உருவாக்கப்படுவதாகச் சொல்லப்படுகிறதோ அதற்கு முற்றிலும் மாறுபட்ட நோக்கங்களுக்காக அதிகாரத்தில் உள்ளவர்களால் பயன்படுத்தப்படும் ஆபத்து இதில் உண்டு...” என எச்சரித்தார் கிருபளானி. குறிப்பாக எந்த ஒரு அமைப்பையும் ‘பயங்கரவாத அமைப்பு’ எனச் சொல்லித் தடை செய்யும் அதிகாரம் மாநில அரசுகளுக்கு இச்சட்டத்தின் மூலம் அளிக்கப்படுவது அன்று கடுமையாக எதிர்க்கப்பட்டது. ஆனால் அதற்குப் பின் அதைக் காட்டிலும் பலமடங்கு கொடூரமான கூடுதல் அதிகாரங்கள் இச்சட்டத்தில் படிப்படியாக இணைக்கப்பட்டன. இன்று அமித்ஷா கொண்டுவந்துள்ள திருத்தத்தின் மூலம் ஒரு இயக்கத்தை மட்டுமல்ல எந்த ஒரு தனிநபரையும் கூட ஒரு அரசு “பயங்கரவாதி” என அறிவிக்க முடியும். அவ்வாறு அறிவிக்கப்பட்ட ஒருவரின் நிலையைக் கற்பனை செய்து பாருங்கள். நெற்றியில் “குற்றவாளி” எனப் பச்சை குத்துவதற்குச் சமம் இது.

அரசியல் சட்ட உரிமைகளை மீறும் இச் சட்டம் ஒரு நிரந்தரச்

சட்டம் என்பதும் இரண்டு அல்லது மூன்றாண்டுகளுக்கு ஒருமுறை நாடாளுமன்ற அவைகளில் கால நீட்டிப்பிற்கு ஒப்புதல் பெற வேண்டிய அவசியம் இதற்கு இல்லை என்பதும் குறிப்பிடத் தக்கது.

அடுத்து கொண்டுவரப்பட்ட இன்னொரு கொடுஞ் சட்டம்தான் "தடா" (TADA) எனச் சுருக்கமாக அழைக்கப்பட்ட "பயங்கரவாதம் மற்றும் பிளவு நடவடிக்கைகள் (தடுப்பு) சட்டம்" (Terrorist and Disruptive Activities (Prevention) Act). 1985ல் காலிஸ்தான் பிரிவினைப் போராட்டம் மேலுக்கு வந்திருந்த காலத்தில் கொண்டுவரப்பட்டது இது. சட்ட ஒழுங்கை நிலைநாட்டுவது எனும் பெயரில் அதிகாரவர்கத்துக்கு அபரிமிதமான அதிகாரங்களை அள்ளித் தந்தது இச்சட்டம். கைது செய்யப்பட்டவர்களை 24 மணி நேரத்திற்குள் ஒரு நீதித்துறை நடுவர்முன் நிறுத்த வேண்டும் என்கிற மிக அடிப்படையான மனித உரிமைகளில் ஒன்றை இச்சட்டம் தேவையற்றதாக்கியது. அவர்களிடம் அகப்பட்டுக் கொண்ட ஒருவரை ஓராண்டுவரை தடுத்து வைத்திருக்கும் அதிகாரத்தைக் காவல்துறை இதன் மூலம் பெற்றது. 1990ல் குஜராத்தில் 5000 பேர் இவ்வாறு தடுத்து வைக்கப்பட்டனர். இவர்களில் பெரும்பாலோர் சிறுபான்மை முஸ்லிம் மக்கள் என்பது குறிப்பிடத்தக்கது. கிளர்ச்சிகள் நடந்து கொண்டிருந்த மாநிலங்களான பஞ்சாபில் 1600 பேர்களும், காஷ்மீரில் 2000 பேர்களும் இச்சட்டத்தின் மூலம் தடுத்துச் சிறையில் அடைக்கப்பட்டனர்.

தடா நிரந்தரச் சட்டம் அல்ல. 1995ல் அது காலாவதி ஆனபின் புதுப்பிக்கப்படவில்லை. 2001ல் நாடாளுமன்றம் தாக்கப்பட்டபோது 'பொடா' (POTA) என அழைக்கப்பட்ட "பயங்கரவாத நடவடிக்கைகள் தடுப்புச் சட்டம்" (Prevention of Terrorist Activities Act) இயற்றப்பட்டது. தடாவைப் போலவே இதுவும் படுமோசமாகவும் கொடூரமாகவும் பயன்படுத்தப்பட்டது. இதிலும் அதிகாரிகளுக்கு ஆக உச்சமான அதிகாரங்கள் வழங்கப்பட்டன. அரசியல் எதிரிகளைப் பழிவாங்க மாநில அரசுகள் இதைப் பயன்படுத்திக்கொண்டன.

ஜெயலலிதா வைகோவையும், மாயாவதி ராஜா பையா எனப்படும் ரகுராஜ் பிரதாப் சிங்கையும் இச்சட்டத்தில் கைது செய்து எளிதில் பிணையில் வெளிவர இயலாமல் பலகாலம் சிறைகளில் அடைத்து வைத்திருந்த வரலாற்றை யாரும் அத்தனை எளிதாக மறந்துவிட இயலாது.

2002ல் மோடியின் குஜராத்தில் நடந்த மதக் கலவரத்தில் சுமார் ஆயிரம் முஸ்லிம்கள் வரை கொல்லப்பட்டு மேலும் ஆயிரக் கணக்கானோர் இடம்பெயர நேரிட்டதையும் அறிவோம். இது தொடர்பான விசாரணைகளின் ஊடாக கோத்ராவில் ரயிலுக்குத் தீவைத்தார்கள் என 123 முஸ்லிம்களை நரேந்திர மோடி அரசு 2003 இல் கைது செய்தது. ஆனால் இந்தக் கலவரத்தை ஒட்டி முஸ்லிம் அல்லாதவர்கள் யாரும் இச்சட்டத்தின் கீழ் கைது செய்யப்படவில்லை என்பது குறிப்பிடத்தக்கது.

2004ல் டெல்லியில் காங்கிரஸ் தலைமையில் ஐக்கிய முற்போக்குக் கூட்டணி அரசு அதிகாரத்திற்கு வந்தபோது, அவர்களின் தேர்தல் வாக்குறுதிக்கு இணங்க 'பொடா' சட்டத்தை ரத்து செய்தனர். ஆனால் அதே நேரத்தில் அச்சட்டத்தில் இருந்த அத்தனை தடுப்புக் காவல் அதிகாரங்களும் 'உபா' எனப்படும் (UAPA) சட்டத்தில் உள்ளடக்கப்பட்டன. 'தடா' 'பொடா' போன்ற சட்டங்களாவது தற்காலிகச் சட்டங்கள். UAPA சட்டமோ நிரந்தரச் சட்டம். இரண்டு அல்லது மூன்றாண்டுகளுக்கு ஒருமுறை இதைத் தொடர்வதற்கு நாடாளுமன்ற ஒப்புதல் பெறும் சடங்கு நிகழ்த்தவும் தேவையில்லை. நாடாளுமன்றத் தாக்குதலை ஒட்டி 2008லும், பின்னர் 2012லும் UAPA சட்டம் மேலும் திருத்தப்பட்டு இன்னும் பல ஆபத்தான கூறுகள் அதில் உள்ளடக்கப்பட்டன. 'தடா' மற்றும் 'பொடா' சட்டங்களில் இருந்து பின்னர் UAPA சட்டத்தில் இடம் பெயர்ந்த சில கொடிய குற்ற வரையறைகள் இத்திருத்தங்களின் மூலம் மேலும் விரிவாக்கப்பட்டன. எடுத்துக்காட்டாக "பயங்கரவாத நடவடிக்கை" என்பதற்கான வரையறையை எடுத்துக்கொள்வோம். "வெடிகுண்டுகள், டைனமைட்...

அல்லது அழிவுத்தன்மை உள்ள வேறு எந்தப் பொருளும் பயன்படுத்தப்பட்டு மேற்கொள்ளப்படும் நடவடிக்கைகள்..... அல்லது இந்த மாதிரியான தன்மையுள்ள எந்தப் பொருளையும் பயன்படுத்தி மேற்கொள்ளப்பட்ட நடவடிக்கைகள்" எல்லாவற்றையும் பயங்கரவாத நடவடிக்கைகள் என வரையறுத்தன இந்தப் புதிய திருத்தங்கள். பயங்கரவாதத் தாக்குதல் என்கிற வரையறைக்குள் எவை எல்லாம் அடங்கும் என்பது இவ்வாறு இன்று எல்லையற்று விரிக்கப்பட்டுள்ளது. ஆக ஒரு கல்லை எடுத்து வீசினாலும் கூட அதைப் பயங்கரவாதம் எனக் குற்றம் சாட்டி பிணையில் வெளிவர இயலாமல் பல ஆண்டு காலம் குடிமக்களுள் யாரையும் உள்ளே வைக்கலாம்.

அது மட்டுமல்ல *POTA* சட்டம் இருந்தபோது அதிலும்கூட பயங்கரவாதம் என்பதன் வரையறை இதேபோல எல்லையற்று விரிக்கப்பட்டது. மக்கள் மத்தியில் "அச்சுறுத்தும் வாய்ப்புள்ள" அல்லது "மக்களை பயமுறுத்தும் வாய்ப்புள்ள" எந்த ஒரு நடவடிக்கையும் "பயங்கரவாத நடவடிக்கை" என இச்சட்டம் வரையறையை விசாலப்படுத்துகிறது. "வாய்ப்புள்ள" என்கிற சொல்லுக்கு ஒரு வக்கிர மனம் எப்படி வேண்டுமானாலும் விளக்கம் அளித்து நடவடிக்கை எடுக்கலாம். நாக்கைத் துருத்தி மிரட்டினார் என்று சொல்லிக் கூட ஒருவர் மீது பொடா சட்டத்தைப் பயன்படுத்தலாம் என்றாகிறது,

மனித உரிமை அமைப்பினர் இதை எல்லாம் விமர்சித்தபோது அமைச்சர் ப.சிதம்பரம் மக்களின் சிவில் உரிமைகளைப் பாதுகாப்பது என்பதற்கும் பயங்கரவாதத்திற்கு எதிராகப் போராடுவது எனபதற்கும் இடையில் நாம் *balance* பண்ண வேண்டும் என பதிலளித்தது குறிப்பிடத் தக்கது. அதாவது பயங்கரவாதம் மிகும்போது நாம் குடியுரிமைகளை விட்டுக் கொடுக்க வேண்டுமாம்.

பயங்கரவாதம் குறித்த மேற்சொன்ன 'பொடா' சட்டம் அளித்த விளக்கம் மற்றும் 2008ல் *UAPA* சட்ட திருத்தத்தில் அளிக்கப்பட்ட விளக்கம் ஆகியவற்றை நாம் 2006ல் ஐ.நா அவையின் மனித உரிமைகளைக் காப்பதற்கான சிறப்பு

அறிக்கையாளர் அளித்துள்ள விளக்கத்துடன் ஒப்பிட்டுப் பார்த்தால்தான் இந்திய அரசின் விளக்கங்கள் எந்த அளவிற்கு வன்முறைகளை உள்ளடக்கியதாகவும், குடிமக்கள் மற்றும் அவர்களின் உரிமைகள் பற்றிய கரிசனம் அற்றதாகவும் உள்ளன என்பது விளங்கும்.

(iv) ஐ.நா வரையறைகளைக் குப்பையில் கடாசும் இந்திய நடைமுறைகள்

பயங்கரவாத நடவடிக்கை என ஒன்றை அடையாளப்படுத்த அது மூன்று நிபந்தனைகளை ஒட்டுமொத்தமாகப் *(cumulative conditions)* பூர்த்தி செய்ய வேண்டும் என ஐ.நா அவையின் சிறப்பு அறிக்கையாளர் முன்வைக்கிறார். அவை:

1. அந்தப் பயங்கரவாத நடவடிக்கையில் என்ன மாதிரியான கருவிகள் அல்லது வழிமுறைகள் *(means)* பயன்படுத்தப்பட்டன,

2. அந்த நடவடிக்கையின் நோக்கம் *(intent)*,

3. ஏதாவது ஒரு அரசியல் அல்லது கருத்தியல் நோக்கில் அது மேற்கொள்ளப்பட்டதா - என்பன.

இந்த மூன்று நிபந்தனைகளில் ஏதேனும் ஒன்றை மட்டும் வைத்து அது பயங்கரவாத நடவடிக்கை என முடிவு செய்துவிட முடியாது. இந்த மூன்றும் பொருந்தி வர வேண்டும். *UAPA* சட்டம் அளிக்கும் பயங்கரவாதம் குறித்த வரையறையின் மூலம் யார் ஒருவரின் எந்த நடவடிக்கையையும் பயங்கரவாதம் என வரையறுப்பதைப்போல இந்த ஐ.நா அவையின் வரையறையில் சாத்தியமில்லை. ஐ,நா வரையறை சாதாரண குற்றத்தையும் பயங்கரவாதக் குற்றத்தையும் வேறுபடுத்திக் காட்டுகிறது என்பதும் நம்முடைய சட்ட வரையறைகள் அந்த வேறுபாட்டை இல்லாமற் செய்கின்றன என்பதும் இங்கே சிந்திக்கத் தக்கன.

இன்னொரு எடுத்துக்காட்டையும் பார்க்கலாம், இந்தியச் சட்டத்தின் *43A* பிரிவு எவ்வாறு யாரை இச்சட்டத்தின் கீழ் கைது செய்ய முடியும் எனச் சொல்கிறது?

கைது செய்யும் அதிகாரி கைது செய்யப்படுபவர் குற்றவாளி என்பதைத் தன் "சொந்த அறிதலின் ஊடாகத் தெரிந்திருந்தால்" அல்லது "வேறொரு நபர் அளித்த தகவல் மூலம் அறிந்திருந்தால்" அல்லது "ஏதேனும் ஒரு ஆவணம், அவர் எழுதிய கட்டுரை அல்லது அவர் இந்தக் குற்றத்தைச் செய்தார் என்பதற்கான எதோ ஒரு பதிவு" ஒன்றின் அடிப்படையில் ஒருவரை இந்தச் சட்டத்தின் கீழ் கைது செய்யலாம். எனவே "யாரோ சொன்னார்கள்" எனச் சொல்லி எந்த ஒரு அப்பாவியையும் இச்சட்டத்தின் கீழ் கைது செய்ய முடியும்..

UAPA சட்டத்தில் 2008 ல் மேற்கொள்ளப்பட்ட திருத்தத்தின் ஊடாகக் கைது செய்யப்பட்டவரை குற்றப்பத்திரிகை தாக்கல் செய்யாமல் காவலில் வைத்திருக்கும் காலம் 90 நாட்கள் என்பதிலிருந்து 180 நாளாக அதிகரிக்கப்பட்டது. இங்கிலாந்தில் 28 நாட்களுக்கு மேல் குற்றப்பத்திரிகை தாக்கல் செய்யாமல் ஒருவரை காவலில் வைத்திருக்க முடியாது. அமெரிக்காவில் குற்றப்பத்திரிகை தாக்கல் செய்யாமல் 48 மணி நேரம்தான் ஒருவரைக் காவலில் வைக்க முடியும். வெளிநாட்டவராக இருந்தால் அவர்களின் USA Patriot Act ன் கீழ் ஏழு நாட்கள் காவலில் வைக்கலாம்.

திருத்தப்பட்ட UAPA சட்டத்தின்படி காவலில் வைக்கப்பட்டவர் குற்றத்தைச் செய்துள்ளார் என நம்புவதற்கான முகாந்திரங்கள் (prima facie) இருந்தாலே போதும் அவரைப் பிணையில் விடுதலை செய்ய வேண்டியதில்லை. இது குற்ற விசாரணை நெறிமுறைக்கு எதிரானது. குற்றம் சுமத்தப்பட்டவர் தலைமறைவாகிவிடுவார் அல்லது மேலும் குற்றம் செய்வார் என்கிற காரணங்களின் அடிப்படையில் மட்டுமே பிணையில் விடுதலை கோரும் அவரது மனுவை நிராகரிக்கலாம்.

இப்படி நிறையச் சொல்ல முடியும், குற்றம் சுமத்தப்பட்ட ஒருவர் தண்டிக்கப்படுமுன் அவர் நியாயமாக விசாரிக்கப்பட வேண்டும் என்பது ஒரு அடிப்படை உரிமை. "நியாயமான விசாரணை" என்பதில் இரு அம்சங்கள் அடக்கம்.

1. குற்றம் சுமத்தப்பட்டவரை குற்றம் அற்றவர் என்பதாகவே கொண்டு விசாரணை நடத்தப்பட வேண்டும் (presumption of innocence) என்பது ஒன்று. ஐயத்திற்கு இடமில்லாமல் குற்றத்தை நிறுவுவது குற்றம் சுமத்துபவரின் பொறுப்பு.

2. குற்றம் சுமத்தப்பட்டவர் சில கேள்விகளுக்கு பதிலளிக்காமல் மௌனமாக இருக்கும் உரிமை (right to be silent). அதாவது அந்தக் கேள்விக்குத் தான் பதிலளித்தால் அது தன் மீதான குற்றம் நிறுவப்படுவதற்கு முகாந்தரமாக இருக்கும் என விசாரிக்கப்படுபவர் கருதினால் அவர் மௌனமாக இருக்கலாம்.

இந்த இரு உரிமைகளும் "சிவில் மற்றும் அரசியல் உரிமைகளுக்கான ஐ.நா அவையின் பன்னாட்டு உடன்பாடு' (International Covenant on Civil and Political Rights ICCPR) மூலம் உறுதி செய்யப்பட்ட ஒன்று. இந்த உடன்பாட்டில் இந்தியாவும் கையொப்பமிட்டுள்ளது. ஆனால் நாடாளுமன்றத்தில் UAPA சட்டத்தில் இத் திருத்தம் முன்மொழியப்பட்டபோது அமைச்சர் சிதம்பரம் இந்த உரிமைகளை மறுத்தது குறிப்பிடத்தக்கது. "குற்றம் சுமத்தப்பட்டவர் ஒன்று குற்றத்தை ஒத்துக்கொண்டு குற்றவாளிக் கூண்டில் ஏற வேண்டும் அல்லது அவர்முன் வைக்கப்படும் குற்றச்சாட்டிற்கு எதிரான சான்று ஒன்றை அவர் முன்வைக்க வேண்டும்" என்று சிதம்பரம் கூறினார். மௌனமாக இருக்கும் உரிமையைப் பயன்படுத்தி குற்றவாளிகள் தப்பித்துவிடுகின்றனர் எனவும் சொன்னார்.

'தடா', 'பொடா' எல்லாம் தற்காலிகச் சட்டங்கள். அவ்வப்போது அவை மறு பரிசீலனை செய்யப்பட்டு, தேவையானால் அச் சட்டங்கள் முடிவுக்குக் கொண்டுவரப்பட வேண்டும். ஆனால் மறுபரிசீலனை என்கிற இந்த நிபந்தனை இந்திய அரசுகளால் எந்நாளும் கடைப்பிடிக்கப்பட்டதில்லை. அவை நிரந்தரச் சட்டங்களைப் போலவே கையாளப்பட்டன. 2008 இல் UAPA சட்டம் திருத்தப்பட்டபோது இச்சட்டத்தில் உள்ள 45(2) பிரிவின்படி மேற்கொள்ளப்படும் நீதித்துறை பரிசீலனை மட்டுமே போதுமானது என்றார் சிதம்பரம்.

அரசால் நியமிக்கப்பட்ட ஒரு அதிகார அமைப்பு (*authority*) குற்றச்சாட்டுக்கான ஆதாரங்களாக முன்வைப்பவற்றைப் பரிசீலித்து வழக்கைத் தொடர்வதா இல்லையா என்பதை முடிவு செய்யும் என்றார். அரசால் நியமிக்கப்படும் ஒரு அமைப்பு அரசுக்கு ஒத்தூதுவதைத் தவிர வேறென்ன செய்துவிடும் என்கிற கேள்விக்கு அவர்களிடம் பதிலில்லை.

இப்படியான சட்டங்கள் சிறுபான்மை மதத்தவர் அல்லது பழங்குடிகள் என எந்த ஒரு குறிப்பான சமூகத்தையும் குறிவைத்து இயங்குகின்றன என்கிற எண்ணம் அப்படிப் பாதிக்கப்படும் சமூகத்திற்கு ஏற்பட்டுவிடக் கூடாது என்பது ஒரு முக்கிய அடிப்படை. ஆனால் இந்திய ஆட்சியாளர்கள் அது குறித்து எந்நாளும் கவலைப்பட்டதே இல்லை என்பதை விளக்க வேண்டியதில்லை. இத்தகைய சட்டங்களால் தாங்கள் பாதிக்கப்படுகிறோம் எனச் சிறுபான்மை மக்களோ பழங்குடியினரோ புலம்புவது குறித்து யாரும் கண்டுகொண்டதில்லை.

போற்றத்தக்க அரசியல் சட்ட வழக்குரைஞரான ஏ.ஜி. நூரானி அவர்கள், "அடில் சர்கோசி எதிர் கனடா அரசு, 2007" எனும் வழக்கில் அந்நாட்டின் தலைமை நீதிபதி மெக்லாச்சிலின் மற்றும் எட்டு நீதிபதிகள் அடங்கிய ஒரு அரசியல் சட்ட அமர்வு வழங்கிய தீர்ப்பொன்றிலிருந்து காட்டும் ஒரு மேற்கோள் இங்கு குறிப்பிடப்பட வேண்டிய ஒன்று. கனடாவில் "குடிபுகுந்தோர் மற்றும் அகதிகள் பாதுகாப்புச் சட்டம்" என ஒரு கடுமையான சட்டம் உண்டு. அதன்படி ஒரு வெளிநாட்டவரின் இருப்பு தேசப் பாதுகாப்பிற்கு அச்சுறுத்தலாக உள்ளதாக உணர்ந்தால் அரசு அவருக்கு அனுமதி மறுப்புச் சான்றை வழங்கி அவரைத் தடுப்புக் காவலில் வைக்கலாம். எந்தத் தகவலின் அடிப்படையில் அவர் காவலில் வைக்கப்பட்டார் என்பதை அரசு அவருக்குச் சொல்ல வேண்டியதில்லை. இப்படியான சட்டம் அரசியல் சட்ட வரம்பிற்குட்பட்டதா என்கிற கேள்வியை இந்த அமர்வு எதிர்கொண்டு அளித்த தீர்ப்பு அற்புதமான ஒன்று. ஒவ்வொருவரும் பாதுகாப்புடனும் சுதந்திரமாகவும் உயிர்வாழும்

உரிமைக்கு உறுதி அளிக்கும் 7A பிரிவு என ஒன்று ‘கனடிய உரிமைகள் மற்றும் சுதந்திரங்களின் பிரகடனத்தில்’ உண்டு. கிட்டத்தட்ட இந்திய அரசியல் சட்டத்தில் 21வது பிரிவுக்கும் சமம் அது. அதை மேற்கோள் காட்டி அந்தத் தீர்ப்பில் சொல்லப்பட்ட வாசகங்களில் சில:

“இரகசிய ஆவணங்களின் அடிப்படையில் குடிபுகுந்தோருக்கு அனுமதி மறுப்பை வழங்குவதற்கு இச்சட்டம் வழிவகுக்கிறது. தவிரவும் இது குறித்த அரசு நடவடிக்கையை ஆய்வு செய்வதற்காக அந்த இரகசிய ஆவணங்களை ஒரு சுதந்திரமான அமைப்பிடம் வழங்க வேண்டியதுமில்லை. இவ்வகையில் இச்சட்டம் சுதந்திரப் பிரகடனத்தின் ஏழாம் பிரிவை மீறுகிறது. தவிரவும் எவ்வளவு காலம் ஒரு வெளிநாட்டவரை காவலில் வைக்க முடியும் என்பதில் இச்சட்டம் சுதந்திரப் பிரகடனத்தின் 9 மற்றும் 12ம் பிரிவுகளை மீறுகிறது. ஒரு முறையான மறுபரிசீலனைக்கு வாய்ப்பளிப்பதால் 12ம் பிரிவும், சம உரிமையை ஏற்பதால் 15ம் பிரிவும் மீறப்படவில்லை என்பதையும் காண்கிறேன்.

(V) ஒரு விளக்கக் குறிப்பு

பயங்கரவாதச் சூழலில் குடிமக்களின் பாதுகாப்பை உறுதி செய்வது அரசின் பொறுப்பு என்பதில் ஐயமில்லை. பாதுகாப்பு நோக்கில் ஒரு அரசு வெளியிடமுடியாத ஒரு சான்றின் அடிப்படையில் அது செயல்பட நேரிடலாம். தேசப் பாதுகாப்புக்கு ஆபத்தான ஒருவரைக் காவலில் வைக்கவும் நேரலாம். எனினும் ஒரு அரசியல் சட்ட அடிப்படையிலான குடியரசில் அரசுகள் தம் செயலுக்குப் பொறுப்பேற்க வேண்டும்.. அரசியல் சட்டத்திற்கும், அது வழங்குகிற உரிமைகளுக்கும் பொருத்தமான வகையிலேயே அது செயல்பட வேண்டும். குடிமக்களின் பாதுகாப்பா இல்லை அரசியல் சட்ட உரிமையா என இங்கு ஒரு எதிர்வு உருவாகிறது. இதுவே இன்றைய ஜனநாயக ஆளுகையின் மையமான பிரச்சினை. இந்த முரணை எவ்வாறு தீர்ப்பது? குடிமக்களின் பாதுகாப்பை உறுதி செய்தல், அதே நேரத்தில் அரசியல் சட்ட ஆளுகையை உறுதி

செய்தல் என்கிற இரண்டு கடப்பாடுகளையும் *(imperatives)* மதிக்கும் வண்ணமே இந்த முரண் தீர்க்கப்பட வேண்டும். பாதுகாப்பு எனும் பெயரில் அடிப்படை நீதிக்குப் பொருந்தாத நடைமுறைகளை நியாயப்படுத்திவிட முடியாது. அடிப்படை நீதிக்குப் பொருந்தாத சில நடவடிக்கைகளின் மூலமாகத்தான் பாதுகாப்பை உறுதி செய்யமுடியும் என்கிற நிலை இருந்தால் தடுப்புச் சாத்தியங்களைக் கண்டுபிடிக்கலாம். ஆனால் அரசியல் சட்டப் பிரகடனத்தின் 7ம் பிரிவு (அரசின் தன்னிச்சையான நடவடிக்கைகளுக்கு) உருவாக்கியுள்ள தடைகளைத் தாண்ட அடிப்படை நீதிநெறிகள் மதிக்கப்பட வேண்டும் என்கிறது. மேற்கொள்ளப்படும் நடவடிக்கைகள் இன்றைய சூழலின் தேவைகளைப் பிரதிபலிக்கும் அதே நேரத்தில் 7ம் பிரிவின் சாராம்சம் அழிந்துவிடக் கூடாது. இவ்வாறு எடுக்கப்படும் நடவடிக்கைகள் பயங்கரவாத அச்சுறுத்தல் இல்லாத நிலையில் மேற்கொள்ளப்பட்டதைக் காட்டிலும் இப்போது வேறுபடலாம். இருந்தாலும் 7ம் பிரிவு பூர்த்தி செய்யப்படும் வகையில்தான் பாதுகாப்பு நடவடிக்கைகள் அமைய வேண்டும்."

பயங்கரவாதச் சூழலில் பாதுகாப்பை உறுதி செய்யச் சில நடவடிக்கைகள் தேவைதான் எனச் சொல்லும் அதே நேரத்தில் எக்காரணம் கொண்டும் பாதிக்கப்படுபவரின் அரசியல்சட்ட உரிமைகள் அதன் மூலம் பறிபோய்விடக் கூடாது என்பதை இத் தீர்ப்பு திரும்பத் திரும்பத் திரும்பச் சொல்வதைக் கவனிக்க வேண்டும். பாதுகாப்பா இல்லை ஜனநாயக உரிமையா என்கிற வடிவில் ஒரு பட்டிமன்றமாக ஆக்கி ஏதேனும் ஒன்றே சாத்தியம் என முடிக்காமல் இரண்டின் அவசியங்களையும் வற்புறுத்தி இரண்டுக்கும் இடையில் ஒரு தீர்வைக் காண முயற்சிக்க வேண்டும். எக்காரணம் கொண்டும் அரசியல் சட்ட ஆளுகையின் முக்கியத்துவத்தை ஒரு அரசு தவற விட்டுவிடக் கூடாது என்பதை இத் தீர்ப்பு எத்தனை அழகாக வெளிப்படுத்துகிறது.

வெறுமனே இந்தத் தத்துவப் பிரச்சினையை முன்வைத்து அந்தத் தீர்ப்பு ஒதுங்கிக் கொள்ளவில்லை. இந்த அடிப்படையில் அது

சில தீர்வுகளையும் அரசின் சிந்தனைக்கு அளிக்கிறது. அவை:

1. காவலில் வைப்பதற்கான காரணம் பொதுப் பாதுகாப்பா இல்லை தலைமறைவாகி விடுவார் என்கிற அச்சமா? பொதுப் பாதிப்பிற்கு ஆபத்து என்பதுதான் காரணம் என்றால் சற்று நீண்ட காலம் காவலில் வைக்க நியாயம் உண்டு.

2. விடுதலை செய்வது, உறுதிப் பத்திர அடிப்படையில் பிணை அளிப்பது, குறிப்பிட்ட கால இடைவெளிகளில் வந்து கையொப்பமிடச் செய்வது, முகவரி மாற்றம் முதலியவற்றைத் தெரிவிப்பதைக் கட்டாயமாக்குவது முதலியன சில மாற்றுகள்.

3. இருதரப்பும் தேவையற்ற காலதாமதத்தைக் கடைப்பிடிக்கின்றனவா என்பது கவனிக்கப்பட வேண்டும்.

4. காவலில் வைக்கப்படுவது என்றால் எத்தனை காலம் அவர் காவலில் வைக்கப்பட உள்ளார் என்பது தெரிவிக்கப்பட வேண்டும். அதைச் சொல்ல இயலாத பட்சத்தில் அவர் விடுதலை செய்யப்படலாம்.

ஆம். தனிமனித சுதந்திரம் என்பது அத்தனை புனிதமானது. ஒருவரைக் காவலில் வைத்து முடக்குவது ஆகக் கொடுமையான ஒன்று. அதுவும் குற்றம் நிரூபிக்கப்படாத நிலையில் எவ்வளவு காலம் என்பது தெரியாமலேயே ஒருவர் அடைத்து வைக்கப்படுவதைக் காட்டிலும் கொடுமை ஏதுமில்லை.

“மரண தண்டனை என்ன, தண்டனைகளே கூடாது” எனச் சொன்ன மகாத்மாக்கள் வாழ்ந்த நாடு இது. இது ஏதோ மகான்கள் உதிர்த்துவிட்டுப் போகும் பொன்மொழியாக மட்டுமே முடிந்துவிடக் கூடாது என்கிற பதைப்பு நீதியரசர் மெக்லாச்சிலின் தலைமையில் இருந்த அமர்வு அளித்த இத் தீர்ப்பின் ஒவ்வொரு சொல்லிலும் வெளிப்படுவதைக் காண்கிறோம்.

(vi) முடிவாக

மேலே கூறிய எல்லாவற்றையும் நோக்கும்போது ஒன்று தெளிவாகிறது. இந்த எல்லாத் திருத்தங்களும் ஒன்றோடொன்று தொடர்புடையனவாக இருப்பதுதான் அது. எடுத்துக்காட்டாக திருத்தப்பட்ட *UAPA* வால் பயங்கரவாதிகள் என புதிய சட்டத்தின்படி அறிவிக்கப்படுகிறவர்கள் *NIA* வால் விசாரிக்கப்படுவது மட்டுமல்லாமல், ஏற்கனவே செஷன்ஸ் நீதிமன்றங்களில் அவர்கள் மீது நிலுவையில் உள்ள வழக்குகளுடன் இணைக்கப்படுவர். குற்றம் சாட்டப்பட்டவர் உண்மையிலேயே அவர்மீது சாட்டப்பட்ட பயங்கரவாதக் குற்றச்சாட்டுடன் தொடர்பில்லாதவராக இருந்தபோதிலும் இந்த எல்லா வழக்குகளும் முடியும் வரை அவர் விடுதலையாக முடியாது. தவிரவும் *UAPA* வும் *NIA* வும் இணையும்போது பிணையில் வெளிவருவது என்பது நடைமுறையில் சாத்தியமே இல்லாமல் ஆகிவிடும். திருத்தப்படும் *POHA* வில் அதிகாரங்கள் மையப்படுத்தப்படுவதாலும் இம்மனித உரிமை நிறுவனங்களின் தலைவர்கள் இனி அரசுக்கு வேண்டியவர்களாக அமையும் நிலை ஏற்படுவதாலும் நிலைமை மேலும் சிக்கலாகும்.

ஜூலை 18, 2019

(vii) பின் குறிப்பாய்ச் சில

1, 2015 - 19 பாஜக ஆட்சியில் UAPA கைதுகள் 72% அதிகரித்துள்ளது: சில முக்கிய தரவுகள்

இந்தக் காலகட்டத்தில் NIA மேற்கொண்ட கைதுகள் 72% அதிகமாகியது. உள்துறை அமைச்சகம் சார்பில் துணை அமைச்சர் கிஷன் ரெட்டி முன்வைத்த புள்ளிவிவரங்கள் இவை. 2019 இல் மட்டும் 1226 வழக்குகளில் 1948 பேர்கள் கைது செய்யப்பட்டனர்.

2015 முதல் 2018 வரைக்குமான 4 ஆண்டுகளுக்கான கைது விவரங்கள்:

UAPA சட்டத்தின் கீழ் தொடுக்கப்பட்ட வழக்குகள் முறையே 897// 922// 901// 1182.

இவற்றில் கைது செய்யப்பட்டோர் முறையே: 1128//999//1554//1421.

கைது செய்யப்பட்டவர்களில் தண்டிக்கப்பட்டோர்கள் எத்தனை சதம்?

வெறும் 2.2% மட்டும்.

NIA வழக்குகளை விசாரிக்க அப்போது 48 சிறப்பு நீதிமன்றங்கள் இருந்தன.

2. அசாம் MLA அகில் கோகோய் மீது NIA தொடுத்திருந்த UAPA வழக்கை NIA சிறப்பு நீதிமன்றம் இப்போது ரத்து செய்துள்ளது. NIA நீதிமன்றங்கள் இப்படிச் செய்வது அபூர்வம் என்றாலும் இது வரவேற்கத்தக்கது. இடையில் அவர் தற்போது நடந்த அஸ்ஸாம் மாநிலத் தேர்தலில் MLA ஆகத் தேர்ந்தெடுக்கப்பட்டுள்ளது குறிப்பிடத் தக்கது. 2019 இல் நடந்த CAA -குடியுரிமைப் போராட்டத்தில் கலந்து கொண்டபோதுதான் அவர்மீது வன்முறையில் பங்குபெற்றார் என அச்சட்டம் பிரயோகிக்கப்பட்டு NIA வால் கைது செய்யப்பட்டார். தீர்ப்பின்போது நீதிமன்றம் இந்த வழக்கு அவர் மீது தொடுக்கப்பட்டதைக் கடுமையான சொற்களில் கண்டித்தது. NIA புலனாய்வையும், அதன் வழக்காடலையும் (prosecution) நீதிமன்றம் கடுமையாகக் கண்டித்தது (conduct and approach of the investigation authority and prosecution in this case, to tell the least, "discouraging"). தேசத்தைக் காக்கும் முக்கிய பணியில் உள்ள இந்த உயர் புலனாய்வு அமைப்பு இப்படியெல்லாம் செய்யலாகாது என்று தாறுமாறாகக் கண்டித்துள்ளது.

Ref: Akhil Gogoi set free, slams govt for 'misusing' NIA, UAPA, The Hindu, Guwahati, July 01, 2021

3. சென்ற ஆண்டு (ஆக 2020) நடைபெற்ற 'பெங்களூர்

கலவரத்தை' மறந்திருக்க முடியாது. இதில் *UAPA* சட்டத்தின் கீழ் கைது செய்யப்பட்ட *115* பேர்கள் மீது *90* நாட்கள் கெடுவிற்குள் குற்றப்பத்திரிகை தாக்கல் செய்யாததை ஒட்டி கர்நாடக உயர் நீதிமன்றம் *default bail* அளித்தது இன்னொரு முக்கிய நிகழ்வு. பொதுவாக *NIA 90* நாட்களுக்குள் குற்றப்பத்திரிகை தாக்கல் செய்வதில்லை. பெரும்பாலானவை பொய்வழக்குகள் அல்லது பொருத்தமற்ற வழக்குகள் என்பதால்தான் தண்டனை வீதம் *3* சதத்தைவிடக் குறைவாக உள்ளது என்பதை நாம் கவனம் கொள்ள வேண்டும். அதனால் இப்படி குற்றப்பத்திரிகை தாக்கல் செய்யாமல் நீதிமன்றத்தில் இன்னும் கொஞ்ச நாள் தள்ளிக் கேட்பது என்பதற்கு இது ஒரு ஆப்பாக அமைந்தது. *2020*இல் ஒரு விசாரணை நீதிமன்றம் இப்படி குற்றப் பத்திரிகை தாக்கல் செய்வதற்கு *90* நாட்களுக்கு மேல் கெடுவைத் தள்ளி வைத்தது ஒரு முன்மாதிரியாக இப்படி எல்லா *UAPA* வழக்குகளிலும் பயன்படுத்தப்படுவதை நீதியரசர் விஷ்வனாத் ஷெட்டி *kept on hold* எனும் நிலை எடுத்து அவர்களுக்கு பிணை விடுதலை அளித்தது ஒரு முக்கிய திருப்பம். இப்படி எல்லா வழக்குகளிலும் நீதி கிடைக்கிறது என்பதல்ல. ஆயிரத்துக்கும் மேற்பட்ட வழக்குகளில் இப்படி சுட்டிக் காட்ட ஒன்று அல்லது இரண்டு வழக்குகள்தான் உண்டு என்பதை நாம் கவனத்தில் கொள்ள வேண்டும்.

இப்படியான நேர்மையும் மனச்சாட்சியும், இரக்கப் பண்பும் உடைய நீதிபதிகளிடம் ஸ்டான் சாமியின் வழக்கு போயிருந்தால் இப்படி நான்குமுறை அவரது பெய்ல் மனுக்கள் தள்ளுபடி செய்யப்பட்டு இருக்காது. இன்று அவர் உயிருடன் இருந்திருப்பார்.

1.8

IPC, CrPC கிரிமினல் சட்டங்களில் செய்ய உள்ள ஆபத்தான மாற்றங்கள்

ஜூலை 28, 2020

[இந்திய அளவில் இரண்டாம் முறை பா.ஜ.க அரசு வெற்றி பெற்றபின் 2020 முதல் நமது கிரிமினல் சட்டங்களில் பெரிய மாற்றங்களைச் செய்ய பா.ஜ.க அரசு பணி தொடங்கியது. எத்தகைய மாற்றங்கள் மேற்கொள்ளப்பட உள்ளன என அவ்வப்போது செய்திகளும் வந்தன. இன்னும் அவை இறுதிப்படுத்தி நடைமுறைக்குக் கொண்டுவரப்படாவிட்டாலும் அவர்கள் எத்தகைய மாற்றங்களை இப்போது திட்டமிட்டுள்ளனர் என அறிந்துகொள்வது அவசியம்.]

எல்லோரும் கொரோனா தாக்குதலுக்குப் பயந்து வீட்டுக்குள் இருக்கிற இந்தக் காலத்தில் பா.ஜ.க அரசு நமது நாட்டின் 'குடியரசு' என்கிற அடையாளத்தையே படிப்படியாக ஒழித்துக் கட்ட பல வேலைகளை வேகமாகவும், வஞ்சகமாகவும் நிறைவேற்றிக் கொண்டுள்ளது.

கார்பொரேட்களுக்குச் சாதகமாக இப்போது சுற்றுச்சூழல் பாதுகாப்பு தொடர்பாக நடைமுறையில் உள்ள பல சட்டங்களையும் நீர்க்கச் செய்யும் வகையில் பல மாற்றங்கள் முன்மொழியப்பட்டுள்ளன. இதற்கு *(Environmental Impact Assessment- EIA)* எதிராகக் கொஞ்சம் இப்போது உணர்வு வந்து நாம் பேசத் தொடங்கியுள்ளோம்.

இதோடு இன்னொரு இன்னும் ஆபத்தான திருத்தம் ஒன்றையும் நிறைவேற்றுவதில் இப்போது அவர்கள் தீவிரமாக உள்ளனர். நாம் யாரும் அது குறித்து இன்னும் பேசத் தொடங்கவில்லை.

அது நமது குற்ற விசாரணை முறை நெறிகளைத் தலைகீழாக மாற்றுவது.

இந்த நோக்கில் அவர்கள் இப்போது முன்வைத்திருப்பதுதான் நடைமுறையில் உள்ள "இந்திய தண்டனைச் சட்டம்" *(Indian Penal Code-IPC)* மற்றும் குற்ற விசாரணை முறைச் சட்டம் *(Criminal Procedure Act (CrPC)* ஆகியவற்றில் பெரிய அளவில் மாற்றங்களைச் செய்வது குறித்த வரைவு. இவற்றில் முக்கியமாக அவர்கள் என்ன செய்கிறார்கள் எனப் பார்க்கலாம்.

இப்போதுள்ள முறையில் கிரிமினல் சட்டங்களைப் பொதுவாக இரண்டாகப் பிரிக்கலாம். 'சாதாரண சட்டங்கள்' *(ordinary laws)* மற்றும் 'சிறப்புச் சட்டங்கள்' *(Extraordinary Laws)*. *CrPC* என்பது சாதாரண சட்டம். *UAPA, NSA* மாதிரியான கொடுஞ் சட்டங்களை 'சிறப்புச் சட்டங்கள்' என்கிறோம். எளிதில் பிணையில் வெளிவருவது முதலியன இந்தச் சட்டங்களில் சாத்தியமில்லை. குற்றப்பத்திரிகை தாக்கல் செய்யாமலேயே ஒருவரை நீண்ட நாட்கள் சிறையில் வைக்கலாம். இப்படியான இந்தக் கொடிய சட்டக் கூறுகளை *(Extraordinary Provisions)* சாதாரண சட்டங்களுக்குள்ளேயே கொண்டு வருவதுதான் இப்போது இவர்கள் திட்டம்.

மொத்தத்தில் இன்னும் கொடுமையானதாக நமது குற்ற விசாரணைமுறை ஆக்கப்படுகிறது. காவல்துறைக்கு இப்படிக்

கொடூரமான அதிகாரங்களைக் கொடுப்பதன் மூலம் நமது ஜனநாயக உரிமைகள் முற்றாக அழிக்கப்படுகின்றன. எடுத்துக் காட்டாகச் சிலவற்றைக் காணலாம்.

வழக்கமான நெறிமுறைகளின்படி ஒருவர் மேல் சுமத்தப்படும் குற்றத்தை நிரூபிக்க வேண்டியது குற்றத்தைச் சுமத்தும் காவல்துறையின் *(prosecution)* கடமை. இந்தத் திருத்தங்கள் எல்லாம் நடைமுறைக்கு வந்தால் உங்கள் மேல் எந்தக் குற்றத்தை வேண்டுமானாலும் காவல்துறை சுமத்தலாம். குற்றம் சுமத்தப்பட்டவர்தான் *(accused)* தான் அப்படியான குற்றத்தைச் செய்யவில்லை என நிறுவ வேண்டும். முடியவில்லை என்றால் அந்தக் குற்றத்துக்குரிய தண்டனையை அவர் அனுபவிக்க வேண்டும்.

அதோடு நீதிபதியின் பணியும் இப்போது மறு வரையறை செய்யப்படுகிறது, நீதிபதி என்றால் இப்போது அவர் குற்றம் சுமத்தப்பட்டவருக்கும் *(accused)* விசாரணை மேற்கொள்ளும் காவல்துறைக்கும் *(prosecution)* இடையில் நடுநிலையாக இருந்து தீர்ப்பு சொல்பவர். புதிய திருத்தத்தின்படி இனி அவரே ஒரு விசாரணையாளரைப் போல, அதாவது போலீசைப்போல செயல்பட *(inquisitorial role)* வேண்டும்.

இந்தக் கொடூரமான மாற்றத்தை என்ன மாதிரி மொழியில் அவர்கள் முன்வைக்கிறார்கள் பாருங்கள்.

அத்வானி காலத்தில் நியமிக்கப்பட்ட மாலிமத் கமிட்டி சொன்ன பரிந்துரைகள்தான் இவை. அதை நாங்கள் நிறைவேற்றப்போகிறோம் என்கிறார்கள். அடுத்து இதெல்லாம் ஏற்கனவே ஃப்ரான்ஸ், ஜெர்மனி போன்ற நாடுகளில் உள்ளதுதான் என்கிறார்கள். இதன் விளைவாகக் குற்றம் சுமத்தப்படும் நிறையப் பேர்கள் தண்டிக்கப்படும் வாய்ப்பு *(high rate of conviction)* ஏற்படும் என்கிறார்கள். ஆக ஏராளமான பேர்கள் தண்டிக்கப்படுவதுதான் திறமையான ஆளுகைக்கு எடுத்துக்காட்டாம். குடிமக்களை எதிரிகளாகக் காணும் கொடூரர்கள்.

குற்றம் சுமத்தப்படும் நிறையப் பேர்கள் குற்றங்களை நிரூபிக்க முடியாததால் இப்போது 'தப்பித்து' விடுகிறார்களாம். எனவே நடைமுறையில் உள்ள இன்றைய முறையை அவர்கள் 'தண்டிப்பதற்குத் தோதாக இல்லாத அமைப்பு' *(adversarial system)* என்கிறார்கள்.

நிறையப் பேர்கள் தண்டிக்கப்படுவதற்குத் தோதான சட்டம் என்றால் அது எப்படி எல்லாம் இருக்கும்?

குற்றம் சுமத்தப்பட்டவர்களுக்கு மேல்முறையீடு செய்யும் வாய்ப்புகளைக் குறைப்பது இன்றைய இந்தத் திருத்தத்தில் முக்கியமான செயல்பாடு. ஏனெனில் கொடூரமான குற்றங்களைச் செய்பவர்கள் இப்போது தப்பித்துவிடுவது மட்டுமல்ல, மேல்முறையீடுகள் மூலமாக வழக்கை இழுத்தடித்து காலத்தைக் கடத்துகிறார்களாம். இதற்கு எடுத்துக்காட்டாக அவர்கள் சொல்வது நிர்பயா வழக்கு.

ஆக, "ஆயிரம் குற்றவாளிகள் தப்பித்தபோதும் ஒரு அப்பாவியும் கூடத் தண்டிக்கப்படக் கூடாது" - எனும் அடிப்படையான நீதி வழங்கு நெறி இங்கே குப்பையில் தூக்கி கடாசப்படுகிறது. மேல் முறையீடுகள் என்பன எந்த வகையிலும் அப்பாவிகள் யாரும் தண்டிக்கப்பட்டுவிடக் கூடாது என்பதற்காகத்தான். சுதா பரத்வாஜ், சாயிபாபா, வரவர ராவ் போன்றவர்களையும் கூடக் கொடூரமாகத் தண்டிக்க வேண்டும் என வெறித்தனமாக இருப்பவர்கள் இப்படிச் சொல்வதில் வியப்பில்லை.

அடுத்து ஏழாண்டுகளுக்கு மேல் தண்டனை கொடுக்கப்படக் கூடிய குற்றங்களாக இருந்தால் தடயவியல் சாட்சியம் (Forensic Evidence) கட்டாயமாம்.

இதெல்லாம் இறுதியில் யாரைக் காப்பாற்றுவதில் போய் முடியும்? ஒரு உண்மை வழக்கை எடுத்துக்காட்டாகச் சொல்கிறேன்.

ஒரு ஐந்தாண்டுகளுக்கு முன்பு விழுப்புரத்திற்கு அருகிலுள்ள திருக்கோவிலூரில் ஒரே வீட்டிலுள்ள இருளர் பழங்குடி

வகுப்பைச் சேர்ந்த ஐந்து இளம் பெண்களைக் காவல்துறையினர் கடத்திச் சென்று அருகில் உள்ள யூகலிப்டஸ் காட்டில் வைத்து பாலியல் வன்முறைக்கு ஆட்படுத்தினார்கள். இது நான்கு நாட்களுக்குப் பின்தான் வெளியே தெரிந்தது. அப்பகுதியின் நீதித்துறை நடுவர் ஒரு நேர்மையான அதிகாரி. அவரே சென்று விசாரித்து வழக்கைப் பதிவு செய்தார். உடனடியாக அந்தப் பெண்களுக்கு உடல் பரிசோதனை செய்யப்பட்டது. ஆனால் பாலியல் வன்முறைகளுக்கான தடயம் ஏதும் இல்லையென்று குற்றம் செய்த போலீஸ்காரர்கள் விடுதலை செய்யப்பட்டனர். நாங்கள் நேரில் சென்று ஆய்வு செய்த வழக்கு இது. (ஆனால் இது ஊடகங்களில் பெரிதாகச் செய்தியானபின் அப்போதைய முதல்வர் ஜெயலலிதா அந்தப் பெண்களுக்கு ஆளுக்கு 5 லட்ச ரூ. கொடுத்தார் என்பது வேறு விஷயம். எல்லா சம்பவங்களிலும் அப்படி நடப்பதில்லை. ஆனாலும் குற்றவாளிகள் தண்டிக்கப்படவில்லை அந்த போலீஸ்காரர்கள் முதலில் தற்காலிகப் பணி நீக்கம் செய்யப்பட்டனர். இடையில் அவர்கள் பணியில் சேர்க்கப்பட்டு இன்றும் பணியில் உள்ளனர். வழக்கு முடியும்வரை அந்தக் காவல்துறையினருக்கு அரை ஊதியம் தற்போது அளிக்கப்பட்டு வருகிறது.)

மிகவும் பின்தங்கிய வகுப்பைச் சேர்ந்த, ஏற்கனவே குற்றப் பரம்பரையினராக இன்றுவரை நடத்தப்படுகிற எந்த ஆதரவும் அற்ற அந்தப் பெண்களுக்கு நான்கு நாட்களுக்குப் பின் நீங்கள் *forensic* சோதனை பண்ணினால் என்ன தடயம் கிடைக்கும். இனிமேல் போலீஸ்காரர்கள் இப்படி பாலியல் வன்முறைகளை மேற்கொள்ளும்போது பாதிக்கப்பட்டவர்களைக் குளிக்க வைத்துச் சுத்தம் பண்ணி அனுப்புவதில்தான் இது முடியும்.

மொத்தத்தில் இந்தத் திருத்தங்கள் எல்லாம் யாரைத் தண்டிக்க விரும்புகிறார்களோ அவர்களுக்கு அடிப்படை நீதியை மறுத்துக் கொடுந் தண்டனைகளை வழங்கவும், யாரைக் குற்றங்களிலிருந்து காக்க விரும்புகிறார்களோ அவர்களைக் காப்பாற்றவும்தான் பயன்படும்.

எளிதில் மாற்றுக் கருத்துள்ளவர்களைக் கொடூரமாகப் பழிவாங்கவும், தமக்கு வேண்டிய கொடூரர்களைக் குற்றங்களிலிருந்து தப்புவிக்கவுமே இது ஏதுவாகும்.

இப்படியாக இவர்கள் மேற்கொள்ளும் இந்தக் கொடும் செயல்பாடுகளுக்கு ஆதரவாக இவர்கள் மிகப் பெரிய அளவில் விழிப்புணர்வுகள் உள்ள, படித்தவர்கள் அதிகம் வாழ்கிற மேலை நாடுகளை மேற்கோள் காட்டுவதெல்லாம் அபத்தம். வறுமைக் கோட்டுக்குக் கீழே ஏராளமானோர் வாழ்கிற, சாதி, தீண்டாமை, சிறுபான்மை மக்கள் மீது வெறுப்பு எனப் பாழ்பட்டுக் கிடக்கிற நமது நாட்டிற்கு இது எவ்வாறு சரியாக இருக்கும்?

அடுத்து விரைவாக நீதி வழங்குவது எனும் பெயரில் குற்ற நடைமுறைச் சட்டங்களில் மேற்கொள்ளப்படும் கொடூரத் திருத்தங்களைப் பார்ப்போம்:

★★★

மோடி அமித்ஷா அரசின் இன்றைய நோக்கம் ஒட்டு மொத்தமாக நம் அரசியல் சட்டத்தைக் கவிழ்ப்பதுதான் என்பதை அறிவோம். அவர்கள் நமது அரசியல் சட்டத்தை ஏற்றுக்கொண்டதே இல்லை. முதல்முறை (1999- 2004) ஆட்சி அமைத்த போதே நமது அரசியல் சட்டத்தை மறு பரிசீலனை செய்ய வெங்கடாசலய்யா குழுவை அமைத்தவர்கள் அவர்கள். இரண்டாம் உலக யுத்தம் முடிந்து ஐநா அவை உருவாக்கப்பட்டு அந்த யுத்தக் கொடுமைகளின் அனுபவப் பின்னணியில் உருவாக்கப்பட்ட மனித உரிமைப் பிரகடனங்களின் உயர் நெறிகள் பலவற்றை உள்ளடக்கி உருவாக்கப்பட்ட நமது அரசியல் சட்டம் அவர்களை உறுத்திக்கொண்டே இருந்தது. இப்போது அவர்களுக்குத் தோதான சூழல் அமைந்துள்ள நிலையில் ஒவ்வொன்றாக நம் அரசியல் சட்ட நிறுவனங்களையும், மதிப்பீடுகளையும் தொடர்ந்து அழித்தும், பலவீனப்படுத்தியும் வருகின்றனர். அந்த வரிசையில் அவர்கள் இப்போது கிரிமினல் சட்டங்களில் கைவைக்கும் வேலையைத் தொடங்கியுள்ளனர்.

எல்லாவற்றிற்கும் ஏதாவது ஒரு "நியாயம்" சொல்ல வேண்டும் அல்லவா, இப்போது அவர்கள் சொல்வது பெண்களுக்கு எதிரான கொடும் குற்றங்களில் குற்றவாளிகள் பெரிய அளவில் தண்டனை இல்லாமல் தப்பிவிடுகிறார்களாம். நிர்பயா வழக்கு போன்றவற்றில் நீதி கிடைப்பது தாமதமாகிறதாம். உடனடி உணவு வகைகள் போல "உடனடி நீதி" *(instant justice)* வழங்கப்பட வேண்டுமாம். ஆயிரம் குற்றவாளிகள் தப்பினாலும் ஒரு நிரபராதியும் தண்டிக்கப்பட்டுவிடக் கூடாது என்கிற நீதி வழங்கு நெறியின் அடிப்படை ஒழித்துக் கட்டப்பட வேண்டுமாம். ஆயிரம் நிரபராதிகள் தண்டிக்கப்பட்டாலும் ஒரு குற்றவாளி கூட தப்பக்கூடாது என நீதி வழங்கு நெறியைத் தலைகீழாகத் திருப்பி இதோ அவர்கள் இன்று கிரிமினல் சட்டங்களைத் திருத்த இறங்கிவிட்டனர், பாலியல் வன்முறை தடுக்கப்பட வேண்டும் என அவர்கள் சொற்களை உதிர்த்தாலும் ஒட்டுமொத்தமாகக் குற்ற நடைமுறைச் சட்டங்களின் அடிப்படைகளையே தகர்ப்பதுதான் அவர்களின் நோக்கம். அந்த நோக்கில் மேற்கொள்ளப்படும் மேலும் சில அடிப்படைகள் எவ்வாறு தூக்கிக் கடாசப்படுகின்றன என்பதைத் தொடர்வோம்.

அரசு நினைத்தால் விசாரணை இன்றியே யாரையும் கைது செய்து அவர்களைக் கொடும் தண்டனைக்கு உள்ளாக்கலாம் என்பதை அவர்கள் கடந்த ஆறு ஆண்டுகளாகவே செய்து வருகின்றனர். *UAPA* போன்ற கொடுஞ் சட்டங்களில் மேலும் கொடுமையான திருத்தங்களைச் செய்து அவர்கள் இதைச் செயல்படுத்தி வருகின்றனர்.

அடுத்த கட்டமாக இப்போது சாதாரண கிரிமினல் சட்டங்களிலேயே இந்தக் கொடும் கூறுகளைத் திணிக்கும் நோக்கில் இந்தக் கிரிமினல் சட்டத் திருத்தங்கள் முன்வைக்கப்படுகின்றன.

தண்டிக்கப்படுபவர்கள் மேல்முறையீடு செய்தலுக்கு உரிய வாய்ப்புகளைக் குறைப்பது, ஏழாண்டுகளுக்கு மேல் தண்டனை வழங்கக்கூடிய குற்றங்களில் தடயவியல் சான்றுகளைக்

கட்டாயமாக்குவது உட்பட பல்வேறு நோக்கங்கள் அவர்களுக்கு உள்ளது அவ்வப்போது ஊடகங்களில் வெளிப்படுகின்றன *(Jan 07, 2020, ToI).*

"*IPC* என்பது *1860* இல் இயற்றப்பட்டது, சான்றுகள் தொடர்பான சட்டம் *(Evidence Act) 1872* லும், *CrPC* இப்போதுள்ள வடிவில் *1973*லும் உருவாக்கப்பட்டவை. இவை காலம் கடந்தவை ஆகிவிட்டன" என இது தொடர்பாக ஒரு அதிகாரி கூறுவது இணைய இதழ் ஒன்றில் வந்துள்ளது. இப்படிச் சொல்லி இவற்றை நவீனப்படுத்துவது என்கிற பெயரில் அவர்கள் அடிப்படை நீதி வழங்கு நெறிகளை எவ்வாறு அழித்தொழிக்க முனைகின்றனர் என்பதை இனி ஒவ்வொன்றாகக் காண்போம்.

கிரிமினல் சட்டங்களைத் திருத்தும் பணி ஏற்கனவே தொடங்கிவிட்டது."காவல்துறை ஆய்வு மற்றும் விரிவாக்கம்" தொடர்பான துறையிடம் *(Bureau of Police Research and Development)* இப்போது அந்தப் பணி கொடுக்கப்பட்டுள்ளது. இந்த நோக்கில் அவர்கள் முதல் முறை ஆட்சி அதிகாரத்தைக் கைப்பற்றியபோது, அன்றைய அமைச்சர் அத்வானியால் முன்வைக்கப்பட்ட மாலிமத் குழு *(2003)* பரிந்துரைகளின் அடிப்படையில் நமது குற்ற நடைமுறைச் சட்டங்களான,

The Indian Penal Code of 1860,

The Protection of Civil Rights Act, 1955,

Dowry Prohibition Act, 1961

The Scheduled Castes and Scheduled Tribes (Prevention of Atrocities) Act, 1989.

முதலிய எல்லாவற்றையும் மறுபரிசீலனை செய்து அவற்றில் செய்யப்பட வேண்டிய திருத்தங்களை முன்வைக்கும் பணிகள் இப்போது மும்முரமாக நடக்கின்றன.

சரி. எந்த நோக்கில் இந்தத் திருத்தங்கள் செய்யப்பட வேண்டுமாம்? அவர்கள் சொல்வது இதுதான். இப்போதுள்ள

இந்த கிரிமினல் சட்டங்கள் எல்லாம் குற்றச் செயல்களுக்கான உரிய நீதியை விரைவாக வழங்குவதற்கு எதிராக உள்ளன என்பது மட்டுமல்லாமல், குற்றவாளிகளுக்குக் கடுமையான தண்டனைகள் வழங்குவதற்கும் தோதாக இல்லை. இப்படியாக விரைவாகவும், கடுமையாகவும் நீதிவழங்க இயலாத இன்றைய அமைப்பை *(adversarial system)* மாற்றிக் கடுமையான தண்டனைகளை விரைவாக அளிக்கக் கூடிய துருவி அறிந்து உண்மையைக் கண்டுபிடிக்கும் அமைப்பாக அதை ஆக்க வேண்டுமாம். அவர்களின் அதே மொழியில் சொல்வதானால் இதை ஒரு *inquisitorial system* ஆக்க வேண்டும் என்பதுதான்.

ஆக நீதிபதியின் பங்கும் *(role)* இதன் மூலம் மாற்றி அமைக்கப்படுகிறது. இதை அவர்கள் மூடி மறைக்காமல் வெளிப்படையாகவே சொல்கின்றனர். இதுகாறும் நீதிபதி என்றால் அவர் அமைதியாக அமர்ந்து இருதரப்பு வழக்குரைஞர்களின் வாதங்களையும் கேட்டு, முன்வைக்கப்படும் சான்றுகளைப் பரிசீலித்து உரிய கிரிமினல் சட்டங்களின் அடிப்படையில் குற்றத்திற்கான தண்டனையை அவர் வழங்க வேண்டும்.

எதிர்கால நீதிபதி அவ்வாறு இருக்கக் கூடாது. குற்றத்தை விசாரிப்பது மற்றும் நிறுவுவதில் அவர் ஒரு விசாரணை அதிகாரி போலவே நடந்துகொள்ள வேண்டும்.

மாலிமத் குழு கொடுத்துள்ள 158 பரிந்துரைகளில் முக்கியமான இரண்டை மட்டும் இங்கே பார்க்கலாம்.

1. காவல்துறை கண்காணிப்பாளர் பதவிக்குக் குறையாத ஒரு காவல் அதிகாரியிடம் குற்றஞ்சாட்டப்பட்டவர் அளிக்கும் வாக்குமூலத்தை நீதிமன்றம் குற்றத்தை நிறுவும் சான்றாகவே ஏற்க வேண்டும் என்பது ஒன்று.

இன்றுவரை அப்படி ஏற்கப்படுவது இல்லை. விசாரணை எனும் பெயரில் குற்றம் சாட்டப்பட்டவரைக் கடும் சித்திரவதைக்கு ஆளாக்கி, அந்த வாக்குமூலம் பெறப்பட்டிருப்பதற்கே வாய்ப்பு

அதிகம். கடையைப் பத்து நிமிடங்கள் கூடுதலாகத் திறந்து வைத்ததற்காகவே தந்தை மகன் இருவறையும் அடித்துத் துவைத்து அவர்கள் சாவதற்குக் காரணமாக இருந்த நாடு நம்முடையது. எனவே சித்திரவதை அதை ஒரு ஆதாரமாக ஏற்க இயலாது என்கிற பார்வைக்கு இனி இடமில்லை. சித்திரவதைகளின் ஊடாகப் பெறப்பட்ட ஒப்புதல் வாக்குமூலங்களே இனி ஒருவரைத் தண்டிக்கப் போதுமானவை.

2. ஐயத்திற்கிடமில்லாமல் குற்றம் நிறுவப்பட்டிருந்தால் மட்டுமே தற்போதுள்ள நீதிவழங்கு முறையில் ஒருவர் குற்றவாளியாக ஏற்கப்பட்டு தண்டிக்கப்படுவார். இதில் இனி "ஐயத்திற்கு இடமில்லாது குற்றம் நிறுவப்பட வேண்டும்" எனும் நிபந்தனை நீக்கப்பட வேண்டும். அரைகுறையாகக் குற்றம் நிறுவப்பட்டாலும் போதுமானது.

3. இத்தோடு இப்போது முன்வைக்கப்படும் இன்னொரு கருத்தையும் நாம் கவனத்தில் கொள்ள வேண்டும். நமது அரசியல் சட்டம் குடிமக்களுக்கு அளித்துள்ள அடிப்படை உரிமைகளில் ஒன்று மௌனமாக இருப்பது *Article 20(3)*. இதன்படி கேட்கப்படும் கேள்விகள் எல்லாவற்றிற்கும் குற்றம் சாட்டப்பட்டவர் பதில் சொல்ல வேண்டும் என்கிற கட்டாயம் இல்லை. ஏதேனும் ஒரு கேள்விக்குப் பதில் சொன்னால் தன் மீதான குற்றம் நிறுவப்படும் எனக் குற்றஞ்சாட்டப்பட்டவர் நினைத்தால் அவர் மௌனமாக இருக்கலாம். *"Privilege against self-incrimination"* என இதைக் குறிப்பிடுவர். அரசியல் சட்டத்தின் இந்தப் பிரிவும் நீக்கப்பட வேண்டும் என இப்போது முன்வைக்கப்படுகிறது.

ஆக இனி அடித்து, உதைத்து, நான்காம் வகைச் சித்திரவதைகளின் ஊடாக அவர்கள் எதை வேண்டுமானாலும் அவர்களின் விருப்பப்படி நிறைவேற்றிக்கொள்ளலாம்.

நீதிமன்றங்களில் இனி நீதிபதிகள் இரு தரப்பு விவாதங்களையும் கவனித்து, விசாரணை அதிகாரிகள் முன்வைக்கும் சாட்சியங்களை ஆய்ந்து முடிவு செய்பவர் இல்லை. அவர்

ஒரு *inquisitorial role* ஐ வகிக்க வேண்டும். அதாவது குற்றத்தை நிறுவும் பணி இப்போது பிராசிகியூஷனிடம் மட்டுமின்றி நடுநிலையாக நின்று சட்டங்களின் அடிப்படையில் நீதி வழங்க வேண்டிய நீதிபதிக்கும் உரியதாகிறது.

இந்தத் திருத்தங்கள் எல்லாவற்றையும் தொகுத்துப் பார்த்தால் ஒன்று உறுதியாகிறது. இனி குடிமக்கள் யார் மீதும் எந்தக் குற்றத்தையும் சுமத்தலாம். காவல்துறையுடன் சேர்ந்து நீதிபதியும் அந்தக் குற்றத்தை நிறுவுவார். புதிய சட்டத் திருத்தங்களின்படி குற்றம் சுமத்தப்பட்டவருக்கு ஆகக் கொடும் தண்டனைகள் வழங்கப்படும்.

குற்ற நடைமுறைச் சட்டத்தில் திருத்தங்கள்: யார் இந்த ஐவர் குழு?

திருத்தங்களைப் பரிந்துரைக்க இப்போது நியமிக்கப்பட்டுள்ள ஐவர் குழு குறித்து வைக்கப்படும் விமர்சனங்கள்.

குற்ற நடைமுறைச் சட்டத்தில் மேற்கொள்ளப்பட வேண்டிய திருத்தங்கள் குறித்து சென்ற மாதம் குழு ஒன்று அமைக்கப்பட்டுள்ளது. இந்தக் குழுவில் டெல்லி சட்டப் பல்கலைக்கழகத் துணைவேந்தர் ரண்பீர் சிங், அதே பல்கலைக் கழகத்தைச் சேர்ந்த G.U..பாஜ்பாய், ஜபல்பூர் தேசியச் சட்டப் பல்கலைக்கழகத்தைச் சேர்ந்த பால்ராஜ் சங்கால், மூத்த வழக்குரைஞர் மகேஷ் ஜேத்மலானி, முன்னாள் நீதிபதி G.P.தொரஜா ஆகியோர் உள்ளனர்.

இந்தக் குழு குறித்துக் கடுமையான அதிருப்தியை இப்போது வழக்குரைஞர்களும், இதர சட்டத் துறையினரும் வெளிப்படுத்தி உள்ளனர். பெண்கள் மீதான வன்முறைகள் குறித்த சட்டங்கள் பற்றி அதிகத் திருத்தங்கள் மேற்கொள்ளப்பட வேண்டிய சூழலில் இப்படி ஒரு பெண் உறுப்பினர் கூட இல்லாமல் இந்தக் குழு அமைக்கப்பட்டுள்ளதைக் கண்டித்து அனுப்பப்பட்டுள்ள ஒரு கண்டன அறிக்கையில் 126 பெண் வழக்குரைஞர்கள் கையொப்பம் இட்டுள்ளனர். வழக்குரைஞர்கள் சங்கத்தில்

உள்ள சீனியர் வழக்குரைஞர்கள் 69 பேர்கள் அனுப்பியுள்ள கண்டன அறிக்கையில் சமூகத்தின் பன்மைத் தன்மையைப் பிரதிபலிக்காத ஒரு குழு இது எனவும் நீதி வழங்கு முறை அனுபவங்கள் இல்லாதவர்களால் நிரப்பப்பட்ட ஒன்று எனவும் கண்டனங்கள் தெரிவிக்கப்பட்டுள்ளன.

இப்படியான நியாயமான ஐயங்கள், மற்றும் கண்டனங்ளை இவர்கள் என்றைக்கு மதித்துள்ளார்கள். இந்த நிகழ்விலும் அவ்வாறே இக்கண்டனங்கள் இதுவரை கண்டுகொள்ளப்பட வில்லை.

பிரிட்டிஷ் ஆட்சிக் காலத்தில் உருவாக்கப்பட்ட இப்படியான சட்டங்கள் மறு பரிசீலனை செய்யப்பட வேண்டும் என்பதில் யாருக்கும் கருத்து வேறுபாடு இல்லை. ஆனால் அதில் ஒரு வெளிப்படைத் தன்மை, இருக்க வேண்டும். தொழில்சார்ந்த நிபுணத்துவம் மதிக்கப்பட வேண்டும். ஆனால் அது குறித்தெல்லாம் கவலைப்படுபவர்களா மோடியும் அமித்ஷாவும்.

அதோடு பல காலத்திற்குப் பின் உருவாக்கப்படும் இந்தப்படியான ஒரு சட்டத் திருத்தம் என்பதை அவசரக்கோலத்தில் ஆறே மாதங்களுக்குள் முடிப்பதாக அறிவித்ததும் விமர்சனத்துக்கு ஆளானது. விரிவாக விவாதிக்க வாய்ப்பளிக்கப்பட வேண்டும் என்கிற கருத்து எல்லோராலும் முன்வைக்கப்பட்டது. அதோடு இப்படி கோவிட் 19 தாக்குதலில் எல்லாம் முடங்கிக் கிடக்கும் சூழலில் இது மேற்கொள்ளப்பட்டதும் விமர்சனம் செய்யப்பட்டது.

தேசப் பாதுகாப்பு மற்றும் தனிநபர்களின் கண்ணியம், நீதி குறித்த அரசியல் சட்ட மதிப்பீடுகள் காக்கப்படுதல் என்றெல்லாம் பொத்தாம் பொதுவாக வார்த்தைகளை அடுக்கும் இவர்களின் வழக்கமான உதார்கள் அடங்கியதாக மட்டுமே இப்போதைக்கு இந்தக் குழு தொடர்பான அறிக்கை அமைகிறது. இப்படி அனைத்து மக்களையும் பெரிதும் பாதிக்கக் கூடிய கிரிமினல் சட்டங்களில் மேற்கொள்ளப்படும் திருத்தங்கள் குறித்துப் பேசும் ஒரு ஆவணம் குறிப்பான நோக்கங்கள் முதலியன

குறித்து இப்படிப் பூடகமாகப் பேசுவது நமது ஐயங்களைத்தான் கூடுதல் ஆக்குகிறது. விரிவான மிகப்பெரிய மாற்றங்களை எல்லாம் கிரிமினல் சட்டங்களில் மேற்கொள்ள இருப்பவர்கள் இதற்கான காலக்கெடு ஆறு மாதங்கள் என நிர்ணயித்திருப்பதும் பெரும் அதிருப்தியை நீதித்துறை சார்ந்தவர்கள் மத்தியில் உருவாக்கியுள்ளது.

(ஜூலை 2020 இல் இந்தச் சட்டத் திருத்தங்கள் குறித்து அறிவிக்கப்பட்டபோது எழுதப்பட்ட குறிப்பு).

1.9

குண்டர் சட்டம்

“சிவில் வழக்குகளில் குண்டர் சட்டத்தை சர்வ சாதாரணமாகப் பயன்படுத்தக் கூடாது. பொதுவாகக் குண்டர் சட்டத்தை அதிகம் பயன்படுத்துவது குறித்து அரசு யோசிக்க வேண்டும்” என இரு நீதிபதிகள் (ராஜிவ் சக்தேர் மற்றும் சதீஷ்குமார்) அடங்கிய சென்னை உயர் நீதிமன்ற அமர்வு ஒன்று அய்ந்தாண்டுகளுக்கு முன் *(Nov 23 2017)* கூறியது. ஃபைனான்சியர்கள் முகுன் போத்ரா, ககன் போத்ரா என்ற தந்தை மகன் இருவர் மீதும் போடப்பட்ட குண்டர் சட்ட வழக்கில் சென்னை உயர் நீதிமன்றம் இப்படிக் கூறியது.

‘குண்டர் சட்டம்’ எனப் பொதுவாகக் கூறப்படும் இந்த பயங்கவாதத் தடுப்புச் சட்டம் *(The Tamil Nadu Prevention of Dangerous Activities of Bootleggers, Drug Offenders, Goondas, Immoral Traffic Offenders, Forest Offenders, Sand Offenders, Slum-Grabbers and Video Pirates Act, 1982)* தமிழக அரசால் இயற்றப்பட்ட ஒன்று. தொடர்ந்து குற்றம் இழைத்து

வருபவர்கள் என ஐயப்படும் யாரையும் ஓராண்டுவரை முறையான விசாரணை இல்லாமல் சிறையில் அடைக்க இந்தச் சட்டம் வழிவகுக்கிறது. மணல்திருடர்கள், பாலியல் குற்றங்கள் புரிவோர் முதலானோரும் *(forest offenders, sand smugglers, cyber criminals and sexual offenders against women)* பின்னர் இச்சட்டத்தில் குற்றவாளிகளாக வரையறுக்கப் பட்டனர். ஆனால் கொளத்தூர் மணி, திருமுருகன் காந்தி உள்ளிட்ட அரசியல் தலைவர்களும் இச்சட்டத்தின் கீழ் அடைக்கப்பட்டதையும் பார்த்தோம். பெருநகரங்களாயின் காவல்துறை ஆணையர்களும், பிறபகுதிகளில் மாவட்ட ஆட்சியரும் இச்சட்டத்தைப் பிரயோகித்து ஒருவரைக் கைது செய்யலாம்.

இந்த ஐ.ஏ.எஸ் அதிகாரிகள் யாரும் தங்கள் மூளையையோ, மனத்தையோ பயன்படுத்தி இதற்கான கைது ஆணையை இடுவதில்லை. காவல்துறை நீட்டுகிற தாளில் கையொப்பம் இடுவார்கள். அதற்குப் பின் பாதிக்கப்பட்டவரின் நெருங்கிய உறவினர்கள் 12 நாட்களுக்குள் இச் சட்டம் தவறாகப் பயன்படுத்தப்பட்டுள்ளது என அரசிடம் விண்ணப்பிக்கலாம் என இச்சட்டத்தில் கூறப்பட்டிருந்தாலும், அதனால் இச்சட்டத்தின் கீழ் கைது செய்யப்பட்டவர்களுக்குப் பெரிய பயன் ஏதும் விளைந்ததாகத் தெரியவில்லை.

இதெல்லாம் எத்தனை குரூர நகைச்சுவை பாருங்கள். அரசுதான் இப்படி அநியாயமாக அவர்களைக் கைது செய்கிறது. பிறகு அதே அரசிடமே அது குறித்து உறவினர்கள் வந்து கெஞ்சி என்ன பயன் விளையும்? விண்ணப்பிப்பதால் என்ன பயன். ஓய்வுபெற்ற நீதிபதிகள் முன், வழக்குரைஞர்கள் அல்லாதவர்கள் குற்றம் சாட்டப்பட்டவர்களுக்காகச் சென்று பேசுவது என்பதெல்லாம் என்ன? பல நேரங்களில் குறிப்பிட்ட காலக் கெடுவுக்குள் விண்ணப்பம் அளிக்கப்படவில்லை எனக் கூறி உறவினர்களின் இந்த மனுக்களைத் தள்ளிவிடுவதும் உண்டு. பிறகு ஏழு வாரத்திற்குள் (50 நாட்கள்) இதற்கான 'போர்ட்' முன் சிறையில் அடைக்கப்பட்டவரைக் கொண்டுவந்து

நிறுத்துவார்கள். அந்த 'போர்டில்' ஓய்வுபெற்ற ஆம் 'ஓய்வுபெற்ற' ஒரு நீதிபதி உட்பட ஒரு உயர் நீதிமன்ற நீதிபதி, ஒரு அமர்வு நீதிபதி *(a High Court judge, a retired judge, and a session judge)* என மூவர் இருப்பார்கள். இது ஒரு நிர்வாக விசாரணைக் குழுதான். அவர்கள் முன் பாதிக்கப்பட்டவர் அல்லது அவரது நெருங்கிய உறவினர், நண்பர் யாராவது போய் அவருக்காகப் பேசலாம். அவர்கள் வழக்குரைஞர்களாக இருக்கலாகாது என்பது நிபந்தனை.

ஓய்வுபெற்ற நீதிபதிகளுக்கு இந்தப் பதவியே பெரிய வரப்பிரசாதம். பிறகென்ன. அந்த அறையில் அந்த மூன்று நீதிபதிகளுக்கும் முன் இரண்டுவட்டங்கள் போட்டிருப்பார்கள். இடப்புற வட்டத்தில் குற்றம் சுமத்தப்பட்டவரும் வலப்புற வட்டத்தில் அவருக்காக நீதி வேண்டிப் போகிறவர்களும் நின்றுகொண்டு தங்கள் பக்க நியாயங்களைச் சொல்லலாம்.

சுருக்கமாகக்ச் சொல்வதானால் குண்டர் சட்டம் என அறியப்படும் இதைப் பிரயோகிக்கும் விஷயத்தில் காவல்துறையும் சிவில் நிர்வாகமும் கூட்டாகச் செயல்படுகின்றன. போலீஸ் சொல்லும் இடத்தில் கையொப்பமிட்டு தண்டனையை உறுதி செய்யும் ரப்பர் ஸ்டாம்புகளாகத்தான் சிவில் நிர்வாகம் உள்ளது. இவ்வழக்கில் உறவினர்களுக்குத் தகவல் தெரிவிக்க வேண்டும் என்கிற சட்டபூர்வமான கடன்களையும் கூட காவல்துறை முறையாகக் கடைப்பிடிப்பதில்லை. அத்தனை அலட்சியம்.

தவிரவும் இது தொடர்பான வழக்குகளை 'சீனியாரிடி' அடிப்படையில்தான் விசாரிப்பது என்கிற விதியால் தாமதங்கள் நியாயப்படுத்தப்படுகின்றன. இப்படி வழக்கு முதல் கட்ட விசாரணைக்கு வரவே ஐந்து ஆறு மாதங்கள் ஓடிவிடுகின்றன. இப்படி எளிதில் ஓராண்டுவரை குற்றம் நிறுவப்படாமலேயே குடிமக்கள் யாரையும் இச் சட்டத்தில் சிறையில் வைத்துவிட முடியும். ஆக குண்டர் சட்டம் என்றாலே அப்பாவிகளாயினும் அரசியல் பழிவாங்கலாயினும் பிணை விடுதலை இன்றிக் குறைந்தபட்சம் ஆறுமாத காலங்கள் சிறையில் இருக்கும் நிலை

ஏற்பட்டு விடுகிறது. அப்படி பிணையில் வெளிவர முடியாமல் சிறையில் அடைக்க வேண்டும் என்பதற்காகத்தான் இச்சட்டம் பயன்படுத்தப்படுகிறது. ஆறு மாதங்கள் என்பதெல்லாம் குறைந்தபட்சம்தான். ஓராண்டுக்குப் பின் முறையான நீதிமன்றங்களில் இவர்கள் கொண்டுவந்து நிறுத்தப்படும்போது கொத்துக் கொத்தாக இவர்கள் விடுதலை செய்யப்படுவதுதான் நடக்கின்றது.

இக் கட்டுரையின் தொடக்கத்தில் குறிப்பிட்டுள்ள இரு நீதிபதிகள் அளித்துள்ள இந்தத் தீர்ப்பை வரவேற்கும் அதே நேரத்தில் “சிவில் வழக்குகள்” எனப் பொத்தாம் பொதுவாகச் சொல்வதோடு நிற்காமல் அரசியல் காரணங்களுக்காக இச்சட்டத்தின் கீழ் கைது செய்யப்படும் வழக்குகளிலும் இப்படிப் பழிவாங்கும் நோக்கில் இச்சட்டம் பயன்படுத்தக் கூடாது என நீதிமன்றம் வெளிப்படையாகச் சொல்ல வேண்டும். அப்படிப் பழிவாங்கப்பட்ட சிலரின் எடுத்துக்காட்டுகளை இங்கு குறிப்பிட முடியும்.

1.2013 இல் சேலம் வழக்குரைஞர் அரிபாபு இப்படித்தான் இச்சட்டத்தில் கைது செய்யப்பட்டார். அரசு மற்றும் ஆதிக்க சக்திகள் செய்யும் அத்துமீறல்களைத் தொடர்ந்து எதிர்த்து வருபவர் இவர். அரசியல் அதிகாரத் துணையுடன் இயங்கிவந்த ஒரு உள்ளூர் அரசியல்வாதி சேலம் நகரில் உள்ள அங்கம்மாள் காலனி என்னும் ஒரு குடியிருப்பில் வாழ்ந்த ஏழை எளிய மக்களைத் தன் அதிகாரத்தைக் கொண்டு வெளியேற்ற முனைந்தபோது பெரிய அளவில் இயக்கம் நடத்தி அம்முயற்சியை எதிர்கொண்டார் அரிபாபு. வீரப்பன் என்கவுன்டர் கொலை நடந்தபோதும் அவர் தமிழகம் மற்றும் ஆந்திரம் முதலான பகுதிகளில் இருந்து செயல்படும் மூத்த மனித உரிமைப் போராளிகளை எல்லாம் அழைத்து உண்மை அறியும் குழு ஒன்றை அமைத்து ஆய்வு செய்து அறிக்கை ஒன்றை இவர் வெளியிட்டார். அதில் நானும் பங்கு கொண்டிருந்தேன். சேலம் கதிர்வேல் என்பவர் காவல்துறையால் சுட்டுக் கொல்லப்பட்டபோதும் மே 2019 இல் உண்மை அறியும்

குழு ஒன்றை அமைத்து அது குறித்த உண்மைகளை வெளிக் கொணர்ந்தார். சேலத்தில் காவல்துறைத் துணையுடன் பெரிய அளவில் கள்ளச் சாராயம் விற்கப்படுவதை எதிர்த்து மக்களைத் திரட்டியதோடு காவல் நிலையத்தைப் பூட்டுவது எனும் போராட்டத்தையும் நடத்தினார். அவர்மீது குண்டர் சட்டம் போடப்பட்டபோது சேலத்தில் உள்ள மக்கள் பணியாளர்கள் பலரும் அதைக் கண்டித்தனர். கண்டன ஆர்பாட்டம் ஒன்றும் நடத்தப்பட்டது.

2. மனித உரிமைப் போராளியும் மே17 இயக்க நிறுவனர்களில் ஒருவருமான திருமுருகன் காந்தி மற்றும் மூவர் மீதும் குண்டர் சட்டம் போடப்பட்டபோது தமிழக அரசியல் மற்றும் சமூக முன்னோடிகள் பலரும் அதைக் கண்டித்தனர். இதை மாநில அரசுதான் செய்தது என்றாலும் மத்திய அரசின் தூண்டலும் இருந்தது என அப்போது குற்றம் சாட்டப்பட்டது. கொளத்தூர் மணியும் இச்சட்டத்தில் கைது செய்யப்பட்டவர்களில் ஒருவர்.

இப்படி நிறையச் சொல்லலாம். சுருக்கம் கருதித் தவிர்க்கிறேன்.

நமது நீதிமன்றங்களில் ஆண்டொன்றுக்குச் சராசரியாக சுமார் 4,000 வழக்குகள் குண்டர் சட்டத்தின் கீழ் விசாரணைக்கு வருகின்றன எனக் கூறப்படுகிறது. 2001 இல் ராமநாதபுரம் மாவட்டத்தில் மட்டும் 106 பேர்கள் இச்சட்டத்தில் கைது செய்யப்பட்டனர். குறைந்தது ஆறு மாதங்களுக்குப் பின் விசாரணைக்கு வரும்போது இவற்றில் 99.5 சதவிகித வழக்குகளில், 'இவர்கள் மீது தடுப்புக் காவல் சட்டம் போடப்பட்டது தவறு' எனக் கூறி அவை ரத்து செய்யப்படுகின்றன.

இது குறித்துக் கேட்டால் தடுப்புக் காவல் சட்டம் போடுவதற்கு அரசுக்கு உரிமை உண்டு எனச் சொல்லப்படும். தடுப்புக் காவல் சட்டம் போடுவதற்கு அரசுக்கு உரிமை இருக்கலாம். ஆனால் அப்பாவிகளைக் கைது செய்து விசாரணை இல்லாமல் அடைப்பதற்கு அரசுக்கு என்ன உரிமை இருக்கிறது.

ஏன் கூடாது இந்தச் சட்டம்

தடுப்புக் காவல் சட்டங்கள் எல்லாமே அரசியல் சட்டம் வழங்கும் அடிப்படை உரிமைகளை இல்லாமல் செய்வதுதான். அரசுகள் எப்போதுமே தன் மக்களுக்கு முழுமையான அடிப்படை உரிமைகளை வழங்கியது இல்லை. பண்டைய கிரேக்கக் குடியரசிலேயே 'நெருக்கடி நிலையை' அறிவிக்கும் உரிமையை *(iuitium)* அரசு தன் கையில் வைத்திருந்தது என்கிறார் வாழும் ஃப்ரெஞ்ச் சிந்தனையாளர் *Georgio Agamban*. 'அரசின் காரணங்களுக்காக' *(raison de etat)* அடிப்படை உரிமைகளை ரத்து செய்தால் பின் அதைக் கேட்கும் உரிமை மக்களுக்கு இல்லை. 1947 தொடங்கி இந்திய அரசு எந்நாளும் இப்படியான சட்டங்கள் இல்லாமல் வாழ்ந்தது இல்லை.

பிரிட்டிஷ் காலத்துத் தேசத்துரோகச் சட்டம் முதல், *Defense of India Rules, MISA, TADA, POTA, NSA, ESMA, AFPSA, UAPA*, மாநிலங்கள் தோறும் இயற்றப்பட்டுள்ள ஏகப்பட்ட *COCA* சட்டங்கள்... இப்படி எத்தனை எத்தனை. ஆனால் நீதிமன்றங்கள் எந்தக் காலத்திலும் இச்சட்டங்களை 'அரசியல் சட்ட ஆளுகைக்கு எதிரானவை' எனச் சொல்லி ரத்து செய்ததில்லை. வழமையான சட்டங்களைக் கொண்டு ஆட்சி நடத்தும் சூழல் உண்மையிலேயே அரசுக்கு இல்லையா என்கிற கேள்வியை அவை எழுப்பியதில்லை. மாறாக இப்படியான சட்டங்களை இயற்ற அரசுக்கு அதிகாரம் உள்ளதா இல்லையா எனக் கேள்வியைத் திருப்பிப்போட்டு இச்சட்டங்களுக்கு அவை ஏற்பு வழங்கிவிடுகின்றன. இதனால் தடுப்புக் காவல் சட்டங்களில் கைது செய்யப்படுபவர்கள் பிணையில் வெளிவர இயலாமல் பல ஆண்டு காலம் சிறையில் வதிய நேர்கிறது.

குண்டர் சட்டம் போன்றவற்றைப் பயன்படுத்த அரசு சொல்லும் காரணத்தை மக்களின் பொதுப்புத்தியும் அப்படியே ஏற்றுக் கொள்கிறது. "தொடர்ந்து குற்றங்களை இழைப்பவர்கள் *(habitual offenders)* மீது சாதாரணச் சட்டங்களைப் பயன்படுத்தினால் அவர்கள் சட்டத்தின் ஓட்டைகளைப் பயன்படுத்தி வெளியே

வந்துவிடுகின்றனர்" என்பதுதான் அரசின் வாதம். இப்போது 1600 க்கும் மேற்பட்டவர்கள் குண்டர் சட்டத்தில் தமிழகச் சிறைகளில் உள்ளனர். (2009 இல் இது 1690 ஆகவும், 2010ல் 1781 ஆகவும், 2011ல் 1364 ஆகவும் இருந்தது. இவர்கள் எல்லோரும் *habitual offenders* அல்ல. ஒரு சிலர் அப்படி இருக்கலாம். பலரை முதன் முறையாகக் கைது செய்து விட்டுப் பின் அவர்கள் சிறையில் உள்ளபோதே வேறு சில வழக்குகளை அவர்கள் மீது திணித்துப் பின் குண்டர் சட்டத்தையும் பிரயோகிக்கின்றனர். நான் அப்படிச் சிலருக்காக *board* முன்சென்று வாதிட்டுள்ளேன். மிக விரிவாக ஆதாரங்களுடன், காரணங்களை விளக்கிப் பின் எழுத்துமூலமும் கொடுத்து வந்த போதிலும் பயனில்லை.

நான் அப்படிச் சென்று வாதிட்ட சிலரில் கூடங்குளத்திலிருந்து வந்த இளைஞன் ஒருவன். பெயர் சிந்துபாரத். எஸ்.பி. உதயகுமார் கேட்டுக் கொண்டதற்கு இணங்க அந்தப் பையனின் வழக்கு ஆவணங்களை எல்லாம் படித்துவிட்டு ஒரு மனுவையும் தயாரித்துக் கொண்டு போயிருந்தேன். அந்த இளைஞன் இதற்குமுன் எந்த வழக்கிலும் தொடர்பில்லாதவன். கூடங்குளம் போராட்டத்திலும் அவனுக்குப் பங்கில்லை. 'ஃப்லெக்ஸ் போர்ட்' எழுதுவது அவன் தொழில்.

போராட்டக்காரர்களுக்கு 'ஃப்லெக்ஸ்போர்ட்' தயாரித்துக் கொடுக்கக்கூடாது என போலீஸ் அவனை எச்சரித்துள்ளது. அவன் என்ன செய்வான். அவன் அந்த ஊரில் கடை வைத்திருப்பவன். அந்த மக்கள் போராடுகின்றனர். எப்படி அவனால் மறுக்க முடியும்? அவனுக்குத் திருமணமான பன்னிரண்டாம் நாள் அவனைக் கைது செய்து குண்டர் சட்டத்தில் போட்டது நமது இரக்கமுள்ள காவல்துறை. அது காதல் திருமணம் வேறு. பெற்றோர் விருப்பம் இல்லாமல் செய்யப்பட்ட கலப்புத் திருமணம். அவன் மீது இதற்கு முன் எந்த வழக்கும் கிடையாது என்றேன். ஆனால் குண்டர் சட்டம் போடுவதற்கு முன்னதாக அவன் சிறையில் இருக்கும்போதே வேண்டும் என்றே வேறு சில வழக்குகளையும் அவன் மீது போட்டார்கள்.

கூடங்குளத்தில் அவ்வாறு கைதுசெய்யப்பட்ட இன்னொருவருக்கு பெரியார் திராவிடர் கழகத் தலைவர் கொளத்தூர் மணி அவர்கள் சென்று வாதாடினார். அடுத்த சில மாதங்களில் அவரையே குண்டர் சட்டத்தில் போட்டது ஜெயலலிதா அரசு. சென்றமுறை வலப்புற வட்டத்தில் நின்று பேசிய மணி அவர்கள் இம்முறை இடப்புற வட்டத்தில் நிற்க வேண்டியதாயிற்று. அவருக்காக யார் பேசினார்கள் எனத் தெரியவில்லை. அவரே பேசியிருப்பார் என நினைக்கிறேன். நாம் எப்போது இடப்புற வட்டத்தில் நிற்கப்போகிறோமோ தெரியவில்லை என்கிற எண்ணம்தான் இதை வாசிக்கும் யாருக்கும் தோன்றும். புதிய சட்டத் திருத்தத்தின்படி முகநூலில் ஸ்டேடஸ் போட்டாலும்கூட குண்டர் சட்டம் பாயுமாமே என்று ஒருவர் கேட்கிறார்.

பாலியல் குற்றங்களுக்கும் இனி குண்டர் சட்டமாம். பாலியல் குற்றங்கள் கடுமையாகத் தண்டிக்கப்பட வேண்டியவைதான். ஆனால் அதற்கு இப்போது திருத்தப்பட்டுள்ள சட்டங்களே போதுமானவை. சாதி மீறிய காதல்களில், மனமொத்து காதலர் இருவரும் தலைமறைவு ஆனாலும்கூட, இந்த உறவைப் பிடிக்காத பெற்றோர் தம் பெண்ணை வலுக்கட்டாயமாக இழுத்துச் சென்றதாகத்தான் புகார் கொடுப்பர். அது போதாதா நம் காவல்துறைக்கு?

குண்டர் சட்டத்தில் கைது செய்யப்பட்டவர்களை ஒரே நேரத்தில் கொத்துக் கொத்தாக நீதிமன்றங்கள் விடுதலை செய்வதுண்டு. கொளத்தூர் மணி மற்றும் அவரது கட்சிக்காரர்களும் அப்படித் தான் விடுதலை ஆனார்கள். அரசுக்கும் தெரியும். இது வம்புக்காகப் போடப்பட்ட வழக்கு. மிகவும் பலவீனமான ஒன்று. நிச்சயம் நீதிமன்றத்தில் அடிபட்டுப்போகும் என்று. ஆனாலும் அவர்கள் ஏன் இதைப் பயன்படுத்துகின்றனர்? நீதிமன்றத்தில் கேஸ் உடைவதற்குள் ஆறேழு மாதங்கள் ஓடிவிடும். இப்போது மேற்கொண்டுள்ள சட்டத்திருத்தத்தில் ஒருவரை குண்டர் சட்டத்தில் போட அவர் *habitual offender* ஆக இருக்க வேண்டியதுமில்லை.

ஆக இனி நீதிமன்றத்திற்குப் போயும் அப்பாவிகள் விடுதலை ஆவது குதிரைக் கொம்புதான். அம்மா கொண்டுவந்துள்ள இச் சட்டத்திருத்தம் வியப்புக்குரிய ஒன்றல்ல. எல்லாம் எதிர்பார்த்ததுதான். எந்த விமர்சனத்தையும் பொறுத்துக் கொள்ளத் தயாராக இல்லாத நம் அரசுகளுக்கு சமூக ஊடகங்கள் மீதும் ஒரு கண் உண்டு. இதை ஒடுக்கும் முயற்சியாகத்தான் இப்போது ‘சைபர்’ குற்றங்களும் குண்டர் சட்டத்திற்குள் கொண்டுவரப்பட்டுள்ளன. இது கருத்துரிமையைப் பறிக்கும் முயற்சி. நமது அரசியல் சட்டம் வழங்கியுள்ள கருத்துரிமை *(Article 19)* மற்றும் சட்ட விரோதமாகச் சிறையில் அடைக்கப் படுவதற்கு எதிரான உரிமை *(Article 22 (2)* ஆகியவற்றிற்கு எதிரானது.

மேலும் மேலும் கொடும் பிரிவுகள் சேர்க்கப்பட்ட குண்டர் சட்டம்

Dec 20 2012 அன்று நடந்த ஐ.ஏ.எஸ், ஐ.பி.எஸ் அதிகாரிகள் மாநாட்டில் இனி யார் மீதும் குண்டர் சட்டத்தைப் பிரயோகிப்பதற்கு அவர் மீது பல வழக்குகள் இருக்க வேண்டும் என்பதில்லை என முடிவெடுக்கப்பட்டது. இனி ஒருவர் மீது குண்டர் சட்டத்தைப் பிரயோகித்து அவரைத் தடுப்புக் காவலில் வைக்க வேண்டுமானால், அவர் மீது ஏதாவது ஒரு வழக்கைப் போட்டு உள்ளே தள்ளி விடலாம். தமிழக அரசு குண்டர் சட்டத்தில் *2018* இல் சில மாற்றங்களைக் கொண்டு வந்தது. அவை இன்னும் மோசமானவை. பாலியல் குற்றங்கள் சைபர் க்ரைம்ஸ் முதலியன அப்போது குண்டர் சட்டத்தின் கீழ் கொண்டுவரப்பட்டது. *2019* லிருந்து அது அமலில் உள்ளது.

இம்மென்றால் குண்டர் சட்டம் ஏனென்றால் தேசியப் பாதுகாப்புச் சட்டம்.

எல்லாவற்றிற்கும் குண்டர் சட்டம் போன்றவற்றைப் பயன்படுத்த வேண்டிய அவசியமில்லை. ஏற்கனவே ஒவ்வொரு குற்றத்திற்கும் கடும் தண்டனை அளிக்கப் போதுமான சட்டங்கள் இன்று உள்ளன. எந்தக் குற்றச்சாட்டுகள் சொல்லப்படுகின்றனவோ,

அவை உண்மையாய் இருந்தால் அவர்களை இந்தியத் தண்டனைச் சட்டத்தின் கீழேயே கைது செய்யலாம். சாதி வெறிப் பேச்சு அல்லது வன்முறை சார்ந்த குற்றங்களாயின் வன்கொடுமைத் தடுப்புச் சட்டத்தின்கீழ் எதிர்கொள்ளலாம். பின் ஏன் இந்தத் தடுப்புக் காவல் சட்டங்கள்? ஏன் இந்தப் பொய் வழக்குகள்? இப்படியான தடுப்புக்காவல் சட்டங்களை வைத்துக் கொண்டு குடிமக்களின் உரிமைகளைப் பறிப்பது வன்மையாகக் கண்டிக்கப்பட வேண்டும். ஒரே நபர் மீது பலமுறை குண்டர் சட்டங்கள் பிரயோகிக்கப்பட்டதும் உண்டு.

போலீஸ் பக்ருதீன் உட்பட மூவர் கைது செய்யப்பட்டபோது 251 போலீஸ்காரர்களுக்கு மூன்று கோடி ரூபாய்கள் வரை பரிசுகள் வழங்கப்பட்டன. பலருக்குப் பதவி உயர்வுகள் வழங்கப்பட்டன. அதே நேரத்தில் அவர்கள் தாமாக முன்வந்து சரணடைந்ததாக இன்னொரு பக்கம் செய்திகள் வெளியாயின.

பா.ஜ.க தலைவர்களில் ஒருவரின் கொலை வழக்கில், திருச்சியில் சிலரைச், சட்டவிரோதமாகக் காவலில் வைத்து சித்திரவதைகள் செய்து, பொய் சாட்சிகள் தயார் செய்ததை நீதிமன்றம் கணக்கில் எடுத்துக்கொண்டு சி,பி,சி,ஐ.டி விசாரணைக்கு ஆணையிட்டது குறித்து நான் விரிவாக எழுதியுள்ளேன். வழமையான சட்டங்களை வைத்தே குற்றச் செயல்களைக் கையாள முடியும். தடுப்புக் காவல் சட்டங்களைச் சாதாரணக் குற்றங்களுக்கும் பிரயோகிப்பது, பொய் வழக்குகள் போடுவது, பொய் சாட்சிகள் உருவாக்குவது இவற்றை மக்கள் வன்மையாகக் கண்டிப்பது அவசியம்

1.10

CAA – குடியுரிமையை அளிக்கும் சட்டமா? அழிக்கும் சட்டமா?

குடிமக்களில் ஒரு சாராருக்குக் குடியுரிமையை மறுக்கும் மோடி அரசின் ஆக ஆபத்தான சட்டம்

(i) முன்னுரை

மோடி அரசு நிறைவேற்றியுள்ள குடியுரிமைச் சட்டத்திற்கு எதிராக இன்று மிகப் பெரிய போராட்ட அலை இந்தியா முழுவதும் எழுந்துள்ளது. உள்நாட்டில் மட்டும் அல்லாமல் உலக அளவிலும் இன்று இது கண்டனத்துக்குள்ளாகி இருக்கிறது.

ஐ.நா அவையின் 'மதச் சுதந்திரத்திற்கான பன்னாட்டு ஆணையம்' இச்சட்டத்தைக் கண்டித்துத் தீர்மானம் நிறைவேற்றியுள்ளது. தவறான திசையில் மேற்கொள்ளப்பட்டுள்ள ஆபத்தான திருப்பம் எனவும் இதற்காக இந்திய அரசின்மீது sanctions விதிக்கலாம் எனவும் அது கூறியுள்ளது. ஐ.நா அவையின் இந்த ஆணையம் மட்டுமின்றி ஐ.நா அவையும் இதைக்

கண்டித்துள்ளது. மோடி அரசு இயற்றியுள்ள குடியுரிமைச் சட்டம் மக்களைப் பிளவுபடுத்தும் நடவடிக்கை என அது குற்றஞ் சாட்டியுள்ளது. பிரான்ஸ் நாட்டுத் தலைவர் இம்மானுவேல் மாக்ரோன், ஜெர்மன் சான்சலர் ஆங்கெலா மார்கல் உட்பட்ட உலகத் தலைவர்களும் இந்தச் சட்டத்தைக் கண்டித்துள்ளனர்.

ஆனால் இன்னொரு பக்கம் இந்திய அரசியல் கட்சிகளில் மதச்சார்பின்மையில் உறுதியற்ற கட்சிகள் மக்களின் எதிர்ப்பைப் பார்க்கும்போது தாங்கள் இந்தக் குடியுரிமைச் சட்டத்தை நிறைவேற்ற மாட்டோம் எனவும் மத்திய அரசு உற்றுப் பார்த்தல் அந்த நிலைபாட்டிலிருந்து வழூக்குவதாகவும் ஆட்டம் போடுகின்றன. முதலில் இதனைச் செயல்படுத்தப்போவதில்லை என்ற மகாராஷ்டிர முதல்வர் உத்தவ் தாகரே, இன்று NPR மற்றும் CAA ஆகியவற்றால் எந்தப் பிரச்சினையும் வராது எனவும் NRC யைச் செயல்படுத்தாமல் இருந்தால் போதும் எனவும்; அதனால் ஏப்ரல் 1 அன்று மோடி அரசு திட்டமிட்டபடி வேலையைத் தொடங்குவதில் பிரச்சினை இல்லை எனவும் சொல்லியுள்ளார். தமிழக முதல்வர் எடப்பாடி பழனிச்சாமி தாங்கள் NPR ல் காணப்படும் சர்ச்சைக்குரிய கேள்விகளை நீக்கச் சொல்லிக் கடிதம் எழுதியுள்ளதாகத் தன்னைச் சந்திக்க வந்த முஸ்லிம் தலைவர்களிடம் சொன்னவர், அடுத்த இரண்டு நாளில் சட்டமன்றத்தில் பேசும்போது ஆவேசமாக, “குடியுரிமைச் சட்டத்தால் பாதிக்கப்படுவார்கள், பாதிக்கப்படுவார்கள் எனச் சொல்கிறீர்களே, யார் இப்போது பாதிக்கப்பட்டுள்ளார்கள்? பாதிக்கப்பட்டவர் என ஒருவரையாவது உங்களால் காட்ட முடியுமா?” - எனக் கேட்டுள்ளார்.

அஸ்சாமில் வெளியார்களை வெளியேற்ற வேண்டும் என 1980 களில் நடந்த போராட்டத்தின் இறுதியில் ஏற்பட்ட உடன்படிக்கையின் பின்னணியில் நீதிமன்ற ஆணைப்படி மேற்கொண்ட குடியுரிமைக் கணக்கெடுப்பில் இன்று சுமார் 20 இலட்சம் மக்களுக்குக் குடியுரிமை மறுக்கப்பட்டுள்ளது. இந்துக்கள், முஸ்லிம்கள் என்கிற வேறுபாடு இல்லாமல்

மேற்கொள்ளப்பட்ட கணக்கீடு அது. அதன் விளைவாகக் கணிசமான இந்துக்களும் இன்று அங்கே குடியுரிமையை இழந்துள்ளனர். அப்படிப் பிற மாநிலங்களிலும் ஆகிவிடக் கூடாது என்பதால் அவசர அவசரமாக முஸ்லிம்கள் மட்டும் பாதிக்கப்படுமாறு குடியுரிமைச் சட்டத்தை இயற்றி, அந்த அடிப்படையில் கணக்கெடுப்பைத் தொடங்குகின்றனர்.

அஸ்ஸாமில் இப்போது எடுத்துள்ள கணக்கெடுப்பின்படி குடியுரிமை மறுக்கப்பட்டவர்களுக்கு என அங்கு இப்போது தடுப்புக் காவல் முகாம்கள் செயல்படுகின்றன. மேலும் சில கட்டப்பட்டுக் கொண்டும் உள்ளன. அப்படியான தடுப்புக் காவல் வாழ்க்கை எத்தனை கொடூரமானது என்பதை இக் குறுநூலில் உள்ள மொமிரான் நெஸ்ஸா எனும் பெண்ணின் சோகக் கதையிலிருந்து அறிந்து கொள்ளலாம். நான்கு நாட்களுக்கு முன் ஒரு செய்தி வெளிவந்துள்ளது. ஏற்கனவே இந்த முகாம்களில் போதிய உணவு அளிக்கப்படுவதில்லை. இனி அவர்களுக்கு இப்போது அளிக்கப்படும் இந்த ‘ரேஷனையும்’ குறைக்கப்போகிறார்கள் என்பதுதான் அந்தச் செய்தி.

அஸ்ஸாமில் நிறைவேற்றப்பட்ட குடி உரிமைச் சட்டத்தைக் காட்டிலும் எந்தெந்த அம்சங்களில் இப்போது இயற்றியுள்ள அமித்ஷாவின் குடியுரிமைச் சட்டம் கொடூரமானது, மக்களைப் பிளவுபடுத்தக் கூடியது என்பதை இங்குள்ள கட்டுரைகளில் விரிவாகச் சொல்லப்படுகின்றன. இந்தப் புதிய சட்டத்தில் உள்ள கொடும் சட்டப் பிரிவுகளின் அபாயத்தை உணர்ந்து அதற்கு எதிராக அமைதி வழியில் போராடும் பல்கலைக் கழக மாணவர்கள் இன்று சுடப்படுகிறார்கள். காவல்துறையின் அனுமதியோடு கல்வி வளாகங்களில் குண்டர்கள் புகுந்து கொலை வெறித் தாக்குதல்களை நடத்துகிறார்கள். உத்தரபிரதேசத்தில் இச் சட்டத்திற்கெதிராக மக்கள் போராடியபோது சுமார் 20 பேர்கள் சுட்டுக் கொல்லப்பட்டனர். கொல்லப்பட்டவர்கள் காவல்துறையால் சுடப்படவில்லை என முதல்வர் யோகி ஆதித்யநாத் சொல்கிறார். எனில் பின் யார் சுட்டார்கள் எனும் கேள்விக்குப் பதில் இல்லை.

இந்தக் குடியுரிமைச் சட்டம் நிறைவேற்றப்பட்டால் யாருக்கு என்ன மாதிரி பாதிப்பு வரும் என்பது குறித்து எழும் கேள்விகள் பலவற்றிற்கு யாரிடமும் பதிலில்லை. நேற்று குடியுரிமையை எதிர்த்த போராட்டக் களத்தில் இருந்த ஒருவர் என்னிடம் ஒரு கேள்வி எழுப்பினார். "பாகிஸ்தானிலிருந்து ஒரு இந்துக் குடும்பம் இங்கே வந்துள்ளது எனக் கொள்வோம். அந்தக் குடும்பத்தில் ஒருவர் மட்டும் இங்கு வந்தபின் முஸ்லிமாக மாறிவிட்டார் என்றால் அவருக்கு இங்கு குடியுரிமை அளிக்கப்படுமா அளிக்கப்படாதா?" - என்பதுதான் அவரது கேள்வி. அமித்ஷாவிடம்தான் நீங்கள் கேட்க வேண்டும் என்றேன். வேறென்ன சொல்வது. எந்தப் பிரச்சினைகளைப் பற்றியும் யோசிக்காமல், எந்தத் தெளிவும் இல்லாமல் அவர்கள் இப்போது இந்தச் சட்டத்தைத் தமது பெரும்பான்மையின் ஊடாக நம்மீது திணித்துள்ளனர்.

பெரிய அளவில் இந்தியா முழுவதும் இன்று ஏற்பட்டுள்ள இந்த எதிர்ப்புகளை பா.ஜ.க ஆட்சியாளர்கள் எதிர்பார்க்கவில்லை. இரண்டாம் முறையாகத் தொடர்ந்து ஆட்சிக்கு வந்த கையோடு இவர்கள் அடுத்தடுத்துப் பல கொடூரமான சட்டங்களை நிறைவேற்றினர். காஷ்மீருக்கு வாக்களிக்கப்பட உறுதி மொழிகளை மீறி இன்று அந்தப் பள்ளத்தாக்கே ஒரு மிகப் பெரிய சிறைச்சாலையாக மாற்றப்பட்டுள்ளது, பல்கலைக்கழகங்கள் மீது பல்வேறு வடிவங்களில் தாக்குதல்கள் மேற்கொள்ளப்பட்டன. நீதித்துறையில் இவர்களின் தலையீட்டைக் கண்டித்து உயர் நீதிபதிகள் வீதிக்கு வந்து தம் நியாயங்களைச் சொல்லும் நிலை ஏற்பட்டது. ரிசர்வ் வங்கி முதலான அரசியல் சட்ட நிறுவனங்களில் இவர்களின் அத்துமீறலை எதிர்த்து சுமார் நான்கு பொருளாதார நிபுணர்கள் வெளியேறினர். அப்போதெல்லாம் பெரிய எதிர்ப்புகள் இல்லாதது போலவே இப்போது இந்தக் குடியுரிமைச் சட்டத்தையும் நிறைவேற்றி விடலாம் என்கிற நம்பிக்கையோடு அவர்கள் வேலையைத் தொடங்கினார்கள்.

இன்று முஸ்லிம் பெண்கள் குடியுரிமைச் சட்டத்தை எதிர்த்துக்

களத்தில் நிற்கின்றனர். சுதந்திரத்திற்குப் பிந்திய இந்திய வரலாற்றின் 'ஷாகின் பாக்' கிற்கு ஒரு முக்கிய இடம் உண்டு.. தமிழகத்தில் வண்ணாரப் பேட்டையும் இன்று வரலாற்றில் இடம் பெறுகிறது. மிகப் பெரிய அளவில் இன்று முஸ்லிம் பெண்கள் இந்தக் குடியுரிமைச் சட்டத்தின் ஆபத்தை உணர்ந்து போராட்டக் களத்தில் குதித்துள்ளதை இன்று உலகே வியந்து நோக்குகிறது. முஸ்லிம் பெண்கள் என்றால் முக்காடு போட்டுக் கொண்டு வீடுகளில் முடங்கிக் கிடப்பவர்கள், முஸ்லிம் இளைஞர்கள் என்றால் தாடியும், எந்திரத் துப்பாக்கிகளுமாகப் பயங்கரவாதத்தில் ஈடுபடுவோர் என சங்கப் பரிவாரங்களாலும் ஊடகங்களாலும் கட்டமைக்கப்பட்ட பிம்பங்கள் இன்று தகர்ந்து தூளாகியுள்ளன.

போராடும் இந்த மக்கள் இன்று மூவண்ணக் கொடியை உயர்த்திப் பிடிக்கின்றனர். காந்தி, நேரு, அம்பேத்கர், அபுல்கலாம் ஆசாத் ஆகியோர் இன்று 'ஐகான்' களாக முன்வைக்கப்படுகின்றனர். "தேசியம்" என்பதற்கு எல்லோரையும் உள்ளடக்கிய பொருளை உயர்த்திப் பிடிப்பதன் ஊடாக சங்கிகளின் மதவெறிப் பிளவு தேசியம் அடையாளம் காட்டப்பட்டுவிட்டது.

மோடி அரசின் ஆறாண்டு கால ஆட்சியில் மிகப் பெரிய பொருளாதார வீழ்ச்சி இன்று ஏற்பட்டுள்ளது. தொழில்கள் முடங்கப்பட்டதன் ஊடாக இன்று வேலையின்மை பெருகியுள்ளது. முதலீடுகள் பெரிய அளவில் வீழ்ச்சி அடைந்துள்ளன. இது வெறும் பொருளாதாரப் பிரச்சினை அல்ல. பொருளாதார வளர்ச்சிக்கு இரண்டு அடிப்படைகள் முக்கியமானவை. முதலில் மக்களுக்கு அரசு மீது நம்பிக்கை இருக்க வேண்டும். அடுத்து மக்கள் மத்தியில் பரஸ்பர நம்பிக்கை இருக்க வேண்டும் எந்த நேரத்தில் புதிய வரி விதிப்பு முறைகளைக் கொண்டு வந்து சிறு மற்றும் நட்டுத்தர வணிகத்தினர் மீது தாக்குதல் தொடுப்பார்கள், எந்த நேரத்தில் ரூபாய் நோட்டுக்களைச் செல்லாததாக்கி எல்லோர் வயிற்றிலும் அடிப்பார்கள் என மக்கள் மத்தியில் அச்சமும் அய்யமும் நிலவும்போது எப்படி இங்கு பொருளாதாரமும் தொழிலும்

வளரும் என இன்று நிபுணர்கள் எழுப்பும் கேள்விக்கு அவர்களிடம் பதிலில்லை.

வரலாற்றின் ஒரு முக்கிய திருப்பத்தில் நாம் நின்று கொண்டுள்ளோம். மக்களை மத அடிப்படையில் கூறுபோடும் ஒரு அரசின் இத்தகைய நடவடிக்கைகளை எதிர்த்து இன்று உருவாகியுள்ள எழுச்சி பின் நாளில் வரலாற்றில் முக்கிய இடம் பெறுவது உறுதி.

அந்த வகையில் மோடி அரசின் இந்த குடியுரிமைக் கொள்கையின் ஆபத்துக்களை வெளிக் கொணரும் இந்தக் கையேடு போராட்டக் களத்தில் இருப்பவர்களுக்கு ஒரு ஆயுதமாக அமையும் என நம்புகிறேன்.

பிப் 20, 2020

(ii) இரண்டாம்தர மக்களாக்கப்படும் சிறுபான்மையினர்

மோடி- அமித்ஷா இரட்டையரின் இந்தக் குடியுரிமைச் சட்ட அடிப்படையை விளங்கிக் கொள்ள நாம் சற்றே பின்னோக்கி வரலாற்றில் கவனம் குவிக்க வேண்டும். பா.ஜ.க குறித்த சில அடிப்படையான உண்மைகளையும் நினைவில் கொள்ள வேண்டும். சுதந்திரமாக இயங்காமல் பின்னின்று இயக்கும் ஒரு வலுவான கட்டமைப்பைக் கொண்ட ஓரே கட்சி இந்தியாவில் அது மட்டும்தான். பா.ஜ.க ஆட்சியில் இருந்தாலும் இல்லாவிட்டாலும் ஆர்.எஸ்.எஸ் எனும் அதன் தாய் அமைப்பும் ஏராளமான அதன் துணை அமைப்புகளும் தீவிரமாகவும் தொடர்ச்சியாகவும் இயங்கிக் கொண்டே இருக்கும். இதுபோன்ற இரட்டை வடிவத்துடனும், அர்ப்பணிப்புடன் செயல்படும் அமைப்போ கட்சியோ இங்கு கிடையாது. இவர்களின் இந்த இரட்டைத் தன்மை பலவகைகளில் இவர்களின் செயல்பாடுகளுக்குத் தோதாக உள்ளது.

ஒரு அரசியல் கட்சியாக மக்கள் முன் முகம் காட்டும் பா.ஜ.க சற்றே தம் கொள்கைகளை அடக்கி வாசிக்கும். காலம் வரும்வரை வெளிப்படையாகத் தன் கொள்கைகள் பலவற்றையும் வெளிக் காட்டிக் கொள்ளாமல் செயல்படும். ஆனால் அதன் தாய் அமைப்பாக உள்ள ஆர்.எஸ்.எஸ் மக்களைப் பிளவுபடுத்தும் வேலையை 'விஸ்வ இந்து பரிஷத்', 'பஜ்ரங்தள்' என்பன போன்று பல்வேறு பெயர்களில் இயங்கும் ஏராளமான தன் துணை அமைப்புகளின் ஊடாகத் தொடர்ந்து இடையீடு இல்லாமல் மேற்கொள்ளும். கெளரி லங்கேஷ் கொலையில் இப்படியான ஒரு அமைப்பு அகப்பட்டுக் கொள்ளும்போது தங்களுக்கும் அதற்கும் ஏதும் தொடர்பில்லாதது போல ஆர். எஸ்.எஸ். பா.ஜ.க முதலானவை காட்டிக் கொள்ளும்.

ஆர்.எஸ்.எஸ் நமது அரசியல் சட்டத்தையோ, நமது மூவண்ணக் கொடியையோ, தேசிய அடையாளமாக விளங்கும் அசோகச் சக்கரத்தையோ இம்மியும் ஏற்றுக் கொள்வதும் இல்லை, பேருக்குக் கூட மதிப்பதும் இல்லை என்பதை நாம் கவனத்தில் கொள்ள வேண்டும். அவர்களின் ஒரே அடிப்படை நோக்கம் இந்த அரசியல் சட்டத்தைத் தகர்த்து, அதன் மதச்சார்பின்மை எனும் அடிப்படையை அழித்து, இந்த நாட்டை ஒரு 'இந்து ராஷ்டிரமாக' அறிவிப்பதுதான். அதை அவர்கள் வெளிப்படையாகச் சொல்வார்கள். ஆனால் அவர்களால் இயக்கப்படும் பா.ஜ.க அதை வெளிப்படையாகச் சொல்லாமல் அவர்கள் இட்ட பணியை சரியாகச் செய்து முடிக்கும்.

சில வரலாற்றுச் சம்பவங்களை நினைவு கூர்வோம்.

1999ல் அவர்கள் முதல் முறையாக மத்தியில் ஆட்சி அமைத்தபோது இந்திய அரசியல் சட்டத்தை மறுபரிசீலனை செய்ய நீதிபதி வெங்கடாசலய்யா தலைமையில் ஒரு குழு அமைத்தது நினைவிருக்கலாம். ஆனால் அதற்கு மேல் அப்போது அவர்களால் ஒன்றும் செய்ய இயலவில்லை. கூட்டணிக் கட்சிகளின் பலத்தில்தான் அவர்கள் அப்போது ஆட்சி அமைத்திருந்தனர். அமெரிக்காவில் அவரது ஆதரவாளர்கள்

மத்தியில் பேசும்போது வாஜ்பேயி இதை வெளிப்படையாகவே சொன்னார். “அறுதிப் பெரும்பான்மையுடன் ஆட்சி அமைக்கும்போது நமது இலட்சிய இந்தியாவைப் படைப்போம்” என்றார்.

2014 தேர்தலின்போது அவர்கள் தேர்தல் அறிக்கையில் முன்வைத்த ஒரு திட்டம் - உலகெங்கிலும் உள்ள இந்துக்கள் யாராயினும் அவர்களுக்கு இந்தியாவில் குடியுரிமை வழங்கப்படும் என்பது. இந்த லட்சியத்தை அவர்கள் எங்கிருந்து எடுத்துக் கொண்டார்கள்? இஸ்ரேலின் ‘அலியாஹ்’ எனும் கோட்பாடுதான் அவர்களுக்கு இதில் வழிகாட்டி. உலகெங்கிலும் உள்ள யூதர்கள் யாரும் எந்த நேரத்திலும் இஸ்ரேலில் குடியேறலாம். அரசு அவர்களுக்கு எல்லா வசதிகளையும் செய்து தரும்.

சுதந்திரத்துக்குப் பிந்திய இந்தியாவில் முதல்முறையாக ஒரு இந்தியப் பிரதமர் அந்த இனவாத இஸ்ரேலுக்குச் சென்று அதன் தலைவர்களைக் கட்டித் தழுவியதும் நரேந்திரமோடிதான்.

இரண்டாம் முறையாக 2014ல் ஆட்சி அமைத்தபோது அவர்களுக்கு அறுதிப் பெரும்பான்மை இருந்தது. ஆனாலும் அரசியல் சட்டத்தில் அடிப்படைத் திருத்தங்கள் செய்வதற்கு மூன்றில் இரண்டு பெரும்பான்மை வேண்டும். எனினும் அப்போது ஜனநாயக நிறுவனங்கள் பலவற்றையும் சிதைத்தார்கள். உயர்கல்வி நிறுவனங்கள் தாக்கப்பட்டன. நீதிபதிகளைத் தேர்வு செய்யும் ‘கலேஜியம்’ முறையை ஒழித்து அரசே நீதிபதிகளை நியமிப்பது என மாற்ற முயற்சித்துத் தோற்றார்கள். அயலுறவில் இந்தியாவின் பாரம்பரியமான அணிசேராக் கொள்கையை ஒழித்துக் கட்டி முழுக்க முழுக்க அமெரிக்க - இஸ்ரேல் ஆதரவு நிலை எடுத்தார்கள். ஒரு ஜனநாயக நாட்டில் சிறுபான்மை மக்களுக்கு அளிக்கப்படும் குறைந்தபட்ச அடையாள மரியாதைகளில் ஒன்று அவர்களது பண்டிகை நாட்களில் முதலமைச்சர், குடியரசுத் தலைவர் ஆகியோர் விருந்தளிப்பது. அவற்றையும் கூட ரத்து செய்தார்கள்.

கல்வியில் காவிச் சிந்தனைகளைப் புகுத்துவதை அவர்கள் அதிகாரத்தில் இருந்த போதெல்லாம் செய்து வந்தார்கள்.

இப்போது மீண்டும் 2019ல் தொடர்ந்து இரண்டாம் முறையாக நரேந்திரமோடி தலைமையில் அவர்கள் ஆட்சி அமைத்த கையோடு தொடர்ச்சியாக அவர்கள் நமது அரசியல் சட்டத்தின் அடிப்படைகளில் ஒன்றான மதச்சார்பின்மை என்பதை நோக்கிய தாக்குதல்களை மேற்கொண்டார்கள். அடித்தள மக்களுக்குக் கல்வி அளித்ததில் இங்குள்ள கிறிஸ்தவ, முஸ்லிம் சமூகங்களுக்கு முக்கிய பங்குண்டு. சிறுபான்மை கல்வி அமைப்புகளின் உரிமைகளைப் பறிக்கும் வகையில் கல்விக் கொள்கை ஒன்றை உருவாக்கியது, முஸ்லிம்களின் 'முத்தலாக்' முறைக்கு எதிராகச் சட்டம் இயற்றியது, காஷ்மீர் மக்களுக்கு அளித்த வாக்குறுதிகளைக் குப்பையில் எறிந்து அரசியல் சட்டத்தின் 370வது பிரிவை ரத்து செய்தது, அதனடியாக அந்த அழகிய காஷ்மீரப் பள்ளத்தாக்கையே ஒரு பெரும் சிறைச்சாலையாக ஆக்கியது எனத் தொடர்ந்து இங்குள்ள சிறுபான்மை மக்கள் இலக்காக்கித் தாக்கப்பட்டனர். அவர்களுக்குத் தோதாக பாபர் மசூதி குறித்த உச்ச நீதிமன்றத் தீர்ப்பும் அதே திசையில் அமைந்தது.

இந்தப் பின்னணியில்தான் இன்று அவர்கள் இந்தியா முழுமையும் குடியுரிமைப் பட்டியல் ஒன்றை உருவாக்கும் சட்டத்தைத் தம் அறுதிப் பெரும்பான்மையின் ஊடாக நிறைவேற்றி, இங்குள்ள சுமார் 20 கோடி முஸ்லிம் சிறுபான்மையினர் மத்தியில் பெரும் அச்சத்தையும் கவலையையும் ஏற்படுத்தியுள்ளனர்.

இன்றும்கூட அவர்களுக்கு இந்த அரசியல் சட்டத்தையே முற்றாகத் தூக்கி எறியும் அளவிற்கு மூன்றில் இரண்டு பெரும்பான்மை இல்லை. அதோடு 'கேசவானந்த பாரதி' வழக்கில், "பெரும்பான்மை இருந்தாலும் கூட அரசியல் சட்டத்தின் அடிப்படைகளை மாற்ற இயலாது" என உச்ச நீதிமன்றம் முன்னதாகத் தீர்ப்பளித்துள்ளது. எனவே ஜனநாயகம், மதச்சார்பின்மை முதலான அடிப்படைகளை

மாற்ற வேண்டுமானால் புதிதாக ஒரு அரசியல்சட்ட அவைதான் உருவாக்கப்பட வேண்டும். அது சாத்தியமில்லாத நிலையில், அவர்கள் அப்படியெல்லாம் செய்யாமலேயே, அரசியல் சட்டத்தின் அடிப்படைகளை மாற்றி அமைக்கும் திருப்பணியைத் தைரியமாக முன்னெடுக்கின்றனர்.

அஸ்ஸாமில் குடியுரிமை நீண்டகாலமாக ஒரு பிரச்சினையாக உள்ளது. அங்கு இதற்கொரு முடிவு கொண்டுவர வேண்டும் என்பதில் ஐயமில்லை. வங்கம் முதலான அண்டை நாடுகளிலிருந்து அங்கு ஊடுருவி வருபவர்களால் தாங்கள் சிறுபான்மை ஆக்கப்படுவோம் எனும் அச்சம் அஸ்ஸாம் மக்கள் மத்தியில் நீக்கப்பட வேண்டும் என்பதிலும் கருத்து வேறுபாடில்லை. ஏற்கனவே எல்லைப் பகுதிகளில் இரட்டை வேலிகள் அமைக்கப்பட்டு, இராணுவக் காவல் மூலம் தற்போது ஊடுருவல் பெரிய அளவில் தடுக்கப்பட்டுள்ளது. இது மேலும் வலுவாக்கப்பட்டு இனி முற்றிலும் ஊடுருவல் இல்லாமல் தடுக்கப்படுதல் அவசியம். ஆனால் பல ஆண்டுகளுக்கு முன் இங்கே குடிபெயர்ந்து சொந்த நாட்டில் வேர்களற்றுப் போனவர்களை நாம் குடியுரிமை அற்றவர்களாக ஆக்குவது கொடுமை. குடியுரிமை என்பது உரிமைகளைப் பெறுவதற்கான உரிமை. குடியுரிமை மறுக்கப்பட்டவர்கள் எதற்கும் உரிமையற்றவர்களாக ஆக்கப்படுகின்றனர்.

அப்படியான மக்களைச் சொந்த நாட்டுக்குத் திருப்பி அனுப்புவதும் எளிதல்ல. திருப்பி அனுப்புவதற்கான ஒப்பந்தம் *(deportation agreement)* எதையும் இந்தியா வங்கதேசத்துடன் செய்து கொள்ளவில்லை. பெரும் தடுப்புக்காவல் முகாம்களை உருவாக்கி அவர்களை அடைத்து வைக்கும் நோக்குடன் இப்போது வேலை நடக்கிறது. இந்த நூற்றாண்டில் இப்படியான கொடுமையை அனுமதிக்க முடியாது.

வங்கதேச முஸ்லிம்களை மட்டும் குடியுரிமை அற்றவர்களாக ஆக்கிவிடலாம் என மிகவும் ஆர்வத்தோடு இந்தத் திருப்பணியைச் செய்த மோடி அரசு இன்று அஸ்ஸாம் மாநிலத்திற்கான குடியுரிமைப் பட்டியல் வெளியிடப்பட்டபோது அதிர்ச்சி

அடைய நேர்ந்துள்ளது. அவர்கள் எதிர்பார்த்ததுபோல அல்லாமல் குடியுரிமை அற்றவர்களாகக் கணக்கிடப்பட்டுள்ள 19 லட்சம்பேர்களில் கிட்டத்தட்ட பாதிப் பேர்கள் முஸ்லிம் அல்லாதவர்கள் என்பது மோடி அமித்ஷா இரட்டையருக்கு அதிர்ச்சியை ஏற்படுத்தியுள்ளது. இந்நிலையில்தான் அவர்கள் கொஞ்சமும் தயக்கம் இல்லாமல் எக்காரணம் கொண்டும் இந்துக்கள் இங்கிருந்து வெளியேற்றப்பட மாட்டார்கள் என வாக்குறுதி அளிக்கின்றனர். ஆர்.எஸ்.எஸ் தலைவர் மோகன் பகவத்தும் அவ்வாறே வாக்குறுதி அளித்து அவர்தான் பிரதமர், குடியரசுத் தலைவர் எல்லோரையும் விட அதிகாரம் மிக்கவர் என்பதைக் காட்டிக் கொண்டுள்ளார்.

மதச்சார்பற்ற அரசியல் சட்டத்தின் கீழ் இயங்கும் ஒரு நாட்டில் இது சாத்தியமா? அது குறித்தெல்லாம் கவலைப்படாமல் அப்படியான வாக்குறுதியை அவர்கள் வெளிப்படையாக அறிவித்தார்கள். கையோடு அவர்கள் தமது நாடாளுமன்றப் பெரும்பான்மை மற்றும் அ.இ.அ.தி.மு.க போன்ற கூட்டணிக் கட்சிகளின் ஆதரவோடு இன்று முஸ்லிம்களை மட்டும் பலிகடாக்கள் ஆக்கும் கொடும் குடியுரிமைச் சட்டம் ஒன்றையும் (National Citizenship Register NCR) நிறைவேற்றியுள்ளனர். வங்கதேசம், பாகிஸ்தான், ஆப்கானிஸ்தான் ஆகிய மூன்று நாடுகளில் இருந்தும் இடம் பெயர்ந்துள்ள இந்துக்கள், சீக்கியர்கள், பவுத்தர்கள், ஜெயின்கள், பார்சிகள், கிறிஸ்தவர்கள் ஆகிய ஆறு மதங்களைச் சேர்ந்தவர்களுக்கு மட்டுமே இந்தக் குடியுரிமை அளிக்கப்படுமாம். வேறு வார்த்தைகளில் சொல்வதானால் முஸ்லிம்களுக்கு மட்டும் இக்குடியுரிமை மறுக்கப்படுகிறது.

அதற்கு அவர்கள் சொல்லும் காரணம் இந்த மூன்று நாடுகளும் முஸ்லிம் நாடுகளாம். அங்கிருந்து துன்புறுத்தலின் காரணமாக முஸ்லிம்கள் வெளியேற்றப்பட வாய்ப்பில்லையாம். முஸ்லிம் நாடுகளிலும் கூட ஷியா முஸ்லிம்கள், நாத்திகர்கள் போன்றோர் துன்புறுத்தலால் வெளியேற்றப்படுவதும் நடக்கத்தானே செய்கிறது. அவர்களுக்கு ஏன் அந்த உரிமை அளிக்கப்படவில்லை?

ஏன் இந்த மூன்று அண்டை நாடுகள் மட்டும் தேர்ந்தெடுக்கப்பட்டுள்ளன? அருகில் இலங்கை, மியான்மர், நேபாளம் முதலான நாடுகளெல்லாம் இல்லையா? அகதிகளாக வரும் தமிழர்கள், நேபாளிகள், ரோஹிங்யா முஸ்லிம்கள் போன்றோருக்கு ஏன் இந்த உரிமை அளிக்கப்படவில்லை?

எந்தக் கேள்விக்கும் அவர்களிடம் பதிலில்லை. சென்ற முறை மோடி தலைமையில் அரசமைந்தபோது "இந்த நாடுகளில் துன்புறுத்தப்படும் இந்துக்களுக்கு குடியுரிமை அளிக்கப்படும்" என்றுதான் இந்தச் சட்ட வரைவு பற்றிக் கூறினார்கள். ஆனால் இப்போது "துன்புறுத்தப்படும்" எனும் சொல் நீக்கப்பட்டுள்ளது. இதன்மூலம் அவர்கள் சொல்வது இதுதான். துன்புறுத்தப் படுகிறார்களோ இல்லையோ இந்துக்களுக்கு மட்டும் குடியுரிமை என்பதுதான் நாங்கள் சொல்ல வருவது என்கிற செய்திதான் உலகிற்கு அறிவிக்கப்படுகிறது.

இந்துக்களோடு சேர்த்து மேலும் ஐந்து மதத்தினர் குறிப்பிடப்பட்டாலும் இந்த மூன்று நாடுகளில் இம்மதத்தினர் மிக மிக மிகக் குறைவு. எனவே இது நடைமுறையில் இந்துக்களுக்கு மட்டுமே குடியுரிமை வழங்கும் இந்திய 'அலியாஹ்' சட்டம்தான்.

குடியுரிமை அளிக்கப்படுவதற்கு அவர்கள் இந்தியாவில் குறைந்தபட்சம் 14 ஆண்டுகள் வசித்திருக்க வேண்டும் என்பதும் இப்போது 5 ஆண்டுகள் என்பதாகக் குறைக்கப்பட்டுள்ளது. 1920 ஆம் ஆண்டு கடவுச் சீட்டுச் சட்டம், 1946 ஆம் ஆண்டு வெளிநாட்டவர் சட்டம் ஆகியவற்றிலிருந்து விலக்களித்து இப்படி இந்துக்களுக்கு மட்டும் இந்தக் குடியுரிமை அளிக்கப்படுகிறது.

இதன்மூலம் மோடி - அமித்ஷா - மோகன்பகவத் ஆகியோர் இந்திய மக்களுக்குச் சொல்வதென்ன?

வேறொன்றுமில்லை; இந்தியா தன் 'மதச்சார்பற்ற ஜனநாயக நாடு' எனும் அரசியல் சட்ட அடையாளத்தை இழக்கிறது என்பதுதான். அம்பேத்கர் தலைமையில் இங்கு உருவாக்கப்பட்ட அரசியல் சட்டம் இன்று காலாவதியாகிவிட்டது என்பதுதான்.

இங்கொன்றை நாம் நினைவுபடுத்திக் கொள்வது அவசியம். இது ஏதோ முஸ்லிம்களை மட்டும் விலக்கி நிறுத்தும் முயற்சி அல்ல. இந்துவல்லாத பிற மதத்தினர் அனைவரையும் விலக்கி நிறுத்துவதுதான் இவர்களின் நோக்கம். அவர்களுக்கு தனியாக மூன்றில் இரண்டு பங்கு பெரும்பான்மை அமையும் காலம் வரும்போது, வாஜ்பேயி சொன்னது போல, அவர்கள் தங்களின் கனவு இந்தியாவைப் படைக்க முயற்சிப்பார்கள். அதில் முஸ்லிம்கள் மட்டுமல்லாமல் இதர சிறுபான்மையரும் விலக்கப்பட்டால் வியப்பில்லை.

நினைவிருக்கட்டும் "பஹ்லே கசாய்! பிர் ஈசாய்!!" என்பது அவர்களின் முழக்கங்களில் ஒன்று. அதாவது, "முதலில் முஸ்லிம்கள், பின் ஏசுவைக் கும்பிடுவோர்!"

(iii) குடியுரிமைப் பதிவேடும் மக்கள் தொகைப் பதிவேடும் இரண்டுக்கும் என்ன வேறுபாடு?

சமீபத்தில் குடியுரிமைப் பதிவேடு தொடர்பாக இன்னொரு பிரச்சினை மேலுக்கு வந்துள்ளது. சென்ற வாரத்தில் மம்தா பானர்ஜி தமது மாநிலத்தின் இன்று மேற்கொள்ளப்படத் தொடங்கியுள்ள இன்னொரு பதிவேட்டைச் செயல்படுத்தாமல் நிறுத்தியுள்ளார். இங்கு நாம் எல்லோரும் "தேசிய குடியுரிமைப் பதிவேடு" *(National Citizenship Register - NRC)* பற்றித்தான் கவலைப்பட்டுக் கொண்டிருந்தோம். அந்த நேரத்தில் சத்தம் இல்லாமல் அந்த இன்னொரு பதிவேட்டு வேலையைத் தொடங்கியது மோடி அரசு. அதன் பெயர் "தேசிய மக்கள் தொகைப் பதிவேடு" *(National Population Register- NPR).*

இதென்ன? - சற்று விரிவாகப் பார்க்கலாம்.

"இந்த நாட்டில் வழமையாக வசித்து வரும் ஒவ்வொருவரின் தொகுப்பான அடையாளத் தரவுகளை *(a comprehensive identity database of every usual resident in the country)* உருவாக்குவது"-

என்பதுதான் *NPR*ன் குறிக்கோள் என மோடி அரசின் இணையதளம் குறிப்பிடுகிறது. *NPR* எனும் இந்தத் தரவுத் தொகுப்பு "மக்கள் தொகை விவரங்களோடு குடிமக்களின் உடல் மற்றும் நடத்தை, பண்பாடு" *(demographic as well as biometric particulars)* ஆகியவை குறித்த விவரங்களையும் உள்ளடக்குமாம். 14 கேள்விகளை உங்கள் முன் வைத்து அதன் அடிப்படையில் உங்களின் தரவுத் தொகுப்பு உருவாக்கப்படும். அந்தப் பதினான்கு கேள்விகள் மூலம் தொகுக்கப்படும் உங்கள் அடையாளங்கள் இவைதான்:

பெயர், வயது, பாலினம், குடும்பத்தில் உங்கள் உறவு, தேசியம், கல்வித் தகுதி, வேலை, பிறந்த தேதி, இருப்பிட முகவரி, தாய்மொழி *(name, age, sex, relationship in household, nationality, educational qualifications, occupation, date of birth, marital status, residential address, birthplace and mother tongue)* ஆகிய வழக்கமாகக் கேட்கப்படும் பன்னிரண்டு தரவுகளோடு இப்போது கூடுதலாகக் கேட்கப்படும் கேள்வி "பெற்றோர்கள் எங்கே பிறந்தனர்" என்பது. இவை மட்டுமல்ல இந்த தேசிய மக்கள் தொகைப் பதிவேடு உங்களின் 'ஆதார்' விவரங்களையும், ஓட்டுநர் உரிமம், மொபைல் தொலைபேசி எண் ஆகியவற்றையும் கோருகிறது. ஆனால் அது கட்டாயம் அல்லவாம். "இருந்தால்" கொடுக்கலாமாம்.

பெற்றோர்கள் எங்கே பிறந்தனர் என்கிற கேள்வியின் நோக்கம் என்ன? ஒருவரின் அடையாளத் தொகுப்பில் பெற்றோர் எந்த ஊரில், எந்த நாட்டில் பிறந்தனர் என்கிற கேள்வி ஏன்? ஆதார் விவரங்களைக் கொடுத்தால் நல்லது. கொடுக்காவிட்டாலும் பரவாயில்லை எனச் சொல்வதில் ஏதும் பொருளுண்டா? கொஞ்சம் யோசித்துப் பாருங்கள். பொதுவாக யாரும் ஆழமாக இது குறித்து சந்தேகம் ஏதும் கொள்ளாமல் இந்த ஆதார் முதலிய தரவுகளையும் தந்துவிடுவார்கள். "அதுதான் எல்லாத்துக்கும் ஆதார் கேட்குறானே, இதில மட்டும் கொடுத்தா என்ன" என்கிற 'லாஜிக்' ஒருபுறம்; மற்றது இப்போது கூட 'ஆதார்' கட்டாயம் இல்லை என்றாலும் ஒரு ரயில் டிக்கட் வாங்குவதற்குக் கூட

இன்று ‘ஆதார்’ தேவைப்படும்போது எல்லோரும் இன்று அந்த அட்டையைப் பெற்று பத்திரமாகச் சட்டைப்பையில் வைத்துக் கொள்கிறோம். இல்லையா? இங்கே மட்டும் ‘ஆதார்’ எண்ணை மறைத்து என்ன பயன் என யாரும் இந்தத் தகவல்களைக் கொடுக்கவே செய்வர். இப்படியாக நமது “பயோ மெட்ரிக்” விவரங்களும், நமது மூதாதைகளின் பிறப்பு விவரங்களும் இந்த NPR மூலமாக இந்திய அரசின் கைகளுக்குப் போகின்றன

அடுத்து NRC யுடன் எவ்வாறு NPR பிணைந்துள்ளது எனப் பார்க்கலாம். 1955ம் ஆண்டு குடியுரிமைச் சட்டத்தின் அடிப்படையில்தான் இன்று NPR உருவாக்கப்படுகிறது. வாஜ்பேயி தலைமையில் முதல்முறை பா.ஜ.க கூட்டணி அரசு அதிகாரத்தில் இருந்தபோது இந்தச் சட்டத்தில் ஒரு புதிய வகையினம் (category) கூடுதலாகச் சேர்க்கப்பட்டது. “சட்டவிரோதமாக இடம் பெயர்ந்தவர்” அல்லது “சட்டவிரோதக் குடியேறி” (illegal migrant) என்பதுதான் அந்தக் கூடுதல் விவரம்.

இந்தத் திருத்தத்தைச் செயல்படுத்துவதற்கான விதிமுறைகளும் அத்துடன் உருவாக்கப்பட்டன. அப்போது நாம் இதைப் பெரிதாக எடுத்துக் கொள்ளவில்லை. இது இந்திய மக்களின் குடியுரிமைத் தகுதி தொடர்பான மிகப்பெரிய அணுகுமுறை மாற்றம் ஒன்றை உருவாக்கும் திட்டம் என்பதை யாரும் யோசிக்கவில்லை. ஆனால் அவர்கள் அப்படி இல்லை. மிகவும் தொலைநோக்குடன் நூறாண்டுகளாக இந்து தேசமாக இந்த நாட்டைக் கட்டமைப்பது பற்றி கணந்தோறும் சிந்தித்துச் செயல்படுத்தி வருபவர்கள்.

“இந்தியாவிலும் வெளியிலும் வசிக்கும் இந்தியக் குடிமக்கள் பதிவேடு” என்பதுதான் அப்போது அவர்கள் இதற்கு அளித்துள்ள பெயர். ஆனால் அதன் உண்மையான நோக்கம் அது மட்டுமல்ல; இந்தியாவின் மதச்சார்பற்ற ஜனநாயக அடையாளத்தை மாற்றி அமைக்கும் ஒரு சதி முயற்சி இது. சற்று விரிவாகப் பார்க்கலாம்.

“தேசியக் குடிமக்கள் பட்டியலைத் தயாரிப்பதற்காக

ஒவ்வொரு பகுதிகளிலும் வசிக்கும் ஒவ்வொரு குடும்பம் மற்றும் தனிநபர்களின் குறிப்பான தனி விவரங்கள் ஆகியவை கணக்கெடுத்துப் பதியப்படும்" என மட்டுமின்றி, "இதில் அவர்களின் குடியுரிமை நிலையும் உள்ளடக்கப்படும்" என அவ்வரைவில் கூறப்பட்டதையும் அப்போது யாரும் பெரிதாக எடுத்துக் கொள்ளவில்லை. மக்கள் தொகைக் கணக்கெடுப்பு போலவே அத்துடன் இந்தியா முழுவதும் ஒரே நேரத்தில் இந்தக் கணக்கெடுப்பும் மேற்கொள்ளப்படும் எனவும் அதில் கூறப்பட்டது.

இந்தக் குடிமக்கள் பட்டியல் தேசிய அளவிலும், மாநில அளவிலும், மாவட்ட, வட்ட, உள்ளூர் அளவிலும் உட்பிரிவுகளுடன் அமையும். தேசிய அளவிலான பதிவேட்டிலிருந்து இந்த உள்ளூர் அளவிலான பதிவேடு தயாரிக்கும்போது ஒரு 'சரிபார்க்கும் நடைமுறை' (*verification process*) கடைப்பிடிக்கப்படும். அப்போது, "ஐயத்திற்குரிய குடியுரிமைகள்" (*doubtful citizenship*) அடையாளம் காணப்பட்டு அவை தனி வகையாகப் பதியப்படும். தேசிய குடிமக்கள் பட்டியலின் இறுதி வடிவம் தயாரிக்கப்படும்போது இவ்வாறு ஐயத்திற்குரிய குடிமக்களாக அடையாளம் காணப்பட்டவர்கள், அடுத்து தாம் இந்தியர்கள்தான் என நிறுவுமாறு கோரப்படுவார்கள்" எனவும் கூறப்பட்டது..

இந்த "மக்கள் தொகைப் பதிவேடு" என்பது வேறொன்றும் அல்ல. இப்போது முதற்கட்டச் செயல்பாடாகக் கட்டாயமாக்கப்படும் "தேசிய மக்கள் தொகைப் பதிவேடு"தான் (*National Population Register- NPR*) அது. *2019* ஜூலை *31* அன்று மோடி அரசு அஸ்ஸாம் தவிர பிற அனைத்து மாநிலங்களிலும் இப்படியான "தேசிய மக்கள் தொகைப் பதிவேடு" ஒன்றைத் தயாரிக்க ஆணை இட்டுள்ளது.

மொத்தத்தில் என்ன நடக்கிறது?

முதலில் 'சென்சஸ்' உடன் சேர்ந்து இங்கு தங்கியுள்ள மக்களின் 'தேசிய மக்கள் தொகைப் பதிவேடு (*NPR*)' ஒன்றும் மேற்குறிப்பிட்டவாறு தயாரிக்கப்படும். பின் இந்தப் பதிவேட்டின்

அடிப்படையில் "தேசியக் குடிமக்கள் பதிவேடு (NCR)" தயாரிக்கப்பட்டு, அதன் அடிப்படையில் "சந்தேகத்துக்குரிய குடிமக்கள்" அடையாளம் காணப்படுவர். அப்படியானவர்கள் தங்கள் குடியுரிமையைக் குறித்த காலத்திற்குள் நிறுவ வேண்டும்.. நிறுவ முடியாதவர்கள் குடியுரிமை அற்ற சட்ட விரோதக் குடியேறிகளாகக் கருதி நடவடிக்கை எடுக்கப்படுவர்.

ஆக இந்த NPR என்பது மோடி அரசு பசப்புவதுபோல வெறுமனே மக்கள் தொகைக் கணக்கெடுப்பின் பகுதியல்ல. மாறாக இதுவே "தேசியக் குடியுரிமைப் பதிவேட்டின் (NCR)" முன்னோடி. இது பத்தாண்டுகளுக்கு ஒருமுறை மேற்கொள்ளப்படும் வெறும் "சென்சஸ்" எடுக்கும் வேலைதான் என நம் காதுகளில் பூவைச் சொருகிக் கொண்டே 'சென்சஸ்' நடவடிக்கையோடு சேர்த்து குடியுரிமைப் பட்டியலும் தயாரிக்கப்படுகிறது.

மம்தா பேனர்ஜி இதைச் சரியாகவே அடையாளம் கண்டு இன்று அந்தப் பணிக்கு ஒரு ஆப்பு வைத்துள்ளார். தனது மாநிலத்தில் அந்தப் பணியைத் தொடரக்கூடாது என நிறுத்தி ஆணையிட்டுள்ளார். வேண்டுமானால் என் அமைச்சரவையைக் கலைத்துப் பார் எனச் சவாலும் விடுத்துள்ளார். இப்போது கேரள அரசும் இதைச் செய்ய முடியாது என அறிவித்துள்ளது. அப்படி மாநில அரசுகள் சொல்வதற்கு உரிமை இல்லை என இப்போது மோடி அரசின் சட்ட அமைச்சர் ரவிசங்கர் பிரசாத் கூறியுள்ளார்.

ஆக தேசிய மக்கள் தொகைப் பதிவேட்டையும் சென்சஸ் கணக்கெடுப்பையும் ஒன்றாக மோடி அரசு முன்னிறுத்துகிறது. ஆனால் இது அப்பட்டமான ஒரு மோசடி. அதன் நோக்கம் வேறு. குடியுரிமை உள்ளவர்கள் எனவும், குடியுரிமை அற்றவர்கள் எனவும் மக்களை இரு கூறாகப் பிரித்து நிறுத்தும் திட்டம் இது.

இறுதியாக ஒன்று. இவர்கள் எப்படிப் பிறப்பின் அடிப்படையில் குடிமக்கள் பட்டியலைத் தயாரிக்கப் போகிறார்களாம். 2003ல். வாஜ்பேயி அரசு இயற்றிய சட்டத்திருத்தம் குடியுரிமை

பெறுவதற்கு இரு விதிகளை விதித்துள்ளது. (1) பெற்றோர் இருவரும் இந்தியக் குடியுரிமை உள்ளவர்களாக இருக்க வேண்டும். (2) அல்லது பெற்றோர்களில் ஒருவர் குடியுரிமை உள்ளவராகவும் இரண்டாமவர் குடியுரிமை இல்லாதவராக இருந்த போதிலும் அவர் "சட்ட விரோதக் குடியேறி" ஆக *(illegal immigrant)* இருக்கக் கூடாது. இந்த அடிப்படையிலேயே முதலில் குடியுரிமைத் திருத்த மசோதா *(CAB)* உருவாக்கப்பட்டு இப்போது நாடாளுமன்றத்தின் இரு அவைகளிலும் நிறைவேற்றப்பட்டு "தேசிய குடியுரிமைச் சட்டம் *(CAA)*" உருவாக்கப்பட்டுள்ளது.

நம் வீட்டிற்கு வந்து கணக்கெடுக்கும் அதிகாரியை *(enumerator)* நாம் உரிய ஆவணங்களால் திருப்திப் படுத்த வேண்டும். நாம் வைத்துள்ள ஆவணங்கள் எந்த அளவிற்கு அவர்களால் ஏற்றுக் கொள்ளப்படும் என்பது தெரியவில்லை. பெருமளவு எழுதப் படிக்கத் தெரியாதவர்கள், மற்றும் ஏழை எளிய மக்கள் உரிய ஆவணங்களை வைத்துள்ளனரா எனவும் தெரியவில்லை.

வேடிக்கையாக நான் ஒன்றை நினைத்துப் பார்த்தேன். பிறப்புச் சான்றிதழ் கேட்டால் என்னால் தர இயலாது. மருத்துவமனையில் அல்லாமல் வீடுகளிலேயே பிரசவம் பார்த்த காலம் அது. பள்ளிச் சான்றிதழ் என்றால் நான் முதன் முதலில் 5ம் வகுப்பில்தான் பள்ளியில் சேர்க்கப்பட்டேன். பெயர் வைப்புச் சான்றிதழ் அல்லது நான் பேராசிரியராகப் பணி செய்தது தொடர்பான சான்றிதழ்கள் ஆகியன அரசு நிர்ணயிக்கும் சான்றிதழ் வகைக்குள் அடங்குமோ! தெரியவில்லை. நமக்கே இப்படி என்றால் மிகவும் அடித்தளச் சமூகங்களைச் சார்ந்தோர். நாடோடி வாழ்க்கையை உடைய சமூகத்தினர் இவர்கள் எல்லாம் என்ன ஆவார்கள். இவர்களை எல்லாம் பிடித்துச் சென்று தடுப்புக் காவல் முகாம்களில் அடைக்கப் போகிறார்கள் என்றால் எத்தனை முகாம்களை அப்படிக் கட்டப் போகிறார்கள்?

(iv) பா.ஜ.க அரசின் குடியுரிமை எனும் சதி சரியாகப் புரிந்துகொள்ள சில குறிப்புகள்

பிரிட்டிஷ்காரர்களிடம் இருந்து அதிகாரம் கைமாறிய காலம் தொடங்கி குடியுரிமைச் சட்டம் மற்றும் பதிவேடுகள் உருவாக்கம் ஆகியவற்றில் மேற்கொள்ளப்பட்ட மாற்றங்களும் அதன் வில்லங்கங்களும் குறித்த ஒரு கால வரிசைப்படுத்தப்பட்ட பட்டியல் (Time Line) ஒன்றைத் தயாரித்துக் கொள்வோம்.

1947 ஆக 15: பிரிட்டிஷாரிடமிருந்து இந்தியா சுதந்திரம் அடைகிறது.

1950 ஜன 26: அரசியல் சட்ட அவை உருவாக்கப்பட்டு இரண்டாண்டு விவாதங்களின் பின் புதிய அரசியல் சட்டம் உருவாக்கப்பட்டு குடியரசுப் பிரகடனம் செய்யப்படுகிறது.

1951: சுதந்திர இந்தியாவில் முதன் முதலாக "தேசியக் குடியுரிமைப் பதிவேடு" (National Register of Citizenship NRC) உருவாக்கப்படுகிறது.

1955: "குடியுரிமைத் திருத்த முன்வரைவு" (Citizenship Amendment Bill- CAB) உருவாக்கப்பட்டு பின் அது "குடியுரிமைத் திருத்தச் சட்டம்" (Citizenship Amendment- CAA) ஆக ஆக்கப்பட்டது.

1980களில் அஸ்ஸாமில் வங்கதேசக் குடியேறிகள் வெளியேற்றப்பட வேண்டும் என்கிற போராட்டம் தீவிரமாக நடக்கிறது. இப்போராட்டத்தை முன்னெடுத்த 'அஸ்ஸாம் கணசங்க பரிஷத்' அமைப்பு 1985ல் அங்கு ஆட்சியைக் கைப்பற்றுகிறது.

1986 இல் NRC யில் ஒரு முக்கிய திருத்தம் மேற்கொள்ளப்படுகிறது. 6A என்கிற புதிய பிரிவு சேர்க்கப்படுகிறது. இதன்படி ஜனவரி 01, 1966 முதல் மார்ச் 24, 1971 வரை உள்ள இடைப்பட்ட காலத்தில் அஸ்ஸாம் மாநிலத்தில் குடியேறியவர்களுக்குக் குடியுரிமை வழங்கப்படும். ஆனாலும் அங்கு குடியுரிமைப் பிரச்சினை தொடரவே செய்தது.

2003: பா.ஜ.க தலைமையில் தி.மு.க உள்ளிட்ட 24 கட்சிகளின் கூட்டணி ஆட்சி மத்தியில் அமைக்கப்பட்டது. இப்போது அவர்கள் இந்தக் குடியுரிமைச் சட்டத்தில் சில முக்கிய திருத்தங்களைச் செய்தனர். இவர்களின் அடிப்படை நோக்கம் இதை ஒரு இந்து நாடாக ஆக்குவதுதான் என்பதை அறிவோம். அந்த அடிப்படையிலேயே இவர்கள் அதிகாரம் பெற்றவுடன் மக்களின் குடியுரிமையில் கை வைக்கின்றனர் என்பதை எல்லாம் கவனத்தில் கொள்ளாத கூட்டணிக் கட்சிகளும் எதிர்க் கட்சிகளும் இதைப் பெரிதாக எடுத்துக் கொள்ளவில்லை. ஆனால் இன்றைய சிக்கல்களுக்கு எல்லாம் காரணமான சில முக்கிய திருத்தங்களைக் குடியுரிமைச் சட்டத்தில் வாஜ்பேயி அரசு திணித்தது. அவை:

(1) பிறப்பு அடிப்படையில் குடிமக்களின் குடியுரிமை தீர்மானிக்கப்படும். "பெற்றோர்கள் எங்கே பிறந்தனர்?" .எனும் கேள்வி ஒவ்வொருவரிடமும் கேட்கப்பட்டு அந்த அடிப்படையில் அவரின் குடியுரிமை தீர்மானிக்கப்படும். இது குறித்து விரிவாகச் சற்றுப் பின் பார்க்கலாம்.

(2) கடல் கடந்து வாழும் இந்தியர்களுக்குக் *(overseas Indians)* குடியுரிமை வழங்கப்படும். அவர்கள் வேற்று நாடுகளில் குடியுரிமை பெற்றிருந்தாலும் அவர்களுக்கு இரட்டைக் குடியுரிமை அளிக்கப்படும்.

(3) தேசிய அளவிலான மக்கள் பட்டியல் *(National Population Register- NPR)* ஒன்று தயாரிக்கப்பட்டு ஒவ்வொருவருக்கும் தேசிய அளவிலான அடையாள அட்டைகள் வழங்கப்படும். ஆறு மாதங்களுக்கு மேல் இந்தியாவில் வசிப்பவர்கள் வழமையாக இங்கு குடி இருப்பவர்கள் *(usual residents)* எனப் பதியப்படுவார்கள்.

(4) இவ்வாறு NPRல் பதிவதும், அதனடிப்படையில் 'தேசிய அடையாள அட்டை' பெறுவதும் எல்லோருக்கும் கட்டாயம் ஆக்கப்படும்.

இப்படியாக அவர்கள் முதன் முதலாக இந்த ஆபத்தான *NPR* பட்டியல் எனும் கருத்தாக்கத்தையும் பிறவியின் அடிப்படையில் இந்துக்களுக்கு மட்டும் குடியுரிமை என்கிற அவர்களின் அடிப்படைக் கோட்பாட்டிற்கான வழிமுறை ஒன்றையும் இந்திய அரசியல் சட்ட அமைப்பில் அவர்கள் தந்திரமாகச் செருகினார்கள். இவை எவ்வாறு ஆபத்தானவை என்பதைச் சற்று விளக்கமாகப் பார்க்கலாம்.

குடியுரிமை பெறுவதற்கு இந்தத் திருத்தம் கீழ்க்கண்ட நிபந்தனையை விதித்தது. அது:

(அ) பெற்றோர் இருவரும் இந்தியக் குடிமக்களாக இருக்க வேண்டும்.

அல்லது

(ஆ) பெற்றோர்களில் ஒருவர் குடியுரிமை உள்ளவராகவும், இரண்டாமவர் குடியுரிமை இல்லாதவராயினும் அவர் "சட்ட விரோதக் குடியேறி" *(illegal immigrant)* ஆக இருக்கக் கூடாது.

"பெற்றோர்கள் எங்கே பிறந்தனர்?" என்கிற கேள்வி ஏன் கேட்கப்படுகிறது என்பது இப்போது நமக்கு விளங்குகிறது. இன்று அவர்கள் உருவாக்கியுள்ள குடியுரிமைச் சட்டத்துடன் இணைத்துப் பார்த்தால் இது எளிதில் விளங்கும். அதைச் சற்றுப் பின் பார்க்கலாம்.

கடல் கடந்து வாழும் இந்தியர்களுக்கு இரட்டைக் குடியுரிமை என்பதற்கு அவர்கள் அளிக்கும் முக்கியத்துவத்தையும் நாம் விளங்கிக் கொள்ள வேண்டும். அமெரிக்கா உள்ளிட்ட மேலை நாடுகளில் உள்ள உயர்சாதி இந்துக்கள் பெரிய அளவில் அங்கிருந்துகொண்டு இங்குள்ள பா.ஜ.க மற்றும் ஆர்.எஸ்.எஸ் அமைப்புக்கு நிதி மற்றும் பல்வேறு வகைகளில் உதவிகளைச் செய்கின்றனர், அவர்களைப் பொறுத்தமட்டில் அவர்கள் மீண்டும் இந்தியாவுக்கு வரத் தயாராக இருப்பதில்லை. ஆனால் மேலை நாடுகளிலோ அவர்கள் குடியுரிமை பெற்றிருந்தாலும் அங்கு அவர்கள் இரண்டாம்தரக் குடிமக்களாகத்தான்

கருதப்படுகின்றனர். அந்த வகையில் அவர்கள் இந்தியா மீது ஒரு வக்கிரமான தேசபக்தியைக் கொண்டிருப்பர். இதை "தொலைதூர தேசியம்" *(Long Distance Nationalism)* என்பார் புகழ்பெற்ற வரலாற்றறிஞர் சஞ்சை சுப்பிரமணியம். அவர்கள் இங்கு மீண்டும் நிரந்தரமாக வந்துவிட மாட்டார்கள். அதே நேரத்தில் அங்கிருந்து கொண்டே இவர்களுக்குப் பல்வேறு வகைகளில் உதவி வருவார்கள். இப்படியானவர்களுக்குக் குடியுரிமை அளிப்பதில் இவர்களுக்குள்ள விருப்பின் பின்னணி இதுதான்.

அடுத்து மன்மோகன் சிங் தலைமையில் UPA அரசு ஆண்டபோது நடந்த சில நிகழ்வுகளைக் காணலாம்.

2012 மற்றும் 2014ம் ஆண்டுகளில் அஸ்ஸாமில் உள்ள "சம்மலிதா மகாசங்கா" எனும் அமைப்பு உச்ச நீதிமன்றத்தில் இரு வழக்குகளைத் தொடுத்தது. அசாம் உடன்பாட்டின்படி வங்க தேசத்தவர்களுக்குக் குடியுரிமை வழங்குவது சட்டவிரோதம் எனவும், அதனால் முன் குறிப்பிட்ட 6A சட்டப்பிரிவு நீக்கப்பட வேண்டும் எனவும் அந்த அமைப்பு கோரியது. அதாவது மார்ச் 24, 1971 என்கிற தேதியை ஒரு எல்லைக் கோடாக வைத்து அதற்கு முன்பாக ஜனவரி 1966 முதல் அஸ்ஸாமுக்குள் குடியேறியவர்களுக்குக் குடியுரிமை தருவதை நீக்க வேண்டும் என்பது அந்த அமைப்பின் வேண்டுகோள். அப்படிக் குடியுரிமை வழங்குவது அஸ்ஸாம் உடன்பாட்டிற்கு எதிரானது என அந்த அமைப்பு வாதிட்டது.

உச்ச நீதிமன்றம் அளித்த தீர்ப்பில் 6A பிரிவு நீக்கம் குறித்து ஒரு அரசியல் சட்ட அமர்வுதான் தீர்மானிக்க வேண்டும் எனக் கூறியது. பிற கோரிக்கைகளில், வங்க தேசத்தவர்களின் ஊடுருவல் என்கிற குற்றச்சாட்டைப் பொறுத்தமட்டில் *Foreign Tribunal* ஒன்று அமைக்கப்பட்டு ஊடுருவியவர்களைக் கண்டறிந்து அவர்களை வங்க தேச அரசுடன் பேசி விரைவாகத் திருப்பி அனுப்ப வேண்டும் எனவும், 2016க்குள் குடியுரிமைப் பதிவேட்டைத் தயாரித்து குடியுரிமை உள்ளவர்களின்

பட்டியலை வெளியிட வேண்டும் எனவும் தீர்ப்பளித்தது. ரஞ்சன் கோகோய், ரோஹிங்டன் எனும் நீதிபதிகளை அந்தப் பணியை மேற்பார்வை இடுவதற்கு நியமிக்கவும் செய்தது.

அதிவேகமாக வேலை நடந்து 2017 டிச 31 அன்று பதிவேட்டின் முதற் தொகுதியும், 2018 ஜூலை 30 அன்று இரண்டாம் தொகுதியும் வெளியிடப்பட்டன. இதன்படி அசாமில் இன்று 36 லட்சம் பேர்கள் நாடற்றவர்களாக அடையாளம் காணப்பட்டுள்ளனர். அதில் இந்துக்களும் பெரிய அளவில் உள்ளனர்.

குடியுரிமை மறுக்கப்பட்டவர்களுக்காக இன்று அங்கு தடுப்புக்காவல் முகாம்கள் கட்டப்படுகின்றன.

இப்படி அஸ்ஸாமில் அதிக அளவில் இந்துக்களும் குடியுரிமை இல்லாதவர்களாக ஆக்கப்பட்டுள்ளது மோடி-அமித்ஷா இரட்டையர் மற்றும் அவர்களை வழிநடத்தும் மோகன் பகவத் ஆகியோருக்கு மிகப் பெரிய ஏமாற்றம்தான். எப்படியாவது இந்துக்கள் யாரையும் குடியுரிமை இல்லாதவர்களாக அறிவிக்கக் கூடாது என்பதில் அவர்கள் உறுதியாக உள்ளதோடு, அதை வெளிப்படையாகவும் சொல்லியுள்ளனர்.

அதை எப்படிச் செய்யப் போகிறார்கள்?

இதைத்தான் நாம் மிகவும் கவனமாகப் பார்க்கவும் புரிந்து கொள்ளவும் வேண்டும். ஏன் சென்சஸுக்கு முன் குடியுரிமைச் சட்டத்தை நிறைவேற்ற அமித்ஷா துடித்தார்?

முதலில் குடியுரிமை ஊடாக முஸ்லிம்கள் பலிகடாக்கள் ஆக்கப்படும் முயற்சியின் தொடர்ச்சியைத் தேதிவாரியாகத் தொடர்வோம்.

2014 நாடாளுமன்றத் தேர்தலில் பாஜக கூட்டணி (NDA) வென்று ஆட்சியைப் பிடித்தது. இந்தத் தேர்தல் பிரச்சாரத்தின் போதே தாங்கள் ஆட்சிக்கு வந்தால் குடியுரிமைத் திருத்தச் சட்டத்தை நிறைவேற்றுவோம் எனவும், பங்களாதேசி ஊடுருவல்காரர்களை

வெளியேற்றுவோம்" எனவும் நரேந்திரமோடி பேசி வந்தார். கூடவே வங்க தேசத்திலிருந்தும், பாகிஸ்தானிலிருந்தும் துன்புறுத்தப்பட்டு வரும் இந்துக்களுக்கு 10 முதல் 15 ஆண்டுகள் வரையிலான நீண்டநாள் விசாக்கள் *(long term visas)* அளிக்கப்படும் எனவும் மோடியும் அமித்ஷாவும் வாக்குறுதி அளித்தனர்.

ஆட்சியில் அமர்ந்தாலும் அடுத்த இரண்டு ஆண்டுகளுக்குள் அஸ்ஸாம் மாநிலத் தேர்தல் நடக்க இருப்பதால் குடியுரிமை மசோதாவை அவர்கள் உடனடியாக நாடாளுமன்றத்தில் முன்வைக்கவில்லை. எனினும் அஸ்ஸாம் மாநிலத் தேர்தலின்போது, "பங்களா தேசிகள் இல்லாத அஸ்ஸாம்" எனும் முழக்கத்தை அமித் ஷா வெறித்தனமாக முழங்கி வந்தார். அஸ்ஸாமில் அவர்கள் ஆட்சியைப் பிடித்தனர்.

உடன் அவர்கள் குடியுரிமைத் திருத்த மசோதாவை (CAB) நோக்கி அதிவேகமாக நகர்ந்தனர். 2020 மக்கள் தொகைக் கணக்கெடுப்பிற்கு *(census)* முன்னதாக இந்தக் குடியுரிமைத் திருத்த மசோதாவை நிறைவேற்றி அதைச் சட்டமாக்குவது என்பதில் அவர்கள் படுதீவிரம் காட்டினர்.

ஏன்?

இந்தக் கேள்விக்குப் பதில் காணுமுன் தொடர்ந்து நடந்தவற்றைப் பார்க்கலாம்.

19 ஜூலை 2016: "குடியுரிமைத் திருத்த மசோதா 2016" *(Citizenship Amendment Bill 2016 - CAB 2016)* நாடாளுமன்றத்தில் முன்வைக்கப்பட்டது. உடன் அது ஒரு "கூட்டு நாடாளுமன்றக் குழு" *(Joint Parliamentary Committee- JPC)* முன் பரிசீலனைக்கு வைக்கப்பட்டது.

07, ஜன 2019: கூட்டு நடாளுமன்றக் குழு (JPC) தன் அறிக்கையைச் சமர்ப்பித்து நாடாளுமன்றத்தில் அதை வைக்கப் பரிந்துரைத்தது. 30 பேர் கொண்ட அக்குழுவில் 9 பேர்கள் அம் மசோதாவுக்கு ஏற்பு அளிக்கவில்லை என்பது

குறிப்பிடத் தக்கது. நாடாளுமன்றத்தில் பாஜக கூட்டணியினரின் எண்ணிக்கை அதிகம் என்பதால் இந்தப் பெரும்பான்மை ஆதரவு அவர்களுக்கு இருந்தது. எனினும் நாடாளுமன்றக் குழு ஒருமனதாக இந்த மசோதாவை ஏற்கவில்லை என்பதும் இங்கு கவனிக்கத் தக்கது.

நாடாளுமன்றத்தில் இந்தக் குடியுரிமைத் திருத்த மசோதா இவ்வாறு நிறைவேற்றப்பட்டது.

09, ஜன 2019: நாடாளுமன்றத்தில் நிறைவேற்றப்பட்ட இம் மசோதா மேலவையின் (ராஜ்ய சபா) ஒப்புதலுக்கு அனுப்பப்பட்டது. அந்த நேரத்தில் மேலவை "பொருளாதார ரீதியாகப் பலவீனமான (முற்படுத்தப்பட்ட) பிரிவினருக்கு இட ஒதுக்கீடு" அளிப்பது குறித்த மசோதா விவாதத்தில் மும்முரமாக இருந்ததால் குடியுரிமைத் திருத்த மசோதா அன்று விவாதிக்கப்படவில்லை. தொடர்ந்து நாடாளுமன்றம் கலைக்கப்பட்டு நாடாளுமன்றத் தேர்தல் (2019) நடந்தது. அதில் பாஜக முன்னைவிட அதிகப் பெரும்பான்மையுடன் வெற்றி பெற்றது.

11, டிச 2019: குடியுரிமைத் திருத்த மசோதா மேலவையில் விவாதத்திற்கு எடுத்துக்கொள்ளப்பட்டு அங்கும் அது நிறைவேற்றப்பட்டது. இவ்வாறு பா.ஜ.க அரசின் கனவுத் திட்டமான "குடியுரிமைத் திருத்தச் சட்டம்" *(Citizenship Amendment Act- CAA)* நனவாகியது.

இப்போது நாம் ஏன் நரேந்திர மோடி - அமித் ஷா - மோகன் பகவத் அணி 2020 மக்கள் தொகைக் கணக்கெடுப்பிற்கு முன்னதாகவே இந்தக் குடியுரிமைத் திருத்தம் சட்டமாக்கப்பட வேண்டும் எனத் துடியாய்த் துடித்தனர்- எனும் கேள்விக்கு விடை காணலாம்.

பா.ஜ.க அரசின் இந்தக் குடியுரிமைத் திருத்தச் சட்டம் வங்கதேசம், பாகிஸ்தான், ஆப்கானிஸ்தான் ஆகிய அருகாமையில் உள்ள மூன்று முஸ்லிம் நாடுகளிலிருந்து இடம் பெயர்ந்து வரும்

இந்துக்கள், சீக்கியர்கள், பார்சிகள், பௌத்தர்கள், சமணர்கள், கிறிஸ்தவர்கள் எனும் ஆறு மதத்தைச் சேர்ந்தவர்களுக்கு மட்டுமே இந்தியக் குடியுரிமை வழங்கப்படும் எனக் கூறுகிறது. இந்த நாடுகளிலிருந்து இடம் பெயர்ந்து வருபவர்கள் முஸ்லிம்களாக இருந்தால் அவர்களுக்குக் குடியுரிமை தர இயலாது எனத் தெளிவாகச் சொல்கிறது.

தற்போதைய திருத்தத்திற்கு முந்தைய குடியுரிமைச் சட்டத்தில் இப்படி முஸ்லிம்களுக்கு மட்டும் குடியுரிமை கிடையாது எனச் சொல்லவில்லை. முஸ்லிம்கள் உட்பட யாராக இருந்தாலும் வரையறுக்கப்பட்ட கால கட்டத்தில் இங்கு குடியேறிய எம்மதத்தினருக்கும் குடியுரிமை வழங்க முந்தைய சட்டம் அனுமதித்தது. இதனால் இன்று அஸ்ஸாமில் குடியுரிமை வழங்கப்பட்டவர்களில் முஸ்லிம்களும் உள்ளனர். அதே நேரத்தில் குடியுரிமை மறுக்கப்பட்டவர்களில் இந்துக்களும் உள்ளனர். அப்படி இல்லாமல் இந்துக்களுக்கு மட்டுமே குடியுரிமை உறுதி செய்யப்பட வேண்டும்; முஸ்லிம்களுக்கு மட்டும் குடியுரிமை இல்லாமலாக்கப்பட வேண்டும் எனும் கொடு வஞ்சக எண்ணம் காரணமாகவே அமித் ஷா அந்த ஆட்டம் ஆடி அவசர அவசரமாக 2020 சென்சஸுக்கு முன் இந்தக் கொடும் குடியுரிமைச் சட்டத்தை நிறைவேற்றியுள்ளார்.

மொத்தத்தில் என்ன நடக்கப்போகிறது? வரிசையாகப் பார்க்கலாம்.

1. மக்கள் தொகைக் கணக்கெடுப்புடன், "தேசிய மக்கள் தொகைப் பதிவேடும்' (National Population Resister NPR) தயாரிக்கப்படும் என்கிறது மோடி அரசு.

2. இப்படித் தயாரிக்கப்படும் NPR இல் ஒரு கேள்வி: "உங்கள் பெற்றோர் இருவரும் எங்கு பிறந்தார்கள்?" இதற்கு அளிக்கப்படும் பதிலின் அடிப்படையில் பெற்றோரில் யாரேனும் ஒருவர் இந்தியாவில் பிறந்தவர் என நிறுவினால் மட்டும் போதாது. பெற்றோரில் மற்றறொருவர் "சட்டவிரோதக் குடியேறி" (illegal immigrant) அல்ல

எனவும் நிறுவியாக வேண்டும். இல்லாவிட்டால் அவர் சந்தேகத்திற்குரிய குடிமக்கள் *(doubtful citizen)"* எனும் பட்டியலில் சேர்க்கப்படுவார்.

3. அடுத்து "தேசியக் குடியுரிமைப் பதிவேடு" *(National Citizenship Register)* வேலை தொடங்கும். சந்தேகத்திற்குரிய குடிமக்களின் பட்டியலில் உள்ளவர்களின் வீட்டிற்கு வரும் அதிகாரி *(enumerator)* உங்களிடம் அது தொடர்பாக விசாரிப்பார். நீங்கள் அவர்கள் கேட்கும் ஆவணங்களை எல்லாம் தந்து உங்கள் குடியுரிமையைத் தக்கவைக்க வேண்டும்.

4. அப்படி ஐயத்திற்கிடமின்றி குடியுரிமையை நிறுவ இயலாதோர் தடுப்புக் காவல் முகாம்களுக்கு அனுப்பப்படுவர்.

எனவே இந்த *NPR* க்கும் உங்கள் குடியுரிமைக்கும் எந்தத் தொடர்பும் இல்லை. சும்மா கேட்கிறோம் என்பதெல்லாம் அப்பட்டமான பொய். தமிழில் ஒரு பழமொழி உண்டு. சோழியன் குடுமி சும்மா ஆடாது. ஒரு அரசு இப்படியெல்லாம் பொய் சொல்லி, தன் குடிமக்களை ஏமாற்றிக் குழியில் தள்ளக் கூடாது.

குறிப்பு 1: அஸ்ஸாமில் மேற்கொள்ளப்பட்ட கணக்கெடுப்பிற்கும் இனி பிற மாநிலங்களில் மேற்கொள்ளப்படும் கணக்கெடுப்பிற்கும் இன்னொரு வேறுபாடும் உண்டு. அஸ்ஸாமில் மேற்கொள்ளப்பட்ட முறையை "விண்ணப்பித்துப் பெறும் முறை" *(application method)* என்பார்கள். நீங்கள் உரிய அதிகாரியிடம் உங்களின் குடியுரிமைச் சான்றிதழைக் கேட்டு விண்ணப்பித்தால் அவர் உரிய ஆவணங்களின் அடிப்படையில் அதை அளிப்பார். அவர்கள் அனுமதித்துள்ள ஆவணங்கள் இல்லாதபோது அதை உங்களிடம் கோருவார். நீங்கள் அவர் கேட்கும் ஆவணத்தைத் தந்து குடியுரிமைச் சான்றிதழைப் பெறவேண்டும். இல்லாவிட்டால் நீங்கள் குடியுரிமை அற்றவராக்கப்படுவீர்கள். இனி அஸ்ஸாம் தவிர்த்த பிற மாநிலங்களில் மேற்கொள்ளப்படும் கணக்கெடுப்பைப்

பற்றிப் பார்க்கலாம். இதை வீடுதோறும் சென்று எடுக்கும் கணக்கெடுப்பு *(house to house enumeration)* என்பார்கள். வீட்டுக்கு வரும் அதிகாரியிடம் அவர் கேட்கும் ஆவணங்களைத் தந்து உங்கள் குடியுரிமையை நிறுவ வேண்டும். இது முன்னதைவிடச் சிக்கலானது என இது குறித்து ஆய்பவர்கள் கூறுகின்றனர்.

குறிப்பு 2: நாடு முழுவதும் இன்று இதற்கு ஏற்பட்டுள்ள எழுச்சியைத் தொடர்ந்து இப்போது பா.ஜ.க அரசு *NPR* ல் உங்கள் பெற்றோர் எங்கு பிறந்தார்கள் எனும் கேள்வி இராது எனச் சொல்கின்றனர். அதை ஏற்பதற்கில்லை. முழுமையாக அவர்களின் திட்டம் வெளிப்படையாக முன்வைக்கப்படாதவரை இப்படியான சமாதானங்கள் நம்பற்குரியன அல்ல.

அவர்கள் அந்த அளவிற்கு நியாயமானவர்கள் என்பது யாருக்கும் தெரியும்.

(V) NRC என்ன செய்யும்?

மொமீரான் நெஸ்ஸாவின் கதை

இந்தக் குடியுரிமைச் சட்டம் நிறைவேற்றப்பட்டால் யாருக்கும் இப்படி நேரலாம்

அஸ்ஸாமில் உள்ள கோக்ராஜ்ஹர் மாவட்டத்தில் உள்ள குடியுரிமை இல்லாதவர்களை அடைத்து வைக்கப்படும் தடுப்புக் காவல் முகாமில் பத்தாண்டுகள் அடைக்கப்பட்டுக் கிடந்த தன் சோக வரலாற்றைச் சொல்கிறார் மோமீரான் நெஸ்ஸா. இப்போது அவர் நீதிமன்ற ஆணை ஒன்றின் மூலம் தற்காலிகமாக விடுதலை செய்யப்பட்டுள்ளார்.

அவர் முகாமில் அடைக்கப்பட்டபோது கர்ப்பமாக இருந்தார். அவர் குழந்தை வயிற்றுக்குள் அசைவதிலிருந்து அது ஆரோக்கியமாக வளர்வதை அறிந்திருந்தார். ஆனாலும் தடுப்புக் காவல் முகாமில் இருந்த அவர் கட்டாயமாக மருத்துவ

சோதனைக்கு அனுப்பப்பட்டார். அங்கே அவருக்கு ஒரு ஊசி போட்டார்கள். வயிற்றினுள் குழந்தையின் அசைவு நின்றது...

மோமீரானின் கணவர் மனைவியைப் பிரிந்திருந்த அதே கவலையால் மனைவி தடுப்புக் காவலில் வைக்கப்பட்டிருந்த காலத்திலேயே செத்துப்போனார்.

“கணவரின் உடலை இறுதியாகப் பார்க்க வேண்டுமானால் நீதிமன்றம் அனுமதிக்க வேண்டும். அதற்குக் குறைந்த பட்சம் மூன்று அல்லது நான்கு நாட்கள் ஆகும். அதுவரை சடலத்தை வைத்திருக்க முடியாது என்பதால் என் சகோதரி வராமலேயே அவர் உடலைப் புதைத்தோம்...” - என்கிறார் மோமீரானின் சகோதரர்.

ஆமாம். இறந்துபோன கணவரின் உடலைப் பார்க்க வேண்டுமானால் நீதிமன்றத்திடம் ஆணை பெற வேண்டும். அதற்கு வக்கீல் வைக்க வேண்டும். அவருக்குக் காசு கொடுக்க வேண்டும். அது மட்டுமல்ல நான்கு நாட்கள் அந்த உடல் கெடாமல் பாதுகாக்க குளிர்சாதனப் பெட்டி ஒன்றை வாடகைக்கு எடுக்க வேண்டும்.

தனது தாத்தா காலத்திலிருந்து, தன் தந்தையின் குடியுரிமைச் சான்றிதழ் உட்பட உரிய ஆவணங்கள் தன்னிடம் இருப்பதாக மோமீரான் காட்டுகிறார். அவை:

1. தாத்தா அப்துல் ரசாக்கின் 1951 NRC சான்றிதழ்,

2. தாத்தாவின் 1966 NRC சான்றிதழ்.

3. தந்தை அப்துல் மைதீனின் 1971 NRC சான்றிதழ்.

“எல்லா சான்றிதழும்தான் கொடுத்தேன். ஆனாலும் அவர்கள் என் பெயருக்கு முன்னால் ‘D’ (Doubtful) எனப் பதிந்தபோது அதிர்ந்து போனேன். என் கணவரும் இப்போது இறந்து போனார். அவர் விட்டுப்போன இரண்டு குழந்தைகளும் உள்ளன. நான் என்ன செய்யப்போறேன்...”

மோமீரான் இவ்வாறு "சந்தேகத்திற்குரிய குடிமக்கள்" பட்டியலில் சேர்க்கப்பட்ட பின் அவருக்கு இருந்த ஒரே வழி *Foreign Tribunal* முன் முறையிடுவதுதான். அது ஒரு நீண்ட நாள் போராட்டம். பெரிய வழக்குரைஞர்கள் வைத்துப் போராட வேண்டிய போராட்டம். வசதியற்ற மோமீரான் போன்றவர்கள் என்ன செய்ய முடியும். எவ்வளவு காலம் போராட முடியும்?

இறுதியில் அவர் கோக்ராஜ்பூர் தடுப்புக்காவல் முகாமுக்கு அனுப்பப்பட்டார்,

"இருவர் தாராளமாகக் கால்நீட்டிப் படுப்பதற்குக் கூட இயலாத நெருக்கடியில் பத்தாண்டு காலம் அடைக்கப்பட்டிருந்தோம். இரண்டு வேளை வயிற்றுக்குப் போதாத சோறு போடுவார்கள். எண்ணெய் ஒரு சொட்டளவு கூடப் பயன்படுத்தாத சமையல். வெறுமனே வேக வைத்த கொஞ்சம் காய்கறி..."

பிரச்சினை இத்தோடு முடியவில்லை. மோமீரானின் பெயர் இப்படி 'D' பட்டியலில் சேர்க்கப்பட்ட பின்னர் அவரது சகோதரர் உட்பட அவர்களின் வம்சாவளியில் உள்ள 50 பேர்களின் குடியுரிமையும் 'D' பட்டியலில் சேர்க்கப்பட்டன.

மோமீரானின் சகோதரர் சொல்கிறார்: "ஏன் எங்கள் பெயர்களை எல்லாம் NRC பட்டியலிலிருந்து எடுத்துவிட்டீர்கள் என NRC அதிகாரியைக் கேட்டேன். 'உங்க குடும்பத்தில் யாராவது D வாக்காளர் (D Voter) பட்டியலில் இருக்காங்களா?' என்று கேட்டார். 'என் சகோதரி அந்த D Voter பட்டியலில் தான் உள்ளார்' என்றேன். 'அதனால்தான் உங்க குடும்ப வழியில உள்ள யார் பெயரையும் NRC பட்டியலில் சேர்க்கல.' என்றார் அந்த அதிகாரி. எங்க தாத்தா, அப்பா தொடர்பான ஆவணங்கள் எல்லாம் வச்சிருக்கோம். இந்தியக் குடியுரிமைக்கு ஆதாரமான ஆவணங்கள்தான் அவை. இருந்தாலும் எங்களால NRC பட்டியல்ல இடம் பிடிக்க முடியல."

சென்ற இரண்டு மாதங்களுக்கு முன்புதான் (2019 நவம்பர்) மோமீரான் தடுப்புக் காவல் முகாமிலிருந்து பத்தாண்டுகளுக்குப்

பின் அனுப்பப்பட்டார். தனது குடியுரிமையை நிறுவி அவர் வெளியே வந்துள்ளார் என நினைக்காதீர்கள். 2019 மேயில் உச்ச நீதிமன்றம் ஒரு தீர்ப்பு வழங்கியது. மூன்று ஆண்டுகளுக்கு மேல் இந்த முகாம்களில் இருந்தவர்களை ஒரு நிபந்தனையோடு விடுதலை செய்யுமாறு ஆணையிட்டது. அவர்கள் வாரா வாரம் காவல் நிலையத்திற்குச் சென்று தாங்கள் இருப்பதை நிறுவ வேண்டும் என்பதுதான் அந்த நிபந்தனை.

"இப்ப நான் ஒவ்வொரு வாரமும் பக்கத்துல இருக்க போலீஸ் ஸ்டேஷனுக்குப் போகணும். நான் எப்படிப் போவேன். எனக்கு கணவர் இல்லை. காசும் இல்லை. யார் என்னை அழைத்துச் செல்வார்கள்?"

மோமீரான் நெஸ்ஸா கேட்கும் கேள்விக்கு நாம் என்ன பதில் சொல்வது? அவரையும் குழந்தைகளையும் இப்போதைக்கு அவரது சகோதரர்தான் ஆதரித்து வருகிறார். அரசு உதவி செய்ய வேண்டும். பண உதவி செய்ய வேண்டும் என மோமீனா கெஞ்சுகிறார்.

இந்த இரக்கமுள்ள அரசு அதைச் செய்யுமா?

இது மோமீரானின் வரலாறு மட்டுமல்ல. நாளை நாம் எல்லோரும் - இந்த நாட்டில் உள்ள எல்லோரும் - சந்திக்கப்போகும் வரலாறு. இந்த NRC என்பது எத்தனை துயரங்களை, துன்பங்களைக் கூடவே கூட்டிக் கொண்டுவந்து இன்று நம் முன் நிறுத்தியுள்ளது என்பதை நாம் முழுமையாக உணர்ந்துள்ளோமா?

ஆதாரம்: *https://www.thequint.com/news/india/nrc-assam-detention-centre-story-of-former-detainee?fbclid=IwAR1jWBMicNplK7j9U3d58hpGB7Q7P6T8MqTy4aR6vv7ySeOEiFISBLuwQAA*

இந்த இணைப்பில் மோமீரான் நெஸ்ஸா இந்தத் தன் வரலாற்றைச் சொல்வதைக் காணலாம். அவர், அவரது சகோதரர் இருவரும் பேசுகின்றனர். தனது குடியுரிமையை நிறுவ அவர் காட்டுகிற ஆவணங்களையும் பார்க்கலாம்.

(vi) குடியுரிமைச் சட்டம் - இந்திய ஜனநாயகத்தின் பெரும் களங்கம்

மோடி அமித்ஷா தலைமையிலான பா.ஜ.க அரசு அதன் "செல்லத் திட்டங்களில்" ஒன்றான குடியுரிமைத் திருத்தச் சட்டத்தை வெற்றிகரமாக நிறைவேற்றியுள்ளது. அவர்கள் வெற்றி அடைந்துள்ளார்கள் என்றால் யார் தோற்றுள்ளது?

வேறு யாரும் இல்லை. நமது அரசியல் சட்டம்தான் தன் முகத்தில் ரத்தம் ஒழுக ஒழுக அடித்து வீழ்த்தப்படும் நிலையை எட்டியுள்ளது. 1950 ஜனவரி 26 இல் நிறைவேற்றப்பட்ட நமது அரசியல் சட்டம், உலகின் பல ஜனநாயக நாடுகளில் உள்ள அரசியல் சட்டங்களைக் காட்டிலும் பல மடங்கு சிறப்பானது என்பதை அரசியல் சட்ட வல்லுனர்கள் குறிப்பிடுவர். இரண்டாம் உலகப் போருக்குப் பின் ஐ.நா அவை உருவாக்கப்பட்டு போர்க்கால மனித உரிமை மீறல்களை எல்லாம் கணக்கில் கொண்டு மனித உரிமைப் பிரகடனம் உருவான பின்னணியில் அமைக்கப்பட்டதுதான் நம் அரசியல் சட்ட அவை. சிவில் உரிமைகள், மதம், இனம் தொடர்பான உரிமைகள் என எல்லாம் வரையறுக்கப்பட்டுக் கொண்டிருந்த அந்தக் கால கட்டத்தில், அம்பேத்கர் தலைமையில் உருவாக்கப்பட்ட நம் அரசியல் சட்டம் இந்த உலகளாவிய பிரகடனங்களில் உள்ள நல்ல கூறுகளை எல்லாம் உள்வாங்கி இயற்றப்பட்ட ஒன்று.

ஆனால் பா.ஜ.கவும் அதைப் பின்னின்று இயக்கும் ஆர். எஸ்.எஸ் அமைப்பும் இந்த அரசியல் சட்டத்தை எந்நாளும் ஏற்றுக் கொண்டதில்லை. 1999ல் முதன் முதலாக வாஜ்பேயி தலைமையில் பா.ஜ.க கூட்டணி அரசு உருவானபோது அவர்கள் மேற்கொண்ட முதல் நடவடிக்கைகளில் ஒன்று நீதிபதி வெங்கடாசலையா தலைமையில் நமது அரசியல் சட்டம் பற்றி ஆய்வு செய்ய ஒரு குழு அமைத்ததுதான் என்பதை நாம் மறந்துவிடக் கூடாது. அப்போது அமெரிக்க இந்தியர்கள் மத்தியில் செயல்பட்டுக் கொண்டிருந்த

சங்கப் பரிவார அமைப்புகளில் ஒன்று ஸ்லேட்டன் தீவில் வாஜ்பேயிக்கு வரவேற்பு அளித்தது. அந்த நிகழ்வில் அவர், “இன்று நமக்கு நாடாளுமன்றத்தில் அறுதிப் பெரும்பான்மை கிடையாது. ஆனால் ஒரு காலத்தில் நாம் மூன்றில் இரண்டு பெரும்பான்மை பெறுவோம். அப்போது நாம் நமது கனவு இந்தியாவை உருவாக்குவோம்” என முழங்கியதை யாரும் மறந்துவிட முடியாது.

2014 தேர்தலில் பா.ஜ.க மூன்றில் இரண்டு பெரும்பான்மை பெறாவிடாலும் பெரும்பான்மைத் தொகுதிகளில் வென்றது, அப்போதைய தேர்தல் அறிக்கையிலேயே இந்துக்களுக்கு மட்டும் இங்கு குடியுரிமை வழங்குவது பற்றிக் கூறப்பட்டது. இந்தியா பல மதத்தினரும் வசிக்கும் மதச்சார்பற்ற நாடு. இங்கு இப்படி ஒரு குறிப்பிட்ட மதத்தினருக்கு மட்டும் குடியுரிமை வழங்குவது சாத்தியமில்லை. ஆனாலும் அவர்கள் அறிக்கையில் இதைக் குறிப்பிட்டார்கள்.

இப்படி ஒரு மதத்தினருக்கு மட்டும் குடியுரிமை அளிப்பது என்கிற கருத்தை அவர்கள் யூத இனவாத அரசான இஸ்ரேலின் ‘அலியாஹ்’ கொள்கையிலிருந்துதான் எடுத்துக் கொண்டனர். உலகின் எந்த நாடுகளில் இருந்தும் வருகிற யூதர்களுக்கு குடியுரிமை அளிக்கப்படும் என்பதுதான் இஸ்ரேலின் ‘அலியாஹ்’ சட்டம்.

ஆனால் இந்திய அரசியல் சட்டத்தில் அதற்கு இடமில்லை. அதோடு உச்ச நீதிமன்றம் புகழ்பெற்ற கேசவானந்த பாரதி வழக்கில் அரசியல் சட்ட அடிப்படைகளைப் பெரும்பான்மையின் அடிப்படையில் மாற்றிவிட இயலாது என்பதை உறுதி செய்துள்ளது. அதனால் இன்று கூட்டணிக் கட்சிகளின் உதவியோடு பா.ஜ.க அறுதிப் பெரும்பான்மையைப் பெற்றிருந்தபோதும் இந்தியாவை பெரும்பான்மை மத அடிப்படையில் இந்து நாடாக அறிவிக்க முடியவில்லை. அதனால் அவர்கள் இப்படித் தம் அரசியல் கொள்கைகளை நசுக்கி நசுக்கிக் கொஞ்சம் கொஞ்சமாகச் செயல்படுத்தி வருகின்றனர்.

2014 இல் பா.ஜ.க ஆட்சி அமைக்கப்பட்டபோது அஸ்ஸாம் மாநிலத்தில் "குடியுரிமைப் பதிவேடு" தயாரிக்கும் திட்டத்தைத் தொடங்கினார்கள். "தேசிய அளவிலான குடியுரிமைப் பதிவேடு" (National Register of Citizens) உருவாக்கப்படும் என்பதையும் அறிவித்தார்கள். 1971 மார்ச் 24 என்பதை இறுதித் தேதியாக அறிவித்து அதற்கு முன்னதாக அஸ்ஸாம் மாநிலத்தில் இருந்து இங்கு வந்தவர்களுக்குக் குடியுரிமை வழங்கப்படும் என அறிவித்து ஆயிரம் கோடி ரூ செலவில் இன்று அது நிறைவேற்றப்பட்டது. இதன் மூலம் அஸ்ஸாமில் வசிக்கும் 40 லட்சம் மக்கள் குடியுரிமையை இழந்தார்கள். அதிகம் கல்வி அறிவு இல்லாத ஏழை எளிய மக்கள் உரிய சான்றிதழ்களைக் கொடுக்க இயலாமல் பட்ட துன்பம் சொல்லி மாளாது. அதில் வங்கதேச முஸ்லிம்கள் மட்டுமின்றி ஏராளமான இந்துக்களும் இருந்தது பா.ஜ.க அரசுக்குப் பிரச்சினை ஆகியது. மேலும் கால நீட்டிப்புச் செய்து பாதிக்கப்பட்டவர்களுக்கு வாய்ப்பளிக்கப்பட்டபோது இன்று அஸ்ஸாமில் குடி உரிமை அற்றவர்களாக 19 லட்சத்திற்கும் மேற்பட்டோர் உள்ளனர். இதிலும் 5 லட்சத்திற்கும் மேற்பட்டோர் இந்துக்களாக உள்ளது பா.ஜ.க அரசின் நோக்கத்திற்கு இடையூறாக உள்ளது. எனினும் ஆர்.எஸ்.எஸ் அமைப்பின் பெருந்தலைவர் மோகன் பகவத் எந்த வகையிலும் இந்துக்கள் குடியுரிமை அற்றவர்களாக ஆக்கப்பட மாட்டார்கள் என்பதை வெளிப்படையாகவே அறிவித்தார். பா.ஜ.க அமைச்சர்களும் அப்படியான வாக்குறுதிகளை அளித்தனர். அப்படி மத அடிப்படையில் சலுகைகள் காட்டுவது நமது அரசியல் சட்டத்தின் 14, 15, 21 முதலான பிரிவுகளுக்கு எதிரானது என்பது பற்றியெல்லாம் அவர்கள் எள்ளளவும் கவலைப்படவில்லை.

அஸ்சாமில் இப்படிக் குடியுரிமை அற்றவர்களாக ஆக்கப்பட்டவர்களை என்ன செய்யப் போகிறார்கள் என்பது தெரியவில்லை. ஹிட்லரின் கொடுமைகளின் ஊடாகக் குடியுரிமை அற்றுப் பெருந் துன்பங்களுக்கு ஆளானவர்களில் ஒருவரான அறிஞர் ஹன்னா ஆரெண்ட் சொன்னது போல, இன்றைய அரசமைப்புகளில் குடியுரிமை என்பது "உரிமைகளைப்

பெறுவதற்கான உரிமை". குடியுரிமை அற்றவர்களுக்கு வேலை பெறுவதற்கு, படிப்பதற்கு, வணிகம் செய்வதற்கு... என எதற்கும் உரிமை இல்லை. அப்படிக் குடியுரிமை அற்ற இலட்சக்கணக்கானோரை என்ன செய்யப் போகிறார்கள்? அரசிடம் திட்டமில்லை. வங்க தேசத்திலிருந்து வந்தவர்கள் ஆனாலும் இன்று அங்கே அவர்களை இந்திய அரசு திருப்பி அனுப்ப முடியாது. அப்படி அனுப்புவதற்கான ஒப்பந்தம் *(deportation agreement)* எதையும் இந்திய அரசு வங்க அரசுடன் செய்து கொள்ளவில்லை. மிகப்பெரிய தடுப்புக்காவல் முகாம்களை *(detention centers)* அமைத்து அடைத்து வைக்கப் போகிறார்களா? அப்படியான முகாம்கள் அமைக்கப்படுவதாகவும் செய்திகள் வரத்தான் செய்கின்றன.

இதற்கெல்லாம் பதில் இல்லாமலேயே இப்போது இந்திய அளவில் குடியுரிமைப் பதிவேடு உருவாக்கப்படும் என அறிவித்திருப்பதோடு, அதன் முதற்கட்டமாக இன்று "குடியுரிமை திருத்த மசோதா" *(Ccitizenship Amendment Bill)* அறிவிக்கப்பட்டு நாடாளுமன்றத்திலும் மாநிலங்களின் அவையிலும் நிறைவேற்றப்பட்டுள்ளது. அ.இ.அ.தி.முக உள்ளிட்ட பா.ஜ.க ஆதரவுக் கட்சிகளின் துணையோடு இது நடந்துள்ளது. காங்கிரஸ், கம்யூனிஸ்டுகள் மற்றும் தி.மு.க முதலான கட்சிகள் எதிர்த்துள்ளன.

இச் சட்டம் குடியுரிமை அற்றவர்கள் விண்ணப்பிப்பதற்கான இறுதித் தேதி டிசம்பர் 31, 2014 என்கிறது. அதற்கு முன்னதாக வந்தவர்கள் மட்டுமே விண்ணப்பிக்க முடியும். குடியுரிமை பெறுவதற்கு ஒருவர் குறைந்தபட்சம் 14 ஆண்டுகள் இங்கே வாழ்ந்திருக்க வேண்டும் எனும் நிபந்தனை இதன் மூலம் 5 ஆண்டுகளாகக் குறைக்கப்பட்டுள்ளது.

பா.ஜ.க அரசின் இந்தப் புதிய குடியுரிமைச் சட்டம் வங்கதேசம், பாகிஸ்தான், ஆப்கானிஸ்தான் எனும் மூன்று முஸ்லிம் நாடுகளிலிருந்து வந்தவர்களுக்கு மட்டுமே இந்த உரிமையை அளிக்கிறது. அதோடு இந்த உரிமை இந்துக்கள்,

சீக்கியர்கள், பவுத்தர்கள், ஜெயின்கள், பார்சிகள், கிறிஸ்தவர்கள் ஆகியோருக்கு மட்டுமே அளிக்கப்பட்டுள்ளது. இந்தியாவில் நுழைவதற்கான 1920 ஆம் ஆண்டு 'கடவுச் சீட்டுச் சட்டம்' *(Passport Act)* மற்றும் 1946 ஆம் ஆண்டு 'வெளிநாட்டர் சட்டம்' *(Foreigners Act)* ஆகியவற்றின் தடைகளிலிருந்து இந்த ஆறு மதத்தவர்களுக்கு மட்டுமே இந்தச் சலுகை. வேறு சொற்களில் சொல்வதானால் இந்த நாடுகளிலிருந்து வரும் முஸ்லிம்களுக்கு மட்டும் இப்படி மற்றவர்களுக்கு அளிக்கப்படும் இந்த உரிமை மறுக்கப்படுகிறது. இது அப்பட்டமாக நமது அரசியல் சட்ட அடிப்படையை மீறுகிறது. மத அடிப்படையில் இவ்வாறு தரம் பிரித்துச் சலுகைகள் அளிப்பதை நமது அரசியல் சட்டப் பிரிவுகள் ஏற்பதில்லை என்பதைப் பார்த்தோம்.

ஆனால் இந்த அரசியல் சட்ட மீறலை நியாயப்படுத்த அமித்ஷா சொல்லும் 'நியாயம்' ஒன்றுதான். அதாவது இந்த மூன்றும் முஸ்லிம் நாடுகளாம். எனவே அங்கிருந்து முஸ்லிம்கள் துன்புறுத்தப்பட்டு வருவதற்கு வாய்ப்பில்லையாம். அண்டை நாடுகளிலிருந்து துன்புறுத்தப்பட்டு வருபவர்களுக்காகத்தான் இந்தச் சலுகைகள் என்றால் அண்டை நாடுகளான மியான்மரிலிருந்து வரும் ரோஹிங்யா முஸ்லிம்கள், இலங்கையிலிருந்து வரும் நம் தமிழர்கள் ஆகியோரை இச்சட்டம் ஏன் உள்ளடக்கவில்லை என்கிற கேள்விக்கு பதிலில்லை. நேபாளத்திற்கும் நம் நாட்டிற்கும் ஒரே எல்லைக் கோடுதான். இதுநாள்வரை எளிதில் அங்கும் இங்கும் போய்வரக் கூடிய நிலைதான் உள்ளது. பெரிய அளவில் அங்கிருந்து கூர்காக்கள் இங்கு வந்து வேலை செய்கின்றனர். பின் ஏன் இன்றைய சட்டத்தில் நேபாளம் உள்ளடக்கப்படவில்லை?

அடுத்து இந்த மூன்று நாடுகளும் முஸ்லிம் நாடுகளானாலும் அவற்றில் ஷியா முஸ்லிம்கள், நாத்திகர்கள் ஆகியோர் துன்புறுத்தப்படுகின்றனர் என்கிற குற்றச்சாட்டுகள் உள்ளன. ஆனாலும் அவர்களுக்கும் இன்றைய சட்டம் இடம் கொடுக்கவில்லை. ஆக மத அடிப்படையில் வேறுபாடு காட்டும் வகையில் நமது அரசியல் சட்ட அடிப்படைக்கு எதிராக

இன்றைய இந்தச் சட்டம் அமைகிறது. மதச்சார்பின்மையைப் புறக்கணிக்கிறது.

முன்னதாக மோடி அரசு இந்தச் சட்டத்தை வெளியிட்டபோது அதில் இந்த மூன்று நாடுகளிலும் வாழும், இந்த ஆறு மதத்தினர்களில் உள்ள, “துன்புறுத்தப்படும் சிறுபான்மையினருக்கு” *(persecuted minority)* மட்டுமே இந்தச் சலுகைகள் என அறிவிக்கப்பட்டிருந்தது. ஆனால் இப்போது அமித்ஷா முன்வைத்து நிறைவேற்றியுள்ள வடிவில் “துன்புறுத்தப்படும் சிறுபான்மையினர்” எனும் பதம் நீக்கப்பட்டுள்ளது. காரணங்கள் காட்டப்படவில்லை. இவ்வாறு துன்புறுத்தல் இல்லாதபோதும் முஸ்லிம் அல்லாதவர்களுக்கு மட்டும் குடியுரிமை அளிக்கப்படும் என்பதுதான் இதன் மூலம் அமித்ஷா சொல்லும் சேதி. இஸ்ரேலின் அலியாஹ் சட்ட வடிவம் இங்கே அப்படியே ஏற்கப்பட்டுள்ளது.

ஆக மத அடிப்படையில் 15 கோடிக்கும் மேற்பட்ட இந்திய முஸ்லிம்கள் மட்டும் இன்று இந்திய மக்களிடையே தனியே பிரித்து நிறுத்தப்படுகின்றனர்.

அஸ்ஸாம், மேகாலயா, திரிபுரா, மிசோராம் முதலான மாநிலங்களின் ‘பழங்குடிப் பகுதிகள்’ *(tribal areas)* மற்றும் அருணாசலப் பிரதேசம், நாகாலந்து, மிசோராம் முதலான மாநிலங்களின் ‘உட்கோட்டு அனுமதி’ பகுதிகள் *(inner-line permit areas)* ஆகியவற்றிற்கு இச்சட்டத்திலிருந்து சில சிறப்பு விலக்குகள் அளிக்கப்பட்டுள்ளன. ஆனால் இன்னொரு வடகிழக்கு மாநிலமான மணிப்பூருக்கு இந்த விலக்கு அளிக்கப்படாதது ஏன் எனத் தெரியவில்லை. அதற்கும் விலக்கு அளிக்கப்படலாம் எனவும் எதிர்பார்க்கப்படுகிறது.

அண்டை நாடுகளிலிருந்து ஊடுருவல் நிகழ்கின்றன என்றால் அதைத் தடுப்பதை யாரும் எதிர்க்கவில்லை. வங்க தேசத்திலிருந்து அஸ்ஸாமுக்குள் ஊடுருவல் நடப்பதைத் தடுக்க இன்று இரட்டை முள்வேலிகள் வைத்து, இராணுவக் காவல் அமைத்து ஊடுருவல் தடுக்கப்படுகிறது. அதை எல்லாம்

யாரும் எதிர்க்கவில்லை. ஊடுருவலைச் சாக்காக வைத்துக் கொண்டு இவ்வாறு முஸ்லிம்கள் மட்டும் அரசியல் சட்ட உரிமைகளிலிருந்து ஒதுக்கப்படுவதைத்தான் இன்று நம்மால் ஏற்க இயலவில்லை.

இன்று மோடி அமித்ஷா அரசின் இந்த நடவடிக்கை உலக அளவில் கண்டிக்கப்பட்டுள்ளது. இந்தக் குடியுரிமைச் சட்ட நிறைவேற்றத்தின் மூலம் ஒரு குறிப்பிட்ட சமூகம் அடையாளம் காணப்பட்டு ஒதுக்கப்பட்டுள்ளதை ஒட்டி உள்துறை அமைச்சர் அமித்ஷா மீது தடை நடவடிக்கைகள் *(sanctions)* மேற்கொள்ள வேண்டும் என அமெரிக்க அரசின் மத உரிமைகள் தொடர்பான கூட்டாட்சி முகமை ஒன்று பரிந்துரைத்துள்ளது.

இந்தச் சட்டத்தைத் திரும்பப் பெற வேண்டும் என ரொமிலாதாபர், பிரபாத் பட்நாயக், அருணா ராய் முதலான "மனசாட்சியுள்ள" *600* முக்கிய அறிஞர்கள் கண்டித்து அறிக்கை வெளியிட்டுள்ளனர். வடகிழக்கு மாநிலங்கள் அனைத்திலும் இச்சட்டத்திற்கு எதிராக இயக்கம் நடந்து கொண்டுள்ளது. ஆனாலும் பா,ஜ,க அரசு நம் அரசியல் சட்டத்திற்கு விரோதமான இந்தச் சட்டத்தை இன்று நிறைவேற்றியுள்ளது. குடியரசுத் தலைவரின் ஒப்புதலுடன் இது விரைவில் நடைமுறைக்கு வரும் என்பதில் ஐயமில்லை.

சுதந்திரத்திற்குப் பிந்திய இந்திய வரலாற்றில் இந்த நாட்கள் பெருங் களங்கமாகப் பதியும். இந்திராகாந்தியின் நெருக்கடி நிலை காலத்தில் உச்ச நீதிமன்றத்தில் அன்றைய அட்டர்னி ஜெனெரல் நிரேன் டே, "அவசர நிலை அறிவிக்கப்பட்டால் அதன்பின் குடிமக்களுக்குத் தங்களின் உயிரைப் பாதுகாத்துக் கொள்ளும் உரிமை கிடையாது" என கரகரத்த குரலில் சொல்லிய அந்தக் காட்சிதான் இன்றைய சூழலில் நினைவுக்கு வருகிறது.

இன்றைய அரசமைப்பில் குடியுரிமை என்பது உயிரினும் மேலானது. அது இன்று ஆபத்துக்குள்ளாகி உள்ளது.

1.11

அரசியல் சட்ட நிறுவனங்களின் மீது தாக்குதல்

(i) குறிவைக்கப்படும் அரசியல் சட்டம்

ஒரு ஜனநாயக அரசமைவு அல்லது மக்களாட்சித் தத்துவம் என்பதில் அரசியல் சட்டமே மக்களின் எல்லா உரிமைகளுக்கும் அடிப்படை ஆகிறது. அரசியல் சட்டம் என்பதன் பொருள் மக்கள் கூடி இருந்து தமக்கான கட்டுப்பாடுகள், உரிமைகள் ஆகியன குறித்துத் தாமே உருவாக்கிக் கொண்ட விதிகளின் தொகுப்பு என்பதுதான். கோடிக்கணக்கான மக்கள் ஒன்றாய்க்கூடி அமர்ந்து முடிவு செய்வது சாத்தியமில்லை என்பதால் மக்கள் பிரதிநிதிகள் ஒன்றுகூடி விவாதித்து அரசியல் சட்டம் உருவாக்கப்படுகிறது. இந்திய அரசியல் சட்டம் என்பது அரசியல் சட்ட அவை ஒன்றை அமைத்து, அதில் பல்வேறு குழுக்களை உருவாக்கி, மூன்றாண்டு காலம் விவாதிக்கப்பட்டு, இறுதியில் டாக்டர் அம்பேத்கர் தலைமையில் அமைந்த வரைவுக் குழுவால் அவை வடிவமைக்கப்பட்டுப் பின் அரசமைப்பு அவையால் ஏற்றுக் கொள்ளப்பட்ட ஒன்று.

அதில் சில குறைபாடுகள் இருந்தபோதும் உலகளாவிய மனித உரிமைப் பிரகடனம் உருவாக்கப்பட்டு மனித உரிமைகள் பற்றிய ஒரு விரிவான பிரக்ஞை உருவாகி இருந்ததாலும், ஜவஹர்லால் நேரு, அம்பேத்கர் போன்ற ஜனநாயக சக்திகள் அதில் பங்குபெற்று இருந்ததாலும் ஒப்பிட்டளவில் ஒரு சிறந்த அரசியல் சட்டம் நமக்கு வாய்த்துள்ளது. பல்வேறு சாதி, மத, இன, மொழி மக்கள், அவர்களின் வழமைகள், பண்பாடுகள் ஆகியவற்றை மட்டுமின்றி, பல்வேறு சிறு முடியாட்சிகளின் ஏராளமான சட்டங்களையும் கணக்கில் கொண்டதோடு, மதச்சார்பின்மை முதலானவற்றிற்கு கூடியவரையில் உரிய முக்கியத்துவம் அளித்து உருவாக்கப்பட்ட அரசியல் சட்டம் இது.

இந்த அரசியல் சட்டத்தை இந்தக் காரணங்களுக்காகவே வெறுத்து ஒழித்துக்கட்ட விரும்புகிற ஒரு கும்பல் இங்கு உள்ளதென்றால் அது ஆர்.எஸ்.எஸ் மற்றும் பா.ஜ.க உள்ளிட்ட அதன் ஏராளமான பரிவாரங்கள்தான். உலகமே வியக்கும் ஒரு நல்லாட்சியைத் தந்த மாமன்னர் அசோகர் உருட்டிய தருமச் சக்கரத்தையும், பௌத்தச் சின்னங்களையும் அடையாளமாகக் கொண்ட இந்த அரசியல் சட்டத்தையும், அரசியல் சட்ட நிறுவனங்களையும் விஷம்போல வெறுத்த இந்தக் கும்பல் வாய்ப்புக் கிடைத்தபோதெல்லாம் அவற்றை வேரோடு கெல்லி எறிய முனையாமல் இருந்ததில்லை.

அப்படித்தான் 1999-2004இல் பா.ஜ.க முதல்முறையாக வாஜ்பேயீ தலைமையில் ஆட்சி அமைத்தபோது நீதிபதி வெங்கடாசலையா தலைமையில் இந்த அரசியல் சட்டத்தை 'மறுபரிசீலனை' செய்ய குழு ஒன்றை அமைத்தனர். அமெரிக்கா சென்ற வாஜ்பேயி அங்கே வாழும் உயர்சாதி இந்துக்களால் அளிக்கப்பட்ட வரவேற்பில், "இப்போது நமக்கு அறுதிப் பெரும்பான்மை இல்லை. இது கூட்டணி ஆட்சி. ஒரு காலத்தில் நாம் மூன்றில் இரண்டு பெரும்பான்மையுடன் ஆட்சியை அமைப்போம். அப்போது நாம் நமது இலட்சிய இந்தியாவை உருவாக்குவோம்" எனக் கூறியதை மறக்க இயலாது.

அவர்களது இந்த "இலட்சிய" இந்தியா என்பது பேஷ்வா அரசுதான் என்பதையும், அது எப்படி இருக்கும் என்பதையும் பெரிதாய் விளக்க வேண்டியதில்லை.

அதனுடைய முதல் நடவடிக்கையாக அமைவது அம்பேத்கர், நேரு, காந்தி ஆகியோரின் காலத்தில் உருவாக்கப்பட்ட அரசியல் சட்டத்தைத் தூக்கி எறிவதாகத்தான் இருக்கும் என்பதும் நாமறிந்ததே.

2014ல் மீண்டும் ஆட்சியமைத்தபோது அது அறுதிப் பெரும்பான்மையுடன் கூடிய ஆட்சி. இருந்தாலும் இன்னும் அவர்கள் இந்த அரசியல் சட்டத்தைக் கடாசி எறியத் தேவையான மூன்றில் இரண்டு பெரும்பான்மையைப் பெறவில்லை.

இந்தப் பின்னணியில் அவர்களும் அவர்களை ஆட்டி வைக்கும் ஆர்.எஸ்.எஸ்சும் சும்மா இருக்கவில்லை. அம்பேத்கர் தலைமையில் அமைக்கப்பட்ட இந்த அரசியல் சட்டத்தின் அடியாக உருவாக்கப்பட்ட *constitutional bodies* எனப்படும் அரசியல் சட்ட நிறுவனங்களான அரசுப்பணித் தேர்வாணையம் *(A 315-323)*, தேர்தல் ஆணையம் *(A 324)*, நிதி ஆணையம் *(A 280)* முதலியனவும், *statutory bodies* எனப்படும் நாடாளுமன்றத்தில் இயற்றப்படும் சட்டங்களின் அடியாக உருவாக்கப்பட்ட தகவல் உரிமை ஆணையம், மனித உரிமை ஆணையங்கள் முதலியனவும் எப்படியெல்லாம் இந்த நாலரை ஆண்டுகளில் சீரழிக்கப்பட்டன என்பதைச் சுருக்கமாகப் பார்ப்போம்.

(ii) மோடி பதவி ஏற்றவுடன் ஜனநாயக நிறுவனங்கள் குறி வைத்துத் தாக்கப்பட்ட பட்டியல்..

முதலில் நரேந்திர மோடி தலைமையில் ஆட்சி அமைந்தவுடன் தடலடியாக இவர்கள் செய்த மாற்றங்களைப் பட்டியலிட்டுக் கொள்வோம்.

(1) நாட்டின் பொருளாதாரத்தைப் பெருமுதலாளிகளின் கட்டுப்பாட்டில் இயங்கும் சந்தையின் கைகளில் அள்ளித்

தந்துவிடாமல் மக்கள் நலன் நோக்கில், கூடியவரையில் அரசின் கட்டுப்பாட்டில் இயங்குவதற்காக சோவியத் ருஷ்ய பாணியில் அமைக்கப்பட்ட திட்ட ஆணையம் *(planning commission)* ஒழித்துக்கட்டப்பட்டது.

(2) நீதிமன்றங்கள் சுயேச்சையாக இயங்குவது என்பது ஜனநாயக அமைப்பில் மிக முக்கியமான ஒன்று. அந்த வகையில் உச்ச நீதிமன்ற நீதிபதிகளை நீதியமைப்பே சுதந்திரமாகத் தேர்வு செய்வதற்கென கடைப்பிடிக்கப்படும் ‘கலேஜியம்’ முறையை ஒழித்து அந்த அதிகாரத்தை மத்திய அரசு எடுத்துக்கொள்ளும் முயற்சியை மோடி அரசு செய்தது. எனினும் கடும் எதிர்ப்பின் ஊடாக உச்ச நீதிமன்றம் தலையிட்டு அதைத் தடுத்து நிறுத்தியது.

(3) நாடாளுமன்றத்தில் பெரும்பான்மை இருந்தபோதும் மாநிலங்களவையில் பெரும்பான்மை இல்லாததால் அவசரச் சட்டங்களின் மூலம் தங்களின் திட்டங்களை மோடி அரசு நிறைவேற்றியபோது, அப்போதைய குடியரசுத் தலைவர் பிரணாப் முகர்ஜியே அதைக் கண்டிக்க நேர்ந்தது. காங்கிரஸ் தலைமையிலான முந்தைய ஐக்கிய முற்போக்குக் கூட்டணி *(UPA)* அரசு நிறைவேற்றிய ஓரளவு பாராட்டப்படக் கூடிய சட்டங்களில் ஒன்றை கார்பொரேட்களுக்குச் சாதகமாக மோடி அரசு மாற்றி அமைத்தது. காங்கிரசும் கார்பொரேட்களை விட்டுக்கொடுக்காத ஒரு கட்சிதான் என்றபோதிலும் நில உடமையாளர்களுக்குச் சில பாதுகாப்புகள் அப்போது இருந்தன. அதன் விளைவாக மக்களின் நிலங்கள் கையகப்படுத்தி கார்பொரேட்களுக்குக் கொடுப்பது அத்தனை எளிதாக இல்லை. அதை அவசரச் சட்டம் கொண்டு திருத்தி கார்பொரேட்களுக்குச் சேவை செய்ய மோடி அரசு முனைந்தபோது அது கடும் எதிர்ப்பால் முறியடிக்கப்பட்டது நினைவுகூரத் தக்கது.

(4) உயர்கல்வி நிறுவனங்கள் சுயேச்சையாக இயங்குவது என்பது ஜனநாயகக் கூறுகளில் ஒன்று. எட்டாம் வகுப்புவரை பிள்ளைகளுக்கு பாஸ், ஃபெயில் முறை கிடையாது என்பதை ஒழித்து மீண்டும் பாஸ் ஃபெயில் முறையைக் கீழ் வகுப்புகளிலிருந்து கொண்டு வருவது,

பத்தாம் வகுப்பில் நான்றாகப் படிக்காத மாணவர்கள் என ஒரு சாரரை ஒதுக்கி அவர்களை வெறும் தொழிற் பயிற்சி மட்டுமே கற்கக்கூடியவர்களாக மாற்றுவது,

வெளிநாட்டுப் பல்கலைக்கழகங்கள் எந்தத் தடையும் இல்லாமல் இங்கே கடை விரிப்பதற்கு வாய்ப்புகளை அதிகமாக்குவது முதலான நோக்கங்களுடன் கூடிய புதிய கல்விக் கொள்கை ஒன்றும் மோடி ஆட்சியில் உருவாக்கப்பட்டது.

கல்வித்துறையில் அவர்கள் செய்த மக்களைப் பாதிக்கும் மேலும் சில மாற்றங்கள்:

மத்திய பல்கலைக்கழகங்களில் இந்துத்துவ ஆதரவாளர்களை, அவர்கள் கல்வித்தரம் இல்லாதவர்களாக இருந்தபோதும் துணைவேந்தர்களாக நியமித்தது,

கல்விச் சுதந்திரத்தில் தலையிட்டு மாணவர்களைக் கைது செய்து சிறையில் அடைத்தது,

ஆய்வுப் படிப்பிற்கான உதவித் தொகைகளைக் குறைத்து அது நீதிமன்றத்தால் செல்லாததாக்கப்பட்டவுடன் உதவித் தொகையைப் பெறுவதற்கு 'நெட்' முதலான தேர்வுகளில் வெற்றிபெறுவது நிபந்தனையாக்கப்பட்டது,

அதோடு ஆய்வுப் படிப்புகளில் மாணவர் சேர்க்கை எண்ணிக்கையையே பெரிய அளவில் குறைத்தது என்பதெல்லாம் இவர்கள் கல்வித்துறையில் செய்த மாற்றங்கள்..

ஜவஹர்லால் நேரு பல்கலைக் கழகத்தில் ஆண்டுதோறும் 2000 மாணவர்கள் ஆய்வுப் படிப்பிற்குச் சேர்வது என்பது வெறும் 400 என்கிற அளவில் குறைக்கப்பட்டது.

எல்லா மத்தியப் பல்கலைக்கழகங்களிலும் இதே நிலைதான். இதனால் பெரிய அளவில் பாதிக்கப்பட்டது அடித்தள மாணவர்கள்தாம். இது அவர்கள் நம்பும் வருணாசிரமக் கொள்கையின் ஓர் அங்கமாகவே அமைந்தது.

பல்கலைக்கழகங்களின் தரத்தைக் கட்டுப்படுத்தும் அதிகாரத்தைப் பல்கலைக்கழக மான்யக் குழுவிடமிருந்து *(UGC)* பறித்து அந்த நிறுவனத்தையே ஒன்றுமில்லாததாக்கிய பெருமையும் இவர்களையே சாரும்.

இப்படி நடவடிக்கை மேற்கொள்ளப்பட்ட அமைப்புகளில் முன்னதாக எந்தக் குறைகளும் இருக்கவில்லை என்பதல்ல. ஆனால் குறைகளைச் சாக்காக வைத்து இந்த ஜனநாயக அமைப்புகளை ஒழித்துக் கட்டுவது என்பது எந்த உள்நோக்கிலிருந்து வெளிப்படுகிறது என்பதை நாம் யோசிக்க வேண்டும்.

(iii) ரிசர்வ் வங்கி மற்றும் நிதித்துறைகளும், சி.பி.ஐயும் சீரழிக்கப்பட்ட கதைகள்:

(i). ரிசர்வ் வங்கி மற்றும் நிதித்துறைகள்: பா.ஜ.க அரசின் முட்டாள்தனமான நடவடிக்கைகள், மதவெறி நோக்கில் மேற்கொள்ளப்படும் பொருளாதார அபத்தங்கள் ஆகியவற்றைப் பொறுக்க இயலாமல் இதுவரை நான்கு பொருளாதார நிபுணர்கள் பதவி விலகியுள்ளனர். அவர்கள்:

★ ரகுராம் ராஜன், ரிசர்வ் வங்கி ஆளுனர்,

★ அர்விந்த் பனகாரியா, நிதி ஆயோகின் தலைவர்,

★ அரவிந்த் சுப்ரமணியம், இந்திய அரசின் தலைமைப் பொருளாதார ஆலோசகர்.

★ உர்ஜித் படேல், ரிச்ர்வ் வங்கி ஆளுநர்

இரண்டாண்டுகளுக்கு முன் சுப்ரமணியம், "சமூகப் பிளவுகளை அரசாங்கம் கையாளும் முறை பொருளாதார இழப்புகளுக்குக் காரணமாகிறது.... மாட்டுக்கறித் தடை இந்தியப் பொருளாதாரத்தை எப்படிப் பாதிக்கிறது என நான் சொன்னால், என் வேலையை இழக்க நேரிடும்" என்றார். சுப்ரமணியம், ரகுராம் ராஜன் ஆகியோர் தேச விரோதக் கருத்துகளைக்

கொண்டிருப்பதாக சுப்பிரமணிய சாமி குற்றம்சாட்டியது குறிப்பிடத் தக்கது. பனகாரியாவின் சில கொள்கைகளை ஆர்.எஸ்.எஸ் வெளிப்படையாக விமர்சித்தது. ரகுராம் ராஜன், மோடி அரசின் பண மதிப்பீடு ஒழிப்பு நடவடிக்கையை விமர்சித்தது தெரிந்ததே. "ஒரு அரசு அதிகாரி வேலையை ராஜினாமா செய்வதென்பது அரசுக்கு எதிராக வெளியிடும் ஒரு மறுப்பு அறிக்கை" எனவும் அவர் குறிப்பிட்டார். மும்பையில் நடைபெற்ற ஏ.டி.ஷ்ராஃப் நினைவுச் சொற்பொழிவில் பேசும்போது ரிசர்வ் வங்கியின் துணை இயக்குநர் விரல் ஆசார்யா, "மத்திய (ரிசர்வ்) வங்கியின் சுதந்திரத்தில் அரசு தலையிடுவது என்பது பொருளாதாரச் சூழல் பற்றி எரிவதற்கே இட்டுச் செல்லும். இந்தப் பொருளாதார ஒழுங்காற்று நிறுவனத்தின் அடிவேரைச் சிதைத்த அந்த நாளை எண்ணி நீங்கள், பின்னாளில் வருந்த நேரிடும்" எனக் கடுமையாக எச்சரிக்க நேரிட்டது.

பொதுவாக ஒழுங்காற்று நிறுவனங்களுக்கும் அரசுக்கும் இடையே இப்படியான சிக்கல்கள் வருவது இயற்கைதான். குறிப்பாக வங்கித் துறையில் வாராக் கடன்கள், ஒழுங்காக வட்டி செலுத்தாமை முதலானவற்றால் ஏற்படும் சுமைகள் *(stressed assets)* தொடர்பான பிரச்சினைகள் உருவாகும்தான். அரசு இந்த நெருக்கடியிலிருந்து தன்னைக் காப்பாற்றிக் கொள்ள மத்திய வங்கியின் இருப்பில் கை வைக்க நேரும்போது அது மூர்க்கமாக மத்திய வங்கியில் தலையிடுவது என்கிற நிலை ஏற்பட்டால் பின் மிகப்பெரிய நெருக்கடிகளை நாடு சந்திக்க நேரிடும். அதன் சுமையை இறுதியில் தாங்கப்போவது மக்கள்தான்.

மோடி அரசின் மிகப்பெரிய அபத்த நடவடிக்கை சென்ற 2016 நவம்பர் 8 அன்று அது மேற்கொண்ட நோட்டுக்களைச் செல்லாததாக்கிய நடவடிக்கைதான். பணப் புழக்கத்தில் இருந்த சுமார் 80 சதத்திற்கும் மேற்பட்ட நோட்டுக்களை கண நேரத்தில் செல்லாததாக்கிய எந்த வகையிலும் பயனற்ற கொடு நடவடிக்கை பற்றி ரிசர்வ் வங்கிக்கே சில மணி நேரங்களுக்கு முன்னதாகத்தான் தெரிவிக்கப்பட்டது. ரிசர்வ்

வங்கியை வழிக்குக் கொண்டுவர ஆர்.எஸ்.எஸ் வெறியரும் வெறும் சார்டட் அக்கவுன்டன்டும் ஆன குருமூர்த்தி அதன் இயக்குனர்களில் ஒருவராகச் சொருகப்பட்டதையும் நாம் மறந்துவிடல் ஆகாது..

*(ii).*மத்தியப் புலனாய்வு நிறுவனம் *(CBI):* இத்தகைய சட்ட அடிப்படையிலான அரசு நிறுவனங்களில் வரலாறு காணாத அளவில் இப்போது பிரச்சினைகள் எழுந்துள்ளன. இவை ஏதோ வெறுமனே அதிகாரிகளுக்கு இடையே நடைபெறும் ஆளுமை மோதல்கள் அல்ல. நிறுவனச் சுதந்திரங்களில் மோடி அரசு தலையிடுவதால் ஏற்படும் விளைவுகள்தான் இவை என்பதைச் சற்று உள் நுழைந்து பார்த்தால் விளங்கிக் கொள்ள முடியும். காங்கிரஸ் முதல் ராஷ்ட்ரீய ஜனதா வரை எதிர்க் கட்சித் தலைவர்கள் மீது ஊழல் குற்றச்சாட்டுகளை முன்வைத்துக் குடையும் நோக்கில் ஜனவரி 2017 ல் மோடி அரசு தனக்கு மிகவும் பிடித்தவரான அலோக் வர்மாவை சிபிஐ இயக்குனராக நியமித்தது. அடுத்து ராகேஷ் அஸ்தானா என்கிற இன்னொரு பிடித்தமானவரை உதவி இயக்குனராக்கியது. இருவரும் முட்டி மோதி பிரச்சினை சந்தி சிரித்தவுடன் விதிகளை மீறி இருவரையும் கட்டாய விடுப்பில் அனுப்பிவிட்டு நாகேஸ்வர ராவ் என்கிற தனக்கு இன்னும் விசுவாசமான வரை மேலுக்குக் கொண்டு வந்தது.

லாலு பிரசாத் போன்றவர்களை ஒழித்ததுபோல அரசியலில் தமக்குப் பிடிக்காத மற்றவர்களையும் ஒரே அடியாக ஒழித்துக் கட்டும் நோக்குடன் இப்படித் தகுதியற்ற ஊழல் பேர்வழிகளை நாட்டின் மிக உயர்ந்த புலனாய்வு அமைப்பில் புகுத்தியதன் ஊடாக இன்று அது சீரழிந்து கிடக்கிறது. உச்சநீதிமன்றம் அலோக் வர்மாவின் மீதான குற்றச்சாட்டுகளை விசாரிக்க மத்தியக் கண்காணிப்புத் துறைக்கு *(Central Vigilance Commission -CVC)* இப்போது உத்தரவிட்டுள்ளது.

(iv) மத்திய கண்காணிப்பு ஆணையம் *(CVC)*, தகவல் அறியும் உரிமை ஆணையம், தேர்தல் ஆணையம், உச்ச நீதிமன்றம் எல்லாம் தாக்குதலுக்கு உள்ளான கொடுமைகள்...

(i) மத்தியக் கண்காணிப்புத் துறை *(CVC)*: சிபிஐ க்கும் மேலான இந்த நிறுவனத்தின் தலைவராக நியமிக்கப்பட்டவர் கே.வி சவுத்ரி என்கிற இன்னொரு மெகா ஊழல் பேர்வழி. இவரும் மோடி அரசுக்கு மிகவும் நம்பிக்கையாளர்.

இவர் ஏற்கனவே பெரும் 'புகழ்' பெற்ற நீரா ரேடியா டேப்கள் மற்றும் மொயின் குரேஷி வழக்குகளில் தொடர்புடையவர். அந்த வகையில் இவர் இந்த உயர்பதவியில் அமர்த்தப்பட்டவுடன் ராம்ஜேத் மலானி மற்றும் பிரசாந்த் பூஷன் ஆகியோர் அவரது நியமனத்தைக் கண்டித்தது குறிப்பிடத் தக்கது.

(ii).மத்திய தகவல் ஆணையம் மற்றும் தகவல் அறியும் உரிமைச் சட்டம்: முந்தைய ஐக்கிய முற்போக்குக் கூட்டணி அரசின் *(UPA)* முக்கிய சாதனைகளில் ஒன்று தகவல் அறியும் உரிமைச் சட்டம். அரசின் கடமை தவறல்கள் மற்றும் அரசு மக்களுக்குத் தெரியாமல் மறைக்கும் ஊழல்கள் ஆகியவற்றை அறிந்துகொள்ளும் உரிமையை மக்களுக்கு இச்சட்டம் வழங்கியது. இந்த வகையில் அரசுத் தலையீடு இல்லாமல் இந்நிறுவனம் இயங்க வேண்டி இந்த நிறுவனத்தின் மத்திய மாநிலத் தலைவர்களுக்கு அய்ந்தாண்டுப் பதவி உறுதி அளிக்கப்பட்டிருந்ததை அச் சட்டத்தின் 13,16,27 ஆகிய பிரிவுகளைத் திருத்தியதன் மூலம் மோடி அரசு தன் கையில் சுருட்டிக் கொண்டது.

மற்ற அரசு ஊழியர்களைப் போலவே அவர்களைத் தண்டிப்பது உட்பட அவர்கள் ஊதியம் மற்றும் உரிமைகளை நிர்ணயிக்கும் அதிகாரத்தையும் கையில் எடுத்துக்கொண்டது

(பார்க்க: Nidhi Sharma, Govt Seeks Control of Info Commissioners Salaries etc, Economic Times, July 17, 2018).

இப்படியாக மக்களின் தகவல் அறியும் உரிமை இப்போது அரசின் கைக்குள் அடங்கிவிட்டது.

(iii).தேர்தல் ஆணையம் *(Election Commission)*: தனது இறையாண்மையில் மோடி அரசின் தலையீட்டைப் பணிவோடு

ஏற்றுக் கொள்ளும் பக்குவம் வாய்ந்த அமைப்பாக இது செயல்பட்டுவருகிறது. இரண்டு விடயங்கள் மட்டும் இங்கே. 2017 குஜராத் தேர்தலை மோடி அங்கு வந்து பல்வேறு நலத் திட்டங்களை அறிவிப்பதற்காகவே ஒத்தி வைத்தது ஒன்று.

மற்றது ஆம் ஆத்மி கட்சி சட்டமன்ற உறுப்பினர்கள் 20 பேர்களை லாபம் தரும் பதவியில் இருந்தார்கள் என அவர்களது தேர்தல் வெற்றியை ரத்து செய்து மோடி அரசுக்குப் பணிவு காட்டிய செயல். இதனை உச்ச நீதிமன்றம் பின்னர் ரத்து செய்தது (மார்ச் 23, 2018).

(V) தலைமை நீதிபதி மேல் புகார் அளிக்க நேர்ந்த மூத்த நீதிபதிகள்:

உச்ச நீதிமன்றம்: இந்திய நீதித்துறை வரலாற்றில் இதுவரை நேர்ந்திராத இரு நிகழ்வுகள் தம் ஆட்சியில் நிகழ்ந்துள்ளன என மோடி அரசு சொல்லிக் கொள்ளலாம். தலைமை நீதிபதி ஒருவர் மீது இதுவரை பதவி நீக்கத் தீர்மானம் கொண்டுவர முயற்சிக்கப்பட்டதில்லை.

முதல் முதல் அந்தப் பெருமையைப் பெற்றவர் தீபக் மிஸ்ரா. அடுத்து ஆக மூத்த நான்கு நீதிபதிகள் பத்திரிகையாளர்களைச் சந்தித்து இந்திய உயர் நீதித்துறை அழுகி நாற்றமடித்துக் கிடப்பதைச் சொல்லியழ வேண்டிய நிர்ப்பந்தத்தை மோடி அரசு ஏற்படுத்தியது. சொல்லி அழுதவர்கள் மூத்த நீதிபதிகள் மட்டுமல்ல தம் நீதித்துறை வாழ்வில் அப்பழுக்கற்றவர்களாகப் பெயர் பெற்றவர்கள். மூத்த நீதியரசர் செலமேஸ்வர், தற்போது தலைமை நீதிபதியாக உள்ள ரஞ்சன் கோகோய், நீதியரசர் மதன் பி. லோகூர், சமீபத்தில் பதவி ஓய்வு பெற்ற நீதியரசர் குரியன் ஜோசப் இவர்கள் நால்வரும் உச்ச நீதிமன்ற அமர்வுகளில் யாரை நியமிப்பது என்கிற அதிகாரத்தைத் தலைமை நீதிபதி தீபக் மிஸ்ரா தவறாகப் பயன்படுத்துகிறார் என்கிற குற்றச்சாட்டை மக்கள் முன் வைத்தனர்.

இதுவும் ஏதோ தலைமை நீதிபதிக்கும் பிற சீனியர் நீதிபதிகளுக்கும்

இடையே நடந்த உரசல் மட்டுமல்ல. எம்மாதிரி வழக்குகள் அவர்களுக்கு அளிக்கப்படுவதில்லை என்பது வெளிப்பட்ட போதுதான் மோடி அரசு உலகோர் முன் தலைகுனிய நேர்ந்தது. அரசுக்கு எதிரான வழக்குகளில் தீர்ப்பு எழுத நேர்மையான மூத்த நீதிபதிகள் அனுமதிக்கப்படுவதில்லை என்பதுதான் அது.

சொன்னதை ஏற்றுக்கொள்ளும் ஜூனியர் நீதிபதிகளையே மிஸ்ரா அமர்த்திக் கொள்கிறார் என்பதுதான் குற்றச்சாட்டின் முக்கிய அம்சம்.

“இந்த நிறுவனம் காக்கப்படாவிட்டால் இந்த நாட்டில் ஜனநாயகம் பிழைத்திருக்காது” என்றும் அவர்கள் கூறினர்.

இந்த அடிப்படையில் எதிர்க் கட்சிகள் சென்ற ஏப்ரல் 2018ல் தலைமை நீதிபதி தீபக் மிஸ்ரா மீது பதவி நீக்கத் தீர்மானம் *(impeachment)* கொண்டுவர முயன்றபோது அவர்கள் சுட்டிக்காட்டிய ஐந்து வழக்குகளில் ஒன்று ஷொராபுதீன், அவர் மனைவி கௌசர் பீவி மற்றும் உதவியாளர் பிரஜாபதி ஆகியோர் போலி என்கவுன்டரில் கொல்லப்பட்ட வழக்கை விசாரித்த நீதிபதி பி.எச்.லோயா அவர்களின் மர்மமான மரணம் பற்றியது.

இப்போதைய பாஜகவின் தலைவரான அமித்ஷா குஜராத்தில் நரேந்திரமோடி அமைச்சரவையில் அமைச்சராக இருந்தபோது அவரது ஆணையின் பேரில் நடத்தப்பட்ட போலி என்கவுன்டர் படுகொலை அது.

இப்படிச் சுயலாப நோக்கங்களுக்காக சட்ட அடிப்படையிலான அரசு அமைப்புகள் ஊழல்மயமாக்கப்பட்டு குட்டிச்சுவராக்கப்படுவது ஒரு பக்கம். இன்னொரு பக்கம் திட்டமிட்டு அரசியல் சாசன அமைப்புகளை ஒழித்துக் கட்டுவது என்பதுதான் இந்த ஐந்தாண்டுகளில் மோடி அரசின் சாதனையாக அமைகிறது.

1.12

ஆள்தூக்கிச் சட்டங்களில் சிறைகளில் அடைக்கப்பட்ட மனித உரிமைப் போராளிகள்

(இது பிப்ரவரி 2008 இல் எழுதப்பட்ட கட்டுரை. அன்றைய நிலையைச் சுட்டிக் காட்டுகிறது. இதில் சொல்லப்படும் கைதுகள் அனைத்தும் காங்கிரஸ் தலைமையிலான கூட்டணி ஆட்சியில் நடந்தவை. இன்று பா.ஜ.க ஆட்சியில் இப்படியான ஆள்தூக்கிச் சட்டங்களால் மூன்றாண்டுகளுக்கும் மேல் சிறைகளில் வாடும் மனித உரிமைப் போராளிகள் மற்றும் அவர்கள் மீதான வழக்குகள் குறித்து இந்தத் தொகுப்பின் பிற பகுதிகளில் விரிவாகப் பேசப்பட்டுள்ளது.)

(i) 2007 மே 14 அன்று சட்டீஸ்கரில் கைது செய்யப்பட்ட மருத்துவர் டாக்டர் பினாயக் சென் இன்றும் சிறைகளில். (குறிப்பு: பினாயக் சென் அவர்கள் ஏப்ரல் 11, 2018 அன்று ரூ 50,000 க்கு பத்திரம் எழுதிக் கொடுத்துப் பிணையில்

வெளிவந்தார்). சென்ற ஜனவரி *17* அன்று ராய்பூர் மாவட்ட நீதிமன்றம் சென் மீதும் நாராயண் சன்யால், பியுஸ் குஹா ஆகிய இரு மாவோயிஸ்டுகள் மீதும் குற்றப்பத்திரிகை தாக்கல் செய்ய அனுமதி அளித்தது. பின்னவர் இருவரும் தடை செய்யப்பட்டுள்ள மாவோயிசப் பொதுவுடமைக் கட்சியினர். டாக்டர் சென் சட்டீஸ்கர் மாநில மக்கள் சிவில் உரிமைக் கழகத்தின் *(PUCL)* துணைத் தலைவர். அரசு சாரா நிறுவனம் ஒன்றின் பெயரை வைத்துக் கொண்டு மேற்படி இரு நக்சலைட்டுகளுக்கு இடையில் செய்தி கொண்டு செல்பவராக *(Courier)* செயல்பட்டார் என்பது சென் மீது சுமத்தப்பட்ட குற்றச்சாட்டு. தேசத்துரோகம், சதி, அரசுக்கு எதிரான யுத்தம் புரிந்தது முதலான குற்றங்கள் (இந்தியக் குற்றவியல் சட்டப்பிரிவுகள் *124A, 121, 121A*) சென் மீது சுமத்தப்பட்டன. இந்தச் சாதாரண சட்டங்கள் தவிர *1967*ம் ஆண்டு சட்ட விரோத நடவடிக்கைகள் தடுப்புச் சட்டம் *(UAPA 1967)*. *2005*ம் ஆண்டு சட்டீஸ்கர் சிறப்புப் பொதுப் பாதுகாப்புச் சட்டம் *(CSPSA 2005)* ஆகிய இரு அசாதாரணச் சட்டங்களும் *(Extra- ordinary Acts)* அவர் மீது போடப்பட்டன. எனவேதான் அவரைப் பிணையில் எடுக்க இயலாமல் சுமார் நான்காண்டு காலம் அவர் சிறையில் இருக்க நேரிட்டது.

இந்திய அரசு அது தோன்றிய நாள் முதல் இன்றுவரை இது போன்ற சிறப்பு அதிகாரங்களை அளித்துக் கொள்ளும் தடுப்புக் காவல் சட்டங்களின்றிச் செயல்பட்டது இல்லை. இந்தியா குடியரசாக அறிவிக்கப்பட்ட அதே ஆண்டிலேயே *(1950)* முதல் தடுப்புக் காவல் சட்டத்தையும் அன்றைய உள்துறை அமைச்சர் சர்தார் படேல் அறிவித்தார். பின் *UAPA (1967)*, மிசா *(MISA 1971)* பொதுப்பாதுகாப்புச் சட்டம் *(PSA 1978)*, தேசியப் பாதுகாப்புச் சட்டம் *(NSA 1980* இது இன்றுவரை அமலில் உள்ளது), அவசியப் பணிகள் செயல்பாட்டுச் சட்டம் *(ESMA 1980 1981)*, தடா *(1985)*, பொடா *(2001)*... என தொடர்ந்து இத்தகைய சட்டங்கள் இயற்றப்பட்டன. அரசியல் சட்டம் மக்களுக்கு வழங்கும் அடிப்படை உரிமைகள் பலவற்றை இச்சட்டங்கள் பறித்தன. இதன் மூலம் அரசியல் சட்ட விரோத நடவடிக்கைகளைச்

சட்ட பூர்வமாகவே மேற்கொள்ளக்கூடியவைகளாக அரசுகள் தம்மை அதிகாரப்படுத்திக் கொண்டன.

சட்டபூர்வமான சட்டங்களால் *(Regular Law)* கட்டுப்படுத்த இயலாத சூழலின் விளைவாக இத்தகைய சட்ட விரோதச் சட்டங்களை இயற்ற வேண்டிய அத்தியாவசியம் *(Rational of supreme necessity)* உள்ளதாக அரசுகள் வாதிட்டன. இந்தச் சட்டங்களை எதிர்த்து தனிமனிதர்களும் மனித உரிமை அமைப்புகளும் நீதிமன்றங்களுக்குச் சென்றபோது, அவை இத்தகைய அத்தியாவசியம் *(Supreme necessity)* அரசுக்கு உண்மையிலேயே இருந்ததா என்கிற கேள்விகளுக்குள் செல்லாமல் பாராளுமன்றத்திற்கு இத்தகைய சட்டங்களை இயற்ற அதிகாரமுண்டா இல்லையா *(Question of legislative competence)* என்பதாகப் பிரச்சினையை மாற்றி, அத்தகைய அதிகாரமுண்டு எனக்கூறி இத்தகைய சட்டங்களுக்கு ஒப்புதல் வழங்கின (எ.டு: பி.யூ.சி,எல் வி இந்திய அரசு ரிட் மனு 129/2002).

பொது ஒழுங்கு கெட்டுவிட்டது, தேசப் பாதுகாப்புக்கு ஆபத்து, அரசுடன் போர்ப்பிரகடனம், அரசுக்கு எதிராகச் சதி, பயங்கரவாதம் ஆகிய காரணங்களைச் சொல்லி இத்தகைய சட்ட விரோதச் சட்டங்களுக்கான அத்தியாவசியத்தை அரசுகள் வற்புறுத்தியதை நீதிமன்றங்கள் அப்படியே ஏற்றுக் கொண்டன. அரசின் சட்டம் இயற்றும் அதிகாரத்தை நீதிமன்றங்கள் இவ்வாறு விரிவுபடுத்தின. வேறு வார்த்தைகளில் சொல்வதானால் அரசு தனது அவசிய அதிகாரம் *(Necessary Power)* என எதைக் கருதுகிறதோ அதை ஏற்றுக்கொண்டு உண்மையிலேயே அரசியல் சட்டத்தால் அவற்றுக்கு வழங்கப்பட்டுள்ள அதிகாரத்தை மீறுவதற்கு நீதிமன்றம் உதவி செய்து ஏற்பு வழங்கியது.

இத்தகைய ஏற்பு வழங்குவது மூலம் அசாதாரணச் சட்டங்களுக்கு அரசியல் சட்ட அங்கீகாரம் அளிப்பது மட்டுமின்றி, இத்தகைய அசாதாரணச் சூழல்களைக் கட்டுப்படுத்துவதற்குரிய நடவடிக்கைகளை *(measures)* அரசு நிர்வாகம் மேற்கொள்ளவும் அனுமதி அளிக்கப்பட்டது. இந்த நடவடிக்கைகளில் அரசு

மேற்கொள்கிற சட்ட விரோத நடவடிக்கைகளும் அடங்கும். சட்டீஸ்கரில் மாவோயிஸ்டுகளை எதிர்கொள்ள அரசே நிறுவியுள்ள ஆயுதம் தாங்கிய கூலிப்படையாகிய சல்வா ஜூடும் (பார்க்க: எனது உலகமயத்திற்குப் பின் இந்தியா) தொடங்கி கைது செய்யப்பட்டவர்கள் மீது மேற்கொள்ளப்படும் போதைப் பகுப்பாய்வு (*Norco - analysis*) எனும் மெய்யறிவும் சோதனை உட்பட அடக்கம்.

கடும் எதிர்ப்புகளின் விளைவாக தடா, பொடா முதலான சட்டங்கள் திரும்பப் பெற்றுக் கொள்ளப்பட்ட போதிலும், அல்லது அதன் காலக்கெடு முடிந்தவுடன் மறுபடி நீடிக்காமல் விடப்பட்ட போதிலும் தேசியப் பாதுகாப்புச் சட்டம், (*NSA*) அவசிய பணிகள் செயல்பாட்டுச் சட்டம் (*ESMA*), சட்ட விரோத நடவடிக்கைகள் தடுப்புச் சட்டம் (*UAPA*) முதலியன தொடர்ந்து அமலில் உள்ளன. ஐக்கிய முற்போக்குக் கூட்டணி அரசு 2004ல் பதவி ஏற்றவுடன் முன்பே அறிவித்தபடி பொடா சட்டத்தை அது நீக்கிக் கொண்டது. ஆனால் அதே நேரத்தில் ஏற்கனவே இருந்து வந்த சட்ட விரோத நடவடிக்கைகள் தடுப்புச் சட்டத்தில் சில திருத்தங்களைச் செய்து, பொடா சட்டத்தின் சில மோசமான கூறுகளை அதில் இணைத்து அறிவித்தது. அது சட்ட விரோத நடவடிக்கைகள் தடுப்புச் சட்டம் (திருத்தப்பட்டது) (*UAPA*) 2004 என்றழைக்கப்படுகிறது. தற்போது அமலில் உள்ள அச்சட்டத்தைப் பயன்படுத்தியே பினாயக் சென் போன்ற மனித உரிமைப் போராளிகள் மட்டுமின்றி இதர பல அரசியல் கைதிகளும், மாவோயிஸ்டுகளும் கைது செய்யப்படுகின்றனர். இந்தச் சட்டத்தை ரத்து செய்ய வேண்டும் என்கிற கோரிக்கை இன்று மெதுவாக மேலெழத் தொடங்கியுள்ளது.

இந்தச் சட்டங்கள் தவிர கொடூரமான பிரிவுகளை உள்ளடக்கிய இதுபோன்ற அசாதாரணச் சட்டங்கள் மாநில அளவில் இயற்றப்பட்டு நடைமுறைப்படுத்தப்படுவதும் குறிப்பிடத்தக்கது. மணிப்பூர் மக்களின் கடும் எதிர்ப்பையும் மீறி பிடிவாதமாக நடைமுறைப்படுத்தப்படும் ஆயுதப்படைகள் சிறப்பு

அதிகாரச்சட்டம் (AFPSA) 1958, அமைப்பு ரீதியான குற்றங்களைக் கட்டுப்படுத்தும் மஹாராஷ்டிரச் சட்டம் (MCOCA), சட்டீஸ்கர் சிறப்புப் பொதுப் பாதுகாப்புச் சட்டம் (CSPSA)" முதலியன இவ்வகையில் அடக்கம். அமைப்பு ரீதியான குற்றங்களைக் கட்டுப்படுத்தும் கோகா (COCA) சட்டம் இப்போது மாநில வாரியாக இயற்றப்படக் கூடிய நிலை உள்ளது. பினாயக் சென் மீது இந்த மாநில அளவிலான (CSPSA) சட்டமும் போடப்பட்டுள்ளது. இந்தச் சட்டத்தின்படி சட்டீஸ்கர் அரசு எந்த இயக்கத்தையும் சட்ட விரோதமானது என அறிவிக்க முடியும். ஆயுதப் படையில் அந்த இயக்க உறுப்பினர்களை மூன்று ஆண்டுகள் வரை காவலில் வைக்கலாம். எந்தப் பேச்சையும், பொதுக்கூட்டத்தையும் சட்ட விரோதம் என அறிவித்து ஏழு ஆண்டுகள் வரை தண்டனை வழங்கலாம். இவ்வாறு அமைப்பு ரீதியாகத் திரள்வது, பேச்சுரிமை முதலான அடிப்படை அரசியல் சட்ட உரிமைகள் பறிக்கப்படுகின்றன. இந்தச் சட்டத்தின் அடிப்படையிலேயே பினாயக் சென்னுக்கு பிணை மறுக்கப்பட்டது.

இத்தகைய சட்ட விரோத அசாதாரணச் சட்டங்கள் குறித்து இன்னொன்றையும் இங்கே குறிப்பிட வேண்டும். இந்தச் சட்டங்கள் காலாவதியான பின்னும்கூட தொடர்ந்து செயல்படும் உரிமைகளை (Norm of Continuity) தன்னகத்தே கொண்டுள்ளன. தடா சட்டத்தின் s1(4) மற்றும் பொடாவின் s(16) பிரிவுகளின்படி, தண்டனை, சட்டக் கடப்பாடு (liability), உரிமைகள் (rights & Privileges) ஆகியவற்றோடு இந்தச் சட்டத்தின்படி தொடங்கப்பட்ட புலனாய்வுகள், வழக்கு நடவடிக்கைகள் ஆகிய இச்சட்டம் காலாவதியான பின்னும் கூட காலாவதி ஆகாதது போலவே கருதித் தொடரப்படும். எனவே ஒரு முறை தடா, பொடாவில் சிக்கியவர்களுக்கு அச்சட்டம் நீக்கப்பட்டாலும்கூட எந்தப் பயனும் இல்லை. தவிரவும் அதே வழக்கில் தொடர்புடையவர்கள் என யாரை வேண்டுமானாலும், சட்டம் காலாவதியான பின்னும் கூட எப்போது வேண்டுமானாலும் இணைத்து இச்சட்டத்திற்குள் கொண்டு வர இயலும். ஒரு சமீபத்திய எடுத்துக்காட்டு : சென்ற

செப்டம்பரில் (2007) தேனி, போடி, வருசநாடு பகுதிகளில் மாவோயிஸ்டுகள் சிலர் கைது செய்யப்பட்டனர். சுமார் 14 பேர் இன்று இந்த அடிப்படையில் சிறைகளிலுள்ளனர். இவர்களில் முக்கியமானவராக போலீஸ் தரப்பில் கூறப்படுபவர் சுந்தரமூர்த்தி.

தர்மபுரி மாவட்டத்தில் 1992ம் ஆண்டு ஒரு பாலத்திற்கு வெடிகுண்டு வைத்ததாக தடா வழக்கொன்று அவர் மீது சென்னை தடா நீதிமன்றத்தில் நிலுவையிலுள்ளது. எனவே இவர் தடா நீதிமன்றத்தில் அறிவிக்கப்பட்ட ஒரு குற்றவாளி (Proclaimed Offender). இன்று இவர் கைதானவுடன் தடா வழக்குக் குற்றவாளியாகக் கருதப்படுகிறார். முன் குறிப்பிட்ட பிரிவுகளின் படி இந்நிலை அவருக்கு ஏற்படுகிறது. ஆனால் இன்று கைதாகியுள்ள மன்மதராசா (35), ரத்தினவேலு (38), பெருமாள் (33), திருப்பதி (36) ஆகிய நால்வர் மீது இதுவரை எந்தத் தடா வழக்குமில்லை. தடா காலாவதியாகி இன்று பன்னிரண்டு ஆண்டுகள் ஓடிவிட்டன. எனினும் இந்த நால்வரும் முன்குறிப்பிட்ட சுந்தரமூர்த்திக்கு அடைக்கலம் கொடுத்ததாகக் கூறப்பட்டு தடா சட்டத்தின் கீழ் கொண்டு வரப்பட்டனர். 1985 முதல் 1995 வரை உயிருடனிருந்த தடா சட்டத்தின் கீழ் கைது செய்யப்பட்ட 76,000 பேர்களில் 1.5 சதத்தினர் மீதான குற்றச்சாட்டுகளை மட்டுமே காவல்துறையால் நிரூபிக்க முடிந்தது என்பதை நாம் மறந்துவிடக் கூடாது. மீதியுள்ள 98.5 சதத்தினரும் பிணையில் விடுதலையின்றிப் பல ஆண்டுகள் சிறையிலேயே கழிக்க நேர்ந்தது. அதே நிலைமை இந்த நால்வருக்கும் ஏற்பட்டுள்ளது.

பினாயக் சென் கதைக்குத் திரும்புவோம். வேலூரிலுள்ள மருத்துவக் கல்லூரியில் 1970ல் எம்.பி.பி.எஸ் பட்டம் பெற்ற சென், சட்டீஸ்கர் பழங்குடி மக்கள் மத்தியில் மருத்துவப் பணி ஆற்றியவர். மாற்று மருத்துவம், நீரிழிவு, காசம், மலேரியா, தொழுநோய் முதலானவற்றிற்கு எளிய மருத்துவங்களைச் செய்தல், வறுமையின் விளைவான நோய்களை எதிர்கொள்ளல் எனப் பணி செய்து வந்தவர். பி.யு.சி.எல் அமைப்பில்

செயல்பட்ட அவர் சட்டீஸ்கர் சிறப்புப் பொதுப் பாதுகாப்புச் சட்டம் கொண்டுவரப்பட்டபோது அதை எதிர்த்துப் போராடினார். வழக்குத் தொடர்ந்தார். பஸ்தார் மாவட்டத்தில் ஏழு பழங்குடியினர் கொல்லப்பட்ட பிரச்சினையை அவர் முன்னெடுத்தது காவல்துறைக்கு பெரும் தலைவலியாக இருந்தது. விளைவு: எந்த சட்ட விரோத தடுப்புச் சட்டத்தை அவர் எதிர்த்தாரோ அதே சட்டத்தின் கீழ் அவர் கைது செய்யப்பட்டு (மே 14, 2007) பிணையுமின்றி (bail) கடந்த சிறையில் தொடர நேரிட்டது. அமர்த்தியா சென், நோம்சோம்ஸ்கி, அருந்ததிராய் முதலானோர் சென் கைது செய்யப்பட்டதைக் கண்டித்துள்ளனர். முந்தைய மாநில அரசு 60,000 பெண் நல ஊழியர்களைப் பயிற்றுவிக்கும் திட்டம் ஒன்றை நிறைவேற்றியபோது அந்தக் குழுவில் அதிகாரபூர்வமாகப் பங்கேற்றுச் செயல்பட்டவர் சென் என்பது குறிப்பிடத்தக்கது.

சிறை வைக்கப்பட்ட இன்னொருவர் மாவோயிச இதழான பீப்பிள்ஸ் மார்ச் ஆசிரியர் கோவிந்தன்குட்டி. கொச்சின் அருகிலுள்ள ஒரு ஊரிலிருந்து டிசம்பர் 19, 2007 அன்று அவர் கைது செய்யப்பட்டார். குட்டியின் இதழ் வெளிப்படையாக மாவோயிசச் சிந்தனைகளை ஆதரிப்பது. உந்தரகாந்த் பகுதியில் 17 ஆண்டுகள் பத்திரிகைத் துறையில் பணியாற்றி வந்த பிரஷான்த் ராஹி டிசம்பர் 2007ல் டெஹ்ராடூனில் கைது செய்யப்பட்டார். அவர் கைது செய்யப்பட்ட சரியான தேதி குறித்து காவல்துறை பொய் சொல்கிறது. ஹிமாசல் டைம்ஸ், ஸ்டேட்ஸ்மென் ஆகிய இதழ்களில் பணியாற்றிய ராஹியை மாவோயிச அமைப்பொன்றின் படைப் பிரிவுத் தலைவர் என அரசு குற்றம் சாட்டியது.

கோவிந்தன்குட்டியை முறையான எந்தச் சட்ட ஆவணமும் இன்றி ஆந்திர மாநில போலீசார் கேரளத்தில் வந்து கைது செய்தனர். வழக்கம் போல இ.பி.கோ 134, 124, 133 முதலான பிரிவுகள் தவிர UAPA சட்டமும் அவர் மீது பிரயோகிக்கப்பட்டது. சிறையில் மிக மோசமாக இவர்கள் நடத்தப்பட்டனர். வழக்குரைஞருடன் பேசவேண்டுமானால்கூட சிறை அதிகாரிகள் முன்னிலையில்

தான் பேச வேண்டும். கைதான நாள் முதல் அவர் சிறையில் உண்ணாவிரதம் இருந்தபோது கட்டாயமாக அவருக்கு சலைன், குளூகோஸ் முதலியன ஏற்றப்பட்டன. பிரஷாந்த் ராஹியைப் பற்றி ஹிமாசல பிரதேஷ் முதல்வர் பி.சி.கந்தூரி, “அந்த ஆள் ஒரு பத்திரிகையாளன் என்பதெல்லாம் சும்மா. தேசப் பாதுகாப்புக்கு எதிராகச் செயல்பட்டுக்கொண்டிருந்த நபர்” என எடுத்தெறிந்து பேசினார். கோவிந்தன்குட்டி குறித்து மிக மோசமான மிகைப்படுத்தப்பட்ட அவதூறுகளைக் காவல்துறை பத்திரிகைகள் மூலமாக வெளியிட்டது. இவர்களின் கைது குறித்து எப்போதாவது அங்கொன்றும் இங்கொன்றுமாகத்தான் ஊடகங்களும் கூடச் செய்திகள் வெளியிட்டன என்பதையும் இங்கு சொல்லியாக வேண்டும். நடிகர் சஞ்சய் தத்தின் கைதுக்கு ஊடகங்களில் அப்போது அளிக்கப்பட்ட முக்கியத்துவத்துடன் ஒப்பிட்டுப் பார்க்க வேண்டிய விஷயம் இது. இத்தனைக்கும் குட்டியும் ராஹியும் பத்திரிகையாளர்கள். சென் எல்லோராலும் மதிக்கப்படும் ஒரு மக்கள் மருத்துவர்.

இவ்வாறு கொடும் சட்டத்தின் கீழ் கைது செய்யப்பட்ட மேலும் இரு மக்கள் பணியாளர்களைப் பற்றியும் இங்கே குறிப்பிட வேண்டும். உத்திரப் பிரதேசத்திலுள்ள மிர்ஸாபூர் பகுதியில் பழங்குடியினர், தலித்கள் மற்றும் பெண்கள் மத்தியில் பணியாற்றிக்கொண்டிருந்த ரோமா என்கிற பெண் ஊழியர் ஆகஸ்ட் 2007ல் கைது செய்யப்பட்டார். தேசியப் பாதுகாப்புச் சட்டம் இவர் மீது பிரயோகிக்கப்பட்டுள்ளது. “வனப்பகுதி மக்கள் மற்றும் தொழிலாளர் அமைப்பு” என்னும் இயக்கத்தில் பணி செய்து கொண்டிருந்தவர் ரோமா.

பாக்ஸைட் தாதுவைக் கொள்ளையிட முனையும் கார்ப்பரேட் நிறுவனங்களுக்கு எதிராக ஒரிசாவிலுள்ள காசிபூர் பகுதி மக்கள் போராட்டத்தில் கடந்த 1995 முதல் தன்னை இணைத்துக் கொண்டு செயல்பட்டு வந்த ஒரியக் கவிஞரும், இலக்கிய இதழ் ஒன்றில் பணியாற்றியவருமான சரோஜ் மொஹந்தி சென்ற ஜூலை 2007ல் ராயகாடாவில் கைது செய்யப்பட்டார். கொள்ளை, கொலை முயற்சி வழக்குகள் இவர்கள் மீது

போடப்பட்டன. மத்தியப் பிரதேசத்திலுள்ள பேருல், ஹர்தா மற்றும் கந்த்வா மாவட்டங்களில் பழங்குடியினர் மத்தியில் பணி செய்து வந்த ஷ்ரமிக் ஆதிவாசி சங்காதனா மற்றும் 'சமாஜ்வாதி ஜன்பரிஷத்' அமைப்புகளைச் சேர்ந்த ஷமீம், அனுராக் என்னும் இரு மக்கள் பணியாளர்களுக்கு மாநில பாதுகாப்புச் சட்டத்தின்படி மாவட்ட மாஜிஸ்ட்ரேடால் சென்ற ஜூன் மாதம் *Externment Notice* வழங்கப்பட்டது.

இவர்கள் அனைவரும் யாராலும் கண்டுகொள்ளப்படாத, ஆக ஒதுக்கப்பட்ட விளிம்புநிலை மக்கள் மத்தியில் பணி செய்தவர்கள். தலித்கள், ஆதிவாசிகள் முதலான அடித்தள மக்களின் மிகவும் அடிப்படையான மனிதத் தேவைகளுக்கான போராட்டங்களில் துணைநின்றவர்கள். அதற்காகவே கடுமையான கண்காணிப்புகள், கைதுகள், சொல்லொணா சித்ரவதைகள், பிணையில் விடுதலை செய்ய இயலாத சட்டங்களின் தாக்குதல்கள், நீண்ட சிறை வாசங்கள், ஊடகங்களின் வழியான கடுமையான அவதூறு பிரச்சாரங்கள் ஆகியவற்றை இன்று சந்தித்துக் கொண்டுள்ளனர். இவர்களுக்கு ஆதரவாகக் குரல் எழுப்புவோரை விரல்விட்டு எண்ணிவிடலாம்.

உலகமயம் என்ற பெயரில் உள்நாட்டு, வெளிநாட்டு கார்ப்பரேட் நிறுவனங்களுக்கு நாட்டு மக்களின் நில, நீர், கனிமவளங்களை எல்லாம் திறந்துவிடுகிற நடைமுறைகள் அதிகமாகிறபோது அமைதி வழியில் சட்டபூர்வமாகப் போராடும் இத்தகைய மனித உரிமைப் போராளிகளும் தமது கொள்கைகளின் அடிப்படையில் சமரசமின்றித் தம் வழியில் நின்று போராடும் மாவோயிஸ்டுகளும் குறிவைத்துத் தாக்கப்படுகின்றனர். உலகெங்கும் மனித உரிமைகளைக் காப்பதற்காகப் போராடி வரும் செயல் வீரர்களின் நிலை குறித்து ஆய்வு செய்ய ஐக்கிய நாடுகள் அவை பொதுச் செயலாளரின் சார்பில் சிறப்புப் பிரதிநிதி ஒருவர் நியமிக்கப்பட்டார். ஹினா ஜிலானி என்றும் இப் பிரதிநிதி ஜனவரி 24, 2007 அன்று தன் அறிக்கையை வெளியிட்டார். நில உரிமைகள், இயற்கை வளங்கள், சுற்றுச்

சூழல் முதலான பிரச்சினைகளைக் கையிலெடுக்கும் மனித உரிமைப் போராளிகளே இன்று அதிக ஆபத்திலுள்ளனர் என்பதை இவ்வறிக்கை விரிவான ஆதாரங்களுடன் சுட்டிக் காட்டியது.

பொருளாதார, சமூக, கலாச்சார உரிமைகளுக்காகப் போராடுகிற இப்போராளிகளின் மனித உரிமைகள் அரசால் மட்டுமின்றி அரசுக்கு அப்பாற்பட்டவர்களாலும் தாக்குதல்களுக்கு உள்ளாகின்றன. எல்லாவிதமான வடிவங்களிலும் இந்தத் தாக்குதல்கள் அமைகின்றன எனக் கூறிய இவ்வறிக்கை இவர்களது பணிகள் மனித உரிமை சார்ந்தவை என்பதையே ஏற்காமல் தேசப் பாதுகாப்பு முதலான பெயர்களில் இவர்கள் குற்றம் சாட்டப்படுவதையும் சுட்டிக் காட்டியது. அரசின் விரோதம், பொருளாதாரப் பற்றாக்குறை, ஊடகப் புறக்கணிப்பு எனப் பல மட்டங்களில் இவர்களின் உரிமைகளும் செயல்பாடுகளும் பறிக்கப்படுகின்றன. தாக்குதல்கள் நிகழ்த்தப்படுகின்றன. மோதலில் கொல்வது, ஆளையே தலைமறைவாக்குவது முதலான வடிவங்களையும் இப்போராளிகள் சந்திக்க நேரிடுகிறது.

பல்வேறு அரசியல் காரணங்களின் விளைவாக ஆயுதம் தாங்கிய போராட்டங்கள், பயங்கரவாதச் செயற்பாடுகள் ஆகியன மிகுந்துள்ள ஒரு காலகட்டத்தில் இன்றைய மனித உரிமைப் பணியாளர்கள் பணி செய்ய வேண்டிய நிர்ப்பந்தத்திலுள்ளனர். இத்தகைய நடவடிக்கைகளின் பின்னணியிலுள்ள அரசியல் பிரச்சினைகளைத் தீர்க்காமல் மேலும் மேலும் அடக்குமுறைகள், உரிமைப் பறிப்புகள், சட்ட விரோதச் சட்டங்கள் ஆகியவற்றின் மூலம் இவற்றை ஒடுக்க முனைகிறது அரசு. இதன் மூலம் வரலாறு காணாத அளவில் மனித உரிமைகள் பறிக்கப்படக்கூடிய அவலம் ஏற்படுகிறது. இந்நிலையில் பாதிக்கப்பட்டவர்களுக்காக, அவர்களின் சிவில் உரிமைகளுக்காக நிற்கும் மனித உரிமைப் போராளி எளிதில் தேசப் பாதுகாப்புக்கு எதிரானவராகக் குற்றம் சாட்டப்படுகிறார். தேசப் பாதுகாப்பு என்கிற பெயரில் அடிப்படை மனித உரிமைகளைப் பறிக்கும் நிலையை நியாயப்படுத்தும் போக்கு

இன்று உலகெங்குமுள்ளது. செப்டம்பர் 11க்குப் பின் இது மோசமாகிறது. மனித உரிமைகளைப் பேசுவதென்பதே பயங்கரவாதத்திற்கு ஆதரவளிப்பது என்பதாகப் பேசக் கூடியவர்கள் அதிகமாகிறார்கள்.

கார்ப்பரேட் நிறுவனங்களுக்கு எல்லாவற்றையும் திறந்துவிடுகிற இன்றைய சூழலில் பொருளாதார மற்றும் அரசியல் உரிமைகளைப் பேசுகிறவர்கள் அரசின் மிகப் பெரிய எதிரியாகக் கருதப்படுகின்றனர். இந்த வகையிலேயே இன்று பினாயக் சென் முதலானோர் மீதான தாக்குதல்களை நாம் புரிந்துகொள்ள வேண்டும். கனிம வளமும் நீர் வளமும் மிகுந்துள்ள இடங்களில் மாவோயிஸ்டுகள் வளர்வதை எம்மால் சகிக்க முடியாது என மன்மோகன் சிங் ஒருமுறை கூறியதை நாம் அவ்வளவு எளிதாக மறந்துவிட இயலாது.

1998ம் ஆண்டு மனித உரிமைப் போராளிகளின் பாதுகாப்பிற்கான பிரகடனம் ஒன்றை *(Declaration on Human Right Defenders)* ஐ.நா சபை வெளியிட்டது. இதற்கான ஒரு சிறப்புப் பிரகடனமும் 2000த்தில் வெளியிடப்பட்டது. மனித உரிமைகளைப் பாதுகாக்கும் இவர்களின் பாதுகாப்பை அரசு உத்தரவாதம் செய்ய வேண்டுமென இப்பிரகடனம் கோருகிறது. மனித உரிமைகளுக்காகப் போராடும் உரிமை, அமைப்பு உருவாக்கும் உரிமை, உரிமை மீறல்களை ஆவணப்படுத்தும் உரிமை, இத்தகைய பணிகளுக்காக நிதி திரட்டும் உரிமை, அரசு நிறுவனங்களின் செயல்பாடுகளை விமர்சிக்கும் உரிமை, சர்வதேச அளவிலான பாதுகாப்பு அமைப்புகளிடம் உதவி கோரும் உரிமை ஆகியவற்றை இப்பிரகடனம் அங்கீகரிக்கிறது.

என்ன பிரகடனங்கள், ஒப்பந்தங்கள் இருந்து என்ன பயன். மனித உரிமை தொடர்பான விருப்ப ஒப்பந்தங்கள் பலவற்றில் இந்தியா இதுவரை கையெழுத்திடவில்லை. கையெழுத்திட்ட போதும் அவற்றை மீறுவதற்கு தயங்கியதுமில்லை.

இதுதான் இந்தியாவில் இன்றைய மனித உரிமைகளின் நிலை.

(ii) 'டெல்லி கலவர' வழக்கில் மூன்று போராளிகள் பிணையில் விடுதலை செய்யப்பட்டதற்கு எதிரான மோடி அரசின் மேல் முறையீடு குறித்த கௌதம் பாடியாவின் கண்டனம்!

நீதியரசர்கள் சிதார்த் மிருதுள் மற்றும் அனுப் ஜே பம்பாலி ஆகியோர் மோடி- ஷா அரசு தொடுத்துள்ள 'டெல்லி கலவர' வழக்கில் வழங்கியுள்ள தீர்ப்பின் முக்கியத்துவத்தைப் பாராட்டி இன்றைய *The Hindu* நாளிதழில் கவுதம் பாடியா எழுதியுள்ள கட்டுரை *(A Judicial Pushback to a Draconian Legal Regime, !8* ஜூன் *2021)* மிக முக்கியமான ஒன்று.

இன்றைய கொடூரமான சட்ட ஆளுகையில் தோன்றியுள்ள ஒரு விடிவெள்ளியாக இன்று இந்தத் தீர்ப்பு வந்துள்ளது. மோடி அரசால் மேலும் மேலும் இன்று கொடூரம் ஆக்கப்பட்டுள்ள *UAPA* சட்டத்தின் ஆகக் கொடூரமான அம்சம் அச் சட்டத்தின் *43 (D) 5* பிரிவில் அடங்கியுள்ளது என்பதை கௌதம் சுட்டிக்காட்டுகிறார். *UAPA* சட்டத்தில் கைது செய்யப்பட்ட ஒரு நபர் எளிதில் பெய்லில் வெளிவர வாய்ப்பில்லாமல் ஆக்கும் கொடுஞ் சட்டப் பிரிவு இது.

இப்பிரிவின்படி கேஸ் டயரி அல்லது *CrPC 173* பிரிவு ஆகியவற்றின் அடிப்படையில் அளிக்கப்பட்டுள்ள அறிக்கை ஆகியவற்றைக் கொண்டு காவல்துறை நியாயமான காரணங்களின் அடிப்படையில் கைது நடவடிக்கையை மேற்கொண்டுள்ளது என நீதிமன்றம் கருதினால் குற்றம் சாட்டப்பட்டவருக்கு பிணை விடுதலையை மறுக்கலாம். இதனை முதலில் நாம் தகர்த்தாக வேண்டும். ஆனால் *UAPA* சட்டத்தின் ஆகக் கொடூரமான இந்த *43 (D)5* சட்டத்திற்கு அப்பாலும் கூட குற்றத்தை நிறுவும் அடிப்படைக் கடமை பிராசிக்கியூஷனுக்கு உண்டு. நமது நீதிமுறை இரு தரப்பு வாதங்களையும் கேட்டு அந்த அடிப்படையில் முடிவெடுக்க வேண்டும் எனும் கோட்பாட்டை*(adversarial system of justice)* இன்னும் கைவிடவில்லை. நீதியரசர்கள் சிதார்த் மிருதுள் மற்றும் அனுப் ஜே பம்பாலி இருவரும் இந்த *43 (D)5* சட்டப்பிரிவு

நமது கிரிமினல் சட்ட அணுகல்முறையின் அடிப்படைகளுக்கு எதிரானது என்பதைச் சுட்டிக்காட்டியுள்ளதும் குறிப்பிடத் தக்கது.

வரவேற்கத்தக்க இந்த நல்ல தீர்ப்பின்மீது இன்று நரேந்திரமோடி - அமித்ஷா அரசு மேல்முறையீடு செய்துள்ளது. இது எதிர்பார்த்ததுதான். வேறென்ன இவர்களிடம் நான் எதிர்பார்க்க முடியும்.

வெறும் காவல்துறையின் குற்றச்சாட்டுகளை வைத்து குற்றம் சாட்டப்பட்டவருக்கு ‘பெய்ல்’ உரிமையை மறுத்துவிட முடியும் என்றால் பிறகு நீதிமன்றத்தின் இருப்பு அர்த்தமற்றதாகிவிடுகிறது. குற்றம் நிறுவப்பட என்பதுதான் நமது சான்றுகள் அவசியம் என்பது நீதிவழங்குமுறையின் அடிப்படைகளில் முக்கியமானது. அதேபோல குற்ற நிரூபணச் சுமை இன்றும் பிராசிகியூஷனுக்குத்தான் உண்டு.

மக்கள் தொகைப் பெருக்கமுள்ள நமது நாட்டில் வழக்குகள் விசாரணக்கு வந்து நீதி அளிப்பது என்பது ஏராளமான காலதாமதத்திற்கு இட்டுச் செல்லும் ஒரு நிகழ்வாகிறது. 23 ஆண்டுகள் வரை விசாரணை செய்யப்படாமலேயே சிறைகளில் அடைக்கப்பட்டுப் பின்னர் குற்றமற்றவர் என விடுதலை செய்யப்பட்ட வரலாறுகள் நம் நாட்டில் உண்டு என்பதைப் பலமுறை மனித உரிமைப் போராளிகள் சுட்டிக் காட்டியுள்ளனர். இன்று கௌதம் பாட்டியாவும் தன் கட்டுரையில் அதை வலியுறுத்தியுள்ளார்.

சில ஆண்டுகளுக்கு முன் பிரகாஷ்காரட் தலைமையில் சென்ற சி.பி.எம் கட்சியின் உயர்மட்டக் குழு ஒன்று அப்போதைய குடியரசுத் தலைவர் பிரணாப் முகர்ஜியைச் சந்தித்து இவ்வாறு பல ஆண்டுகளாகச் சிறையில் அடைக்கப்பட்டுப் பின் குற்றமற்றவர்கள் என விடுவிக்கப்பட்டு வாழ்விழந்த முஸ்லிம் சிறைக் கைதிகளின் பட்டியல் ஒன்றைத் தந்ததையும் அதை முகர்ஜி ஏற்றுக்கொண்டு நடவடிக்கை மேற்கொள்வதாகச் சொன்னதையும் நாம் அத்தனை எளிதாக மறந்துவிட இயலாது..

இன்று கண்முன் விசாரணை இல்லாமல் பீமா கொரேகான் வழக்கில் நம் நூலோர்களும் மேலோர்களும் இரண்டாண்டுகளுக்கும் மேலாகச் சிறைகளில் அடைக்கப் பட்டுள்ளனர். நீதிக்காக வீதியில் நின்று குரல் எழுப்பிய, எந்தக் குற்ற நடவடிக்கைகளிலும் இதற்கு முன் பங்குபெற்றிராத அந்த இளம் குடியுரிமைப் போராளிகளை விசாரணை இல்லாமல் ஓராண்டு சிறையில் அடைத்து திருப்தி கண்ட மோடி அரசு இன்று இந்தத் தீர்ப்பை ஏற்காததில் வியப்பில்லை.

இப்படியான சூழலில் இரக்கமும் நீதியுமற்ற இந்த நடவடிக்கையைக் கண்டிப்பதும் பாதிக்கப்பட்டவர்களுக்காகக் குரல் எழுப்புவதும் மட்டுமே நாம் நம் மனிதத் தன்மையை நிறுவிக்கொள்ளும் ஒரே அடையாளமாக இருக்க முடியும்.

(iii) 2015 - 19 பாஜக ஆட்சியில் UAPA கைதுகள் 72% அதிகரித்துள்ளது: சில முக்கிய தரவுகள்

இந்தக் காலகட்டத்தில் NIA மேற்கொண்ட கைதுகள் 72% அதிகமாகியுள்ளது. உள்துறை அமைச்சகம் சார்பில் துணை அமைச்சர் கிஷன் ரெட்டி முன்வைத்த புள்ளிவிவரங்கள் கீழே. 2019 இல் மட்டும்1226 வழக்குகளில் 1948 பேர்கள் கைது செய்யப்பட்டனர். இதர விவரங்கள்:

2015 முதல் 2018 வரைக்குமான 4 ஆண்டுகளுக்கான கைது விவரங்கள் கீழே:

UAPA சட்டத்தின் கீழ் தொடுக்கப்பட்ட வழக்குகள் முறையே 897// 922// 901// 1182. இவற்றில் கைது செய்யப்பட்டோர் முறையே: 1128// 999// 1554// 1421.

கைது செய்யப்பட்டவர்களில் தண்டிக்கப்பட்டோர்கள் எத்தனை சதம்?

வெறும் 2.2% மட்டும்.

NIA வழக்குகளை விசாரிக்க 48 சிறப்பு நீதிமன்றங்கள் இருந்தாலும் விரைவில் விசாரணை நடப்பதில்லை

அசாம் *MLA* அகில் கோகோய் மீது *NIA* போட்டிருந்த *UAPA* வழக்கை *NIA* சிறப்பு நீதிமன்றம் ரத்து செய்தது *(23,* ஜூன் *2021)* குறிப்பிடத் தக்கது. *NIA* நீதிமன்றங்கள் இப்படிச் செய்வது அபூர்வம் என்றாலும் இது வரவேற்கத்தக்கது. இடையில் அவர் தற்போது நடந்த அஸ்ஸாம் மாநிலத் தேர்தலில் *MLA* ஆகத் தேர்ந்தெடுக்கப்பட்டுள்ளது குறிப்பிடத் தக்கது. *2019* இல் நடந்த *CAA* -குடியுரிமைப் போராட்டத்தில் கலந்து கொண்டபோதுதான் அவர்மீது வன்முறையில் பங்குபெற்றார் என அச்சட்டம் பிரயோகிக்கப்பட்டு *NIA* வால் கைது செய்யப்பட்டார். தீர்ப்பின்போது நீதிமன்றம் இந்த வழக்கு அவர் மீது தொடுக்கப்பட்டதையும், *NIA* புலனாய்வையும், அதன் வழக்காடலையும் விசாரணை நீதிமன்றம், *"conduct and approach of the investigation authority and prosecution in this case, to tell the least, discouraging"* எனக் கடுமையான சொற்களில் கண்டித்தது. தேசத்தைக் காக்கும் முக்கிய பணியில் உள்ள இந்த உயர் புலனாய்வு அமைப்பு இப்படியெல்லாம் செய்யலாகாது என்று கடுமையாகக் கடிந்தது.

ஆகஸ்ட் *2020* இல் நடைபெற்ற 'பெங்களூர் கலவரத்தை' மறந்திருக்க முடியாது. இதில் *UAPA* சட்டத்தின் கீழ் கைது செய்யப்பட்ட *115* பேர்கள் மீது *90* நாட்கள் கெடுவிற்குள் குற்றப்பத்திரிகை தாக்கல் செய்யாததை ஒட்டி கர்நாடக உயர் நீதிமன்றம் *default bail* அளித்தது இன்னொரு முக்கிய நிகழ்வு. பெரும்பாலான வழக்குகளில் *NIA 90* நாட்களுக்குள் குற்றப்பத்திரிகை தாக்கல் செய்வதில்லை.

பெரும்பாலானவை பொய்வழக்குகள் அல்லது பொருத்தமற்ற வழக்குகள் என்பதால்தான் தண்டனை வீதம் *3* சதத்தைவிடக் குறைவாக உள்ளது என்பதை நாம் கவனம் கொள்ள வேண்டும். அதனால் இப்படி குற்றப்பத்திரிகை தாக்கல் செய்யாமல் நீதிமன்றத்தில் இன்னும் கொஞ்ச நாள் தள்ளிக் கேட்பது என்பதற்கு இது ஒரு ஆப்பாக அமைந்தது. *2020* இல் ஒரு விசாரணை நீதிமன்றம் இப்படி குற்றப்பத்திரிகை தாக்கல் செய்வதற்கு *90* நாட்களுக்கு மேல் கெடுவைத் தள்ளி வைத்தது

ஒரு முன்மாதிரியாக இதுவரை பயன்படுத்தப்பட்டு வந்தது. இப்படி அது எல்லா *UAPA* வழக்குகளிலும் பயன்படுத்தப்படுவதை நீதியரசர் விஷ்வனாத் ஷெட்டி *kept on hold* எனும் நிலை எடுத்து அவர்களுக்கு பிணை விடுதலை அளித்தது வரவேற்கப்பட வேண்டிய ஒரு முக்கிய திருப்பம். இப்படி எல்லா வழக்குகளிலும் நீதி கிடைக்கிறது என்பதல்ல. ஆயிரத்துக்கும் மேற்பட்ட வழக்குகளில் இப்படி நாம் சுட்டிக் காட்ட ஒன்று அல்லது இரண்டு வழக்குகள்தான் உண்டு என்பதை நாம் கவனத்தில் கொள்ள வேண்டும்.

இப்படியான நேர்மையும் மனசாட்சியும், இரக்கப் பண்பும் உடைய நீதிபதிகளிடம் ஸ்டான் சாமியின் வழக்கு போயிருந்தால் இப்படி நான்குமுறை அவரது பெய்ல் மனுக்கள் தள்ளுபடி செய்யப்பட்டிருக்காது. இன்று அவர் உயிருடன் இருந்திருப்பார்

பகுதி 2

காவல் நிலைய அத்துமீறல்களும் படுகொலைகளும்

2.1

முன்னுரையாகச் சில

பாரதியின் பாஞ்சாலி சபதத்தில் ஒரு காட்சி. முரட்டுத் துச்சாதனன் மாதவிலக்கால் ஓராடையுடன் இருப்பவள் என்றும் பாராமல் பாஞ்சாலியின் முடியைப் பிடித்து அரசவையை நோக்கி வீதியில் இழுத்து வந்தான். தெருவெங்கும் கூடியிருந்த மக்கள் “என்ன கொடுமை இது” எனப் பதறிப் பார்த்திருந்தனர். எனினும் கண்முன் நடந்த இவ் அநீதியைத் தடுத்துக் கேட்கவோ, விலங்கை ஒத்த அந்த இளவரசனின் பிடியிலிருந்து அவளை விடுவிக்கவோ யாரும் முயற்சிக்கவில்லை. அச்சம், அத்தனை அச்சம். “வீரமிலா நாய்கள்” என வேடிக்கை பார்த்திருந்த மக்களைச் சாடுவார் பாரதி. வியாச பாரதத்திலோ வில்லி பாரதத்திலோ இப்படி வேடிக்கை பார்த்திருந்த மக்களைச் சாடும் வரிகள் கிடையாது. எல்லாவற்றிலும் பிறரை விஞ்சி நின்ற நம் பாரதி இதிலும் தனது தனித்துவத்தை நிறுவினார்.

ஒரு மனித உரிமைப் போராளியின் முதற் பண்பு இதுதான். கண்முன் நடக்கும் அநீதிகளை, அதிகார அத்துமீறல்களை,

மனித உரிமைப் பறிப்புகளை அவன் / அவள் தட்டிக் கேட்க வேண்டும். அதிகார மையங்களே இத்தகைய அத்துமீறல்களுக்குக் காரணமாகின்றன. எவ்வித அதிகாரமும் அற்ற அப்பாவி மக்களே பொதுவில் இந்த மீறல்களுக்குப் பலியாகின்றனர்.

உடனடி அதிகாரத்தைக் கையில் வைத்துள்ள காவல் துறையும், இராணுவமுமே மிகக் கொடிய மனித உரிமை மீறல்களுக்குக் காரணமாகின்றன. அலகாபாத் உயர் நீதிமன்றம் ஒருமுறை (1961), "இந்தியாவில் செயல்படும் குற்றவாளிக் கும்பல்களிலேயே 'அமைப்பாக்கப்பட்ட கிரிமினல் கும்பலாகிய' *(organized criminal gang)* காவல் துறையை மிஞ்சுவதற்கு எதுவுமில்லை" எனக் கூறியது இன்றளவுக்கும் உண்மையாகத்தான் இருக்கிறது. காவல் துறையில் நல்லவர்களும் இருக்கிறார்களே, அவர் பொருட்டு இத்தீர்ப்பு வாசகங்களை மறுபரிசீலனை செய்ய வேண்டும் எனக் காவல் துறை, நீதிமன்றத்திடம் விண்ணப்பித்தபோது, "ஒரு கூடை நாறிய மீன்களில் நல்ல மீனைத் தேடுகிற முட்டாள் நானல்ல" என்று கூறி அதைத் தள்ளுபடி செய்தார் நீதியரசர் முல்லா.

காவல் துறை அத்துமீறல்கள் என்பன அற்பப் பிரச்சினைகளிலிருந்து காசு வாங்கிக் கொண்டு என்கவுன்டர் கொலைகள் செய்வதுவரை அடங்கும். இரவு நேரத்தில் பேருந்து நிலையங்களில் தனித்தோ, கணவர் அல்லது காதலருடனோ நிற்கும் பெண்களைக் கடத்திச் சென்று பாலியல் வன்முறைக்குள்ளாக்குவது உட்பட ஆயுதம் தாங்கிய கைகள் எதைத்தான் செய்யவில்லை. தேசிய மற்றும் மாநில மனித உரிமை ஆணையங்களுக்கு வருகிற மனித உரிமை மீறல் புகார்களில் 90 சதம் காவல்துறை அத்துமீறல்கள் குறித்தானவைதான்.

ஆயுதமும் அதிகாரமும் தாங்கிய யாருடைய அத்துமீறல்களையும் தட்டிக் கேட்கும் மனநிலை மனிதர்க்கு வேண்டும். அச்சம், அச்சம், எல்லாவற்றிற்கும் அச்சம், அதிகாரத்திடம் பேரச்சம் என்கிற நிலையைப் போக்குவதற்கு மனித உரிமை முன்னோடிகள்

முயல வேண்டும். யாரும் அதிகாரங்களைத் தட்டிக் கேட்க முடியும். இருக்கிற சட்டங்களினூடாகவும் கூட ஒரு குறிப்பிட்ட அளவிற்கு, சிறிய பிரச்சினைகளிலேனும் அதிகாரங்களுடன் மோதி ஒரு சிறிதளவு நீதியையேனும் பெற முடியும் என்பதை நாம் மக்கள் மத்தியில் செய்தியாக்க வேண்டும். திருப்பூரில் வேலை செய்து கொண்டிருந்த கும்பகோணத்தைச் சேர்ந்த தினேஷ்குமார் எனும் 20 வயது இளைஞனின் மரணம் லாக் அப் கொலை என அவனது உறவினர்கள் குற்றம்சாட்டியுள்ள செய்தி இதழ்களில் வந்துள்ள பின்னணியில் இதை நான் எழுதிக் கொண்டுள்ளேன். ஒரு சைக்கிள் திருட்டு தொடர்பாக அந்த இளைஞனைக் கும்பகோணத்தில் வந்து பிடித்துச் சென்றுள்ளனர். லாக் அப்பில் 'உடல் நலம் இல்லாமல்' போய் மருத்துவ மனைக்குக் கொண்டுவந்தபோது அவன் செத்துவிட்டதாக இப்போது காவல்துறை தரப்பில் அறிவிக்கப்பட்டுள்ளது.

சில வாரங்களுக்கு முன் நாகை மாவட்டம் கீவளூர் காவல் நிலையத்தில் சுரேஷ் (36) எனும் தலித் ஒருவர் இப்படி இறந்துள்ளார். அவர் மாரடைப்பால் இறந்ததாக வழக்கை முடிக்க இருப்பதாக இறந்தவரின் உறவினர் ஒருவர் இன்று என்னிடம் சொன்னார்.

பெரும்பாலும் இப்படி இறப்பவர்கள் அடித்தளச் சமூகங்களைச் சேர்ந்தவர்கள். காவல்துறை இப்படியான கொலைகளில் கொலைக்குக் காரணமான காவலர்களைக் காப்பாற்றுவதே தன் கடமை என எண்ணுகிறது. பாதிக்கப்பட்ட மக்களைப் பொறுத்த மட்டில் ஆரம்பத்திலிருந்த ஆத்திரமும் கோபமும் படிப்படியாக மறைகிறது. சரி, சரி... நடந்தது நடந்துவிட்டது. செத்தவர் திரும்பியா வரப் போகிறார். எவ்வளவு நாள் அதிகாரத்தோடு நாம் மல்லுக்கட்டிக் கொண்டு நிற்பது என்கிற எண்ணம் உருவாகிறது. இதைக் காவல்துறையும் இயக்கங்கள் எனும் பெயரில் இடைத் தரகர்களும் பயன்படுத்திக் கொள்கின்றனர்.

சில ஆண்டுகளுக்கு முன் திருத்துறைப்பூண்டிக்கு அருகில் இப்படி ஒரு காவல் சாவு. எங்கள் அறிக்கையை நான்

முகநூலில் பகிர்ந்திருந்தேன். இறந்தவரின் உறவினர் ஒருவரும் எங்கள் குழுவில் இருந்தார். ஒரு மாதம் கழித்து அந்த வழக்கு என்ன ஆச்சு என அவர் விசாரிக்கப் போனபோது அந்தக் குடும்பத்தினர் அவருடன் பேசவே தயார் இல்லை. ஏதோ கொஞ்சம் 'கைமாறி' பிரச்சினை 'சுமுகமாக' முடிந்தது. எளிய மக்கள் என்ன செய்வார்கள். எத்தனை நாட்கள் அவர்கள் காவல்துறையினருடன் மல்லாடிக் கொண்டிருக்க முடியும்.

தேசிய மனித உரிமை ஆணையம், டி.கே.பாசு வழக்கில் உச்ச நீதிமன்றம் வழங்கியுள்ள நெறிமுறைகள் எல்லாம் இருந்தும் நடப்பது இதுதான்.

காவல்துறையுடன் மோதி நமக்கு நீதி கிடைக்காது என்கிற ரீதியில் நாம் இதைப் பார்க்க வேண்டியதில்லை. ரொம்பவும் நம்பிக்கையற்றுப் போய் அதிகாரத்திடம் பணிந்து கிடக்க வேண்டும் என்கிற நிலை அதனினும் மோசமான ஒன்று என்கிற அளவில் நாம் இதைச் சொல்ல வேண்டியுள்ளது.

ஒன்றை நாம் நினைவில் கொள்ள வேண்டும். ஆயுதம் ஏந்திய கைகளில் அதைப் பயன்படுத்துவதைத் தீர்மானிப்பது ஆயுதம்தானே ஒழிய அதை ஏந்தியவன் அல்ல. ஏதோ ஆத்திரத்தில் நடப்பதல்ல காவல்துறைச் சித்திரவதைகள். தெருவில் சக தோழர்களுடன் விளையாடிக் கொண்டிருந்த ஒரு சிறுவனை அழைத்துவந்து அவனைக் கடும் சித்திரவதைகளுக்கு உட்படுத்தி வாயில் துப்பாக்கியால் சுட்ட ஒரு சம்பவமும் இந்தத் தொகுப்பில் உள்ளது. இதெல்லாம் என்ன மனநிலை?

மக்கள் அனைவரையும் குற்றம் செய்தவர்களாகவே பார்க்கும் இந்த மனநிலை காக்கிச் சட்டைகளுக்குள் எவ்வாறு புகுத்தப்படுகிறது. சில ஆண்டுகளுக்கு முன்னர் (அக் 2014) எஸ்.பி. பட்டிணம் காவல் நிலையத்தில் ஒருவர் சுட்டுக் கொல்லப்பட்டார். அது சிறுபான்மை மக்கள் அதிகமாக உள்ள ஊர் என்பதும் இப்படி காவல் நிலையத்தில் வைத்துக் கொல்லப்பட்டவர் ஒரு சிறுபான்மையர் என்பதும், இங்கே இப்படியான பகுதிகளில் ஊக்கி வளர்க்கப்படும் வெறுப்பு

அரசியல் இதில் முக்கிய பங்கு வகிக்கிறது என்பதையும் நாம் மறந்துவிடக் கூடாது. அப்பாவி ஒருவனை மாட்டுக்கறி வைத்துள்ளான் எனக் கொல்லும் மனநிலை இன்று இந்தியா முழுவதும் பரவி வருகிறது. சமூகத்தில் விதைக்கப்படும் இப்படியான வெறுப்பு எங்கு கொண்டு செல்லும் என்பதை எல்லாம் நாம் பார்த்துக் கொண்டுதானே இருக்கிறோம்

காவல் நிலைய அத்துமீறல்களுக்கு எதிராக தேசிய மனித உரிமை ஆணையம், டி.கே.பாசு வழக்கில் உச்ச நீதிமன்றம் வழங்கியுள்ள நெறிமுறைகள்... எல்லாம் இருந்தும் நடப்பது இதுதான்.

இது குறித்த சிலவற்றை இப்பகுதியில் உள்ள கட்டுரைகள் பேசுகின்றன. இரண்டாண்டுகளுக்கு முன் (ஜூன் 2020) இங்கு பெரிய அளவில் பேசப்பட்ட சாத்தான் குளம் தந்தை, மகன் இரட்டைப் படுகொலை குறித்து இப் பகுதியில் அதிகம் பேசப்படவில்லை. அமெரிக்காவில் கறுப்பின இளைஞர் லாய்ட் இவ்வாறு கொல்லப்பட்டது உலகளவில் கண்டனத்துக்குள்ளான பின்னணியில் இந்த இரட்டைக் கொலைகள் இங்கும் பெரிய அளவில் சர்ச்சை ஆயின. காவல்துறை அத்துமீறல்கள் குறித்த ஒரு பிரக்ஞை உருவாவதற்கு இந்தக் கொடுமை வழிவகுத்தது.

இங்கே தொகுத்தளிக்கப்பட்டுள்ள செய்திகள் காவல்துறை அத்துமீறல்கள் குறித்தும், அவற்றை எதிர்கொள்வது குறித்தும் சில தெளிவுகளை அளிக்கும் என நம்புகிறேன்.

2.2

கைதின்போது காவல் நிலையங்களில் பின்பற்ற வேண்டிய நெறிமுறைகள்

(ஒவ்வொறு காவல் நிலையங்களிலும் டி.கே.பாசு அவர்கள் அளித்துள்ள இந்த நெறிமுறைகள் அச்சிடப்பட்டு எல்லோர் கண்ணிலும் படுமாறு வைக்கப்பட்டிருக்க வேண்டும் என்பது கட்டாயம். ஆனால் இவை வைக்கப்பட்டுள்ளதே ஒழிய நடைமுறைப்படுத்தப்படுவதில்லை என்பதுதான் எதார்த்தம்.)

1. வழக்கை விசாரிக்கும் விசாரணை அதிகாரி அவரது பெயர் பொறிக்கப்பட்ட பட்டை தெளிவாகத் தெரியும் வகையில் சீருடை அணிந்திருக்க வேண்டும். விசாரணை அதிகாரியின் பெயர் முதலிய விவரங்கள் காவல்துறைப் பதிவேட்டில் பதிவு செய்யப்பட வேண்டும்.

2. கைது செய்யும்போது அது குறித்த குறிப்பறிக்கையை *(Memo)* தயார் செய்ய வேண்டும். அதில் கைது நடந்த நேரமும், தேதியும் குறிப்பிடப்பட வேண்டும். அதனை

கைது செய்யப்பட்டவரின் குடும்ப உறுப்பினரோ, அல்லது அந்தப் பகுதியின் பெரிய மனிதர் ஒருவரோ ஏற்று ஒப்புதல் சாட்சியம் அளித்து கையெழுத்து இட வேண்டும். கைது செய்யப்பட்டவரும் அதில் கையெழுத்து இட வேண்டும்.

3. கைது செய்யப்பட்டவர் அல்லது கண்டுபிடித்து அழைத்துச் செல்லப்பட்ட அல்லது ஏதோ ஒரு வகையில் காவல் நிலையத்தில் விசாரிக்கப்படும் நபரின் உறவினர், நண்பர், நலம் விரும்பி ஆகிய யாராவது ஒருவருக்கு இயன்ற அளவு விரைவாகத் தகவல் தெரிவிக்க வேண்டும். எங்கு கைது செய்து வைக்கப்பட்டிருக்கிறார் என்கிற விவரமும் தெரிவிக்கப்பட வேண்டும். குடும்ப உறுப்பினரே சாட்சியமளித்துக் கையெழுத்திட்டால் இதைச் செய்யத் தேவையில்லை.

4. கைது செய்யப்பட்டவரின் உறவினரோ நண்பரோ மாவட்டத்திற்கு வெளியில் வசித்தால் கைது செய்யப்பட்ட இடம், நேரம் குறித்த தகவல்களை 8 முதல் 12 மணி நேரத்திற்குள் அவருக்குத் தெரிவிக்க வேண்டும். மாவட்ட சட்ட உதவி ஆணையமும் தொடர்புடைய காவல் நிலையமும் தொலைபேசியில் உடன் இதனைச் செய்ய வேண்டும்.

5. ஒரு நபர் கைது செய்யப்பட்டவுடன், அவருக்கு இவ்வாறு தான் கைது செய்யப்பட்டுள்ளதை யாருக்கேனும் தெரிவிக்கும் உரிமை உள்ளது என்பதை அவருக்குச் சொல்ல வேண்டும்.

6. கைது செய்யப்படுகிற காவல் நிலைய நாட்குறிப்பில் கைது குறித்தும், யாருக்கு இத் தகவல் தெரிவிக்கப்பட்டது என்பது குறித்தும், எந்தக் காவல் அதிகாரியின் பொறுப்பில் அவர் வைக்கப்பட்டுள்ளார் என்பது குறித்தும் பதிவு செய்ய வேண்டும்.

7. கைது செய்யப்படும் நபர் தன்னைப் பரிசோதிக்க வேண்டுமெனக் கோரலாம். அவரது உடலில் ஏதேனும்

காயங்கள் இருந்தால் அவை பதிவு செய்யப்பட வேண்டும். இவ்வாறு சோதிக்கப்பட்டது குறித்த ஆவணம் கைது செய்யப்பட்ட நபராலும் கைதுசெய்யும் காவல்துறை அதிகாரியாலும் கையெழுத்திடப்பட வேண்டும். இதன் பிரதி கைதுசெய்யப்பட்ட நபருக்கு வழங்கப்பட வேண்டும்.

8. கைது செய்யப்பட்ட நபருக்கு 48 மணி நேரத்திற்குள் தகுதி வாய்ந்த மருத்துவரால் மருத்துவப் பரிசோதனை செய்ய வேண்டும். அந்தந்த மாநிலத்தின் மருத்துவ சேவை இயக்குநரகத்தால் சான்றளிக்கப்பட்ட மருத்துவரே இந்த சோதனையைச் செய்ய வேண்டும்.

9. கைது ஆவணம் உட்பட அனைத்து ஆவணங்களும் அந்தப் பகுதியின் குற்றவியல் நடுவருக்கு *(magistrate)* அனுப்பப்பட வேண்டும்.

10. விசாரணையின்போது கைது செய்யப்பட்டவர் தனது வழக்குரைஞரைச் சந்திக்க உரிமை உண்டு. ஆனால், முழு நேரமும் அவர் அங்கு இருக்க வேண்டும் என்பதில்லை.

11. ஒவ்வொரு மாவட்டத்திலும், மாநிலத் தலைமையகத்திலும் இதற்கென ஒரு கட்டுப்பாட்டு அறையை உருவாக்க வேண்டும். இந்தக் கைது மற்றும் கைதுசெய்யப்பட்டவர் வைக்கப்பட்டிருக்கும் இடம் ஆகியன குறித்த தகவல்களை அங்கே அனுப்ப வேண்டும். கைது நடந்து 12 மணி நேரத்திற்குள் இதைச் செய்ய வேண்டும்.

குறிப்பு: இது நமது காவல் நிலையங்களில் முறையாக நிறைவேற்றப்படுகிறதா என்பதைச் சற்று யோசித்துப் பார்ப்போம். அப்படி நடந்திருந்தால் சாத்தான் குளத்தில் தந்தையும் மகனும் அப்படி மரணக் குழியை நோக்கித் தள்ளப் பட்டிருப்பார்களா?

2.3

காவல் நிலைய வன்முறைகள் இதை எப்படி விளங்கிக் கொள்வது?

*சா*த்தான்குளம் காவல்நிலையப் படுகொலையின் ஓராண்டு நிறைவுச் சடங்குபோல (ஜூன் 22, 2021) பாப்புநாய்க்கன்பட்டி முருகேசன் காவல்துறை தாக்குதலில் கொல்லப்பட்டுள்ளார். இந்த இரண்டு காவல் நிலையப் படுகொலைகள் குறித்தும் *NCHRO* சார்பில் எங்களின் அறிக்கைகள் வெளியிடப்பட்டுள்ளன. குடித்துவிட்டு 'பைக்கில்' மூவர் வந்தனர் என்பதற்காக முருகேசன் என்பவரைக் காவல்துறையினர் கடுமையாக அடித்ததை ஒட்டி முருகேசனின் இறப்பு நேர்ந்துள்ளது. பக்கத்தில் நின்றவர்கள் நடந்ததைச் செல்போனில் பதிவு செய்துள்ளனர். "அடிக்காதீங்க விட்டுடுங்க" எனக் கத்தக்கத்த அவர் தாக்கப்பட்டுள்ளார். சுற்றி நின்றவர்கள் கெஞ்சியும் காவல்துறையினர் கண்டுகொள்ளவில்லை என ஊடகங்கள் பதிவு செய்கின்றன. மனைவி மற்றும் ஒரு மகள் உட்பட மூன்று குழந்தைகளின் தந்தையான முருகேசனின் குடும்பத்திற்கு

இழப்பீடாக உடன் 10 இலட்ச ரூபாய்களைத் தமிழக அரசு கொடுத்துள்ளது. மூன்று காவல்துறையினரும் கைது செய்யப்பட்டுள்ளனர்.

சாத்தான்குளம் படுகொலை பெரிய அளவில், சொல்லப்போனால் உலகளவில் கண்டிக்கப்பட்டும் இப்படிக் காவல் படுகொலைகள் தொடர்வதை எப்படி விளங்கிக் கொள்வது எனச் சற்றுமுன் காட்சி ஊடகம் ஒன்றில் கேட்டனர். நான் சொன்னது:

சாத்தான்குளத்துடன் இதை ஒப்பிட வேண்டாம். அது ஒரு விதிவிலக்கு. அமெரிக்காவில் ஜார்ஜ் ஃப்ளாய்ட் இப்படிக் கொல்லப்பட்டு உலகளவுச் செய்தியான சூழலில் இது நடந்தது. தவிரவும் கோவிட் பெருந்தொற்றின் பின்னணியில் மேற்கொள்ளப்பட்ட கெடுபிடிகளின் ஊடான காவல்துறை செயல்பாடுகளில் வணிக வர்க்கத்தினர் ஏற்கனவே அதிருப்தியுற்றிருந்தனர். வலுவான சமூக ஆதரவும் போராட்டத்திற்கு இருந்தது. கடையைத் திறந்து வைத்திருந்ததற்கு இப்படி ஒரு தண்டனையா என்பது எல்லோரது அனுதாபத்திற்கும் காரணமானது. தொடர்ந்து போராட்டங்கள் நடந்தன.

பொதுவில் காவல்துறைத் தாக்குதல்கள் மற்றும் என்கவுண்டர் கொலைகளில் தொடக்கத்தில் இருக்கும் ஆதரவும், கோபமும் போகப்போக ஆறிவிடுவதை எங்களின் மனித உரிமைப் பணிகளில் பார்த்துள்ளோம். அதற்குப் பல காரணங்கள்.

1. காவலர்களைக் காவல்துறையும், காவல்துறையை அரசாங்கமும் விட்டுக்கொடுக்காது என மக்கள் நம்புகின்றனர். அதில் உண்மை உண்டு. ஜெயலலிதா தன் ஆட்சியில் காவல்துறையை என்றும் விட்டுக் கொடுத்ததில்லை. பரமக்குடியில் ஆறு தேவேந்திரகுல வேளாளர்கள் சுட்டுக் கொல்லப்பட்டு மிகப் பெரிய எழுச்சி ஏற்பட்டபோது கூட, அடுத்து சில காலத்தில் காவல்துறைக்கு ஏராளமான சலுகைகளை அவர் அறிவித்ததை நாம் மறந்துவிடக் கூடாது.

2. ஒரு அரசை எதிர்த்து நாம் என்ன செய்துவிட முடியும் எனும் ஒரு அவநம்பிக்கையும் மக்கள் மத்தியில் ஏற்பட்டுவிடுகிறது. நடந்தது நடந்துவிட்டது இனி செத்தவன் பிழைத்தா வந்துவிடப் போகிறான் என; ஏதோ கிடைத்த இழப்பீடுடன் மக்கள் ஓய்ந்துவிடுகின்றனர். நிறைய எடுத்துக்காட்டுகளைச் சொல்ல முடியும். திருத்துறைப்பூண்டிக்குப் பக்கத்தில் உள்ள கீரக்களூர் நங்காளி என்ற ஊரில் சுந்தர் எனும் டிராக்டர் டிரைவர் காவல்துறை விசாரணயில் கொல்லப்பட்டபோது எப்படிப் போகப் போக இறந்தவரின் உறவினர்கள் வழக்கைத் தொடர்வதில் ஆர்வம் அற்றுப் போனார்கள் என்பதை விரிவாகப் பதிவு செய்துள்ளேன். இதுதான் மக்களின் பொதுவான நிலை. தொடர்ந்து நின்று எதிர்ப்பது என்பது விதி அல்ல; அது விதிவிலக்கு.

3. பாதிக்கப்பட்ட குடும்பத்தினர் உறுதியாக நின்று எதிர்த்தாலும் வெற்றி பெறுவது கடினம். சில நேரங்களில் நம் குற்ற நடைமுறை தொடர்பான வழமைகளும் கூட அவர்களுக்கு எதிராக அமைவதுண்டு. சில எடுத்துக்காட்டுகளைப் பார்க்கலாம். நமது சட்டங்களின்படி குற்றம் சாட்டுபவர்களே குற்றத்தை நிறுவ வேண்டும். காவல் துறை வன்முறைகளில் குற்றம் சாட்டுபவர்கள் பாதிக்கப்பட்ட மக்கள். குற்றம் சாட்டப்படுபவர்கள் காவல்துறையினர். எனவே காவல்துறைக்கு எதிராகச் சாதாரண மக்கள் குற்றத்தை நிறுவ வேண்டும். இது அத்தனை எளிதல்ல. மிக வலுவான ஒரு போராட்டப் பின்னணி இருந்தால் ஒழிய காவல்துறையை எளிய மக்கள் எதிர்கொள்ள முடியாது. எடுத்துக்காட்டாக "உயிராபத்து விளைவிக்கத் தக்க காயங்கள்" *(grievous injuries)* என்பதைக்கூடப் பல நேரங்களில் பாதிக்கப்பட்டவர்கள் நிறுவமுடியாது. வெளிக்காயங்கள் ஏதும் இல்லாமலேயே அடித்துக் கொல்லும் வித்தை எல்லாம் தெரிந்தவர்கள் நம் காவல்துறையினர். எனவே காவல்நிலைய வன்முறையால் நேர்ந்த கொலை என்பதைப் பொறுத்தமட்டில் இந்த *grievous injuries* என்கிற நிபந்தனை நீக்கப்படுதல் வேண்டும்.

4. அதேபோல காவல் நிலைய மரணம் குறித்த புலனாய்வுகளில் *(custodial death investigations)* காவல்துறையை எதிர்த்து வழக்காட வேண்டும் என்றால் அதற்கு அரசு ஒப்புதல் *(sanction of Government to proceed case against police)* வேண்டும். இந்தச் சட்ட நிபந்தனையும் நீக்கப்பட வேண்டும்.

5. அதேபோல *(i)* சாதி, மதம், இனம் எனும் ஏதொன்றில் சித்திரவதை செய்தவரும், சித்திரவதை செய்யப்பட்டவரும் வேறாக இருக்க வேண்டும் *(ii)* அச்சுறுத்தல், பாலியல் சகாயம் பெறுதல் ஆகியவற்றுக்காகத் துன்புறுத்தப்பட்டேன் எனவும் ஒருவர் குற்றச்சாட்டுகளை எளிதில் வைக்க முடியாது *(iii)* குற்றம் நடந்து ஆறு மாதங்களுக்குள் புகார் அளிக்க வேண்டும் - முதலான நிபந்தனைகளும் நீக்கப்பட வேண்டும்.

அரசுகள் எதுவாக இருந்தபோதும் அவை காவல்துறையின் மனம் கோணாமல் நடந்துகொள்ள வேண்டும் என்பதில் கவனமாக உள்ளன. இந்த நிலை முடிவுக்குக் கொண்டுவரப்பட வேண்டும். கைது செய்யப்படும் யாரையும் எவ்வாறு நடத்தப்பட வேண்டும் என்பதை டி.கே. பாசு வழக்கில் உச்ச நீதிமன்றம் வரையறுத்துள்ளது. எல்லா காவல்நிலையங்களிலும் மூலையில் அது ஒட்டப்பட்டிருக்கும். ஆனால் பயன் ஏதும் இல்லை. விசாரணை செய்யப்படும்போது உறவினர்கள் உடன் இருக்க வேண்டும், கைது செய்யப்படும் நேரம் முதலியன உடன் பதிவு செய்யப்படவேண்டும், கைது செய்யப்படுபவர் மருத்துவ சோதனை செய்யப்பட வேண்டும், அவரது சட்ட உரிமைகளை அவருக்கு விளக்க வேண்டும், வழக்குரைஞரை அவர் கலந்தாலோசிக்கும் உரிமை கைது செய்யப்பட்டவருக்கு உள்ளது என்பதை அவருக்குச் சொல்ல வேண்டும், தமது அடையாளங்களைக் கைது செய்யும் அதிகாரிகள் வெளிப்படையாகக் காட்டிக்கொள்ள வேண்டும்... என்பதெல்லாம் இருக்கின்றன. ஆனால் அவை எந்த அளவிற்கு நடைமுறைப்படுத்தப்படுகின்றன என்பதே கேள்வி. 24 மணி நேரத்திற்குள் நீதித்துறை நடுவர் *(magistrate)* முன் நிறுத்துவது

என்பதை எல்லாம் காவல்துறையினர் காற்றில் பறக்கவிட்டுப் பல நாட்கள் தங்கள் பிடியிலேயே வைத்திருந்து துன்புறுத்துவது என்பனவெல்லாம் ஊரறிந்த உண்மைகள்.

நீதித்துறை நடுவர் முன் நிறுத்தும்போது அவர் கைது செய்யப்பட்டவரை விசாரிக்க வேண்டும். தான் துன்புறுத்தப்பட்டதாக அவர் சொன்னால் அது விசாரித்துப் பதிவு செய்யப்பட வேண்டும். எத்தனை நடுவர்கள் இவற்றைச் சரியாகச் செய்கின்றனர். கடமையைச் சரியாக ஆற்றும் நடுவர்களே இல்லை என நான் சொல்லவில்லை. காவல்துறைத் தகவல் ஏதும் இல்லாதபோதும் தானே கேள்விப்பட்டுப் போய் பாலியல் வன்முறைக்கு ஆளான பழங்குடிச் சிறுமிகளை விசாரித்து வெளிப்படுத்திய நடுவர் ஒருவரையும் நான் அறிவேன். ஆனால் பெரும்பாலான நடுவர்கள் அண்ணாந்து எதிரே நிற்பவரைப் பார்க்காமலேயே கையொப்பமிட்டுச் சிறைக்கு அனுப்புவதுதான் வழக்கம்.

இப்படித்தான் காவல்துறைக்கு மட்டும் ‘தண்டனை இன்மை’ எனும் ‘பாதுகாப்பு’ ஒன்று *(culture of immunity)* இங்கு நிலவுகிறது.

இன்னொரு பக்கம் ‘என்கவுன்டர்’ கொலைகளைக் கொண்டாடும் பண்பாடும் கொடிக்கட்டிப் பறக்கிறது. ‘என்கவுன்டர் ஸ்பெஷலிஸ்ட்’ களாக வந்து முழக்கிக் கைதட்டல் பெறும் சூரியா போன்ற சினிமாக்காரர்களையும் அதற்குக் கைதட்டும் உளப் பாங்குகளையும் அறிவோம். ‘சிங்கம்’ எனும் திரைப்படத்தில் தான் அப்படி என்கவுண்டர் படுகொலைகளைக் கொண்டாடிப் படம் எடுத்ததற்காக ஹரி எனும் திரைப்பட இயக்குனர் சாத்தான்குள வன்முறையை ஒட்டி வருத்தம் தெரிவித்தது கண்ணில்பட்டது சற்று ஆறுதலாக இருந்தது.

2012 -16 காலகட்டத்தில் மட்டும் இங்கு நடந்த காவல் நிலையப் படுகொலைகளின் எண்ணிக்கை 157 *(custodial deaths)*. ஆம் 157 உயிர்கள் நம் காவல் நிலையங்களில் பலியாயின! வேறெதிலும் முன்நிற்கிறதோ இல்லையோ காவல் நிலைய மரணங்களில் இந்திய அரசு முன்நிற்கிறது. 1991-2009 காலகட்டத்தில் மட்டும்

இந்தியாவில் நடந்த காவல் நிலையச் சாவுகளின் எண்ணிக்கை 2318. போலி மோதல் படுகொலைகள் 716. இந்தத் தரவுகள் இந்திய மனித உரிமை ஆணையம் அளித்தவை என்பது இங்கே குறிப்பிடத் தக்கது. அதாவது பதிவில் உள்ளவை மட்டும் இவை. பதிவில் வராமல் போனவை எத்தனையோ. நாள்தோறும் 3 அல்லது 4 காவல் நிலையச் சாவுகள் நடக்கின்றன எனவும், அப்படிக் கொல்லப்பட்டோரின் பெற்றோர்கள் மற்றும் உறவினர்கள் அச்சத்தின் விளைவாக இவற்றைப் பேசுவதில்லை எனவும் நீதி அரசர் ஹேமந்த் குமார் ஒருமுறை கூறியது குறிப்பிடத் தக்கது. குற்றம் சுமத்தப்பட்டவர்கள் மறைக்கும் உண்மைகளை வெளிக் கொணர்வதற்கான அங்கீகரிக்கப்பட்ட ஒரு நடைமுறையாகவே இங்கு சித்திரவதைகள் ஆகிவிட்டன.

இப்படியாகும் நிலையில் கொடுஞ் சித்திரவதைகளுக்கு அஞ்சி காவல்துறையால் சுமத்தப்படும் குற்றங்களை ஏற்றுக்கொள்ளும் நிலையும் அவர்களின் பிடியில் உள்ளவர்களுக்கு நேரும்தானே.

சித்திரவதைக்கு எதிரான ஐ.நா அவைப் பிரகடனம் (*UN Convention Against Torture and other Cruel, Inhuman or Degrading Treatment or Punishment*) 1984 இல் இயற்றப்பட்டது. 13 ஆண்டுகளுக்குப் பின் 1997 இல்தான் நிர்ப்பந்தங்களின் விளைவாக இந்திய அரசு அதில் கையொப்பம் இட்டது. நினைவிருக்கட்டும். கையொப்பம்தான் இடப்பட்டதே ஒழிய அது அறிந்தேற்பு செய்து (*ratification*) நடைமுறைப் படுத்தப்படவில்லை. அதாவது அது சட்டமாக்கப்படவில்லை. சட்டமாக்கினால்தான் அது மக்களுக்குப் பயன்படும் என்பதை விளக்க வேண்டியதில்லை. இன்னும் சற்று விளக்கமாகச் சொல்வதானால் இப்படிக் கையொப்பம் இட்ட மற்ற நாடுகளில் உள்ள மக்கள் சித்திரவதை முதலானவற்றால் பாதிக்கப்பட்டால் பாதிப்பிற்குக் காரணமானவர்களுக்குத் தண்டனை பெற்றுக் கொடுக்கலாம். பாதிக்கப்பட்ட மக்கள் இழப்பீடு பெறலாம்.

இங்கு நடக்கும் காவல் நிலையச் சாவுகளுக்கு இந்த 'தண்டனை இன்மைக் கலாச்சாரம்'தான் காரணம். காவல் நிலையச் சாவுகளைப் பொறுத்தமட்டில் நிரூபணச் சுமை காவல்துறையிடமே இருக்கவேண்டும். ஆம் இவன் கொன்றான்

என நாம் வாதிட்டுக் கொண்டிருந்தால் உண்மையை நிறுவ முடியாது. மாறாகக் கொலைகாரன்தான் தான் கொல்லவில்லை என நிறுவவேண்டும்.

வழமையான கிரிமினல் சட்டங்கள் நடைமுறையில் இருக்கும்வரை சாத்தான் குளங்களும் வாழப்பாடிகளும் தொடரும்.

“காவல்துறை நண்பர்கள்” *(Friends of Police)* என்பனபோன்ற எடுபிடி அடியாட்படைகள் ஒழிக்கப்பட வேண்டும்.

காவல்நிலையச் சாவுகளில் குற்றம்சாட்டப்பட்ட அதிகாரியை விசாரிக்க அரசு அனுமதி பெறவேண்டும் என்கிற கொடும் பிரிவுகள் சட்ட நூல்களிலிருந்து பிய்த்தெறியப்பட வேண்டும்.

இல்லாவிட்டால் நாமும் நம் சந்ததியும் இப்படி பலியாகிக் கொண்டே இருக்கத்தான் நேரும்.

நேற்றைய என் பதிவுகள் பத்திரிகைச் செய்திகளின் அடிப்படையில் பதியப்பட்டன. தற்போது முதல் தகவல் அறிக்கை முழுமையாகக் கிடைத்துள்ளது. அதன்படி முழு விவரங்கள்:

1.சம்பவ இடத்தில் இருந்த மூன்று காவல்துறையினரில் முருகேசனைக் கொடூரமாகத் தாக்கி அவரது மரணத்திற்குக் காரணமாக இருந்த சிறப்புக் காவல் உதவி ஆய்வாளர் பெரியசாமி மட்டுமே கைது செய்யப்பட்டுள்ளார்.

2. இப்போது ஏத்தாப்பூர் காவல் நிலையத்தின் *327/2021 u/s 176 (1A) (a)* எனும் குற்ற எண்ணின்படி, *CrPC r/w 302 IPC* எனும் பிரிவின் கீழ் முதல் தகவல் அறிக்கை *(FIR u/s 154 CrPC)* பதிவு செய்யப்பட்டுள்ளது குற்றம்சட்டப்பட்டுள்ள காவலர் பெரியசாமி இப்போது சிறையில் ’ரிமாண்ட்’ செய்யப்பட்டுள்ளார்

3. முருகேசனுக்கு அன்னக்கிளி எனும் மனைவியும் இரு மகள்களும் மகனும் உள்ளனர்.

2.4

சாத்தான்குளத்தில் விதிமீறலுக்கு மரணதண்டனை வழங்கிய காவல்துறை

NCHRO தமிழ் மாநிலக்குழு அறிக்கை

ஜூன் 24, 2020

சாத்தான்குளம் காவல் நிலையக் கொலையில் உயர் நீதிமன்றத்தின் தலையீட்டை NCHRO வரவேற்கிறது!

காவல்நிலைய மரணங்களில் உச்ச நீதிமன்றம் வழங்கிய தீர்ப்பினை நடைமுறைப்படுத்த தமிழக அரசுக்கு NCHRO கோரிக்கை விடுக்கிறது.

1. தூத்துக்குடி மாவட்டம் சாத்தான்குளத்தில் ABJ மொபைல்ஸ் என்ற கடையை ஜெயராஜ், அவரது மகன் பென்னிக்ஸ் ஆகியோர் நடத்தி வருகின்றனர். கடந்த 19.06.2020 அன்று மொபைல் கடையை அரசு அனுமதி அளித்த நேரத்திற்கு மேல்

திறந்து வைத்திருந்ததாகக் கூறி ஜெயராஜ் மற்றும் அவரது மகன் பென்னிக்ஸ் ஆகியோரைக் காவல் துறையினர் சாத்தான்குளம் காவல் நிலையம் கொண்டு சென்றுள்ளனர். மேற்படி காவல்நிலையத்தில் வைத்து எஸ்ஐ ரகு கணேஷ், பாலகிருஷ்ணன் மற்றும் இதர காவல்துறையினர் கடுமையாகத் தாக்கியுள்ளனர். ஜெயராஜ், பென்னிக்ஸ் ஆகியோர் மீது காவல்துறையினரை பணிசெய்யவிடாமல் தடுத்து கொலை மிரட்டல் விடுத்ததாக கூறி சாத்தான்குளம் காவல் நிலையம் குற்ற எண். 312 / 2020 u/s 188, 269, 294(b), 353 and 506(ii) IPCஇன் கீழ் வழக்குப் பதிவு செய்து 20.06.2020 காலையில் சாத்தான்குளம் நீதித்துறை நடுவர் முன்பு ஆஜர்படுத்தி, கோவில்பட்டி கிளைச் சிறையில் மதியம் 02:30 மணிக்கு அடைத்துள்ளனர். காவல் நிலையத்தில் தாக்கப்பட்டு மிகவும் மோசமான நிலையிலேயே அவர்கள் நீதிமன்றத்தில் ஆஜர்படுத்தப்பட்டு உரிய மருத்துவ சிகிச்சை கூட அளிக்காமால்தான் சிறையில் அடைக்கப்பட்டுள்ளனர்.

2. இந்நிலையில் 22.06.2020 இரவு சுமார் 07:35 மணியளவில் சிறையில் அடைக்கப்பட்டிருந்த பென்னிக்ஸ் மூச்சுவிட சிரமமாக இருப்பதாகக் கூறியதால் சிறைக் கண்காணிப்பாளர் உத்தரவின் பேரில் கோவில்பட்டி அரசு மருத்துவமனைக்கு பென்னிக்ஸ் சிகிச்சைக்காக அனுப்பி வைக்கப்பட்டார். மேற்படி சிகிச்சை பலனின்றி இரவு 09:00 மணிக்கு பென்னிக்ஸ் இறந்துவிட்டார். மேற்படி பென்னிக்ஸ் இறந்தது தொடர்பாக கோவில்பட்டி சிறை கண்காணிப்பாளர் சங்கர் என்பவர் அளித்த புகாரின் பெயரில், கோவில்பட்டி கிழக்கு காவல் நிலையத்தில் குற்ற எண். 649 / 2020 u/s 176(1)(A)(i) Cr.P.C பிரகாரம் வழக்குப் பதிவு செய்யப்பட்டுள்ளது.

3. அதே போல 22.06.2020 இரவு சுமார் 10:20 மணிக்கு சிறையில் அடைக்கப்பட்டிருந்த ஜெயராஜ் உடல் நலம் பாதிக்கப்பட்டு சிறைக் கண்காணிப்பாளர் உத்தரவுப்படி கோவில்பட்டி அரசு மருத்துவமனையில் உள்நோயாளியாக அனுமதிக்கப்பட்டார். சிகிச்சை பலனின்றி 23.06.2020 அதிகாலை 05:40 மணிக்கு ஜெயராஜ் இறந்து விட்டார். மேற்படி ஜெயராஜ் இறப்பு

தொடர்பாக கோவில்பட்டி சிறைக் கண்காணிப்பாளர் சங்கர் என்பவர் அளித்த புகாரின் பெயரில் கோவில்பட்டி கிழக்கு காவல் நிலையத்தில் குற்ற எண். *650 / 2020 u/s 176(1)(A)(i) Cr.P.C* பிரகாரம் வழக்குப் பதிவு செய்யப்பட்டுள்ளது.

4. மேற்படி ஜெயராஜ், பென்னிக்ஸ் ஆகிய இருவரின் மரணமும் காவல்நிலைய சிறைக் கொட்டடி கொலைதான் என்பது மிகத் தெளிவாகத் தெரியவருகிறது. மக்கள் கொரோனா நோயின் பாதிப்பு காரணமாக வாழ்வாதாரத்தை இழந்து வரும் இந்தச் சூழலில் சாதாரண விதிமீறலுக்காக ஜெயராஜ், பென்னிக்ஸ் ஆகியோர் மீது வழக்குப் பதிவு செய்து காவல் நிலையத்தில் வைத்து இருவரையும் கடுமையாகத் தாக்கி அவர்களின் மரணத்திற்கு சாத்தான்குளம் காவல்நிலைய அதிகாரிகள் காரணமாகியுள்ளனர். மேற்படி காவல்நிலையக் கொட்டடி கொலைகளை *NCHRO* வன்மையாகக் கண்டிக்கிறது.

5. மேற்படி வழக்கில் பாதிக்கப்பட்ட ஜெயராஜின் மனைவியும், பென்னிக்ஸின் தாயாருமான செல்வராணி அவர்கள் மாண்புமிகு மதுரை நீதிமன்றக் கிளையில் அவரது வழக்கறிஞர்கள் திரு *P.M.*விஷ்ணுவர்தனன், *S.* மாடசாமி ஆகியோர் மூலமாக பிரேதப் பரிசோதனையை வீடியோ எடுப்பது, சம்பந்தப்பட்ட காவல்துறையினர் மீது உரிய நடவடிக்கை எடுக்க வேண்டுமெனப் பல்வேறு கோரிக்கைகளுடன் மனு தாக்கல் செய்து இருந்தனர். மேற்படி மனு *Crl.O.P. (MD) No. 6651 of 2020* விசாரணைக்கு ஏற்றுக்கொள்ளப்பட்டது.

6. அதேபோல மேற்படி செல்வராணி தொடர்ந்த வழக்குடன், காவல் கொட்டடி கொலை வழக்கினை மாண்புமிகு மதுரை உயர் நீதிமன்றக் கிளை தாமாக முன்வந்து விசாரணைக்கு ஏற்றுக்கொண்டுள்ளது *(W.P.(MD) No. 7042 2020).* மேற்படி இரண்டு வழக்குகளும் *Video Conference* இல் *24.06.2020* மதியம் *12:30* மணிக்கு மாண்புமிகு நீதியரசர்கள் *P.N.*பிரகாஷ், *B.*புகழேந்தி முன்பு விசாரணைக்கு வந்தது. தென் மண்டல *I.G.,* சண்முக ராஜேஸ்வரன், தூத்துக்குடி *S.P.,* அருண்பால

கோபாலன் ஆகியோர் வீடியோ கான்ஃபெரன்சில் ஆஜராகி இவ்வழக்கில் சம்பந்தப்பட்ட எஸ்ஐ-கள் ரகு கணேஷ், பாலகிருஷ்ணன் மற்றும் தலைமைக் காவலர்கள் சிலரை தற்காலிகப் பணிநீக்கம் செய்துள்ளதாகவும், சாத்தான்குளம் காவல்நிலைய காவல் ஆய்வாளர் ஸ்ரீதரனைக் காத்திருப்புப் பட்டியலில் வைத்துள்ளதாகவும் மற்றும் நடந்த நிகழ்வு குறித்தும் எடுக்கப்பட்ட நடவடிக்கை குறித்தும் விளக்கம் அளித்தனர்.

7. மாண்புமிகு நீதியரசர்கள் திருநெல்வேலி மருத்துவக் கல்லூரி டீன் தலைமையிலான மருத்துவக்குழு முன்பு போஸ்ட்மார்ட்டம் நடைபெற வேண்டும் என்றும் அது வீடியோவில் பதிவு செய்யப்பட்டு மேற்படி வீடியோ மற்றும் பிரேதப் பரிசோதனை அறிக்கை சீலிட்ட கவரில் உயர் நீதிமன்றத்திற்கு அனுப்பபட வேண்டுமென்றும் உத்தரவிட்டனர்.

8. மேலும் கோவில்பட்டி நீதித்துறை நடுவர் எந்தவிதத் தலையீடும் இன்றி சுதந்திரமாகச் செயல்பட்டு இறந்த பிரேதங்களை பரிசோதனை செய்து பிரேத விசாரணை செய்திட உரிய வசதிகள் செய்துதரப்பட வேண்டும் என்றும்; பிரேக விசாரணை அறிக்கை சீலிட்ட கவரில் உயர் நீதிமன்றத்திற்கு அனுப்பப்படவேண்டும் என்றும்; நடந்த நிகழ்வு குறித்து சாட்சி சொல்ல வரும் சாட்சிகளுக்கு எந்த இடையூறும் இன்றி சாட்சி விசாரணை நடத்த உரிய ஏற்பாடுகள் செய்துதரப்பட வேண்டும் என்றும்; சமூக இடைவெளியைப் பின்பற்றி இறுதிச்சடங்குகள் நடைபெற வேண்டுமென்றும்; மேற்படி வழக்கினை உயர் நீதிமன்றம் கண்காணித்துக் கொண்டிருக்கிறது என்றும் நீதி நிலைநாட்டப்படுவதை உயர் நீதிமன்றம் உறுதி செய்யும் என்ற நம்பிக்கையை பாதிக்கப்பட்ட குடும்பத்திற்கும், பொதுமக்களிடையே பரவலாக எடுத்துச் சொல்ல மாவட்ட நிர்வாகமும் காவல்துறையும் மக்களிடையே வெளிப்படுத்த வேண்டும் என்றும் உத்தரவிட்டுள்ளது. மேலும் உள்துறைச் செயலாளர், DGP, அரசுடன் ஆகியோர் உரிய ஆலோசனை மேற்கொண்டு கொரோனா காலகட்டத்தில் காவல்துறையினருக்கெனத் தனி SOP விதிமுறைகள் வகுப்பது

தொடர்பாக அடிஷனல் அட்வகேட் ஜெனரலிடம் தெரிவிக்குமாறும் வாய்மொழியாகத் தெரிவிக்கப்பட்டுள்ளது

9. இதுபோன்ற காவல்நிலையக் கொட்டடிக் கொலை வழக்குகளை உரிய நேரத்தில் அதன் வீரியம் உணர்ந்து மாண்புமிகு மதுரை உயர் நீதிமன்றக் கிளை தாமாக முன்வந்து விசாரணைக்கு ஏற்றுக் கொண்டதை NCHRO மனமாரப் பாராட்டி வரவேற்கிறது.

காவல் நிலைய மரணங்களின்போது மாண்புமிகு உச்ச நீதிமன்றம் PUCL வழக்கில் அளித்த உத்தரவுப்படி கீழ்க்கண்ட கோரிக்கைகளைத் தமிழக அரசும் காவல் துறையும் செயல்படுத்தவேண்டும் என்று NCHRO கேட்டுக்கொள்கிறது

(1) ஜெயராஜ், பென்னிக்ஸ் ஆகியோர் மீது போடப்பட்ட வழக்கான சாத்தான்குளம் காவல் நிலையக் குற்ற எண்: 312 of 2020, ஜெயராஜ், பென்னிக்ஸ் ஆகியோரின் இறப்பு தொடர்பாக கோவில்பட்டி கிழக்கு காவல் நிலையத்தில் பதிவு செய்யப்பட்ட குற்ற எண்கள்: 649 of 2020, 650 of 2020 ஆகிய மூன்று வழக்குகளின் விசாரணையை CBCID விசாரணைக்கு உத்தரவிட வேண்டும் என்றும் தமிழக அரசையும், காவல் துறையையும் NCHRO கேட்டுக்கொள்கிறது.

(2) இந்தக் கொட்டடி வழக்கில் சம்பந்தப்பட்ட காவல் அதிகாரிகள் மற்றும் இதர நபர்கள் மீது கொலை வழக்கிற்கான சட்டப் பிரிவுகள் சேர்த்து அவர்களைக் கைது செய்து போலீஸ் விசாரணைக்கு உட்படுத்த வேண்டும் என்றும் தமிழக அரசையும், காவல் துறையையும் NCHRO கேட்டுக்கொள்கிறது.

(3) மேற்படி வழக்கில் குறிப்பிட்ட காலத்தில் புலன் விசாரணை முடித்து விரைந்து இறுதி அறிக்கை தாக்கல் செய்ய வேண்டுமென்றும் தமிழக அரசையும், காவல் துறையையும் NCHRO கேட்டுக்கொள்கிறது.

(4) மேற்படி வழக்கில் இறுதி அறிக்கை தாக்கல் செய்யப்பட்ட உடன் தூத்துக்குடி மாவட்ட அமர்வு நீதிமன்றத்தில்

இவ்வழக்கினைத் திறம்பட நடத்தி குற்றவாளிகளுக்கு தண்டனை பெற்றுத் தர அரசுத் தரப்பில் மூத்த வழக்கறிஞர் ஒருவரை சிறப்பு அரசு வழக்கறிஞராக நியமனம் செய்ய வேண்டும் என்றும் தமிழக அரசையும், காவல் துறையையும் *NCHRO* கேட்டுக்கொள்கிறது.

(5) பாதிக்கப்பட்ட குடும்பத்தினருக்கு உரிய இழப்பீடு வழங்கிட வேண்டும் என்றும் தமிழக அரசையும், காவல் துறையையும் *NCHRO* கேட்டுக்கொள்கிறது.

இங்ஙனம்

மூத்த வழக்குரைஞர் ப.பா. மோகன், மாநிலத் தலைவர்,
NCHRO தமிழ்நாடு, *24-06-2020*

2.6

காவல்துறை கொடும் வன்முறைகள் சில

[நாங்கள் நேரில் சென்று விசாரித்தும், விரிவான அறிக்கைகளாக வெளியிடப்படாத சில குறிப்புகள் இங்கே. எங்கள் விசாரணைகளின் போதே அங்கு எங்களைச் சந்தித்த பத்திரிகையாளர்கள் முன் இவை பகிரப்பட்டுப் பின் அடுத்த நாள் நாளிதழ்களில் அவை வெளியாயின. அறிக்கைகளாக வெளியிடப்பட்டவை எமது உண்மை அறியும் குழு அறிக்கைகள் தொகுப்பில் சேர்க்கப்படுகின்றன.]

(i).சென்னை ஐஸ்ஹவுஸ் போலீஸ் ஸ்டேஷன் எரிக்கப்பட்டதை ஒட்டி அப்பகுதியில் நடந்த தாக்குதல்கள்

Jan 24, 2017

நேற்று (ஜன 23) சென்னையில் ஐஸ்ஹவுஸ் போலீஸ் ஸ்டேஷன் எரிக்கப்பட்ட அடுத்த சில மணி நேரத்தில் அருகில் உள்ள நடுக்குப்பம், கிருஷ்ணாம்பேட்டை, வி.ஆர்.பிள்ளை தெரு, அனுமந்தன் குப்பம் மற்றும் QMC அருகில் உள்ள மீன் மார்க்கெட்,

அம்பேத்கர் பாலம் அருகிலுள்ள மீனாம்பாள் தெரு, ரூதர்புரம் முதலான பகுதிகளில் காவல் துறையினர் புகுந்து கண்மண் தெரியாமல் அடித்துள்ளனர். அவர்களே அங்குள்ள மீன் மார்க்கெட், மற்றும் ஆமில்டன் பாலம் அருகில் உள்ள கார்கள், ஆட்டோக்கள், மோட்டார் சைக்கிள் முதலியவற்றை தீ வைத்துக் கொளுத்தியதாகவும் மக்கள் கூறினர். நேற்றிரவு 27 பேர்கள், ஒரு சிறுவன் உட்பட, ரிமாண்ட் செய்யப்பட்டுள்ளனர். இன்று 25 பேர் கைது செய்யப்பட்டுள்ளனர். தாக்கப்பட்டுள்ளவர்கள் மற்றும் கைது செய்யப்பட்டவர்கள் அனைவரும் மீனவர்களும் தலித்களும்தான். கைது செய்யப்பட்டுள்ள இவர்கள் யாருக்கும் இந்தக் காவல் நிலைய எரிப்பில் தொடர்பும் இல்லை என்றே தெரிகிறது. நடந்துள்ள தாக்குதல்களின் விளைவாக மக்கள் மத்தியில் மிகப் பெரிய அச்சம் நிலவுகிறது.

இன்று முழுவதும் நான், பேரா சிவகுமார், பேரா. திருமாவளவன், சமூக ஆர்வலர் சீனிவாசன், இப் பகுதியில் நீண்ட காலமாக வசிக்கும் சமூக ஆர்வலர் நட்ராஜ், பெரியார் சித்தன் ஆகியோர் குழுவாகச் சென்று அம்மக்களைச் சந்தித்தோம். அவர்களோடு சில மணி நேரம் இருந்து பேசினோம். இறுதியாக மயிலாப்பூர் காவல் துறை துணை ஆணையர் DC பாலகிருஷ்ணனையும் சந்தித்துப் பேசினோம். அடுத்த நாள் சென்னை பத்திரிகையாளர் மன்றத்தில் இடைக்கால அறிக்கை வெளியிடப்பட்டது.

குறிப்பு: 2017 இல் ஜல்லிக்கட்டு தடை செய்யப்பட்டபோது சென்னை மெரினாவில் மக்கள் கூடி அமைதிவழி அமர்வுப் போராட்டத்தை நடத்தி வந்தனர். போராட்டத் தலைவர்கள் சிலரிடம் நடத்திய பேச்சுவார்த்தைகளின் ஊடாகப் போராட்டத்தை நிறுத்திக்கொள்வதாக அவர்கள் வாக்களித்தும் கூட ஜனவரி 23, 2017 அன்று காலையிலும் மெரினா பீச்சில் தங்கி இருந்த போராட்டக்காரர்களைக் காவல்துறையினர் கடுமையான முறையில் அடித்துக் கலைத்தனார். அதன் விளைவாக ஆத்திரப்பட்ட போராட்டக்காரர்கள் ஐஸ்ஹவுஸ் காவல் நிலையத்தைத் தாக்கினர். அருகில் நிறுத்தப்பட்டிருந்த வாகனங்களும் சேதமாயின. அதனை

ஒட்டியே காவல்துறையின் இந்தக் கடுந்தாக்குதல் அப்பகுதி மக்கள் மீது மேற்கொள்ளப்பட்டது. விரிவான தகவல்கள் அப்போது நாங்கள் வெளியிட்ட உண்மை அறியும் குழு அறிக்கையில் உள்ளது.

(ii).விழுப்புரம் மாவட்டத்தில் நான்கு இருளர் பெண்கள் காவலர்களால் பாலியல் வன்முறைக்கு ஆளாக்கப்பட்டது.

சென்னை, 19-12-2011

விழுப்புரம் மாவட்டம் திருக்கோவிலூர் மண்டபம் கிராமத்தில் வாழ்கிற நான்கு பழங்குடி இருளர் பெண்கள் திருக்கோவிலூர் காவல் நிலைய போலீசாரால் சென்ற 2011 நவம்பர் 22 அன்று பாலியல் அத்துமீறலுக்கு ஆட்படுத்தப்பட்டனர். அந்த நான்கு பெண்களையும் அழைத்துச் செல்லப்பட்டபோது இருவரின் தாயாரும் அவர்களோடு கடத்திச் செல்லப்பட்டிருந்தனர். அதோடு அவர்களின் குடும்பத்தைச் சேர்ந்தவர்களும் உறவினர்களுமான 10 இருளர் ஆண்கள் நான்கு நாட்கள் சட்ட விரோதக் காவலில் வைத்துச் சித்திரவதை செய்யப்பட்டுப் பின் சிறையில் அடைக்கப்பட்டனர். சில மாதங்களுக்குப் பின்னரே அவர்கள் பிணையில் விடுதலை செய்யப்பட்டனர். இச் செய்தி பரவத் தொடங்கிய உடன் திருக்கோவலூர் நீதிமன்ற நடுவர் தானே முன்வந்து வழக்கை விசாரித்ததன் விளைவாகச் சற்றுத் தாமதமாகவேனும் ஊடகங்களில் இது முக்கிய செய்தி ஆனது.. சமூக ஆர்வலர் விழுப்புரம் ரமேஷ் முன்னின்று பேரா.கல்யாணி, புதுச்சேரி சுகுமாரன், அ.மார்க்ஸ் முதலானோர் அடங்கிய குழு ஒன்று அமைத்து ஒரு இடைக்கால அறிக்கை ஒன்றும் இது தொடர்பாக வெளியிடப்பட்டது. அப் பெண்கள் மீதான பாலியல் வன்முறையை இக்குழு உறுதிசெய்து குற்றவாளிகள் மீது உரிய நடவடிக்கை வேண்டும் எனவும் கோரியது. வழக்குப் பதிவு செய்யப்பட்டதை ஒட்டி அந்தப் பெண்களுக்கு மருத்துவ சோதனை முதலியன செய்யப்பட்டன. பாதிக்கப்பட்ட பெண்கள் ஒவ்வொருவருக்கும் தமிழக முதல்வர் ஜெயலலிதா 5 இலட்ச ரூபாய் இழப்பீடு வழங்கியதோடு குற்றவாளிகள் மீது கடும் நடவடிக்கை மேற்கொள்ளப்படும் எனவும் உறுதி

அளித்தார். எனினும் இந்தப் பாலியல் வன்முறைக்குக் காரணமான காவலர்கள் 'சஸ்பெண்ட்' பண்ணப்பட்டார்களே ஒழிய கைது செய்யப்படவில்லை. எனினும் அப்போது விழுப்புரம் சரக டி.ஐ.ஜி சக்திவேல் முதலான அதிகாரிகள் குற்றம் புரிந்த காவல் துறையினரைத் தப்புவிக்க முயற்சிப்பதாகக் குற்றச்சாட்டு அம்மக்கள் மத்தியில் இருந்தது. பாலியல் வன்முறைச் சம்பவத்தில் ஈடுபட்ட காவலர்கள் யாரும் இதுவரை கைது செய்யப்படவும் இல்லை. சஸ்பெண்ட் செய்யப்பட்ட காவலர்களும் பின்னர் பணியில் சேர்த்துக் கொள்ளப்பட்டனர். வழக்கு முடியும்வரை அவர்களுக்கு மாத ஊதியம் பாதியாகக் குறைக்கப்படும் எனும் நீதிமன்ற ஆணை மட்டும் இன்னும் தொடர்கிறது.

இது தொடர்பாக 20-12- 2011, செவ்வாய் மாலை 3 மணி அளவில் சென்னை சேப்பாக்கம் பிரஸ் கிளப்பில் பத்திரிகையாளர் சந்திப்பு ஒன்றை நடத்தினோம். இதில் பேரா. பிரபா. கல்விமணி (பேரா.கல்யாணி), கோ. சுகுமாரன் (புதுச்சேரி), பி.வி. ரமேஷ் (விழுப்புரம்), சுடரொளி சுந்தரம், அ.மார்க்ஸ் முதலான மனித உரிமைப் போராளிகள் மற்றும் பாலியல் வன்புணர்ச்சி செய்யப்பட்ட இருளர் பெண்கள் லட்சுமி, கார்த்திகா, வைகேஸ்வரி, ராதிகா மற்றும் சிறையில் உள்ள இருளர்களின் பெற்றோர்கள் ஆகியோர் கலந்துகொண்டனர்.

தற்போதைய நிலை: இது தொடர்பான வழக்கில் அன்றுவரை யாரும் கைது செய்யப்படவில்லை. நீதிமன்ற உத்தரவுப்படி பாதிக்கப்பட்ட பெண்கள் மற்றும் கைது செய்யப்பட்ட பழங்குடி ஆண்கள் முதலானோருக்கும் தலா ரூ 10,000 இழப்பீடு அளிக்க நீதிமன்றம் ஆணையிட்டுள்ளது. பாதிக்கப்பட்ட பெண்களுக்கு ஏற்கனவே கொடுக்கப்பட்ட 5 லட்சம் ரூ தவிர மீதம் 5 லட்ச ரூ தரப்பட வேண்டும் என்பது ஆணை. பாலியல் வன்முறைக்கு ஆளான காவலர்கள் மீதான வழக்கு விசாரிக்கப்பட வேண்டும் என்பது குறித்த மேல் முறையீடுகளை சமூக ஆர்வலர் விழுப்புரம் ரமேஷ் தொடர்ந்து வருகிறார்.

(iii) நீலாங்கரை காவல் நிலையத்தில் 15 வயதுச் சிறுவன் துப்பாக்கியால் சுடப்பட்ட கொடுமை

ஜனவரி 14, 2014

காவல் நிலைய 'விசாரிப்பின்போது' துப்பாக்கிக் குண்டு பட்டு ருேளாபல் மருத்துவமனையின் அவசர சிகிச்சைப் பிரிவில் அனுமதிக்கப்பட்டுள்ள 15 வயதுச் சிறுவன் தமீம் அன்சாரியை நேரில் சென்று பார்த்தோம். என்னுடன் மக்கள் ரிப்போர்ட் பத்திரிகை நண்பர்கள் சிபிலியும், ஃபைசலும் இருந்தனர்.

சிறுவன் கூறியவை:

"நான் ஞாயிற்றுக்கிழமை காலை (ஜன11, 2014) நீலாங்கரை பீச்சில் விளையாடிட்டு இருந்தேன். அப்போது ஒரு போலீஸ்காரர் 'பைக்'கில் வந்து என்னை போலீஸ் ஸ்டேஷனுக்குக் கூட்டிட்டுப் போனாரு. அங்கே என்னை "திருடிட்டியா"ன்னு கேட்டு அடிச்சாங்க. இல்லைன்னேன். என்னோட ரெண்டு கை கட்டை விரலையும் கம்பியால கட்டி அதை ஜன்னலோட சேத்துக் கட்டுனாங்க. அந்தக் கம்பியில லத்தி வச்சு அடிச்சாங்க. வலி தாங்க முடியாம கத்துனேன். விடாம அடிச்சாங்க. கோயில் உண்டியல் காசைத் திருடுனதை ஒத்துக்கச் சொல்லி கம்பியால அடிச்சாங்க. மூணு ஸ்டார் போட்ட போலீஸ்காரர் வந்து, "ஏய் திருட்டுப் பையா"-ன்னு சொல்லி என்னைத் திட்டினாரு. அவரு சொன்னதை எனக்குச் சொல்லத் தெரியல. அப்புறம் கட்டை விரல்ல மாட்டுன கம்பியைக் கழட்டிவிட்டாங்க. இன்னொரு போலீஸ்காரரும் வந்து போலீஸ் ஸ்டேசனுக்கு வெளியே நின்ன வேனுக்குக் கொண்டு வந்து நாந்தான் திருடுனேன்னு ஒத்துக்கச் சொல்லி என்னை ரெண்டு பேரும் அடிச்சாங்க... அப்புறம் என்னை போலீஸ் ஸ்டேஷனுக்குக் கொண்டு வந்தாங்க. என்னைப் படுக்க வச்சு ஒரு போலீஸ்காரர் என் வயித்துல உட்கார்ந்துட்டாரு. என் ரெண்டுகால் தொடையிலையும் ரெண்டு போலீஸ்காரங்க நின்னுட்டாங்க. ஒரு போலீஸ்காரர் இரும்புக் கம்பியால என்னை இங்க அடிச்சாரு (கால் பாதத்தைக் காட்டினான்). என்னால வலி தாங்க முடியல. நான் மூத்திரம்

படம்: ஆனந்த விகடன்

பேஞ்சுட்டேன். ஒரு போலீஸ்காரர் என் வாயில துப்பாக்கியால சுட்டாரு. நான் மயங்கிட்டேன்...”

தமீம் அன்சாரி ஏற்கனவே சின்னச் சின்ன திருட்டுகள் செய்து போலீசில் பிடிபட்டு இருக்கிறான். சிறுவர் சிறையில் அடைபட்டும் இருந்துள்ளான் என துரைப்பாக்கம் பகுதி மக்களை விசாரித்தபோது அவர்கள் கூறினார்கள். அந்த வகையில் இப்போது விசாரித்த திருட்டில் அவன் பங்கு உண்டு எனக் காவல்துறை சந்தேகப்பட்டதைப் புரிந்துகொள்கிறோம். ஆனால் அதற்காக இந்த வன்முறைக்குக் காரணமாக இருந்த புஷ்பராஜ் போன்ற காவல்துறை அதிகாரிகள் இந்த அளவிற்கு ஒரு சிறுவனைச் சித்திரவதை செய்ததை நம்மால் எண்ணிப் பார்க்க முடியவில்லை.

சிறுவன் தமீம் அன்சாரி பூரண குணமடையுமுன் மருத்துவ மனையிலிருந்து அனுப்பக்கூடாது என வழக்குரைஞர் சங்கரசுப்பு உயர் நீதிமன்றத்தை அணுகி ஆணை பெற்றுள்ளார். துப்பாக்கியை வைத்து மிரட்டி விசாரிக்கும்போது இது நடந்துள்ளது. எனினும் தற்செயல் விபத்து என்கிற வகையில்

வழக்கை முடிக்க காவல்துறை முயற்சித்துக்கொண்டுள்ளதாகவும் அறிகிறோம்.

காவல் நிலையச் சாவுகள் குறித்து தமிழக முதல்வர் தொடர்ந்து எச்சரித்து வந்த போதும் தொடர்ந்து இப்படி நடந்து வருகிறது. ஆனாலும் உரிய நடவடிக்கை எடுக்காததன் விளைவே இன்றைய இந்தக் கொடுமையின் பின்னணி. இந்தக் கேலிக் கூத்து தொடராமல் இருக்க ஒரே வழி உடனடி நடவடிக்கை எடுப்பதுதான்.

மார்ச் 29, 2012 அன்று தமிழகச் சட்டமன்றத்தில் சி.பி. எம். கட்சி உறுப்பினர் அண்ணாதுரை 9 மாதங்களில் 11 காவல்நிலையச் சாவுகள் நிகழ்ந்துள்ளதைக் கவனத்திற்குக் கொண்டு வந்தபோது தனது அரசு இத்தகைய காவல் சாவுகளுக்குக் காரணமானவர்கள் மீது கடும் நடவடிக்கை எடுக்குமென தமிழக முதல்வர் வாக்குறுதி அளித்தார். சென்ற டிசம்பர் 13, 2013 அன்று காவல்துறை உயரதிகாரிகள் மத்தியில் பேசிய முதல்வர், "வீடுகளிலும் பொது இடங்களிலும் பொதுமக்களைப் பாதுகாப்பது காவல்துறையினரின் கடமையென எதிர்பார்க்கப்படுகிறது. அப்படியிருக்கையில் காவல்நிலையங்களில் குடிமக்கள் சாவது என்பது நீதியை கேலிக்கூத்தாக்குவது *(Travesty of Justice)* ஆகும். இங்குமங்குமாக காவலில் செத்துப் போகிறவர்களின் எண்ணிக்கை என்பது காவல்துறையினருக்கு வெறும் புள்ளிவிவரமாக இருந்தபோதும் இறந்தவர்களின் நெருக்கமான உறவினர்களைப் பொறுத்தமட்டில் அது வெறும் புள்ளிவிவரமல்ல" என்று கூறியுள்ளார்.

இப்படி எல்லாம் முதலமைச்சர் ஜெயலலிதா வசனங்கள் பேசியபோதும் தவறிழைக்கும் காவல்துறையினர் மீது உரிய நடவடிக்கைகள் எடுக்காதவரை இந்த உறுதிமொழிக்கெல்லாம் எந்தப் பயனும் இல்லை என்பதையே இத்தகைய சம்பவங்கள் உணர்த்துகின்றன. இதற்கு முடிவென்ன?

சிறுவனின் வாயில் துப்பாக்கி வைத்து மிரட்டிப் பின் கழுத்தில் சுடவும் செய்த நீலாங்கரை காவல் நிலைய ஆய்வாளர் புஷ்பராஜை தமிழகக் காவல்துறை காப்பாற்ற முயற்சிப்பதைக்

கண்டித்து பிப் 20, 2014 மதியம் சென்னை சேப்பாக்கம் பத்திரிகையாளர் மன்றத்தில் இந்தியன் தவ்ஹீத் ஜமாத் சார்பில் ஒரு *PRESS MEET* நடத்தப்பட்டது.

அப்போது சிறுவன் தமீம் அன்சாரி தனக்கு என்ன நிகழ்ந்தது என்பதை நேரில் விளக்கினான். எஸ்.எம்.பாக்கர், மூத்த வழக்குரைஞர் சங்கர சுப்பு, அ.மார்க்ஸ் ஆகியோரும் பங்குபெற்றனர்.

(iv) ஆம்பூரில் ஒரு காவல்துறைக் கொலை

ஜூலை 31, 2015

ஆம்பூரில் அப்பாவி முஸ்லிம் இளைஞர் ஒருவரை சட்ட விரோதக் காவலில் வைத்து அடித்து அவர் சாவதற்குக் காரணமாக இருந்த பள்ளிகொண்டா காவல் நிலைய ஆய்வாளரும், தலைமறைவாக இருந்ததாகச் சொல்லப்பட்டவருமான மார்டின் பிரேம்ராஜ் சில மணி நேரங்களுக்கு முன்னர் கைது செய்யபட்டார் எனத் தகவல் வந்துள்ளது. நாகர்கோவில் அருகே ஒரு காட்டுப் பகுதியில் அவர் உல்லாசமாக மான் வேட்டை ஆடிக்கொண்டிருந்தபோது கைது செய்யபட்டதாகச் சொல்லப்படுகிறது.

நெய்வேலி டவுன் போலீஸ் ஸ்டேஷன் படுகொலை: சட்டமன்ற உறுப்பினர் வேல்முருகன் உண்ணாவிரதப் போராட்டம் ஒன்றைச் சில நாட்கள் தொடர்ந்து நடத்தினார்.

நவ 21, 2020

“காவல் நிலையச் சித்திரவதையில் கொல்லப்பட்ட செல்வ முருகனின் உடலை அடக்கம் செய்ய முடியாது” எனத் தமிழர் வாழ்வுரிமைக் கட்சித் தலைவர் வேல்முருகன் இந்தக் கணம் உண்ணாவிரதம் மேற்கொண்டுள்ளார். கொலைக்குக் காரணமான இன்ஸ்பெக்டர் ஆறுமுகம் மற்றும் டி.எஸ்பி கிரைம் துறைக் காவலர்கள் மூவரையும் உடன் சஸ்பெண்ட் செய்து கைது செய்ய வேண்டும் என்பது கோரிக்கை.

விடுதலை செய்யப் பணம் கேட்டும், சட்ட விரோதக் காவலில் வைத்தும் சித்திரவதை செய்த அதிகாரி ஆறுமுகத்திற்கு நெய்வேலி காவல் நிலையத்திலிருந்து கடலூர் காவல் நிலைய மாற்றல்தான் தண்டனையா என்கிற கேள்வியையும் அவர் எழுப்புகிறார்.

தமிழகம் முழுவதையும் சாத்தான் குளங்களாக்க அனுமதியோம் எனும் முழக்கத்துடன் போராட்டம் தொடர்ந்தது.

ஒடிஷா கல்ஹாண்டி மாவட்டத்திலும் இப்படி ஒரு அனுபவம் ஆமாம். இங்கு மட்டுமல்ல எங்கும் இதுதான் நிலை.

2016 மே-யில் ஒடிஷா மாநிலம் கல்ஹாண்டி மாவட்டத்தில் வேதாந்தா நிறுவனம் மேற்கொண்டுள்ள அத்துமீறல்கள், அதன் விளைவாக அங்கு பாரம்பரியமாக வாழும் பழங்குடி மக்கள் வெளியேற்றப்படுவது, அவர்களின் வாழ்வாதாரம் அழிக்கப்படுவது ஆகியன குறித்த ஒரு கள ஆய்வுக்காக NCHRO சார்பாக நான், ரெனி அய்லின் முதலானோர் கொண்ட குழு ஒன்று அங்கு சென்றிருந்தோம். மூன்று நாள் ஆய்வுகளுக்குப் பின் புவனேஸ்வரத்தில் நாங்கள் நடத்திய 'ப்ரெஸ் மீட்' குறித்த செய்திகள் விரிவாகப் பத்திரிகைகளில் வெளிவந்தன. ஆனால் இங்கு நான் சொல்லவந்தது அதுவல்ல. இந்த ஆய்வின் ஊடாக இன்னொரு அநீதியையும் நாங்கள் அறிய முடிந்தது.

நாச்சினிகுடா என்றொரு சிறிய பழங்குடிக் கிராமம். பஸ் முதலான வாகனங்கள் மட்டுமல்ல, ஒரு சைக்கிளும் கூடப் போக முடியாத ஒரு கிராமம். பாதையே கிடையாது. கற்கள், சிறு ஓடைகள் எல்லாவற்றையும் தாண்டிச் சென்றால் சுற்றிலும் மலைகள் சூழ்ந்த அழகிய சிறு சமநிலம். இங்கே ஏழு குடும்பங்கள் வசிக்கின்றன. மொத்தம் 35 நபர்கள். சோகமே உருவாக அங்கொரு பெண்ணைப் பார்த்தோம். இவரின் துயரம் நமது புனித நூல்கள் மற்றும் காவிய நாயகிகள் யாருடைய துயரத்தையும் காட்டிலும் குறைந்ததல்ல. இவர் அந்த நாச்சினிகுடா கிராமத் தலைவர் பாகா மஜ்ஹியின் மனைவி புர்யானி மஜ்ஹி.

முழுக்க முழுக்க வனத்தைச் சார்ந்துள்ள பழங்குடி வாழ்க்கை.

சென்ற மே 10. அதிகாலை 3 மணி. ஒரு போலீஸ் படை வந்தது. சிலர் யூனிஃபார்மில், சிலர் நீல உடையில். சுமார் 40 பேர் இருக்கலாம். கடும் அலம்பல்களோடு வீடுகளுக்குள் புகுந்து பக்கா மஜ்ஹி எங்கே எனத் தேடிக் கடைசியில் பிடித்துக் கொண்டனர். அவரைக் கொண்டு செல்ல முயன்றபோது மற்றவர்கள் தடுத்தனர். துப்பாக்கிகளை நீட்டிச் சுட்டுவிடுவோம் என எச்சரித்து, அவரின் மனைவியும் நான்கு குழந்தைகளும் கதறக் கதற அவரை மட்டும் இழுத்துச் சென்றனர்.

இன்று தேதி 16. இன்றுவரை எந்தத் தகவலும் இல்லை.

அடுத்த சில நாட்களில் திருலோச்சன்பூர் பஞ்சாயத்து அலுவலகத்தில் கலெக்டர் தலைமையில் ஏதோ அமைதிக் கூட்டம். எல்லா அதிகாரிகளும் பழங்குடி மக்களும் திரண்டிருந்தனர். அப்போது நியான்கிரி சுரக்ஷா சமிதி தலைவர்களில் ஒருவரான லாடே ஷிகோ அங்கு சென்று, “இப்படி ஆட்களைக் கடத்திச் செல்கிறது உங்கள் போலீஸ். அப்புறம் என்னடா அமைதிக் கூட்டம் நடத்துறீங்க...” எனச் சத்தம் போட்டுள்ளார். கூட்டத்தை ரத்து செய்துவிட்டு அதிகாரிகள் ஓடியுள்ளனர். பத்திரிகை ஒன்றில் இந்தச் செய்தி வந்துள்ளது. இது ஒன்றுதான் இந்தக் கடத்தலுக்கான ஒரே ஆதாரம்.

ஆனால் இன்றுவரை எந்த நடவடிக்கையும் இல்லை. நீங்கள் எதாவது புகார் கொடுத்தீர்களா எனக் கேட்டேன். நீண்ட மௌனத்திற்குப் பின், “அவங்கதான் புடிச்சுட்டுப் போனாங்க. அவங்கள்டேயே போய் புகார் கொடுத்து என்ன பண்றது” எனப் பதில் வந்தது.

அது சரியான பதில் எனச் சொல்ல இயலாது. அதிகாரிகளைக் கேட்டால் எங்களுக்குத் தெரியாதே, எந்தப் புகாரும் இல்லையே என்பார்கள்.

இருந்தாலும் நாங்கள் ஒரு சிறு முயற்சியாக லார்ஜிகார் காவல்

நிலையத்திற்குச் சென்றோம். அங்கிருந்த நிலைய அதிகாரி நாகபட்டா, "சார், பீஜபூர் போலீஸ் ஸ்டேஷன் முன்பு ஒரு அவுட் போஸ்டாக இருந்தது. இப்போது அதை ஒரு முழு போலீஸ் ஸ்டேஷனா மாத்தியாச்சு. அங்கே போய் விசாரிங்க. ரொம்ப தூரத்திலேருந்து எல்லாம் வந்துருக்கீங்க. எல்லாருக்கும் கோகோ கோலா குடுப்பா..." என்றார்.

நாங்கள் மீண்டும் மலைப் பாதையினூடாக பீஜப்பூர் போனோம். அது ஒரு போலீஸ் ஸ்டேஷனே இல்லை. அங்கு ஒரு ஊர்க்காவல் படை இளைஞன்தான் இருந்தான். அவனுக்கு ஒன்றும் தெரியவில்லை. அவன் கொடுத்த செல் நம்பரில் பதிலில்லை.

எங்களுக்கு இரவு எட்டரை மணிக்கு முநிகுடாவில் ரயில். அப்போது மணி ஏழே கால். வரும்போது சில மீட்டர் தொலைவில் சி.ஆர்.பி.எஃப் கேம்ப் ஒன்று இருந்தது கண்ணில் பட்டது.

அறிக்கை எழுதுவதற்கு முன் கலஹாண்டி மாவட்ட SP பிரிஜேஷ் ராயைப் பலமுறை தொடர்பு கொண்டு இறுதியில் பேச முடிந்தது. நச்சினிகுடாவில் பக்கா மஜ்ஹி எனும் பழங்குடித் தலைவரை படையினர் கடத்திச் சென்றதையும் உள்ளூர் காவல்நிலையத்தில் விசாரித்ததில் பொறுப்பான பதிலில்லை என்பதையும் சொன்னேன். தனக்கு அந்த விவரம் தெரியாது எனவும், உரிய விவரங்களைத் தந்தால் அல்லது நேரில் சந்தித்தால் உடன் நடவடிக்கை எடுப்பதாகவும் சொன்னார்.

நேரில் சந்திக்க வாய்ப்பில்லை என்றேன். SMS செய்யுங்கள் என்றார். விரிவாகத் தகவல் அனுப்பியுள்ளோம். அடுத்தநாள் பத்திரிகைகளும் செய்தி வெளியிட்டன. எனினும் தொடர்ந்து எங்களால் அந்தப் பிரச்சினையைப் பின்தொடர இயலவில்லை.

(ஒரு குறிப்பு: ஒரு குறிப்பிட்ட காலத்தில் முகநூலில் செய்த பதிவுகளில் ஒரு சில மட்டும் இங்கே தரப்படுகின்றன. சென்ற ஆகஸ்ட் 09 2021 இல் தலைமை நீதிபதி என் வி ரமணா

அவர்கள் பேசும்போது காவல்நிலையச் சித்திரவதைகளும், வன்முறைகளும்தான் மனித உரிமைகள் மீதான மிகப் பெரிய தாக்குதலாக உள்ளன எனக் கூறியது குறிப்பிடத் தக்கது. காவல் நிலைய இறப்புகள் மற்றும் நீதிமன்றக் காவல் இறப்புகள் இரண்டும் இதில் அடக்கம். ஒட்டுமொத்தமாக இங்கே நடக்கும் காவல் நிலைய அத்துமீறல்களைத் தொகுக்கத் தொடங்கினால் அது பல நூறு பக்கங்கள் அடங்கிய நூலாக அமையும்.)

2.7

இந்திய அரசின் சித்திரவதை எதிர்ப்புச் சட்டம்

ஜூன் 2, 29, 2013

(இந்திய அரசு சரியான சித்திரவதை எதிர்ப்புச் சட்டம் ஒன்றை நிறைவேற்ற வேண்டும்! ஐ.நா அவையின் சித்திரவதை எதிர்ப்பு உடன்பாட்டிற்குச் சட்ட ஏற்பு அளிக்க வேண்டும். சாத்தான்குளம் கொடுமையில் நாம் ஒன்றைத் தவறவிட்டு விடுகிறோம். இது கொலை செய்யவேண்டும் எனச் செய்யப்பட்ட கொலை அல்ல. காவல் நிலையச் சித்திரவதையின் விளைவான ஒரு கொலை. ஐ.நா அவையின் சித்திரவதை எதிர்ப்புப் பிரகடனத்தை இது வரை ratify செய்யாமல் (ஏற்பளிக்காமல்) மறுத்துவரும் சில நாடுகளில் இந்தியா முக்கியமானது. காவல்நிலைய அத்து மீறல்களையும் என்கவுன்டர் படுகொலைகளையும் விமர்சிக்காத ஒரு 'பண்பாடு' நம் எல்லோரிடமும் உறைந்துள்ளதை நாம் எல்லோரும் நெஞ்சில் அறைந்து கொண்டு சிந்திக்க வேண்டும். இது தொடர்பாக சித்திரவதை எதிர்ப்பு நாளில் NCHRO சார்பாகச் சென்னையில் சில ஆண்டுகளுக்கு முன்

நடைபெற்ற அரங்கக் கூட்டம் ஒன்றில் சித்திரவதைகளிலிருந்து பாதுகாத்தல் தொடர்பான உலகளவிலான உடன்பாடுகள் குறித்து முன்வைக்கப்பட்ட அறிக்கை இது.)

கொடூரமான வலியை மனித உடல்கள் மீது காயங்கள் அல்லது உடனடி நிரந்தர ஊனங்கள் ஏற்படாமலோ அல்லது காலப்போக்கில் அத்தகைய நிலைகளுக்குக் காரணமாகுமாறோ ஏற்படுத்துவதைச் சித்திரவதை என்கிறோம். பல நேரங்களில் இது உடல் ரீதியான வன்முறையாக அமையாமலோ இல்லை உடல் ரீதியான வன்முறையுடன் கூடியோ மனம் மற்றும் உளவியல் ரீதியான வன்முறைகளாகவும் நிகழும். அரசு, குழுக்கள், சில நேரங்களில் தனிநபர்கள் ஆகியோரால் பல ஆயிரம் ஆண்டுகளாக மனிதர்கள் மீது தம் அதிகாரத்தை நிலை நாட்டுவதற்கு அவர்களின் உடல்களே இவ்வாறு ஒரு கருவியாகவும் களமாகவும் பயன்படுத்தப்பட்டு வருகின்றன.

குழுக்கள், தனிநபர்கள் ஆகியோரும் இத்தகு கொடுமைகட்குக் காரணமானாலும் கூட அரசும் அரசு நிறுவனங்களான காவல்துறை, உளவுத் துறை முதலானவையுமே இதில் முன் நிற்கின்றன. தண்டித்தல், பழிவாங்கல், அரசியல் காரணங்கள், அச்சுறுத்தல், புலன் விசாரணை, வற்புறுத்தல், மூன்றாம் நபர் ஒருவரை அச்சுறுத்திப் பணிய வைத்தல் ஆகியன சித்திரவதைகளின் காரணங்களாக அமைகின்றன. சில நேரங்களில் சிலரது குரூர மகிழ்ச்சிக்காகவும் *(sadistic pleasure)* சித்திரவதைகள் மேற்கொள்ளப்படுகின்றன.

உலகெங்கிலும், வரலாறு முழுமையும் சித்திரவதைகள் என்பன அரசுகளின் பிரிக்க இயலாத ஓரங்கமாக அமைந்தபோதும் இவ்வாறு கொடுஞ் சித்திரவதைகள், அதனூடான காவல் நிலைய மரணங்கள் ஆகியவற்றில் இந்திய அரசு முன் நிற்கிறது. 1993 2009 காலகட்டத்தில் மாத்திரம் 2,318 காவல் நிலையச் சாவுகளும், 716 போலி மோதல் கொலைகளும் நடந்துள்ளன என தேசிய மனித உரிமை ஆணையம் அறிவித்துள்ளது. இது ஆணையத்தின் முன் வந்துள்ள புகார்களின் அடிப்படையிலான தரவு. காவல் நிலையச் சாவுகளில் 90 சதம் ‘தற்கொலைகள்’

என்பதாக அறிவிக்கப்படுவதையும், பிடித்துக் கொண்டு சென்று கொன்று விட்டு மோதலில் கொல்லப்பட்டதாக அறிவிக்கப்படுவதையும் கணக்கில் கொண்டால், ஆணையம் அறிவித்துள்ள புள்ளி விவரங்களைக் காட்டிலும் எத்தனை ஆயிரம் மடங்கு காவல் நிலையச் சாவுகளும் போலி மோதல் கொலைகளும் நடந்துள்ளன என்பதை ஒருவர் ஊகிக்க முடியும். தவிரவும் ஆணையம் தந்துள்ள தரவு சித்திரவதைகளின் மூலமாக ஏற்பட்ட மரணங்கள் மட்டுமே. இப்படி மரணங்கள் ஏற்படாமல் மேற்கொள்ளப்படும் சித்திரவதைகள் பல இலட்சம் மடங்கு அதிகம். நான்கு நாட்களுக்கு முன் கோவையில் நடைபெற்ற கூட்டம் ஒன்றில் பேசிய நீதியரசர் ஹேமந்த் குமார் நாள்தோறும் 3 முதல் 4 காவல் நிலையச் சாவுகள் நடப்பதாகவும், இதில் வருந்தத்தக்க நிலை என்னவெனில் பாதிக்கப்பட்டவர்களின் உறவினர்கள் இது குறித்துப் புகாரளிக்க அஞ்சுவதுதான் என்றும் கூறியுள்ளார். காவல்துறையினர் காலனிய கால மனநிலையுடனேயே செயல்படுவதாகவும், தாங்கள் மக்கள் ஊழியர்கள் என்பதை மறந்து மக்களின் எஜமானர்கள் என்கிற உணர்வுடனேயே செயல்படுவதாகவும் அவர் குற்றஞ்சாட்டியுள்ளது குறிப்பிடத்தக்கது.

சாதாரணமாகத் தினந்தோறும் நடக்கிற இக்காவல் நிலையச் சித்திரவதைகள், உள்நாட்டுப் பிரச்சினைகள், எதிர்ப்புகள் நடைபெறுமிடங்களில் பல மடங்கு அதிகமாக வெளிப்படுகின்றன. புலனாய்வு முறைகளில் அனுமதிக்கப்பட்ட ஒன்றாகவும் விசாரணை செய்யப்படுபவர்களிடமிருந்து விரும்பிய உண்மைகளை வரவழைக்கும் வழிமுறைகளில் ஒன்றாகவும் நமது புல்னாய்வு நிறுவனங்களின் அங்கீகரிக்கப்பட்ட நடைமுறையாகச் சித்திரவதைகள் உள்ளன என்கிற வருந்தத்தக்க உண்மையை நாம் மனங்கொள்ள வேண்டும்.

“சித்திரவதைகள் மற்றும் மனிதாபிமானமற்ற, குரூரமான, கண்ணியக் குறைவான நடைமுறைகள் மற்றும் தண்டனை வடிவங்களுக்கு எதிரான ஐ..நா உடன்பாடு” *{UN Convention against Torture and other Cruel, Inhuman or Degrading Treatment or*

Punishment (UNCAT)} 1984ம் ஆண்டு இயற்றப்பட்டது. எனினும் பதிமூன்றாண்டுகளுக்குப் பின்பே (1997ல்) உலகின் மிகப் பெரிய ஜனநாயக நாடாகிய இந்தியா இதில் கையெழுத்திட்டது.

எனினும் இன்றுவரை இந்திய அரசு இதற்குச் சட்ட ஒப்பேற்பு (ratification) வழங்கவில்லை. அதன் முதற்படியாகிய உள்நாட்டுச் சட்டத்தையும் (enabling legislation) இயற்றவில்லை. ஆனால் 153 நாடுகள் இதற்கு ஒப்பேற்பு வழங்கியுள்ளது குறிப்பிடத்தக்கது. இந்நாடுகளில் சித்திரவதைக்கு உள்ளானவர்கள், அதற்குக் காரணமானவர்கள் மீது வழக்குத் தொடர்ந்து தண்டிக்கலாம். இழப்பீடு பெறலாம்.

பன்னாட்டு மற்றும் உள்நாட்டு அழுத்தங்களின் விளைவாகச் சென்ற 2008ல் இவ்வாறு ஒப்பேற்பு அளிப்பதற்கு முதற்படியாக சித்திரவதைத் தடுப்புச் சட்ட வரைவு ஒன்றை உருவாக்குவது என முடிவு செய்யப்பட்டு அது 2010ல் முன்வைக்கப்பட்டது.

இந்தியத் தண்டனை சட்டத்தின் 333ம் பிரிவு "கொடுங் காயம்" (grievous injury) ஏற்படுத்துவதைக் குற்றமாக்குகிறது. இது சித்திரவதை வழக்குகளுக்கும் பொருந்தும் என்ற போதிலும், இது குறிப்பிட்ட வடிவிலான உடற் காயங்களை ஏற்படுத்தும் சூழல்களுக்கு மட்டுமே பொருந்தும். பொதுவான சித்திரவதை முறைகள் இதன் கீழ் வராது. தவிரவும் சித்திரவதைக்குக் காரணமானவர் அரசுப் பணியாளரா இல்லையா என்பதும் இச் சட்டப் பிரிவில் ஒரு பொருட்டாக இருப்பதில்லை.

எனினும் ஐ.நா உடன்பாடு இதைத் தெளிவாக வரையறுக்கிறது. "அரசு ஊழியர்கள் (public servants) அல்லது அவர்களால் பணியமர்த்தப்படுவோர், (சித்திரவதைக்குள்ளாக்கப்படும்) ஒரு நபர் அல்லது ஒரு மூன்றாவது நபரை, ஏதேனும் ஒரு தகவலைப் பெறுவதற்காகவோ இல்லை ஒப்புதல் வாக்குமூலம் அளிப்பதற்காகவோ, இல்லை தண்டிக்கும் நோக்கத்துடனோ உள மற்றும் உடல் ரீதியான கடும் வலியை ஏற்படுத்தும் செயல்களைச்" சித்திரவதை என ஐ.நா உடன்பாடு வரையறுக்கிறது.

சித்திரவதைக்குள்ளாக்கப்படும் நபர்கள், ஏதேனும் குற்றம் இழைத்தவராகச் சந்தேகிக்கப்படுவோர், (சாதி,மதம், இனம் என ஏதோ ஒரு வகையில்) வேறுபடுத்தப்படுவோர் என்கிறவாறும் ஐ.நா உடன்பாட்டில் அடையாளப்படுத்தப் படுகின்றனர்.

ஆனால் இந்திய அரசு முன்வைத்த சித்திரவதைகள் தடுப்புச் சட்ட வரைவோ இந்த அடிப்படை அம்சங்கள் பலவற்றை நீர்க்கச் செய்து இச்சட்டத்தின் நோக்கத்தையே கேலிக் கூத்தாக்கியது. இச்சட்ட வரைவின் 3ம் பிரிவு, சித்திரவதை என்பதை உள்நோக்கத்துடன் "கொடும் உடல் காயம்", அல்லது "உயிராபத்து மற்றும் உடல் உறுப்பு, உடல் நலத்திற்கு ஆபத்து" விளவிக்கும் செயல் என வரையறுக்கிறது. இதன் மூலம் உள ரீதியான சித்திரவதைகள், கடும் அச்சுறுத்தல்கள், உறக்கமில்லாமல் துன்புறுத்துவது, உடற்காயமின்றி லாடம் கட்டி அடித்து உள் காயங்களை ஏற்படுத்துவது, பாலியல் சீண்டல்கள், மிளகாய்ப்பொடி முதலானவற்றை உடலின் மென்மையான பாகங்களில் தேய்ப்பது, பிறப்புறுப்புகளில் மின்சாரம் பாய்ச்சுவது முதலான இந்தியக் காவல்துறையினருக்கு மிகவும் பிடித்தமான சித்திரவதைகள் பலவும், "சித்திரவதை" என்கிற வரையறைக்குள் வராமல் போகிற வாய்ப்பு ஏற்படுத்தப்பட்டுள்ளது. "உடல் நலத்திற்கு ஆபத்து விளைவித்தல்" என்கிற வாசகம் கூடப் பெரிய அளவில் பாதிக்கப்பட்டவர்களுக்கு உதவாது எனச் சட்ட நிபுணர்கள் கருத்துத் தெரிவிக்கின்றனர். "ஆபத்து" என்பது பெரிய அளவிலான நிரந்தர ஊனத்தைக் குறிக்கும் வாய்ப்புடையதாக ஆகிவிடுகிறது. சித்திரவதை என்பதில் வலி, துயரம், அவமானம், அச்சம் முதலியனவே முதன்மைப்படுத்தப் படுதல் வேண்டும்.

சட்ட வரைவின் 4ம் பிரிவு, சித்திரவதை என்பது "ஏதேனும் ஒரு குற்றத்தை நிறுவுவதற்கான வாக்குமூலம் ஒன்றைப் பெறும் நோக்கத்தைக் கொண்டிருக்க வேண்டும்" என்பதோடு கூடுதலாக ஏதேனும் ஒரு வகையில் (சாதி, மதம், இனம் போன்று) அவர் வேறுபடுத்தப்பட்டவராகவும் இருக்க வேண்டும்" என்கிறது. எனவே ஒரு விசாரணை அதிகாரி பணம்

பறிப்பதற்காகவோ இல்லை பழிவாங்குவதற்காகவோ இல்லை அச்சுறுத்துவதற்காகவோ, இல்லை பாலியல் சகாயங்களைப் பெறுவதற்காகவோ சித்திரவதை செய்தால் அது குற்றமாகக் கருதப்படமாட்டாது. ஏதேனும் குற்ற வாக்குமூலங்களைப் பெறுவதற்காகச் செய்யப்பட்டால் மட்டுமே அது குற்றமாகக் கருதப்படும். தவிரவும் ஐ.நா பிரகடன வாசகங்களில் உள்ளது போல சாதி மத இன வேறுபாடுகளின் அடிப்படையில் சித்திரவதை மேற்கொள்ளக்கூடாது என்பதுதான் சரியாக இருக்குமே ஒழிய சித்திரவதைக்கான நிரூபணங்களில் ஒன்றாகச் சாதி மத வேறுபாடுகள் இருக்கக் கூடாது.

இந்தியச் சட்ட வரைவின் 5ம் பிரிவு, சித்திரவதைக்கான புகார்கள் ஆறு மாதங்களுக்குள் செய்யப்பட்டால்தான் நீதிமன்றங்கள் அவற்றை விசாரிக்க வேண்டும் என்கிறது. சித்திரவதைக்கு உள்ளாகிறவர்களில் கிட்டத்தட்ட 80 சதத்திறற்கும் மேற்பட்டோர் ஏழை எளியோர், ஒடுக்கப்பட்டவர்கள். இந்தத் துன்பத்திலிருந்து அவர்கள் மீண்டு, ஆதரவு தேடி, வழக்குக்குத் தேவையான பணம் சேர்த்து, அச்சம் நீங்கி நீதிமன்றத்தை அணுக ஆறு மாதங்களுக்கு மேலான காலமும் ஆகலாம். அவர்களுக்கெல்லாம் நீதி மறுக்கப்பட இந்தியச் சட்ட வரைவு துணைபுரிகிறது.

இந்தியச் சட்ட வரைவின் 6ம் பிரிவு இன்னும் கொடூரமானது. அரசின் முன் அனுமதியின்றி சித்திரவதை புரிந்த அதிகாரிகளை நீதிமன்றம் விசாரிக்கக் கூடாதாம்.

ஆக இந்தியச் சட்ட வரைவை "சித்திரவதைக்கு எதிரான சட்டம்" என்பதைக் காட்டிலும் "சித்திரவதைகளுக்கான பாதுகாப்புச் சட்டம்" அல்லது "சித்திரவதைகளுக்கான தண்டனை விலக்குச் சட்டம்" என்பதே பொருத்தமாக இருக்கும்..

கடும் எதிர்ப்புகள் வந்ததை ஒட்டி அரசு இச் சட்ட வரைவை மாநிலங்கள் அவைக்குக் கொண்டு செல்லாமல் நிறுத்தி வைத்துள்ளது. இதில் காங்கிரஸ், பா.ஜ.க என வேறுபாடுகள் ஏதும் இல்லை. இடதுசாரிக் கட்சிகளும் இவற்றைப் பெரிதாக எடுத்துக்கொள்வதில்லை.

சித்திரவதைகளால் பெரிதும் பாதிக்கப்படுவோர் தலித்கள், முஸ்லிம்கள், பழங்குடியினர், பொருளாதார ரீதியாக அடி நிலையில் இருப்போர், இவர்கள் சார்ந்த பெண்கள் ஆகியோரே. இவர்களுக்காக நிற்போரே இப்பிரச்சினையை முன்னெடுத்துச் செல்ல வேண்டும்.

முதற்கட்டமாக மேலே குறிப்பிட்ட ஓட்டைகள் இல்லாத வலிமையான சித்திரவதை எதிர்ப்புச் சட்டம் ஒன்றை இந்திய அரசு இயற்ற வேண்டும். அதனடிப்படையில் ஐ.நா உடன்பாட்டிற்கு சட்ட ஒப்பேற்பு அளிக்க வேண்டும்.

சித்திரவதை செய்வது, போலி மோதல்களைச் செய்து கொன்று குவிப்பது, காவல் நிலையக் கொலைகள், காவல் நிலையப் பாலியல் வன்முறைகள் அகியவற்றில் தமிழ்நாடு வேறெந்த மாநிலத்திற்கும் சளைத்ததல்ல. இது குறித்த விரிவான புள்ளிவிவரங்கள் நம்மிடம் உண்டு. இவற்றைத் தொகுத்து மக்கள் மத்தியில் கொண்டு செல்ல வேண்டும். உண்மைகளைக் கண்டுபிடிக்க சித்திரவதை தவிர்க்க இயலாத ஒரு கருவி என்கிற பொதுப் புத்தியில் பதிந்துள்ள கருத்தை எதிர்த்தும் நாம் போராட வேண்டும். புலனாய்வு அறிவியல், தடய அறிவியல் என்பன பெரிதும் வளர்ந்துள்ள நிலையில் அடிப்படை மனித நாகரிகத்திற்குப் பொருத்தமற்ற இந்தக் கொடிய சித்திரவதைகளுக்கு எந்த நியாயமும் கிடையாது என்பதை நாம் மக்கள் மத்தியில் விளக்க வேண்டும்.

நீதிமன்றங்கள் இவ்வாறான சித்திரவதைகள் குறித்த செய்திகள் ஊடகங்களில் இடம்பெறும்போது அவற்றைத் தன்னிச்சையாகக் கவனத்தில் எடுத்து *(suo moto)* நடவடிக்கை எடுக்க வேண்டும்.

2.8

மக்களைக் கண்காணிக்க 'ட்ரோன்கள்' பயன்படுத்தல் குறித்து

அந்தரங்கம் புனிதமானது

கோவிட் பெருந்தொற்றுத் தாக்குதலை எதிர்கொள்வது என்கிற பின்னணியில் இன்று கோவிட் பரவலைத் தடுக்க ட்ரோன்களைப் பயன்பாடுத்துவது எனும் நிலை ஏற்பட்டுள்ளது. ஆனால் இது தொடர்பான விதிகள் குறித்துப் பெரிய விவாதங்கள் ஏதும் இதுவரை நடக்கவில்லை. அரசு நிறுவனங்கள் பலவும், காவல்துறையும் கடந்த சில ஆண்டுகளாக இவற்றைப் பயன்படுத்தி வரும் நிலையில் இது குறித்த பெரிய விவாதங்கள் எதுவும் இல்லாதது கவலைக்குரியது.

இப்போது ஜம்முவில் உள்ள ஒரு இந்திய விமானப்படைத் தளத்தின் மீது வெடிகுண்டுகள் வீசித் தாக்குவதற்குப் பயங்கரவாதிகள் இப்படி ட்ரோன்களைப் பயன்படுத்தியதை ஒட்டி இந்திய அரசு சமீபத்தில் அவசர அவசரமாக

ட்ரோன்களைப் பயன்படுத்துவது தொடர்பான விதிகளில் மேலும் பல திருத்தங்களைச் செய்துள்ளது. திருத்தப்பட்ட இந்தப் புதிய ட்ரோன் பயன்பாட்டு விதிகள் (2021) இது குறித்து முன்வைக்கப்படும் ஐயங்களைப் போக்கும் எந்த மாற்றங்களையும் கொண்டிருக்கவில்லை என்பதை வல்லுனர்கள் சுட்டிக் காட்டுகின்றனர்.

மக்களின் அந்தரங்கங்களில் அத்துமீறுதல் இருக்காது என்பதற்கான எந்த உத்தரவாதமும் இந்தப் புதிய விதி மாற்றங்களில் இல்லை என்பதையும் வல்லுனர்கள் கவலையுடன் சுட்டிக் காட்டுகின்றனர்.

இப்படியான ட்ரோன்களைப் பயன்படுத்தி மக்களைக் கண்காணிப்பது என்பது டெல்லி சட்டமன்றத் தேர்தலின்போதும், பிப்ரவரி 2020 இல் பெரிய அளவில் நடந்த டெல்லி கலவரத்தின்போதும் பயன்படுத்தப்பட்டதை இன்று காவல்துறை ஒத்துக்கொண்டுள்ளது.

அயோத்தியில் இராமர் கோயில் கட்டுவதற்காக நடந்த கால்கோள் விழாவிற்கு எதிரான போராட்டங்களிலும் இப்படி ட்ரோன்கள் பயன்படுத்தப்பட்டுள்ளன. அது மட்டுமல்ல ரயில் நிலையப் பரப்புகளில் மக்களைக் கண்காணிப்பதற்காகவும் இப்போது இந்திய ரயில்வே ட்ரோன்களை வாங்கியுள்ளது. உலக அளவில் இப்போது இப்படி ட்ரோன்கள் பயன்படுத்தப்படுகிறது எனச் சொல்லி இவ்வாறு இங்கு மக்களின் ஒவ்வொரு அசைவும் கண்காணிக்கப்படுவது நியாயப்படுத்தப்படுகிறது.

கோவிட் 19 கண்காணிப்பு எனும் பெயரில்தான் இந்தியாவில் இப்படி ட்ரோன்களைக் கொண்டு மக்களைக் கண்காணிப்பது தொடங்கப்பட்டது. இன்று காவல்துறையின் முக்கிய கண்காணிப்புக் கருவியாக ட்ரோன்கள் ஆகியுள்ளன.

மும்பை காவல்துறை ப்ருகன் மும்பை கார்பொரேஷனின் ஒத்துழைப்புடன் அந்தேரி, தாராவி முதலான குடிசைவாழ் மக்கள் குடி இருப்புகளில் அம் மக்களைக் கண்காணிக்க ட்ரோன்களைப் பயன்படுத்தியது.

அமிர்தசரசில் பஞ்சாப் போலீஸ் பயன்படுத்திய ட்ரோன்கள் இன்னும் நுணுக்கமானவை. ஆறடி தூரத்திற்குள் இருக்கும் குடிமக்கள் குறித்த தகவல்களை அவை உடனடியாக அருகிலுள்ள போலீஸ் அதிகாரிக்குத் தெரிவிக்கும். *artificial intelligence, location mapping, and high-definition cameras* முதலான கருவிகளின் துணையோடு இப்படியான கண்காணிப்பு வளையங்களுக்குள் வெற்றிகரமாக மக்கள் கொண்டுவரப் படுகின்றனர். ஹைதராபாத் மற்றும் கேரளத்திலும் கூட இப்படியான கண்காணிப்புகள் மேற்கொள்ளப்பட்டுள்ளதாகவும் இது குறித்து ஆய்வு செய்வோர் குறிப்பிடுகின்றனர்.

கேரளத்தில் தனியார் நிறுவனங்களைப் பயன்படுத்தி இப்படியான கண்காணிப்புகள் மேற்கொள்ளப்படுவது அம்பலமாகி உள்ளது. இப்படியாக உளவு பார்த்துச் சேகரிக்கப்படும் தகவல்கள் *thermal imaging* மற்றும் *video footage* தொழில்நுட்பங்களின் ஊடாக நேரடியாக அருகிலுள்ள காவல் நிலைய அதிகாரிகளின் செல்பேசிகளுக்கு அனுப்பப்படுகிறது.

'லாக்டவுன்' விதிகள் புறக்கணிப்பைக் கண்டுபிடிப்பதற்காகத்தான் இத்தனையும் செய்யப்படுவதாகச் சொல்லப்பட்டாலும், சென்னையில் இந்த லாக் டவுன் நீக்கப்பட்ட பின்பும் இக் கருவிகள் செயலில் உள்ளன என்கிறார் இது குறித்து விரிவாக எழுதியுள்ள துருவ் சோமயாஜுலு *(The Print, 4 August, 2021).*

சென்னை காவல்துறை இப்போது இப்படியான 'ட்ரோன் யூனிட் 'களை உருவாக்கியுள்ள செய்திகள் பத்திரிகைகளில் வருகின்றன. இரவு நேரத்திலும் துல்லியமாகக் கண்காணிக்கும் கேமராக்கள் *(night vision cameras)* உட்பட இந்த 'யூனிட்'களில் 12 வகை நுண் கருவிகள் பயன்படுத்தப்படுமாம். *Parrot ANAFI Thermal* மற்றும் *DJI Phantom* முதலிய மிக நவீனமான கண்காணிப்புக் கருவிகள் காவல்துறை உதவி ஆணையர்களுக்கு வழங்கப்பட்டுள்ளன எனவும் பொது இடங்களிலும், நெருக்கடி மிகுந்த 'ஷாப்பிங் மால்'களிலும் திரளும் மக்களைக் கண்காணிக்க இக்கருவிகள் பயன்படுத்தப்படும் எனவும் அறிவிக்கப்பட்டுள்ளது. இதற்கெனப் பயிற்சிகள் அளிக்கப்பட்ட திறனாளிகள் *(aerial photographers)* இதற்குப் பயன்படுத்தப்படுவார்கள் எனவும் கூறப்பட்டுள்ளது. லாக்டவுன் காலத்தில் ஒரே மாதத்தில் 3,500 விதிமீறல்களைக் காவல்துறை இவ்வாறு கண்டுபிடித்து நடவடிக்கை எடுத்துள்ளதாம்.

'கட்டுப்பாட்டு மண்டலம்' என அறிவிக்கப்பட்டுள்ள கடற்கரைகள், ஷாப்பிங் மால்கள் ஆகியவற்றில் தடைகளை மீறிப் பயணித்த குடிமக்களின் 3250 வாகனங்கள் கைப்பற்றப்பட்டுள்ளதாம்.

கோவிட் விதிமீறல்கள் புரிவோர்களை அடையாளம் காணுவதற்கு ட்ரோன்கள் பெரிய அளவில் பயன்படுவதாக என். கண்ணன் என்கிற காவல்துறை கூடுதல் ஆணையர் கூறியுள்ள செய்தியும் பத்திரிகைகளில் வந்துள்ளது *(A. Selvaraj & Sindhu Kannan / Times of India, July 10 202)* . போக்குவரத்து நெருக்கடிகள் முதலியவற்றைச் சமாளிக்க இவை பெரிதும் பயன்படும் எனக் காவல்துறை சார்பில் கூறப்பட்டுள்ள செய்திகளும் கூடவே வந்துள்ளன.

குற்றச் செயல்களைத் தடுப்பது, கோவிட் 19 பரவலைக் கட்டுப்படுத்துவது முதலானவற்றை முன்வைத்து மக்களின் ஒவ்வொரு அசைவையும் கண்காணிப்பது என்பதெல்லாம் எங்கு கொண்டு விடும். எல்லாவிதமான அரசு அடக்குமுறைகளும் இப்படியான காரணங்களைச் சொல்லித்தான் கொண்டுவரப்பட்டுள்ளதே வரலாறு.

அம்பலமாகும் அந்தரங்கங்கள்

சட்ட ஒழுங்கிற்குப் பொறுப்பான இந்திய நிறுவனங்கள் அனைத்தும் இன்று தங்களின் காவல்துறை நடவடிக்கைகளுக்குப் பெரிய அளவில் ட்ரோன்களை நம்பும் நிலை ஏற்பட்டுள்ளதைப் பார்த்தோம். அதற்குரிய வகையில் மோடி அரசின் ட்ரோன் கொள்கை மிகவும். ஆபத்தான வகையில் உருவாக்கப்பட்டுள்ளது குறித்துச் சிலவற்றைப் பார்க்கலாம். அதற்குமுன் ஒன்றை

இங்கே குறிப்பிடல் வேண்டும். குடிமக்கள் ஒவ்வொருவருக்கும் அவரவரின் அந்தரங்கங்களைக் காத்துக்கொள்ளும் உரிமை உண்டு. அவை மதிக்கப்படுதலும் அவற்றில் பிறர் தலையிடாமையும் குடிமக்களின் அடிப்படை உரிமைகளில் ஒன்று. எனினும் பயங்கரவாதம் என்கிற ஒரு சொல்லாடலைப் பயன்படுத்தி அரசுகள் மக்களின் இந்த உரிமைகளில் தலையிடுவது இன்று உலகளவில் வாடிக்கையாக உள்ளது. இந்திய அரசு பற்றிச் சொல்ல வேண்டியதில்லை. 'பயங்கரவாதம்' என்கிற ஒற்றைச் சொல்லாடலை முன்வைத்து குடிமக்களின் அந்தரங்கங்களில் பிரவேசிப்பதை அது ஒரு வாடிக்கையாக வைத்துள்ளதை நாம் பார்த்துக்கொண்டும் அனுபவித்துக் கொண்டும் உள்ளோம். கோவிட் பெருந்தொற்று உட்பட எல்லாவற்றையும், அது இந்த நோக்கில் பயன்படுத்துகிறது.

மே *2020* இல் நரேந்திர மோடி அரசு மேற்கொண்ட ஒரு நடவடிக்கை உலக அளவில் கண்டனத்துக்கு உள்ளாகியது. 'ஆரோக்ய சேது' எனும் ஒரு 'ஆப்'பை உருவாக்கி அதை அரசு ஊழியர்களும் தனியார் ஊழியர்களும் கட்டாயமாகத் தம் செல்போன்களில் இணைத்துக் கொள்ள வேண்டும் என ஆணையிடப்பட்டது. எந்த ஒரு 'ஆப்' ஐ ஒரு நிறுவனம் வெளியிட்டாலும் அதன் *source code* ஐ வெளியிட வேண்டும் என்பது உலக அளவில் ஏற்பட்டுள்ள ஒரு நிபந்தனை. பின்புலமாக இரகசிய நோக்கங்கள் ஏதும் இல்லை என்பதற்கு அது ஒரு சான்றாக அமையும். ஆனால் அப்படி எதையும் சொல்லாமலும், முழு விளக்கங்கள் இல்லாமலும் இந்த ஆரோக்ய சேது ஆப்பை மோடி அரசு இப்படிக் கட்டாயமாக்கியதை ப்ரான்சில் உள்ள *White Hat Ethical Hacker* எனும் ஒரு வெப் சைட், "*90* லட்சம் இந்தியர்களின் அந்தரங்கங்கள் ஆபத்துக்கு உள்ளாகியுள்ளன" எனும் தலைப்பில் இதை அம்பலப்படுத்தியது. உலக அளவில் தான் இப்படி அம்பலமாகிப் போனதை உணர்ந்த மோடி அரசு அவசர அவசரமாக அதை மறுத்ததையும், "பயனாளர்களின் எந்தத் தனிப்பட்ட தகவல்களுக்கும் ஒரு ஆபத்தும் இல்லை" என்று சமாளிக்க முயன்றதையும் அறிவோம். இப்படிக் குடி மக்களின் அந்தரங்கங்களில் தலையிடுவதை மோடி அரசு

தன் கொள்கையாகவே வைத்துள்ளதை நினைவிற்கொண்டு மோடி அரசின் இன்றைய ட்ரோன் கொள்கையின் உள்ளார்ந்த ஆபத்துகளைக் காணலாம்.

இப்படியான ட்ரோன் மூலமாக கண்காணிப்பு நடவடிக்கைகள் இங்கு *1937* ஆம் ஆண்டின் விமான விதிகளின் *(Aircraft Rules, 1937 read with provisions of the Civil Aviation Requirements, 2018 (CAR) issued by the Director-General of Civil Aviation under the Aircraft Act, 1934)* கீழ் மேற்கொள்ளப்பட்டன. பயன்படுத்தப்படும் ட்ரோன்களின் உற்பத்தி, செயல்பாடு, பதிவு முதலியன குறித்த அடிப்படை அளவுகள் ஆகியன இந்த *(Civil Aviation Requirements, 2018 - CAR)* வரையறைகளின் அடிப்படைகளிலேயே மேற்கொள்ளப்பட்டன.

கண்காணிக்கப்படும் மக்களின் உரிமைகளைப் பொறுத்தமட்டில் இந்த *CAR* அமைப்பின் வரையறை என்பது மிகவும் மேலோட்டமாக அமைந்திருந்த்து. "கண்காணிக்கப்படுபவர்களின் அந்தரங்கங்களைக் காத்துக் கொள்ளும் உரிமைகள் எதுவும் எந்த வகையிலும் பாதிக்கப்படக்கூடாது" என்பதாக மேலோட்டமாகவே வரையறுக்கப் பட்டிருந்தது. மற்றபடி இப்படியாகப் பாதுகாக்கப்பட வேண்டிய "அந்தரங்கங்கள்" என்பதற்கு எந்தத் துல்லியமான வரையறைகளும் அப்போது இல்லை.

2021 மார்ச் *12* இல் இந்த விதிகளுக்குப் பதிலாக இன்னும் சற்றுத் துல்லியமான "தானியங்கி விமான விதிகள் *(Unmanned Aircraft System Rules, 2021 (UAS Rules)*" உருவாக்கப்பட்டன. இந்தப் புதிய *UAS* விதிகள் இக் கருவிகளின் உற்பத்தி, பதிவு, ட்ரோன்கள் மற்றும் துணைக் கருவிகளின் இயக்கம் ஆகியவற்றை வரையறுத்தன. ஒரு ட்ரோனைப் பயன்படுத்தும்போது கண்காணிக்கப்படுபவர்கள் கடைப்பிடிக்கப்பட வேண்டிய விதிமுறைகளும் இத்துடன் வரையறுக்கப்பட்டன. இவற்றில் அந்தரங்கங்களைப் பாதுகாத்தல் மற்றும் தகவல் பாதுகாப்பு ஆகியனவும் அடக்கம் என்பது குறிப்பிடத்தக்கது.

இப்படிக் கண்காணிக்கப்படுபவர்களுக்கு அளிக்கப்பட்ட கூடுதல் பாதுகாப்புகள் ஆவன: (1) ட்ரோனை இயக்கும் அதிகாரி யாரைக் கண்காணிக்கிறாரோ அவர்களின் அந்தரங்கங்கள் மற்றும் அவர்களின் சொத்துக்களாக உள்ளவை முதலியன குறித்த தகவல்களில் தலையிடாமல் பாதுகாக்க வேண்டும் (2) இப்படிக் கண்காணிக்கபடுபவரின் அந்தரங்கங்களில் தலையிடாமை தொடர்பான 'பொருத்தமான வரையறைகள்' மற்றும் அவற்றைச் செயல்படுத்துதல்' (*ensure data protection using 'suitable' procedures and 'appropriate' applications*) ஆகியவற்றின் ஊடாக அவர்களின் தகவல்கள் பாதுகாக்கப்படுதல் உறுதி செய்யப்பட வேண்டும். (3) இவ்வாறு ட்ரோன்களைப் பயன்படுத்திச் சேகரிக்கப்படும் தரவுகளை இப்படிக் கண்காணிக்கப்பட்டவர்களின் அனுமதி இன்றி மூன்றாம் நபர்கள் யாருடனும் பகிர்ந்துகொள்ளக் கூடாது. இப்படியெல்லாம் கண்காணிக்கப்படும் நபரின் அந்தரங்கங்கள் காக்கப்படுவது உறுதி செய்யப்பட்ட நிலையிலேயே எந்தக் கண்காணிப்பு நடவடிக்கைகளும் தொடங்க வேண்டும்.

குடிமக்களைக் கண்காணிக்கும் ட்ரோன்கள்...

என்னதான் சட்டத் திருத்தங்கள் செய்த போதிலும் இப்படி இவ்வகையான ஆளில்லாப் பறக்கும் கண்காணிப்புக் கருவிகள் குறித்த கவலையையும் அச்சத்தையும் இது குறித்த ஆய்வாளர்கள் மற்றும் மனித உரிமைகளில் அக்கறை உள்ளோர் முன்வைத்து வருகின்றனர். அவை குறித்துச் சிறிது பார்க்கலாம்.

முக்கியமாக முன்வைக்கப்படும் கவலைகள் என்பன இப்படியான கண்காணிப்புகளின் ஊடாக குடிமக்களின் அனைத்து அந்தரங்கங்களும் அம்பலமாகும் அச்சம் குறித்துத்தான் என்பதை விளக்க வேண்டியதில்லை. குறைந்த பட்சமாக இது குறித்த வேண்டுகோளாக உலகெங்கிலும் வைக்கப்படுவது இதுதான்: ட்ரோன்களைக் காவல்துறை அதன் விருப்பத்திற்குப் பயன்படுத்திவிடக் கூடாது; உரிய

நீதிமன்ற ஆணையைப் (வாரண்ட்) பெற்றே ட்ரோன்களைக் களத்தில் இறக்க வேண்டும் - என்பது.

ஆனால் அதுவும் பெரிய பாதுகாப்பைக் குடிமக்களுக்கு அளிக்கப் போவதில்லை. காவல் துறை கேட்கும் இப்படியான 'வாரண்ட்'கள் எல்லாமே உள்ளூர் நீதிமன்றங்களால் பெரிய அளவு அதன் அவசியம் குறித்த ஆய்வுகள் இல்லாமலேயே அளிக்கப்பட்டுவிடுகின்றன என்பதை அனைவரும் அறிவோம். எந்தப் பெரிய விசாரணைகளும் இல்லாமலேயே நீதிமன்றங்கள் இந்த உரிமைகளைக் காவல்துறைக்கு அளித்துவிடுவதுதான் இப்போது வாடிக்கையாக உள்ளது என்பதை எல்லோரும் அறிவோம். ட்ரோன் கண்காணிப்பைப் பயன்படுத்தும் நாடுகள் சிலவற்றில் இப்படியான சில சட்டங்கள் இப்போது இயற்றப்பட்டும் உள்ளன.

ஏற்கனவே நடைமுறையில் இருந்துவரும் "தானியங்கி விமான அமைப்பு விதிகள்" *(Unmanned Aerial Systems UAS- Rules)* என்பது இப்போது பின்னுக்குத் தள்ளட்டு அதனிடத்தில் புதிதாக "ட்ரோன் விதிகள் *2021*" *(UAS Rules 2021)* முன்வைக்கப்பட்டுள்ளது. ட்ரோன் தொழில் துறை பெருகும் வகையில் புதிதாக உருவாக்கப்பட்டுள்ள இச்சட்ட வரைவில் மக்களின் "அந்தரங்கம்" *(privacy)* என்கிற சொல்லே காணோம் என்கிறார் இந்தச் சட்ட வரைவை ஆய்வு செய்துள்ள ஷிட்டிஷ் கோயல் *(KSHITIJ GOYAL, India's Liberalised Drone Rules 2021 - A Blind Spot in Privacy Jurisprudence).*

ஆனால் முந்திய சட்டத்தின் விதி *27(h)* இன்படித் தானியங்கி விமானப் பயன்பாட்டை இயக்குபவர், அவரால் கண்காணிக்கப்படும் நபர் மற்றும் அவரது சொத்துக்கள் ஆகியவற்றைப் பாதுக்காப்பது கட்டாயமாக்கப்பட்டிருந்தது. குடிமக்களின் மிக அடிப்படையான இந்த மானுட உரிமை இன்று மோடி அரசால் இப்படிக் குப்பைக் கூடையில் தூக்கி எறியப்பட்டுள்ளது. எந்த ஒரு நிறுவனமும் தன் தொழில்நுட்பங்களையும், இதர முக்கிய தகவல்களையும்

மற்றவர்களுக்குத் தெரியாமல் வைத்துக் கொள்ளும் உரிமை உண்டு. இந்த உரிமை இப்போது தூக்கி எறியப்படுகிறது. இனி குடிமக்கள் தம் தனிப்பட்ட விவரங்களைக் காத்துக்கொள்ளும் உரிமையையும் கூட இப்படி இழக்கின்றனர்.

குடிமக்களின் அந்தரங்கங்கள் குறித்துக் கவலைப்படுவோர் இதற்கான உரிய அழுத்தங்களைக் கொடுத்து வருகின்றனர். அந்த வகையில்தான் இப்படிச் சில சட்டங்களாவது இயற்றப்படுகின்றன. ஆனால் இந்தச் சட்டங்களுக்கெல்லாம் அப்பால் இப்படிக் குடிமக்களின் மீதான கண்காணிப்பின் எல்லைகள் விரிவடைந்து கொண்டே போவது *(pervasive surveillance)* குறித்த கவலையை மனித உரிமைகளைப் பற்றிக் கவலைப்படுவோர் முன்வைத்து வருவதும் அதிகமாகியுள்ளது.

இக்கட்டுரையில் முன்னதாகக் குறிப்பிடப்பட்டுள்ள இப்படியான சட்டங்கள் எல்லாம் ட்ரோன் பயன்பாடுகள் முதலானவற்றின் மூலம் மக்களின் அந்தரங்கங்கள் பறிபோதல் எனும் நிலையைப் பெரிதும் தடுப்பதில்லை என்பது குறிப்பிடத் தக்கது. அல்லது தடுக்கும் அளவிற்கு அவை கறாராக வரையறுக்கப்படுவதில்லை. மக்களைக் கண்காணிக்கும் அரசின் நோக்கத்தை உறுதியாகத் தடுக்கும் வடிவிலும், அதற்குரிய அதிகாரத்துடனும் அவை உருவாக்கப்படுவதில்லை. உருவாக்கப்படும் சட்டங்கள் தொழில்நுட்பங்கள் *(drones)* பற்றித்தான் பேசுகின்றனவே ஒழிய அதனால் மக்களுக்கு ஏற்படும் ஆபத்து *(pervasive surveillance)* குறித்து அதிகம் பேசுவதில்லை என்கிறார் இது குறித்து எழுதும் கிரிகோரி மெக்நீல். தொழில்நுட்பம் சார்ந்த இந்த நடவடிக்கை பெரிய அளவில் மக்களின் அந்தரங்கங்களைப் பாதிப்பதாகவே உள்ளன எனவும் கூறுகிறார் அவர். *(Gregory Mc Neal, Drones and aerial surveillance: Considerations for legislatures, Associate Professor of Law - Pepperdine University School of Law).* சுற்றுச்சூழல் கேடுகள் போன்ற மக்களைப் பாதிக்கும் பிரச்சினைகளைக் காட்டிலும், மக்கள் அனைவரையும் சந்தேகத்திற்குரியவர்களாகக் கருதி, கண்காணிப்பதற்கே இவை பயன்படுகின்றன என்பதை அவர் சுட்டிக் காட்டுகிறார். விபத்துகளைத் தடுப்பது,

சுற்றுச்சூழலைப் பாதிக்கும் தொழில்துறை நடவடிக்கைகள் முதலியவற்றைக் கண்காணிப்பது என்பதைக் காட்டிலும், மக்களின் அந்தரங்கங்களைக் கண்காணிப்பதற்கே இவ பயன்படுத்தப்படுகின்றன என்கின்றார். கலிபோர்னியா போன்ற சில இடங்களில் இப்படியான ட்ரோன் தொழில்நுட்பச் சட்டம் இயற்றலுக்கு எதிர்ப்புகள் ஏற்பட்டன. ஆளுநர் தன் தடை (veto) அதிகாரத்தைப் பயன்படுத்தும் நிலையும் ஒரு கட்டத்தில் ஏற்பட்டது.

இங்கொன்றை நாம் கவனத்தில் கொள்வது முக்கியம். குற்ற நிரூபணம் அல்லது ஆய்வு என்பதைப் பொறுத்தமட்டில் ட்ரோன் பயன்பாடு அப்படி ஒன்றும் பயிற்சி பெற்ற மனிதர்களைக் காட்டிலும் கெட்டிக்காரத்தனமான ஒன்றல்ல. தானியங்கி விமானம் மூலமான குற்ற ஆய்வு எனச் சொல்வதும் கூட விவாதத்துக்குரிய ஒன்றுதான். ஏனெனில் ட்ரோனையும் கூட வல்லுனர்கள் இருந்துதான் இயக்க வேண்டும். ட்ரோன்களைக் காட்டிலும் சிறப்பாகப் பயிற்சி பெற்ற வல்லுனர்கள் குற்ற ஆய்வுகளைச் செய்யவும் முடியும்.

மிகவும் அவசியமானால் மனிதர்களால் இயக்கப்படும் விமானங்களைப் பயன்படுத்தலாம். அவை இன்னும் துல்லியமாக குற்ற ஆய்வைச் செய்யவும் வாய்ப்பாகும்.

நீண்ட நேரம் செயல்படுவதாகவும் ட்ரோன்கள் இருக்காது. அதிகபட்சம் ஒரு மணி நேரம் செயல்படலாம். இப்படி அனைத்து அம்சங்களிலும் பயிற்சி அளிக்கப்பட்ட மனிதர்கள் ட்ரோன்களைக் காட்டிலும் சிறப்பாகக் குற்ற ஆய்வுகளைச் செய்ய முடியும்.

குற்ற ஆய்வுக்குப் போர்க்களங்களில் பயன்படுத்தப்படும் *Predator and Reaper systems* முதலியவற்றைப் பயன்படுத்தலாம் எனும் கருத்தும் அபத்தம்தான். ஒப்பீட்டளவில் இப்படியான போர்க் கருவிகள் பல பல மடங்கு செலவு மிக்கவை. அவற்றுக்கும் கீழிருந்து இயக்க ஒரு குழு இருந்துதான் ஆக வேண்டும்.

ட்ரோன்களின் பயன்பாடு பல நேரங்களில் நிலவும் சட்டங்களுக்கு எதிரானது என்பதையும் வல்லுனர்கள் சுட்டிக் காட்டுகின்றனர். தரைமட்டத்திலிருந்து 350 அடி உயரத்துக்குக் கீழ் கண்காணிப்புகள் கூடாது என்பது போன்ற சில சட்டங்களுக்கும் ட்ரோன் பயன்பாடு எதிரானது.

மொத்தத்தில் வெளிப்படைத் தன்மை, தவறுகள் மற்றும் அத்துமீறல்களுக்குப் பொறுப்பேற்பது போன்ற அடிப்படை நியதிகள் எல்லாவற்றிற்கும் இப்படியான நவீன கண்காணிப்புகள் எதிராக உள்ளதை நாம் மறந்துவிடல் ஆகாது.

எல்லாவற்றிலும் வெளிப்படைத் தன்மை, அத்துமீறல்களுக்குப் பொறுப்பேற்பது என்பது இல்லாத எந்த நடவடிக்கைகளும் மக்களுக்கு ஆபத்தானவையே.

வேண்டுமானால் நாம் இப்படி நம்மை ஆறுதல் படுத்திக் கொள்ளலாம்.

“என்றைக்குத்தான் காவல்துறைச் செயல்பாடுகள் மக்கள் உரிமைகள் மற்றும் கண்ணியத்தை மதித்துள்ளன.”

காவல்துறை வெளியிட்டுள்ள ‘காப்ஸ் ஐ’ செயலி

மக்கள் அனைவரையும் ஒருவரை ஒருவர் நேசிப்பது எனும் நிலை போய், ஒருவரை ஒருவர் சந்தேகிப்பவர்களாகவும் கண்காணிப்பவர்களாகவும் ஆக்குவது என்பது எத்தனை இழிவானது! எத்தனை கொடுமையானது! ஆனால் அதுதான் இன்றைய பண்பாடாக உருப்பெற்று வருகிறது.

சென்ற ஆக 12, 2018 ஆங்கில இந்து நாளிதழில் ஒரு செய்தி வந்தது. மதுரை மாவட்ட காவல்துறை கண்டுபிடித்துள்ள ஒரு குற்றவாளிகளைக் கண்டு பிடிக்கும் ஒரு ‘செயலி’ (App) பற்றிய செய்திதான் அது. ‘காப்ஸ் ஐ’ (Cops Eye) என்கிற பெயரில் உருவாக்கப்பட்டிருக்கும் இந்தச் செயலி (Mobile App)

காவல் துறையில் *Station House Officer* ரேங்கிலும், அதற்கு மேலும் உள்ளவர்களுக்கு வழங்கப்பட்டுள்ளதை அச் செய்தி குறிப்பிட்டது. இதன் பயன் என்ன?

எந்த ஒரு நபர் மீதும், அவர் ஒரு குற்றச் செயல் செய்யக்கூடியவர் என உங்களுக்கு ஐயம் உண்டானால், அவரை உங்கள் மொபைலில் படம் எடுத்து அதை மையப்படுத்தப்பட்ட "குற்றச் செயல் பகுப்பு அமைப்பு" *(centralized criminal analyzing system)* ஒன்றில் இணைத்தால் உடன் அந்த நபர் குற்றச் செயல் புரிந்தவரா, குற்றம் செய்யக் கூடியவரா, அவரது இதுவரையிலான குற்ற வரலாறு என எல்லாத் தகவல்களும் உடன் உங்களுக்கு வழங்கப்படும்.

இப்படியான செயலி முதலில் காவல்துறை அதிகாரிகள் மட்டத்தில் இருந்தவர்களுக்கு மட்டுமே வழங்கப்பட்டது. பின் 2020 வாக்கில் அது காவல் துறையினரில் எல்லா மட்டங்களில் பணியாற்றுபவர்களுக்கும் மட்டுமின்றி குடிமக்கள் ஒவ்வொருவரும் கூடப் பயன்படுத்த அனுமதிக்கப்பட்டது. 16 வகைக் குற்றச் செயல்கள் இவ்வாறு பதியப்பட்டன. மதுரை காவல்துறை ஆணையராக இருந்த பிரேமானந்த சின்கா இதை அறிவித்தார். ஒவ்வொரு காவல் நிலைய எல்லைக்குள்ளும் உள்ள குற்றவாளிகள் மற்றும் ரவுடிகளின் பட்டியல், அவர்கள் மீது நிலுவையில் இருக்கும் வழக்குகள் இப்படியான எல்லா விவரங்களையும் நீங்கள் அதில் கண்டுகொள்ளலாம்.

வழிப்பறி, கொள்ளை, கன்னம் வைத்துக் கொள்ளை இடல், சிறையில் அடைக்கப்பட்ட பின்னும் வெளியில் உள்ள கூட்டாளிகளின் ஊடாகத் தம் குற்றச் செயல்களைத் தொடர்வோர் எனக் "குற்றம் செய்யக் கூடியவர்களின்" விவரங்களை நீங்கள் இந்த ஆப்பின் மூலம் பெறலாம்.

அவ்வப்போது இப்படியான குற்றச் செயல்கள் மேற்கொள்வோர் குறித்த தகவல்கள் மேம்படுத்தப்பட்டு *(upgrade)* உங்களுக்கு வழங்கப்படும் .

மக்கள் ஒவ்வொருவரையும், மற்றவர்களைச் சந்தேகப் படுபவர்களாகவும், சக மனிதர்களைக் கண்காணிக்கும் போலீஸ்காரர்களாகவும் ஆக்குவதெல்லாம் எங்கு கொண்டு விடும்?

மானுட மேன்மைகளில் அக்கறை உள்ளோர் இது குறித்து கவனம் கொள்ள வேண்டும். சிந்திக்க வேண்டும்.

2.9

உலக அளவில் அதிர்ச்சியை உண்டாக்கியுள்ள 'பெகாசிஸ்' எனும் பிசாசு

ஒன்று

'**உ**லகம் ஒரு கிராமமாகிவிட்டது' என்கிற அதிரடிக் கூற்று சோவியத் வீழ்ச்சிக்குப் பின் உலக முதலாளியத்தால் முன்வைக்கப்பட்ட ஒன்று. இன்று இந்தக் 'கிராமம்' முழுவதையும் அச்சத்திற்கு உள்ளாகி இருக்கிறது இந்த "பெகாசிஸ்" எனும் உளவு மென்பொருள் *(spyware)*.

உலகெங்கிலும் உள்ள பல்லாயிரக்கணக்கான மனித உரிமைப் போராளிகள், உண்மையைப் பேசும் நேர்மையான பத்திரிகையாளர்கள், எழுத்தாளர்கள், அரசியல் செயல்பாட்டாளர்கள் மற்றும் தொழில் மேலாளர்கள் எல்லோரும் இந்த இஸ்ரேலிய உளவுப் பிசாசின் கொடூரக் கண்காணிப்பின் கீழ் சிக்கியுள்ளனர்.

இன்று ஆக அடித்தள மக்களாக உள்ளவர்களைத் தவிர பள்ளி மாணவர்கள் உட்பட ஒரு 'ஆண்ட்ராய்ட்' ஃபோன் இன்றி அன்றாட நடவடிக்கைகளை மேற்கொள்ள இயலாத நிலை ஏற்பட்டுவிட்டது. வசதியானவர்கள் ஆப்பிள் நிறுவனத்தின் மென்பொருளான *IOS* இல் இயங்கும் 'ஐ போன்'களை *(I phone)* வைத்துள்ளனர். அன்றாடச் செய்திகளிலிருந்து, தகவல் பரிமாற்றங்கள்வரை இவை இல்லாமல் இன்று நம்மால் இயங்க முடியாது. பெருநிறுவனங்களில் பணி செய்வோரின் ஒவ்வொரு அசைவையும் இன்று நிறுவனங்கள் கண்காணித்துக் கொண்டே உள்ளன. அதுவும் கொரோனா தாக்குதலை உள்ளிட்டுப் பணியாளர்கள் தம் வீடுகளில் இருந்தே வேலை செய்யும்போதும், மாணவர்கள் வீடுகளிலிருந்தே கற்றுக் கொள்ளும்போதும் இப்படியான நவீன தொழில்நுட்பங்கள் அவசியமாகின்றன. அதே நேரத்தில் அவை நம்மை நமக்கு மேலே அதிகாரத்தில் உள்ளோர் தொடர்ந்து கண்காணிக்க இந்த ஆண்ட்ராய்ட் அல்லது ஐ.ஓ.எஸ் பொருத்தப்பட்ட நவீன போன்களை நீங்கள் பாக்கெட்டில் வைத்துக் கொள்ள வேண்டும் என்றாகி விட்டது.

ஆக நமக்கென இனி எந்த அந்தரங்கங்களும் கிடையாது. "அந்தரங்கம் புனிதமானது" என்று கதைத்த ஜெயகாந்தன்களின் காலம் மலையேறிவிட்டது. இந்த உண்மைகளை எல்லாம் அறிந்தும்தான் நாம் எல்லோரும் இவற்றின் ஊடாக நம் அந்தரங்கங்களைப் பறிகொடுத்து நிற்கிறோம். நம் சட்டைப் பைக்குள் உளவாளிகளைச் சுமந்து திரிகிறோம்.

இப்படித் தெரிந்து நாம் நம் அந்தரங்கங்களைப் பறிகொடுப்பது என்பதைத் தாண்டி இன்று நமக்குத் தெரியாமலேயே நம் அனைத்து அசைவுகளும் உலகளவில் கண்காணிக்கப்படக் கூடியவையாகவும், பகிர்ந்துகொள்ளக் கூடியனவாகவும் ஆகிவிட்டன. தனிநபர்களின் அந்தரங்கம் என்பது மட்டுமல்ல, அரசுகள், தொழில் நிறுவனங்கள், நண்பர்கள், எதிரிகள் என எல்லோரும் ஒவ்வொரு கணமும் செய்துவரும் எல்லாவற்றையும் கண்காணிக்கும் நிலை ஏற்பட்டுள்ளது. ஜனநாயகம், அடிப்படை உரிமைகள் என்பன எல்லாம்

அவற்றின் புனிதங்கள் அழிக்கப்பட்டு, சாக்கடைகளில் இன்று வீசி எறியப்பட்டுவிட்டன. எந்த அரசாவது தன் மக்களின் நடவடிக்கைகளை ஒரு வெளிநாட்டு வணிக நிறுவனத்தின் ஊடாக வேவு பார்க்கும் என இதற்குமுன் நாம் நினைத்துப் பார்த்ததுண்டா?

இன்று அப்படியான குற்றச்சாட்டு நரேந்திரமோடி அரசின் மீது வைக்கப்பட்டுள்ளது. சட்ட விரோதக் கண்காணிப்பு *(extra judicial surveillance)* என்கிற நிலைக்கு இன்று தனிமனிதர்களாகிய நாம் உட்பட அனைவரும், அனைத்தும் இன்று இங்கு ஆக்கப்பட்டுவிட்டன. இப்படி நம் கடவுச் சொல் *(password)* உட்படத் தொடர்பு எண்கள், பங்கேற்கும் நடவடிக்கைகள், குறுஞ்செய்திகள் *(text messages)*, உரையாடல்கள் *(voice calls)* என்பன மட்டுமல்ல பிறர் புரிந்துகொள்ள இயலாது மறைத்து அனுப்பப்படும் *(encrypted messages)* தகவல்களும் வாசிக்கும் வடிவில் மாற்றி வாசிக்கப்படும் நிலை ஏற்பட்டுள்ளது. இதற்கான தொழில்நுட்பங்களை இதற்கென உள்ள நிறுவனங்கள் உங்களின் தேவைகளுக்குத் தக மாற்றி அமைத்துத் தருகின்றன.

குடிமக்களின் மனித உரிமைகளைக் காக்கும் பொறுப்பு அரசுக்கு உண்டு. நம்மைப் பணிக்கு நியமித்திருக்கும் தொழில் நிறுவனங்களுக்கும் அந்தப் பொறுப்பும் கடமையும் உண்டு. லாப நோக்கில் அவர்கள் எதைவேண்டுமானாலும் செய்துவிடக் கூடாது, இயலாது. இன்று சர்ச்சைக்கு உள்ளாகி இருக்கும் பெகாசஸ் போன்ற நிறுவனங்கள் தம் தொழில் உற்பத்திகளை *(business Products)* எங்கோ இருக்கும் யாரோ ஒருவர் *(end user)* பயன்படுத்த அனுமதிப்பதன் மூலம் குடிமக்களின் அடிப்படை உரிமைகள் பறிக்கப்படுவது குறித்த கவலைகள் இங்கு இதைப் பயன்படுத்தும் தனியார்களுக்கு மட்டுமின்றிக் கொடூர அரசுகளுக்கும் கிடையாது. இனி அதுதான் நிலை என்பதுதான் இன்று பெகாசசின் ஊடாக நமக்குச் சொல்லப்பட்டுள்ள சேதி.

இரண்டு

சென்ற ஜூன் மத்தியில்தான் பெகாசசின் உளவு வலைக்குள்

இந்துஸ்தான் டைம்ஸ், தி இந்து, தி ஒயர், தி இண்டியன் எக்ஸ்பிரஸ், இந்தியா டுடே, நியூஸ் 18 முதலான நாற்பதற்கும் மேற்பட்ட இந்தியப் பத்திரிகையாளர்கள் வளைக்கப்பட்டுள்ளனர் என்கிற செய்தி முதன் முதலில் 'தி ஒயர்' இணைய இதழில் வெளிவந்து இங்கு அதிர்ச்சியை ஏற்படுத்தியது. இராணுவப் பயன்பாட்டுத் தரத்தில் உள்ள 'உளவு மென்பொருள்' *(software)* இதற்குப் பயன்படுத்தப்பட்டுள்ளதையும் அது சுட்டிக்காட்டியது. மத்திய தேர்தலை ஒட்டி 2018-19 ஆண்டுகளில் இந்த உளவு வேலை தொடங்கியிருந்ததையும் அது சுட்டிக் காட்டியது. தன் மக்களில் சிலர் குறித்து அறிய விரும்பும் அரசுகளுக்கு மட்டுமே மிகவும் கவனமாகத் தனது இந்த உளவுப் பணியைச் செய்து வருவதாகவும் அது சொல்லிக் கொண்டது. ஆனால் தன் வாடிக்கையாளர்கள் யார் என்பதை அது வெளிப்படுத்த மறுத்தது.எனினும் எப்படியான ஊடகங்களையும் நபர்களையும் அது வேவு பார்த்தது என்பதிலிருந்து நாம் அதன் பின்னணியையும் நோக்கங்களையும் அறிந்துகொள்ள முடியும்தானே. 'இந்துஸ்தான் டைம்ஸ்' ஒரு காங்கிரஸ் ஆதரவு இதழ். 'தி ஒயர்', 'தி இந்தியன் எக்ஸ்பிரஸ்' முதலான இதழ்கள் நடுநிலையாக நின்று விமர்சிக்க வேண்டிய அம்சங்களில் மோடி அரசை விமர்சிக்கத் தயங்காதவை.

இந்தச் செய்தியை 'தி ஒயர்' வெளியிட்ட அடுத்த சில நிமிடங்களில் மோடி அரசு இதற்குப் பதில் சொல்லத் தொடங்கியது. வழக்கம்போல தடபுடா வசனங்கள் அள்ளித் தெளிக்கப்பட்டன. "இந்தியா சோர்வின்றி இயங்கும் ஒரு ஜனநாயக நாடு. தனது குடிமக்கள் அனைவருக்கும் அவர்களின் அந்தரங்கங்களைப் பாதுகாத்துக்கொள்ளும் அடிப்படை உரிமையை உறுதிசெய்வதைக் கொள்கையாகக் கொண்டது. அதிகாரபூர்வமற்ற அத்துமீறல்களை எல்லாம் அதன் அரசு நிறுவனங்கள் மேற்கொள்ளாது. குறிப்பான சிலர் மீது அரசு இப்படிக் கண்காணிப்புகளை மேற்கொண்டது என்கிற குற்றச்சாட்டுக்கு எந்த உறுதியான ஆதாரங்களும் இதுவரை இல்லை" என்றெல்லாம் பதறியது. "இந்திய ஜனநாயகத்தையும், அதன் நிறுவனங்களையும் அவதூறு செய்ய மேற்கொண்ட

ஆதாரமற்ற ஓர் உளவு நடவடிக்கையாகவே இது தோன்றுகிறது” எனவும் சொல்லிப் பார்த்தது.

இங்கொன்றைப் பதிவது அவசியம். ‘தி ஒயர்’ இணைய இதழ் இந்தத் தகவல்களை உலக அளவிலான முக்கிய இதழ்களான ‘வாஷிங்டன் போஸ்ட்’, ‘தி கார்டியன்’, ‘லெ மோண்டே’, முதலான 16 முக்கிய பன்னாட்டுப் பத்திரிக்கைக் குழுமங்களுடன் இணைந்து வெளியிட்டன. இலாப நோக்கின்றி அற அடிப்படையில் செயல்படும் *Forbidden Stories, Amnesty International* முதலான அமைப்புகளுடன் இணைந்து இந்தச் செய்திகள் உலகெங்கிலும் அம்பலமாயின.

தொடர்ந்து வேறு பல செய்திகளும் வெளிவந்தன. இப்படி ஊடகவியலாளர்கள் மட்டும் கண்காணிக்கப்பட்டதோடு நிற்கவில்லை. ராகுல் காந்தி, மம்தா பானர்ஜியின் உறவினரும் உதவியாளருமான அபிஷேக், வசுந்தரா ராஜே சிந்தியாவின் அந்தரங்கச் செயலாளர், விசுவ இந்து பரிஷத்தின் பிரவீன் டொகாடியா மற்றும் அமைச்சர்கள் அஷ்வின் வைஷ்ணவ், பிரகலாத்சிங் படேல் என முன்னூறு பேர்கள் இந்த 2017 2019 கால கட்டத்தில் இவ்வாறு உளவு பார்க்கப்பட்டனர். முன்னாள் தலைமை நீதிபதி ரஞ்சன் கோகோய் மீது பாலியல் புகார் அளித்த உச்ச நீதிமன்றப் பணியாளரும் இவ்வாறு வேவு பார்க்கப்பட்டவர்களில் ஒருவர்.

இப்படி வேவு பார்த்ததாகக் குற்றம் சாட்டப்பட்ட NSO நிறுவனம் எதிர்பார்த்ததுபோலத் தங்கள் மீதான குற்றச்சாட்டுகள் உண்மையில்லை என்றது. குற்றம் சாட்டியவர்கள் மீது வழக்குப் போடப் போவதாகவும் சொல்லியது. காங்கிரஸ் கட்சியின் மாநிலங்கள் அவைத் தலைவர் மல்லிகார்ஜுன கார்கே, உள்துறை அமைச்சர் அமித்ஷா அந்தப் பதவிக்குத் தகுதியற்றுப் போனார் எனவும் அவர் பதவி விலக வேண்டும் எனவும் கூறினார். தலைமை அமைச்சர் மோடியும் விசாரிக்கப்பட வேண்டும் என்கிற கோரிக்கையும் வைக்கப்பட்டது. எதிர்பார்த்ததுபோல மோடி அரசின் அமைச்சர்கள் இந்தக்

கோரிக்கைகளைக் கடுமையாக எதிர்த்தனர். இந்தியாவின் முன்னேற்றத்தைப் பொறுத்துக்கொள்ளாதவர்கள் மேற்கொண்ட ஓர் உலகளவிலான சதி இது எனத் தன் பங்கிற்கு இந்த ஆதாரபூர்வமான குற்றச்சாட்டிற்கு எதிர்வினை ஆற்றினார் நரேந்திர மோடி. தேச நலனே எங்களுக்குப் பிரதானம் என அமித்ஷா கூறியது குறிப்பிடத் தக்கது. இதை எல்லாம் நாட்டு நலனுக்காச் செய்திருப்பார்கள் போல!

இது தொடர்பாக மேற்கொண்ட ஆய்வின்படி சுமார் 17 அரசுகள் NSOவின் வாடிக்கையாளர்களாக இருப்பது தெரிய வந்தது. கிரிமினல்கள் மற்றும் பயங்கரவாதிகளுக்கு எதிராகத்தான் தாங்கள் செயல்பட்டு வருவதாக அது கூறியது. இப்படியான உளவுச் செயல்கள் அம்பலமானதை ஒட்டி அமேசான் நிறுவனத்தின் 'வெப் சர்விஸ்' NSO உடனான தன் உறவுகளை நிறுத்திக்கொண்டது.

இப்படி இவர்களால் வேவு பார்க்கப்பட்டவர்களில் சிலரைப் பார்க்கலாம். செயல்பாட்டாளர் அசோக் பார்தி, உமர் காலித், அனிர்பன் பட்டாசார்யா முதலான JNU அம்பேத்கரிய மாணவப் போராளிகள், நக்சல்பாரிகள் செயல்படும் பகுதிகளில் பணியாற்றிய செயல்பாட்டாளர் பேலா பாடியா, ரயில்வே ஊழியர்கள் சங்கத் தலைவர் சிவ கோபால் மிஸ்ரா, நிலக்கரி தோண்டுவதற்கு எதிராகச் செயல்படும் மக்களுக்கு ஆதரவாக நிற்கும் அலோக் சுக்லா, டெல்லி பல்கலைக்கழகப் பேராசிரியர் சரோஜ் கிரி, மற்றும் சுப்ரான்ஷு சவுத்ரி (பஸ்தார்), இப்ஷா சடாக்ஷி (பிகார்) முதலான செயல்பாட்டாளர்கள் முதலானோர் இன்று இவ்வாறு வேவு பார்க்கப்பட்டுள்ளனர். கோவை ராமகிருஷ்ணன், மே 17 இயக்கத்தின் திருமுருகன் காந்தி முதலான தமிழகச் செயல்பாட்டாளர்களின் செல்போன்களும் இதில் அடக்கம்.

மோடி அரசு காஷ்மீரில் மேற்கொண்ட நடவடிக்கைகளை விமர்சிக்கும் காஷ்மீரிகளையும் பெகாசிஸ் விட்டுவைக்கவில்லை. 2017-19 காலகட்டத்தில் இப்படிச் சுமார் 25 பேர்கள் வேவுபார்க்கப்பட்டுள்ளனர்.

இப்படி நவீன தொழில்நுட்பங்கள் குடிமக்களை வேவு பார்க்கப் பயன்படுத்தப்படுவதை அமெரிக்கா கண்டித்துள்ளது. தொழில் நுட்பங்களை இவ்வாறு பயன்படுத்துவதைத் தாங்கள் தொடர்ந்து எதிர்ப்போம் என தெற்கு மற்றும் மத்திய ஆசியப் பகுதியின் அரசுத் துணைச் செயலாளர் டீன் தாம்சன் கூறியுள்ளார்.

இத்தனை கண்டனங்களைக் கண்டும் இஸ்ரேலின் இந்த *NSO* நிறுவனம் கொஞ்சமும் கவலைப்பட்டதாகத் தெரியவில்லை. "உலகெங்கிலும் மக்கள் நிம்மதியாக இரவில் உறங்குகிறார்கள், தெருக்களில் தைரியமாக நடக்கிறார்கள் என்றால் இப்படியான தொழில்நுட்ப வளர்ச்சிகளால்தான் அதெல்லாம் சாத்தியமாகியுள்ளன" எனத் திமிராக அதன் தரப்பில் கூறப்பட்டுள்ளது குறிப்பிடத்தக்கது.

இன்று அமெரிக்காவில் ஜோ பிடென் நிர்வாகம் இப்படியான நீதித்துறைக்கு அப்பாற்பட்ட உளவு பார்த்தல்களை *(extrajudicial surveillance)* கடுமையாகக் கண்டித்துள்ளது குறிப்பிடத்தக்கது. பெகாசஸ் பிரச்சினை பெரிய அளவில் கண்டனத்துக்குள்ளாகும் நிலை இன்று ஏற்பட்டுள்ள பின்னணியில், "பத்திரிகையாளர்கள், மனித உரிமைப் போராளிகள், ஆட்சியை விமர்சிப்போர் ஆகியோர் இவ்வாறு துன்புறுத்தல்களுக்கு ஆளாவதை அமெரிக்கா கண்டிக்கிறது" என இந்தக் கண்டன அறிக்கை தெளிவாகக் கூறுவது இங்கே நரேந்திரமோடி மற்றும் அமித்ஷா முதலானோரின் கூற்றுக்களுடன் ஒப்பு நோக்கத் தக்கது.

2.10

காவல்துறை சீர்திருத்தம் இன்றைய உடனடித் தேவை

மே *18 2022*

ஒன்று

'டாணாக்காரன்' திரைப்படத்தின் ஊடாக காவல்துறை சீர்திருத்தத்தின் அவசியம் பற்றிய ஒரு கவனம் உருவாகியுள்ளது வரவேற்கத்தக்க ஒன்று. அந்த வகையில் அந்தத் திரைப்பட இயக்குனர் தமிழும் அவரது 'டீம்' உறுப்பினர்களும் பாராட்டுக்குரியவர்கள்.

காவல்துறைச் சீர்திருத்தம் உடனடியாகச் செயல்படுத்தப்பட வேண்டிய ஒன்று. இன்றைய குற்ற நடவடிக்கை நெறிமுறைகள் *(Criminal Procedure Code)* என்பன பிரிட்டிஷ் ஆட்சியில் லார்ட் மெக்கலேயின் காலத்தில் *(1834)* உருவாக்கப்பட்டது என்பதை நாம் பாடநூல்களில் படித்துள்ளோம். அவர்தான் இந்தியக் கல்வி முறைக்கும் வித்திட்டவர் என்பதையும் அறிவோம். இன்றளவும்

இப்படிக் காலனிய ஆட்சிக்காலத்தில் உருவாக்கப்பட்ட நெறிகள்தான் இந்த இரண்டு துறைகளிலுமே செயல்பாட்டில் உள்ளன. ஏதேனும் மாற்றங்களே மேற்கொள்ளப்படவில்லையா என்றால் மாற்றங்கள் ஏற்பட்டுள்ளன. ஆனால் அந்த மாற்றங்கள் என்பன காலனிய காலத்திய நெறிகளைக் காட்டிலும் இன்னும் மோசமாகவும், மக்கள் விரோதமாகவும்தான் போய்க் கொண்டிருக்கின்றனவே ஒழிய குடிமக்களுக்குச் சாதகமாக எந்த மாற்றங்களும் செய்யப்படவில்லை. ஒரு எடுத்துக்காட்டைச் சொல்வதானால் இப்போது அமித்ஷா முன்மொழிகிற குற்ற நடவடிக்கைச் சட்டத் திருத்தம் வரலாறு காணாத அளவில் கொடூரமாக, மக்கள் விரோதமாக முன்மொழியப்பட்டுள்ளது. அந்த வகையில் கல்வி, கிரிமினல் சட்டம் ஆகியவற்றில் அந்நிய ஆட்சியைக் காட்டிலும் ‘சுதந்திர ஆட்சி’ கொடூரமாக உள்ளதுதான் கொடுமை.

‘டாணாக்காரன்’ திரைப்படத்திலிருந்து தொடங்கினோம். இதில் காவல் பணிக்குத் தேர்வு செய்யப்பட்டவர்களுக்குப் பயிற்சி அளிப்பவர் (லால்) ஒரு கொடூரமான நபராகச் சித்திரிக்கப்படுகிறார். காவல் துறைப் பயிற்சி எத்தனை கொடூரமானது, வன்முறையானது, அநீதியானது என்பதை மிகச் சிறப்பாகக் காட்சிப்படுத்துவது இந்தத் திரைப்படத்தின் முக்கிய சிறப்பு.

இது குறித்து விமர்சகர் சவுக்கு சங்கர் பாராட்டி முன்வைத்த கருத்து ஒன்றையும் காண நேரிட்டது. அதில் ஒரு அம்சம் மட்டும் எனக்கு உடன்பாடில்லை. டாணாக்காரன் திரைப்படத்தைப் பொறுத்தமட்டில் அந்தப் பயிற்சியாளன் ஒரு கொடூரமான நபர். ஆனால் பிரச்சினை அந்தப் பயிற்சியாளனின் கொடூரத்தனம் மட்டுமன்று. இந்தப் பயிற்சியின் அடிப்படையே காவல்துறைக்குத் தேர்ந்தெடுக்கப்பட்டவர்களை அப்படிக் கொடூரமாக ஆக்குவது என்பதுதான். அந்த வகையில் காவல்துறைப் பயிற்சியைப் பொறுத்தமட்டில் குற்றவாளிகளாகச் சந்தேகத்திற்கு உள்ளாகிறவர்களைக் கொடூரமாகக் கையாண்டு அவர்கள் மீதான குற்றத்தை நிறுவுகிறவனாக ஆக்குவதுதான்

காவலர் பயிற்சியின் நோக்கமே. சவுக்கு சங்கர் சொல்லும்போது அந்தக் குறிப்பிட்ட பயிற்சியாளன் மோசமானவன் என்கிற பொருள் வந்துவிடுகிறது. அதல்ல பிரச்சினை. வேறு நல்ல பயிற்சியாளன் வாய்த்திருந்தாலும் கூட பயிற்சியின் நோக்கத்தை அவன் மாற்றிவிட இயலாது. காவல்துறையைக் கண்டு மக்கள் அச்சப்பட வேண்டும். அந்த வகையில் உடலில் காயம் ஏற்படாமல் கொடுஞ் சித்திரவதைகளை மேற்கொண்டு "உண்மைகளை நிறுவுவது எவ்வாறு" என்பதைச் சொல்லித் தருவதுதான் பயிற்சியின் நோக்கமே.

சென்னையில் திருட்டுக் குற்றத்திற்காகக் கொண்டு வந்து விசாரித்த 12 வயது முஸ்லிம் பையன் ஒருவனைக் கடும் சித்திரவதைகளுக்கு உள்ளாக்கியதை நான் அறிவேன். கடுமையாக அடித்துப் பின் வாயில் துப்பாக்கியை வைத்து மிரட்டியபோது, குண்டு வெடித்து மருத்துவமனையில் கிடந்த அந்தப் பையன் குறித்து 'ப்ரெஸ் மீட்' நட்த்திய அனுபவமும் எங்களுக்கு உண்டு. என் பதிவுகளில் இதுபோன்ற வேறு சில எடுத்துக்காட்டுகளும் உண்டு.

இந்திய அளவில் இன்னும் எத்தனையோ எடுத்துக்காட்டுகளும் உண்டு. ஹாஷிம்புரா படுகொலையில் (22 May 1987) 42 அப்பாவி முஸ்லிம்களைப் பிடித்துக் கொண்டுவந்து ஆற்றங்கரை ஓரத்தில் நிற்கவைத்துச் சுட்டு ஆற்றுக்குள் தள்ளவில்லையா?

இரண்டு

'முதல் சுதந்திரப் போர்' என நம்மாலும், 'சிப்பாய்க் கலகம்' என அந்நிய ஆட்சியாளர்களாலும் குறிப்பிடப்படும் பிரிட்டிஷ் ஆட்சிக்கு எதிரான முதல் சுதந்திர எழுச்சிக்குப் பின் இத்தகைய எதிர்ப்புகளை இனி அனுமதிக்கக் கூடாது எனும் பின்னணியில்தான் 1861 வாக்கில் இன்றைய போலீஸ் அமைப்பிற்கான மூல முன்மாதிரியை அன்றைய காலனிய அரசு உருவாக்கியது.

ஒரு சமூக அமைப்பில் காவல்துறைக்கு ஒரு பங்கு உண்டு என்பதில் யாருக்கும் மறுப்பில்லை. சமூகமாக நாம் உருப்பெறும்போது சில விதிகளையும், கட்டுப்பாடுகளையும் நாம் உருவாக்கிக் கொள்கிறோம். அந்த விதிகள் முறைப்படி செயல்படுத்தப்படுகின்றனவா எனக் கண்காணிப்பதுதான் காவல்துறையின் பணி. அரசை விமர்சிப்பது, நமது கோரிக்கைகளை முன்வைப்பது, அரசின் சில சட்டதிட்டங்கள் தம்மைப் பாதிக்கும் என நினைக்கும்போது அவற்றை எதிர்ப்பது என்பதெல்லாம் மக்களின் உரிமைகள். அந்த உரிமைகளுக்காக அவர்கள் திரள்வதெல்லாம் அவர்களின் அடிப்படை உரிமைகளே தவிர அவை குற்றச் செயல்கள் அல்ல. மொத்தத்தில் காவல் துறைச் செயல்பாடு என்பது ஒரு சேவைதானே ஒழிய மக்கள் அனைவரையும் குற்றக் கண்கொண்டு அணுகுவது அதன் பணியல்ல. ஆனால் இங்கு தோற்றம் முதலே இந்தியக் காவல்துறை என்பது மக்களை கண்காணிக்கப்பட வேண்டியவர்களாக அணுகும் ஒரு எதிர்நிலைப் பணித்துறையாகவே *(adversarial service)* அது அந்நிய ஆட்சியாளர்களால் உருவாக்கப்பட்டது. மக்களின் மற்ற அடிப்படைத் தேவைகளுக்காக ஒதுக்கப்படும் நிதியைக் காட்டிலும் அதிக அளவு மக்களின் வரிப்பணம் ஒதுக்கப்படும் ஒரு துறையாகவும் அது ஆக்கப்பட்டது. ஆனால் உண்மையில் அது ஒப்பீட்டளவில் குறைந்த நிதி ஒதுக்கீட்டில் செயல்பட வேண்டிய ஒரு துறை என்பது குறிப்பிடத் தக்கது.

இதில் நாம் கவனம் கொள்ள வேண்டிய ஒரு அம்சம் என்னவெனில், காவல்துறை உருவாக்கத்தைப் பொறுத்தமட்டில் பிரிட்டிஷ் அரசு அதை அவர்களின் நாட்டில் உருவாக்கிய வடிவில் இங்கு அதை உருவாக்கவில்லை என்பதுதான். பிரிட்டனில் செயல்படுத்தப்படும் காவல்துறைக் கொள்கை *Peelian Principles* என அழைக்கப்படுகிறது. இதை உருவாக்கிய சர் ராபர்ட் பீல் (1788 – 1850) என்பவர் இருமுறை பிரிட்டிஷ் பிரதமராகவும் இதர முக்கிய பதவிகளிலும் இருந்து செயல்பட்டவர். ஒரு “அறம் சார்ந்த காவல் துறை”க்கான *(ethical police force)* ஒரு உருவாக்கம் என அவரது அணுகல்

முறையைக் குறிப்பிடுவார்கள். மக்களின் ஏற்புடன் கூடிய கொள்கை (*policy by consent*) என்றும் அதைக் குறிப்பிடுவர். இதில் காவல் அதிகாரிகள் என்போர் "சீருடையில் இயங்கும் குடிமக்கள்" (*citizens in uniform*) எனும் நோக்கில் உருவாக்கப்படுகிறார்கள். பொதுமக்களின் கண்களில் அவர்கள் வெளிப்படைத்தன்மை, நேர்மை, தனக்குள்ள அதிகாரத்தை அதன் எல்லைக்குள் மட்டுமே செயல்படுத்தும் தன்மை, தங்களின் செயல்பாடுகளுக்குப் பொறுப்பேற்கும் நேர்மை ஆகிய பண்புகளைக் கொண்டவர்களாகவே அங்கு அவர்கள் கருதப்படுகின்றனர். அதற்குரிய வகையில் அவர்கள் செயல்படவும் செய்கின்றனர். பிரிட்டிஷ் காவல்துறையினர் சாலைகளில் செல்லும்போது ஆயுதங்களைச் சுமந்து செல்வதில்லை என ஒரு குறிப்பைச் சமீபத்தில் நான் வாசித்தேன். அப்படிச் செல்வது மக்களை அவமதிப்பதாக அங்கே கருதப்படுகிறது. மக்களின் ஒப்புதல்களின் கீழ் செயல்படும் தொழிலாளிகள் என்கிற உணர்வுடன் அவர்கள் தம் நாட்டு மக்களை அனுகும் நிலை இன்றும் அங்கு தொடர்கிறது. விதியை மீறி 'டூ வீலரில்' வந்தார் என்பதற்காகவும், தனது கடையை அனுமதிக்கப்பட்ட நேரத்திற்கு மேல் அரைமணி நேரம் திறந்து வைத்தார் என்பதற்காகவும் குடிமக்களை அடித்தே கொல்லும் அவலம் அங்கு இல்லாமையை நாம் புரிந்துகொள்கிறோம்.

அங்கே காவல்துறையின் பணி குறித்த புரிதல் இப்படி அமைகிறது:

1. குற்றச் செயல்கள் நிகழாமல் தடுப்பதுதான் தங்கள் கடமை; குற்றவாளிகளைப் பிடிப்பது அல்ல.

2. குற்றத்தைத் தடுப்பதன் அடிப்படை பொதுமக்களின் ஆதரவைப் பெறுவதில் அடங்கியுள்ளது. அதனூடாகக் குற்றத்தைத் தடுக்கும் கடமையை மக்களும் ஏற்கின்றனர்.

3. சமூகக் கருத்துகள் மற்றும் மதிப்பீடுகளை ஏற்றுச் செயல்படுவதன் ஊடாகவே பொதுமக்களின் ஆதரவைக் காவல்துறை பெற முடியும்.

இவை அங்கே காவல்துறையின் மூன்று அடிப்படை அணுகல் முறைகளாக இன்றும் கடைப்பிடிக்கப்படுகின்றன. காவல்துறை என்பது சிறப்புறச் செயல்படுவதற்கான முதல் நிபந்தனை மக்களின் நம்பிக்கையைப் பெறுவதுதான் என்பது அங்கே ஏற்றுக்கொள்ளப்பட்டுச் செயல்படுத்தப்படும் நிலையைக் காண்கிறோம். ஆனால் குற்றவாளி எனச் சந்தேகிக்கும் ஒரு குடிமகனை, இரண்டு இட்லிகள் வாங்கிக் கொடுத்துச் சாப்பிடச் சொல்லி இரும்புக் குழாயால் அடித்துக் கொல்லும் கொடுமையும், அப்படியான கொடுமையைச் செய்தவர் காவல்துறையினராக இருக்கும் பட்சத்தில் அவர்களைச் சிறையில் அடைக்கக் கூடத் தயாராக இல்லாத ஒரு அரசையும் நாம் இந்தியாவில்தான் காண இயலும். தங்களின் செயல்பாடுகளுக்கு பொதுமக்களின் ஏற்பு *(public approval)* முக்கியம் எனும் கருத்தாக்கம் இல்லாத இரும்பு மண்டையர்களாகத்தான் இன்று இந்தியக் கவல்துறையினர் உருவாக்கப்படுகின்றனர். இந்நிலை தொடரும்வரை காவல்துறை அத்துமீறல்களுக்கு முடிவில்லை.

மூன்று

இந்திராகாந்தி அறிவித்த நெருக்கடிநிலை காலத்தில் மிகப் பெரிய அளவில் காவல்துறை அத்துமீறல்கள் நடந்ததை உலகறியும். ஒரு எடுத்துக்காட்டு சொல்ல வேண்டுமானால் டெல்லி துர்க்மான்கேட்டில் வாழ்ந்த எளிய முஸ்லிம்கள் கொடூரமாக வெளியேற்றப்பட்டமையை நினைவுபடுத்திக்கொள்ளலாம். ஜனதா கட்சித் தலைமையில் அடுத்த அரசு உருவானபோது காவல்துறை சீர்திருத்தத்திற்கென காவல்துறை ஆணையம் *(National Police Commission)* ஒன்று அமைக்கப்பட்டது. ஜனதா கட்சி ஆட்சி அதிகாரத்தில் இருந்த அடுத்த இரு ஆண்டுகளில் (1979 -81) அது எட்டு முக்கிய அறிக்கைகளை அரசுக்கு அளித்தது. மாதிரி காவல்துறைச் சட்டம் ஒன்றையும் அது முன்வைத்தது. ஆனால் இவை எதையும் அரசு செயல்படுத்த முனையவில்லை.

1996 இல் ஓய்வுபெற்ற IPS அதிகாரி பிரகாஷ் சிங் அவர்கள்

இந்தியக் காவல்துறை சீர்திருத்தம் குறித்துத் தொடுத்த வழக்கொன்றின் அடிப்படையில் காவல்துறை சீர்திருத்தம் குறித்து உச்ச நீதிமன்றம் அளித்த ஏழு கட்டளைகள் இங்கே குறிப்பிடத் தக்கவை. அவை:

1. காவல்துறை மீதான அரசுக் கட்டுப்பாடுகளைக் குறைத்து அதனிடத்தில் மாநிலப் பாதுகாப்பு ஆணையம் ஒன்றை அமைத்து காவல்துறையை நெறிப்படுத்துதல்.

2. காவல்துறை அதிகாரிகள் அரசு விருப்பு வெறுப்புகளுக்கு அப்பாற்பட்டு முற்றிலும் தகுதி அடிப்படையில் தேர்வு செய்யப்பட வேண்டும்.

3. குறிப்பிட்ட பணியில் காவல் அதிகாரிகளின் பதவிக் காலத்தைக் குறைவாக ஆக்குதல்.

4. புலனாய்வுத் துறையையும், சட்ட ஒழுங்குத் துறையையும் தனித்தனியே பிரித்தல்.

5. காவலர் நியமனம் இடப்பெயர்வு முதலான அனைத்து நிர்வாகச் செயல்பாடுகளையும் வெளிப்படையாக ஆக்குதல். இடமாற்றங்களைத் தீர்மானிக்கத் தனி வாரியம் ஒன்றை அமைத்தல்.

6. காவல்துறையினர் மீதான குடிமக்களின் புகார்களை விசாரிக்கத் தனி வாரியம் *(Police Complaint Authority)* ஒன்றை அமைத்தல்.

7. சுயேச்சையாக இயங்கும் தேசியப் பாதுகாப்பு ஆணையம் ஒன்றை அமைத்துச் செயல்படுத்துதல்.

அதன்பின் 2006 இல் உருவாக்கப்பட்ட 'தாமஸ் கமிட்டி', 2012 இன் 'நீதியரசர் ஜே.எஸ் வர்மா கமிட்டி' என எத்தனையோ பரிந்துரைகள் எல்லாம் முன்வைக்கப்பட்டும், அவை எல்லாமும் அடுத்தடுத்து வந்த அரசுகளால் புறக்கணிக்கப்பட்டனவே ஒழிய செயல்படுத்தப்படவில்லை.

காவல்துறைச் சீர்திருத்தம் என்பது இன்றுவரை எட்டாக் கனியாகவே தொடர்கிறது. ஐரோப்பிய வடிவிலான காவல்துறைச் சீர்திருத்தம் ஒன்றிற்கு இந்திய அரசுகள் ஒரு நாளும் தயாராக இருக்கவில்லை. இன்றைய பா.ஜ.க அரசு குறித்துச் சொல்ல வேண்டியதில்லை.

குற்றம் இல்லாத உலகே தண்டனை இல்லாத உலகமாக இருக்க முடியும் என்பதே அரசின் கருத்தாக அமைகிறது. நன்கு ஆராய்ந்து பார்த்தால் குற்றச் செயல்களுக்கும் தண்டனைக்கும் எந்தத் தொடர்பும் இல்லை என்பது விளங்கும். தண்டனைகளை அதிகப்படுத்துவதால் குற்றச் செயல்கள் எங்கும் குறைந்ததில்லை.

ஆனால் இது குறித்தெல்லாம் இந்திய அரசுகள் கவனத்தில் கொண்டதில்லை. குடிமக்கள் குறித்த காலனிய ஆட்சியின் அணுகல்முறைகளை இம்மியும் பிரளாமல் தொடர்வதே அவற்றின் ஒரே நோக்கமாக இருந்தது. இதே காலனிய அரசுகள் தம் நாட்டு மக்களை இப்படி நடத்துவதில்லை என்பதை அவை நினைத்துப் பார்த்ததில்லை.

சித்திரவதைகளுக்கு எதிராக 1984 இல் உருவாக்கப்பட்ட உலகளவிலான கருத்தொருமிப்பையும் *(Convention against Torture and Other Cruel, Inhuman or Degrading Treatment or Punishment)* இந்தியா இதுவரை அறிந்தேற்புச் செய்யவில்லை என்பதும் இங்கே குறிப்பிடத் தக்கது. 1984 வரை இந்திய அரசு இந்தப் பன்னாட்டு ஒப்புதலில் *(convention)* கையொப்பம் இடவே இல்லை. தொடர்ந்த அழுத்தத்தின் விளைவாக 1999 இல் அது கையொப்பம் இட்டாலும் இன்றுவரை அதற்கான சட்டம் இயற்றி அறிந்தேற்பு *(ratification)* அளிக்கவில்லை என்பதையும் நாம் கவனத்தில் கொள்ள வேண்டும். எனவே இங்கு அது நடைமுறையில் இல்லை.

போலி என்கவுன்டர் கொலைகள் குறித்து இங்கே நான் விளக்க வேண்டியதில்லை. தனிப்பட்ட அரசியல் நோக்கங்களுக்காகவும் கூட என்கவுன்டர் படுகொலைகள் செய்யப்படும் நாடு இது. என்கவுன்டர் கொலைகள் என்பன அப்பட்டமான

படுகொலைகள் என்பதை உலகறியும். எங்களின் அனுபவங்களில் இப்படி எத்தனையோ படுகொலைகளைப் பார்த்துள்ளோம். நீதிமன்றக் காவலில் உள்ளவர்களைக் கூட சட்டபூர்வமாக வெளியே எடுத்துச் சென்று சுட்டுக் கொன்ற கொடுமைகள் எல்லாம் இங்கு உண்டு. விசாரணையின்போது அல்லது கைது செய்ய முயலும்போது எங்களைக் கொல்ல முயன்றார்கள். தற்காப்பிற்காக நாங்கள் சுட்டோம் எனச் சொல்லிவிட்டு ஒரு அரசு மருத்துவமனையில் உட்கார்ந்து கொண்டு சீட்டு விளையாடிக்கொண்டிருந்த காவலர்களை எல்லாம் நாங்கள் பார்த்துள்ளோம். அப்படியான 'என்கவுண்டர் ஸ்பெஷலிஸ்ட்' களுக்கு வீட்டு மனைகள், ரொக்கப் பரிசுகள், பணி உயர்வுகள் எல்லாம் அளித்து அரசுகள் கொண்டாடியதையும் நாம் கண்முன் கண்டுள்ளோம்.

நீதிமன்றங்கள் இவற்றைக் கணக்கில் கொண்டு சில நல்ல தீர்ப்புகள் வழங்கியுள்ளன என்பது உண்மைதான். ஆனால் அப்படியான தீர்ப்புகளை விரல்விட்டு எண்ணிவிடலாம். கேரளாவின் வர்கீஸ் வழக்கு போன்றவை அரிதினும் அரிதான மிகச் சில எடுத்துக்காட்டுகள். பல ஆண்டுகள் கழித்தே உண்மை வெளியுலகத்திற்குத் தெரிய வந்தாலும் அது முறையாக விசாரிக்கப்பட்டு வர்கிசை என்கவுண்டரில் கொலை செய்ய ஆணையிட்ட அந்த போலீஸ் அதிகாரி தண்டிக்கப்பட்டார். ஆனால் இப்படியானவை அரிதினும் அரிதான எடுத்துக்காட்டுகள்.

காவல் நிலைய வன்முறைகளையும் சாவுகளையும் குறைக்கும் முகமாக நீதிஅரசர் டி.கே பாசு அவர்கள் உருவாக்கிய நெறிமுறைகள் இன்று எல்லா காவல் நிலையங்களிலும் ஓர் ஓரமாக ஒட்டப்பட்டுள்ளதைக் காணலாம். அந்த நெறிமுறைகளும் முறையாகக் கடைபிடிக்கப்படுவதில்லை. குற்றம் சுமத்தப்படுபவர்கள் கைது செய்யப்பட்ட நேரம் உடன் பதிவு செய்யப்பட வேண்டும் என்பது அந்த நெறிமுறைகளில் ஒன்று. அது முறையாகக் கடைபிடிக்கப்படுவது இல்லை. சில வழக்குகளில் பல நாட்களுக்குப் பின்தான் நீதித்துறை

நடுவர்முன் கைது செய்யப்பட்டவர்கள் கொண்டுபோய் நிறுத்தப்படுகின்றனர். இடைக் காலத்தில் அவர்கள் கடும் சித்திரவதைகளுக்கு ஆளாக்கப்படுவர். நீதித்துறை நடுவர் குற்றம் சுமத்தப்பட்டவரிடம் அவர் துன்புறுத்தப்பட்டாரா என்பன போன்ற கேள்விகளைக் கேட்ட பின்னரே நீதிமன்றக் காவலுக்கு ஆணையிட வேண்டும். ஆனால் பல வழக்குகளில் நடுவர்கள் கைது செய்யப்பட்டவரின் முகத்தைப் பார்க்காமலேயே ரிமாண்ட் ஆணையிடும் கொடுமைகள்தான் அதிகம். கைது செய்யப்பட்ட ஒருவர் காவல் நிலையத்தில் விசாரிக்கப்படும்போது அவர் கைது செய்யப்பட்ட நேரத்தைத் துல்லியமாகப் பதிவு செய்தல், விசாரணையில் உறவினர்கள் உடன் இருக்கலாம் என்பது முதலான கைது செய்யப்பட்டவரின் சட்ட உரிமைகளை அவருக்கு விளக்குதல், கைது செய்யப்பட்டவருக்கு மருத்துவ சோதனை செய்தல், அவர் தனது வழக்குரைஞரைப் பக்கத்தில் வைத்துக்கொள்ள அனுமதித்தல் முதலான டி.கே. பாசு தீர்ப்பு உரிமைகள் இங்கு எத்தனை வழக்குகளில் கடைபிடிக்கப்பட்டுள்ளன?

நான்கு

இரண்டு வாரத்திற்கு முன்தான் சந்தேகத்திற்குரிய வகையில் சிக்கிய விக்னேஷ் எனும் இளைஞன் சென்னை போலீசால் அடித்தே கொல்லப்பட்டான். சாத்தான் குளத்தில் அனுமதிக்கப்பட்ட நேரத்தைக் காட்டிலும் சில நிமிடங்கள் அதிகமாகக் கடையைத் திறந்து வைத்ததற்காக தந்தையையும் மகனையும் அடித்து அவர்களை அவர்களின் கொடூரமான இறப்பிற்கு முன்னுரை அளித்தது, கொரோனா விதிமுறைகளை மீறி பைக்கில் வந்தார் என ஒருவரை அடித்துக் கொன்றது, சிறையில் அடைபட்டுக் கிடந்தவர்களை விசாரணைக்கு எனக் கூட்டிச் சென்று ஆளுக்கொரு பிரியாணி பொட்டலத்தை வாங்கிக் கொடுத்துவிட்டு, அவர்கள் கையெடுத்துக் கும்பிட்டு அழ அழச் சுட்டுக் கொன்றது எனத் தினம் மக்கள் கொல்லப்படுவது ஒரு பக்கம் என்றால் இன்னொரு பக்கம் குற்ற விசாரணை

எனும் பெயரில் ஆண்டுதோறும் நூற்றுக்கணக்கான குடிமக்கள் கொடும் சித்திரவதைகளின் ஊடாகக் கொல்லப்படுகின்றனர். காவல்துறையினர் இத்தகைய கொடூரங்களைச் செய்யும் மனநிலையை எப்படிப் பெறுகின்றனர்?

கட்டுரையின் இந்த நிறைவுப் பகுதியில் இதற்குரிய பதிலைத் தேடுவோம்.

முன்னாள் *IPS* அதிகாரியும் பத்தி எழுத்தாளருமான என் சி அஸ்தானா *(Dr.N.C. Asthana)* அவர்களின் கட்டுரை ஒன்றிலிருந்து *(Why Police Brutality and Torture Are Endemic in India" (The Wire, 13, Dec 2021)* சிலவற்றைத் தொகுத்துக் கொள்வோம்

காவல்துறைப் பணியில் சேர்ந்து ஒரு பயிற்சி அதிகாரியாக அவர் இருந்தபோது முதன் முதலில் அப்படியான சித்திரவதைத் தாக்குதல் தனக்குக் காட்டப்பட்டது குறித்து அவர் சொல்வதைப் படிக்கும்போதே நம் நெஞ்சு பதறும். பஞ்சாப்பில் தீவிரவாதம் உச்சத்தில் இருந்த காலம் அது. அமிர்தசரஸ் மாவட்டம், 'டார்ம்டாரன்' என்னும் இடத்தில் உள்ள ஒரு காவல்நிலையத்தின் சித்திரவதைக் கூடம் அது. மூக்கைத் துளைக்கும் மூத்திரம், மலம் மற்றும் வாந்தி நாற்றங்கள், அரை வெளிச்சம் என்றிருந்த ஒரு சிறிய அறைக்குள் அவர் அழைத்துச் செல்லப்படுகிறார், "அரை நிர்வாணமாக ஒருவர் தரையில் ஓலமிட்டுக் கொண்டு கிடக்கிறார். இரண்டு நபர்கள் அவரது இரு கால்களையும் பிடித்து இரு பக்கங்களிலும் இழுக்கிறார்கள். இழுத்துப் பிணைத்து அவற்றைச் செயலிழக்கச் செய்கின்றனர். இன்னொருவன் அவரது ஒரு கையைப் பின்புறமாக முறுக்கிச் செயலிழக்கச் செய்கிறான். பயிற்சியாளனாகிய நாங்கள் இதன் ஊடாடாக வெளிக்காயம் எதுவும் தெரியாமலும், மருத்துவ ரீதியாகக் கூடக் கண்டுபிடிக்க இயலாமலும் சித்திரவதை செய்வது குறித்து இப்படியாக அறிவூட்டப் பட்டோம்" எனத் தன் முதல் பயிற்சி அனுபவத்தைப் பதிவு செய்கிறார் அஸ்தானா

லத்திகளைக் கொண்டு உள்ளங் கால்களில் அடிப்பது "சர்கஸ் பார்" ஒன்றில் மிருகத் தோல் ஒன்றைத் தொங்கவிடுவதைப்

போலக் கைது செய்யப்பட்டோரைத் தொங்கவிடுவது ஆகிய கொடுமைகளையும் அஸ்தானா குறிப்பிடுகிறார். சித்திரவதை நேசர்களின் அகராதியில் “*Roller Treatment*” என ஒன்று உண்டு. இதில் நன்கு சீவி, ‘பாலிஷ்’ பண்ணப்பட்ட ஒரு உருளையைப் படுக்க வைக்கப்பட்ட கைதியின் தொடைகளின் மீது வைப்பார்கள். பின் அதன்மீது இரண்டு குண்டு போலீஸ்காரர்கள் ஏறிக் கொண்டு அதை முன்னும் பின்னும் உருட்டுவர். அது ஏற்படுத்தும் வலியும் துன்பமும் கொடூரமானது.

இந்தச் சித்திரவதைகள் எல்லாம் கொடும் வலியைத் தருபவை. ஆனால் வெளிக்காயங்கள் எதுவும் இருக்காது. சித்திரவதைக்கு ஆட்பட்ட குடிமகன் தான் அனுபவித்த கொடுமையை எந்நாளும் நிறுவ முடியாது. அவன் கொஞ்சம் கொஞ்சமாகக் காலப்போக்கில் சாவான்.

நினைவிருக்கட்டும். இத்தனையையும் சொல்வது ஒரு முன்னாள் காவல்துறை உயர் அதிகாரி. “இப்படி உருளை மீதேறி உருட்டுவதைக் காவலர்கள் மிகவும் ரசிப்பார்கள்” என்றும் அவர் பதிவு செய்கிறார். அதெப்படி இன்னொரு மனிதனின் இந்த வேதனையை ஒருவர் ரசிக்க முடியும் என்கிற கேள்வி உங்களுக்கு எழலாம். ஆனால் இந்தியாவில் இன்றளவும் செயற்படும் காவல்துறைப் பயிற்சிக் கொள்கை அதுதான் என்கிறார் இந்த முன்னாள் ஐ.பி.எஸ் அதிகாரி.

இன்னொரு ‘புகழ்பெற்ற’ சித்திரவதை குறித்தும் அஸ்தானா பதிவு செய்கிறார். உடலின் அந்தரங்க பாகம் ஒன்றில் *(testicles)* *80* வோல்ட் *DC* மின்சார ஷாக் கொடுத்துக் கொடும் துன்பத்தை விளைவிப்பதுதான் அது. *Curfewed Night* எனும் தன் நூலில் காஷ்மீர எழுத்தாளர் பஷாரத் பீர் இது குறித்த கொடும் துயரச் சம்பவங்களைப் பதிவு செய்துள்ளதையும் குறிப்பிடுகிறார். இந்தக் கொடுஞ் சித்திரவதை அது மேற்கொள்ளப்படும் தருணத்தில் துன்பம் விளைவிப்பது மட்டுமல்ல. நிரந்தர ஊனத்தையும் அது ஏற்படுத்திவிடுகிறது என்கிறார் அவர். அதற்குப் பின் பாதிக்கப்பட்டவர்கள் மருத்துவரை அணுகுவது குறித்து

வெட்கப்படும் நிலை ஏற்படும் எனவும் அவர் குறிப்பிடுகிறார்.

இப்படிப்பட்ட கொடுமைகளுக்குக் காரணமானது குறித்த வறுத்தமோ, வெட்கமோ இதைச் செயல்படுத்தும் காவல் அதிகாரிகளுக்கு இம்மியும் கிடையாது. அந்த அளவிற்கு உணர்ச்சியற்றவர்களாகவும் மனிதத் தன்மை அற்றவர்களாகவும் அவர்கள் ஆக்கப்படுகின்றனர். சில நேரங்களில் அது அவர்களின் குற்ற உணர்ச்சியைத் தூண்டுவதும் உண்டு. ஆனால் அதை அவர்கள் வெளிப்படுத்த மாட்டார்கள். ஏனெனில் அது அவர்களின் தகுதிக்கு உரியதல்ல. அவர்களை யாரும் பலவீனமானவர்களாகவும் கருதிவிடக் கூடாது. பின் அந்தக் குற்ற உணர்வை அவர்கள் எப்படி வென்று வருகிறார்கள்?

இருக்கவே இருக்கிறது உயர் ரகச் சாராய பாட்டில்கள். அடிக்கடி இவர்கள் "பார்டி" கொண்டாடுவதன் பின்னணி இதுவே. புகழ்பெற்ற காவல்துறை 'ஹீரோ' ஆன கே.பி.எஸ். கில் குறித்து 'வாஷிங்டன் போஸ்ட்' பத்திரிகையின் முன்னாள் ஆசிரியர் ஸ்டீவ் கோல் *(Steve Coll)* தனது *"On the Grand Trunk Road A Journey into South Asia"* எனும் நூலில் கில்லுடன் ஆன அவரது அனுபவம் ஒன்றைப் பதிவு செய்கிறார் *(Page 167 -72)*. தான் ஒருமணி நேரம் கில்லுடன் பேசிக்கொண்டிருந்தபோது *(1993)* அவர் அந்த ஒரு மணி நேரத்தில் ஏழு முழு கிளாஸ் விஸ்கியை அருந்தியதை ஸ்டீவ் பதிவு செய்துள்ளதைச் சுட்டிக் காட்டுகிறார். இப்படியான வழிகளில் அவர்கள் தம் குற்ற உணர்ச்சிகளைத் தமக்குள் அமுக்கிக்கொள்கின்றனர் என்பது அஸ்தானாவின் கருத்து.

அடிக்கடி இவர்கள் இப்படித் தங்களுக்குள் 'பார்டிகள்' நடத்துவது, ஒரு கூட்டுணர்வை அதனூடாக ஏற்படுத்திக் கொள்வது *(belonging to the brotherhood)* முதலானவற்றை இந்தப் பின்னணியில் பார்க்க வேண்டும் என்கிறார் அஸ்தானா.

செர்பியாவின் முன்னாள் தலைவராக இருந்து *(1989 - 97)* பல்வேறு அத்துமீறல்களுக்கும், குற்றச்சாட்டுகளுக்கும் காரணமான ஸ்லோபோடன் மிலோசெவிக் ஒரு பாசம்

மிக்க தந்தையாகவும், அன்பான கணவனாகவும் இருந்ததை இத்துடன் ஒப்பிடுகிறார் அஸ்தானா.

இந்தக் கொடுங்கோலர்கள் தமது கொடூரங்களின் ஊடாக அடையும் குற்ற உணர்ச்சியை இப்படியான செயல்பாடுகளின் ஊடாக உதறித் தள்ள முயல்வதாகத்தான் நாம் இதைப் புரிந்து கொள்ள வேண்டும்.

இன்னொரு வகையிலும் இவர்கள் தமது குற்ற உணர்வைச் சமன் செய்துகொள்வதையும் அஸ்தானா சுட்டிக் காட்டுகிறார். தாங்கள் தேசத்திற்குச் சேவை செய்வதாகவும், அப்படியான உன்னதப் பணியின் ஓரங்கமாகத்தான் இப்படித் தேசத்திற்கு விரோதமானவர்களை ஒழித்துக் கட்டுவதும்கூட எனத் தனது அத்துமீறல்களை அவர்கள் நியாயப்படுத்திக் கொள்கின்றனர். இப்படித் தமது இந்த நடவடிக்கைகளின் ஊடாக தேச சேவை செய்யும் உணர்வு ஒன்றைக் கற்பித்துக் கொண்டு அதற்குள் தம் குற்ற உணர்வுகளை அவர்கள் பதுக்கிக் கொள்கின்றனர்.

இப்படியான சித்திரவதைகள், கொடூர வன்முறைகள் ஆகியவற்றின் ஊடாக நாட்டிற்கு வந்த ஆபத்துகளைத் தாம் தடுத்து நிறுத்துவதாக அவர்கள் தமக்குள் முனகிக் கொள்கின்றனர். *AFPSA, UAPA* போன்ற கொடுஞ் சட்டங்களின் ஊடாக தேசத்தைப் பாதுகாத்துவிடுவதாக அவர்கள் உண்மையிலேயே நம்புகின்றனர். ஐரோப்பிய நாடுகளில் இன்றளவும் காவல்துறையினர் ஆயுதங்களுடன் பொது வெளிகளில் தோன்றுவதை மக்களை இழிவு செய்வதாக உணர்வது குறித்து இக்கட்டுரையின் தொடக்கத்தில் பார்த்தோம். ஆனால் கையில் லத்திகளுடனும் துப்பாக்கிகளுடனும் தோன்றுவதை நமது விசுவாசிகள் புனிதமாகக் கருதுவதும் இப்படித்தான்.

பகுதி 3

இரண்டாந்தரக் குடிமக்களாக்கப்படும் முஸ்லிம்கள்

3.1

விடுதலை பெற்ற இந்தியாவில் முஸ்லிம்களின் இட ஒதுக்கீட்டு உரிமை மறுக்கப்பட்ட வரலாறு

(இந்தியா போன்ற சாதி மத வேறுபாடுகள், தீண்டாமைக் கொடுமை ஆகியன நிறைந்த ஒரு நாட்டில் இவற்றால் பாதிக்கப்படும் அடித்தள மக்கள் மற்றும் சிறுபான்மை மக்களுக்கு உரிய பாதுகாப்பு அளிப்பது அரசின் கடமை. அப்படியான பாதுகாப்பு முஸ்லிம்களுக்கு மறுக்கப்படும் அவலம் நமது அரசியல் சட்ட அவை விவாதங்களில் இருந்தே தொடங்குகிறது. இது குறித்துப் பார்க்கலாம்.)

அரசியல் சட்ட அவையில் முஸ்லிம்களுக்கு எதிராக நடந்த சொல் விளையாட்டு

முஸ்லிம்களுக்கு அரசுப் பணிகளில் 5 சதவீத இட ஒதுக்கீடு அளிக்கும் ஆணையை ஆந்திரப் பிரதேச (ஆ.பி) அரசு ஜூலை 12 (2004) அன்று வெளியிட்டது. ஆனால் ஜூலை

22 அன்று ஆ.பி. உயர் நீதிமன்றம் அந்த ஆணையை நிறுத்தி வைத்து உத்தரவிட்டது. இதற்கிடையில் எதிர்பார்த்தது போல இந்துத்துவவாதிகள் இந்த உத்தரவைக் கண்டித்தனர். எதிர்த்து வழக்குகள் தொடுத்தனர். (இந்துத்துவவாதிகள் தவிர இந்த ஆணையை எதிர்த்த ஒரே அமைப்பு ஆந்திர மாநில பி.யூ. சி.எல். இது எப்டி இருக்கு!) என்ன மாதிரி கண்டித்தனர்? 'தேசவிரோதம்' என்றது பா.ஜ.க., 'பிரிவினைத் தன்மையுடையது, தேச நலன்களுக்கு எதிரானது' என்றார் வெங்கையா (ஜூலை 18). 'அரசியல் சட்டத்திற்கு எதிரானது, சட்டவிரோதமானது' என்றார் வாஜ்பாயி (ஜூலை 20).

ஜூலை 21ந்தேதி நியூ இந்தியன் எக்ஸ்பிரஸ் இதழில் ராஜ்யசபை உறுப்பினரும் பா.ஜ.கவின் 'அறிவுத்தொட்டி'யின் (Think Tank) தலைவருமான பல்பிர் புன்ஜ் எழுதிய கட்டுரை வெளியாகியது. 1909இல் மின்டோ - மார்லி சீர்திருத்தத்தில் அடிப்படையில் முஸ்லிம்களுக்குத் தனி வாக்காளர் தொகுதி (Separate electorate) அளிக்கப்பட்டு நடைமுறையில் இருந்ததென்பது 1947 தேசப் பிரிவினைக்கு ஒரு முக்கிய அடிப்படையாக இருந்ததெனத் தொடங்கிய புஞ்சின் இக்கட்டுரை தொடர்ந்து உமிழ்ந்த விஷக் கருத்துகள்:

1. *தேசப் பிரிவினைக்குப் பிறகு மத அடிப்படையில் இட ஒதுக்கீடு கூடாது என்றொரு கருத்தொருமிப்பு இங்கே கடைப்பிடிக்கப்படுகிறது. ஆந்திர பிரதேச ஆணை இதற்கு எதிரானது.*

2. *முஸ்லிம்கள் தம்மை அல்லாஹ்வின் கட்சியைச் சேர்ந்தவர்கள் என்றும், ஆறு நூற்றாண்டுகள் ஆண்ட சுல்தான்களின் பரம்பரையில் வந்தவர்கள் என்றும் பெருமை அடித்துக்கொள்கிறார்கள். 1948 வரை ஹைதராபாத்தில் நிஜாம்களின் ஆட்சி நடைபெற்று வந்துள்ளது. இன்று 5 சதவீத இட ஒதுக்கீட்டிற்காக அவர்கள் கெஞ்சுவது முரணாக இல்லையா?*

3. *65 சத முஸ்லிம்கள் வறுமைக் கோட்டிற்குக் கீழே உள்ளனர்.*

> 1991 ஆம் ஆண்டு கணக்குப்படி அவர்களில் 18 சதம் பேரே எழுதப் படிக்கத் தெரிந்தவர்கள். அதிலும் பெண்கள் நான்கே சதம்தான். அதே சமயத்தில் பிற சமூகத்தினரில் 44 சதம் பேர் எழுதப் படிக்கத் தெரிந்தவர்கள் என்றெல்லாம் ஆந்திர அரசு சொல்கிறது. நான் இதை மறுக்கவில்லை. ஆனால் 5 சத இட ஒதுக்கீடு இதைச் சரிசெய்துவிட முடியுமா? இதற்கெல்லாம் காரணம் முஸ்லிம்கள் கட்டுப்பாடின்றி குடும்பத்தைப் பெருக்குவதுதானே?

இவை அனைத்தும் அபத்தங்கள் என்பதை நாம் அறிவோம். முஸ்லிம்கள் மத்தியில் மக்கள் தொகை அதிகரிப்பு வீதம் முந்தைய ஆண்டுகளுடன் ஒப்பிடும்போது குறைந்து வருகிறது என்பதே சமீபத்திய மக்கள் தொகை கணக்குகள் தெரிவிக்கும் செய்தி. தவறான கணக்கீடுகளின் அடிப்படையில் இந்துத்துவச் சார்புடைய சில அதிகாரிகள் முஸ்லிம் மக்கள் தொகை அதிகரித்து வருவதாக அறிவித்தது பின்னர் அம்பலமாகியது. அந்த அடிப்படையில் அரசு அப்போது தவறைத் திருத்திக்கொண்டது என்பதை நாம் கவனத்தில் கொள்ள வேண்டும். நிஜாம்களின் ஆட்சியில்கூட இந்துக்கள் வளமாக வாழ்ந்துள்ளனர். ஏழை முஸ்லிம்கள் ஏழைகளாகவேதான் இருந்துள்ளனர் என்பதே இதிலிருந்து ஒருவர் பெறக்கூடிய செய்தி. கிடக்கட்டும். பல்பீர் முன் வைக்கும் முதல் வாதத்தை மட்டும் எடுத்துக் கொள்வோம். சுதந்திரத்திற்குப் பின் மத அடிப்படையில் இட ஒதுக்கீடு கூடாது என்று ஒரு கருத்தொருமிப்பு இருப்பது உண்மையா? வாஜ்பேயி சொல்வதுபோல முஸ்லிம்களுக்கு இட ஒதுக்கீடு செய்வது சட்ட விரோதமானதா? நிச்சயமாக இல்லை. மாநிலத்திலுள்ள மொத்த மக்கள் தொகையில் 22 சதமாக உள்ள கேரள முஸ்லிம்களுக்கு 12 சத ஒதுக்கீடு வழங்கப்பட்டுள்ளது. ஆண்டு வருமானம் 2.5 லட்சத்திற்கு மீறக்கூடாது என்பது மட்டுமே நிபந்தனை. மக்கள் தொகையில் 12 சதமாக உள்ள கர்நாடக முஸ்லிம்களுக்கு 1994 முதல் 4 சத ஒதுக்கீடு அளிக்கப்படுகிறது. அகில இந்திய அளவில் கூட தாழ்த்தப்பட்டவர்களுக்கு மத அடிப்படையில் இட ஒதுக்கீடு வழங்கப்படுவதே உண்மை.

நமது அரசியல் சட்டத்தின் 341வது பிரிவு மத அடிப்படையில் இட ஒதுக்கீட்டில் வேறுபாடுகள் காட்டவில்லையாயினும், பட்டியல் சாதியினருக்கு (SC/ST) அதில் தனியே இட ஒதுக்கீடு அளிக்கப்பட்டதாயினும், யார் யாரெல்லாம் பட்டியல் சாதியில் அடங்குவர் என்பதை அது வரையறுக்கவில்லை. குடியரசுத் தலைவரின் ஆணையின் மூலம் அது வரையறுக்கப்பட வேண்டும் என்று அப்பிரிவு கூறுகிறது. இதன்படி 1950ஆம் ஆண்டு குடியரசுத் தலைவரின் அரசியல் சட்ட ஆணை (எண்19) இடப்பட்டது. சட்ட அமைச்சகத்தின் குறிப்பறிவிப்பும் (SRO-385/ ஆகஸ்டு 10, 1950) வெளியிடப்பட்டது. இந்த அறிவிப்பின் மூன்றாவது பத்தி, இந்து அல்லாதவர்களுக்கு இது பொருந்தாது எனத் தெளிவுபடுத்தியது.

இதனடிப்படையில் (SC/ST) இட ஒதுக்கீட்டிற்கு முஸ்லிம்கள், கிறிஸ்தவர்கள், சீக்கியர், பவுத்தர்கள் ஆகியோர் தகுதியற்றவர்கள் ஆயினர். ஆக மத அடிப்படையிலேயே (SC/ST) இட ஒதுக்கீடு வழங்கப்பட்டது. பின்னர் 1956இல் சீக்கியர்களும் 1990இல் பவுத்தர்களும் இதில் உள்ளடக்கப்பட்டனர். ஆக இந்த உரிமை இன்று முஸ்லிம்களுக்கும், கிறிஸ்தவர்களுக்கும் மட்டுமே மறுக்கப்பட்டுள்ளது. மத மாற்றத்திற்குப் பின்னும் தீண்டாமையில் உழல நேர்ந்துள்ள தலித் கிறிஸ்தவர்கள் இதில் பெரிதும் பாதிக்கப்பட்டுள்ளனர். இது தொடர்பாக நியமிக்கப்பட்ட கோபால் சிங் ஆணையம் குடியரசுத் தலைவரது ஆணையில் பிற மதத்தினரை ஒதுக்கும் இப்பகுதியை நீக்க வேண்டும் எனப் பரிந்துரைத்துள்ளது குறிப்பிடத் தக்கது. வி.பி. சிங் அரசு இதனை ஏற்றுக்கொண்ட போதிலும் இதுவரை இந்த அநீதி நீக்கப்படவில்லை.

மீண்டும் மாநில அரசுகள் அளிக்கும் இட ஒதுக்கீட்டிற்கு வருவோம். அரசியல் சட்டத்தின் 15(4) ஆவது பிரிவு குறிப்பான சில மக்கள் பிரிவினரின் முன்னேற்றம் கருதி சிறப்பு நடவடிக்கைகள் மேற்கொள்ளும் அதிகாரத்தை மாநிலங்களுக்கு வழங்குகிறது. 16(4) ஆவது பிரிவு ஏதேனும் ஒரு பின்தங்கிய பிரிவினர் அரசுப் பணிகளில் போதுமான

அளவு பிரதிநிதித்துவம் பெற்றிருக்கவில்லையானால் அதனை ஈடுகட்டுவதற்குரிய ஒதுக்கீட்டுச் சட்டங்களை இயற்றும் அதிகாரத்தை மாநிலங்களுக்கு வழங்குகிறது.

இதுகுறித்த அரசியல் சட்ட அவை விவாதம் இங்கே கருதத்தக்கது. 16(4) ஆவது பிரிவைப் பொறுத்தமட்டில் சிறுபான்மையினர்களுக்கு சிறப்பு இட ஒதுக்கீடு அளிக்கும் முகமாகவே அது முதலில் முன்வைக்கப்பட்டது. மதச் சிறுபான்மையினரைத் தவிர இந்துக்களில் உள்ள சில பிரிவுகளையும் கூட உள்ளடக்குமாறு சிறுபான்மையினர் என்ற சொல்லை நீக்கிவிட்டு வகுப்புகள் என்ற பொதுச் சொல்லைப் பயன்படுத்த வேண்டும் என கே.எம். பணிக்கர் வற்புறுத்தினார். பின்னாளில், ஜனசங் கட்சியை உருவாக்கிய சியாமா பிரசாத் முகர்ஜி, “சிறுபான்மையினர் மற்றும் வகுப்புகள் என இருக்கலாமோ?” என்றார். இது குறித்த துணைக்குழுவின் தலைவராக இருந்த சர்தார் படேல், “வகுப்புகள் என்று சொன்னாலே சிறுபான்மையினரும் உள்ளடங்குவர்” என்று கூறினார். தொடர்ந்து நடைபெற்ற விவாதம்:

பிராங்க் அந்தோணி: வகுப்புகள், சிறுபான்மையினர் என இரண்டையும் சேர்த்துச் சொல்வதில் உங்களுக்கு என்ன மறுப்பு? வகுப்புகள் என்பது பட்டியல் வகுப்புகளையும் உள்ளடக்கிவிட்டுப் போகிறது.

ராஜாஜி: போதுமான அளவிற்கு (அரசுப் பணிகளில்) பிரதிநிதித்துவம் பெறாதவர்கள் என்றால் அது எல்லோரையும் தான் உள்ளடக்குகிறதே?

பிராங்க் அந்தோணி: சட்டபூர்வமாகவும் வழமையிலும் ஏற்பு பெற்ற சொற்களைக் கையாள்வதற்கு ஏன் வெட்கப்படுகிறீர்கள்? தெளிவாகக் குறிப்பிட்டுவிடலாமே.

ராஜாஜி: குடிமக்கள் என்று சொல்லும்போது பிறகு தனியாக மனிதர்கள் என்று சொல்வதில்லையே. அகன்ற ஒரு சொல்லைப் பயன்படுத்தும்போது அது உள்ளடக்கும் இன்னொரு சொல் அங்கே தேவையில்லைதானே.

கே.எம். பணிக்கர்: சிறுபான்மையினரையும் உள்ளடக்கிய வகுப்புகள் எனப் போட்டுவிடலாமா?

படேல்: வகுப்புகள் என்பது சிறுபான்மையினரையும் உள்ளடக்கிவிடுகிறது. எனவே அதுவே போதுமானது.

பிராங்க் அந்தோணி : நான் திருத்தம் ஒன்றை முன்மொழிகிறேன். வகுப்புகள் மற்றும் சிறுபான்மையினர் என்று இப்பிரிவு திருத்தப்பட வேண்டும்.

உஜ்ஜெய்ல் சிங்: சிறுபான்மையினரும் பிற்பட்ட வகுப்புகளும்.

படேல்: இது ஒரு எளிய மொழிப் பிரச்னை. வகுப்புகள் என்பது சிறுபான்மையினரையும் உள்ளடக்குகிறது. திருத்தத்திற்கு எந்தத் தேவையும் இல்லை. பட்டப்பகல் போல் தெளிவான ஒரு விசயத்தில் என்ன சந்தேகம்? இந்தப் பிரிவை உருவாக்குவதே சிறுபான்மையினருக்குத்தான். அரசு சிறுபான்மையினரை விலக்கிவிடும் என்றா சொல்கிறீர்கள்?

பிராங்க் அந்தோணி: இப்போதுள்ள தலைவர்களை நாங்கள் சந்தேகிக்கவில்லை. எதிர்காலத் தலைவர்கள் இப்படி இருப்பார்கள் எனச் சொல்ல முடியாதே?

படேல்: வகுப்புகள் என்றால் அது சிறுபான்மையினரையும் உள்ளடக்காது எனச் சொல்லும் அளவிற்கு எந்தத் தலைவனும் முட்டாளாக இருக்க மாட்டான்.

பிராங்க் அந்தோணி: ஆனாலும் நாம் ‘ சிறுபான்மையினர்’ என்ற சொல்லைப் பிற இடங்களில் பயன்படுத்தியுள்ளோமே.

படேல்: வகுப்புகள் என்றால் அகன்ற பொருளுடைய சொல் என்பதை யாரும் ஏற்றுக் கொள்வர். அகன்ற பொருளுடைய சொல்லைப் பயன்படுத்துவதே நல்லது.

ராஜாஜியும், கே.எம். முன்ஷியும் வகுப்புகள் என்று சொன்னாலே போதும் என்று ‘விளக்கிய’ பின், சிறுபான்மையினர் சார்பாகக் கொண்டுவரப்பட்ட திருத்தம் முறியடிக்கப்பட்டது. வகுப்புகள்

என்று சொன்னால் அது சிறுபான்மையினரையும் உள்ளடக்கும் என்று அவர்கள் சொன்னாலும் கூட 'சிறுபான்மையினர்' என்கிற சொல்லைத் தவிர்ப்பதில் பார்ப்பனர்களும் படேலும் குறிப்பாய் இருந்ததை நாம் கவனிக்கத்தவறலாகாது.

அரசியல் சட்ட அடிப்படையில் விளக்கங்கள் அளிக்கும்போது என்ன உட்பொருளுடன் அந்தப் பிரிவு இயற்றப்பட்டது அப்போது நடைபெற்ற விவாதங்கள் எத்தன்மையானவை என்பது முக்கியம். எனினும் பல சந்தர்ப்பங்களில் நமது நீதிமன்றங்கள் கூட இவற்றைக் கணக்கில் கொள்வதில்லை. அரசியல்வாதிகளைப் பற்றிச் சொல்ல வேண்டியதில்லை. அதிலும் இரட்டை நாக்கு படைத்த மகா தந்திரசாலியான வாஜ்பேயி போன்ற பார்ப்பனர்களைப் பற்றிச் சொல்ல வேண்டியதில்லை. பாருங்கள் வகுப்புகள் என்றால் இது சிறுபான்மையினரையும் உள்ளடக்காது என எந்த முட்டாள் தலைவரும் எதிர்காலத்தில் சொல்ல மாட்டான் என்றார் படேல். ஆனால், மாநில அரசுகள் முஸ்லிம்களுக்கு இட ஒதுக்கீடு அளிப்பது சட்ட விரோதமானது, அரசியல் சட்டத்திற்கு எதிரானது என நா கூசாமல் பேச முடிகிறது வாஜ்பேயியால்.

எனினும் தொடர்ந்து 16(4) ஆவது பிரிவை முஸ்லிம்களுக்குப் பொருந்தாது என இந்துத்துவவாதிகள் சொல்லி வந்ததன் விளைவாக, பா.ஜ.க. அரசு நீதிபதிகள் வெங்கடாச்சலையா தலைமையில் அரசியல் சட்டம் குறித்த பரிசீலனைக் குழு ஒன்றை (*National Commission for Review of the Working of the Constitution - NCRWC*) உருவாக்கியபோது அதன் முன் முஸ்லிம்கள் ஒரு விண்ணப்பத்தை முன்வைத்தனர். 16(4) பிரிவில் சிறுபான்மையினர் என்ற சொல்லையும் சேர்க்க, திருத்தம் கொண்டுவருமாறு பரிந்துரை செய்ய வேண்டும் என்பதே அவர்களின் வேண்டுகோள். அவர்களின் வேண்டுகோளை ஏற்றுக்கொண்டது வெங்கடாச்சலையா குழு. எனினும் புதிய திருத்தம் தேவை இல்லை. தற்போதுள்ள வடிவிலேயே அது முஸ்லிம்களையும் உள்ளடக்கத்தான் செய்கிறது என அறிக்கையில் பதிந்தார் வெங்கடாச்சலையா.

எனவே மத அடிப்படையில் இட ஒதுக்கீடு கூடாது என்பதே நமது அரசியல் சட்டத்தின் அடிப்படையான கருத்து என்கிற இந்துத்துவவாதிகளின் பிரச்சாரம் முற்றிலும் விஷமத்தனமானது. ஆனால் அப்படி வாதிடுவதற்கான ஒரு சாத்தியத்தை அரசியல் சட்ட அவை ஏற்படுத்திவிட்டுப் போயுள்ளதையும் நாம் கவனிக்கத் தவறலாகாது.

மின்டோ-மார்லி சீர்திருத்தங்களை ஒட்டி 1909 முதல் இங்கே தனி வாக்காளர் தொகுதியும் அரசுப் பணிகளில் இட ஒதுக்கீடும் முஸ்லிம்களுக்கு வழங்கப்பட்டு வந்ததெனினும், இன்று அவர்களுக்கு அரசியல் இட ஒதுக்கீடும் சரி, அரசுப் பணி இட ஒதுக்கீடும் மறுக்கப்பட்டுள்ளது. இதன் விளைவாக பாராளுமன்றம், சட்டமன்றம், அரசுப் பணிகள் ஆகியவற்றில் அவர்களின் பிரதிநிதித்துவம் படிப்படியாகக் குறைந்து வருகிறது. 1998ஆம் ஆண்டு தேசிய சர்வேயின்படி (NSS) மொத்த மக்கள் தொகையில் 12 சதமாக உள்ள முஸ்லிம்களின் எண்ணிக்கை அய்.ஏ.எஸ். பதவிகளில் 2.86 சதம்தான். ஐ.பி.எஸ்.களில் வெறும் 2 சதம்தான். தொழிற்சாலைகளில் 7.4 சதம், வணிகத்தில் 4 சதம். இந்திய அரசியல் சட்ட அவை அதுகாறும் அரசியலிலும், வேலை வாய்ப்பிலும் இருந்து வந்த இட ஒதுக்கீட்டை முஸ்லிம்களுக்கு ரத்து செய்ததன் விளைவுதான் இது.

முஸ்லிம்கள் தரப்புக் கோரிக்கை.

அரசியல் சட்ட அவையில் முஸ்லிம்கள் தரப்பிலிருந்த இட ஒதுக்கீடு தொடர்பாக நான்கு கோரிக்கைகள் முன் வைக்கப்பட்டன. அவை:

1. அரசியல் இட ஒதுக்கீடு பாராளுமன்ற, சட்டமன்றங்களில் தனி வாக்காளர் தொகுதி.
2. அமைச்சரவையில் இட ஒதுக்கீடு.
3. அரசுப் பணிகளில் இட ஒதுக்கீடு.
4. சிறுபான்மையினருக்கு அளிக்கப்பட்ட உரிமைகள்

சரியாகச் செயல்படுகின்றனவா எனக் கண்காணிக்க உரிய அதிகாரிகளை நியமித்தல்.

இந்தக் கோரிக்கைகளை முன்வைத்தபோது, சர்தார் படேலும், கோவிந்த வல்லப பந்த் போன்றவர்களும் ஆற்றிய எதிர்வினைகள் கொடூரமானவை. முஸ்லிம்கள் மத்தியிலோ இந்தக் கோரிக்கைகள் ஒருமித்த குரலில் முன்வைக்கப்படவில்லை. இந்த ஒற்றுமையின்மையைப் பயன்படுத்தி இந்தக் கோரிக்கைகளையும் மற்றும் உருது மொழி, 'ஷரியத்' தொடர்பான கோரிக்கைகளையும் அரசியல் சட்ட அவையில் நிரம்பியிருந்த இந்து தேசியக் கருத்தியலாளர்கள் முறியடித்த கதை சோகமானது. அநீதியானது.

விவாதம் என்ற பெயரில் உமிழப்பட்ட அச்சுறுத்தல்கள், எச்சரிக்கைகள்.

இந்திய - பாகிஸ்தான் பிரிவினை என்கிற பின்னணியில் இந்திய அரசியல் சட்ட அவை உருவாக்கப்பட்டது என்பதை நாம் மறந்துவிடலாகாது.

காந்தி - நேரு போன்ற ஜனநாயக உணர்வுமிக்க தலைவர்களைத் தவிர, பிற இந்து தேசியத் தலைவர்கள் அனைவராலும் 'நாட்டைத் துண்டாடிய துரோகிகள்' என இந்திய முஸ்லிம்கள் குற்றம் சாட்டப்பட்டுக் கொண்டிருந்த தருணம் அது.

பெரும்பாலான முஸ்லிம் தலைவர்கள் ஒருவர் பின் ஒருவராக பாகிஸ்தானைத் தேர்வு செய்து புறப்பட்டுச் சென்றனர். சவுத்ரி கலிகுஸ்மான், இஸட்.எச். லாரி, ஹுசைன் இமாம், அப்துல் சத்தார் சையத், சுஹ்ராவர்தி முதலியோர் இதில் அடக்கம். இவர்களில் பலர் அரசியல் சட்ட அவை உறுப்பினர்கள். காந்தி, ஜெயப்பிரகாஷ் நாராயணன் உட்படப் பலரும் முஸ்லிம்களைத் தமது அரசியல் கட்சிகளைக் கலைத்துவிட்டு காங்கிரஸ், சோஷலிஸ்ட் போன்ற கட்சிகளில் சேருமாறு 'அறிவுரை' வழங்கினர்.

இந்திய முஸ்லிம்களுக்குத் தலைமை அளிக்க இங்கு யாரும் இல்லை. தகுதிபெற்ற அபுல் கலாம் ஆசாத் அதற்குத் தயாராக

இல்லை. அவரும் கூட முஸ்லிம் லீக்கைக் கலைத்துவிடும்படி அறைகூவல் விடுத்தார்.

இன்னொரு பக்கம் வரலாறு காணாத மதக் கலவரங்கள். இருபுறமும் படுகொலைகள். இதற்கிடையில் முஸ்லிம்களின் மிகப்பெரிய தார்மீக ஆதரவு சக்தியாக விளங்கிய மகாத்மா காந்தியை இந்து வெறியர்கள் சுட்டுச் சாய்த்தனர். காங்கிரஸுக்குள் நேருவைச் சுற்றியிருந்த ராஜேந்திர பிரசாத், படேல், பந்த், சியாமா பிரசாத் முகர்ஜி எனப் பலரும் முஸ்லிம் எதிர்ப்பாளர்களாக இருந்தனர். நேரு மட்டும் விதிவிலக்கு. ஆனால் அவருக்கு முஸ்லிம்கள் பிரச்சினையில் கட்சிக்குள் ஆதரவு கிடையாது. இந்திய முஸ்லிம்கள் அனைவரும் பாகிஸ்தானுக்கே விசுவாசிகள் எனக் குற்றம் சாட்டப்பட்டுக் கொண்டிருந்த நிலையில், தமது தேச பக்தியை எப்படியாவது நிரூபித்துக்காட்டவேண்டிய பொறுப்பு அவர்கள் மீது சுமத்தப்பட்டது.

ஒன்றுபட்ட முஸ்லிம் லீக்கின் கராச்சி மாநாட்டுத் (டிசம்பர் 14, 15, 1947) தீர்மானத்தின்படி 1948 மார்ச் 10 அன்று சென்னையில் இந்திய யூனியன் முஸ்லிம் லீக் கூடியது. 30 உறுப்பினர்கள் கலந்து கொண்டனர். மேற்கு வங்கம், ஒரிசா, பீஹார், டெல்லி போன்ற மாநிலங்களிலிருந்து யாரும் கலந்து கொள்ளவில்லை. உத்திரப்பிரதேசத்திலிருந்து மவுலானா ஹஸ்ரத் மொகானி மட்டும் கலந்துகொண்டார். “அரசியல் சாராத நடவடிக்கைகளுக்கு அழுத்தம் கொடுத்து” லீக் கைத் தொடர்வதாக முடிவு செய்யப்பட்டது. அரசியல் கோரிக்கைகளை வைப்பதே தேசத் துரோகம் என்பதான ஒரு சூழல் முஸ்லிம்களுக்கு உருவாக்கப்பட்டிருந்ததை நாம் கவனிக்க வேண்டும். “தேசத்தையே பிரித்துக் கொடுத்தாகிவிட்டது. இன்னும் என்ன உங்களுக்குக் கோரிக்கை?” என்பதுதான் படேல் முதலான இந்து தேசியவாதிகளின் கருத்தாக இருந்தது. இதற்குச் சரியாகப் பத்துநாட்கள் முன்னர் (பிப்ரவரி 29,1948) அரசியல் சட்ட அவையில் இருந்த முஸ்லிம் லீக் கட்சி கலைக்கப்பட்டது குறிப்பிடத்தக்கது. இந்திய யூனியன் முஸ்லிம்

லீக்கின் தலைவராக காயிதே மில்லத் முஹம்மது இஸ்மாயில் சாஹிப் அவர்களும், பொதுச் செயலாளராக மஹபூப் அலி பெய்கும் தேர்ந்தெடுக்கப்பட்டனர். இருவரும் சென்னையைச் சேர்ந்தவர்கள், பொருளாளராகத் தேர்வு செய்யப்பட்ட ஹாஜி ஹுசைனலி பி. இப்ராஹீம் சாஹிப் மட்டுமே வடமாநிலத்தைச் (மும்பை) சேர்ந்தவர். ஆக முஸ்லிம் லீக் என்பது தமிழ்நாடு, கேரள மாநிலங்களையே பெரும்பாலும் பிரதிநிதித்துவப் படுத்தக்கூடிய ஒரு கட்சியாக அமைந்தது. 1949 ஏப்ரல் 18 முதல் ஜாமயாத்துல் உலமாயே ஹிந்த் அமைப்பு தன்னை அரசியல் சாராத இயக்கம் என அறிவித்துக் கொண்டது.

அரசியல் சட்ட அவையில் நடந்த விவாதம்

இந்தப் பின்னணியில் நடைபெற்ற அரசியல் சட்ட அவை விவாதத்தை இனி தொடர்வோம்:

1909 முதல் தாம் அனுபவித்து வந்த தனி வாக்காளர் தொகுதி, அரசுப் பணிகள் மற்றும் அமைச்சரவையில் இட ஒதுக்கீடு, இவற்றைக் கண்காணிப்பதற்கு ஒரு அதிகாரி ஆகிய கோரிக்கைகள் அரசியல் சட்ட அவையில் முஸ்லிம்கள் தரப்பில் முன்வைக்கப்பட்டன. முஸ்லிம் லீக் தலைவர்கள் இதில் முன்னணியில் இருந்தனர். இந்தக் கோரிக்கைகள் குறித்து ஆராய்வதற்கென அரசியல் சட்ட அவையில் ஒரு துணைக்குழு அமைக்கப்பட்டது. இக்குழுவின் அறிக்கையை ஆகஸ்ட் 8 ஆம் தேதியன்று அதன் தலைவர் வல்லபாய் படேல் அவையில் சமர்ப்பித்தார். தனி வாக்காளர் தொகுதி என்கிற கோரிக்கை மறுக்கப்பட்டது. ஆனால், இப்போது SC/ST அட்டவணைச் சாதியினருக்குக் கொடுக்கப்பட்டிருப்பது போல் கூட்டு வாக்காளர்கள் தொகுதியில் முஸ்லிம்களுக்குத் தனி இட ஒதுக்கீடு வழங்குவதைக் குழு பரிந்துரைத்திருந்தது.

இது தொடர்பான விவாதம் அரசியல் சட்ட அவையில் ஆகஸ்ட் 27, 28 (1947) ஆகிய நாட்களில் நடைபெற்றது. பி.பாக்கர் சாஹேப் பகதூர் அவர்கள் முஸ்லிம்களுக்குத் தனி வாக்காளர் தொகுதி வேண்டும் என்கிற திருத்தத்தை முன்மொழிந்தார்.

எனினும் அவர், "எங்களில் ஒரு வலிமையான பகுதியினர் இக்கருத்துகளிலிருந்து வேறுபடுகின்றனர். தனி வாக்காளர் தொகுதியை அவர்கள் ஆதரிக்கவில்லை என நான் அறிவேன் அய்யா" என்றும் சொல்ல நேர்ந்தது குறிப்பிடத்தக்கது. தொடர்ந்து நடைபெற்ற விவாதம்:

சவுத்ரி கலிக்குஸ்மான் (உ.பி.): "இந்தச் சாதாரணக் கோரிக்கை ஏற்றுக்கொள்ளப்பட்டால் இங்குள்ள மாபெரும் பெரும்பான்மைக்கு என்ன நேர்ந்துவிடும்? மேல்முறையீடு செய்வதற்கு இப்போது எங்களுக்கு மூன்றாவது நபர் (வெள்ளை அரசு போல் - அ.மா.) யாரும் கிடையாது. சர்தார் படேலிடம்தான் நாங்கள் முறையிட வேண்டும். சிறுபான்மையினரின் விதியைத் தீர்மானிக்கும் இறுதித் தீர்ப்பாளராக இன்று அவர் தாம் உருப்பெற்றுள்ளார். தனி வாக்காளர் தொகுதியை நீங்கள் ஏற்றுக்கொண்டீர்களானால் தமது உண்மையான பிரதிநிதிகளைத் தேர்வு செய்து அனுப்ப உதவும் என முஸ்லிம் சமுதாயம் நம்புகிறது. இந்தப் பிரதிநிதிகள் எமது குறைகளையும், கோரிக்கைகளையும் உங்கள் முன் - வேறு எந்த அதிகாரத்தின் முன்னுமல்ல, வேறு எந்த அரசாங்கத்தின் முன்னுமல்ல, பாகிஸ்தான் முன்னும் அல்ல - உங்கள் முன் பணிந்து வைப்பர். எனவே, உங்களிடம் நான் பணிந்து கேட்டுக் கொள்கிறேன். இந்தச் சபையின் முன் இரந்து (*beg*) கேட்டுக் கொள்கிறேன். இந்தக் கோரிக்கையை நாங்கள் முன்வைக்க நேர்ந்துள்ள புதிய சூழலைத் தயவு செய்து கணக்கிலெடுத்துக் கொள்ளுங்கள்."

கோவிந்த வல்லப பந்த்: இன்று உருவாகியுள்ள புதிய நிலையில் எந்த ஒரு குடிமக்களுக்கும் தனது கருத்தை வலியுறுத்தும் வாய்ப்பிருக்கிறது. இந்நிலையில் தனி வாக்காளர் தொகுதி என்பது சிறுபான்மையினர் தற்கொலை செய்து கொள்வதற்கு ஒப்பாகும். அவர்களுக்கு அது மிகப் பெரிய தீங்கிழைக்கும் என நான் கருதுகிறேன். சிறுபான்மையினர் எப்போதும் சிறுபான்மையினராகவேதான் இருக்க விரும்புகின்றனரா? ஒரு மாபெரும் தேசத்தின் பிரிக்க இயலாத ஓரங்கமாக

நீங்கள் ஆக வேண்டாமா? பிற சமூகத்திலிருந்து தனித்து ஒதுங்குதல் என்பது மிகப் பெரிய ஆபத்தாக முடியும். உங்கள் குரல் மற்றவர்களிடமிருந்து தனித்து ஒலிக்காமல் சுருதி மாறுபடாமல் ஒலிக்க வேண்டிய ஒரு நிலையை நீங்கள் மேற்கொள்ள வேண்டும் என நான் விரும்புகிறேன். சிறுபான்மையினர் என்னதான் விரும்புகிறார்கள்? இந்த நாட்டு நிர்வாகத்திலும், அரசிலும் அவர்களுக்கு ஒரு பங்கு வேண்டும் எனக் கருதுகிறார்களா இல்லையா? உங்களுக்கு ஒன்று சொல்கிறேன். பிற சமூகத்திலிருந்து உங்களை நீங்கள் பிரித்துக்கொண்டீர்களானால், நீங்கள் அமைச்சரவையில் இடம் பெற முடியாது. ஏனெனில் அமைச்சரவை என்பது கூட்டுத் தொகுதிக்கே பொறுப்பானதாகும்.

காஸி சையத் கமூத்தீன் (மத்திய மாகாணம்): எல்லாப் பிரச்சினைகளையும் தீர்த்துவிடும் ஒரு மந்திரக்கோலாக கூட்டு வாக்காளர் தொகுதியை நாம் கருதமுடியாது. இன்றைய சூழலில் பல்வேறு அம்சங்களையும் நாம் கணக்கில் எடுத்துக் கொள்ள வேண்டும். முஸ்லிம்களுக்குத் தொகுதி ஒதுக்கீட்டை நீங்கள் ஏற்றுக்கொண்டுள்ளது ஒரு மிகப்பெரிய கருணை நடவடிக்கை (Generous gesture). ஒரு குறிப்பிட்ட காலத்திற்கேனும் முஸ்லிம் சமூகத்தைப் பிரதிநிதித்துவப்படுத்தும் குறைந்தபட்ச வாக்குகளையேனும் நீங்கள் அளிக்கவேண்டுமென்று நான் கேட்டுக்கொள்கிறேன். முஸ்லிம்களின் அரசியல் விருப்பை அதுதான் நிறைவேற்றும்.

மாண்புமிகு சர்தார் வல்லபாய் படேல்: மக்கள் தொகை அடிப்படையில் தொகுதி ஒதுக்கீட்டை நான் ஏற்றுக் கொண்டபோது நமது முஸ்லிம் லீக் நண்பர்கள் எங்களது கருத்தின் நியாயத்தை உணர்ந்துகொள்வார்கள் என்றும் தேசப் பிரிவினைக்குப் பிந்தைய மாறியுள்ள சூழலில் தம்மைப் பொருத்திக்கொள்வார்கள் என்றும் எண்ணினேன். ஆனால், இரட்டை வாக்குரிமை இந்த நாட்டில் முதன்முதலில் அறிமுகப்படுத்தப்பட்டபோது, என்ன முறையைக் கையாண்டார்களோ, அதைத்தான் இப்போதும் செய்கிறார்கள்.

அவர்களின் மொழி எத்தனை இனிமையாக இருந்தபோதிலும் அவர்கள் மேற்கொள்ளும் நடைமுறையில் முழு அளவு விஷம் நிரம்பியுள்ளது. முஸ்லிம் சமுதாயத்தை இன்றைய சூழலில், இன்றைய நிலையில் பாதுகாப்பதற்கு எத்தனை விலை கொடுக்க வேண்டியிருந்தது என்பதை நான் அறிவேன்.

எனவே உங்களுக்கு ஒன்று சொல்லிக்கொள்வேன். நீங்கள் முன்பு மேற்கொண்ட மாதிரியான போராட்ட நடவடிக்கைகளுக்கான காலமெல்லாம் முடிந்துபோய்விட்டது.

ஒரு புதிய அத்தியாயத்தை நாம் தொடங்கியுள்ளோம் என்பதை நீங்கள் மறந்துவிடக்கூடாது. உங்களை நான் மறுபடியும் கேட்டுக் கொள்கிறேன். பழசை மறந்துவிடுங்கள். நடந்ததை மறவுங்கள். நீங்கள் விரும்பியதைப் பெற்றுவிட்டீர்கள். உங்களுக்கு ஒரு தனி நாடு கிடைத்து விட்டது. நினைவிற்கொள்ளுங்கள். நாட்டுப் பிரிவினைக்கான பொறுப்பு உங்களுடையதுதான். பாகிஸ்தானில் உள்ளவர்கள் அதற்குப் பொறுப்பு அல்ல. நீங்கள்தான் போராட்டத்தை முன்னெடுத்தீர்கள். நீங்கள் அதைப் பெற்றுவிட்டீர்கள். இப்போது நீங்கள் விரும்புவது என்ன? எனக்குப் புரியவில்லை.

இந்தப் பெரும்பான்மையுள்ள மாகாணத்தில் சிறுபான்மையினராகிய நீங்கள் போராட்டத்தை முன்னெடுத்தீர்கள். தேசத்தைப் பிரித்தீர்கள். இஸ்லாமிய சகோதரனின் பாசத்தைப் பெறவேண்டுமானால் ஏற்கனவே பிரித்ததை மீண்டும் பிரிக்குமாறு இப்போது சொல்கிறீர்கள்.

எடுக்கப்பட்ட முடிவுகள்

விவாதத்தில் வெளிப்படும் இரு சாராரின் தொனியையும் வாசிப்பவர்கள் அறியக்கூடும். விளக்கம் தேவையில்லை. விவாத இறுதியில் எடுக்கப்பட்ட முடிவுகளைச் சுருங்கத் தருகிறேன்:

1. மத்திய - மாநில அவைகளுக்கான தேர்தல்கள் அனைத்தும் கூட்டு வாக்காளர் தொகுதியின் அடிப்படையிலேயே நடைபெறும். (அதாவது தனி வாக்காளர் தொகுதி கோரிக்கை மறுக்கப்படுகிறது - அ.மா.)

2. மத்திய - மாநில மற்றும் கீழ் அவைகளில் முஸ்லிம்களுக்கு அவர்களின் மக்கள் தொகை அடிப்படையில் தொகுதி ஒதுக்கீடு அளிக்கப்படும்.

3. சிறுபான்மைச் சமூகத்தவர்கள் ஒதுக்கப்பட்ட தொகுதிகளில் மட்டுமின்றி பொதுத் தொகுதியிலும் போட்டியிடலாம்.

4. அமைச்சரவையில் சிறுபான்மையினருக்குச் சட்டபூர்வமாக இடஒதுக்கீடு அளிக்க இயலாது.

5. எல்லாச் சிறுபான்மையினருக்கும் உரிய பங்கீடு அளிக்கப்படுகிறது. மத்திய - மாநில அரசுப் பணிகளின் நியமனங்களின்போது, எல்லாச் சிறுபான்மையினரின் கோரிக்கைகளும் கணக்கில் கொள்ளப்படும் (நிர்வாகத்தை பாதிக்காத அளவுக்கு) அரசியல் சட்டம் அல்லது அதற்கான அட்டவணையில் உரிய பிரிவுகள் சேர்க்கப்படும்).

6. சிறுபான்மையினருக்கு அளிக்கப்பட்ட பாதுகாப்புகள் சரியாக நிறைவேற்றப்படுகிறதா எனக் கண்காணித்து அரசுகளுக்குத் தெரிவிக்க ஏதாவது ஒரு அதிகாரியை மத்தியில் குடியரசுத் தலைவரும் மாநிலங்களில் ஆளுநர்களும் நியமிப்பர்.

7. மத்தியிலும் மாநிலங்களிலும் சிறுபான்மையினருக்கான சிறப்பு அதிகாரிகள் நியமிக்கப்படுவர்.

இவை உரிய விவாதங்களுக்குப் பின் ஆகஸ்டு 28 அன்று அரசியல் சட்ட அவையில் எடுக்கப்பட்ட முடிவுகள். தனி வாக்காளர் தொகுதி முறை மறுக்கப்பட்ட போதிலும் முஸ்லிம்களின் மக்கள்தொகைக்கு ஏற்ப தொகுதி ஒதுக்கீடுகள், அரசுப் பணிகளில் இட ஒதுக்கீடு செய்வதற்கு அரசியல் சட்டத்தில் வழிவகுத்தல் என்பன அன்று ஏற்றுக்கொள்ளப்பட்டன. ஆனால் அரசியல் சட்டம் முழு வடிவெடுக்கும்போது ஏற்றுக் கொள்ளப்பட்ட இந்தக் கோரிக்கைகளையும் கூட வல்லபாய் படேலும், மற்றவர்களும் முறியடித்த கதை மேலும் சோகமான ஒன்று.

தீர்ப்பை மாற்றி எழுதிய சர்தார் படேலின் பஞ்சாயத்து

மேற்குறிப்பிட்ட முடிவுகளை அரசியல் சட்ட அவை எடுத்தபோது (27, ஆகஸ்ட் 1947) சிறுபான்மையினரின் அரசியல் உரிமைகள் பாதுகாப்பு ஆலோசனைக் குழுவின் தலைவராக இருந்தவர் சர்தார் படேல். இந்த முடிவுகளின் அடிப்படையில் அரசியல் சட்ட நகல் வரைவுக் குழு சிறுபான்மையினருக்கான உரிமைகளை வரையறுக்கும் 299ஆவது பிரிவை உருவாக்கியது. எனினும் அரசியல் சட்டம் இறுதி வடிவம் எடுக்கும் நிலையில் சிறுபான்மையினருக்குச் சட்ட மற்றும் பாராளுமன்றங்களிலும் அரசுப் பணிகளிலும் இட ஒதுக்கீடு செய்வது குறித்து அவை மீண்டும் 1949 மே 25, 26 தேதிகளில் விவாதிக்க வேண்டிய நிலை ஏற்பட்டது.

விவாதித்து ஏற்றுக்கொள்ளப்பட்ட முடிவுகளை மீண்டும் விவாதிக்க வேண்டிய நிலை ஏற்பட்டதன் பின்னணியாக சிறுபான்மையினரின் அரசியல் உரிமைகள் பாதுகாப்பு ஆலோசனைக் குழுவின் தலைவராக இருந்த சர்தார் படேல் 1949 மே 11ந்தேதி அன்று அவை முன் வைத்த அறிக்கை ஒன்று அமைந்தது. முன்பு நிறைவேற்றப்பட்ட முடிவுகளில் ஒன்றை அது மறுபரிசீலனை செய்யக் கோரியது. மறுக்கப்பட்ட தனி வாக்காளர் தொகுதிகளையோ, மறுக்கப்பட்ட அமைச்சரவை இட ஒதுக்கீட்டையோ அது மறுபரிசீலனை செய்யக் கோரவில்லை. மாறாக ஏற்றுக்கொள்ளப்பட்ட ஒரு உரிமையை அது மறுபரிசீலனை செய்யக் கோரியது. சட்ட, பாராளுமன்றங்களில் மக்கள் தொகை வீதத்திற்கு ஏற்றாற்போல சிறுபான்மையினருக்கு ஒதுக்கீடு வழங்குவது என்கிற முடிவைத்தான் மறு பரிசீலனை செய்ய வேண்டும் என்றார் சர்தார் படேல். இவ்வுரிமை நீக்கப்பட வேண்டும் எனச் சிறுபான்மையினரே விரும்புவதாகவும் அந்த அறிக்கையில் அவர் குறிப்பிட்டிருந்தார்.

படேலின் மறுபரிசீலனைக் கடிதம்

(மே 26,27 தேதிகளில் அரசியல் சட்ட அவையில் நடைபெற்ற விவாதத்திலிருந்து சில பகுதிகளைப் பார்க்கலாம்)

காயிதே மில்லத் முஹம்மது இஸ்மாயில்
(முஸ்லிம் லீக், சென்னை):

சட்ட ரீதியான ஒதுக்கீட்டை ஒழிக்கவேண்டுமென சிறுபான்மையினரே கருதுகின்றனர் எனத் தாம் திருப்தியுறுவதாக ஆலோசனைக் குழு அறிக்கை குறிப்பிடுகிறது. இந்த முடிவுக்கு ஆலோசனைக் குழு எப்படி வந்ததென எனக்குத் தெரியவில்லை. மாண்புமிகு இவ்வவையின் முஸ்லிம் உறுப்பினர்களில் சிலர் இட ஒதுக்கீட்டை ஒழிப்பதை ஏற்றுக்கொண்டிருக்கலாம். நான் அதை மறுக்கவில்லை. இதன் மூலம் அவர்களில் சிலர் இந்த அவைக்கு எந்த அடிப்படையில் தேர்ந்தெடுக்கப்பட்டார்களோ அந்த உரிமத்தை மறுதலித்து உதறித் தள்ளியுள்ளனர். அவர்கள் தமது பிரதிநிதித்துவப் பண்பையே அழித்துக் கொண்டுவிட்டனர். எனவே அவர்களை முஸ்லிம் சமுதாயத்தின் பிரதிநிதிகளாக ஏற்றுக் கொள்வது நியாயமன்று. அய்யா, நான் உறுதியாய்ச் சொல்கிறேன். ஒரு சமுதாயம் என்கிற வகையில் முஸ்லிம்கள் இட ஒதுக்கீட்டைக் கைவிடவில்லை. அது மட்டுமன்று. தனி வாக்காளர் தொகுதி தக்கவைக்கப்பட வேண்டும் என இந்த அவையை அவர்கள் வற்புறுத்துகின்றனர். அதுவே சட்ட அவைகளில் சரியான பிரதிநிதித்துவத்தை உறுதி செய்யும். இன்றும் முஸ்லிம் சமூகத்தைப் பிரதிநிதித்துவப்படுத்தும் அமைப்பாக உள்ள முஸ்லிம் லீக் இதனைப் பலமுறை வற்புறுத்தியுள்ளது.

இஸட்.எச். லாரி (முஸ்லிம் லீக், உத்திரப்பிரதேசம்):

எனது பிரதிநிதியாகத் தேர்ந்தெடுக்கப்படுபவர் அவர் முஸ்லிமோ அல்லது இந்துவோ அவர் இந்த நாட்டின் ஆளுகையில் ஒரு வலுவான குரலை ஒலிப்பவராக இருக்க வேண்டும் என்பதே என் பெருவிருப்பம். இந்த அடிப்படையில்

பார்க்கும்போது இரட்டை வாக்காளர் தொகுதி என்பதை நான் உறுதியாக எதிர்க்கிறேன். சட்ட - பாராளுமன்ற உறுப்பினர் எண்ணிக்கையில் தொகுதி ஒதுக்கீடு என்கிற முடிவிற்கும் நான் ஆதரவாக இல்லை. முன்னது மிகவும் ஆபத்தானது. பின்னது பயனற்றது. பிரிவினைக் கறையைத் தன்னகத்தே கொண்டது.

நஸீருத்தீன் அகமது:

அய்யா, உறுப்பினர் எண்ணிக்கையில் முஸ்லிம்களுக்கென தொகுதி ஒதுக்கீடு செய்வது - அதுவும் குறிப்பாக இந்தச் சந்தர்ப்பத்தில் - முஸ்லிம்களுக்கு மிகப்பெரிய தீங்கு பயக்கும் என நான் நம்புகிறேன். உண்மையில் இத்தகைய தொகுதி ஒதுக்கீட்டை ஏற்றுக்கொண்டு நாங்கள் தேர்தல் களத்திற்குச் சென்றோமானால் இந்துக்களுக்கும் முஸ்லிம்களுக்கும் தற்போதுள்ள உறவு சீர்கெடும். தொகுதி ஒதுக்கீடு செய்யப்பட்டால் ஒரு முஸ்லிம் வேட்பாளரை இந்துக்கள் நிறுத்துவார்கள். எதிராக இன்னொரு முஸ்லிம் வேட்பாளரை முஸ்லிம்கள் நிறுத்துவார்கள். இது முஸ்லிம்களுக்கிடையே பிளவுகளை உருவாக்கும். தொகுதி ஒதுக்கீடு இல்லாமல் பொதுத் தொகுதிகளில் போட்டியிடுவது என்பது இந்துக்களுக்கும் முஸ்லிம்களுக்கும் இடையே நல்லுறவை வளர்க்கும். போட்டியிடும் யாரும் முஸ்லிம் வாக்குகளைப் புறக்கணித்துவிட மாட்டார்கள். எனவே முஸ்லிம்களின் பாதுகாப்பு என்பது புத்திசாலித்தனமாக அவர்கள் தம் பங்கை எவ்வாறு ஆற்றுகிறார்கள், பொது விசயங்களில் இந்துக்களுடன் எந்த அளவுக்குக் கலந்து செயல்படுகின்றார்கள் என்பவற்றைப் பொறுத்ததேயாகும்.

பேகம் அய்ஜாஸ் ரஸூல் (உ.பி):

மதச்சார்பற்ற ஒரு நாட்டில் தனி வாக்காளர் தொகுதிக்கு இடமில்லை என்பதை நான் தொடக்கம் முதலே உணர்ந்து வருகிறேன். கூட்டு வாக்காளர் தொகுதியை ஏற்றுக்கொண்டு பின் சிறுபான்மையினருக்கெனத் தொகுதி ஒதுக்கீடு செய்வதென்பது அர்த்தமற்றதும் பயனற்றதுமாகும்.

சையத் முஹம்மது சாதுல்லாஹ் (அஸ்ஸாம்):

தலைவர் அவர்களே! அய்யா! இந்த அவையின் முஸ்லிம் உறுப்பினர்கள் சென்ற டிசம்பரில் அதிகாரபூர்வமாக அன்றி சாதாரணமாய்ச் சந்தித்து இதுகுறித்து உரையாடினோம். எந்த முடிவையும் அந்தச் சமயத்தில் எங்களால் எட்ட முடியவில்லை. உறுப்பினர்கள் தத்தமது வாக்காளர் தொகுதிகளை இது தொடர்பாகக் கலந்தாலோசித்து வந்த பின் முடிவெடுக்கலாம் என நான் சொன்ன கருத்து எல்லோராலும் ஏற்றுக் கொள்ளப்பட்டது. அதன்படி அஸ்ஸாம் சட்டமன்றத்திலுள்ள எனது கட்சியைச் சேர்ந்த முஸ்லிம் உறுப்பினர்கள் எல்லோருக்கும் நான் கடிதம் எழுதினேன். அவர்கள் அனைவரும் முஸ்லிம்களுக்கு இட ஒதுக்கீடு அளிக்க வேண்டும் என்கிற கருத்திற்கு ஒருமித்த குரலில் ஆதரவளித்துள்ளார்கள்.

பி. பாக்கர் சாஹிப்:

இந்த அவையின் எல்லா முஸ்லிம் உறுப்பினர்களும் டிசம்பரில் சந்தித்துப் பேசியதாக மாண்புமிகு உறுப்பினர் குறிப்பிடுகிறார். அது உண்மையல்ல.

சையத் முஹம்மத் சாதுல்லாஹ்:

நான் இதற்கு ஒன்றும் செய்ய இயலாது. அத்தருணத்தில் பாக்கர் சாஹிப் அவர்கள் டெல்லியில் இல்லாது போயிருக்கலாம். (முஸ்லிம் சமூகத்தைப் பாதிக்கும்) மிக முக்கியமான இவ்விஷயத்தில் இவ்வவையில் உள்ள மிகச் சில முஸ்லிம் உறுப்பினர்கள் கூட கருத்தொருமிப்பிற்கு வர இயலாத ஒரு வேதனைக்குரிய காட்சியை இன்று நான் காண்கிறேன். அவையில் மாறுபட்ட கருத்துகளை இவர்கள் முன்வைப்பது வருத்தத்தை அளிக்கிறது. பழைய முடிவை மாற்றி மே 11ஆம் தேதி அன்று சிறுபான்மையினர் ஆலோசனைக் குழு திடீரென எடுத்த முடிவு போதுமான தரவுகளின் அடிப்படையிலானதல்ல என நான் அஞ்சுகிறேன். இந்த ஆலோசனைக் குழுவில் நானும் ஒரு உறுப்பினர் என்கிற வகையில் ஒன்றைச் சொல்ல முடியும். சிறுபான்மையினருக்குத் தொகுதி ஒதுக்கீடு அளிப்பதென்கிற

முடிவு அவையில் விவாதித்த பின்பு எடுக்கப்பட்டது என்பதால் தொகுதி ஒதுக்கீடு வேண்டாம் என அம்முடிவை மாற்ற வேண்டுமானால் அதை இந்த ஆலோசனைக் குழுவிலுள்ள சிறுபான்மை உறுப்பினர்கள் மட்டுமே அய்யத்திற்கிடமின்றி முடிவு செய்ய வேண்டும் என்கிற சரியான நிலைப்பாட்டை அதன் தலைவர் (சர்தார் படேல் அ.மா.) மேற்கொண்டிருந்தார். மே, 11 கூட்டத்தில் சொந்தப் பிரச்சனை ஒன்றால் என்றால் கலந்துகொள்ள இயலவில்லை. இவ்வாறு முடிவை மாற்றும் போது நான்கு முஸ்லிம் உறுப்பினர்கள் மட்டுமே அங்கிருந்தனர். தொகுதி ஒதுக்கீடு வேண்டாம் என்கிற கருத்தை டாக்டர் எச்.சி.முகர்ஜி முன்மொழிந்தபோது ஒரு முஸ்லிம் உறுப்பினர் அதை ஆதரித்தார். இன்னொரு முஸ்லிம் உறுப்பினர் அதை எதிர்த்தார். ஒன்றுக்கொன்று சரியாகிவிட்டது. அமைச்சராகிய மாண்புமிகு மவுலானா அபுல் கலாம் ஆசாத் அவர்கள் நடுநிலையில் இருப்பதென்கிற சரியான நிலைப்பாட்டை மேற்கொண்டார். ஒரு மவுலானா இத்தகைய நிலைப்பாட்டை மேற்கொண்டவுடன் இன்னொரு மவுலானா ஆகிய மவுலானா ஹிஸ்புல் ரஹ்மானும் நடுநிலை வகிப்பதென்ற நிலைப்பாட்டை மேற்கொண்டார். அய்யா, மரியாதைக்குரிய சர்தாரின் முடிவுப்படி முஸ்லிம்களுக்கு ஒதுக்கீடு வேண்டுமா இல்லையா என முடிவெடுப்பதை முஸ்லிம் உறுப்பினர்கள் மட்டும் தீர்மானிப்பது என்பதுதானே தீர்க்கமான முடிவாக இருக்க முடியும். தனிப்பட்ட முறையில் எனக்கு ஒதுக்கீட்டில் ஆர்வமில்லை. அஸ்ஸாம் மாநிலத்தைப் பொறுத்தமட்டில் அது தேவையுமில்லை. எனினும் இந்தியா முழுமையையும் கவனத்தில் எடுத்துக் கொள்ளும்போது முஸ்லிம் சிறுபான்மையினர் ஒரு குறிப்பிட்ட காலம் வரையிலாவது இட ஒதுக்கீடு கோருவது நியாயமானதுதான் என்பதை நாம் ஒத்துக்கொள்ளாமல் இருக்க இயலாது.

முஹம்மது இஸ்மாயில்கான் (உ.பி.):

ஆலோசனைக் குழுவின் மாற்றப்பட்ட முடிவுக்கு (தொகுதி ஒதுக்கீட்டை ரத்து செய்தல் அ.மா) எனது முழு

ஆலோசனையையும் தெரிவித்துக்கொள்கிறேன். வகுப்புவாதம் உருவாவதற்கே ஒதுக்கீடு வழிவகுக்கும். அது முஸ்லிம்களுக்கு பாதுகாப்பாக அமையாது. பேகம் அய்ஜாஸ் ரசூலின் ஒற்றை வாக்கு அடிப்படையில் தொகுதி ஒதுக்கீடு தேவையில்லை என முடிவெடுக்கப்பட்டதாக எனது மரியாதைக்குரிய நண்பர் முஹம்மது சாதுல்லா அவர்கள் குறிப்பிட்டார்கள். அவருக்கு ஒன்றை நினைவுபடுத்த விரும்புகிறேன். சுமார் பத்து அல்லது பன்னிரண்டு மாதங்களுக்கு முன்னர் அரசியல் சட்ட அவையிலுள்ள முஸ்லிம் உறுப்பினர்கள் சந்தித்துப் பேசியபோது ஒதுக்கீட்டை ஒழிப்பதற்கான நடவடிக்கை எடுப்பதென முடிவெடுக்கப்பட்டது. சர். சையத் சாதுல்லா அதை ஏற்றுக் கொண்டார் என நான் சொல்லவில்லை. ஆனால், அங்கிருந்த பத்து அல்லது பன்னிரண்டு உறுப்பினர்கள் அக்கருத்தை ஏற்றுக் கொண்டனர். எனது சென்னை நண்பர்களுக்கு ஒன்றை நான் சொல்லிக்கொள்ள விரும்புகிறேன். அரசியல் சட்ட ரீதியில் உரிய பாதுகாப்புகள் அளிக்கப்பட்டால் இரட்டை வாக்குரிமையை விட்டுவிடுவது என்று இருபதாண்டுகளுக்கு முன்பே முஸ்லிம்கள் கருதினர். 1935ஆம் ஆண்டு சட்டம் அந்தப் பாதுகாப்புகளை வழங்கவில்லை. இப்போது சட்ட பூர்வமான பாதுகாப்புகள் உள்ளன. இனி ஏன் இரட்டைப் பிரதிநிதித்துவம்?

தஜமுல் உசேன்:

எந்த ஒரு சமுதாயம் அல்லது மக்கள் குழுவிற்கும் ஏதோ ஒரு வகையில் ஒதுக்கீடு அளிப்பதென்பது கோட்பாட்டு அடிப்படையில் முழுத் தவறு என்பதே என் கருத்து. நான் ஒரு முஸ்லிம். முஸ்லிம்களுக்காக நான் இங்கு பேசுகிறேன். முஸ்லிம்களுக்குத் தொகுதி ஒதுக்கீடு இருக்கக் கூடாது. அஸ்ஸாம் மாகாணத்தின் முன்னாள் பிரதமர் சர். சாதுல்லா அவர்கள் மீது எனக்கு மிகுந்த மரியாதை உண்டு. முஸ்லிம்களுக்குத் தொகுதி ஒதுக்கீடு கூடாது என்கிற முடிவுக்கு ஆலோசனைக் குழுவில் இருந்த பெரும்பான்மை முஸ்லிம் உறுப்பினர்களின் ஆதரவு இல்லை என அவர் குற்றம் சாட்டுகிறார். நான் இந்த

அம்சத்தில் அவருடன் கருத்து வேறுபடுகிறேன். ஒதுக்கீட்டை ஒழிக்க வேண்டும் என்கிற தீர்மானத்தை ஆலோசனைக் குழுவிற்கு அனுப்பியதே நான் தான். மே 11 கூட்டத்தில் நானும் கலந்துகொள்ள இயலவில்லை. நான்கு முஸ்லிம் உறுப்பினர்கள் அதில் கலந்துகொண்டனர். இரண்டு மவுலானாக்களும் எனது தீர்மானத்தை எதிர்க்கவில்லை. எல்லா உறுப்பினர்களும், எல்லா விவாதங்களிலும் பேசுவதில்லை. எதிர்த்திருந்தால் அவர்கள் நான் எதிர்க்கிறேன் எனக் கூறியிருப்பார்கள். பேகம் அய்ஜாய் ரசூல் அதனை ஆதரித்தார். எனது மரியாதைக்குரிய இமாம் ஜாஃபர் மட்டுமே எதிர்த்தார். எனவே, தீர்மானத்திற்குப் பெரும்பான்மை ஆதரவு இருந்தது. எனவேதான் மாண்புமிகு சர்தார் படேல் அவர்கள் தீர்மானத்திற்கு (மூன்றுக்கு ஒன்று என) முஸ்லிம்கள் ஆதரவு இருந்ததென அறிவிக்க வேண்டியதாயிற்று என்றே நான் புரிந்துகொள்கிறேன். ஆலோசனைக் குழுவில் மொத்தம் ஏழு முஸ்லிம் உறுப்பினர்கள். அதில் என்னையும் உசேன்பாய் லால்ஜியையும் சேர்த்து அய்வர் ஒதுக்கீடு வேண்டாம் என்கிற தீர்மானத்தை ஆதரித்தனர். இருவர் மட்டும் எதிர்த்தனர்.

மவுலானா ஹஸ்ரத் மொகானி (உ.பி):

அய்யா, சர்தார் படேலின் தீர்மானத்திற்கு என் முழு ஆதரவையும் தெரிவித்துக் கொள்கிறேன். சென்னை நண்பர்கள் தீர்மானத்தை எதிர்க்கின்றனர். முஸ்லிம் லீக் இப்போது இல்லை. முஹம்மது இஸ்மாயில் அகில இந்திய முஸ்லிம் லீக் என்கிறார். எங்கே இருக்கிறது அது? நமக்குள் வகுப்பு அடிப்படையில் இனி கட்சிகள் இருக்க வேண்டாம் என இறுதியாக முடிவு செய்வோம்.

மாண்புமிகு சர்தார் படேல்:

நாட்டில் இவ்வளவு நடந்ததற்குப் பின்னும் இத்தகைய திருத்தத்தை கோருவதிலிருந்து உங்கள் பார்வையில் ஏதும் மாற்றம் ஏற்பட்டுள்ளதா என்றெனக்குத் தெரியவில்லை. முஸ்லிம் லீக்கிலிருந்து நீங்கள் ஆணை பெற்று வந்துள்ளீர்கள் என எனக்குத்

தெரியும். இதற்காக நான் வருந்துகிறேன். ஆணைகளின் கீழ் செயல்படக்கூடிய இடமன்று இது. உங்கள் மனசாட்சியின்படியும் தேசத்திற்கு எது நல்லது என்பதன் அடிப்படையிலும் செயல்பட வேண்டிய இடம் இது. ஒரு சமுதாயம் தனது நலன்கள் தான் வாழும் நாட்டின் நலன்களிலிருந்து வேறுபடுவதாகக் கருதுவது பெரும் தவறு. தொகுதி ஒதுக்கீட்டை ஏற்றுக்கொள்வதாக வைத்துக் கொண்டால் முஸ்லிம் சமுதாயத்தின் மிகப்பெரிய எதிரியாக நான் என்னைக் கருதிக்கொள்ள நேரிடும். ஒரு மதச்சார்பற்ற ஜனநாயக நாட்டில் இத்தகைய முடிவு ஏற்படுத்தும் விளைவுகளின் அடிப்படையில் நான் அப்படித்தான் கருதிக் கொள்ள முடியும். வகுப்பு அடிப்படையில் தனி வாக்காளர் தொகுதியை நீங்கள் பெறுகிறீர்கள் என வைத்துக் கொள்வோம். மத்தியிலோ, மாநிலங்களிலோ அமைச்சரவைகளில் உங்களால் இடம்பெற இயலுமா? நீங்கள் தனி நலன்களைக் கொண்டுள்ளீர்கள். கூட்டுப் பொறுப்புள்ள அரசாங்கத்தின் பெரும்பான்மையை (அதாவது) எங்களை நம்பாத நீங்கள் எப்படி அதில் இடம் பெற இயலும்? எனவே அரசில் உங்களுக்குப் பங்கிருக்க இயலாது. நீங்கள் உங்களை ஒதுக்கிக்கொண்டு என்றைக்கும் சிறுபான்மையினராகவே இருப்பீர்கள். இதனால் என்ன பயன் உங்களுக்கு?

இப்படித்தான் முஸ்லிம்களுக்குத் தொகுதி ஒதுக்கீடு முறியடிக்கப்பட்டது.

முதலில் ஒத்துக்கொண்ட ஒதுக்கீட்டு உரிமைகளைப் பின்னர் மறுத்துவிட்டனர் என ஒரே வரியில் இக்கட்டுரையை முடித்திருக்கலாம். இத்தனை விரிவாக இந்த விவாதத்தை நான் சொன்னது அன்றைய நிலையில் முஸ்லிம் உறுப்பினர்களின் மனநிலையின் தன்மை, அகில இந்திய அளவில் ஒரு அமைப்போ, கருத்தொருமிப்போ இல்லாமற்போன நிலை, அவற்றை படேல் போன்றவர்கள் முஸ்லிம்களுக்கான உரிமைகளை மறுப்பதற்குச் சாதகமாகப் பயன்படுத்திக்கொண்டது ஆகியவற்றைச் சுட்டிக் காட்டவே, மிகவும் சுருக்கியே இவற்றைத் தந்துள்ளேன். விவாதங்கள் குறித்து விரிவான ஆவணங்கள் அவற்றை அல்லது

என் இந்தச் சுருக்கப்பட்ட மொழியாக்கத்தையே கூட ஒரு பிரதியியல் ஆய்வு செய்தீர்களானால் ஒதுக்கீடு வேண்டாம் என்று சொன்னவர்கள் கூட எத்தகைய மனநிலையில், எத்தகைய அச்ச உணர்வில் அதைச் சொல்ல நேர்ந்தது என்பதைப் புரிந்துகொள்ள இயலும்.

தஜமுல் உசேன் தொடர்ந்து பேசும்போது குறிப்பிடுகிற இன்னொரு செய்தி இங்கே கருதத்தக்கது. அரசியல் சட்ட அவையிலுள்ள முஸ்லிம் உறுப்பினர்கள் முதன்முதலில் டெல்லி வந்தபோது வெஸ்டர்ன் கோர்ட்டில் ஒரு கூட்டம் கூட்டப்பட்டது. எல்லோரும் வந்திருந்தனர். ஒதுக்கீடு கூடாது என்று தஜமுல் உசேன் பேசியபோது அதை ஒரு முஸ்லிம் உறுப்பினர் கூட ஆதரிக்கவில்லை. எல்லோரும் இட ஒதுக்கீடு வேண்டும் என்றே கூறினர். எனவே, அரசியல் சட்ட அவையில் அவர் தனது தீர்மானத்தை வற்புறுத்தவில்லை. இரண்டாவது கூட்டம் நவாப் முஹம்மது இஸ்மாயில் அவர்கள் இல்லத்தில் நடந்தது. முதல் கூட்டத்தில் கலந்துகொண்ட அத்தனை உறுப்பினர்களும் அதிலும் கலந்துகொண்டனர். பெரும்பான்மை உறுப்பினர்களின் ஆதரவுடன் ஒதுக்கீடு தேவையில்லை எனத் தீர்மானிக்கப்பட்டது என்கிறார் தஜமுல் உசேன். சர் சாதுல்லாவும், ‘ சென்னைக் குழுவினரும்’ மட்டுமே ஒதுக்கீட்டை ஆதரித்தனர் என்றும் அவர் கூறினார்.

அரசியல் சட்ட அவையில் முப்பத்து மூன்று முஸ்லிம் உறுப்பினர்கள் இருந்தனர். அவர்களில் பலர் பாகிஸ்தானுக்கு இடம் பெயர்ந்த பின் எஞ்சியது 23 பேர்கள் மட்டுமே. இவர்களில் நால்வர் இரட்டை வாக்கு உரிமையையும் (சென்னை குழுவினர்), நால்வர் தொகுதி ஒதுக்கீட்டையும், ஒருவர் அனைத்து வாக்குகளையும் கூட்டாக அளிக்கும் *(Cumulative Voting)* முறையை ஆதரித்தும் பதின்மூன்று பேர் ஒதுக்கீடு தேவையில்லை எனவும் வாக்களித்ததாக தஜமுல் உசேன் குறிப்பிட்டார்.

முதலில் ஒதுக்கீடு தேவை என ஒருமித்த குரலில் முழங்கியவர்கள் பின்னர் இப்படிப் பிளவுண்டு போக வேண்டியதற்குப்

பின்னணியாக சர்தார் படேல் போன்றோரின் அச்சுறுத்தல்கள் விளங்கின என்பதை நாம் மறந்துவிடலாகாது. நாட்டைப் பிரித்தவர்கள் என்கிற குற்றச் சுமையை முஸ்லிம்கள் மீது சுமத்தி அவர்களை எந்த நியாயமான கோரிக்கைகளையும் முன்வைக்க இயலாதவர்களாக ஆக்கினார். வெறும் நான்கு முஸ்லிம் உறுப்பினர்கள் மட்டுமே கலந்துகொண்ட ஆலோசனைக் குழு கூட்டத்தில் முஸ்லிம்கள் குறித்த இறுதி முடிவெடுக்கும் நோக்கத்தைப் பற்றி அன்றைய பிரிட்டிஷ் பிரதமர் வின்ஸன்ட் சர்ச்சில் சொன்னார், "180 இந்து உறுப்பினர்களில் 150க்கும் மேற்பட்டோர் கலந்துகொண்டனர். முஸ்லிம் உறுப்பினர்களின் இறுதி முடிவின்போது 4 உறுப்பினர்கள் மட்டுமே பங்கு கொண்டனர் என்பது மணப்பெண் இல்லாமல் திருமணம் நடந்தது போன்ற கதையாக இருக்கிறது."

இறுதியாக 1949 அக்டோபர் 14 அன்று மீண்டும் அரசியல் சட்ட அவை இப்பிரச்சனையை விவாதத்திற்கு எடுத்துக் கொண்டது. முதலில் எடுக்கப்பட்ட முடிவுகளில் (ஆகஸ்டு 27, 1947) தொகுதி ஒதுக்கீடு மட்டுமே பின்னர் (மே 27, 1949) மறுக்கப்பட்டது. அரசுப் பணிகளில் இட ஒதுக்கீடு செய்வதற்கு அரசியல் சட்டத்தில் ஆவன செய்ய வேண்டும் என்கிற முடிவு மாற்றப்படவில்லை. எனவே அதற்கான வழிமுறைகளைச் செய்ய வேண்டும் என்கிற நூறு சதம் நியாயமான கோரிக்கையை சர்தார் பொபிந்தர்சிங் மானும், நஸீருத்தீன் அஹமதும் முன்மொழிந்தனர். இதற்கான அரசியல் சட்டத்தின் 296, 299 பிரிவுகளில் உரிய மாற்றங்கள் செய்ய வேண்டும் என சர்தார் ஹுக்கும்சிங் கோரினார். பொபிந்தர்சிங் மான் முன்மொழிந்த 63ஆவது திருத்தம் அரசுப் பணிகளிலும் சட்டமன்றங்களிலும் சிறுபான்மையினருக்கான அதிகாரிகள் நியமிக்கப்பட வேண்டும் எனக் கோரியது. ஆகஸ்டு 1947க்கும், மே 1949க்கும் இடைப்பட்ட இரண்டு ஆண்டு இடைவெளியில் மேற்கொள்ளப்பட்ட ஒரு திருத்தம் (அதாவது ஒதுக்கீடு தேவையில்லை என்பது) சிறுபான்மையினரின் இருப்பையே மறுப்பதாக ஆகிவிடக்கூடாது என்றும் அவர் கவலை தெரிவித்தார். எனினும் அவரது இந்தத் தீர்மானமும் அவையால் நிராகரிக்கப்பட்டது.

முஸ்லிம்கள் திருப்தியுறவில்லை எனத் தனக்குத் தெரிவதாகவும், ஆனால் அதற்குக் காங்கிரஸ் பொறுப்பில்லை எனவும் நாட்டுப் பிரிவினை நடைபெறாதிருந்தால் பிரச்சினைகளைச் சுமுகமாகத் தீர்த்திருக்கலாம் எனவும் பிரிவினைக்குப் பின் மீண்டும் பிரச்சினைகளை அதிகரிக்க வேண்டாம் எனவும் அரசுப் பணிகளில் இடஒதுக்கீடு விஷயத்தை விட்டுக் கொடுப்பதால் நீங்கள் வருந்துவதற்கு ஏதுமில்லை எனவும் உங்கள் நன்மைகளுக்காவும் நாட்டு நன்மைகளுக்காவும் ஒதுக்கீடு கோரிக்கைகளை விட்டுக் கொடுப்பதன் மூலம் எங்களுக்கு உதவி செய்யுங்கள் எனவும் சர்தார் படேல் முஸ்லிம்களைக் கேட்டுக் கொண்டார்.

1909 முதல் முஸ்லிம்கள் அனுபவித்து வந்த உரிமைகள் சுதந்திர இந்தியாவில் மறுக்கப்பட்ட வரலாறு இதுதான். மீண்டும் இட ஒதுக்கீடு கோரிக்கையை முன்வைக்க முஸ்லிம்களுக்கு 54 ஆண்டுகள் தேவையாயிருந்தன. இன்றுகூட அரசுப் பணிகளில் மட்டும் தான் ஒதுக்கீடு வேண்டும் எனக் கோர முடிகிறதே ஒழிய சட்ட - பாராளுமன்றங்களில் ஒதுக்கீடு வேண்டும் என்ற குரலை எழுப்ப இயலவில்லை.

முற்றும்

பின்னிணைப்பு:

ஆந்திர உயர் நீதிமன்றத் தீர்ப்பு சொல்வதென்ன?

ஜூலை 12-ந்தேதி அன்று ஆந்திர அரசு முஸ்லிம்களுக்கு 5% இட ஒதுக்கீடு அளித்து வெளியிட்ட ஆணையை (G.O. No.33) ஆந்திர உயர் நீதிமன்றம் செல்லாது என அறிவித்தது. நீதிபதி பி. சுதர்ஷன் ரெட்டி தலைமையிலான 5 பேர் கொண்ட பெஞ்ச் வழங்கியுள்ள தீர்ப்பின் (Sept. 21. 2004) முக்கிய அம்சங்களாவன:

1. மேற்கண்ட ஆணை சிறுபான்மை ஆணைய அறிக்கையை அடிப்படையாகக் கொண்டுள்ளது. இது முறையானதல்ல.
2. பிற்படுத்தப்பட்டோர் ஆணையத்தைக் கலந்து

முடிவு செய்ய வேண்டும் என்ற கடப்பாடு (*mandate*) நிறைவேற்றப்படவில்லை.

3. மூன்று மாதத்திற்குள் பிற்படுத்தப்பட்டோர் ஆணையத்தை அமைத்து சிறுபான்மையினருள் ஒதுக்கீட்டுக்குத் தகுதியானவர்களைக் கண்டறிய வேண்டும்.

4. ஒதுக்கப்பட்டவர்களின் மேல்தட்டினரை (*creamy layer*) அடையாளம் கண்டு அவர்களுக்கு ஒதுக்கீட்டை மறுப்பதற்கு வழிசெய்ய வேண்டும்.

5. மொத்த இட ஒதுக்கீடு 50 சதவீதத்தைத் தாண்டக்கூடாது என்கிற உச்ச நீதிமன்றத் தீர்ப்பு கவனத்தில் கொள்ளப்பட வேண்டும்.

ஆந்திர அரசு இத்தீர்ப்பிற்கு எதிராக உச்ச நீதிமன்றத்திற்குச் செல்வதில்லை எனவும் முஸ்லிம்களில் மேல் தட்டினரை அடையாளம் காண்பதற்கு அமைச்சரவைக் குழு ஒன்றையும், நீதிமன்ற ஆணைப்படி பிற்படுத்தப்பட்டோர் ஆணையம் ஒன்றையும் நியமித்து 'முறைப்படி' முஸ்லிம்களுக்கான இட ஒதுக்கீட்டை வழங்குவது எனவும் அறிவித்துள்ளது. நீதிமன்றத் தடையின் விளைவாக நடப்புக் கல்வி ஆண்டில் இந்த ஆணை அமலுக்கு வராததால் மருத்துவப் படிப்பில் 119 இடங்களும் பல் மருத்துவத்தில் 42 இடங்களும் பொறியியல் 3422 இடங்களும் எம்.பி.ஏ. வில் 607 இடங்களும், பி.எட்.டில் 1697 இடங்களும் முஸ்லிம்களுக்கு இழப்பு எனவும் ஆந்திர அரசு கூறியுள்ளது. (இந்து, செப்டம்பர் 23) மேற்கண்ட தீர்ப்பு குறித்து 'மத அடிப்படையில் இட ஒதுக்கீடு செல்லாது - ஆந்திர உயர் நீதிமன்றம்' எனத் ' தினமணி' போன்ற இதழ்கள் இதை முன்வைத்துள்ளது குறிப்பிடத்தக்கது. இது முற்றிலும் தவறு. கண்டிக்கத் தக்கது. அரசியல் சட்டத்தின்படி மத அடிப்படையில் இட ஒதுக்கீடு அளிக்கும் அதிகாரம் மாநிலங்களுக்கு வழங்கப்பட்டுள்ளதே உண்மை. இந்த அதிகாரத்தை வழங்கும் 15(4) மற்றும் 16 (4) பிரிவுகள் சிறுபான்மையினருக்கு இட ஒதுக்கீடு அளிப்பதற்கெனவே கொண்டுவரப்பட்டவை. எனினும்

அரசியல் சட்ட அவையில் இருந்த படேல், ராஜாஜி, முன்ஷி போன்றோரால் 'சிறுபான்மை' என்கிற சொல் நீக்கப்பட்டு 'வகுப்புகள்' என்ற சொல் புகுத்தப்பட்டது. 'சிறுபான்மையினர்' என்கிற சொல்லும் அத்துடன் இணைக்கப்படுதல் வேண்டும் எனச் சிறுபான்மை உறுப்பினர்கள் கேட்டபோது, 'வகுப்புகள்' என்றால் சிறுபான்மையினரையும் உள்ளடக்கும் என்று உறுதிமொழி அளிக்கப்பட்டது. நீதியரசர் வெங்கடாசலையா தலைமையிலான மூவர் கொண்ட உச்ச நீதிமன்ற பெஞ்ச் ஒன்றும் இதனை ஏற்றுக்கொண்டுள்ளது. வாஜ்பேயி அரசால் நியமிக்கப்பட்ட அரசியல் சட்ட மறு ஆய்வுக் குழு (NCWRC) முன் பேராசிரியர் இக்பால் அன்சாரி போன்றோர் சமர்ப்பித்த விரிவான அறிக்கைகளின் அடிப்படையில் அக்குழுவும் தனது பரிந்துரைகளில் பிற்படுத்தப்பட்ட வகுப்புகள் என்கிற அடிப்படையில் முஸ்லிம்களுக்கு இட ஒதுக்கீடு அளிப்பதை ஏற்றுக்கொண்டுள்ளது (பார்க்க: அறிக்கை பத்தி எண். 3-7-1).

எனவே மத அடிப்படையில் இட ஒதுக்கீடு வழங்கும் அதிகாரம் மாநிலஅரசுகளுக்கு உண்டு. இல்லை எனச் சொல்வது உள்நோக்கத்துடன் கூடிய ஒரு பிரச்சாரம். பிற மாநிலங்களிலும் இத்தகைய இட ஒதுக்கீடு வழங்கப்பட்டுள்ளன. கேரளாவில் 12 சதமும் கர்நாடகாவில் 4 சதமும் முஸ்லிம்களுக்கு இடஒதுக்கீடு வழங்கப்பட்டுள்ளது. தமிழ்நாட்டில் பிற்படுத்தப்பட்டவர்களுக்கான 30 சத இட ஒதுக்கீட்டில் சில முஸ்லிம் பிரிவுகளும் அடங்கும். 1992-ம் ஆண்டு உச்ச நீதிமன்றத் தீர்ப்பு ஒன்றின்படி எந்த ஒரு பிரிவையும் பிற்படுத்தப்பட்டப் பட்டியலில் சேர்க்க வேண்டுமெனில் பிற்படுத்தப்பட்ட வகுப்பு ஆணையத்தின் அனுமதி பெற வேண்டும். பிற்படுத்தப்பட்ட சாதிப் பட்டியலில் இடம்பெறுகிற அடிப்படையில் மட்டுமே சிறுபான்மையினருக்கு இட ஒதுக்கீடு அளிப்பது என்பது அரசியல் சட்ட அவையின் 'தொனிக்கு' எதிராக உள்ளது. முஸ்லிம்கள் உரிய அளவில் அரசுப் பணிகளில் இடம்பெறவில்லை என அரசு கருதுமானால் அந்த அடிப்படையிலேயே அது இட ஒதுக்கீடு அளிக்கலாம். உச்ச நீதிமன்றத் தீர்ப்பு இந்த உண்மையைக் கணக்கில் கொள்ளவில்லை.

தமிழ்நாட்டில் உள்ளது போல ஆந்திராவில் பிற்படுத்தப்பட்டோர் ஆணைய அறிக்கை ஏதும் கிடையாது. இது தொடர்பாக நியமிக்கப்பட்ட 'புட்டு சாமி ஆணையம்' அறிக்கை சமர்ப்பிக்காமலேயே காலாவதியானது. இந்நிலையில் ஆந்திர மாநில முஸ்லிம்களுக்கு இட ஒதுக்கீடு கொடுப்பது குறித்து 'சிறுபான்மையினர் நிதி வாரியம்' மற்றும் 'மாவட்ட சிறுபான்மை நல அதிகாரிகள்' ஆகியோர் இணைந்து மேற்கொண்ட 'சர்வே' ஒன்றின் அடிப்படையில் சிறுபான்மை நல ஆணையர் சென்ற ஜூலை 5-ம் தேதி அன்று அறிக்கை ஒன்றை ஆந்திரப் பிரதேச அரசின் முன் அளித்தார். இதன்படி ஆந்திராவில் முஸ்லிம்கள் 8.5 சதம் உள்ளனர். இதில் 6.5 சத முஸ்லிம்கள் வறுமைக்கோட்டின் கீழ் உள்ளனர். கல்வி அறிவு வீதம் 18 சதம். முஸ்லிம் பெண்களின் கல்வி அறிவு வீதம் வெறும் 4 சதம். இந்தப் புள்ளிவிவரங்களின் அடிப்படையிலேயே ஆந்திர அரசு இட ஒதுக்கீடு ஆணையை வெளியிட்டது. பிற்படுத்தப்பட்ட வகுப்புகளில் அங்கு ஏற்கனவே A,B,C,D என நான்கு பிரிவுகள் உள்ளன. அவற்றோடு முஸ்லிம்களை 'E' பிரிவாக்கி 5 சத இட ஒதுக்கீடு வழங்கப்பட்டது.

முஸ்லிம்களில் மேல்தட்டினர் மிகச் சொற்பம். எனவே அவர்களை அடையாளம் காண்பதற்குத் தனி முயற்சிகள் தேவையில்லை. பிற மாநிலங்களிலும் மத்தியிலும் உள்ளது போல 2.5 லட்சம் அல்லது 3.5 லட்சம் என ஆண்டு வருமான உச்சவரம்பு அறிவித்தால் போதுமானது. எனினும் முஸ்லிம்களுக்கு ஒதுக்கப்பட்ட இடங்கள் அனைத்தும் முஸ்லிம்களைக் கொண்டே நிரப்பப்படுதல் அவசியம்.

ஏற்கனவே ஆந்திர மாநிலத்தில் 46 சதம் இட ஒதுக்கீடு வழங்கப்படுகிறது. இந்த 5 சதத்தையும் சேர்த்தால் 51 சதம் ஆகிறது. இது உயர் நீதிமன்ற உச்சவரம்பு (50 சதம்)க்கு அதிகமாக உள்ளது. இந்த அடிப்படையில் ஆந்திர அரசு முஸ்லிம்களுக்கான இட ஒதுக்கீட்டை 5 சதத்திலிருந்து குறைத்துவிடக் கூடாது. தமிழ்நாட்டில் 69 சதம் வரை இட ஒதுக்கீடு அளிக்கப்படுவது குறிப்பிடத்தக்கது. சட்டமன்றத்தைக் கூட்டி உரிய சட்டம் இயற்றி, அரசியல் சட்டத்தில் ஒன்பதாவது ஷெட்யூலில்

முஸ்லிம்களை இணைப்பதன் மூலம் இந்தத் தடையைக் கடக்கலாம். முஸ்லிம்கள் விழிப்புடன் செயல்பட வேண்டிய தருணம் இது.

பிற்படுத்தப்பட்ட முஸ்லிம்களுக்கு மட்டும் இட ஒதுக்கீடு அளித்தால் போதுமானது என்கிற குரலை பிற்படுத்தப்பட்ட இந்திய முஸ்லிம்கள் அமைப்புத் தலைவர்கள் ஷபீப் அன்சாரி, எய்ஜாஸ் அலி போன்றோர் ஒலித்து வருகின்றனர். முஸ்லிம்களுக்குள் அஷ்ரஃப், அஜ்லஃப் என இரு பிரிவுகள் உள்ளன என இவர்கள் வாதிடுகின்றனர். இந்துத்துவவாதிகள் இத்தகைய குரலைச் சாதகமாகப் பயன்படுத்திவிடும் ஆபத்து இருக்கிறது. 1909 முதல் சட்ட, பாராளுமன்றங்களிலும் அரசுப் பணிகளிலும் முஸ்லிம்களுக்கு இருந்து வந்த ஒதுக்கீட்டை அரசியல் சட்ட அவையில் இருந்த முஸ்லிம்களுக்கு இடையேயான கருத்துவேறுபாடுகளைக் கொண்டே இந்து தேசியவாதிகள் முறியடித்தனர் என்பதை நாம் மறந்துவிடலாகாது. ஒன்றுபட்ட குரலில் முஸ்லிம்கள் தம் கருத்தை முன்வைக்க வேண்டிய தருணம் இது என்பதை மீண்டும் மீண்டும் வற்புறுத்திச் சொல்ல வேண்டியதிருக்கிறது. தேவையாயின் வருமான உச்சவரம்பு ஒன்றே போதுமானது.

குறிப்புகள்:

1. நன்றி: அரசியல் சட்ட அவையில் நடைபெற்ற விவாதங்கள் இங்கு சுருக்கியே மொழிபெயர்க்கப்பட்டுள்ளன. விரிவுக்கு அரசியல் சட்ட அவை விவாதத் தொகுப்புகளைப் பார்க்கவும். ஷிவா ராவின் *The Framing of Indian Constitution: Select Documents* நூலும் ஏ.ஜி. நூரானியின் 'இந்திய முஸ்லிம்கள்' நூலும் இக்கட்டுரை ஆக்கத்திற்குப் பெரிதும் பயன்பட்டன.

2. சில தகவல்கள்:

(அ): தமிழகத்தில் பிற்படுத்தப்பட்டவர்களுக்கு வழங்கப்பட்டுள்ள 30 சத இட ஒதுக்கீட்டில் முஸ்லிம்களில் சில பிரிவினர்களும் உள்ளடக்கப்பட்டுள்ளனர். கேரளத்தின் மொத்த மக்கள்

தொகையில் முஸ்லிம்கள் 22 சதம். இங்கே முஸ்லிம்களுக்கு 12 சத ஒதுக்கீடு வழங்கப்பட்டுள்ளது. கர்நாடகத்தில் 12 சத முஸ்லிம்களுக்கு இங்கே 4 சத ஒதுக்கீடு வழங்கப்பட்டுள்ளது.

(ஆ): 1990ம் ஆண்டு 'தேசிய சாம்பிள் சர்வே' அறிக்கையின்படி மற்ற மதத்தினருடன் ஒப்பிடும்போது முஸ்லிம்கள் மத்தியில் வேலை இல்லாமை அதிகமாக உள்ளது. நிலவுடைமை, விவசாயம் முதலியனவும் முஸ்லிம்கள் மத்தியில் குறைவு. மாதம் ரூ.425க்கும் குறைவான மதிப்புள்ள பொருட்களை மட்டுமே நுகரும் மிகவும் தாழ்ந்த நிலையில் உள்ள மக்களுள்ளும் கூட முஸ்லிம்களே அதிகம். கிறிஸ்தவர்களில் 13 சதமும், இந்துக்களில் 22 சதமும், முஸ்லிம்களில் 40 சதமும் இந்நிலையில் உள்ளனர். இது நகர்ப்புறத்திற்கான புள்ளிவிவரம்தான் எனினும் கிராமப்புறங்களிலும் இதுவே நிலை. தொழில் நகரங்களில் உள்ள தொழிற்சாலைகளில் முஸ்லிம்கள் மற்றும் தலித்களின் எண்ணிக்கை படிப்படியாகக் குறைந்து வருவதை இன்னொரு அறிக்கை கூறுகிறது. தனியார் துறையில் இட ஒதுக்கீடு என்கிற கோரிக்கையிலும் முஸ்லிம்கள் தனிப்பிரிவாக உள்ளடக்கப்படுதல் அவசியம்.

3.2

தமிழகத்தில் முஸ்லிம் இட ஒதுக்கீடு: தேவைகள், சிக்கல்கள், தீர்வுகள்...

Sep 05, 2021

(கல்வி மற்றும் பொருளாதாரத்தில் பின்தங்கிய இஸ்லாமியர்களின் மேம்பாட்டிற்காக, கல்வி மற்றும் அரசு வேலை வாய்ப்புகளில் தமிழ்நாடு அரசு பிற்படுத்தப்பட்ட வகுப்பினர்க்கான 30% இட ஒதுக்கீட்டில் பிற்படுத்தப்பட்ட முஸ்லிம் வகுப்பினர்க்கு 3.5% உள் ஒதுக்கீடு செய்தது (அரசாணை எண். 85. பிற்படுத்தப்பட்ட வகுப்பு, மிகவும் பிற்படுத்தப்பட்ட வகுப்பு மற்றும் சிறுபான்மையினர் நலத்துறை, நாள் 29.7.2008).

'பாப்புலர் ஃப்ரன்ட் ஆஃப் இந்தியா' அமைப்பின் தமிழ்நாடு கிளையின் சார்பாக இதன் பலாபலன்கள் குறித்து நடத்தப்பட்ட ஆய்வரங்கு ஒன்றில் (செப் 04, 2011) அ.மார்க்ஸ், முன்வைத்த ஒரு அறிக்கை)

ஒன்று: சச்சார் குழு அறிக்கையும் தமிழக அரசின் முஸ்லிம் உள் ஒதுக்கீடும்

சச்சார் குழு அறிக்கை என்பது ஏதோ முஸ்லிம்களுக்கு இடஒதுக்கீட்டைப் பரிந்துரைக்கும் ஒரு ஆவணம் எனப் பலரும் நினைத்துக் கொண்டுள்ளனர். உண்மையில் அதில் இடஒதுக்கீடு பற்றி வெளிப்படையான பரிந்துரை ஏதும் கிடையாது. இத்தனை சத இடஒதுக்கீடு அளிக்க வேண்டும் என்றெல்லாம் நேரடியாக அது எதையும் சொல்லவில்லை. மாறிவரும் உலகில் இந்திய இஸ்லாமியர்களுக்கு எல்லா மட்டங்களிலும் உரிய இடம் கிடைத்துள்ளதா, அதற்கு என்ன வகையான நடவடிக்கைகளை மேற்கொள்ள வேண்டும் என்பது குறித்த ஒரு ஆய்வு மற்றும் பரிந்துரைப்பு அறிக்கைதான் அது. இதை மனதிற்கொண்டு மேலே செல்வோம்.

சச்சார் அறிக்கை கவனம் குவிக்கும் புள்ளிகள்:

பிரிட்டனில் உள்ள "1976 ஆம் ஆண்டு இன உறவுச் சட்டத்தின்" (The Race Relations Act, 1976) அடிப்படையில் இங்கும் உரிய சட்டங்கள் ஏற்படுத்துதல், "சமவாய்ப்பு ஆணையம்" (Equal Opportunity Commission) அமைத்தல், முஸ்லிம்களின் நிலை குறித்த "தரவு வங்கி" (Data Bank) ஒன்றை உருவாக்குதல் முதலானவற்றையே சச்சார் குழு வற்புறுத்துகிறது.

இத்தகைய சம வாய்ப்பு ஆணையம் தனியார் துறை உள்ளிட்ட அனைத்து நிலையிலும் பாதிக்கப்பட்டுள்ள முஸ்லிம்கள் உரிய இடம் பெற வழிவகுக்கும்.

அறிக்கையை எழுதிய சச்சார் குழுவின் உறுப்பினர் செயலரான டாக்டர் அபு சாலி ஷரீப் மனித வளநிலை குறியீட்டு எண் முதலியவற்றை உருவாக்குவதில் வல்லவர். அவர், "அரசுப் பணிகளில் இடஒதுக்கீடு என்பதெல்லாம் அரசியல்வாதிகளின் பம்மாத்து எங்கே இருக்கிறது வேலை? உண்மையில் இந்த அறிக்கையின் நோக்கம் என்னவெனில் இன்று ஏற்பட்டுவரும் அதிவேகப் பொருளாதார மாற்றங்களிலும், வளர்ச்சிகளிலும்

முஸ்லிம்களுக்கு உரிய இடத்தைப் பெறுவதே”- எனக் கூறியது குறிப்பிடத்தக்கது.

இதன் முதற்படி முஸ்லிம்களுக்கான தரவு வங்கி *(data bank)* ஒன்றை ஏற்படுத்துவது, ஒவ்வொரு துறைகளில், பல்வேறு நிலைகளில் முஸ்லிம்களின் பங்கு, ஒவ்வொரு பகுதியிலும் என்னவாக இருக்கிறது என்பது முதல் அரசு நலத்திட்டங்கள் எந்த அளவிற்கு அவர்களைச் சென்றடைகிறது, அரசு அளிக்கும் கடன் வசதிகள், வீட்டு வசதி, அதன் கட்டுமானங்கள் முதலான அரசு நடவடிக்கைகள் எல்லாம் எந்த அளவிற்கு முஸ்லிம்களுக்குக் கிடைக்கிறது என்பது குறித்த விரிவான தரவுகள் சேகரிக்கப்படவேண்டும். இந்த அம்சங்களெல்லாம் முஸ்லிம்களுக்கு உரிய அளவு சென்றடைகின்றனவா என்பதைக் கண்காணிக்க "மதிப்பீடு மற்றும் கண்காணிப்பு அமைப்பு" *(Supervision and Evaluation Committee)* ஒன்று உருவாக்கப்பட வேண்டும் எனவும் அது கூறுகிறது.

தனியார் உட்பட எல்லாவிதமான தேர்வுக் குழுக்களிலும் முஸ்லிம்களுக்கு இடமளித்தல், முஸ்லிம்கள் அதிகமாக உள்ள தொகுதிகள் ஏதேனும் ஒரு வகையில் ஒதுக்கப்பட்ட தொகுதிகளாக இருக்கும் *(Reserved Constituencies)* பட்சத்தில் அந்நிலையை மாற்றுதல், முஸ்லிம்களில் தாழ்த்தப்பட்ட முஸ்லிம்களை (அர்ஸல்) இனம் கண்டு அவர்களுக்கு முன்னுரிமை அளித்தல், முஸ்லிம்கள் அதிகமாக வசிக்கும் பகுதிகளில் கல்வி வசதியை மேம்படுத்துதல், முஸ்லிம்கள் பெரும்பாலும் கைவினைஞர்களாக இருப்பதால் அவர்களுக்குத் தொழிற்பயிற்சி மற்றும் திறன் மேம்பாடு அளித்தல், மதரஸாக்களை நவீனப்படுத்துதல், மதரஸாக் கல்வியை முடித்தவர்கள் பொதுக்கல்வியில் இணைவதற்கு வழிவகுத்தல், உருது மொழியில் பயில வசதி செய்தல், தனியார்களாலும், அரசுகளாலும் ஆக்ரமிக்கப்பட்டுள்ள வக்ஃப் சொத்துக்களை மீட்டு அவற்றின் பயன்களை ஏழை எளிய முஸ்லிம்கள் பெறச் செய்தல், கூட்டுறவு வங்கிகள் முதலியனவற்றில் இடஒதுக்கீடு அளித்தல் என்பதாக இந்தப் பரிந்துரைகள் அமைகின்றன.

சுதந்திரத்திற்குப் பின் பல்வேறு அம்சங்களிலும் முஸ்லிம்கள் புறக்கணிக்கப்பட்டுள்ளனர் என்பது உண்மை. முஸ்லிம்கள் அதிகமாக உள்ள சில மாநிலங்களில் (மே.வ, பீகார், உ.பி, முதலியன) சில அம்சங்களில் முஸ்லிம்களின் நிலை தலித்துகளைக் காட்டிலும் கூடக் கீழாக உள்ளதை இந்த அறிக்கை சுட்டிக் காட்டுகிறது.

எதற்கு இவ்வளவு விரிவாக இதைச் சொல்கிறேன் என்றால் நாமும்கூட கோரிக்கை என்றால் ஏதோ அரசுத் துறைகளில் இடஒதுக்கீடு என்பதோடு நிறுத்திக் கொள்வது போதாது என்பதற்காகத்தான். மாறிவரும் சூழல்களைக் கணக்கிற் கொண்டு நமது கோரிக்கைகளை வடிவமைக்க வேண்டும்.

இரண்டு சிறுபான்மையோருக்கு இட ஒதுக்கீடு அளித்த தமிழக அரசின் சட்டம் (2007):

2008 இல் தமிழக அரசு சிறுபான்மையினருக்கு இடஒதுக்கீடு அளித்து அவசரச் சட்டம் பிறப்பித்தது. பின் தங்கிய நிலையினரை மதரீதியாக அடையாளம் கண்டு ஒதுக்கீடு வழங்குவதற்கு நமது அரசியற் சட்டத்தில் சில இடையூறுகள் உள்ளதால் மதரீதியாக அடையாளம் காணும்போதும் கூட அவர்களின் பிற்படுத்தப்பட்ட நிலையின் அடிப்படையிலேயே இடஒதுக்கீடு அளிக்கக்கூடிய நிலை முன்னதாக இருந்தது. இப்போதும் அந்தத் தடைகள் உள்ளபோதும் கேரள, கர்நாடக, ஆந்திர மாநில அனுபவங்கள், ஆந்திராவில் வழங்கப்பட்ட நீதிமன்றத் தடைகள் எல்லாவற்றையும் கணக்கில் கொண்டு இன்றைய சூழலில் சாத்தியமான அளவிற்கும், நீதிமன்றத் தடையை எளிதில் பெற இயலாத அளவிற்குப் பாதுகாப்பாகக் கருணாநிதி தலைமையில் அமைந்த தி.மு.க ஆட்சியில் இச்சட்டம் இயற்றப்பட்டது. இதன் மூலம் முஸ்லிம்களில் 94.61 சதமும் கிறிஸ்தவர்களில் 74 சதமும் பயனடையும் வாய்ப்பு ஏற்பட்டது.

2001ம் ஆண்டு மக்கள் தொகை கணக்கீட்டின்படி தமிழகத்தில் 5.6 சதம் உள்ள முஸ்லிம்களுக்கு 3.5 சதமும் 6.01 சதமுள்ள

கிறிஸ்தவர்களுக்கு 3.5 சதமும் இந்த ஒதுக்கீடு வழங்கப்பட்டது. 69 சத உச்சவரம்பைக் கணக்கில் கொண்டு இந்தச் சதவீதங்கள் நிர்ணயிக்கப்பட்டன. 69 சத உச்சவரம்பைக் கணக்கில் கொண்டே 5.6 சதம் இருந்த முஸ்லிம்களுக்கு 3.5 சதமும் 6.01 சதமாக இருந்த கிறிஸ்தவர்களுக்கு 3.5 சதமும் இந்த ஒதுக்கீடு வழங்கப்பட்டது.

இந்த உச்சவரம்பு ஒரு பக்கம் இருக்க, எத்தனை சதம் இடஒதுக்கீடு அளிப்பது என்பதற்கு ஒரு கணக்கு உண்டு. எஸ்.சி/எஸ்.டி பிரிவினரின் பிற்படுத்தப்பட்ட நிலையைக் குறிக்கும் குறியெண் 100 எனக் கொள்ளப்படும். அவர்களுடன் ஒப்பிடும்போது ‘x’ எனும் ஒரு பிரிவு எவ்வளவு பின்தங்கியுள்ளது எனப் பார்த்து அதன் பிற்படுத்தப்பட்ட நிலைக் குறியெண் கணக்கிடப்படும். ‘அ’ எனும் ஒரு பிரிவுக்கு அப்படிக் கணக்கிடப்பட்ட இந்தக் குறியெண் 80 எனவும், அதன் மக்கள் தொகை 5 சதம் எனவும் கொண்டால் அப் பிரிவுக்கு இட ஒதுக்கீடு அளிக்க வேண்டிய சதவீதம் = (குறியெண் X மக்கள்தொகை) / 100

மேற்குறிப்பிட்ட எடுத்துக்காட்டில் இது

$$\frac{80}{100} \times 5 = 4 \text{ சதம் ஆகும்.}$$

இந்த அடிப்படையில் பார்த்தால் இன்று வழங்கப்பட்டுள்ள ஒதுக்கீட்டு ஆணையின்படி பிற்படுத்தப்பட்ட முஸ்லிம்களின் பிற்படுத்தப்பட்ட நிலைக் குறியெண் சுமார் 63 என்றாகிறது. அதாவது தாழ்த்தப்பட்டவர்களின் பின்தங்கிய நிலை 100 என்றால் தமிழ் நாட்டில் உள்ள முஸ்லிம்களின் பிற்படுத்தப்பட்ட நிலை 63 எனப் பொருள். இதே போலக் கணக்கிட்டால் பிற்படுத்தப்பட்ட கிறிஸ்தவர்களின் குறியெண் 58.2 ஆகும்.

மூன்று: முஸ்லிம்கள் இட ஒதுக்கீடு என்பதில் நாம் புரிந்துகொள்ள வேண்டியவை...

இன்றைய சூழலில் ஒரு மாநில அரசு ஒட்டுமொத்தமாக

மத அடிப்படையில் ஒதுக்கீடு வழங்க இயலாததாக உள்ளது. மதத்தின் பெயரால் எந்த மதத்திற்கும் சலுகைகள் அளிக்கப்படக் கூடாது என்பது நமது அரசியல் சட்டத்தின் அடிப்படைகளில் ஒன்று.

எனவே பிற்படுத்தப்பட்ட நிலையினர் என, பிற்படுத்தப்பட்ட ஆணையம் செய்கிற பரிந்துரையின் அடிப்படையில் அந்த ஒதுக்கீடு வழங்கப்பட்டால்தான் அது செல்லுபடியாகும். இல்லாவிட்டால் சிறுபான்மையினரின் துன்பத்தில் இன்பம் காணும் மதவாத சக்திகள் நீதிமன்றத்தை அணுகித் தடை வாங்கிவிடும்.

ஆந்திராவில் இதுதான் நடந்தது. தமிழக அரசின் 2008 ஆம் ஆண்டு அவசரச் சட்டத்தின் மீது அப்படி ஒரு தடையை வாங்கிவிட இயலாது.

பிற்படுத்தப்பட்ட நிலையை ஆய்வதற்கான ஜனார்த்தனன் ஆணையப் பரிந்துரையின் அடிப்படையிலேயே அன்று அந்த ஒதுக்கீடு வழங்கப்பட்டது.

இடஒதுக்கீடு 50 சதவீதத்தைத் தாண்டக்கூடாது என்பது உச்ச நீதிமன்றம் ஏற்படுத்தியுள்ள ஒரு அநீதியான தடை. ஆந்திராவில் ஒதுக்கீடு வழங்கும்போது மொத்த ஒதுக்கீடு 51 சதவீதமாக ஆனபோது, அதுவே இட ஒதுக்கீட்டுக்கு எதிரானவர்கள் தடை வாங்குவதற்குக் காரணமானது. தமிழ் நாட்டைப் பொறுத்தமட்டில் 69 சதவீத ஒதுக்கீட்டை 9வது பட்டியலில் சேர்த்துப் பாதுகாப்பு ஏற்படுத்தியுள்ளதால் இந்த உச்சவரம்பு 69 சதவீதமாக உள்ளது.

கருணாநிதி அரசு வழங்கிய இந்த ஆணை 69 சதவீதத்தைத் தாண்டாது உருவாக்கப்பட்டுள்ளதால் இந்த அடிப்படையில் மதவாத சக்திகள் இதன் மீது தடை வாங்க இயலாது.

இப்படி ஒதுக்கப்பட்ட 69 சதவீதத்திற்குள், பிற்படுத்தப்பட்ட சாதியினருக்காக ஒதுக்கப்பட்டுள்ள 30 சதவீதத்தில் 3.5 + 3.5 = 7 சதவீத ஒதுக்கீடு முஸ்லிம் மற்றும் கிறிஸ்தவர்களுக்கு அப்போது

செதுக்கப்பட்டது. ஏற்கனவே முஸ்லிம்களிலும், கிறிஸ்தவர்களிலும் யாரெல்லாம் பிற்படுத்தப்பட்டவர்கள் என ஒதுக்கீட்டிற்குத் தகுதியானவர்களாக அறிவிக்கப்பட்டிருந்தார்களோ அவர்களுக்கு அன்று வழங்கப்பட்ட தனி ஒதுக்கீடு செல்லுபடியாகும் என்பதால் மதவாத சக்திகள் இதை மத அடிப்படையிலான ஒதுக்கீடு என விதண்டாவாதம் செய்வதற்கும் வழியில்லாமல் போனது.

அப்படி மத அடிப்படையில் இட ஒதுக்கீடு வழங்கினால்தான் என்ன என்பது வேறு விஷயம். இன்று தாழ்த்தப்பட்டவர்களுக்கான இட ஒதுக்கீடு மத அடிப்படையில்தானே வழங்கப்படுகிறது. கிறிஸ்தவர் மற்றும் முஸ்லிம்கள், அவர்கள் தலித்தாக இருந்தபோதும் அதில் இடமில்லையே.

இப்போது கிறிஸ்தவர்கள் தங்களுக்கு இந்த *3.5%* ஒதுக்கீடு வேண்டாமெனச் சொல்லிவிட்டார்கள். அது சரியா தவறா என வாதிப்பது இக்கட்டுரையின் நோக்கம் அல்ல. முஸ்லிம் இட ஒதுக்கீடு சந்திக்கும் பிரச்சினைகளைத் தொடர்வோம்.

முஸ்லிம்களுக்கு வெறும் *3.5* சதவீத ஒதுக்கீடு போதாது. இதை ஆறு சதம் அளவு அதிகரிக்க வேண்டும் என்பது பலரின் கருத்தாக உள்ளது. உண்மைதான். ஆனால் இதை நடைமுறைப்படுத்துவதில் உள்ள சில சிக்கல்களையும் நாம் கவனத்தில் கொள்ள வேண்டும்.

இப்போது இங்கே வழங்கப்பட்டுள்ள இட ஒதுக்கீடு பெரியாரிஸ்டுகள் கேட்பது போன்ற வகுப்பு வாரி ஒதுக்கீடு அல்ல. ஒவ்வொரு சாதிக்கும் அவர்களது மக்கள் தொகைக்கு ஏற்ப ஒதுக்கீட்டை வழங்கிவிடு, பார்ப்பானுக்குக் கூட இரண்டு சதத்தைக் கொடுத்துவிடு என்றார் பெரியார். ஆனைமுத்து அவர்களும் இறுதிவரை இந்தக் கோரிக்கையைத்தான் வைத்தார். இதுதான் உண்மையான வகுப்புவாரி ஒதுக்கீடு. இது நம்முடைய சாதியச் சமூகத்தில் நியாயமான கோரிக்கைதான். அப்படியாகும்போது தானாகவே முஸ்லிம்களுக்கு அந்த ஒதுக்கீடு வந்துவிடும்.

ஆனால் இன்று நிலைமை அதுவல்ல. இங்கு வகுப்புவாரி ஒதுக்கீடு இல்லை. இருக்கும் மக்கள் தொகையைக் காட்டிலும் குறைவாகவே இன்று ஒதுக்கீடு எந்தச் சமூகத்திற்கும் அளிக்கப்படுகிறது. ஒதுக்கீடு இல்லாமல் 'மெரிட்' அடிப்படையில் தேர்வு என்பதற்கு இன்று மற்ற மாநிலங்களில் 50 சதம் வரை ஒதுக்கப்படுகிறது. தமிழகத்தில் இது இப்போது 31 சதம்தான். இங்கும் இதை 50 சதம் ஆக்கவேண்டும் என்பதுதான் இன்றைய மத்திய ஆட்சியாளர்களின் நோக்கமாக உள்ளது.

இதுவரை பிற்படுத்தப்பட்ட மக்களுக்கு 30 சதவீத ஒதுக்கீடு வழங்கப்பட்டு வந்தது என்றால் தமிழ்நாட்டில் பிற்படுத்தப்பட்ட மக்களின் எண்ணிக்கை வெறும் 30 சதவீதம்தானா? முஸ்லிம் மற்றும் கிறிஸ்தவ மக்களின் மொத்த தொகையே சுமார் 12 சதவீதம். இன்னும் பிற பிற்படுத்தட்ட இந்துச் சமூகங்கள் அதிகம் உண்டு.

கேரளாவை எடுத்துக்கொண்டோமானால் மொத்த மக்கள் தொகையில் 22 சதவீதமாக உள்ள முஸ்லிம்களுக்கு 12 சதவீத ஒதுக்கீடுதான் வழங்கப்பட்டுள்ளது. மக்கள் தொகையில் 12 சதவீதமாக உள்ள கர்நாடக மாநில முஸ்லிம்களுக்கு 1994 முதல் 4 சதவீத ஒதுக்கீடுதான் வழங்கப்பட்டு வருகிறது. ஆந்திராவில் எட்டு சதவீதமாக உள்ள முஸ்லிம்களுக்கு முதல் ஆணையில் வழங்கப்பட்ட ஒதுக்கீடு 5 சதவீதம். மொத்த சனத்தொகையில் 5.6 சதவீதமாக உள்ள தமிழக முஸ்லிம்களுக்கு 3.5 சதவீத ஒதுக்கீடு இன்று வழங்கப்பட்டுள்ளது. (5.6% என்பது 2001 மக்கள் தொகைக் கணக்கெடுப்பின் அடிப்படையிலான கணக்கு. கலைஞர் ஆட்சி 3.5% ஒதுக்கீடு தந்தபோது இந்த அடிப்படையே கணக்கில் கொள்ளப்பட்டது.)

முஸ்லிம்களுக்கு 3.5 சதவீத ஒதுக்கீடே போதும் என நான் சொல்வதாகக் கருத வேண்டாம். இருக்கிற சூழலில் என்ன சாத்தியம் என்பது பற்றித்தான் இந்த விளக்கமெல்லாம்.

எனவே இன்றைய நடைமுறைச் சட்டங்களின்படி ஆக அதிகபட்சமாக மொத்தத்தில் 61.9%தான் ஒதுக்கீடு தர முடியும்.

இதைக் கூட்ட வேண்டும் என்றால் வேறு சாதிகளுக்கு அளிக்கப்பட்டுள்ள ஓதுக்கீட்டிலிருந்துதான் அதை எடுக்க முடியும். இது இன்றைய சூழலில் சாத்தியமா என்பதை நாம் யோசிக்க வேண்டும்.

அதேபோல பிற்படுத்தப்பட்ட நிலையின் அடிப்படையிலேயே ஓதுக்கீடு அளிக்க வேண்டும், மத அடிப்படையில் கூடாது என்பதால்தான் அருகில் உள்ள மாநிலங்களில் முஸ்லிம்களில் சில பிரிவுகள் (எடுத்துக்காட்டு: கச்சி மேமோன், ஷேக், பதான், போரா, நவாயத் முதலியன) இடஒதுக்கீட்டிலிருந்து ஓதுக்கி வைக்கப்பட்டுள்ளன.

ஆந்திர அரசு தொடக்கத்தில் இத்தகைய விலக்குகள் இல்லாமல் ஒட்டுமொத்தமாய் முஸ்லிம்களுக்கு ஓதுக்கீடு அறிவித்ததுதான் அந்த ஓதுக்கீட்டின் மீது தடை வாங்குவதற்குக் காரணமாயிற்று.

இப்படியெல்லாம் சொல்வது முஸ்லிம்களுக்கான இட ஓதுக்கீட்டை அதிகரிக்கக்கூடாது என்பதற்காக அல்ல. அப்படியான கோரிக்கை சந்திக்க உள்ள சிக்கல்கள் இவை. இந்தியச் சூழலில் பெரியார், ஆனைமுத்து ஆகியோர் சொன்னபடி ஒட்டுமொத்தமாக அவரவர் சாதி எண்ணிக்கைக்குச் சமமாக ஓதுக்கீடு அளிக்க வேண்டும் என்பதை ஒரு பொதுக் கோரிக்கையாக வைக்காதபோது சந்திக்கும் சிக்கல்கள் இவை.

அஷ்ரப், அர்ஸல், அன்ஸார் என முஸ்லிம்களை மூன்றாக வகைப்படுத்தும் சச்சார் குழு கூட இவர்களுள் மேலாக உள்ள அஷ்ரப் பிரிவினர் கூட இந்து பிற்படுத்தப்பட்டவர்களைக் காட்டிலும் கீழாகவே உள்ளனர் எனச் சொல்வது குறிப்பிடத்தக்கது. எனவே அஷ்ரப் பிரிவினருக்கும் கூட அவர்களுக்கு உரிய ஓதுக்கீடு வழங்கப்பட வேண்டும் எனக் கேட்பதில் நியாயம் இல்லாமல் இல்லை.

நிற்க. கலைஞர் அரசு இந்தப் பிரச்சினையைக் கணக்கில் கொள்ளாமல் எல்லா முஸ்லிம்களுக்கும் இட ஓதுக்கீடு என அறிவித்திருந்தால் இந்துத்துவ சக்திகள் தடை வாங்குவதற்கு வழி செய்ததாக அமைந்திருக்கும். இந்த ஆணைப்படியே தமிழகத்தில்

லெப்பை. தக்கினி, அன்சார், ஷேக், சையத் என்கிற இடஒதுக்கீடு வழங்கப்பட்டுள்ள பிரிவுகள் மொத்தமுள்ள முஸ்லிம்களில் 94.61 சதவீதத்தினரை உள்ளடக்குவதாக உள்ளது.

கர்நாடக மற்றும் கேரள மாநிலங்கள் முஸ்லிம்களுக்கான இட ஒதுக்கீட்டில் 'கிரீமி லேயரை' இனங்கண்டு ஒதுக்கியுள்ளன. கேரளத்தில் முஸ்லிம்களுக்கான இட ஒதுக்கீட்டைப் பெறுவதற்கு ஆண்டு வருமானம் 2 1/2 லட்சம் ரூபாயைத் தாண்டக் கூடாது. கர்நாடகத்திலும் இந்த வருமான உச்சவரம்பு உண்டு. ஆந்திராவில் கிடையாது. தமிழக மரபிற்கேற்ப கலைஞர் அரசு வழங்கியுள்ள இந்த ஆணையில் இத்தகைய வருமான உச்சவரம்பு ஏதும் இல்லை. எனினும் இந்த 3.5 சதவீதத்தை எவ்வாறு கணக்கிட்டார்கள் எனத் தெரியவில்லை.

இடஒதுக்கீட்டுச் சதவீதத்தைக் கணக்கிடுவதற்கு ஒரு கணக்கு உண்டு. எந்தப் பிரிவுக்கு இட ஒதுக்கீடு வழங்க வேண்டுமோ அந்தப் பிரிவு மக்களின் பிற்படுத்தப்பட்ட நிலை குறியீட்டு எண்ணை முதலில் கணக்கிட வேண்டும். அம்மாநிலத்தில் ஆகக் கீழான சமூகப் பொருளாதார நிலையில் உள்ள எஸ். சி/எஸ்.டி பிரிவினரின் பிற்படுத்தப்பட்ட நிலைக் குறியீட்டு எண்ணை 100 என வைத்துக்கொண்டு குறிப்பிட்ட பிரிவினர் எஸ்.சி/எஸ்.டி மக்களுடன் ஒப்பிடும்போது எந்த அளவிற்குக் கல்வி பொருளாதாரம், வீட்டு வசதி முதலான அம்சங்களில் உள்ளனர் என்கிற அடிப்படையில் இந்தக் குறியெண் நிர்ணயிக்கப்படுகிறது. எடுத்துக்காட்டாக X எனும் ஒரு பிரிவு மக்களின் பிற்படுத்தப்பட்ட நிலைக் குறியெண் 80 என்போம் (அதாவது எஸ்.சி/எஸ்.டி பிரிவினரைக் காட்டிலும் இந்த பிரிவினரின் நிலை 20 சதவீத அளவு மேலாக உள்ளது). இவர்களின் மக்கள் தொகை 5 சதவீதம் எனக் கொண்டால், இவர்களுக்கு அளிக்க வேண்டிய ஒதுக்கீடு (80/100)X 5 = 4% என்பதை முந்திய பதிவில் பார்த்தோம். இப்படியான ஒரு பிற்படுத்தப்பட்ட நிலைக் குறியெண் எதையும் முஸ்லிம்களுக்கு உருவாக்கியுள்ளதாகத் தெரியவில்லை. கொடுத்துள்ள 3.5 சதவீத ஒதுக்கீட்டிலிருந்து பின்னோக்கிச் சென்று இந்தக்

குறியெண்ணைக் கணக்கிட்டுப் பார்த்தால் அது 62.95 என்றாகிறது. இது சரிதானா என்பதையும் நாம் ஆய்வு செய்ய் வேண்டும்.

ஒன்றை இங்கு சொல்வது அவசியம். அவசியம். இட ஒதுக்கீட்டிற்கான இந்தப் போராட்டம் இன்றுள்ள நிலையில் நமது உரிமையை நிலைநாட்டுவதற்கான ஒரு குறியீடுதான். சச்சார் ஆணைய அறிக்கையை எழுதிய டாக்டர் அபுசாலி ஷரீப் கூறிய ஒரு கருத்தை மீண்டும் நினைவூட்டுகிறேன். இன்றைய சூழலில் அரசுத் துறையில் இடஒதுக்கீடு என்பதெல்லாம் பெரிய அளவில் முஸ்லிம்களின் பிரச்சினையைத் தீர்த்துவிடாது என்கிறார் அவர். அரசுத் துறைகளில் வேலைவாய்ப்பு மொத்தத்தில் குறைந்து கொண்டே போதல், கல்வி நிலையங்களிலும் அரசுக் கல்வி நிலையங்களின் எண்ணிக்கை குறைதல் என்பதை எல்லாம் கணக்கில் கொண்டு நமது கோரிக்கைகளை முன்வைக்க வேண்டும் என்கிறார் அவர்.

முஸ்லிம்களின் பிரச்சினை இன்றும் பல தளங்களில் உள்ளது. அரசு நலத் திட்டங்களின் பங்கு. கடன் வசதி பெறுதல், தனியார் துறைகளில் ஒதுக்கீடு, மதரஸா கல்விக்கு உரிய ஏற்பு, வக்ஃப் சொத்துக்களை மீட்டு முஸ்லிம்களுக்குப் பயனுடையதாக ஆக்குதல், தொகுதிச் சீரமைப்பு, முனிசிபாலிடி, கூட்டுறவு சங்கம் ஆகியவற்றில் இடஒதுக்கீடு... என எத்தனையோ பிரச்சினைகள் உள்ளன. இட ஒதுக்கீட்டிலும் கூட இந்த ஆணை இனிவரும் காலியிடங்களுக்கு மட்டும்தான் பொருந்துமா, ‘பேக் லாக்’ (முன்தேதியிட்டு) முறையிலும் உரிய பங்களிப்பு சிறுபான்மையினருக்கும் கிடைக்க ஏற்பாடு செய்யப்படுமா என்றெல்லாம் கேள்விகள் உள்ளதை அப்போதே எழுப்பினோம்.

ஆக இந்த இந்த 3.5 % ஆணையோடு முஸ்லிம் இயக்கங்களின் பணி ஓய்ந்துவிடவில்லை என்பதை மட்டும் நாம் நினைவூட்டிக் கொள்ள வேண்டும். ஆனால் சிறுபான்மை மக்களின் இந்த உரிமையைப் பெறுவதை வெறும் இட ஒதுக்கீடு என்பதோடு நிறுத்திக்கொண்டால் அதில் பெரும் பயனில்லை என்பதே இதில் கவனத்துக்குரிய புள்ளி.

மூன்று: புதிய சூழலில் முஸ்லிம்கள் எல்லா மட்டங்களிலும் உரிய பங்களிப்பு பெற இப்போது நாம் செய்ய வேண்டியவை என்ன?

Sep 05, 20

சச்சார் அறிக்கையின் முதல் வடிவைத் தயாரித்த அபு சாலி ஷரீஃப் சொன்னதை மீண்டும் நினைவுபடுத்திக்கொள்வோம்.

முஸ்லிம்களுக்கு உரிய பங்களிப்பு கிடைக்க வேண்டும் எனும்போது அதை வெறுமனே இட ஒதுக்கீட்டோடு சுருக்கிவிடக் கூடாது. அரசுப் பணிகள் மற்றும் கல்வி நிறுவனங்கள் என்பதெல்லாம் அருகிக்கொண்டிருக்கும் ஒரு கால கட்டத்தில் நாம் வேறு வடிவில் இதுகுறித்துச் சிந்திக்க வேண்டும். சச்சார் அறிக்கை அதனால்தான் இட ஒதுக்கீடு என்பதைப்பற்றிப் பேசாமல் வேறு அம்சங்களின் மீது கவனத்தை ஈர்த்தது. உலகளாவிய அனுபவங்களின் அடிப்படையில் அவ்வாறு முன்வைக்கப்பட்ட சிலவற்றைக் காணலாம்.

நானூற்றுச் சொச்சம் பக்கமுள்ள சச்சார் குழு அறிக்கையுடன் ஒரு குறுந்தகடும் இணைத்துத் தரப்படுகிறது. அதில் அறிக்கையின் முழு வடிவம் தவிர, சுருக்கப்பட்ட வடிவமொன்றும் உள்ளது. இதைத் தயாரித்தவர் சாதாத் ஹுஸைனி. இந்தச் சுருக்க வடிவத்தின் இறுதி அத்தியாயத் தலைப்பு: "முஸ்லிம் அமைப்புகள் செய்ய வேண்டியதென்ன?" என்பது. அதிலிருந்து சில இங்கே:

i. செய்ய வேண்டியவை:

★ எல்லாப் பரிந்துரைகளையும் ஆழமாக ஆய்வு செய்தல்.

★ இவற்றுடன் தொடர்புடைய சட்டங்கள், அரசுத் திட்டங்கள், முடிவுகள் முதலியன குறித்த விரிவான ஆவணங்களைத் தயாரித்தல்.

★ மேற்கண்ட ஆவணங்களை உள்ளடக்கிய 'தேவையான நடவடிக்கைகளுக்கான சாசனம்' ஒன்றை விரிவாகத் தயாரித்தல்.

★ அரசிடம் வாதாடி உரிய அழுத்தம் அளித்துத் தேவையான சட்டங்களை இயற்றுதல் மற்றும் தேவையான நிர்வாக நடவடிக்கைகளை மேற்கொள்ளுதல்.

ii. சட்டபூர்வமாகச் செய்ய வேண்டியவை:

கீழ்க்கண்ட சட்டங்களுக்கான வரைவுகளைத் தயாரித்து அவற்றிற்கு ஒப்புதல் அளிக்க வற்புறுத்த வேண்டும்:

★ பிரிட்டிஷ் அரசு இயற்றியுள்ள 1976 ஆம் ஆண்டு 'இன உறவுகள் சட்டத்தின்' வழியில் 'சமவாய்ப்பு ஆணையச் சட்டம்' ஒன்று இயற்ற வேண்டும். இச்சட்டம் கீழ்க்கண்ட சச்சார் குழு பரிந்துரைகளை உள்ளடக்கியதாக இருக்க வேண்டும்.

★ முஸ்லிம்களுக்குத் தனியாகக் கடன் அளித்தல்.

★ எல்லாத் துறைகளிலும், குறிப்பாக அன்றாடம் மக்கள் தொடர்புடைய துறைகளில், முக்கியப் பணிகளை நிறைவேற்றும் நிலையில் உள்ளவற்றிலும் குறிப்பிடத்தக்க அளவில் முஸ்லிம்களின் இருப்பை உறுதி செய்தல்.

★ பன்மைத்துவக் குறியெண் ஒன்றை உருவாக்குதல்

★ நேர்முகத் தேர்வுகள் குழுக்களிலும், வேலைத் தேர்வு வாரியங்களிலும் முஸ்லிம் சமூகத்தைச் சேர்ந்த நிபுணர்களை உரிய அளவில் உள்ளடக்குதல்.

★ நிர்ணயிக்கப்பட்ட வடிவத்தில், தேவையான தகவல்களை மூன்று மாதத்திற்கு ஒருமுறை திரட்டி வெளியிடுதல், அந்தந்தத் துறைகளுக்கான இணையதளங்களிலும் மாநில அரசுகளின் இணையதளங்களிலும் அவற்றை அஞ்சல் செய்தல்.

★ ஆளுகையில் முஸ்லிம்கள் உள்ளடங்கும் வகையில் நியமனங்களைச் செய்தல்.

★ சமவாய்ப்பு நிறுவனங்கள் என்கிற கருத்துரு.

★ ‘தேசியத் தரவு வங்கி’, ‘மதிப்பீடு மற்றும் கண்காணிப்பு ஆணையச் சட்டம் 2006”

★ பொருத்தமான சட்டங்களில் திருத்தங்கள் மேற்கொள்வதன் மூலம் பிற்படுத்தப்பட்ட முஸ்லிம்களுக்கு ‘ஒதுக்கீட்டிற்குள் ஒதுக்கீடு’ அளித்தல்; தாழ்த்தப்பட்ட அல்லது மிகப் பிற்படுத்தப்பட்ட முஸ்லிம்களுக்குத் தனி ஒதுக்கீடு அளித்தல்.

★ சச்சார் பரிந்துரைகளை உள்ளடக்கி வக்ஃப் சட்டத்தைத் திருத்துதல்.

★ வக்ஃப் சொத்துக்களுக்கு விலக்களிக்கும் வகையில் வாடகைக் கட்டுப்பாட்டுச் சட்டம், நிலம் கையகப்படுத்தும் சட்டம் ஆகியவற்றைத் திருத்துதல்.

நான்கு: திட்டங்களை அறிவித்தல் மற்றும் உரிய நிதி ஒதுக்கீட்டைச் செய்தல்

★ திட்டங்களை வரைவு செய்வதோடு அவற்றிற்குரிய நிதி ஒதுக்கீட்டையும் கோருதல்.

★ சுய வேலைகளிலுள்ள முஸ்லிம்களுக்கு, திறன் மேம்பாட்டு முயற்சிகள்.

★ நகர்ப்புற ஏழ்மையை நீக்குவதற்கு உடனடியாகத் தேவைப்படும் கொள்கைத் தலையீடுகள்.

★ உள்ளூர் அளவிலான சமுதாயக் கல்வி மையங்கள் அமைத்தல்.

★ பெண்களுக்கான பள்ளிகள்.

★ சிறுபான்மையோர் கல்லூரிகளில் உதவித் தொகைகள் வழங்குவதற்கும் கல்விக் கட்டணத்தைக் குறைப்பதற்கும் அரசு நிதி நல்குதல்.

★ நியாயமான கட்டணத்தில் சிறுபான்மை மாணவர்களுக்கு விடுதி வசதிகளைச் செய்து தருதல்.

★ முஸ்லிம்கள் வசிக்கின்ற மாவட்டங்கள், தாலுக்காக்கள், வட்டாரங்கள் ஆகியவற்றின் வளர்ச்சிக்கான சிறப்பு உதவித் திட்டங்கள்.

★ முஸ்லிம்கள் அதிகம் குவிந்துள்ள தொழில்களை மையப்படுத்தி உருவாக்கப்படும் வளர்ச்சி முனைப்புகளுக்கு நிதி மற்றும் இதர ஆதரவுகள்; முறைசாராத் துறைகளில் சுய வேலைகளிலுள்ள முஸ்லிம்களுக்குக் கட்டாயமான சமூகப் பாதுகாப்பு அமைப்பு.

நிறுவனம் மற்றும் துறை சார்ந்த நிர்வாக முடிவுகள்

★ வங்கிகள் அனைத்தும் தமது வாடிக்கையாளர்கள் மற்றும் பயனாளிகளின் சமூக மதப் பின்னணி குறித்த தகவல்களை வைத்திருப்பதோடு, ரிசர்வ் வங்கியிடம் அவற்றைச் சமர்ப்பிக்க வேண்டும்.

★ வங்கிகளை முஸ்லிம்களுக்குக் கடனளிக்க வற்புறுத்தல்.

★ இந்தியச் சிறு தொழில் வளர்ச்சி வங்கி வழங்கும் நுண்கடன் திட்டங்களில் சிறுபான்மையினர் பங்கேற்பை மேம்படுத்தும் வகையில் கொள்கை ஒன்றை உருவாக்குதல்; இதைச் சாத்தியப்படுத்தும் வகையில் ஒரு கிராமத்திலுள்ள முஸ்லிம்களின் எண்ணிக்கையின் அடிப்படையில் இலக்கு நோக்கிய மற்றும் ஊக்குவிப்புத் திட்டங்கள் மூலம் தலையீடு செய்யும் வழிவகைகளைச் சொல்லுதல்.

தொகுதிச் சீர்திருத்தம்

★ தொகுதிச் சீர்திருத்தத் திட்டத்தின் கீழ் SC/ST பிரிவினருக்கு ஒதுக்கப்பட்ட தொகுதிகளிலிருந்து முஸ்லிம்கள் அதிகமாக உள்ள தொகுதிகளை விடுவிக்கும் நோக்கில் மறுபரிசீலனை செய்தல்.

கல்வி மற்றும் தொழில்துறைகளுக்கான வழிகாட்டு நெறிகள்:

★ உருதுமொழி பேசும் மக்கள் அதிகம் வசிக்கும் பகுதிகளில் ஆரம்பக் கல்வி உருது மொழியில் அமைதல்.

★ மதரஸாக்களில் கல்வி முடித்த மாணவர்களும் தொழிற்பயிற்சி நிறுவனங்களில் சேரும் வகையில் அடிப்படைத் தகுதியை விரிவாக்குதல்.

★ முஸ்லிம்கள் அதிகமுள்ள தொழில்களில் பயிற்சி அளிக்கப் புதிய பாடத் திட்டங்களை உருவாக்குதல்.

★ பல்கலைக்கழக நல்கைக்குழு *(UGC)*, தொழிற் கல்விக்கான அகில இந்தியக் குழு, இந்திய மருத்துவக் குழு முதலியனவற்றில் முஸ்லிம்களுக்கு உரிய பங்களிப்பு அளித்தல்.

★ மதரஸாக்களில் வழங்கப்படும் சான்றிதழ்கள்/பட்டங்கள் ஆகியவற்றைக் கொண்டு உயர் கல்வி நிறுவனங்களில் சேரும் வகையில் மதரஸாச் சான்றிதழ்களையும் பட்டங்களையும் தகுதி உடையதாக ஆக்குதல்.

★ சிவில் சர்வீஸ், வங்கிகள், பாதுகாப்புச் சேவைகள் மற்றும் பிற துறைகளுக்கான போட்டித் தேர்வுகள் எழுதுவதற்கான தகுதிக்குரியனவாக மதரஸாப் பட்டங்களுக்கு ஏற்பு வழங்குதல்.

மேற்கொள்ளப்பட வேண்டிய குறிப்பான ஆய்வுகள்

★ *SC/ST* பிரிவினருக்கு ஒதுக்கப்பட்ட தொகுதிகளில் முஸ்லிம்கள் அதிகமுள்ள தொகுதிகளை அடையாளம் கண்டு தொகுதிச் சீர்திருத்தத்திற்குப் பரிந்துரைத்தல்.

★ உருது மொழி பேசும் மக்கள் அதிகமாக வசிக்கும் பகுதிகளில் உருது மொழியில் தொடக்கக் கல்வியை வழங்குவதற்கு ஏற்ப இப்பகுதிகளை அடையாளம் காணுதல்.

★ முஸ்லிம்கள் அதிகம் குவிந்துள்ள தொழிற்களிலும், வளர்ச்சி வாய்ப்பு அதிகமுள்ளவற்றிலும் பயிற்சி அளிக்க வேண்டிய கல்வித் துறைகளைக் காணுதல்.

இவை சச்சார் குழு முஸ்லிம் இயக்கங்களுக்குக் கொடுத்துள்ள சுருக்க வழிகாட்டு நெறிகள். வெறுமனே இட ஒதுக்கீடு என சுருக்கிக்கொள்ளாமல் உலகளவில் சிறுபான்மையினருக்கு வழங்கப்படும் பாதுகாப்புகளைக் கோருதல் அவசியம். இவை மீது நாம் கவனம் கொள்ளுதல் மாறிவரும் உலகச் சூழலில் மிக மிக அவசியம்.

3.3

காவல்துறையில் முஸ்லிம்களும் காவல்துறை சீர்திருத்தமும்

1.

காவல்துறையில் முஸ்லிம்களின் பங்கு குறித்த புள்ளிவிவரம் ஒன்று...

ஆண்டு	முஸ்லிம்கள்	மொத்தம்
2006	*1,06,634 (7.63%)*	*13,18,295*
2013	*1,08,602 (6.27%)*	*17,31,537*

சற்று விளக்கமாகப் பார்ப்போம். சச்சார் அறிக்கையின்படி 2001ல் இருந்த மொத்த ஐ.பி.எஸ் அதிகாரிகள் 3,209. இதில் முஸ்லிம் அதிகாரிகளின் எண்ணிக்கை வெறும் 128. அதாவது 4 சதம்தான். மக்கள் தொகையில் 14. 2 சதமாக உள்ள முஸ்லிம்கள் ஐ.பி.எஸ் அதிகாரத்தில் வெறும் 4 சதமாகவே இருந்தனர். சரி, இன்று நிலைமை என்ன? ஜனவரி 2016ல் ஐ.பி.எஸ்

அதிகாரிகளின் மொத்த எண்ணிக்கை 3754ஆக உயர்ந்துள்ளது. ஆனால் இப்போது முஸ்லிம் அதிகாரிகளின் எண்ணிக்கை 120 ஆகக் குறைந்துள்ளது. அதாவது வெறும் 3.19 சதம்தான்.

இதில் இன்னொரு அம்சம்தான் மிகவும் கவலைக்குரிய ஒன்று. இரண்டு வகைகளில் ஐ.பி.எஸ் அதிகாரிகள் தேர்வு செய்யப்படுகின்றனர். மாநில அளவில் படிப்படியாகப் பதவி உயர்வு பெற்று இறுதியில் ஐ.பி.எஸ் அதிகாரிகளாவோர் ஒரு வகை. இன்னொரு வகை UPSC போட்டித் தேர்வு எழுதி ஐ.பி. எஸ் அதிகாரிகளாக நியமிக்கப்படுவோர். 2006 ல் இப்படி மாநில அளவில் பதவி உயர்வு மூலமாக ஐ.பி.எஸ் ஆனோர் 912 பேர். இதில் 65 பேர்கள் மட்டுமே முஸ்லிம்கள் (7 சதம்). 2016 ல் இப்படிப் பதவி உயர்வு பெற்றோர் 1150 பேர். இதில் முஸ்லிம்கள் 44 பேர்தான் (3.82 சதம்). அதாவது மாநிலங்களிலிருந்து பதவி உயர்வோரின் எண்ணிக்கையில் முஸ்லிம்களின் பங்கு குறைந்து கொண்டே போகிறது.

எனினும் நேரடித் தேர்வில் போட்டியிட்டு வெற்றி பெறும் முஸ்லிம்களின் பங்கு சற்று அதிகரித்துள்ளது. போட்டித் தேர்வில் பங்குபெற்று ஐ.பி.எஸ் அதிகாரிகளானோர் 2006 ல் 2,297 பேர் (2.7%). 2016 ல் இப்படித் தேர்ந்தெடுக்கப்பட்டோர் 2,604. இதில் முஸ்லிம்கள் 76 பேர் (2.91%).

ஐ.ஏ.எஸ் அதிகாரிகளின் தேர்வுகளை எடுத்துக்கொண்டால் 2006 ல் தேர்ந்தெடுக்கப்பட்ட முஸ்லிம்களின் வீதம் 3 சதம். இது 2016 ல் 3.32 சதமாகச் சிறிது அதிகரித்திருந்தது.

ஐ.ஏ.எஸ், ஐ.பி.எஸ் இரண்டிலுமே முஸ்லிம்களின் மக்கள் தொகையைக் காட்டிலும் (14.2 சதம்) தேர்ந்தெடுக்கப் படுபவர்களின் எண்ணிக்கை 4 சதத்தைத் தாண்டவில்லை. எவ்வளவு பேர் தேர்ந்தெடுக்கப்பட்டார்கள் என்பதைப் போலவே எவ்வளவு பேர் இந்தப் பதவிகளுக்கு விண்ணப்பிக்கிறார்கள் என்பதும் முக்கியம் எனச் சொல்லும் டாக்டர் அமிதாப் குண்டு, “மொத்த விண்ணப்பதாரர்களில் 8 சதம்தான் முஸ்லிம்கள்” என்கிறார்.

ஐ.ஏ.எஸ், ஐ.பி.எஸ் ஆகிய இரண்டு பதவிகளுக்கும் 2016 ல் தேர்ந்தெடுக்கப்பட்ட மொத்த முஸ்லிம்களின் எண்ணிக்கை 172. இதில் உ.பி-ஐச் சேர்ந்தோர் 48. பீஹார் மாநிலத்தவர் 34. ஜம்மு காஷ்மீர் 22. பிற 26 மாநிலங்களையும் சேர்ந்தோர் 58 பேர்கள்தான்.

காவல்துறையில் முஸ்லிம்களின் எண்ணிக்கை படிப்படியாகக் குறைந்து வருகிறது. 2006ம் ஆண்டில் மொத்த காவல்துறை பணியாளர்களின் எண்ணிக்கையில் முஸ்லிம்களின் வீதம் 7.63 சதம். இது 2013ல் 6.27 சதமாகக் குறைந்தது. 2014ல் பா.ஜ.க ஆட்சி வந்தபின் காவல்துறை முதலானவற்றில் இது போன்ற புள்ளிவிவரங்களைத் தர இயலாது என இப்போது அறிவிக்கப்பட்டுள்ளது.

2

2006 செப் அன்று பிரகாஷ் சிங் வழக்கில் உச்ச நீதிமன்றம் வழங்கியுள்ள ஒரு தீர்ப்பு மிக முக்கியமான ஒன்று. இந்திய அளவில் சிறைச்சாலை சீர்திருத்தங்கள் செய்யப்பட வேண்டும் என அந்தத் தீர்ப்பின் ஊடாக ஆணையிடப்பட்டது. உடனடியாக இந்தப் பணி தொடங்க வேண்டும் எனவும் கூறப்பட்டது. ஆனால் ஆண்டுகள் பல ஆகியும் அந்தத் திசையில் பெரிதாக எதுவும் நடக்கவில்லை. மக்கள் நலத்தில் அக்கறை உள்ள அரசுகள் இருந்திருந்தால் அந்த ஆணை நிறைவேற்றப்பட்டிருக்கும். இந்த அமைப்பில் நமக்கு நீதி கிடைக்காது என்கிற எண்ணம் குடிமக்களுக்கு உருவாவது ஒரு நாட்டிற்கு நல்லதல்ல. மக்களின் உரிமைகளையும், நியாயங்களையும் புரிந்துகொள்ளாத, பெரிய அளவில் ஊழல் மிகுந்த நிலை என்பது ஒரு நாட்டின் வளர்ச்சிக்கு இன்றிமையாத ஒன்று என்கிற எண்ணம் காவல்துறைக்கு மட்டுமல்ல, ஆட்சியாளர்க்கும் இல்லை என்பது வேதனைக்குரிய ஒன்று. நாம் பாதுகாப்பாக உள்ளோம். இந்த அமைப்பில் எனக்கு நீதிகிடைக்கும் என்கிற நம்பிக்கை மக்களுக்கு இருக்க வேண்டும்

என்பது ஏதோ மக்களின் நலனுக்காக மட்டும் சொல்லப்படும் கருத்து அல்ல. பொருளாதார வளர்ச்சிக்கும் அது இன்றி அமையாத ஒன்று. *Rule of Law* சட்டத்தின் ஆட்சி என்பது ஜனநாயகத்தின் ஆக முக்கியமான அடிப்படை. நார்வே நாட்டு பிரதமர் கோவிட் விதிகளை மீறித் தன் 60ம் பிறந்தநாளை ஏகக் கொண்டாட்டமாக நடத்தினார் என அவருக்கு சட்டப்படி உரிய அபராதம் விதிக்கப்பட்டதைக் கண்முன் கண்டோம். ஆனால் இங்கே டெல்லி காவல்துறை உயர் அதிகாரி ஒருவர் சென்ற ஆண்டில் டெல்லியில் நடத்தப்பட்ட வன்முறைக் கலவரத்தின்போது கலவரத்துக்குக் காரணமானவர்கள் அவர்கள் இந்துக்களாயின் அவர்களிடம் மென்மையாக நடந்து கொள்ள வேண்டும் என உத்தரவிட்டதை நாம் கண்முன் கண்டோம். அந்தச் செய்தி கடுமையான கண்டனங்களுடன் ஊடகங்களில் பரவியபோதும் கூட அரசோ காவல்துறையோ முறையான பதில் ஏதும் சொல்லவில்லை.

1861 காவல்துறைச் சட்டம்தான் பெரிய மாற்றங்கள் இன்றி இன்றும் இங்கு தொடர்கிறது. ஏதேனும் மாற்றங்கள் ஏற்படுகிறது என்றால் அது இருக்கும் நிலையை மோசமாக்கும் திசையில்தான் நடக்கின்றன. ஒரு காலனிய அரசுக்கு இருந்த சட்டத்தின் ஆட்சி குறித்த கரிசனம் கூட இல்லாத சூழல்தான் இன்று நிலவுகிறது. முதல் சுதந்திரப்போர் எனவும் சிப்பாய்களின் எழுச்சி என்றும் சொல்கிறோமே அதைத் தொடர்ந்து, இனி அப்படியான ஒரு எழுச்சி ஏற்படக் கூடாது எனும் வகையில் இறுக்கமாக உருவாக்கப்பட்டதுதான் 1861 சட்டம்.

தேசிய அளவிலான 'போலீஸ் கமிஷன்', மாநில அளவிலான போலீஸ் கமிஷன் என்றெல்லாம் 1960 தொடக்கம் முதல் இங்கே அறிக்கைகள் முன்வைக்கப்பட்டன. அவற்றின் பரிந்துரைகளில் நல்ல பல அம்சங்கள் இருந்தபோதிலும் அவை எந்நாளும் இங்கே முழுமையாகச் செயல்படுத்தப்படவில்லை. காவல்துறை அத்துமீறும்போது அதன்மீது நடவடிக்கைகள் மேற்கொள்வது என்பது ஆட்சிக்கு நல்லதல்ல என்கிற கருத்து அரசுகளிடம் இருக்கிறது. சில ஆண்டுகளுக்கு முன் பரமக்குடி

துப்பாக்கிச்சூட்டில் அப்பாவி மக்கள் சுட்டுக் கொல்லபட்ட கையோடு அன்றைய பாஜக அரசு காவல்துறையினருக்குச் சிறப்பு நலத் திட்டங்கள் அறிவிக்கப்பட்டதை அறிவோம்.

பரமக்குடி துப்பாக்கிச்சூடு ஆகட்டும், திருநெல்வேலி தாமிரபரணி துப்பாக்கிச்சூடாகட்டும், அதற்குப் பின் அமைக்கப்பட்ட விசாரணை ஆணையங்கள் எல்லாம் மக்கள் படுகொலை செய்யப்பட்டதற்கு மறைமுகமான நியாயங்களைக் கற்பிப்பதாகத்தானே இருந்தன.

3

பரமக்குடி துப்பாக்கிச்சூட்டின்போது *(12 செப் 2011)* குடிமக்கள் ஆறு பேர்கள் காவல்துறையால் சுட்டுக் கொல்லப்பட்டனர். அரசு நியமித்த சம்பத் ஆணையம் துப்பாக்கிச்சூட்டை நியாயப்படுத்தியது மட்டுமின்றி அன்று அங்கு கூடியிருந்த மக்களை மிக மோசமான மொழியில் சாடவும் செய்தது:

1) "உரிய எச்சரிக்கைகள் கொடுக்கப்பட்ட பின்னரே துப்பாக்கிச் சூடு நடத்தப்பட்டது."

2) "காவல்துறை தலித்களுக்கு எதிராகச் செயற்பட்டதாகச் சொல்லப்படுவது பொய். பழனிக்குமார் கொலையை ஒட்டி ஏற்கனவே பொங்கிக்கொண்டிருந்த தலித்கள்தான் வன்முறைக்குக் காரணம். காவல்துறையினர் எவ்வளவோ சொல்லியும் அவர்கள் கேட்கவில்லை. காவல்துறை தற்காப்புக்காகத்தான் அவர்களைச் சுட நேர்ந்தது. காவல்துறை மட்டும் அன்று துப்பாக்கிச்சூடு நடத்தியிராவிட்டால் அதன் பின்விளைவுகள் பேரழிவை ஏற்படுத்தியிருக்கும். இந்தக் காட்டுமிராண்டிக் கும்பலை *(savage mass)* அடக்குவதற்கு அன்று துப்பாக்கிச்சூடு நடத்தாமல் இருந்திருந்தால் அவர்களின் வன்முறை அந்தப் பகுதியில் மட்டுமின்றி தென் மாவட்டங்கள் பூராவிலுமே சாதிக் கலவரத் தீயைப் பற்றவைத்திருக்கும்."

3) “கலவரங்களைக் கட்டுப்படுத்த மற்ற எல்லா முறைகளையும் கையாண்டபின், இறுதியில் நிர்வாக மாஜிஸ்ட்ரேட் ஆன தாசில்தார் உத்தரவிட்ட பின்னரே துப்பாக்கிச்சூடு நடத்தப்பட்டது.”

4) “சுருங்கச் சொல்வதானால் கலவரக்காரர்களின் நடத்தை எல்லாவிதமான அடிப்படைப் பண்புகளையும் கடந்து கொடூரத்தின் எல்லையையயே தொட்டது. அது எக்காரணங்கொண்டும் மன்னிக்கக்கூடியதாக இல்லை.”

ஆக, துப்பாக்கிச்சூடு நடந்த அடுத்தநாள் (2011 செப் 12) அன்று ஜெயா சட்டமன்றத்தில் என்ன சொன்னாரோ, டிசம்பர் 21 அன்று ஜெயா அரசின் டி.ஐ.ஜி தாஸ் நீதிமன்றத்தில் என்ன சொன்னாரோ அதையேதான் சம்பத் தன் அறிக்கையில் கொட்டினார். நீதிபதியின் பங்கு இங்கே குற்றச்சாட்டின் உண்மை பொய்களை ஆய்வு செய்து உண்மையைக் கண்டு நீதி வழங்குவதாக இல்லை; மாறாக இங்கு நீதிபதியே அரசு வழக்குரைஞராக மாறிவிடுகிறார். சொல்லப்போனால் அரசின் வழக்குரைஞர் என்கிற நிலையையும் தாண்டிவிடுகிறார். இன்னும் ஒருபடி மேலே போய் அவரும் அந்த அப்பாவி மக்களின் மேல் தாக்குதலையும் மேற்கொள்கிறார்.

இவை நான் அப்போது எழுதியவை. காவல்துறையின் அத்துமீறல்களை நியாயப்படுத்துவது என்பதை நமது அரசுகள் ஒரு கொள்கையாகவும், ஆதுவே திறமையான ஆளுகை என்றும் நினைக்கும்வரை காவல்துறை அத்துமீறல்கள் எப்படிக் குறையும். மக்கள் காலப்போக்கில் எல்லாவற்றையும் மறந்து விடுவார்கள் எனும் அணுகல்முறை தொடரும்வரை எப்படிக் காவல்துறை அத்துமீறல்கள் குறையும். “பயங்கரவாதம்” எனும் பூச்சாண்டி காட்டி காவல்துறை அதிகாரத்தை வானளாவ அதிகரிக்கப்படுவது குறித்து நிறைய எழுதியாயிற்று.

முதலமைச்சரும் டி.ஐ.ஜியும் கூடச் சொல்லத் தயங்கிய சொற்களை என்ன அனாயாசமாக உதிர்க்கிறார் பாருங்கள். “கட்டுமிராண்டிக் கும்பல்”, “எல்லாவிதமான அடிப்படை

நாகரிகங்களையும் கடந்தவர்கள்”, “மிருகத்தனத்தின் எல்லையையே தொட்டவர்கள்” “எக்காரணங்கொண்டும் மன்னிக்கக் கூடாதவர்கள்” இவை அனைத்தும் மாண்புமிகு நீதிபதி அவர்கள் நம் மக்கள் மீது அள்ளித் தெளித்துள்ள சேறு. நல்ல வேளை நீதிபதி அவர்களின் கையில் துப்பாக்கி இல்லை.

என்ன இருந்தாலும் இது ஒரு “நடுநிலையான விசாரணை ஆணையம்” என்கிற பெயரைக் காப்பாற்றியாக வேண்டுமல்லவா. போனால் போகிறது என்று காவல்துறையினர் மீது ஒரே ஒரு குற்றச்சாட்டை வைத்துள்ளார். கலவரக் காட்சிகளின் வீடியோ பதிவுகளை எல்லாம் பார்த்தபோது (துங்களை) தாக்கியவர்களில் சிலரைக் காவல்துறையினர் பழிவாங்கும் நோக்குடன் திருப்பித் தாக்கியதைக் கண்டாராம். இது அவர்களுக்குப் புகழை அளிக்கக் கூடிய செயல் இல்லையாம்.

இந்தியா ஒரு பன்மைச் சமூகம். பல மதத்தினர், சாதியினர், மொழி பேசுவோர் அருகருகே வாழும் ஒரு நாடு. அரசுகளும் அரசுகளால் நியமிக்கப்படும் இப்படியான ஆணையங்களில் பங்கேற்பவர்களும் இவற்றைக் கணக்கில் கொண்டு செயல்படுவது அவசியம்.

3.4

கோவை கலவரத்தில் எனது சாட்சியம்

இந்தியாவில் எங்கு சென்றாலும் அங்குள்ள சிறைகளில் உள்ள முஸ்லிம்களின் எண்ணிக்கை அப்பகுதியில் உள்ள முஸ்லிம் மக்களின் வீதத்தைக் காட்டிலும் அதிகமாக இருப்பதைக் காணலாம். ஏன்? வேறொன்றுமில்லை. முஸ்லிம்களைக் கைது செய்வதும், சிறையில் அடைப்பதும், விசாரணைக் கைதிகளாகவே பிணையில்லாமல் ஆண்டுக் கணக்கில் வைப்பதும் எளிது. ஊடகங்கள் அதைக் கண்டுகொள்ளாது. பொதுப் புத்தி (Common sense) அதை ஏற்கும். அரசியல் கட்சிகளும், அவை எதிர்க்கட்சிகளாக இருந்தாலும் கூட அதற்குரிய முக்கியத்துவம் அளிப்பதில்லை.

‘முஸ்லிம்கள் எல்லோரும் பயங்கரவாதிகள் அல்ல. ஆனால், பயங்கரவாதிகள் எல்லோரும் முஸ்லிம்கள்தான்’ என்பது இங்குள்ள சங்கப் பரிவாரங்கள் கண்டுபிடித்த ஒரு முழக்கம்தான். ஆனால் அது இன்று எல்லோராலும் உள்வாங்கப்பட்டுள்ள ஒரு கருத்தாகவும் உருவாவது வேதனை. எனவே முஸ்லிம்கள்

கைது செய்யப்படும்போது அவர்கள் மீது வைக்கப்படக்கூடிய குற்றச்சாட்டுகளை அப்படியே நம்புவதும், காவல்துறை விவரிக்கும் கதையை முழுமையாக ஏற்றுக்கொள்வதும் வழக்கமாகிவிடுகிறது. கொஞ்சநாள் அது பேசப்படும். பின் அப்படி ஒருவர் அல்லது சிலர் கைதாகிச் சிறையில் வாடுவது எல்லார் கவனத்திலிருந்தும் மறைந்துவிடும். பின் அது முழுக்க முழுக்க சிறைபட்டவர்களின் குடும்பத்தாரின் கவலையாக மட்டும் தேங்கிவிடும். நீண்டகாலச் சிறைவாசிகளைப் பொறுத்த மட்டில் இந்தத் துயரம் நாளாக நாளாக அதிகரிக்கும்.

இப்படி அப்பாவி முஸ்லிம்கள் கைது செய்யப்படுவது மட்டுமல்ல; மத வன்முறைகளில் முஸ்லிம்கள் தாக்கப்படுவதும், கொல்லப்படுவதும், உள்நாட்டிலேயே இடம் பெயர்க்கப்படுவதும் கூட சில நாட்கள் பத்திரிகைச் செய்திகளாகிப் பின், பொது மனத்தின் நினைவுகளிலிருந்து மெல்லக் கரைந்து போகும். முஸ்லிம்களைக் கைது செய்வதென்றால் அப்பாவிகளையும் கூடக் கைது செய்வது வழக்கமாகிவிட்டது. தாக்கப்பட்டவர்கள் முஸ்லிம்கள் என்றால் கைது செய்பவர்கள் குற்றவாளிகள் எல்லோரையும் கைது செய்வதில்லை, பேருக்குச் சிலர் மட்டும் கைது செய்யப்படுவர். ஒரு சில கவனம் பெற்றுவிட்ட சம்பவங்கள் தவிர, பிற வழக்குகளில், கைது செய்யப்பட்ட பிறரும் கூட விரைவில் பிணையில் வெளியே வருவர். வழக்குகள் விரைவில் முடிக்கப்பட்டு விடுதலை ஆவர். 1987 மே 22 அன்று ஹாஷிம்புராவில் (மீருட், உ.பி) என்ன நடந்தது. ஒரு முஸ்லிம் குடியிருப்பில் இருந்து அங்கிருந்த 42 ஆண்களை அழைத்துச் சென்று ஆற்றங்கரையில் நிற்க வைத்துச் சுட்டுத் தள்ளவில்லையா?

இங்கே நான் சொல்லியுள்ளவை எதுவும் எள்ளளவும் மிகைப்படுத்தப்பட்டவை அல்ல. எல்லாம் நம் கண்முன் நிகழ்ந்துகொண்டிருப்பவைதான். ஆமிர் என்கிற 17 வயது இளைஞன் கைது செய்யப்பட்டு 17 ஆண்டுகளுக்குப் பின் குற்றம் நிரூபிக்கப்படவில்லை என விடுதலை செய்யப்படவில்லையா?

'டெஹல்கா' இதழ் இப்படிப் பல ஆண்டு சிறைவாசத்தில் தம் இளமையையும் எதிர்காலத்தையும் தொலைத்துவிட்டு, இறுதியில் குற்றமற்றவர்கள் என விடுதலை செய்யப்பட்ட வரலாறுகளைச் சொல்லவில்லையா?

2012 இல் மார்க்சிஸ்ட் கட்சித் தலைவர் ப்ரகாஷ் காரட் தலைமையில் ஒரு குழு குடியரசுத் தலைவர் பிரணாப் முகர்ஜியைச் சந்தித்து இப்படி நீண்டகாலச் சிறைவாழ்வுக்கு உட்படுத்தப்பட்ட 22 அப்பாவி முஸ்லிம் இளைஞர்களின் பட்டியலைத் தந்து இந்நிலை முடிவுக்குக் கொண்டு வரப்பட வேண்டும் எனக் கோரவில்லையா?

வேக விசாரணை நீதிமன்றங்களை (Fast Track Courts) அமைத்து முஸ்லிம் இளைஞர்களின் வழக்குகள் விசாரிக்கப்படும் என உள்துறை அமைச்சர் சுஷில் குமார் ஷிண்டே வாக்குறுதி அளித்தாரே நடந்ததா?

இதன் இன்னொரு அம்சத்தையும் கவனத்தில் கொள்ள வேண்டும். முஸ்லிம்கள் கைது செய்யப்படும்போது அப்படிக் கைது செய்யப்பட்டவர்களின் குடும்பங்களும் சொல்லொணாத் துன்பங்களுக்கு ஆட்படுத்தப்படுகின்றனர். கைது செய்யப்பட்டவர்களின் குடும்பத்தாரை வேலைகளிலிருந்து நீக்குவது, அவர்களின் கடைகளைப் புறக்கணிப்பது, அடகுக்கடைகளில் கூட கடன் கொடுக்க மறுப்பது, பிள்ளைகளைக் கல்விக் கூடங்களிலிருந்து வெளியேற்றுவது, மருத்துவமனைகளில் சிகிச்சை அளிக்க மறுப்பது... இப்படி வடக்கே இதெல்லாம் அதிகம்.

இதுகுறித்து எழுதுவதும், சமூகத்தின் கவனத்திற்குக் கொண்டு வருவதும் தேசத் துரோகமாகப் பார்க்கப்படுவது என்பது இந்தப் பிரச்சினைகளில் கவனம் கொள்ள வேண்டிய இன்னொரு முக்கிய அம்சம். வன்முறைகளுக்கு ஆதரவானவர்கள், பயங்கரவாதத்தைத் தூண்டுகிறவர்கள் என்கிற குற்றச்சாட்டுகளை எல்லாம் மனித உரிமைகள் மற்றும் குடி உரிமைகள் பற்றிப் பேசுபவர்கள் எதிர்கொண்டாக வேண்டும்.

ஆனால், இப்படி அடிப்படை உரிமைகளுக்காக நிற்கிறவர்கள் யாரும் தீவிரவாத நடவடிக்கைகளை ஆதரிப்பவர்களோ இல்லை, வன்முறை என்பதை ஒரு வழிமுறையாக ஏற்பவர்களோ அல்ல. குண்டு வைத்து அப்பாவிகளைக் கொல்பவர்களை விட்டுவிட வேண்டும் என யார் சொல்லுவார்கள்? அப்பாவிகளைக் கொல்லும் குற்றவாளிகளுக்கு நமது சட்டத்தில் வரையறுக்கப்பட்டுள்ள தண்டனை அளிக்கப்பட வேண்டும் என்பதில், உரிமைகளைப் பற்றிப் பேசுவோருக்கு மாற்றுக் கருத்துகள் கிடையாது. ஆனால், அத்தகைய நடவடிக்கைகளுக்கு சுருக்கு வழிகள் கிடையாது. உண்மையான குற்றவாளிகள் கண்டுபிடிக்கப்படட்டும். நமக்குத் தெளிவான அரசியல் சட்டம் உண்டு, பிரிட்டிஷ் ஆட்சிக் காலத்தில் உருவாக்கப்பட்ட கடுமையான குற்ற விசாரணை மற்றும் தண்டனைச் சட்டங்களும் உண்டு. சட்ட ரீதியாக விசாரணைகளை நடத்தட்டும்; சட்டப்படியான தண்டனைகளை அளிக்கட்டும்; சட்டத்திலுள்ள உரிமைகள் காக்கப்படட்டும்.

இவை மீறப்படும்போது ஏற்படும் மனிதத் துயர்கள் பாரதூரமானவை. நாம் கற்பனை பண்ணிப் பார்க்க இயலாதவை. இந்தத் துயரங்களின் விளைவு சாதாரணமானவை அல்ல. தேசப் பாதுகாப்பு என்றோ, பயங்கரவாதத்திற்கு எதிரான நடவடிக்கைகளில் இதெல்லாம் பொருட்டல்ல என்றோ எண்ணி, இந்தத் துயரங்களைக் கண்டுகொள்ளாத நிலை இன்னும் பெரிய தீங்குகளுக்குத்தான் இட்டும் செல்லும். ஏமாற்றமும், நம்பிக்கை இழப்பும் இன்னும் அதிகமான வன்முறைகளிலேயே கொண்டு நிறுத்தும். நமக்கு இந்த அமைப்பில் நீதி கிடைக்காது. நமக்காகப் பேச யாரும் கிடையாது. நாமும் நம் குடும்பமும் இந்த வேதனைத் தீயில் அழிந்து சாக வேண்டியதுதான் என ஒரு தனி மனிதனோ, ஒரு குடும்பமோ, ஒரு சமூகமோ நம்பிக்கை இழப்பதென்பது அரசு எந்த நோக்கத்திற்காக இந்தக் கடும் நடவடிக்கைகளையும் சட்ட மீறல்களையும் மேற்கொள்கிறதாகச் சொல்கிறதோ, அதற்கு எதிர்மறையான விளைவுகளையே ஏற்படுத்தும். இப்படித் துன்புறுத்தப்படுபவன் துன்புறுத்துவோனாக மாறுவான்; சட்ட

மீறல்களுக்கு ஆட்படுபவன், சட்டமீறல்களை மேற்கொள்பவனாக ஆகிறான். எந்தத் தீவிரவாதத்தை ஒடுக்கவேண்டுமென அரசு இந்தக் கொடுமைகளை மேற்கொள்கிறதோ, அந்தத் தீவிரவாதம் கிளைப்பதற்கே இது இட்டுச் செல்லும். அப்படி கிளைக்கும்போது இன்னும் இப்படியான அரசு பயங்கரவாதம் அதிகமாகும். ஆக இது ஒரு தொடர்கதையாகத்தான் அமையுமே ஒழிய இதற்கு முற்றுப்புள்ளி வைக்க இயலாது.

அதனால்தான் அமைதியையும், நியாயத்தையும் வேண்டுவோர்கள், இந்த ஜனநாயகத்தில் நம்பிக்கை கொண்டு அது தழைக்க வேண்டும் என எதிர்பார்ப்பவர்கள் அரசின் இந்த அத்துமீறல்களிலும், அற விலகல்களிலும் இடையீடு செய்ய வேண்டிய நிர்ப்பந்தம் ஏற்படுகிறது.

இந்த இடையீடு மூன்று அம்சங்களைக் கொண்டிருக்கும். அவை:

1. அப்பாவிகள் தண்டிக்கப்படக் கூடாது
2. குடும்பத்தார் பாதிக்கப்படக் கூடாது,
3. குற்றவாளிகள் என்பதற்காகவே அவர்களின் சட்டபூர்வமான உரிமைகள் மறுக்கப்படக் கூடாது.

தமிழகத்தில் நம் கண்முன் நடந்த மத அடிப்படையிலான மிகப்பெரிய வன்முறை 1996,97 ஆண்டுகளில் கோவையில் நடைபெற்றதுதான். இந்தக் கலவரங்களின்போது அரசும், காவல்துறையும் மேற்கொண்ட அநீதிகளுக்கு எதிராக ஒரு இளம் முஸ்லிம் சட்டமன்ற உறுப்பினர் இடையீடு செய்தது குறித்த அனுபவத் தொகுப்பதான் இந்தச் சிறு நூல். ஏ.வி. அப்துல் நாசர் அவர்கள் சொல்ல, பழனி ஷஹான் அதனை எளிய நடையில் விறுவிறுப்பாக ஆக்கியுள்ளார்.

மறைந்த அப்துல் லத்தீஃப் அவர்களின் ‘இந்திய தேசிய லீக்’ சார்பாக, தி.மு.க. கூட்டணியில் நின்று, புவனகிரி தொகுதியிலிருந்து சட்டமன்ற உறுப்பினராகத் (1996–2001) தேர்ந்தெடுக்கப்பட்டவர் ஏ.வி. அப்துல் நாசர். இந்தக்

காலகட்டத்தில்தான் காவல்துறையினரும், இந்துத்துவ சக்திகளும் சேர்ந்து 19 அப்பாவி முஸ்லிம்களைக் கொன்ற கொடு நிகழ்வும் (1997 நவம்பர்), தொடர்ந்து முஸ்லிம் தீவிரவாத அமைப்பு ஒன்று மேற்கொண்ட தொடர் வெடிகுண்டு வெடிப்பில் 58 அப்பாவிகள் கொல்லப்பட்ட கொடுமையும், அதை ஒட்டிப் போலீஸ் தாக்குதலில் சுமார் 8 முஸ்லிம் இளைஞர்கள் கொல்லப்பட்டதும் நடந்தது. சமீபகாலத்தில் தமிழகத்தில் நடைபெற்ற மிகப் பெரிய வன்முறைச் சம்பவம் இது. இதை ஒட்டி மிகப்பெரிய அளவில் முஸ்லிம்களின் சொத்துகள் அழிக்கப்பட்டன. 1997 நவம்பர் தாக்குதலில் 500 கோடி ரூபாய் மதிப்புள்ள முஸ்லிம்களின் சொத்துகளும், 1998 பிப்ரவரி தாக்குதலின்போது அதில் சுமார் பாதியளவு மதிப்புள்ள சொத்துகளும் அழிக்கப்பட்டன என்கிறார் நாசர். இந்த வன்முறைகளை ஒட்டி நூறு கோடிக்கும் மேல் மதிப்புள்ள சொத்துகள் அழிக்கப்பட்ட சம்பவங்களை ஒட்டி உடனடியாக அங்கு சென்று ஆய்வு செய்த உண்மை அறியும் குழுக்களும் உறுதி செய்துள்ளன.

முஸ்லிம்களின் சொத்துகள் அழிக்கப்பட்டது தவிர, உண்மைக் குற்றவாளிகளோடு ஏராளமான அப்பாவிகளும் கூடவே கைது செய்யப்பட்டனர். தேடுதல் வேட்டை என்கிற பெயரில் மீண்டும் அப்பாவி முஸ்லிம் இளைஞர்கள் கொல்லப்பட்டனர். சிறைவாசிகளின் குடும்பத்தார் பட்ட துயரங்களோ சொல்லி மாளாது.

தொடர் வெடிகுண்டுத் தாக்குதலில் நான்கு முஸ்லிம் சிறார்கள் உட்பட, 58 அப்பாவி மக்கள் கொல்லப்பட்டதை ஒட்டி ஒரு மிகப் பெரிய முஸ்லிம் வெறுப்பு அங்கு கட்டமைக்கப்பட்டது. யாரும் இந்தத் தாக்குதல்களை ஒட்டியும், அதன் பின்னும் முஸ்லிம்களுக்கு இழைக்கப்பட்ட அநீதிகளை வாய் திறந்து கண்டிப்பது என்பதே தேசத் துரோகம் எனச் சொல்லத்தக்க அளவிற்கு அங்கு நிலைமை இருந்தது.

அப்போது ஆட்சியில் இருந்தது கருணாநிதி தலைமையிலான தி.மு.க. அரசு. அது அப்போது பா.ஜ.க. கூட்டணியிலோர்

அங்கம். தங்களது அரசு மத்தியில் உள்ளது என்கிற துணிச்சலுடன் இயங்கிய இந்து முன்னணி முதலான பிளவு சக்திகள் கூட்டணிக் கட்சியே ஆனாலும் தி.மு.கவை ஐயத்தோடே நோக்கின. முஸ்லிம்களைக் கொன்று குவித்த கும்பல் (நவம்பர் 97) தி.மு.க. நாடாளுமன்ற உறுப்பினர் இராமநாதன், சட்டமன்ற உறுப்பினர் சி.டி. தண்டபாணி ஆகியோரை எதிர்த்து முழக்கமிட்டது தவிர, சட்டமன்ற உறுப்பினர் தண்டபாணி அவர்களைத் தாக்கவும் செய்தது. அவரது காரும் உடைத்து நொறுக்கப்பட்டது. 19 முஸ்லிம்கள் கொல்லப்பட்ட அந்த மூன்று நாள் கலவரத்தின்போது, இங்கு அரசு எந்திரம் இருந்ததற்கான அடையாளமே இல்லை என தி.மு.க. சட்டமன்ற உறுப்பினரே அன்று கூறியது குறிப்பிடத்தக்கது.

இந்தப் பின்னணியில் முதலமைச்சர் கருணாநிதி அவர்களும் மிகவும் அடக்கியே வாசித்தார். 19 அப்பாவி முஸ்லிம்கள் தனது காவல்துறையாலும், இந்து முன்னணி முதலான மத வெறி சக்திகளாலும் கொல்லப்பட்டதை, “உங்க ஆட்கள்தான் எல்லாம் பண்றாங்க” என எள்ளளவும் இரக்கமின்றி கருணாநிதி தன்னிடம் கூறியதை நாசர் இந்த நூலில் நெஞ்சு நொந்து பதிவு செய்கிறார்.

97 நவம்பர் கலவரத்தை ஒட்டி முதல்வர் அனுமதியுடன் கோவை சென்று பாதிக்கப்பட்ட மக்களைச் சந்தித்து வந்து மீண்டும் முதலமைச்சரைச் சந்தித்துச் செய்திகளைப் பகிர்ந்தபோதிலும், நாசர் அவர்கள் தொடர்ந்து அந்தத் திசையில் பெரிதாய் ஒன்றும் செய்ய இயலவில்லை. சூழல் அப்படி இருந்தது. அதுவும் முஸ்லிமாக உள்ள ஒருவர், அந்தச் சூழலில் முஸ்லிம்களுக்கு ஆதரவாகப் பேசவே இயலாத நிலை. இன்று மாட்டுக்கறி மற்றும் கருத்துரிமைக்கு எதிரான சகிப்பின்மையை எதிர்த்து, ஆனந்த் பட்டவர்தன் போன்ற கலைஞர்கள் கண்டித்ததைக்கூடப் பொறுத்துக்கொண்ட மதவெறிச் சக்திகள், ஷாருக்கான் அதைச் சொன்னபோது பொங்கி எழுந்து அவரைப் பாகிஸ்தான் விசுவாசி என்றெல்லாம் ஏசியது நினைவிற்குரியது.

இந்தச் சூழலில்தான் அது நடந்தது. யாரும் எதிர்பாராத ஒரு சந்திப்பு அது. சென்னைக்கு ஒரு கல்லூரியில் பேச வந்த, மகாத்மா காந்தியின் கொள்ளுப்பேரன் துஷார் காந்தி அவர்கள் எப்படியோ அப்துல் நாசரைப் பற்றி அறிந்து, அவரைத் தான் பார்க்க விரும்புவதாகச் சொல்லியுள்ளார். சென்று சந்தித்தபோது கோவை வன்முறைகள் தொடர்பாகக் கைது செய்யப்பட்டவர்களுக்கு உரிய சட்ட உதவிகளைச் செய்யுமாறு அவர் வற்புறுத்திய வரலாற்றையும் அதைத் தொடர்ந்து உத்வேகம் பெற்ற நாசர் மீண்டும் கோவை சென்று சிறைக் கைதிகளையும், மிகவும் கொடுமையாகப் பாதிக்கப்பட்டிருந்த அவர்களின் குடும்பத்தாரையும் சந்தித்துக் கடும் முயற்சிகளின் ஊடாகத் தன்னால் ஆன உதவிகளைச் செய்த வரலாறுதான் இந்த நூல்.

நாசர் இந்தப் பணிகளை மேற்கொண்ட காலகட்டம் 1999 - 2001. அவரது பதவிக்காலம் 2001ல் முடிகிறது. எனினும் கோவை மதக் கலவரங்கள் தொடர்பான கோகுலகிருஷ்ணன் ஆணைய அறிக்கையை வாசித்தும், நேரடியாகத் தான் மேற்கொண்ட கள ஆய்வுகளின் அடிப்படையிலும் கோவையில் மத வெறுப்பு விஷ வித்து விதைக்கப்பட்ட காலந்தொட்டு, 97 நவம்பர் கலவரத்திற்கு முன்னிரு தரப்பினர் மத்தியிலும் நடந்த தொடர் கொலைகள், அதன் தொடர்ச்சியாக முஸ்லிம்கள் மீது நடத்தப்பட்ட 97 நவம்பர் படுகொலைகள் மற்றும் சொத்து அழிப்புகள், அதன் தொடர்ச்சியாக நடந்த 98 பிப்ரவரி தொடர் குண்டு வெடிப்புகள், சிறைக் கொடுமைகள், ஒன்பது ஆண்டுகளுக்குப் பின் வந்த வழக்கு முடிவுகள் வரை கோவைக் கலவரங்கள் குறித்த ஒரு முழுமையான கையேடாக இதை நாசர் தயாரித்துள்ளார்.

பாதிக்கப்பட்டவர்களுக்கு உதவும் பொருட்டு, தமான் *Panel for Legal and Educational Aid (PLEA)*3 எனும் அமைப்பை உருவாக்கியது, ஒரு அரசியல் கட்சியையும் உருவாக்க முனைந்தது முதலான முயற்சிகளையும் போகிற போக்கில் சொல்லிச் செல்கிறார்.

இந்தக் கையேட்டின் ஊடாக நாசர் அவர்கள் முன்வைக்கும் சில முக்கியமான முடிவுகளையும் தகவல்களையும் தொகுத்துக் கொள்வோம்:

1. 1982ல் கோவையில் நடைபெற்ற 'இந்து எழுச்சி மாநாடு' தொடங்கி இங்கே முஸ்லிம் வெறுப்பு கட்டமைக்கப்பட்டது. இந்து முன்னணி முதலான மதவெறி அமைப்புகள் இதில் முன்னணியில் இருந்தன. முஸ்லிம்கள் சிலர் கொலையும் செய்யப்பட்டனர். இதை ஒட்டி முன்னதாக இரண்டு முஸ்லிம்களைக் கொலை செய்த 'வீர' கணேஷ் என்பவரை முஸ்லிம்கள் கொலை செய்தனர் (1989). கணேஷின் இறுதிச் சடங்கின்போது, இனி கணேஷின் ஒவ்வொரு நினைவு தினத்தின்போதும் ஒரு முஸ்லிமைக் கொல்வதாகக் காவல்துறையினர் முன்னிலையில் சபதம் எடுத்துக்கொள்ளப்பட்டது.

எடுத்துக்கொண்ட சபதத்திற்கு இணங்க முஸ்லிம்கள் தொடர்ந்து தாக்கப்பட்டனர். இந்தக் கொலை வரலாற்றின் தொடர்ச்சியாகவே 1997 நவம்பர் படுகொலைகளைக் காண வேண்டும்.

2. காவலர் செல்வராஜ் முஸ்லிம்களால் கொல்லப்பட்டதை ஒட்டி முஸ்லிம்களின் மீது மேற்கொள்ளப்பட்ட நவம்பர் 97 தாக்குதல் காவல்துறையும், இந்து முன்னணி முதலான மதவெறி அமைப்புகளும் சேர்ந்து நன்கு திட்டமிட்டு நடத்தப்பட்டது. கொல்லப்பட்ட செல்வராஜ் உண்மையில் ஒரு கிறிஸ்தவர். பெயர் அந்தோணி செல்வராஜ். இந்த உண்மை மறைக்கப்பட, முஸ்லிம்கள் ஒரு இந்துவைக் கொன்றதாகவே பிரச்சினையை முன்வைத்துக் கலவரத்தைத் தூண்டியதில் காவல்துறையின் பங்கு முக்கியமானது.

3. நவம்பர் 97 காலத்தில் படுகொலை செய்யப்பட்ட முஸ்லிம்களின் எண்ணிக்கை 19 என அரசு சொல்வது பொய். உண்மையில் 24 பேர்கள் அன்று கொல்லப்பட்டனர். காணாமல் போனவர்கள் 10 பேர் என அரசு சொல்லியது கவனத்திற்குரியது.

4. பி.யூ.சி.எல். இயக்கத்தால் அமைக்கப்பட்ட அகில இந்திய அளவிலான உண்மை அறியும் குழு, நவம்பர் 97 படுகொலைகளில் முக்கியப் பங்கு வகித்த காவல்துறை அதிகாரிகள் என மாசானமுத்து (DC), நடராஜன் (AC), முரளி (Inspector), சந்திரசேகர் (SI) ஆகியோரையும் சுட்டிக்காட்டியது. இதை வழிமொழியும் நாசர், கலவரத்திற்கு முதல் நாள் இந்த அதிகாரி மாசானமுத்து, ஆயுதப் படையினர் காவல் முகாமில் அங்கிருந்த முஸ்லிம் காவலர்களை மட்டும் வெளியேற்றிவிட்டு ஒரு கூட்டம் நடத்தியதாகவும், அதில் இந்து முன்னணித் தலைவர் இராமகோபாலன் கலந்து கொண்டார் எனவும் நாசர் குறிப்பிடுகிறார்.

5. படுகொலை நாளில் மாசானமுத்து தலைமையில் நடைபெற்ற காவலர் ஊர்வலத்தில் அர்ஜுன் சம்பத், அதிரடி ஆனந்தன் உள்ளிட்ட இந்து முன்னணியினருடன் மதவெறி சக்திகளும் இருந்தனர். காவல்துறை அதிகாரி ஒருவர் அருந்ததி மக்களிடம் முஸ்லிம் கடைகளிலும் வீடுகளிலும் புகுந்து வேண்டிய பொருள்களை அள்ளிச் செல்லுமாறு கூறினார். B1 காவல்நிலைய உதவி ஆய்வாளர் உக்கடம் நடைபாதையைத் தீ வைத்துக் கொளுத்தினார். முஸ்லிம் ஒருவருக்குச் சொந்தமான ஷோபா சில்க் கடையின் இரும்பு ஷட்டரை உடைத்து கலவரக்காரர்களை உள்ளே விட்டது காவல்துறையினர்தான். கலவரம் முடிந்த அடுத்த நாள் (டிசம்பர் 1) அன்று ஒரு காவல்துறை அதிகாரி சாலையில் வந்துகொண்டிருந்த உதைதூர் ரஹ்மான் என்பவரை, தலையில் துப்பாக்கியை வைத்துச் சுட்டுக் கொன்றார். நேரடி சாட்சியான முஸ்தபா தப்பி ஓடும்போது காலில் சுடப்பட்டார்.

6. ஆனால் காவல்துறையினர் யாரும் கைது செய்யப்படவில்லை, இந்து முன்னணித் தலைவர்களும் கைது செய்யப்படவில்லை. கைது செய்யப்பட்ட சிலர் மீது போடப்பட்ட வழக்குகளும் முறையாக நடத்தப்படவில்லை. நான்கு முதல் தகவல் அறிக்கைகளாக வழக்கைப் பிரித்து, நிச்சயம் தள்ளுபடி செய்யப்படும் என்கிற வகையில் முஸ்லிம் அமைப்புகளைச் சேர்ந்தவர்களையே (interested parties) முதல் நான்கு

சாட்சிகளாகப் போட்டுக் கைது செய்யப்பட்ட சிலரும் விரைவில் விடுதலை ஆக வழிவகுக்கப்பட்டது. இதை அரசின் ‘ கயமைத்தனம்’ என்னும் நாசர், கொல்லப்பட்ட முஸ்லிம்களின் குடும்பங்களைச் சந்தித்து முதலமைச்சர் கருணாநிதி ஆறுதல் கூறவில்லை என்பதையும் சுட்டிக்காட்டுகிறார்.

7. இந்தப் படுகொலைகளுக்குச் சரியாக இரண்டரை மாதத்தில் முஸ்லிம் தீவிரவாதிகளால் மேற்கொள்ளப்பட்ட தொடர் குண்டுவெடிப்பில் அப்பாவிப் பொதுமக்கள் 58 பேர்கள் கொல்லப்பட்டதும் கூட காவல்துறையின் ஒப்புதலுடன்தான் நடந்தது என்பது, நாசர் சொல்லும் இன்னொரு முக்கியச் செய்தி. ஒரு முஸ்லிம் அமைப்பு இப்படியான பயங்கரவாதச் செயலில் ஈடுபட இருப்பதை ‘தமிழ்நாடு முஸ்லிம் முன்னேற்றக் கழகத் தலைவர்கள்’ காவல்துறை உயர் அதிகாரிகளின் கவனத்திற்குக் கொண்டு சென்றும், காவல்துறையினர் நடவடிக்கை எடுக்கவில்லை. வன்முறையாளர்கள் வெடிகுண்டு தயாரிப்பில் ஈடுபட்டிருந்தது உளவுத் துறைக்குத் தெரிந்திருந்தும் கைது செய்யப்படவில்லை. இதற்கு நாசர் சொல்லும் காரணங்கள் இரண்டு. அவை: i) நவம்பர் 97 படுகொலைகள் குறித்து ஆய்வு செய்ய நியமிக்கப்பட்ட கோகுலகிருஷ்ணன் ஆணையத்தின் கவனம் அந்தக் கலவரத்தில் காவல்துறையினர் முக்கியப் பங்கு வகித்ததை நோக்கிச் செல்லாமல் தடுக்க வேண்டும் என்பது. ii) நவம்பர் 97 படுகொலைகளுக்குப் பின் பொதுமக்கள் மத்தியில் பரவலாக முஸ்லிம்கள் மீது அனுதாபமும், காவல்துறை மீது வெறுப்பும் ஏற்பட்டிருந்தது. இந்த நிலையை மாற்றி அமைப்பதும் காவல்துறையின் நோக்கமாக இருந்தது.

8. பிப்ரவரி 98 குண்டு வெடிப்பு பயங்கரவாதத்திற்குப் பின், காவல்துறை எதிர்பார்த்தது போல ஒட்டுமொத்த முஸ்லிம்கள் மீதும் ஒரு மிகப் பெரிய வெறுப்பு கட்டமைக்கப்பட்டது. இது மீண்டும் காவல்துறையினர் அப்பாவி முஸ்லிம்களைச் சுட்டுத் தள்ளுவதையும், விசாரணை என்கிற பெயரில் முஸ்லிம்களின் வீடுகளில் புகுவதையும், பெண்களின் பர்தாவை நீக்கிப் பார்ப்பதையும், பள்ளி வாசல்களை இழிவுபடுத்துவதையும் எளிதாக்கியது.

9. அப்போது ஆட்சியில் இருந்த தி.மு.க. தங்களின் கூட்டணிக் கட்சி என்கிற உரிமையில் இராமகோபாலன் போன்றோர் சிறை அதிகாரத்திலும் தலையிட்டு முஸ்லிம் சிறைக் கைதிகள் கொடுமைப்படுத்தப்படுவதற்குக் காரணமாக இருந்தனர் என்கிற குற்றச்சாட்டையும் நாசர் வைக்கிறார்.

10. காவல்துறை எதிர்பார்த்தது போலவே நவம்பர் 97 படுகொலைகளை ஆய்வு செய்ய நியமிக்கப்பட்ட கோகுலகிருஷ்ணன் ஆணையத்திடமே, பிப்ரவரி 98 தொடர் குண்டு வெடிப்பு குறித்த விசாரணையும் கையளிக்கப்பட்டது. இது முன்னதாக நடைபெற்ற முஸ்லிம்களின் படுகொலைகளைக் குறைத்து மதிப்பிடக் காரணமாகியது. இந்த இரண்டு கொடும் சம்பவங்களையும் ஆராய இரண்டு தனித்தனி விசாரணை ஆணையங்களை அமைத்திருக்க வேண்டும் எனச் சரியாகவே குற்றம் சாட்டுகிறார் நாசர்.

இந்த இரண்டு கொடும் வன்முறைகள் தவிர, 1993-ல் சென்னையில் உள்ள ஆர்.எஸ்.எஸ். அலுவலகம் மீது குண்டொன்று வீசப்பட்டதை ஒட்டி கோவையில் கோட்டைமேடு முதலான முஸ்லிம் பகுதிகளில் கடும் அடக்குமுறைகளைக் காவல்துறை மேற்கொண்டது. முஸ்லிம் பகுதிகளின் நுழைவாயில்களாக இருந்த மூன்று இடங்களில் 'செக் போஸ்ட்'கள் அமைத்து முஸ்லிம் பகுதிகள் நகரத்திலிருந்து பிரிக்கப்பட்டன. முஸ்லிம்கள் அனைவரும் குற்றவாளிகளைப் போலவும், பயங்கரவாதிகளைப் போலவும் நடத்தப்பட்டனர். பல இளைஞர் கைது செய்யவும் பட்டனர். முன்னதாக பாபர் மசூதி இடிப்பை ஒட்டி (1992), தேவையே இல்லாமல் கோவை பள்ளிவாசல் ஒன்றில் துப்பாக்கிச்சூடும் நடத்தப்பட்டது.

முஸ்லிம்கள் இவ்வாறு குற்றவாளிகளைப் போல நடத்தப்படுவதை, பா.ம.க. நிறுவனர் இராமதாஸ் போன்றோரும் கூட கண்டித்தனர். இந்த அடக்குமுறைகள் தொடர்பான ஒரு உண்மை அறியும் குழுவில் (1994) நானும் பங்கு பெற்றிருந்தேன். ஒரு சுருக்கமான அறிக்கை ஒன்றையும் நாங்கள் வெளியிட்டோம்.

நவம்பர் 97 முஸ்லிம் படுகொலைகள் குறித்து அமைக்கப்பட்ட, அனைத்திந்திய உண்மை அறியும் குழு ஒன்று மிக விரிவான அறிக்கை ஒன்றைத் தந்தது. பின் பிப்ரவரி 98 தொடர் குண்டு வெடிப்பை ஒட்டி, முஸ்லிம்கள் மீது அவிழ்த்துவிடப்பட்ட காவல்துறை வன்முறை குறித்து ஆய்வு செய்த உண்மை அறியும் குழுவிலும் நான் பங்கு பெற்றிருந்தேன். இந்த மூன்று அறிக்கைகளையும் 1998 நவம்பரில் ஒரு குறுநூலாக வெளியிட்டோம். கோவைக் கலவரம் தொடர்பான முக்கிய ஆவணங்களில் அதுவும் ஒன்று.

நாசர் அவர்கள் முன்வைத்துள்ள முக்கியமான தகவல்கள் தவிர, இந்த அறிக்கைகள் சுட்டிக்காட்டும் சில முக்கியமான செய்திகள் மட்டும் இங்கே:

1. தியாகி குமரன் மார்க்கெட்டில், சுங்க ஏலம் எடுப்பது நீண்ட காலமாக மதக் கலவரம் உருவாவதில் ஒரு பங்கு வகித்தது. இப்படித் தனியாருக்கு ஏலம் விடாமல் பெங்களூருவில் உள்ளது போல அரசே இதை ஏற்று நடத்த வேண்டும் என்பது, எங்களின் பரிந்துரைகளில் ஒன்றாக இருந்தது.

2. உக்கடம் முதலான பகுதிகளில், கோவையில் சுமார் 1000 முதல் 1500 நடைபாதைக் கடைகள் இருந்தன. இவை பெரும்பாலும் ஏழை எளிய முஸ்லிம்களுக்குச் சொந்தமானவை. இந்தக் கடைகளிலிருந்த ஒரு கடைக்கு 25 ரூ முதல் 50 ரூ வரை தினசரி காவல்துறைக்கு மாமூல் சென்று கொண்டிருந்தது. 'அல் உம்மா' உட்பட இரண்டு முஸ்லிம் அமைப்புகள் தலை எடுத்து இந்த நிலையை முடிவுக்குக் கொண்டு வந்தன அல்லாமல், இந்த அளவு இல்லாவிட்டாலும் சற்றுக் குறைந்த அளவு மாமூலை இவர்களே வசூலிக்க ஆரம்பித்தனர். தவிரவும் நிறைய வழக்குகளில் கட்டப் பஞ்சாயத்து நடத்துவதிலும் முஸ்லிம் அமைப்புகளுக்கும், காவல்துறைக்கும் பகை இருந்தது. முஸ்லிம்கள் மீது காவல்துறை அத்தனை வன்மம் காட்டியதன் பின்னணிகளில் ஒன்று இது.

3. பிப்ரவரி 98 தொடர் குண்டு வெடிப்பிற்குப் பின் முஸ்லிம்கள்

மீது மிகக் கடுமையான அடக்குமுறைகளும் தாக்குதல்களும் மேற்கொள்ளப்பட்டன. இதுகுறித்து நாசர் விரிவாகப் பேசியுள்ளார். அவற்றில் ஒன்று இது: பிப்ரவரி 15 அன்று, கோவை திருமால் வீதியில் ஒளிந்திருந்த தீவிரவாதிகளைப் பிடிக்கச் சென்றபோது அவர்கள் காவல்துறையினர் மீது குண்டுகளை வீசியதாகவும், காவல்துறை ஆய்வாளர் ஒருவர் சமயோசிதமாக அறைக் கதவைச் சாத்தியதால், குண்டு அறைக்குள்ளேயே வெடித்து ஆறு ‘ முஸ்லிம் தீவிரவாதிகள்’ அந்த இடத்திலேயே உயிரிழந்ததாகவும், காவல்துறை செய்திகளைப் பரப்பியது. ஊடகங்கள் அதைக் கொட்டி முழக்கின. இது ஒரு பச்சைப் பொய். ஊரெங்கும் முஸ்லிம் இளைஞர்கள் கைது செய்யப்பட்டதைக் கண்டு அஞ்சி ஒரு வீட்டில் ஒளிந்திருந்தவர்கள்தான் இந்த அப்பாவி இளைஞர்கள். அங்கும் போலீஸ் வந்ததைக் கண்ட அவர்கள், மொட்டை மாடி வழியாகத் தப்பிக்கும் நோக்கில் அடுத்த வீட்டு மொட்டை மாடியில் குதித்தனர். அங்கிருந்து தப்பிச் செல்ல வழி இல்லாமல், மொட்டை மாடியில் இருந்த மேற்கூறை இல்லாத ஒரு பாத்ரூமிற்குள் ஒளிந்தனர். அப்படி ஒளிந்த அப்பாவி இளைஞர்களைச் சுட்டுக் கொன்றது, நவம்பர் 97 படுகொலைகளில் முக்கியப் பங்கு வகித்த நான்கு காவல் அதிகாரிகள் என பி.யூ.சி.எல் அறிக்கையில் குற்றம் சாட்டப்பட்டவர்களில் ஒருவரான உதவி ஆய்வாளர் சந்திரசேகரன்.

4. நவம்பர் 97 படுகொலைகளின்போது பல இந்து மருத்துவர்கள், இந்து மருத்துவமனைப் பணியாளர்கள் முஸ்லிம்களைத் தங்களின் உயிருக்கு ஆபத்தும் ஏற்படும் என்பது குறித்துக் கவலைப்படாமல் காப்பாற்றியுள்ளனர். இந்தக் காவல்துறை அதிகாரிகள் சிலரும், படுகொலை செய்த சக காவலர்களைக் கண்டித்துள்ளதோடு, தடுக்கவும் முயன்றுள்ளனர். நாசரும் அப்படி ஒரு சம்பவத்தைக் குறிப்பிடுகிறார். அதேபோல, இத்தனை வன்முறைகளுக்கும் மத்தியில் முஸ்லிம் மக்கள் பெரும்பான்மையாக இருக்கும் பகுதிகளில் வசித்த இந்துக்கள் யாரும் தாக்கப்படவில்லை. அதேபோல கோவை முழுவதும்

பள்ளிவாசல்கள் தாக்கி இழிவு செய்யப்பட்டபோதும், கோட்டை மேடு முதலான பகுதிகளில் இருந்த இந்துக் கோயில்கள் எதுவும் தாக்கப்படவில்லை.

5. முஸ்லிம்கள் பெரிய அளவில் வசிக்கும் பகுதிகளில் உள்ள காவல்நிலையங்களில் கூட, முஸ்லிம்கள் யாரும் பணியில் நியமிக்கப்பட்டிருக்கவில்லை. எங்களின் 1994 அறிக்கையிலேயே இதைச் சுட்டிக்காட்டி இருந்தோம்.

இப்படியான வன்முறைகளில் எந்த ஒரு குறிப்பிட்ட சமூகத்தையும் குற்றம் சாட்டுவதைக் காட்டிலும், ஒட்டுமொத்த சமூகமும் அதற்குப் பொறுப்பேற்க வேண்டும் என்பார் ஜவஹர்லால் நேரு.

நம் காலத்தில் நம் கண்முன் தமிழகத்தில் நடந்த மிகப் பெரிய வன்முறை இந்தக் கோவைக் கலவரங்கள்தான். இப்படித் தொடர் குண்டு வெடிப்பில் 58 பேர்கள் கொல்லப்பட்டது, மிகப் பெரிய கொடுமை என்பதை நாசர் பல இடங்களில் வற்புறுத்துகிறார். ஆனால் நவம்பர் 97 படுகொலைகளை உரிய முறையில் இந்தச் சமூகம் கண்டித்திருந்தால், பிப்ரவரி 98 தொடர் குண்டு வெடிப்பும் நடந்திருக்காது என நாசர் சொல்வது முக்காலும் உண்மை. நேரு அவர்களின் கூற்றை இது நினைவூட்டுகிறது. 19 அல்லது அதற்கும் மேற்பட்ட அப்பாவி முஸ்லிம்கள் கொல்லப்பட்டனர். காவல்துறையே அதைச் செய்தும், எந்த ஒரு காவலரும் கைது செய்யப்படவில்லை; தண்டிக்கப்படவில்லை. அர்ஜுன் சம்பத் போன்றோர் கலவரத்தில் இருந்தும், அவர்கள் பாதுகாக்கப்பட்டனர்.

முதலமைச்சர் கருணாநிதி இரக்கமே இல்லாமல் முஸ்லிம்கள் கொல்லப்பட்டதற்கு, முஸ்லிம்கள்தான் காரணம் என ஒரு முஸ்லிம் சட்டமன்ற உறுப்பினரிடம் சொல்கிறார். ஒப்புக்குக் கூட பாதிக்கப்பட்ட மக்களை வந்து சந்தித்து, ஆறுதல் சொல்ல அவர் மனம் ஒப்பவில்லை. இழப்பீடு அளிக்கும்போது கூட பாரபட்சம் காட்டப்பட்டது. கொல்லப்பட்ட 19 முஸ்லிம்களுக்கு ஒவ்வொரு குடும்பத்துக்கும் வெறும் ஒரு லட்ச ரூபாய்

இழப்பீடுதான் அளிக்கப்பட்டது. சுமார் 100 கோடிக்கும் மேல் ஏற்பட்ட பொருள் இழப்பிற்கு எந்த இழப்பீடும் தரப்படவில்லை. (ஆனால் தொடர் குண்டு வெடிப்பில் கொல்லப்பட்டவர்களுக்கு 2 லட்ச ரூபாய் கொடுக்கப்பட்டது.)

அரசை மட்டும் குறைசொல்லிப் பயனில்லை. எதிர்க் கட்சிகளும் கூட 19 முஸ்லிம்கள் கொல்லப்பட்டபோது, எந்தப் பெரிய எதிர்ப்பையும் காட்டவில்லை. நாங்கள் சென்றிருந்த போது ஒரு முஸ்லிம் கூறினார்: "காவல் நிலையத்தில் ஒருத்தர் செத்துப்போனாக்கூட இந்தக் கட்சிகள் ஆர்ப்பாட்டம் பண்றாங்க. பிரச்சினையை எடுக்கிறாங்க. ஆனா இப்படி அநியாயமா காவல்துறை இத்தனை முஸ்லிம்களைக் கொன்றதைக் கண்டிக்கலியே."

நவம்பர் 97ல் இப்படி அப்பாவி முஸ்லிம்கள் கொல்லப்பட்டதன் மீது அரசு உரிய நடவடிக்கை எடுத்திருந்தால், இந்தச் சமூகம் உரிய கண்டனத்தைத் தெரிவித்திருந்தால், பிப்ரவரி 98 கொடுமையைத் தமிழகம் சந்தித்திருக்காது. அதேபோல மனித உரிமை அமைப்புகளைப் பகையாக நினைக்காமல் நீதியரசர் இராமசுப்பிரமணியம் உச்ச நீதிமன்றத் தீர்ப்பு ஒன்றில் கூறியுள்ளது போல, இத்தகைய அமைப்புகளை நீதி கிடைக்க வழிசெய்யும் ஒரு 'மூன்றாவது புலனாய்வு முகமை' என்கிற அடிப்படையில் அணுகி, அவர்களது பரிந்துரைகளை விசாரித்து அவற்றின் மீது உரிய நடவடிக்கைகளை எடுத்திருந்தால், பிப்ரவரி 98 தொடர் குண்டு வெடிப்புகள் நடந்திருக்காது. நவம்பர் 97 கலவரத்தில் மிகத் தீவிரமாக முஸ்லிம்களைத் தாக்கிய காவல் உதவி ஆய்வாளர் எமது பி.யூ.சி.எல் அறிக்கையில் சுட்டிக் காட்டப்பட்ட சந்திரசேகர்தான் பிப்ரவரி 98-ல் திருமால் வீதியில் உள்ள மொட்டை மாடி ஒன்றில் பயந்து ஒளிந்திருந்த ஆறு முஸ்லிம் இளைஞர்களைச் சுட்டுக் கொன்றவர் என்பது குறிப்பிடத்தக்கது.

நாசர் அவர்கள் தான் கண்டதை மனசாட்சிப்படி நேர்மையாகச் சொல்கிறார். கருணாநிதி இப்படிப் பொறுப்பின்றி

நடந்துகொண்ட போதும், தான் கோவைக்குச் சென்று பாதிக்கப்பட்ட முஸ்லிம் குடும்பங்களையும் கைதிகளையும் சந்தித்து வந்து சட்டமன்றத்தில் பேசியபோது, "உங்கள் பேச்சு தீவிரவாதத்திற்குத்தான் துணை செய்யும்" என மிரட்டி வாயை அடக்கியபோதும், இரண்டாம் கட்டத்தில் தன் முயற்சிகளுக்கு அவர் ஒத்துழைத்தார் என்பதையும் பதிவு செய்கிறார்.

தி.மு.க. முஸ்லிம்களுக்கு ஆதரவான கட்சி என்பதாக இந்துத்துவ சக்திகள், பிரச்சாரம் செய்து வந்ததைக் கண்டு கருணாநிதி சரியான நடவடிக்கைகளை எடுக்கத் தயங்கினார் என்றே நாம் இதைப் புரிந்துகொள்ளவேண்டி இருக்கிறது.

உண்மையைப் பேசினால் பெரும்பான்மை மக்களுக்கு விரோதமானவர்களாக நாம் சித்திரிக்கப்படுவோம் என ஆளும் கட்சிகள் மட்டுமின்றி எதிர்க் கட்சிகளும் அச்சப்படுவது பெரும் கேடு.

பிரிவினைக் கலவரங்கள் வந்தபோது கூட அமைதி காத்த பூமி நம் தமிழகம். அந்தப் பெருமைக்கு நிகழ்ந்த மிகப் பெரிய களங்கம் 1997-98 கோவை வன்முறைகள். இதுகுறித்த ஒரு நேரடி சாட்சியாய் இருந்து துணிச்சலுடனும், நேர்மையுடனும் இந்த வரலாற்றைப் பதிவு செய்துள்ளார் ஏ.வி. அப்துல் நாசர் அவர்கள். அந்த வகையில் இது ஒரு மிக முக்கியமான பதிவு. ஒரு வேளை இதில் சொல்லப்பட்ட தரவுகளில் சிறு பிழைகள் இருக்கலாம். ஆனால், அடிநாதமாக இதில் இழையோடுவது உண்மை, சத்தியம். அந்த வகையில் நாசர் அவர்களுக்கு நன்றி சொல்வோம்.

நாசருக்கு மட்டுமல்ல... இந்தப் பிரச்சினைகளோடோ, இந்த மண்ணுடனோ எந்த நேரடித் தொடர்பும் இல்லாத ஒரு எழுத்தாள மனம், அதுதான் துஷார் காந்தியின் நெஞ்சம். அதற்கும் நான் நன்றி சொல்ல வேண்டும். எங்கோ வாழும் அந்த மனிதருக்கு, இங்குள்ள முஸ்லிம் மக்களின் துயர் குறித்து விளைந்த அந்த அக்கறையை எப்படி விளங்கிக்கொள்வது?

மதச்சார்பின்மை என்பதற்காகவே உயிரைக் கொடுத்த ஒரு மகத்தான மனிதரின் ரத்தம் அவரது உடம்பில் ஓடிக் கொண்டிருக்கிறது என்பது தவிர வேறு என்ன சொல்வது!

ஒன்றை இங்கு உறுதியாகச் சொல்லி முடிப்பது அவசியம். இப்படி விரிவாக அன்றைய சூழலில் இருந்த வெறுப்பு அரசியலை விளக்குவது என்பது எந்த அடிப்படையிலும் முஸ்லிம் தீவிரவாதிகளின் தொடர் குண்டு வெடிப்பை எந்த வகையிலும் நியாயப்படுத்துவது ஆகாது. எக்காரணம் கொண்டும் இப்படி 52 அப்பாவி மக்கள் கொல்லப்பட்டதை யாரும் ஏற்க இயலாது. வன்மையாக்க் கண்டிக்கப்பட வேண்டிய அநீதி அது. வன்முறை எந்தப் பிரச்சினைக்கும் தீர்வாகாது என்பதை எல்லோரும் உணர்வது அவசியம்.

(கோவை: போலீஸ் நடத்திய வெடிகுண்டு நாடகம் குறித்த வழக்குரைஞர் A. முஹம்மது யூஸுஃப் M.A., B.L அவர்களின் நூலுக்கு எழுதிய முன்னுரை- நவ 22, 2015.)

3.5

முஸ்லிம் இளைஞர்கள் மீது போடப்படும் பொய்வழக்குகள்: தேவை இந்திய போலீசில் உடனடிச் சீர்திருத்தங்கள்

"குற்ற எண்ணிக்கையின் அடிப்படையில் ஒப்பிடும்போது இந்தியாவில் செயல்படும் குற்றவாளிக் கும்பல்களில் எதுவும் அமைப்பாக்கப்பட்ட குற்றவாளிக் கும்பலாகிய *(Organised Criminal Gang)* இந்திய போலீஸின் அருகேகூட நெருங்க இயலாது. ரொம்பவும் பொறுப்புணர்வுடன் இதை நான் சொல்கிறேன்"

- இது அலகாபாத் உயர் நீதிமன்ற நீதிபதி ஏ.என். முல்லா அவர்கள் உத்திரப்பிரதேசத்திலுள்ள ஷாகாபாத் காவல்துறையினர் குறித்த ஒரு தீர்ப்பின்போது *(1961)* பதிவு செய்த கூற்று. "காவல்துறையில் நல்லவர்களும் இருக்கிறார்களே, அவர்கள் பொருட்டு இத்தீர்ப்பை மறுபரிசீலனை செய்ய வேண்டும்" என உத்தரப்.பிரதேச அரசு மேல்முறையீடு செய்தது. அந்த முறையீட்டைத் தள்ளுபடி செய்த முல்லா சென்னார்:

'ஒரு கூடை நாறிய மீன்களில் நல்ல மீனைத் தேடும் முட்டாள் நானல்ல.'

நீதியரசர் முல்லா அவர்கள் சொன்னது இன்றைக்கும் என்றைக்கும் பொருந்தும் என்பதால்தான் இதை நான் திரும்பத் திரும்ப நினைவூட்டுகிறேன். இந்தியாவில் மிகப்பெரிய அளவு மனித உரிமை மீறல்களுக்குக் காரணமாவது இந்திய போலீஸ்தான். தேசிய மனித உரிமை ஆணையத்திற்கு வருகிற மனித உரிமை மீறல் தொடர்பான புகார்களில் 60 சதத்திற்கு மேற்பட்டவை காவல்துறை அத்துமீறல்கள்தான் என்கிறார் ஜெயதிலக் குஹபா ராய் (Human Rights for the 21st Century, 2004). காவல் கொலைகள் (Custodial Killings), பாலியல் வன்முறைகள், மூன்றாம் தரச் சித்திரவதைகள் என்பவை தவிர சந்தேகத்தின் பேரில் கைது செய்யப்பட்டவர்களின் கண்களைக் கோணி ஊசியால் குத்தி அதில் அமிலத்தை ஊற்றிக் குருடாக்குதல் (பகல்பூர், 1980, 25 பேர்), முழங்காலை முறித்து நிரந்தரமாக ஊனமாக்குதல் (வாரணாசி, 12 பேர்) என்பன உலகில் வேறெங்கும் கேள்விப்படாத, இந்திய போலீஸாரால் மட்டுமே செய்ய முடிந்த புலனாய்வு முறைகள். ஆமாம் இதெல்லாம் அவர்களுக்கு "உண்மைகளைக் கண்டுபிடிக்க உதவும் புலனாய்வு முறைகள்."

பாதிக்கப்பட்டவர்களில் நீதிக்காகப் போராடும் மனமுடையோரின் விடாமுயற்சிகள், மனித உரிமை அமைப்புகளின் செயல்பாடுகள் ஆகியவற்றின் ஊடாக இப்படி வெளிப்படும் அநீதிகளின் எண்ணிக்கை சொற்பமே. வெளியில் தெரியாமல் அமுக்கப்படும் அநீதிகளே அதிகம். காவல்துறை அத்துமீறல்கள் இவ்வாறு வெளிப்படுத்தப்பட்டு நிரூபிக்கவும் படும்போது அதற்காகத் தண்டிக்கப்பட்டவர்களின் எண்ணிக்கையை விரல்விட்டு எண்ணிவிடலாம்.

கோவையில் 'மனித நீதிப் பாசறை' அமைப்பைச் சேர்ந்த மூன்று தோழர்களின் மீது முஸ்லிம்களை வெறுக்கும் மன வக்கிரம் கொண்ட உளவுத்துறை உதவி ஆணையர் (ACP) ரத்தினசபாபதி மேற்கொண்ட கொடுமைகளின் அடிப்படையில்

2006ஆம் ஆண்டில் அந்த அமைப்பு தொடர்ந்த இவ்வழக்கு இந்த வகையில் எடுத்துக்காட்டான ஒன்று. 'மனித நீதிப் பாசறை' எனும் அமைப்பு சோர்ந்துவிடாமல் தொடர்ந்து போராடியதன் விளைவாக ஓராண்டுக்குப் பின் உண்மை வெளிவந்தது. சி.பி.சி.ஐ.டி. துறை சார்ந்த சிறப்புப் புலனாய்வுக் குழு ஒன்று அமைக்கப்பட்டு, கூடை அழுகிய மீன்களில் தப்பித் தவறித் தென்படும் நல்ல மீன்களில் ஒன்று எனச் சொல்லத்தக்க கூடுதல் காவல்துறைக் கண்காணிப்பாளர் திரு. ஆர். பாலன் அவர்கள் தலைமையில் அது செயல்பட்டதன் விளைவாக உண்மை வெளிப்பட்டது. உதவி ஆணையர் ரத்தினசபாபதி மற்றும் காவல் நிலைய அதிகாரிகள் பால்ராஜ், திருமேனி, கோபாலகிருஷ்ணன், அண்ணாதுரை ஆகியோர் மேற்கொண்ட சதிகளும் குற்றங்களும் அம்பலமாயின.

எந்த ஒரு குற்றச் செயலிலும் குற்றவாளிகள் தண்டிக்கப்பட வேண்டும்; பாதிக்கப்பட்டவர்களுக்கு நீதி வழங்கப்படுவது மட்டுமின்றி குற்றம் புரிந்தது அரசாக இருக்கும் பட்சத்தில் உரிய இழப்பீடும் வழங்க வேண்டும். அப்போதுதான் குடிமக்களுக்கு அரசின் மீதும், அரசியல் சட்டம் வழங்கியுள்ள உரிமைகள் மீதும் நம்பிக்கை ஏற்படும். அரசியல் சட்டத்தின் கீழ் நடைபெறும் ஆட்சியில் (Constitutional Governance) தாம் வாழ்வதாகக் குடிமக்களுக்கு உணர்வு ஏற்படும். எந்த ஒரு தேசத்திலும் சட்ட ஒழுங்கு நிலைநாட்டப்படுவதற்கான முதல் நிபந்தனை இத்தகைய உணர்வை மக்கள் மத்தியில் ஏற்படுத்துவதே. கடுமையான சட்டங்கள் இயற்றுவது, உளவுத்துறை, காவல்துறை முதலியவற்றை வலிமைப்படுத்துவது என்பதெல்லாம் இரண்டாம் பட்சமே. முந்தைய அவசிய நிபந்தனையை (Necessary Condition) நிறைவேற்றாமல் பிந்தைய நடவடிக்கைகளை மட்டும் மேற்கொண்டால் அது சட்டம் ஒழுங்குக் குலைவை அதிகப்படுத்தவே செய்யும்.

ரத்தினசபாபதியும் அவருக்கு ஒத்துழைத்த பிற அதிகாரிகளும் குற்றவாளிகள். சதிசெய்தவர்கள். பொய் ஆவணங்களைத் தயாரித்தவர்கள். பொய்யான ஆதாரங்களைத் தயாரித்தவர்கள்,

கிராம அலுவலர் முதலான சிவில் அதிகாரிகளைத் தவறாகப் பயன்படுத்தியவர்கள், எல்லாவற்றிற்கும் மேலாக மூன்று அப்பாவி முஸ்லிம் இளைஞர்களையும் அவர்களது குடும்பத்தாரையும் சொல்லொணாக் கொடுமைக்குள்ளாக்கியவர்கள் என சி.பி. சி.ஐ.டி. விசாரணை உறுதிப்படுத்தி என்ன பயன்? ஏன் அந்த அதிகாரிகள் மீது அரசு நடவடிக்கை எடுக்கவில்லை? மனித நீதிப் பாசறைத் தோழர்களிடமிருந்து பைப் குண்டு, கையெறிகுண்டு முதலியனவெல்லாம் கைப்பற்றப்பட்டதாகச் சொன்னது பொய் எனில், அவர்கள் இதைத் தயாரிக்கவில்லை என்றால் பின் யார் அவற்றைத் தயாரித்தது? ரத்தினசபாபதி கும்பலா? அரசுதான் இதற்கெல்லாம் நடவடிக்கை எடுக்கவில்லை, நீதிமன்றமும் ஏன் கண்டுகொள்ளவில்லை? கொஞ்ச காலத்திற்குப் பக்கத்திலுள்ள ஒரு ஊருக்கு இடமாற்றம் செய்துவிட்டுப் பின் அதே ஊரில் வருமானம் அதிகமாக வரக்கூடிய ஒரு முறையில் உயர் அதிகாரியாக ரத்தினசபாபதி நியமிக்கப்படுவதன் பொருளென்ன?

பிரிட்டிஷ் ஆட்சியில் 1861ல் உருவாக்கப்பட்ட காவல்துறைச் சட்டத்தின் (Police Act. 1861) அடிப்படைத் தத்துவத்தை சுதந்திரத்திற்குப் பிந்திய அரசு அப்படியே ஏற்றுக் கொண்டது. இந்திய போலீஸ் குறித்து மிக விரிவான ஆய்வுகளைச் செய்துள்ள டாக்டர் கே.எஸ். சுப்ரமணியன் (Political Violence and police in India, 2007) சொல்வதுபோல ஒரு ஜனநாயக அரசுக்கு எந்த விதத்திலும் பொருத்தமற்ற தத்துவம் இது. உளவுத்துறையின் பாத்திரம் இங்கே முறையாக வரையறுக்கப்பட்டதில்லை. அமைப்பாகத் திரள்வது, கருத்து வெளிப்பாட்டுச் சுதந்திரம், இயக்கம் அமைப்பது முதலான அடிப்படை உரிமைகளை அரசியல் சட்டம் மக்களுக்கு அளிக்கிறது என்கிற நிலையை ஏற்றுக்கொண்டு செயல்படும் அமைப்பாக இது கட்டமைக்கப்படவில்லை. மாறாக மக்கள் அனைவரையும், அதிலும் சில குறிப்பான மக்கட் பிரிவுகளைச் சந்தேகத்திற்குரிய சமூகங்களாகக் (Suspected Communities) கட்டமைத்து, என்றென்றைக்கும் கண்காணிக்கப்பட வேண்டிய குற்றவாளிகளாகக் கருதக்கூடிய மனநிலையுடன் இங்கே

உளவுத்துறை உருவாக்கப்படுகிறது. உதவி ஆய்வாளருக்குக் கீழான காவல்துறையினர் எல்லோரும் சிந்தித்து முடிவெடுக்கக் கூடியவர்களாக இருக்கக் கூடாது என்பது இந்திய போலீஸின் அடிப்படைத் தத்துவங்களில் ஒன்று. மேலே இருப்பவர்களின் ஆணையில் செயல்படுத்தும் சித்திரவதை எந்திரங்களாகவே அவர்கள் இருக்க வேண்டும்.

நக்சலைட்டுகளைக் கண்காணிப்பதற்காக உருவாக்கப்பட்டுள்ள க்யூ பிரிவு, சிறுபான்மையோரைக் கண்காணிக்க உருவாக்கப்பட்டுள்ள பிரிவு முதலியவற்றுக்கு அளிக்கப்படுகிற அபரிமிதமான அதிகாரம் பல மனித உரிமை மீறல்களுக்கு வழிவகுக்கின்றன. க்யூ பிரிவு போலீஸாருக்கு சீருடை கிடையாது. சட்டையில் பெயரைப் பொறித்திருக்க வேண்டிய அவசியமில்லை. அலுவலகத்தில் பெயர்ப் பலகை வைக்க வேண்டியதில்லை. இதனால் எந்தவிதமான பொறுப்பும் *(Accountability)* இல்லாமல் யார் மீது வேண்டுமானாலும் பாய்ந்து குதறும் கிரிமினல் அமைப்பாக இவை எளிதில் வடிவெடுத்து விடுகின்றன.

இத்தகைய அபரிமிதமான அதிகாரம் பல்வேறு வகைகளில் மக்களுக்கு எதிராகப் பயன்படுத்தப்படுகின்றது. வக்கிரம் பிடித்த மனநோயாளிகள் தம் பிடியில் அகப்பட்ட மனித உடல்களைச் சித்திரவதைக் களங்களாக மாற்றி மகிழ்ச்சியடைகின்றனர். இன்னும் சிலர் பொய் வழக்குப் போடுவேன் எனக் குற்றம்சாட்டிப் பணம் பறிப்பதற்குப் பயன்படுத்துகின்றனர். மேலப்பாளையம் முஸ்லிம்கள் மத்தியில் இவ்வாறு பீதியை ஊட்டி முஸ்லிம்களிடமிருந்து பணம் பறித்த சித்தரஞ்சன் என்கிற போலீஸ் அதிகாரி பற்றி சாந்தி எழுதுகிறார் (மேலப்பாளையம் முஸ்லிம்கள், 2007). எதிர்த் தரப்பினரிடம் பணம் வாங்கிக்கொண்டு என்கவுன்டர் கொலைகள் செய்து கோடிக்கணக்கில் சொத்து சேர்த்த தயாநாயக், பிரதீப் வர்மா, வன்சாரா முதலிய அதிகாரிகள் இன்று விசாரணையைச் சந்திக்க வேண்டிய நிலை ஏற்பட்டுள்ளது.

இந்திய தேசிய காங்கிரஸ் தன் முதல் மாநாட்டில் *(1885)* இதுபோன்ற அம்சங்களில் சீர்திருத்தம் கோரி 'நிர்வாகச் சீர்திருத்தங்களுக்கான அரச ஆணையம்' *(Royal Commission on Administrative Reforms)* ஒன்றை அமைக்க வேண்டும் எனக் கோரியது. ஆனால் அதுவே சுதந்திரத்திற்குப் பின் அரசமைத்தபோது எதையெல்லாம் மாற்றவேண்டுமெனக் கோரியதோ அவற்றையே தொடர்ந்தது.

காவல்துறை சீர்திருத்தம் பற்றிப் பேசிய அறிக்கைகள் யாவும் கடாசி எறியப்பட்டன. நெருக்கடி நிலை கால *(1975-77)* கொடுமைகளை விசாரித்த ஷா கமிஷன், மும்பை கலவரங்களை *(1993)* விசாரித்த ஸ்ரீ கிருஷ்ணா ஆணையம் முதலியன அளித்த அறிக்கைகள் எல்லாம் குப்பைத் தொட்டிக்குச் சென்றன. ஜனதா ஆட்சி *(1977)* இரு முக்கிய ஆணையங்களை அமைத்தது. முதன்முதலாக 'தேச காவல்துறை ஆணையம்' *(NPC)* ஒன்றையும், காவல்துறை, உளவுத்துறை மற்றும் குற்ற விசாரணை முகமைகள் *(Investigative Agencies)* ஆகியவற்றைச் சீர்திருத்துவதற்கென எல்.பி.சிங் குழு ஒன்றையும் அது உருவாக்கியது. தேசிய காவல்துறை ஆணையம் எட்டுத் தொகுதிகளில் தன் அறிக்கையைச் சமர்ப்பித்தது. எல்.பி.சிங் அறிக்கை மத்திய உளவுத்துறையின் *(IB)* கடமைகள், செயல்பாடுகள் குறித்த விதித் தொகுப்பையும் சட்டத் தொகுப்பையும் உருவாக்க வேண்டும் எனப் பரிந்துரைத்தது குறிப்பிடத்தக்கது. ஆனால் மீண்டும் ஆட்சிக்கு வந்த காங்கிரஸ் *(1980)* இந்தப் பரிந்துரைகளையும், அறிக்கைகளையும் புறக்கணித்தது.

மாறாக உளவுத்துறை, *RAW* முதலான அமைப்புகளுக்கு அபரிமிதமான, கேள்வி முறையற்ற அதிகாரங்களும், அவற்றின் சட்ட விரோதச் செயல்களுக்கு சட்டபூர்வமாக நிதி அளித்தலும் அதிகரித்தது. எதிர்க்கட்சித் தலைவர்கள் மட்டுமின்றி குடியரசுத் தலைவரும்கூடப் பேசுபவற்றை ஒட்டுக்கேட்க இவ்வமைப்புகள் பயன்படுத்தப்பட்டன. எதிர்க்கட்சிகளையும், ஆயுதக் குழுக்களையும் உடைப்பதற்காக எல்லாவித ரகசிய வேலைகள் செய்யவும், செயல்படுத்தவும் இவ்வமைப்புகள்

அனுமதிக்கப்பட்டன. பணத்திற்காகச் சிலர் இத்தகைய சட்டபூர்வமற்ற உளவாளிகளாகச் செயல்படுகின்றனர். இன்னும் சிலர் வழக்குத் தொடர்வேன் என மிரட்டப்பட்டு இப்படி உளவாளிகளாகப் பயன்படுத்திக் கொள்ளப்படுகின்றனர். எப்படியாக இருந்தபோதிலும் நமது உளவுத்துறையின் கையாள்களாகச் செயல்படுபவர்களின் இறுதிக் கதி கம்பி எண்ணுவதுதான் என்பதற்கு அஃப்சல் குரு முதல் அத்தீக்குர் ரஹ்மான் வரை சான்றுகளாக நம் முன் நிற்கின்றனர்.

எவ்வளவு அத்துமீறினாலும் அதற்காகக் காவல்துறையைத் தண்டித்தால் அவர்கள் மத்தியில் ஒரு மனக்குலைவு ஏற்படும். எனவே, தண்டிக்கக் கூடாது என்றொரு அபத்தக் கருத்தை அரசு கொண்டுள்ளது. தண்டிக்காமல் போவதென்பதோடு, இதுபோல் அத்துமீறல் புரியும் அதிகாரிகளுக்குப் பரிசளிக்கும் கொடுமைகள் வேறு. 20க்கும் மேற்பட்ட நக்சலைட்டுகளைச் சட்ட விரோதமாகக் கொன்று குவித்தபோது (1970கள்) உயரதிகாரியாக (DGP) இருந்த அப்துல்லா பதவி ஓய்விற்குப் பின் சவூதி அரேபியாவுக்கு இந்தியத் தூதுவராக அனுப்பப்பட்டார். நக்சலைட்டுகளைக் கொன்று குவித்த வால்டர் தேவாரத்திற்கு (DIG) குடியரசுத் தலைவரின் தங்கப்பதக்கம் முதல் வீட்டு மனைப்பட்டாக்கள் வரை வழங்கப்பட்டன.

இந்தியக் காவல்துறையின் குற்றத்திற்குரிய செயற்பாடுகளாக (Culpability) டாக்டர் கே.எஸ். சுப்பிரமணியம் தொகுத்துச் சொல்வன:

1. *காவல் சித்திரவதை மற்றும் கொலைகள்.*
2. *களச் செயல்பாடுகளைக் குற்ற நடவடிக்கையாகக் காணுதல்.*
3. *என்கவுன்டர் கொலைகள்.*
4. *கிராமப்புற அதிகார மையங்களுடன் இணைந்துகொண்டு வன்முறையைப் பிரயோகித்தல் (இந்த அதிகார மையங்களில், பெரும்பான்மை வகுப்புவாத அமைப்புகளையும் சேர்த்துக் கொள்ளலாம் - அ.மா).*

5. தலித் குடியிருப்புகளில் 'ரெய்டு'கள் நடத்துதல் (இத்துடன் முஸ்லிம் குடியிருப்புகளையும் சேர்த்துக்கொள்ளலாம் - அ.மா).

6. ஒரு அழுத்தத் தந்திரமாக வன்முறையைப் பயன்படுத்துதல்.

7. சாதாரண ஜனநாயகப் போராட்டங்களை ஒடுக்குவதற்கு வன்முறையைப் பயன்படுத்துதல்.

8. தனிநபர் குற்றத்திற்காக அவர் சார்ந்த சமூகத்தையே தண்டித்தல்.

9. சில சமூகங்களை (குறிப்பாகச் சிறுபான்மையோர் - அ.மா) குற்றவாளிச் சமூகங்களாக நடத்துதல்.

நீதியைக் குலைக்கும் நோக்கில் மேற்கொள்ளப்படும் காவல்துறையின் செயல்பாடுகள்:

1. வழக்குகளைப் பதிவு செய்யாமல் தவிர்த்தல்.

2. பாதிக்கப்பட்டவருக்கு அழுத்தம் கொடுத்து சமரசமாகிப் போகச் சொல்லுதல்.

3. வன்முறையாளருக்குத் துணைபோதல்.

4. அப்பாவிகள் மீது பொய் வழக்குப் போடுதல்.

5. வழக்குகளைப் பதிவு செய்யும்போது பொருத்தமான பிரிவுகளைத் தவிர்த்தல் (எ.டு. தலித்கள் மீதான வன்முறையில் வன்கொடுமைத் தடுப்புச் சட்டத்தைப் பயன்படுத்தாதிருத்தல்).

6. குற்றம் செய்த அரசு ஊழியர், அரசியல் தலைவர்கள் ஆகியோரைப் பாதுகாத்தல்; உயரதிகாரிகள் விசாரிக்க வேண்டிய வழக்குகளைக் கீழ்மட்ட அதிகாரிகளைக் கொண்டு விசாரித்தல்.

7. புலனாய்வையும் குற்றப் பத்திரிகை தாக்கல் செய்வதையும் தாமதப்படுத்துதல்.

8. பிணை வழங்கக் கூடாத சட்டப் பிரிவுகள் கீழ் கைது செய்யப்பட்டவர்களுக்குப் பிணை வழங்குதல்.

சுப்பிரமணியம் சுட்டிக்காட்டும் மேற்குறித்த அத்தனை காவல்துறை அநீதிகளையும் சமூகப் போராளிகள் சந்தித்திருப்பர். இந்திய போலீஸின் பண்புகளாக டேவிட் ஆர்னால்ட் (Police Power and Colonial Rule: Madras 1859 - 1947) கூறுபவற்றை இங்கே தொகுத்துக் கொள்ளுதலும் பயன்தரும். காலனிய கால சென்னை மாகாண போலீஸ் குறித்த ஆய்வின் அடிப்படையில் ஆர்னால்ட் சொல்பவை இன்றும் பொருந்தும். அவை:

1. சிவில் நிர்வாகத்திற்கு முழுவதுமாய் பணிந்து அதனுடன் ஒத்துழைத்தல்.

2. மாநில காவல்துறைக்கும் மத்திய அரசுக்குமான தொடர்பை வலுப்படுத்துதல். இன்ஸ்பெக்டர் - ஜெனரல் பதவி வரையில் (அன்றைய உயர் பதவி) நேரடியாக உளவுத்துறைத் தொடர்பை (மாநில அரசின் கட்டுப்பாடின்றி) மத்திய அரசு வைத்துக் கொள்ளுதல்.

3. உளவுப் பிரிவுக்கு அளிக்கப்படும் ரகசியத் தன்மை மற்றும் அரசியல் முக்கியத்துவம் ஆகியவற்றின் ஊடாக அதற்கு ஒரு அதிகாரத்துவத் தன்மையையும் மர்ம அதிகாரத்தையும் வழங்குதல்.

4. பொதுமக்களுக்கும் அவர்களால் தேவு செய்யப்பட்ட பிரதிநிதி களுக்கும் பதில் சொல்கிற பொறுப்பு இல்லாதிருத்தல்.

5. வன்முறையின் மூலமான பலம்; காவல்துறைக்கே உரித்தான வழமைகள், உளநிலை ஆகியவற்றின் அடிப்படையில் பெரிய அளவில் அரச வன்முறையைச் செயல்படுத்துதல்.

6. தொழில் மற்றும் விவசாயப் போராட்டங்கள் குறித்த புரிதலின்மை. (இத்துடன் சிறுபான்மையோர் தலித்கள் முதலான பிரச்சினைகளில் உள்ள புரிதலின்மையையும் சேர்த்துக்கொள்ளலாம். - அ.மா.).

7. காவல்துறைக்குள் அரை ராணுவ அமைப்புகளை நிறுவனப்படுத்துதல் (சுதந்திரத்திற்குப் பின் இது மிகப் பெரிய அளவில் அதிகரித்துள்ளது - அ.மா.).

8. உடமை வர்க்கங்களுடன் நெருக்கம் கடைப்பிடித்தல்.

ஆர்னால்ட் குறிப்பிட்ட இந்த அனைத்துக் கூறுகளும் கவனிக்கத்தக்கன. குறிப்பாக இரண்டாவது அம்சம். சட்டம் ஒழுங்கு என்பது மாநிலப் பட்டியலில் வருவதாக இருந்தபோதும் உளவுத்துறையினூடாக மத்திய அரசின் கண்காணிப்பிற்குள் கொண்டு செல்லப்படுகிறது. மேலும் மேலும் காவல்துறை அதிகாரிகள் மத்தியப்படுத்தப்படும் போக்கும் குறிப்பிடத்தக்கது.

கான்பூர் *(1931)*, ராஞ்ஜி *(1967)*, அகமதாபாத் *(1969)*, பிவான்டி மற்றும் ஜல்கேயான் *(1970)*, பனாரஸ் *(1977)*, ஜாம்ஷெட்பூர் *(1979)*, பகல்பூர் *(1999)*, மீரட் *(1990)*, அயோத்தி *(1992)*, மும்பை *(1992-93)* ஆகிய இடங்களில் நடைபெற்ற மதக் கலவரங்களை ஆய்வு செய்த மூத்த போலீஸ் அதிகாரி விபூதி நாராயண்ராவ் *(Combating Communalism: The Role of the Police. 1999)* தொகுத்தளிக்கும் முடிவுகளைச் சுருக்கம் கருதித் தவிர்க்கிறேன். நமது காவல்துறையினர் மத்தியில் நிலவும் பெரும்பான்மைச் சமூக மனநிலை, முஸ்லிம் எதிர்ப்புணர்வு இதன் விளைவாக இந்துக்களும் முஸ்லிம்களும் காவல்துறையினரைப் பார்க்கும் கோணம் ஆகியவற்றை ராய் குறிப்பிட்டுச் சொல்கிறார்.

மத்தியில் ஆட்சி செய்யும் ஐக்கிய முற்போக்குக் கூட்டணி அரசு தனது முந்தைய ஆட்சியில் 'மதக் கலவரத் தடுப்பு மசோதா' ஒன்றை உருவாக்கி அப்படியே அதை உடைப்பில் போட்டது. அதேபோல 1986ஆம் ஆண்டு போலீஸ் சட்டத்தைத் திருத்திப் புதிதாக அமைக்கும் வரைவுக்குழு ஒன்றையும் *(Police Act Drafting Committee)* அரசு அமைத்தது. இந்த இரண்டையும் விரைவுபடுத்துவதோடு இரண்டாவது குழு செய்யப்போகிற பரிந்துரைகளை விரிவான விவாதத்திற்கு உட்படுத்துவது அவசியம். இதற்கிடையில் காவல்துறையின் சகல மட்டங்களிலும் மதவாத ஆபத்து குறித்து *(Communalism)*

உணர்வூட்டும் செயல்பாடுகளை மேற்கொள்ள நாம் அரசை நிர்ப்பந்திக்க வேண்டும். தலித் பிரச்சினையில் இத்தகைய உணர்வூட்டும் நடவடிக்கைகளை *(Sensitisation)* சிவகாமி அவர்கள் ஐ.ஏ.எஸ்., ஐ.பி.எஸ். அதிகாரிகளுக்குச் செயல்படுத்தியபோது அதில் பங்கேற்ற அனுபவத்தில் அது பயனுடைய முயற்சி என்பதை அறிந்தேன். அதேபோல திருமதி திலகவதி ஐ.பி. எஸ். அவர்கள் முயற்சியில் பெண்கள் தொடர்பான உணர்வூட்டல் வகுப்புகள் காவல்துறைக்கு அளிக்கப்பட்டன. சிறுபான்மையோர் பிரச்சினைகள் குறித்த உணர்வூட்டல் நடவடிக்கைகளைக் காவல்துறையினருக்கு அளிப்பது இன்றைய உடனடித் தேவை என்பதற்கு ரத்தினசபாபதி போன்றோர் நம்முன் எடுத்துக்காட்டுகளாக உள்ளனர்.

தவிரவும் சச்சார் குழு பரிந்துரைத்துள்ளபடி காவல்துறையின் சகலமட்டங்களிலும் குறிப்பிடத்தக்க அளவு சிறுபான்மையோர் நியமிக்கப்பட வேண்டும். ஒவ்வொரு காவல்நிலையத்திலும், குறிப்பாக முஸ்லிம்கள் அதிகமாக வசிக்கும் பகுதியிலுள்ள காவல்நிலையங்களில் மூன்றில் ஒரு பங்கினரேனும் முஸ்லிம்களாக இருப்பது அவசியம். மனித நீதிப் பாசறைத் தோழர்கள் மீது போடப்பட்ட வழக்கிலும்கூட காவல்துறையினர் தந்திரமாக நிஜாமுதீன் என்கிற முஸ்லிம் அதிகாரியை ஒரு கட்டத்தில் விசாரணை அதிகாரியாக நியமித்தபோது, அவரும்கூட காவல்துறைக்கே விசுவாசமாக இருந்தபோதும், ஒப்பீட்டளவில் அவர் நியாயமாக நடந்திருப்பது இவ்வறிக்கையைப் படிக்கும்போது விளங்கும்.

மனித நீதிப் பாசறை மற்றும் அதன் தோழமை அமைப்புகளான என்.சி.ஹெச்.ஆர்.ஓ., இலக்கியச்சோலை, விடியல்வெள்ளி மாத இதழ் மற்றும் இஸ்லாமியக் கல்வி அளிக்கும் அறிவகம் (முத்துதேவன்பட்டி) ஆகியவற்றின் செயல்பாடுகளையும் அறிவேன். மிகவும் பொறுப்புடனும், சட்டபூர்வமான வழிகளிலும், துடிப்பாகவும், கூர்மையாகவும், செயல்பட்டு வரும் பாராட்டுதலுக்குரிய அமைப்புகள் இவை. இவற்றின் மீது சேறு பூசுவதற்கு காவல்துறையினர் செய்த முயற்சி

படுதோல்வியுற்றிருக்கிறது. ரத்தினசபாபதி தொடுத்த வழக்கு அப்பட்டமான பொய் என்பதைத் தோலுரித்த சி.பி.சி.ஐ.டி. கூடுதல் காவல்துறைக் கண்காணிப்பாளர் திரு. பாலன் அவர்களுக்கு நம் பாராட்டுதல்களைத் தெரிவிப்போம். அதே நேரத்தில் பொய் வழக்குப் போட்டவர்கள் தண்டிக்கப்படுதலை நோக்கிய நம் போராட்டத்தைத் தொடர்வோம். சிறப்புப் புலனாய்வுக் குழுவின் இறுதி அறிக்கையைச் சரளமான தமிழில் மொழியாக்கியுள்ள வழக்குரைஞர் ஏ. முஹம்மது யூஸுஃப் அவர்களுக்கு நம் பாராட்டுகள்.

ஜூலை 22, 2009

3.6

டெல்லி வன்முறை (பிப் 2020): கற்றுக் கொள்ள வேண்டிய பாடம்

இந்தக் கட்டுரையை எழுதத் தொடங்கும்போது ‘இனப் படுகொலைகளுக்கான கண்காணிப்பகம்’ *(Genocide Watch)* என்கிற அமைப்பை உருவாக்கிச் செயல்பட்டுவரும் டாக்டர் கிரிகோரி ஸ்டாண்டன் என்பவரின், “இந்தியா ஒரு இனப்படுகொலைக்குத் தயாராகிறது’ *(Preparation for Genocide Underway in India)* எனும் கட்டுரை ஒன்று வாசிக்கக் கிடைத்தது. மோடி அரசின் காஷ்மீர் மற்றும் குடியுரிமைச் சட்ட அமலாக்கம் ஆகியவை குறித்த கட்டுரை இது. ஒரு இனப்படுகொலை தொடங்குமுன் எத்தகைய நடவடிக்கைகளை அப் படுகொலையாளர்கள் மேற்கொள்கின்றனர் என்பதை வரிசைக்கிரமமாகப் பட்டியலிடுகிறார் இனப்படுகொலை குறித்த ஆய்வுகளில் வல்லுனரான டாக்டர் ஸ்டாண்டன், அமெரிக்க அரசில் பணியாற்றியபோது 1996ம் ஆண்டில் ஆற்றிய உரை ஒன்றில் இனப்படுகொலைகள் நிறைவேற்றப்

படுமுன் படுகொலையாளர்களின் தயாரிப்புகளை எவ்வாறு அமையும் என்பதை அவர் பத்து அடுத்தடுத்த நிலைகளாக வரிசைப்படுத்துவதைச். சுருக்கமாகப் பார்ப்போம்

1. "நாம் X அவர்கள்" என்கிற வேறுபடுத்தல்களைக் *(Classification)* கட்டமைத்தல்.

2. அடுத்து பலிகடாக்களாக ஆக்கப்படும் இனத்தை "வெளிநாட்டார்" எனக் குறியீடு செய்தல். *(Symbolization).*

3. குடியுரிமை உள்ள மக்களுக்கு எதிராக இவர்களை மட்டும் "வேறுபடுத்திப்" பார்த்தல். அந்த வகையில் அப்படி வேறுபடுத்தப்பட்டவர்களைக் குடிமக்களுக்கான மனித உரிமைகள் மற்றும் சிவில் உரிமைகள் இல்லாதவர்களாக வரையறுத்தல் *(Discrimination).*

4. குடியுரிமை அற்றவர்களாக வரையறுக்கப்படும் மக்களை மனிதர்கள் எனக் கருதுவதற்கே தகுதி அற்றவர்களாகச் சொல்லாடுதல் *(Dehumanization).* "பயங்கரவாதிகள்" அல்லது ஏதும் "மிருகங்களின்" பெயர்களைச் சூட்டி அவர்களை அடையாளப்படுத்தல். ஒழிக்கப்பட வேண்டிய ஒரு சமூக நோயாக அவர்களுக்குப் பெயர் சூட்டல், (எ.கா: 'இரத்தம் உறிஞ்சி உண்ணிகள்" எனும் பொருளில் 'குஸ்பெதியா' என அமித்ஷா சொல்கிறாரே அதுபோல)

5. இனப் படுகொலைக்கான ஒரு கருவியை அமைத்தல் *(Organization).* குடியுரிமைச் சட்டம் முதலான அச்சுறுத்தல்கள் அல்லது பெரிய அளவில் கடும் அதிகாரங்களுடன் கூடிய படைகளை அவர்களுக்கு எதிராக நிறுத்துதல்.

6. பிரச்சாரங்களின் மூலம் மக்களை ஒற்றை அடையாளத்துடன் ஒருங்கு திரட்டுதல் *(Polarization),*

7. தயாரிப்பு *(Preparation).*

8. அவர்களைப் பல்வேறு வகைகளில் துன்புறுத்துதல் *(Persecution).* (இப்போது காஷ்மீரிலும், அஸ்ஸாமிலும் நடந்து கொண்டுள்ளது போல).

9. அழித்தொழிப்பு (Extermination).

10. மறுத்தல் (Denial).

இந்த எச்சரிக்கை உரையை வாசிக்கும்போது இன்று இந்தியாவில் நடந்துகொண்டுள்ளவைதான் நினைவுக்கு வருகின்றன.

இன்று மோடி அரசு இயற்றியுள்ள குடியுரிமைச் சட்டத்தின் விளைவாக அஸ்ஸாம் எனும் ஒரு சின்ன மாநிலத்தில் மட்டும் 19 இலட்சம் பேர்கள் குடியுரிமை இழந்து நிற்கின்றனர். இன்னொரு பக்கம் காஷ்மீர் பள்ளத்தாக்கில் உள்ள மக்கள் அனைத்து உரிமைகளும் பறிக்கப்பட்டும் வெளி உலகிலிருந்து தொடர்பற்றும் பல மாதங்களாக அந்தப் பள்ளத்தாக்கிலேயே முடக்கப்பட்டனர். உலகிலேயே கடும் அதிகாரங்களுடன் கூடிய மிக அதிகமான எண்ணிக்கையில் இராணுவம் நிறுத்தப்பட்ட பகுதியாக அது இன்று ஆக்கப்பட்டுள்ளது. மக்களால் தேர்ந்தெடுக்கப்பட்ட மூன்று முன்னாள் முதலமைச்சர்கள் அங்கு அப்போது சிறைகளில் அடைக்கப்பட்டனர்.

இந்தப் பின்னணியில்தான் ஆளும்கட்சியின் முக்கிய பிரமுகரான கபில் மிஸ்ரா எனும் நபர் இந்தத் துணைக் கண்டத்தின் தலைநகராக உள்ள டெல்லி மாநிலப் போலீசை நோக்கி மூன்று நாட்களுக்குள் ஷாகின்பாகில் கூடியுள்ள மக்களை வெளியேற்றாவிட்டால் நடப்பது வேறு என எச்சரிக்கிறார். காவல்துறை அமைதியாக நிற்கிறது. கிரிராஜ் சிங் எனும் மத்திய அமைச்சர் “கோலி மாரோ” (துப்பாக்கியால் சுட்டுத் தள்ளுங்கள்) என முழக்கம் இடுகிறார், அனுராஜ் தாகூர் எனும் இன்னொரு மத்திய அமைச்சர் அப்படிச் சொன்னதில் என்ன தப்பு எனச் சொல்லிப் புன்னகைக்கிறார். பிரதமர் எல்லாவற்றையும் பார்த்துக் கொண்டு அமைதி காக்கிறார். இவர்கள் யார் மீதும் எந்த நடவடிக்கையும் இல்லை.

பற்றி எரிந்தது ஏழை எளிய முஸ்லிம்கள் அதிகமாக வசிக்கும் வட கிழக்கு டெல்லி. மூன்று நாட்கள் அங்கு கொடும் வெறியாட்டம். “கோலி மாரோ” என்கிற முழக்கத்துடன் சுமார்

50 பேர்கள் வரை அங்கு கொல்லப்பட்டனர். முஸ்லிம்களின் கோடிக்கணக்கான ரூபாய்கள் மதிப்புள்ள சொத்துக்கள் அழிக்கப்பட்டன. எல்லாவற்றையும் காவல்துறை பார்த்துக் கொண்டிருந்தது.

இந்தத் தாக்குதலின்போது மோடி அரசு எப்படி நடந்து கொண்டது என்பதற்கு எடுத்துக்காட்டாக ஒன்றை மட்டும் பார்க்கலாம். முன்னாள் இந்தியப் பிரதமர் ஐ.கே.குஜ்ராலின் மகனும், இன்றைய 'சிரோமணி அகாலிதள்' கட்சியின் எம். பி-யுமான நரேஷ் குஜ்ரால் கூறியுள்ள செய்தி அந்த மூன்று நாட்களை நாம் உணர்ந்துகொள்ள உதவும். ஆங்கில 'இந்து' நாளிதழில் அது வெளிவந்துள்ளது. பிப்ரவரி 26ம் தேதி இரவு 16 முஸ்லிம்கள் வடக்கு டெல்லியில் உள்ள கோண்டா சவுக்கில் இருக்கும் ஒரு கட்டிடத்திற்குள் மாட்டிக்கொள்கின்றனர். வெளியே கலவரக் கும்பல் கதவை இடிக்கிறது. அவர்கள் தங்கள் உயிர்களைக் காப்பாற்றிக்கொள்வதற்காக காவல்துறையிடம் முறையிட்டுப் பார்த்துவிட்டு, எதுவும் பலனில்லாமல், கடைசியாக நாடாளுமன்ற உறுப்பினரான குஜ்ராலை போனில் தொடர்புகொள்கின்றனர். அவர் உடனடியாக டெல்லி போலீசைத் தொடர்பு கொண்டு பேசுகிறார். அவசர போலீஸ் உதவி எண் 100 லும் புகார் செய்கிறார். புகார் பதிவு செய்து கொள்ளப்படுகிறது. ஆனால் எந்த உதவியும் அவர்களுக்குக் கடைசிவரை கிட்டவில்லை. டெல்லி லெப்டினண்ட் கவர்னர் அனில் பைஜாலும் சரி, டெல்லி காவல்துறை ஆணையர் அமுல்யா பட்நாயக்கும் சரி யாரும் குஜ்ராலின் கோரிக்கைக்குச் செவிமடுக்கவில்லை. கடைசியாக அருகில் குடியிருந்த இந்து மக்கள்தான் அவர்களைக் காப்பாற்றிப் பாதுகாப்புடன் அனுப்பியுள்ளனர்.

இப்படி நிறையச் சொல்லலாம் ஏராளமாக ஏற்கனவே சொல்லப்பட்டுவிட்டன. எனவே நிறுத்திக்கொள்கிறேன்.

பாதிக்கப்பட்ட பகுதிகளுக்கு பிரதமர் நரேந்திர மோடியோ இல்லை டெல்லி காவல்துறையைத் தன் கட்டுப்பாட்டில்

வைத்துள்ள அமித்ஷாவோ நேரில் சென்று அம் மக்களைப் பார்க்கவில்லை.

கடந்த இரு மாதங்களாக அமர்வுப் போராட்டம் நடத்தப்பட்டு வரும் ஷாகின் பாக் இன்று இந்திய வரலாற்றில் இடம்பெற்றுவிட்டது. “வால் ஸ்ட்ரீட் அமர்வு” போல இன்று டெல்லி ஷாகின் பாக் முஸ்லிம் பெண்களின் அமர்வும் உலக அளவில் கவனம் பெற்றுவிட்டது. எந்த வன்முறையும் இல்லை. முற்றிலும் அமைதி வழியில் போராட்டம் தொய்வின்றித் தொடர்கிறது. அங்கு போலீசுக்கோ இல்லை உளவுத்துறைக்கோ வேலை இல்லை. போராடுகிறவர்களால் யாருக்கும் பாதிப்பில்லை. வேறு ஏதும் பாதுகாப்புக்கும் தேவை இல்லை. அங்கே கூடியுள்ள முஸ்லிம் பெண்களே எல்லாவற்றையும் ஒழுங்குபடுத்திக் கொள்கின்றனர். அவர்கள் ஒலிப்பது ரவீந்திரரின் ‘ஜனகணமன’ எனும் நம் தேசிய கீதம். அவர்கள் உயர்த்திப் பிடிப்பது அசோகரின் தம்மச் சக்கரம் வரையப்பட்ட மூவண்ண தேசியக் கொடி. எந்த மக்களையும்,, எந்த மதத்தையும் அவர்கள் இழிவு செய்வதில்லை. யாரை நோக்கியும் ‘கோலி மாரோ’ என ஒலிப்பதில்லை.

அதுதான் ஆள்பவர்களுக்கு ஆத்திரம். இப்படி அமைதி வழியில் போராட்டம் அரங்கேறுவதைத்தான் அவர்கள் வெறுக்கின்றனர். அவர்கள் எந்நாளும் இந்த மூவண்ணக் கொடியை மனதார வணங்கியதில்லை. ஆகஸ்ட் 15 அன்று நரேந்திர மோடி செங்கோட்டையில் மூவண்ணக் கொடியை ஏற்றும் அதே தருணத்தில் அவரை இப்பதவிக்குத் தேர்ந்தெடுத்த மோகன் பகவத் ஆர்.எஸ்.எஸ் அலுவலகத்தில் காவிக் கொடியை ஏற்றிக் கொண்டிருப்பார். பள்ளிகளில் ‘ஜனகணமன’ எனும் எந்த மத அடையாளமும் அற்ற தேசிய கீதம் இசைக்கப்படும்போது நாக்பூரில் அவர்கள் பங்கிம் சந்திரரின் காவிக் கறை படிந்த வந்தே மாதரத்தைத்தான் ஓதிக் கொண்டிருப்பார்கள். அவர்களின் முதல் லட்சியம் நமது அரசியல் சட்டத்தை அழித்தொழிப்பது. ஆனால் இந்த ஷாஹின் பாக் மக்களோ அரசியல் சட்டத்தின் ஆட்சியைக் கோரி முழக்கம் இட்டுக் கொண்டிருந்தார்கள்.

இந்தப் போராட்டத்தை உலகு கூர்மையாகக் கவனிக்கிறது. அது சங்கிகளுக்கு எரிச்சலூட்டுகிறது. இது அமைதிவழிப் போராட்டம், அவர்களோ கோலி மாரோ கும்பல். அமைதிவழிச் சத்தியாக்கிரகங்களுக்கு பிரிட்டிஷ் அரசு அளித்த மரியாதையைக் கூட இவர்கள் அளிக்கத் தயாராக இல்லை. எந்த ஒரு நாட்டின் பிரதமராவது "அங்கே முழக்கமிட்டவர்களின் உடைகளைப் பார்த்தாலே அவர்கள் யார் என்று தெரியவில்லையா?" என மக்களை அவர்களின் ஆடைகளை வைத்து அடையாளப்படுத்துவாரா? ஆனால் நரேந்திர மோடி அப்படிச் சொல்வார். சொன்னாரே. ஜனநாயகத்தில் நம்பிக்கையுள்ள அரசுதான் ஜனநாயகப் போராட்டங்களை மதிக்கும். பிரிட்டிஷ் அரசு ஒரு காலனிய அரசாக இருந்தபோதும் ஒரு ஜனநாயகப் பாரம்பரியத்தில் வந்த அரசு. அது காந்தியின் சத்தியாக்கிரகப் போராட்டங்களை மதித்தது. இவர்கள் சாவர்க்கர் பரம்பரையில் வந்தவர்கள். காந்தியைக் கொல்லத் துப்பாக்கியைக் கொடுத்தனுப்பிய அந்த சாவர்க்கரின் படத்தை நாடாளுமன்றத்தில் திறந்தவர்கள்.

இவர்கள் மனசாட்சி அற்றவர்கள். அரசுக்கும் மக்களுக்கும் இடையில் பகிர்ந்துகொள்ளப்பட்ட அறமும் மதிப்பீடுகளும் இருக்க வேண்டும். பாசிச ஆட்சியில் அது சாத்தியமில்லை. இது ஒரு செயல்படும் ஜனநாயகம் *(functioning democracy)* அல்ல.

சுதந்திரத்திற்குப் பிந்திய இந்தியாவில் முன்னரும் இதுபோன்ற இனப் படுகொலைகள் நடந்து உள்ளன என்பது உண்மைதான். ஆனால் அப்போதெல்லாம் கூட அந்தக் கொடுமைகளின் தொடக்கப் புள்ளியாக ஏதோ ஒரு கொடு நிகழ்வுகள் இருந்தன. 1984 இல் ஆயிரக்கணக்கான சீக்கியர்கள் டெல்லியில் கொல்லப்பட்டதன் பின்னணியில் பிரதமர் இந்திரா கொலை செய்யப்பட்டிருந்தார். 2002 இல் குஜராத்தில் இரண்டாயிரம் முஸ்லிம்கள் கொல்லப்பட்டதன் பின்னணியாக கோத்ரா ரயில் எரிப்பில் 56 பேர்கள் கொல்லப்பட்டிருந்தனர். இன்றைய டெல்லி வன்முறைக்கு அப்படித் தூண்டு புள்ளியாகக் கூட ஏதும் நடந்துவிடவில்லை. ஷாஹின் பாக்கை அவற்றோடு ஒப்பிட்டுவிட முடியாது.

இப்படியான இனப் படுகொலைகளின்போது அரசுக்கு ஒரு கூச்சம் இருக்கும். தேர்தல் தோல்வி குறித்த ஒரு அச்சமும் தயக்கமும் இருக்கும். இன்று அவர்கள் இந்தத் தயக்கத்தையும் அச்சத்தையும் கடந்துவிட்டனர். "பெரும்பான்மையின் ஆதிக்கம்" *(majoritarianism)* எனும் கருத்தாக்கத்தை கடந்த எழுபதாண்டுகளில் அவர்கள் வெற்றிகரமாக இங்கே உருவாக்கிவிட்டனர். பிரிவினையை ஒட்டிய 1947 கலவரங்களின்போது இந்துக்களும் முஸ்லிம்களும் ஒருவரை ஒருவர் கொன்று கொண்டனர். ஆனால் அப்போது இப்படியான ஒரு பெரும்பான்மை ஆதிக்கவாதம் உருவாகி இருக்கவில்லை.

இன்று இப்படியான கலவரங்கள் தேர்தல் தோல்விகளுக்கு இட்டுச் செல்லுமோ என்கிற அச்சத்தையும் அவர்கள் கடந்துவிட்டனர். அன்று பெரும்பான்மை மதம் இருந்தது. ஆனால் பெரும்பான்மையின் ஆதிக்கம் என்கிற கருத்தாக்கம் பெரும்பான்மை மக்கள் மத்தியில் உருவாக்கப்பட்டு விடவில்லை. சொல்லப்போனால் இந்தியத் துணைக் கண்டத்தில் 'பெரும்பான்மை' என்கிற கருத்தாக்கம் என்றைக்குமே வேர்கொண்டதில்லை. இங்கிருந்த சாதியும் தீண்டாமையும் ஒரு வகையில் அதற்குத் தடையாக இருந்தன. ஆனால் இன்று அவர்கள் அதை வென்றுவிட்டார்கள். "இந்து" எனும் அடையாளத்தின் கீழ் அவர்கள் மக்களை ஒருங்கிணைத்துவிட்டனர். இன்று அரசியல் இரண்டாம் பட்சமாகிவிட்டது. பெரும்பான்மை ஆதிக்க வாதத்தை எதிர்த்து நிற்க யாரும் தயாராக இல்லை.

ஷாஹின் பாக் அமர்வை மோடி அரசு கண்டு கொள்ளவில்லை என்றால் சோனியாவும் ராகுலும் மட்டும் அதைக் கண்டுகொண்டனரா என அவர்கள் திருப்பிக் கேட்கின்றனர். ராகுல் தன்னை ஒரு காஷ்மீரப் பார்ப்பனர் என அடையாளப்படுத்திக் கொள்ள வேண்டி இருக்கிறது. மேற் சட்டையைக் கழற்றிவிட்டு இந்துக் கோயில்களுக்குச் சென்று வழிபாடு செய்ய வேண்டி உள்ளது. உலகப் புகழ் பெற்ற அவரது தாத்தா எந்நாளும் அதைச் செய்ததில்லை என்பது குறிப்பிடத் தக்கது. பெரியாரியப் பாரம்பரியத்தில் வந்த

தி.மு.க தலைவர் மு.க ஸ்டாலின் தாங்கள் இந்துக்களுக்குச் செய்த சலுகைகளைப் பட்டியலிட நேர்கிறது. அவரது தந்தை மஞ்சள் துண்டுடன் தன் இறுதி ஆண்டுகளைக் கழிக்க நேர்ந்தது. இன்று அவர்கள் கட்சியின் தேர்தல் ஆலோசகர் பிரசாந்த் கிஷோர் ஸ்டாலினை தமிழ்நாட்டின் ஷாஹின் பாக் என அழைக்கப்படும் வண்ணாரப்பேட்டை அமர்வின் பக்கம் தலைகாட்ட வேண்டாம் என அறிவுரைக்கிறார். அது உங்களின் தேர்தல் வெற்றியைப் பாதிக்கும் என்கிறார். ஸ்டாலின் அதை ஏற்றுக்கொள்ள நேர்கிறது.

தேர்தலில் வெல்லலாம் அல்லது தோற்கலாம். ஆனால் வென்றாலும் தோற்றாலும் யாரும் இந்துப் பெரும்பான்மை ஆதிக்கம் என்பதை ஏற்றே ஆக வேண்டும் என்கிற நிலை ஏற்பட்டுள்ளதைத்தான் இவை காட்டுகின்றன.

தேர்தல் வெற்றி தோல்விகளைத் தீர்மானிப்பது இன்னும் சாதாரணப் பிரச்சினைகள்; மாநிலப் பிரச்சினைகள் ஆகியவைதான். யார் ஆட்சிக்கு வந்தாலும் அவர்கள் பெரும்பான்மை ஆதிக்கம் என்கிற கருத்தாக்கத்தை வெளிப்படையாக அனுசரித்தே ஆக வேண்டும். அவர்களின் பொருளாதாரக் கொள்கைகளின் தோல்விகளையும் அதைக் கொண்டு அவர்கள் சமாளித்துவிட முடியும் என்கிற நம்பிக்கை அவர்களுக்கு இருக்கிறது.

எதிர்க் கட்சிகள் இந்த நிலை கண்டு திகைத்துப் போயுள்ளன. மொகன் பகவத் அவர்களைப் பார்த்துக் கண் சிமிட்டுகிறார்.

ஒன்றை எதிர்க்கட்சிகள் கவனத்தில் கொள்ள வேண்டும். இன்று இவர்களின் இரண்டாண்டுகால ஆட்சியில் இந்தியப் பொருளாதாரம் படு கேவலமாகச் சீரழிந்து கிடக்கிறது, இந்தச் சீரழிவிலிருந்து மீள்வதற்கு வழி ஏதும் தெரியவில்லை. இரண்டாம் முறை வெற்றி பெற்றபின் இவர்கள் மேற்கொண்ட அடுத்தடுத்த ஜனநாயக விரோத அதிரடி நடவடிக்கைகள் இவர்களின் கூட்டாளிகளுக்கே அதிர்ச்சியை அளித்தன. ஆனாலும் காஷ்மீரின் உரிமைகள் பறிக்கப்பட்டபோதும், ‘முத்தலாக்’ சட்ட விரோதமாக்கப்பட்டபோதும், பாபர் மசூதி

தீர்ப்பு வந்தபோதும் காட்டிய ஆதரவையும், வெளிப்படுத்திய மௌனத்தையும் குடியுரிமைப் பிரச்சினையில் தொடர முடியவில்லை. இன்று அவர்கள் கூட்டணி அரசே பீஹாரில் இதற்கு எதிராகத் தீர்மானம் இயற்றியுள்ளது, மே.வங்கம், கேரளம், தெலங்கானா, ஆந்திரம் முதலான மாநிலங்களும் இதை நடைமுறைப்படுத்தப் போவதில்லை எனக் கூறிவிட்டன.

உலக அளவில் முஸ்லிம் நாடுகள் மட்டுமின்றி ஐ.நா அவையும் மோடி அரசின் குடியுரிமைக் கொள்கை நிறைவேற்றத்தை எதிர்த்துள்ளது. உலக அளவிலான ஊடகங்கள் கண்டிக்கின்றன. ஆங்கெலா மார்கல், பெர்னி சாண்டர்ஸ் போன்றோரும் இதைச் சாடியுள்ளனர்.

முதலாளித்துவம் எதை விட்டுக் கொடுத்தாலும் தன் லாப வேட்டையின் சிறிய வீழ்ச்சியையும் அது சகிக்காது. பொருளாதார வெற்றிக்குச் சமூக ஒற்றுமை கட்டாயம் என்பது பொருளாதாரத்தின் பால பாடங்களில் ஒன்று. மக்களிடையே அமைதி நிலவ வேண்டும். சமூகங்கள் மத்தியில் பரஸ்பரமாகவும், மக்களுக்கு அரசின் மீதும் நம்பிக்கை நிலவ வேண்டும். நம்பிக்கை ஈனம் பொருளாதார வளர்ச்சியை முடக்கும்.

இந்தியாவின் இன்றைய பொருளாதார வீழ்ச்சிக்கும் இன்று இங்கு நிலவும் நம்பிக்கை இன்மைக்குமான தொடர்பை மன்மோகன் சிங், கௌஷிக் பாசு முதலான அறிஞர்கள் சுட்டிக் காட்டுகின்றனர்.

எதிர்க் கட்சிகள் சோர்வதிலோ இந்துத்துவ ‘அஜெண்டா’ வுக்குப் பணிந்து பின்தொடர்வதிலுமோ எந்தப் பயனுமில்லை. அது பா,ஜ,கவிற்கே வலு சேர்க்கும். எதிர்க் கட்சிகள் இந்த அரசின் இன்றைய பொருளாதாரத் தோல்விக்கும் மக்கள் மத்தியில் தோற்றுவிக்கப்பட்டுள்ள பரஸ்பர வெறுப்பிற்கும் இடையிலான தொடர்பை வெளிப்படுத்திக் களம் இறங்க வேண்டும்.

(2020 பிப்ரவரி தொடக்கத்தில் வடக்கு டெல்லி முஸ்லிம்கள் மீது நடத்தப்பட்ட தாக்குதலின்போது எழுதப்பட்ட கட்டுரை.)

3.7

இராணுவத்தில் முஸ்லிம்கள்

12 ஏப்ரல் 2006

இராணுவத்தில் முஸ்லிம்களின் எண்ணிக்கை குறித்த சர்ச்சை ஒன்று 2006 இல் மேலுக்கு வந்தது. மதம் மற்றும் மொழிச் சிறுபான்மையருள் சமூக அடிப்படையிலும் பொருளாதார ரீதியிலும் பின்தங்கிய நிலையில் இருப்பவர்களை அடையாளம் கண்டு அவர்களுக்குக் கல்வி மற்றும் வேலை வாய்ப்புகளில் இட ஒதுக்கீடு முதலானவற்றை அளித்து மேம்படுத்துவது என்பது ஐக்கிய முன்னணி அரசின் (1) குறைந்தபட்சப் பொதுத் திட்டத்தில் அறிவிக்கப்பட்ட ஒரு கொள்கை. அதன்படி, "இந்திய முஸ்லிம்களின் சமூக, பொருளாதார, கல்வி நிலைகளைக் கண்டறிவதற்கான பிரதமரின் உயர்மட்டக் குழு" ஒன்று சென்ற மார்ச் தொடக்கத்தில் அமைக்கப்பட்டது. முன்னாள் டெல்லி உயர் நீதிமன்றத் தலைமை நீதிபதி ரஜிந்தர் சச்சர் உட்பட இக்குழுவில் ஏழு உறுப்பினர்கள் இருந்தனர் (2). சச்சார் குழு என இன்றுவரை அது அறியப்படுகிறது.

இந்திய முஸ்லிம்கள் வேலை வாய்ப்பு, பொருளாதாரம் எனப் பல்வேறு அம்சங்களிலும் எந்த நிலையில் உள்ளனர் என ஆய்வறிக்கை சமர்ப்பிக்க உருவாக்கப்பட்ட குழு. இன்றுவரை இந்திய முஸ்லிம்களின் சமூகப் பொருளாதார நிலை குறித்த ஓரளவு விரிவான ஆவணமாக அது ஒன்றே உள்ளது. அந்த அறிக்கை குறித்த ஒரு விரிவான நூல் அப்போது வெளியிடப் பட்டு பல பதிப்புகள் வந்தன.

இக்குழு எல்லா மாநிலங்களுக்கும் பயணம் செய்து முஸ்லிம்களின் சமூகப் பொருளாதார நிலைகள் குறித்த தகவல்களைத் திரட்டியது. 2006க்குள் அது 11 மாநிலங்களுக்கு நேரில் சென்றது. 500க்கும் மேற்பட்ட நிறுவனங்களிடம் முஸ்லிம்கள் பற்றிய தரவுகள் கோரப்பட்டன. மனித உரிமைகளில் மிகுந்த அக்கறை உள்ள நீதியரசர் சச்சார் இதனை மிகக் கவனத்துடன் செய்து வந்தார். ராஜஸ்தான், மத்தியப் பிரதேசம் முதலான மாநிலங்களில் முஸ்லிம்கள் நிலை குறித்த அறிக்கைகளை இக்குழு வெளியிட்டது. நம்பிக்கையூட்டத் தக்கதாக முஸ்லிம்களின் நிலை இருக்கவில்லை. எல்லாவற்றிலும் பின்தங்கிய நிலை, பாதுகாப்பின்மை என்பனவே இவ்வறிக்கைகளிலிருந்து வெளிவந்த தகவல்கள்.

இராணுவத்தில் முஸ்லிம்களின் பிரதிநிதித்துவம் குறித்த தகவல்களைத் தருமாறு 2005 ஆகஸ்டு மாதத்தில் சச்சார் குழு இராணுவத் தலைமைகளுக்குக் கடிதம் அனுப்பியது. விமானப் படை உடனடியாக உரிய விவரங்களை அளித்தது. கப்பற்படை தொடக்கத்தில் சிவிலியன்களின் விவரத்தை மட்டும் அளித்தது. பாதுகாப்பு அமைச்சகம் தலையிட்ட பின் இதர விவரங்களையும் அளித்தது. தரைப்படை மட்டும் தகவல் அனுப்ப மறுத்தது. இரு கடிதங்களுக்குப் பதிலில்லாமல் போகவே சச்சார் குழு, பாதுகாப்பு அமைச்சகம் தலையிட வேண்டுமென்று 2006 ஜனவரியில் கோரியது.

இந்தத் தலையீட்டை இராணுவம் கடுமையாக எதிர்கொண்டது. தரைப்படைத் தலைவர் ஜே.ஜே. சிங் சார்பாக மேஜர் ஜெனரல் கே.பி.டி. சமந்தா என்பவர் 2005 ஆகஸ்டில் அளித்த

முதல் மறுப்பில் கூறியதையே சிங் மீண்டும் (பிப்ரவரி 13, 2006) வற்புறுத்தினார். அதாவது, "இத்தகைய தரவுகளை வெளிப்படுத்துவது படை மத்தியில் தவறான சிந்தனையை உருவாக்கும் சிறப்பான முறையில் படை அணிகளுக்கு மத்தியில் உருவாக்கப்பட்டுள்ள ஒற்றுமையையும், அணி உணர்வையும் இது சிதைக்கும். நாங்கள் எல்லோருக்கும் சம வாய்ப்பை அளிக்கிறோம். மத நம்பிக்கை, மொழி அல்லது மாநிலம் என்பவை எங்களுக்கு முக்கியமல்ல."

இராணுவத்திடமிருந்து இப்படியான மறுப்பு வெளிப்பட்டவுடன் எதிர்பார்த்தது போல இந்துத்துவ சக்திகள் இந்தப் பிரச்சினையைக் கையிலெடுத்துக் கொண்டு ஊளையிடத் தொடங்கின. குடியரசுத் தலைவரைச் சந்தித்து, "இராணுவத்தில் இப்படித் தலைகளை எண்ணுவது தடுக்கப்பட வேண்டும்" என்றனர். இந்தியன் எக்ஸ்பிரஸில் குருமூர்த்தி கண்டனக் கட்டுரை எழுதினார்.

மஜ்லித் - ஏ - முஷாவரத் போன்ற முஸ்லிம் அமைப்புகளும் டெல்லி ஜும்மா மசூதியின் ஷாஹி இமாமும் இராணுவத்தில் முஸ்லிம்கள் குறைவாக உள்ள உண்மையை மறைப்பதற்கு பா.ஜ.க. இவ்வளவு தீவிரமாக இருப்பதேன் எனக் கேள்வி எழுப்பினர்.

இராணுவம் சொல்வது உண்மைதானா? ஆளெடுப்பில் மதம், மொழி, மாநிலம் என்பன கவனிக்கப்படுவதில்லையா? சீக்கியப் பிரிவு, குமாயூன், டோக்ரா மற்றும் ஜாட் பிரிவுகள், மெட்ராஸ் ரெஜிமண்ட், ராஜ்புதானா ரைஃபில்ஸ் என்றெல்லாம் மத, மொழி வாரியான படைப்பிரிவுகள் இராணுவத்தில் இருக்கவே செய்கின்றன. சீக்கியப் பிரிவின் தாக்குதல் முழக்கம் 'சபாத்' என்கிற குர்பானி வாசகம். ஜாட் பிரிவு 'காளிதேவி'யின் புகழ்பாடி களத்தில் இறங்கும். வெவ்வேறு மதப்பிரிவினருக்கான வழிபடு தலங்கள் இராணுவத்தில் உண்டு.

பிரிட்டிஷ் ஆட்சியில் இராணுவத்தில் தொடக்கத்தில் சேர்ந்தவர்கள் முஸ்லிம்களும் தலித்துகளுமே. 1806 வேலூர்

கலவரத்தில் பங்கு பெற்றவர்களின் பெரும்பான்மையோர் தலித்களும் முஸ்லிம்களும்தான். போகப்போக உயர் சாதி இந்துக்கள் ராணுவத்தில் சேர்ந்த பின் அவர்கள் மற்றவர்களுடன் சேர்ந்து படையில் இருக்கச் சம்மதிக்கவில்லை. கொஞ்சம் கொஞ்சமாக தனித்தனிப் பிரிவுகள் பல்வேறு காரணங்களால் உருவாக்கப்பட்டன. பிரிட்டிஷ் ஆட்சியின் இறுதியில் மொத்தப் படையினரில் 36 சதம் பேர் முஸ்லிம்கள் எனினும் நாட்டுப் பிரிவினையின் போது பாகிஸ்தான் பகுதிகளைச் சேர்ந்த மூன்று பெரும் படைப் பிரிவுகள் பாகிஸ்தானுக்கு அளிக்கப்பட்டதால் இந்தியப் படையில் முஸ்லிம்களின் எண்ணிக்கை வெகுவாகக் குறைந்தது.

1953இல் பிரதமர் நேரு மாநில முதல்வர்களுக்கு எழுதிய கடிதம் குறித்து நான் சில கட்டுரைகளில் குறிப்பிட்டுள்ளேன். இராணுவத்தில் முஸ்லிம்களின் எண்ணிக்கை குறைவாக இருப்பதை அதிகரிக்க எந்த முயற்சியும் மேற்கொள்ளப்படாததைக் குறித்து அவர் வருத்தம் தெரிவித்திருந்தார். அன்றைய பாதுகாப்பு அமைச்சராக இருந்த மகாவீர் தியாகி இராணுவத்தில் முஸ்லிம்களின் எண்ணிக்கை 2 சதமாகக் குறைந்துவிட்டது எனவும் இதைச் சரிக்கட்ட நடவடிக்கை எடுக்கப்பட்டுள்ளதாகவும் தெரிவித்தார்.

எனினும் நிலைமையில் பெரிய மாற்றமில்லை. இராணுவத்தில் உள்ள முஸ்லிம்களின் சரியான புள்ளிவிவரம் இன்று யாருக்கும் தெரியாது. ஜே.ஜே.சிங் எட்டு சதத்திற்கும் குறைவாக இருக்கும் என்கிறார். எட்டு சதத்திற்குக் குறைவு என்றால் அது ஏழாகவும் இருக்கலாம். ஒன்றாகவும் இருக்கலாம். அரை இராணுவப் படைகளிலுள்ள முஸ்லிம்களின் எண்ணிக்கை குறித்து சிறுபான்மை ஆணையத்திடம் விவரங்கள் உள்ளன. அஸ்ஸாம் ரைஃபில்சில் 2.5 சதம் முஸ்லிம்கள். எல்லைப் பாதுகாப்புப் படையில் 4.54 சதம். இந்தோ - திபெத் எல்லைப் படையில் 1.81சதம். கிட்டத்தட்ட இதே அளவுதான் இராணுவத்திலும் இருக்கக்கூடும். முன்னாள் பாதுகாப்பு அமைச்சர் முலாயம் சிங் யாதவ் கூட இராணுவத்தில் முஸ்லிம்கள் ஒரு சதத்திற்கும்

குறைவாகவே இருப்பர் என ஊகமாகத்தான் சொல்ல முடிந்தது.

இராணுவத்திடம் இது குறித்த தகவல்கள் இல்லாமலில்லை. எல்லா வேலைகளுக்குமான விண்ணப்பங்களிலும் உள்ளதைப் போலவே இராணுவப் பணிக்கான விண்ணப்பங்களிலும் மதம் பற்றிய கேள்வி இருக்கத்தான் செய்கிறது. இது சர்ச்சையானவுடன் சச்சார் குழு கேட்ட தகவலை அமைச்சகத்திடம் கொடுக்கப்பட்டுள்ளது எனவும், எனினும் இதை சச்சார் குழுவிடம் அளிக்கக்கூடாது எனவும் இராணுவம் கோரியது என்றும் பத்திரிகைகளில் (இந்து, பிப்ரவரி 15) செய்தி வந்தது. இராணுவத்தின் இந்த எதிர்வினைக்கு பிரதமர் அலுவலகம் அளித்த பதில் மோசமானது. சச்சார் குழுவின் செயல்பாட்டிற்குத் தமது அலுவலகம் பொறுப்பல்ல என்று அது வழுக்கிக்கொண்டது.

இராணுவம் காட்டியுள்ள எதிர்வினை 'ரொம்ப ஓவர்' தான். விமானப்படையும், கப்பற்படையும் உரிய தகவல்களை அளித்தது போல இவர்களும் கொடுத்திருக்க வேண்டியதுதான் நியாயம். இப்படியான ஒரு பிரச்சினையை உருவாக்கி அதன் மூலம் இந்துத்துவ சக்திகளுக்கு வலுசேர்ப்பதற்கே இராணுவத்தின் எதிர்வினை இன்று பயன்பட்டுள்ளது.

விமானப்படை, கப்பற்படைகளைப் போலல்ல தரைப்படை. இது மதக்கலவரங்கள் முதலானவற்றை நேரடியாகச் சந்திக்க வேண்டிய நிலையில் உள்ளது. எனவே மதவாரியான புள்ளிவிவரம் அளிக்கக் கூடாது என இந்துத்துவ சக்திகள் கூறுகின்றன. மதக் கலவரங்களை நேரடியாகச் சந்திக்கும் நிலையில் உள்ளதாலேயே தரைப்படையிலும் (பிறவற்றிலும்) முஸ்லிம்களின் எண்ணிக்கை உரிய அளவில் இருக்க வேண்டும் என நாம் சொல்கிறோம். நாம். அப்படி இன்றி ஏதேனும் ஒரு மதத்தினர் அதிக அளவில் இருந்தால் மதக் கலவரங்கள் ஒடுக்கப்படுவதற்குப் பதிலாகத் தூண்டப்படுவதற்கே அது வழிவகுக்கும்.

மீருட் கலவரத்தின்போது 'புராவின்சியல் ஆர்ம்ட் கான்ஸ்டபுலரி'

என்றும் அரை ராணுவப் படை நாற்பதற்கும் மேற்பட்ட அப்பாவி முஸ்லிம்களை ஆற்றோரத்தில் நிறுத்தி சுட்டு ஆற்றுக்குள் வீசியெறிந்ததை ஆம்னஸ்டி உட்பட உலக அளவில் மனித உரிமை அமைப்புகள் கண்டித்த செய்தியை நாம் அறிவோம். அடுத்த நாள் இந்துத்துவ சக்திகள் 'பி.ஏ.சி. ஜிந்தாபாத்' என முழக்கமிட்டு தெருக்களில் ஊர்வலம் போனதையும் நாம் மறவோம்.

இந்நிலை தொடராமல் தடுக்க இராணுவத்தில் முஸ்லிம்களுக்கு இட ஒதுக்கீடு தேவை.

குறிப்புகள்

1. *The two coalition governments formed in India between 1996 and 1998.*

2. *The Sachar Committee was a seven-member High Level Committee in India established in March 2005 by then Prime Minister Manmohan Singh. The committee was headed by former Chief Justice of Delhi High Court Rajinder Sachar to study the social, economic and educational condition of Muslims in India.*

3. *Hashimpura Massacre, 22 May 1987*

3.8

மதமாற்றம்: சில உண்மைகள்

‘கர் – வாபசி’ செய்வோர் சொல்லும் அப்பட்டமான ஏமாற்றுகள்

ஒன்று

மதமாற்றம் குறித்த விவாதம் இந்தியாவில் மீண்டும் இன்று மேலுக்கு வந்துள்ளது. இம்முறை பா.ஜ.க அறுதிப் பெரும்பான்மையுடன் ஆட்சிக்கு வந்துள்ள பின்னணியில் இது நடைபெறுகிறது. இது குறித்துச் சிலவற்றை நாம் கவனத்தில் கொள்ள வேண்டும். அவை:

1.மதமாற்றம் கூடாது எனச் சொல்கிற இந்துத்துவவாதிகள்தான் இன்று மதமாற்றச் சடங்குகளைப் பெரிய அளவில் ஊர்கூட்டி விளம்பரம் செய்து நடத்துகின்றனர். ஆனால், இதை அவர்கள் மதமாற்றம் எனச் சொல்வதில்லை. வழக்கம்போல அவர்களின் "மொழி விளையாட்டு" இங்கு தந்திரமாகப் பயன்படுத்தப்படுகிறது. முஸ்லிம்களையும் கிறிஸ்தவர்களையும் இவர்கள் இந்து மதத்திற்கு மாற்றுவது ‘மதமாற்றம்’ இல்லையாம்.

அது "கர் வாபசி" யாம். அதாவது 'வீடு திரும்புதலாம்'. அதாவது இந்து மதம் என்பது தாய் வீடு. கிறிஸ்தவமும் இஸ்லாமும் அந்நிய மதங்கள் மட்டுமல்ல; அவை அந்நிய பிரதேசங்கள். அந்நிய வெளிகள்; அவை நிரந்தர வசிப்பிற்குத் தகுதியற்ற இடங்கள். எத்தனை காலம் நீங்கள் வெளியில் அலைந்து கொண்டிருப்பீர்கள். வீடே உங்களுக்குப் பாதுகாப்பு. வீடு திரும்புங்கள் என்கிறது இந்த 'கர் வாபசி' எனும் சொல்லாக்கம்.

2. இந்த கர் வாபசி என்னும் இயக்கம் இன்று புதிதாய்த் தோன்றியதல்ல. 19ஆம் நூற்றாண்டின் பிற்பகுதியில் இன்றைய இந்துத்துவ இயக்கங்களின் முன்னோடிகளில் ஒன்றான தயானந்த சரஸ்வதியின் 'ஆர்ய சமாஜம்' இப்படிப் பெரிய அளவில் கிறிஸ்தவ, முஸ்லிம்களை இந்துமதத்திற்கு மாற்றும் இயக்கத்தைத் தொடங்கியது. பசுவைப் பாதுகாத்தல் (கோ ரக்ஷண சமிதி) மற்றும் மதமாற்ற எதிர்ப்பு என்பவற்றை இது முன்னிறுத்தியது. 1923ல் சுவாமி சிரத்தானந்தர் மிகத் தீவிரமாக இதை முன்னெடுத்தார். அப்போதெல்லாம் இவர்கள் இப்படி கிறிஸ்தவ, முஸ்லிம்களை இந்து மதத்திற்கு மாற்றுவதற்கு வைத்த பெயர் 'சுத்தி'. அதாவது அந்நிய மதங்களால் தீட்டுப்பட்டவர்களைச் சுத்தி செய்து 'தாய்' மதத்திற்குக் கொணர்வது.

3. சுதந்திரத்திற்குப் பிந்திய ஆண்டுகளில் தாழ்த்தப்பட்ட மற்றும் பழங்குடி மக்களை இலக்காக்கி அவர்களுக்கு இந்துமத அடையாளத்தைச் சூட்டுவது என்பதற்கு முன்னுரிமை அளித்து நீண்ட காலத் தொலைநோக்கான திட்டங்களுடன் செயல்படுவதை முக்கிய குறிக்கோளாகக் கொண்டு செயல்பட்டது ஆர்.எஸ்.எஸ். 'வனவாசி கல்யாண் மஞ்ச்', 'ஹிந்து ஜாக்ரன் மஞ்ச்' முதலியன அவர்கள் இதற்கென உருவாக்கிய அமைப்புகள். மலேகான் முதலான பயங்கரவாதத் தாக்குதல்களில் பங்குபெற்று விசாரணைக் கைதியாக இருந்த சுவாமி அசீமானந்த் இப்படி குஜராத் மாநிலம் டாங்ஸ் மாவட்டத்தில் பணி செய்தபோதுதான் கிறிஸ்தவப் பழங்குடிகளுக்கு எதிரான மிகப் பெரிய வன்முறை

அங்கு அரங்கேறியது (1999). ஓரிசாவில் கந்தமால் பகுதியில் இப்படிச் செயல்பட்ட சுவாமி லஷ்மணானந்தாவைத்தான் சமூக அமைதியைக் கெடுக்கிறார் என மாஓயிஸ்டுகள் சென்ற ஆகஸ்ட் 2008ல் சுட்டுக் கொன்றனர். தொடர்ந்து ஏற்பட்ட மத வன்முறையில் ஏராளமான கிறிஸ்தவ தலித்கள் அகதிகளாக்கப்பட்டனர், கொல்லப்பட்டனர் (பார்க்க: எனது 'கிறிஸ்தவர்களின் மீது தாக்குதல்- ஓரிசா, கர்நாடகம்', புலம் வெளியீடு).

4. இந்துத்துவ அமைப்புகளின் இந்த மதமாற்ற நடவடிக்கைககளைக் கூர்ந்து கவனித்தால் இந்த மதமாற்றங்கள் பெரிய அளவில் வன்முறைப் பின்னணியிலும் அச்சுறுத்தலுடனும், ஏமாற்றுகளுடனும், ஆசை காட்டல்களுடனும் நடை பெறுவது விளங்கும். முன் குறிப்பிட்ட என் நூலில் அதற்கு விரிவான ஆதாரங்கள் உள்ளன. "எந்த வற்புறுத்தலும் இல்லை, இவர்கள் தாய் மதத்திற்குத் தானாகவே திரும்பி வருகின்றனர்" என அவர்கள் இப்போது சொல்வது அப்பட்டமான பொய். அது உண்மையாயின், "ஒரு முஸ்லிமை இந்துவாக மாற்றுவதற்கு எங்களுக்கு ரூ 5 லட்சமும், கிறிஸ்தவர்களை மதம் மாற்ற ரூ 2 இலட்சமும் செலவாகிறது" என அவர்கள் சொல்வதன் பொருளென்ன? வறுமைக் கோட்டிற்குக் கீழே உள்ளவர்கள் என 'ஆதார அட்டை' தருகிறோம் என ஆக்ராவில் முஸ்லிம்களை ஏமாற்றி அழைத்துச் சென்று "இந்துக்களாக மாற்றிய" சம்பவம் பின்னர் அம்பலமாகவில்லையா? கிறிஸ்துமஸ் தினம் அன்று அலிகாரில் மதமாற்றம் செய்யப்போவதாக அறிவித்த ஆர். எஸ்.எஸ் பிரச்சாரக் ராஜேந்திர சிங், தாங்கள் இம்முறை "எந்த வற்புறுத்தலும் இல்லாம"ல் இந்த மதமாற்றங்களைச் செய்வதாகச் சொன்னது கவனத்துக்குரியது. அவர் சொன்னதை அப்படியே நாம் ஏற்றுக்கொண்டாலும் கூட இதற்குமுன் அவர்கள் வற்புறுத்திதான் இதைச் செய்துள்ளனர் என்றாகிறது. இப்படி மதம் மாற்றப்படுபவர்கள் மீண்டும் தங்களின் பழைய தேவாலயங்களுக்குப் போகிறார்களா, தொழுகைகளில் கலந்து கொள்கிறார்களா, வீடுகளில் தங்களின் முந்தைய மதப் பண்டிகைகளைக் கொண்டாடுகிறார்களா, முந்தைய

கடவுளரின் படங்களை வைத்துள்ளார்களா எனக் கடுமையாகக் கண்காணிக்கப்படுவதையும், மீறுபவர்கள் மீது வன்முறை ஏவப்படுவதையும் எனது நூலில் பதிவு செய்துள்ளேன். எழுத்து பூர்வமான ஆவணங்களைப் பரிசீலித்தது தவிர நேரில் சென்று பாதிக்கப்பட்ட மக்களைச் சந்தித்து எழுதப்பட்ட நூல் அது.

5. இந்துத்துவம் மேற்கொள்ளும் இந்த மதமாற்றங்களோடு கிறிஸ்தவ, முஸ்லிம் மதத்தினர் மீதான வன்முறைகளும் இணைவதற்கு குஜராத்தின் டாங்ஸ், ஒரிசாவின் கந்தமால்முதலியன சில எடுத்துக்காட்டுகள். இவ்வாறு சிறுபான்மையினர் மீது வன்முறைகள் மேற்கொள்ளப்படும்போது பா.ஜ.க தலைவர்கள் மற்றும் ஆட்சியாளர்கள் பிரச்சினையை நேர் எதிராகத் திருப்பி கிறிஸ்தவ, முஸ்லிம்களின் மதமாற்ற நடவடிக்கைகளே அவர்கள் மீதான இந்த வன்முறைகளுக்குக் காரணம் எனச் சொல்வது கவனிக்கத்தக்கது. டாங்ஸ் மாவட்டத்தில் இப்படி நடந்தபோது அன்றைய பிரதமரும்,மென்மையான இந்துத்துவவாதி எனவும், நல்லாட்சியாளர் எனவும் அவர்களால் முன்நிறுத்தப்படுகிற வாஜ்பேயி, "மதமாற்றம் குறித்து ஒரு தேசிய விவாதம் தேவை" என முத்துதிர்த்தது குறிப்பிடத்தக்கது. இதன் பொருள் (i) சிறுபான்மையினர் மீதான வன்முறை அவர்கள் செய்யும் மதமாற்றத்தின் விளைவுதான். (ii) நீங்கள் மதமாற்றம் செய்வது தொடர்ந்தால் இப்படித்தான் நடக்கும் என அவர்களை எச்சரிப்பது.

6. மதமாற்றங்களின் ஊடாகக் கடந்த காலங்களில் இந்துக்களின் மக்கள்தொகை வீதம் அப்படி ஒன்றும் குறையவில்லை. கிறிஸ்தவர்களைப் பொறுத்தமட்டில் ஒவ்வொரு மக்கள் தொகைக் கணக்கீட்டிலும் அவர்களின் மொத்த வீதம் குறைந்து கொண்டே வருகிறது. முஸ்லிம்களைப் பொறுத்தமட்டில் அவர்களின் அதிகரிப்பு வீதம் குறைந்துகொண்டே வருகிறது.

இரண்டு

இப்போது இப்படிச் சிறுபான்மை மதங்களிலிருந்து மீண்டும் இந்து மதத்திற்குப் பெரிய அளவு மதமாற்றம் நடைபெறுவதன் பின்னணியை நாம் இப்படித் தொகுத்துக் கொள்ளலாம்.

1. இந்துத்துவ அமைப்புகள் திட்டமிட்டுக் கடந்த ஒரு நூற்றாண்டுக்கும் மேலாக தொலைநோக்குடன் மேற்கொண்டு வரும் நடவடிக்கைகள் இந்த மதமாற்றங்களுக்கு முக்கிய காரணியாக உள்ளன.

2. இத்தகைய முயற்சிகளுக்கு நமது அரசியல் சட்டமும் (25ம் பிரிவு), பிற மதமாற்றத் தடைச் சட்டங்கள் முதலியனவும் துணையாக இருப்பது இன்னொரு முக்கிய காரணம். பேச்சுரிமை, சொத்துரிமை முதலான அம்சங்களில் நமது அடிப்படை உரிமைகளை நிபந்தனையின்றி வரையறுக்கும் நமது அரசியல் சட்டம் மதத்தைக் கடைப்பிடித்தல், வெளிப்படுத்துதல், பிரச்சார ம்செய்தல் என்கிற உரிமைகளை வரையறுக்கும்போது மட்டும் 'பொது அமைதிக்குக் குந்தகம் விளைவிக்காத வரைக்கும்' என்கிற நிபந்தனையை விதித்துள்ளது. கிறிஸ்தவ மற்றும் முஸ்லிம் அமைப்பினர் மதமாற்றச் செயலில் ஈடுபடுவது பொது அமைதியைக் கெடுத்துச் சட்ட ஒழுங்குப் பிரச்சினைகளுக்குக் காரணமாக உள்ளது எனக் காரணம் காட்டித்தான் இன்று கிட்டத்தட்ட 10 மாநிலங்களில் மதமாற்றத் தடைச் சட்டங்கள் இயற்றப்பட்டுள்ளன. இதே அடிப்படையில்தான் நீதிமன்றங்களும் அவற்றிற்கு ஒப்புதல் அளித்துள்ளன. இந்தக் கட்டுரை எழுதப்பட்டு சுமார் பத்தாண்டுகள் ஆகின்றன. இன்று நிலைமை இன்னும் மோசமாகி உள்ளன.

3. இந்த மதமாற்றத் தடைச் சட்டங்கள் அனைத்தும் இஸ்லாம் மற்றும் கிறிஸ்தவ 'அந்நிய' மதங்களுக்கு மதம் மாற்றுவதையே குற்றமாக்குகின்றன. மாறாக இந்த மதங்களிலிருந்து இந்து மதத்திற்கு மாற்றப்படுவதை 'கர் வாபசி', (வீடு திரும்புதல்) என ஏற்றுக் கொள்கின்றன. இதன் மூலம் நமது அரசுகளும், நீதிமன்றங்களும் இந்துத்துவச் சொல்லாடல்களைச் சட்டபூர்வம்

ஆக்குகின்றன. கிறிஸ்தவம் முதல் நூற்றாண்டிலிருந்தும், இஸ்லாம் ஏழாம் நூற்றாண்டில் இருந்தும் இங்கு இருந்து வருகின்றன. இன்றைய கிறிஸ்தவ, இஸ்லாமியர்களில் பெரும்பன்மையோருக்குத் தமது பூர்வோத்திரம் தெரியாது என்பதை நமது அரசும், நீதிமன்றமும் ஏற்காதது கொடுமை.

4. நமது அரசியல் சட்டம் இழைத்துள்ள இன்னொரு அநீதி பட்டியல் சாதியினருக்கு இட ஒதுக்கீடு அளித்துள்ளதில் கிறிஸ்தவ மற்றும் முஸ்லிம் பட்டியல் சாதியினர் மட்டும் விலக்கப்பட்டிருப்பது. இதன் விளைவாக இன்று சிறுபான்மை மதங்களைச் சேர்ந்த பட்டியல் சாதியினர் இட ஒதுக்கீடு பெறும் பொருட்டுப் பெரிய அளவில் இந்து மதத்திற்கு மாறுகின்றனர். மாநிலங்கள் தோறும் ‘ஆரிய சமாஜம்’ போன்ற அமைப்புகளும், இதர இந்துச் சந்நிதானங்களும் இப்படி அவர்களைச் ’சுத்தி’ செய்து ‘மீண்டும்’ இந்து மதத்திற்குக் கொண்டு வந்துவிட்டதாக சான்றிதழ் ஒன்றையும் அளிக்கின்றன. இந்தச் சான்றிதழ்களை அரசும் ஏற்கிறது.

5. பெரிய அளவில் அடித்தளச் சாதியினர் கிறிஸ்தவ, முஸ்லிம் மதங்களை நோக்கி இடம் பெயர்ந்ததற்குக் காரணம், இந்து மதத்தில் உள்ள சாதி வேறுபாடு மற்றும் தீண்டாமைக் கொடுமைகள். ஆனால் புகுந்த மதங்களிலும் இந்தக் கொடுமைகள் தொடரும் போது, எங்கிருந்தால் என்ன, இந்துமதம் என்றால் இட ஒதுக்கீடாவது கிடைக்குமே என்கிற நிலையை அவர்கள் எடுக்கின்றனர். எங்கள் மதத்தில் சாதி, தீண்டாமைக்கெல்லாம் இடமில்லை என சிறுபான்மை மதத்தவர் கூறினால் அதைக் காட்டிலும் அபத்தம் வேறில்லை. கிறிஸ்தவ மதத்தில் உள்ள தீண்டாமைக்குப் பெரிய சான்றுகள் தேவையில்லை. வட மாநிலங்களில் தாழ்த்தப்பட்ட முஸ்லிம்கள் தனி இயக்கம் வைத்து இட ஒதுக்கீடுகோருவது குறிப்பிடத்தக்கது.

மூன்று

1. கிறிஸ்தவ, முஸ்லிம் மதங்களிலிருந்து இந்து மதத்திற்கு மாறுகிறவர்கள் எந்த சாதியில் வைக்கப்படுவார்கள் என்கிற கேள்விக்கு வழக்கம்போல இந்துத்துவவாதிகள் ஆளுக்கொரு பதிலைச் சொல்லுகின்றனர். அலிகாரில் 'கர் வாபசி' நிகழ்ச்சியை ஏற்பாடு செய்த ஆர்.எஸ்.எஸ் பிரச்சாரகர் ராஜேந்திரசிங், "இந்து மதத்திற்கு வரும் வால்மீகிகளை (தலித்கள்) இந்துமதத்தின் பாதமாகவும், தாக்கூர் மற்றும் பிராமண சாதிகளிலிருந்து இஸ்லாம் ஆனவர்களை அவரவர் (சத்திரிய / பிராமண) வருணங்களிலும் இணைத்துக் கொள்வோம்" எனக் கூறியுள்ளார். அதாவது தலித்கள் தலித்களாகவே கருதப்படுவர். உயர் சாதியினர் உயர் சாதியினராகவே ஏற்கப்படுவர் என்பதே உட்கருத்து. ஆக இந்து மத வருண சாதி முறை தொடரும் என்பதை அவர்கள் மறைக்கவில்லை.

இப்படி நாம் சொல்லும்போது இதுவரை அவர்கள் யாரும் அப்படிஎல்லாம் அல்ல, மீண்டும் இந்துமதத்திற்கு வருகிறவர்கள் தாழ்ந்த சாதியினராகவோ, தீண்டத் தகாதவர்களாகவோ கருதப்பட மாட்டார்கள் என வெளிப்படையாகச் சொன்னதில்லை என்பதையும் நாம் கவனத்தில் கொள்ளல் அவசியம்.

2. இப்படி 'மீண்டும்' இந்து மதத்திற்கு வருகிறவர்களுக்கு அவர்களின் 'முன்னாள்' சாதி அடையாளங்களை ஏற்பதற்கும், அந்த அடிப்படையில் இடஒதுக்கீடு முதலியவற்றை அளிப்பதற்கும் சட்டத்தில் இடம் உண்டா? இது குறித்து சில முக்கிய நீதிமன்றத் தீர்ப்புகளைச் சுட்டிக் காட்டி சென்ற ஜன 4, 2015 தேதிய 'டைம்ஸ் ஆஃப் இந்தியா' நாளிதழில் மனோஜ் மிட்டா எழுதியுள்ள குறிப்பு முக்கியமானது. சட்ட அடிப்படைகளைப் பொறுத்தமட்டில் மதம் மட்டுமே ஒருவரது 'உரிமை'யாக இருக்க இயலும். சாதியைப் பொறுத்த மட்டில் அது உரிமை அல்ல, 'முன்னுரிமை' மட்டுமே. *(Religion is a right, but caste is a privilege)*. அதாவது மதம் என்பதை ஒருவன்

உரிமை கோர இயலும். இன்னொரு மதத்திற்கு மாறி நான் இந்தப் புதிய மதத்திற்கு உரிமை உடையவன் எனச் சொல்ல இயலும். ஆனால் யாரும் இன்னொரு சாதிக்கு 'மாறியதாக' உரிமை கோர இயலாது. அப்படி ஒருவர் சொன்னால் அதை அந்தச் சாதியைச் சேர்ந்தவர்கள் அல்லது அவர்களின் சாதி அமைப்பு அங்கீகரிக்க வேண்டும். இப்படியான வழக்குகள் நீதிமன்றங்களுக்கு வந்தபோது நீதிபதிகள் (எ.கா: தற்போதைய உச்ச நீதிமன்றத் தலைமை நீதிபதி மற்றும் பி.என் பகவதி முதலானோர்) இந்த அடிப்படையில் தமது தீர்ப்புகளை வழங்கியுள்ளனர். எனினும் இதில் நமக்குச் சில அய்யங்கள் உண்டு. அவை:

(i) தங்கள் சாதியில் ஒருவரை ஏற்றுக்கொண்டதாக யார் சான்றளிப்பது? அரசு அப்படி ஏதும் சாதி அமைப்புகளை அங்கீகரித்துள்ளதா?

(ii) இந்து மதமும் கூட பிறவி அடிப்படையிலானதுதான். ஒருவர் இந்துவாக மாறுவதை எப்படி அவரது 'உரிமை' என சட்டபூர்வமாக ஏற்பது?

(iii) கிறிஸ்தவ தலித்கள் இட ஒதுக்கீடு கோரும்போது இங்குள்ள தலித்அமைப்புகள், 'அப்படிக் கொடுத்தால் தற்போதுள்ள 18 சத ஒதுக்கீட்டில் அவர்களுக்குப் பங்களிக்கக் கூடாது. வேண்டுமானால் அவர்களுக்குத் தனியே ஒதுக்கீடு கொடுங்கள்' எனக் கூறுவதை அறிவோம். இந்நிலையில் ஆண்டுதோறும் பல்லாயிரக் கணக்கில் இந்து மதத்திற்கு மாற்றப்படும் கிறிஸ்தவ தலித்களை இந்து தலித்களாக ஏற்றுக் கொள்வதாக யார் சான்றளிக்கின்றனர்?

மதமாற்றம் குறித்த இன்றைய விவாதங்களைப் புரிந்துகொள்ள மேற்குறித்த குறிப்புகளை நாம் கவனத்தில் நிறுத்துவதுஅவசியம்.

மக்கள் களம், ஜனவரி, 2015

3.9

சிறைக்குள்ளும் தொடரும் கொடுமைகள்

(திருச்சியிலிருந்து வழக்குரைஞர் கமருதீன் அனுப்பிய ஒரு அவசரச் செய்தி இது. திருச்சி மத்தியச் சிறையில் கொடூரமான அதிகாரிகள் சிறைவாசிகள் மீது மேற்கொள்ளும் கொடூரத் தாக்குதல்கள் உரிய விவரங்களுடன் இணைக்கப்பட்டுள்ளது. தொடர்ந்து இது குறித்து அப்போது நான் எழுதிய விரிவான குறிப்பும் இணைக்கப்பட்டுள்ளது.)

1. திருச்சி சிறையா? குவான்டனமோ பேயா?

Nov 12 2013 அன்று அங்கு நடக்கும் கொடுமைகள் குறித்து திருச்சி வழக்குரைஞர் கமருதீன் அனுப்பிய கடிதத்தை முதலில் காணலாம்- அ.மா

சிறையில் நடக்கும் கொடுமைகளில் சில:

1. *பல்வேறு காரணங்களுக்காகச் சிறை அதிகாரிகள் மற்றும் சிறைக் காவலர்களால் சிறைவாசிகள் கொடூரமாகத் தாக்கப்படுகின்றனர்.*

2. தாக்குதலால் காயமடைந்தவர்களுக்கு மருத்துவ சிகிச்சை ஏதும் அளிக்கப்படாமல், ஜட்டியோடு தனிமைச் சிறையில் மாதக்கணக்கில் அடைக்கப்பட்டுள்ளனர்.

3. தனிமைச் சிறையில் ஜட்டியோடு உள்ளவர்களுக்கு போர்வையோ மற்ற ஆடைகளோ தரப்படுவதில்லை. அந்த அறைகளுக்கு மின்விசிறியோ மின்விளக்கோ கொடுக்கப்படுவதில்லை.

4. தனிமைச்சிறையில் உள்ளவர்களுக்கு உணவு மட்டும் குறைந்த அளவே கொடுக்கப்படும். குடிநீருக்கும் சிறை அறையினுள் கழிவறையில் வரும் தண்ணீரையே பயன்படுத்திக்கொள்ள வேண்டும்.

5. நீதிமன்றம் சென்றுவரும் கைதிகளை சோதனை என்ற பெயரில் நிர்வாணமாக்கி, கிளவுஸ் அணிந்த சிறை காவலர்கள் ஆசனவாய்க்குள் கைகளை விட்டு சோதனை செய்வார்கள்.

6. இன்னும் சந்தேகம் என்றால் நிர்வாணமாக நிற்பவர்களை சிறை மோப்பநாயை விட்டு மோந்துபார், கடி என்று காவலர்கள் கட்டளையிட, நாயும் நிர்வாணமாக நிற்பவர்களை மோந்து பார்த்து நக்கிவிட்டுச் செல்லும்.

7. காயமடைந்து தனிமைச் சிறையில் அடைக்கப்பட்டவர்களை (அடிபட்டது வெளியே தெரிந்துவிடும் என்பதால்) உறவினர்களை சந்திக்க மாதக்கணக்கில் அனுமதி மறுக்கப்படும்.

8. அப்படியும் வழக்கறிஞர்கள் மூலம் புகார் ஏதும் கொடுத்தால் சம்பந்தப்பட்ட சிறைவாசிகள் மீது செல்போன், கஞ்சா வைத்திருந்ததாகப் பொய் வழக்கு போடுவார்கள்.

9. புகார் அளிப்பவர்கள் தண்டனை சிறைவாசிகள் என்றால் அவரது பரோல், விடுமுறை, முன்விடுதலை முதலியவற்றில் பழிவாங்கப்படுவார்கள்.

10. புகார் அளிப்பவர்கள் நிர்வாக காரணம் என்று கூறி நெடுந்தொலைவில் உள்ள வேறு சிறைகளுக்கு நீதிமன்ற உத்தரவு ஏதுமின்றி மாற்றப்படுவார்கள்.

11. இஸ்லாமிய சிறைவாசிகள் சிறைக்குள் இருக்கும் பள்ளிவாசலுக்கு தொழுகைக்கு அனுமதி மறுக்கப்பட்டு, அனுமதி கேட்ட 10க்கும் மேற்பட்ட இஸ்லாமிய சிறைவாசிகள் கொடூரமாக தாக்கப்பட்டு, தனிமைச் சிறையில் அடைக்கப்பட்டு கொடுமைபடுத்தப்பட்டனர்.

12. சிறைப் பள்ளிவாசல் சிறை அதிகாரிகளால் 19.09.2013 லிருந்து ஒரு மாதத்திற்கும் மேலாக பூட்டப்பட்டது. பக்ரீத் அன்று சில சிறைவாசிகளை மட்டும் தொழுகைக்கு அனுமதி அளித்துள்ளனர்.

13. பல இஸ்லாமிய சிறைவாசிகள் வெள்ளிக்கிழமை தொழுகைக்குக் கூட அனுமதிக்கப்படுவதில்லை.

14. மேலும் சிலர் தங்கள் அறைகளில் கூட தொழக்கூடாது என்பதற்காக ஜட்டியோடும், விசாரணைக் கைதிகள் தண்டனை கைதிகளுக்கான அரைக்கால் டவுசர் அணிவிக்கப்பட்டும் கொடுமைப்படுத்தப்படுகின்றனர். என்ன நடந்து என்ன பிரயோஜனம்.

இந்த மனித உரிமை மீறல்கள் குறித்து திருச்சி கே.கே.நகர் காவல் நிலையம், மாநகரக் காவல் ஆணையர், மாவட்ட நீதிபதி, மாநில மனித உரிமைகள் ஆணையம், மாநிலச் சிறுபான்மையினர் ஆணையம், உயர் நீதிமன்றம், சிறைத்துறை கூடுதல் இயக்குனர், என அனைத்து இடங்களிலும் பாதிக்கப்பட்ட பலரால் புகார்கள் கொடுக்கப்பட்டும் இன்றுவரையில் (06.11.2013) தவறிழைத்த சிறை அதிகாரிகள் மீது இன்றுவரையில் எந்த நடவடிக்கையும் எடுக்கப்படவில்லை என்பதே கொடுமையிலும் கொடுமை.

மேலும் இக்கொடுமைகள் குறித்து பத்திரிகைகளில் செய்திகள் பல வந்தும் மனித உரிமை, சிறுபான்மையினர் உரிமை பேசும் அமைப்புகளும் சலனமின்றி உள்ளன.

கொடுமைகள் வெளிவந்த கதை:

திருச்சி மத்திய சிறையில் செல்போன் வைத்திருந்ததாக சுடலைமுத்து, ஹாஜாமுகமது, மன்சூர் அலி, ரமேஷ், சேகர், ஆறுமுகம், இம்தியாஸ் அகமது ஆகிய 7 கைதிகள் மீது வழக்குப்பதிந்து 2வது குற்றவியல் நடுவர் நீதிமன்றத்தில் கடந்த 30.09.2013-ம் தேதி போலீசார் ஆஜர்படுத்தினர். அப் போது கைதிகள் அனைவரும் தங்களை சிறை அதிகாரிகள் மற்றும் காவலர்கள் தாக்கிக் கொடுமைப்படுத்துவதாக புகார் தெரிவித்தனர்.

இதையடுத்து வழக்கு விசாரணை மறுநாள் 01.10.2013 ம் தேதி ஒத்திவைத்து காயமடைந்தவர்களுக்கு மருத்துவப் பரிசோதனை நடத்த நீதிபதி ராஜாராம் உத்தரவிட்டார். அதன்படி மருத்துவ பரிசோதனை மேற்கொள்ளப்பட்டதில் அவர்கள் தாக்கப்பட்டது உறுதியானது.

இதையடுத்து சிறைத் துறை சூப்பிரண்ட் தலைமையில் திருச்சி மத்திய சிறைக்குள் நடந்த தாக்குதல் சம்பவம் தொடர்பாக தெளிவான விசாரணை நடத்தி 4.10.2013 ம் தேதி அறிக்கை தாக்கல் செய்ய வேண்டுமென நீதிபதி உத்தரவிட்டார். இந்த உத்தரவு மீறப்பட்டால் மனித உரிமை ஆணையத்துக்கு இந்த வழக்கு பரிந்துரைக்கப்படும் என்றும் நீதிபதி எச்சரித்திருந்தார்.

அதன்படி 4ம் தேதி சிறை அதிகாரிகள் விசாரணை அறிக்கையைத் தாக்கல் செய்தனர். இதைத் தொடர்ந்து கைதிகள் அனைவரும் நீதிமன்றத்தில் ஆஜர்படுத்தப்பட்டனர். அப்போது கைதிகளிடம் சிகிச்சை அளிக்கப்பட்டதா என்று நீதிபதி கேட்டார். அப்போதே கைதிகள் அனைவரிடமும் எழுத்துப்பூர்வ புகார்களைப் பெற்றுக்கொண்டார் நடுவர் ராஜாராம்.

மீதமுள்ள மன்சூர் அலி, ஹாஜி முகம்மது ஆகிய இருவரும் தங்களின் உடல்நலன் குறித்து மீண்டும் நீதிபதியிடம் முறையிட்டதை அடுத்து,

மன்சூர்அலி என்ற கைதி, சிறையில் மீண்டும் தன்னை காவலர்கள் தாக்கியதாக புகார் தெரிவித்து காயங்களைக் காட்டினார். இவர்கள் இருவரையும் மீண்டும் சனிக்கிழமை நீதிமன்றத்தில் ஆஜர்படுத்த நடுவர் ராஜாராம் உத்தரவிட்டார்.

அப்போது இதுபோல் சிறையில் கைதிகள் தாக்கப்படுவதாகவும், மனித உரிமை மீறல்கள் நடந்துவருவதாக வழக்கு தொடர்பாக ஆஜரான வக்கீல்கள் கென்னடி, கமருதீன் ஆகியோர் வாதாடினர்.

இதையடுத்து கைதிகளுக்கு வழங்கப்பட்ட சிகிச்சை குறிப்பு, மருத்துவச் சான்றிதழ் ஆகியவற்றைச் சமர்ப்பிக்க வேண்டுமென கூறி 8.10.2013 ம் தேதி வழக்கை நீதிபதி ஒத்திவைத்தார். அதன் படி 8.10.2013 அன்று வழக்கு விசாரணை நடந்தது. இதில் இம்தியாஸ் அகமது தவிர மற்ற 6 பேர் ஆஜர்படுத்தப்பட்டனர்.

சிறைத்துறை சார்பில் 23ம் தேதிக்கான மருத்துவக் குறிப்பு மட்டும் சமர்ப்பிக்கப்பட்டது. அவற்றைப் பெற்றுக்கொண்ட நீதிபதி, 7 கைதிகளுக்கும் சிறையில் எவ்வாறு காயம் ஏற்பட்டது, காயங்களின் தன்மை குறித்து அளித்த மருத்துவ சிகிச்சைக்கான குறிப்பு, எந்தச் சட்டத்தின்கீழ் தனிமைச் சிறையில் அடைக்கப்பட்டனர் என்பது குறித்த அறிக்கையை வரும் 11.10.2013 ம் தேதி நீதிமன்றத்தில் தாக்கல் செய்ய உத்தரவிட்டார். மேலும் கைதிகள் 7 பேரையும் சாதாரண கைதிகள்போல் நடத்த சிறைத் துறை நிர்வாகம் ஆவன செய்ய வேண்டும் என்று வழக்கை ஒத்திவைத்தார்.

செவ்வாய்க்கிழமை இவர்கள் மீண்டும் ஆஜர்படுத்தப்பட்டபோது அரசு மருத்துவமனை டாக்டர்கள் அளித்த அறிக்கை நீதிமன்றத்தில் அளிக்கப்பட்டது. தொடர்ந்து வெள்ளிக்கிழமை வரை சிறைக்காவலை நீட்டித்த நடுவர், அழைத்து வரும்போது, சிறையிலுள்ள மருத்துவர்களின் அறிக்கையையும் தாக்கல் செய்ய உத்தரவிட்டிருந்தார்.

மனித உரிமை ஆணையத் தலைவர் திருச்சி சிறையில் திடீர் ஆய்வு

மாநில மனித உரிமைகள் ஆணையத்தின் முகாம் அமர்வு திருச்சி சுற்றுலா மாளிகையில் 11.10.2013 வெள்ளிக்கிழமை நடைபெற்றது. இதில், என்கவுன்டர் சாவுகள் உள்ளிட்ட 50 வழக்குகள் விசாரணைக்கு எடுத்துக்கொள்ளப்பட்டன.

இந்த நிலையில் திருச்சி மத்திய சிறையில் உள்ள ஜெ. மன்சூர் அலி, ஏ. மன்சூர் அலி, எஸ். ஹாஜி முகம்மது, என். கோபாலகிருஷ்ணன், எஸ். கண்ணன் ஆகிய 5 பேரின் உறவினர்கள் மனித உரிமை ஆணையத் தலைவரைச் சந்தித்தனர். "கைதிகளை சிறைக்குள் சிறை அதிகாரிகள் மற்றும் காவலர்கள் தாக்கிக் கொடுமைப்படுத்துவதாகப் புகார் தெரிவித்தனர். விசாரணைக் கைதிகளைப் பார்க்க அனுமதிப்பதில்லை, திடீரென வேறு சிறைகளுக்குக் கைதிகளை மாற்றினால் தகவல் தருவதில்லை" என்று அவர்கள் புகார் அளித்தனர்.

புகாரைப் பெற்றுக் கொண்ட அவர் உடனடியாக திருச்சி மத்திய சிறைக்குப் புறப்பட்டார். புகாரில் குறிப்பிடப்பட்ட கைதிகள் அப்போது அங்கு இல்லை. அவர்கள் திருச்சி நீதிமன்றத்துக்கு அழைத்துச் செல்லப்பட்டுள்ளதாக சிறைத் துறையினர் தெரிவித்தனர்.

காவலர்கள் தாக்குவதாக வரும் புகார்கள் குறித்து சிறைத்துறை அதிகாரிகளிடம் மனித உரிமைகள் ஆணையத் தலைவர் விசாரணை மேற்கொண்டார். அவ்வாறான புகார்களுக்கு இடமளிக்கக் கூடாது என அறிவுறுத்தினார்.

தொடர்ந்து சிறையிலுள்ள மருத்துவமனையில் எப்போதும் டாக்டர்கள், செவிலியர்கள் இருக்க வேண்டும் என்றும், கைதிகளைப் பார்க்க மனு அளிக்கப்பட்டால் அவர்களைப் புறக்கணிக்காமல் பார்க்க அனுமதிக்க வேண்டும் என்றும் அறிவுறுத்தப்பட்டன.

சிறையில் நடைபெற்ற இந்த ஆய்வுக்குப் பிறகு மீண்டும் சுற்றுலா மாளிகை திரும்பிய மனித உரிமைகள் ஆணையத் தலைவர், அங்கு காத்திருந்த சிறைக் கைதிகளின் உறவினர்களிடம் "மீண்டும் இவ்வாறு நடைபெறாது" எனத் தெரிவித்தார்.

எந்த நடவடிக்கையும் தவறிழைத்த சிறை அதிகாரிகள் மீது இன்று *(06.11.2013)* வரையில் எடுக்கப்படவில்லை.

(கமருதீன் இந்தக் கொடுமைகள் குறித்த உரிய ஆதாரங்களையும் இணைத்திருந்தார். சுருக்கம் கருதி அவை இங்கே தவிர்க்கப்படுகிறது. தொடர்ந்து வருபவை நான் எழுதியுள்ள குறிப்புகள்...)

2

கைதிகள், உரிமைகள், திருச்சி சிறைக் கொடுமைகள்

November 14, 2013 at 9:40pm

திருச்சி சிறையில் நடைபெற்றுவரும் இப்படியான கொடுமைகள் குறித்து வழக்குரைஞர் கமருதீன் அனுப்பிய மேற்குறித்த அறிக்கையை முன்வைத்து நாம் சிலவற்றைச் சிந்திக்க வேண்டியது அவசியம். இது ஏதோ திருச்சி சிறையில் மட்டும் நடக்கிற கொடுமை அல்ல. இந்தியச் சிறைகள் அப்படித்தான் உள்ளன. நாம் வாழும் காலகட்டத்தில் நடைபெறும் இந்தக் கொடுமைகள் குறித்து நாம் அறியாமலும், அறிந்தும் இது குறித்துக் கவலை கொள்ளாமலும் இருந்தோமானால் ஏதோ ஒரு வகையில் நாமும் இந்தக் கொடுமைகளில் பங்கு பெறுகிறோம் என்றுதான் பொருள்.

சிறையில் அடைபட்டிருக்கும் கைதியைப் பொறுத்தமட்டில், அவருக்கு நேரும் எது குறித்தும் உடனடியாக அருகிருந்து கவலைப்பட, ஆதாரமளிக்க அவரது. பெற்றோரோ, பிள்ளைகளோ, கட்டிய மனைவியோ, உற்ற நண்பர்களோ யாரும் அருகிருப்பதில்லை. இந்த ஆதரவற்ற நிலையைத்தான்

ஜெயில் நிர்வாகம் கொடூரமாகப் பயன்படுத்திக் கொள்கிறது. சிறைகளில் நடைபெறும் ஊழல்கள் ஏராளம். சிறைக் கைதிகளை எவ்வாறு நடத்துவது என்பது குறித்த நெறிமுறைக் கையேடோ *(Jail Manual)* காலனி ஆட்சிக் காலத்தில் உருவாக்கப்பட்டது. அநீதிகள் எதையும் தட்டிக் கேட்க முனைந்தால் அவ்வளவுதான். என்னென்ன நடக்கும் என்பதனை இன்று நம் திருச்சிச் சிறைவாசிகளின் வாக்குமூலங்களிலிருந்து அறிந்துகொள்ளலாம்.

ஜெயகாந்தனின் 'கைவிலங்கு' குறுநாவலை வாசித்தவர்களுக்கு அந்தக் கருணை நிரம்பிய சிறைக் கண்காணிப்பாளரை அவ்வளவு எளிதாக மறந்துவிட இயலாது. ஆனால் சிறைக் கண்காணிப்பாளர்கள் எல்லோரும் அத்தனை கருணை உள்ளம் கொண்டவர்களாக இருப்பதில்லை. அப்படி இருந்தால் நாமும் பாரதிதாசனைப் போல நம் சிறைச்சாலைகளை மாங்குயில் கூவிடும் பூஞ்சோலைகளாகக் கற்பனை செய்து கொண்டு போய்விடலாம். ஆனால் எதார்த்தம் வேறுவிதமானது. அதிகாரிகளில் பெரும்பாலோர் இன்றைய திருச்சி சிறை கூடுதல் கண்காணிப்பாளர் செந்தில்குமாரைப் போன்றுதான் உள்ளனர்.

சிறைக் கைதிகளின் முன்னாளைய வாழ்வு, அவர்கள் என்ன குற்றத்திற்காக இங்கே அடைக்கப்பட்டுள்ளனர் என்பதெல்லாம் அவர்கள் சிறைச்சாலைகளுக்குள் எவ்வாறு நடத்தப்படவேண்டும் என்பதற்கான அளவுகோல்கள் அல்ல. சிறைச்சாலைகளுக்குள் எல்லோரும் ஒன்றுதான். சிறை விதிகளுக்குட்பட்டு அவர்கள் எல்லோரும் சமமாக நடத்தப்பட வேண்டும். சிறைச்சாலைகளில் இருப்போர் "நீதிமன்றக் காவலில்" உள்ளனர். இதன் பொருள் அவர்கள் நீதிமன்றத்தின் பொறுப்பில் உள்ளனர். பெற்றோர், உற்றார், உறுதுணையர் என யாருமற்ற அவர்களுக்கு, அந்த இடத்தில் அவர்களைப் பாதுகாக்க வேண்டிய பொறுப்பு நீதிமன்றங்களுக்கு உரியது. ஆனால் இந்தப் பொருளில் நீதிமன்றங்களும் தம் பொறுப்பை உணர்ந்து செயல்படுவதில்லை. சிறை நிர்வாகத்தை மேற்கொண்டுள்ள சிறைக் காவல்துறையும் நீதிமன்றத்தை அந்தக் கோணத்தில் கண்டு மதிப்பதில்லை.

சட்ட உரிமைகளைப் பொறுத்தமட்டில் கைதிகளுக்கும், இதர குடிமக்களுக்கும் இடையில் வேறுபாடுகள் ஏதுமில்லை. தண்டனைக் காலத்தில் கைதிகளின் இயக்கம் *(Mobility)* ஒரு குறிப்பிட்ட அளவு முடக்கி வைக்கப்படுகிறதே ஒழிய, மற்றபடி அரசியல் சட்டம் வழங்கும் அனைத்து உரிமைகளும் கைதிகளுக்கும் உண்டு. இந்த அடிப்படையில்தான் பல நாடுகளில் கைதிகளுக்கு மண வாழ்வுரிமையும் வழங்கப்பட்டுள்ளது. சிறைக் கைதிகளின் மனைவியர் அல்லது கணவர்கள் சிறையில் வந்து தம் துணைவருடன் தங்கிச் செல்ல உரிமை வழங்கப்பட்டுள்ளது. இந்தியாவிலும் அத்தகைய நிலை வேண்டுமென ஒரு மாநிலச் சிறைக் காவல் இயக்குனர் கருத்துரைத்து, அது இங்கே விவாதப் பொருளாக்கப்பட்டது நினைவிருக்கலாம்.

குற்ற வரலாறுடைய கைதிகள், சிறைச் சாலைகளுக்குள் விதிமுறைகளை மீறி நடந்து கொள்ளும்போது என்ன செய்வது என்பதுதான் இன்று கைதிகள் மீதான கொடுமைகளை நியாயப்படுத்துவோர் முன்வைக்கும் வாதம். இது தொடர்பாக நாம் பல கோணங்களில் மனம் விட்டு யோசிக்க வேண்டும். இப்படியான குற்றச் செயல்களைப் புரியும் கைதிகள் மீது புதிய வழக்கொன்றைப் பதிவு செய்து விசாரித்து மேலும் தண்டனை வழங்க சட்டத்தில் இடமுண்டு என்பது ஒன்று. நன்னடத்தைகளுக்கான தண்டனைக் குறைப்பை ரத்து செய்தல் முதலான வேறு சில தண்டனை வழிமுறைகளும் நடைமுறையில் உண்டு. ஆனால் எக்காரணம் கொண்டும் ஒரு கைதியை நிர்வாணப்படுத்தி அடிப்பதற்கோ, எலும்புகளை முறித்து முடமாக்குவதற்கோ, நீதிமன்றத்திற்குத் தெரியாமல் தனிக் கொட்டடியில் அடைப்பதற்கோ, கொடூரமான நாய்களை ஏவி அச்சுறுத்துவதற்கோ, நாய்கள் நக்கிய சோற்றைச் சாப்பிடச் சொல்வதற்கோ, எத்தனையோ துயரங்களுக்கு மத்தியில் மாதம் ஒரு முறையோ இரு மாதங்களுக்கு ஒரு முறையோ பார்க்க வருகிற மனைவி மக்களைப் பார்க்க விடாமல் விரட்டி அடிப்பதற்கோ எவனுக்கும் உரிமையில்லை; சட்டத்தில் இடமுமில்லை.

அடுத்து நாம் கவனத்தில் கொள்ள வேண்டிய இன்னொன்று, சிறைச்சாலைகளில் நடைபெறுகிற அனைத்துக் குற்றச் செயல்பாடுகளும் சிறை நிர்வாகத்தின் ஒத்துழைப்போடுதான் நடக்கின்றன என்பது. அதன்மூலம் சிறை நிர்வாகத்திற்குப் பெரிய அளவில் வருமானமும் கிடைக்கிறது. அரசியல் கைதிகள், கடத்தல்காரர்கள், தாதாக்கள் முதலான வசதியான கைதிகளுக்குச் சிறையில் அத்தனையும் கிடைக்கும். அதற்குரிய பங்கு சிறை நிர்வாகத்திற்குச் சென்றுவிடும். சிலரது ஓரினப் புணர்ச்சித் தேவைகளுக்காகக் கட்டாயமாக இளங்கைதிகளை அனுப்பி வைத்த அதிகாரிகளையுங் கூட வரலாற்றில் கண்டுள்ளோம்.

பெரும்பாலும் கைதிகள் மீது இப்போது வைக்கப்படும் குற்றச்சாட்டு அவர்கள் சட்ட விரோதமாகச் செல்போன்களைப் பயன்படுத்துகிறார்கள் என்பது. சற்றுமுன் குறிப்பிட்டதுபோல சில தாதாக்கள் அதிகாரிகளின் உதவியோடு தங்கள் இருட்டு அரசை எந்தத் தடங்கலுமின்றிச் சிறைக்குள்ளிருந்தே செயல்படுத்தி வருவது உண்மைதான். ஆனால் இது அதிகாரிகளின் ஒப்புதலுடன்தான் நடைபெறுகின்றது என்பதை மறுபடியும் சொல்ல வேண்டியதாகிறது. இப்படியானவர்களிடம் சோதனை நடத்தி, அவர்களின் செல்போன்களைக் கைப்பற்றி, உரிய சட்டங்களின் அடிப்படையில் தண்டனை வழங்குவதில் யாருக்கும் தடை இருக்க முடியாது.

அப்படியல்லாத சாதாரணக் கைதிகளும்கூட செல்போன்களை அனுமதியின்றிப் பயன்படுத்துவதற்குக் காரணம், அவர்கள் தம் மனைவி மக்களுடன் பேசுவதற்கு உரிய சட்டபூர்வமான வசதிகள் மறுக்கப்படுவதுதான். முன்னதாகக் குறிப்பிட்டது போல ஒரு சிறைக் கைதிக்கு மனைவி மக்களுடன் தொடர்பில் இருக்கும் உரிமை மறுக்கப்படவில்லை. இன்றைய மிக முக்கியமான தொடர்புச் சாதனம் தொலைபேசி. கைதிகளுக்கு உரிய தொலைபேசி வசதி செய்து கொடுக்க சட்டத்தில் வழி இருந்தும் சிறைச்சாலைகளில் போதிய எண்ணிக்கையில் காசு போட்டுப் பேசும் கருவிகள் இல்லை. பல சிறைகளில் இந்த

வசதியே கிடையாது. அந்த வசதி செய்யாமல் இருப்பது வருமானத்துக்குரிய ஒரு வழியாகவும், சிறைக் கைதிகளைத் தங்களின் பிடிக்குள் வைத்துக் கொள்ள ஒரு வழிவகையாகவும் உள்ளதால் அதிகாரிகள் சிறைகளில் தொலைபேசிகளை அமைப்பதில் ஆர்வம் காட்டுவதுமில்லை.

சிறைக் கைதிகளின் அவலங்களில் ஒரு துளிதான் இவை எல்லாம். இது குறித்து எழுத எத்தனையோ விஷயங்களுண்டு. சில நல்ல நூல்களும், சுனில் பத்ரா வழக்குத் தீர்ப்பு போன்ற நீதிமன்ற ஆவணங்களும் உண்டு. பிரச்சினை என்னவெனில் யாரும் இவர்களைப் பற்றியும், இவர்களின் பிரச்சினைகளைப் பற்றியும் பேசுவதில்லை என்பதுதான். அரசியல் கட்சிகள் தம் கட்சிக்காரர்கள் சிறைக்குச் சென்றால், அவர்களை எப்படி வழக்கிலிருந்து வெளிக்கொணர்வது எனச் சிந்திப்பதோடு சரி. இடதுசாரிகளாயினும், தலித் கட்சிகளாயினும், சிறுபான்மையினரின் கட்சிகளாயினும் சரி யாரும் இதை ஒரு உடனடியான மனித உரிமைப் பிரச்சினையாக எடுப்பதில்லை. சிறைச்சாலைச் சீர்திருத்தங்கள், காலனிய கால நெறிமுறைகளை மாற்றி அமைத்தல் போன்ற பிரச்சினைகள் உள்ளதையே பலர் அறிய மாட்டார்கள். வெளியிலிருந்து இயங்கும் பன்னாட்டு மனித உரிமை அமைப்புகளும் சிறைக் கைதிகளின் பிரச்சினைகளைப் பெரிதாகக் கருதுவதில்லை. எங்களைப் போன்ற சிறிய அமைப்பினருக்கும் அவ்வப்போது எதிர்ப்படும் பிரச்சினைகளை எதிர்கொள்வதற்கே நேரம் போதுவதில்லை

ஜோதிபாசு ஆட்சியின்போது அரசியல் கைதிகளுக்கு மிகச் சில உரிமைகள் கூடுதலாகக் கொடுக்கப்பட்டன. பா.ஜ.க ஆட்சியில் மத்திய அரசின் 'அரசியல் கைதிகள்' *(Political Prisoners)* என்பதை எவ்வாறு வரையறுப்பது என்பதே இப்போது - அதாவது உலகமயத்திற்குப் பிந்திய ஒரு துருவ உலகத்தில்- பெரிய பிரச்சினை ஆகியுள்ளது.

'அரசியல்' என்பது சுதந்திரப் போராட்ட காலத்தில் பெரிய அளவில் சிறை நிரப்பும் போராட்டங்களாக இருந்தது. அன்று அவர்கள் 'தியாகிகள்' எனப் பாராட்டப்பட்டனர். காந்திய

வழியில் தம்மை வருத்திக் கொண்டு சிறைக்குச் சென்ற "தியாகிகள்" மட்டுமல்லாமல் பிரிட்டிஷ் அரசின் காவலர்கள் மீது குண்டு வீசிய பகத்சிங்கும், படை திரட்டி அரசுடன் போர் செய்த சுபாஷ் சந்திரபோஸ் போன்றோரும், அன்றைய ஆட்சியாளர்கள் மீது வெடி குண்டு வீசிக் கொன்ற குதிராம் போஸ் போன்றவர்களும் அரசியல் கைதிகளாகக் கொண்டாடப் பட்டனர். ஐ.என்.ஏ-யில் இருந்து ஆங்கில அரசுக்கு எதிராக ஆயுதம் தாங்கியவர்களுக்கு சுதந்திரத்திற்குப் பின் ஓய்வூதியங்கள் வழங்கப்பட்டன.

இன்றும் அரசுடன் மக்களுக்குப் பிரச்சினைகள் உள்ளன. குறிப்பாக, பழங்குடி மக்களுக்குப் பிரச்சினைகள் நிறைய உள்ளன. நேரடியாக கார்பொரேட்களுக்குத் தம் வளங்களைப் பறித்துக் கொடுக்கும் அரசை எதிர்த்து ஆயுதம் எடுப்பவர்கள் மட்டுமின்றி அவர்களுக்காக நீதிமன்றத்தில் வாதிடும் சுதா பரத்வாஜ் போன்ற, வாழ்க்கையில் ஆயுதத்தையே தொட்டிராத, வழக்குரைஞர்களும் கூட அரசின் அநீதிகளுக்கு எதிராகக் குரல் எழுப்பியபோது "கிரிமினல் குற்றவாளிகளாகவே" கருதப்பட்டு *UAPA, NIA, AFSPA* போன்ற கொடும் "சட்ட விரோதச்" சட்டங்களில் கைது செய்யப்பட்டு வெளியில் வர இயலாத அளவிற்குச் சிறைகளில் அடைக்கப்படுகின்றனர். நமது அரசியல் சட்டம் அளிக்கும் உரிமைகள் இப்படி அர்த்தமற்றதாக ஆக்கப்படுகின்றுன.

அது மட்டுமல்ல. அவ்வாறு கைது செய்யப்படுவோர் மீது தொடர்ந்து ஆறேழு *UAPA* சட்டங்கள் போடப்படுகின்றன. ஏதேனும் ஒருவருக்குப் பிணை கிடைத்து விடுதலை ஆகும் நிலையில் இருந்தால் அன்று காலை இன்னொரு பொய் வழக்கொன்றின் மூலம் இன்னொரு *UAPA* வழக்கு பதிவு செய்யப்பட்டு அவர் வெளியில் வர இயலாமலேயே செய்யப்படுகிறார். அது பொய் வழக்கு என நிறுவ வேண்டுமானால் அதற்கு இன்னும் சில ஆண்டு காலம் அவர் சிறைக்குள் எல்லாக் கொடுமைகளையும் சகித்துக் கொண்டு காத்திருக்க நேரிடும்

ஒவ்வொரு அரசியல் சிறைக் கைதிகளின் வரலாற்றையும் படித்தீர்களானால் கண்ணீர் சிந்தாமல் இருக்க இயலாது.

இந்தப் பின்னணியில்தான் "அரசியல் கைதிகள்" என்றால் யார், அவர்களை எவ்வாறு வரையறுப்பது முதலான கேள்விகள் நம் முன் எழுகின்றன.

1972ல் மே.வங்கத்தில் ஆட்சிக்கு வந்த சி.பி.எம் கட்சி அந்த மாநிலத்தில் தன் தேர்தல் வாக்குறுதிக்கு இணங்கி 1972ல் முதன் முதலாக "அரசியல் கைதிகள்" என்பதை வரையறுத்து மிகச் சில உரிமைகளை அறிவித்தது. என்ன பெரிய உரிமைகள். உட்கார ஒரு நாற்காலி, படிக்க ஒரு தினசரி, எழுத சில காகிதங்கள், போர்த்திக் கொள்ள ஒரு கொசுவலை. தலைக்குக் கொஞ்சம் எண்ணெய், சீப்பு, அவர்களே தம் உணவைச் சமைத்துக்கொள்ள அனுமதி இவைதான் அவர்களுக்கு அறிவிக்கப்பட்ட மகா சலுகைகள். இது எல்லாக் கைதிகளுக்குமே அளிக்கப்பட வேண்டிய உரிமைகள்தான் என்ற போதிலும், இதன்மூலம் அரசியல் கைதிகளுக்குக் குறைந்தபட்ச சுயமரியாதையை உணரும் வாய்ப்பாவது அருளப்பட்டது.

இன்று சிறைக் கைதிகளுக்குப் பிற நாடுகளில் அளிக்கப்பட்டுள்ள மேலும் சில உரிமைகளை நாம் கவனத்தில் கொள்வது அவசியம்.

கனடா, சவூதி அரேபியா உள்ளிட்ட பல நாடுகளில் சிறைக் கைதிகளுக்குத் தாம்பத்திய உரிமைகள் நடைமுறையில் உள்ளன. தமது ஓரினச் சேர்க்கை இணையருடன் தங்கவும் அமெரிக்கா, இஸ்ரேல் முதலான சில நாடுகளில் உள்ள சிறைக் கைதிகளுக்கு அனுமதி அளிக்கப்பட்டுள்ளது. சுனில் பத்ரா வழக்கில் நீதியரசர் கிருஷ்ணய்யர் அவர்கள், "சிறையில் ஒருவர் அடைக்கப்பட்டார் எனில் அவருக்கு அரசியல் சட்டம் வழங்கும் அடிப்படை உரிமைகள் அனைத்தும் மறுக்கப்பட்டுவிட்டது எனப் பொருளல்ல" எனக் கூறியுள்ளது குறிப்பிடத் தக்கது.

திருநெல்வேலி சித்திக் அலி வழக்கு விசாரிக்கப்பட்ட போது அரசுத் தரப்பில், "சிறை விதிகளின்படி, தாம்பத்திய உறவு

நிமித்தம் விடுப்பு அளிப்பது விடுப்புக்கான காரணங்களில் ஒன்றாக ஏற்கப்படவில்லை" என வாதிடப்பட்டது. அப்போது நீதியரசர்கள் எஸ் விமலா தேவி மற்றும் டி. கிருஷ்ணவல்லி இருவரும் "பிற அவசியமான காரணங்கள்" என விதிகள் கூறுவது தாம்பத்திய உரிமைக்கும் பொருந்தும்" எனக் கூறியது குறிப்பிடத் தக்கது. இந்த வரவேற்கத் தக்க தீர்ப்பை அளித்தவர்கள் பாராட்டுக்குரியவர்கள்.

சிறைச்சாலை உரிமைகளிலும் ஏற்றத் தாழ்வுகள்

தலைமை மெட்ரொபாலிடன் நீதிபதி முதலமைச்சரின் மனைவி தயாளு அம்மையாரை வீட்டில் வந்து 2G ஊழல் பற்றி விசாரணை செய்து சென்ற வரலாறு இங்குண்டு. சஞ்சய் தத்தை தண்டனைக் காலம் முடியுமுன் விடுதலை செய்யக் கருத்துக் கேட்டு அரசு மேற்கொண்ட முயற்சிகளை நாம் அறிவோம். மார்க்கண்டேய கட்ஜு முதலான நீதித்துறையினரும் கூட அதில் தீவிரமாக இருந்தனர்.

ஓகே, செய்யட்டும் அதெல்லாம் ஒன்றும் பிரச்சினை இல்லை. இரக்கப்படுபவர்கள் பாக்கியவான்கள் என பைபிளிலேயே சொல்லியுள்ளது. பாக்கியவான்களது இரக்கத்தின் பலன்களை இவர்கள் அனுபவிக்கின்றனர். எனக்கு வேறொரு விஷயம்தான் நெருடுகிறது.

சில ஆண்டுகளுக்கு முன் எங்கள் நண்பர்கள் மதுமிதா தத்தா மற்றும் வெங்கட சந்திரிகா இருவரும் தகவல் அறியும் சட்டத்தின் கீழ் தமிழகச் சிறைச்சாலைகளில் நீண்ட நாட்களாக அடைபட்டிருக்கும் கைதிகளின் பட்டியலைக் கேட்டனர். மூன்று மத்திய சிறைகளைத் தவிர பிற சிறைச்சாலைகளிலிருந்து பதில்கள் வந்தன. அப்போது 25 ஆண்டுகளுக்கும் மேலாகப் பலர் சிறையில் இருந்ததை அறிந்தோம். 70 வயதுக்கும் மேற்பட்டவர்களும் நம் நாட்டுச் சிறைகளில் உள்ளனர். சந்தன வீரப்பனின் மூத்த சகோதரர் மாதையன் எல்லாம் இந்தப் பட்டியலில் வருபவர்கள்தான். இன்று மாதையான் சிறைக்குள்ளேயே இறந்தும் போயுள்ளார். சாகும் நிலையில்

முஸ்லிம் கைதிகள் கோவைச் சிறையில் உள்ளனர். காலிழந்து, கண் பார்வை மங்கிப்போய் மருத்துவத்திற்காகவும் வெளியே செல்ல வாய்ப்பின்றி பெங்களூரு மத்திய சிறையில் கிடக்கிறார் அப்துல் நாசர் மதானி.

பெரிய அளவில் ஊழல் குற்றச்சாட்டுகளில் விசாரிக்கப்படும் அரசியல்வாதிகள் மற்றும் அவர்களின் குடும்பத்தார், சட்ட விரோதமாக ஆயுதங்களைப் பதுக்கி இருந்த நடிகர்கள், விளையாட்டு வீரர்கள் இவர்களுக்குக் காட்டும் கருணையை நமது அரசு, காவல் துறை, மேதகு நீதிமன்றங்கள் எல்லாம் இந்த எளிய மக்களுக்கும் காட்ட வேண்டும்.

காட்டுவார்களா?

3.10

டெல்லியில் தகர்க்கப்பட்ட கிறிஸ்தவ ஆலயமும் இந்தியக் கிறிஸ்தவர்கள் மீதான தாக்குதல்களும்

சென்ற ஜூலை 19, 2021 அன்று டெல்லியில் டாக்டர் அம்பேத்கர் காலனியில் இருந்த கிறிஸ்தவ ஆலயம் (Little Flower Syro Malabar Church) ஒன்று இடிக்கப்பட்டது. தெற்கு டெல்லி சடார்பூர் பகுதியில் இருந்த ஆலயம் இது. கோவாவில் இருந்த டெல்லி முதல்வர் அர்விந்த் கெஜ்ரிவால் இப்படி நடந்துள்ளது தனக்குத் தெரியாது எனவும் அது “டெல்லி வளர்ச்சி அதிகார” நிர்வாகத்தில் (Delhi Development Authority DDA) உள்ளது எனவும் கூறியுள்ளார். ஆனால் DDA உயர் அதிகாரி ஒருவர் இது தனக்குத் தெரியாது எனவும் தாங்கள் இதைச் செய்யவில்லை எனவும் கூறியுள்ளதை 'இந்தியன் எக்ஸ்பிரஸ்' நாளிதழ் பதிவு செய்துள்ளது. ஆனால் DDA நீதிமன்ற அனுமதி பெற்று இப்படி இடித்துள்ளதாகவும் செய்தி வருகிறது எனவும், தாங்கள் அம் மக்களுக்கு என்ன செய்ய வேண்டுமோ அதைச் செய்யத் தயாராக உள்ளதாகவும் கெஜ்ரிவால் கூறியுள்ளார்.

இன்னொரு பக்கம் இந்த நேரத்தில் டெல்லியில் இருந்த கேரள முதல்வர் பினரயி விஜயன், “அதிர்ச்சி அளிக்கிறது” என இந்த ஆலய இடிப்பைக் கண்டித்துள்ளார். கேரள அரசு இதில் ஏதும் செய்ய முடியாது எனவும், இது குறித்து என்ன செய்யலாம் என ஆலோசிப்பதாகவும் கூறியுள்ளார்.

மொத்தத்தில் டெல்லி மீதான இரட்டை அதிகாரம் இப்படி இந்த ஆலய இடிப்பை யார் செய்தது என்று கூட அறிவிக்காமல் செய்வதற்கு வாய்ப்பாக இருந்துள்ளது. தற்போது தாங்கள் தற்காலிகமாக ஓரிடத்தில் வழிபாடுகளைச் செய்து வருவதாக அந்த ஆலய குருவான ஃபாதர் ஜோஸ் கூறியுள்ளார்.

ஆலயம் இருந்த இடம் பொதுவானது எனவும் அதைக் கிறிஸ்தவர்கள் ஆக்ரமித்து அந்த ஆலயத்தைக் கட்டியுள்ளனர் எனவும் தெற்கு டெல்லி *BDO (Block Development Officer)* கூறியுள்ளார்.

எந்தவித முன்னறிவிப்பும் இல்லாமலும், இது குறித்து எங்களிடம் எந்தப் பேச்சுவார்த்தையும் நடத்தாமலும் இது செய்யப்பட்டுள்ளதாக ஜோஸ் பாதிரியார் கூறுகிறார். “இடிப்பது என நிர்வாகம் முடிவெடுத்திருந்தால் அது குறித்த முன் அறிவிப்பு செய்திருக்க வேண்டும். அப்படி ஏதும் செய்யவில்லை. எந்தப் பேச்சுவார்த்தை, உரையாடல் எதுவும் நடக்கவில்லை. என் கண் முன்னால் எல்லாம் நடந்தேறியது. புனிதர்களின் திரு உருக்கள் தகர்க்கப்பட்டன. வழிபாட்டுக்கான புனிதங்கள் உடைக்கப்பட்டன. பூசை நடத்தும்போது பயன்படுத்தப்படும் எலெக்ட்ரானிக் கருவிகளும் சேதப்படுத்தப்பட்டன. பலிபீடம் இருக்கிறது ஆனால் அதை இனி பயன்படுத்த முடியாது. இது ஒரு கான்க்ரீட் கட்டிடம்கூட இல்லை. ஒரு *14* ல்லது *15* ஆண்டுகளாகப் பயன்பாட்டில் இருந்த ஒன்று.”

இதற்கிடையில் தெற்கு டெல்லி மாவட்ட அதிகாரி *(South Delhi District Magistrate)* அங்கிடா சக்கரவர்த்தி இது குறித்துச் சொல்கையில் காவல்துறையின் *(Home Police-II Department)* கடிதம் ஒன்றின் அடிப்படையில் இது மேற்கொள்ளப்பட்டதாகக்

கூறியுள்ளார். ஆக்ரமிப்பு நிலங்களில் உள்ள கட்டிடங்களை இடிப்பதற்கான 2015 ஆம் ஆண்டு உயர் நீதிமன்றம் வழங்கிய ஆணை ஒன்று இதற்கு ஆதாரமாகக் காட்டப்பட்டுள்ளது.

ஆக்ரமிப்பாளர்கள் இது தொடர்பாக தேசிய மனித உரிமை ஆணையத்தை அணுகியதாகவும், அது மதம் தொடர்பான பிரச்சினைகளுக்கான குழுவுக்கு அந்தப் பிரச்சினையை அனுப்பியதாகவும், அங்கிருந்து காவல்துறைக்கு அனுப்பி, சென்ற மார்ச் 03 (2021) அன்று இடிப்பதற்கு ஆணை இடப் பட்டதாகவும் அங்கிதா கூறியுள்ளார். இதற்கு ஆதாரமாக 2015 இல் உயர் நீதிமன்றம் அளித்த ஆணை ஒன்றும் (*HC order of 2015*) காட்டப்பட்டதாகச் சொல்லியுள்ளார். அந்த ஆணையின்படி அடித்தளத்திற்கு மேலுள்ள முழுக் கட்டிடம் மற்றும் சிலைகள் வைக்கப்படாத அடித்தளப் பகுதிகள் முழுவதையும் இடிக்க ஆணை இடப்பட்டுள்ளதாகவும் அங்கிதா கூறியுள்ளார். மதப் பிரச்சினைகளுக்கான குழுவின் (*Religious Committee*) முடிவுக்குக் காத்திராமல் இதைச் செய்யுமாறும் அந்த ஆணையில் கூறப்பட்டுள்ளதாகவும் அவர் கூறியுள்ளார். அப்படி என்ன அவசரம் இந்த நடவடிக்கைக்கு என நமக்குப் புரியவில்லை.

கிறிஸ்தவ அமைப்பினரின் புலம்பல்கள்

கிறிஸ்தவர்கள் மீதான தாக்குதல்கள் இப்போது அதிகரித்து வருகின்றன. 2021 மார்ச் 19 அன்று உ.பியில் உள்ள ஜான்சி எனும் இடத்தில் பயணம் செய்து கொண்டிருந்த கிறிஸ்தவ கன்னியர்கள் கைது செய்யப்பட்ட செய்தியை அறிவோம்

இந்த நாட்டிலிருந்து பாதிரிகளை விரட்ட வேண்டும் எனும் திட்டத்தின் கீழ் மூன்று கொலைகள் உட்பட 145 வன்முறைகள் கிறிஸ்தவர்களுக்கு எதிராகத் தற்போது நடந்துள்ளதாக கிறிஸ்தவர்கள் தரப்பில் இப்போது குற்றம் சாற்றப்படுகிறது. டெய்னிஸ் பாஸ்கர் (*Dainik Bhaskar*) எனும் பெயரில் செயல்படும் ஊடகங்களின் வழியாக “முஸ்லிம்களும் கிறிஸ்தவர்களும் இல்லாத இந்தியா” (*Chadar aur Father Mukt*

Bharat) என்கிற கருத்து இப்போது பரப்பப்படுவதாக அவர்கள் குற்றம் சாட்டுகின்றனர். Evangelical Fellowship of India (efionline.org) எனும் கிறிஸ்தவ அமைப்பு வெளியிட்டுள்ள அறிக்கை ஒன்றில் இப்படி நடைபெற்றுள்ள 145 வன்முறைகள் பட்டியல் இடப்பட்டுள்ளன. இதில் 3 கொலைகள் நடந்துள்ளன, 22 கிறிஸ்தவ ஆலயங்கள் தக்கப்பட்டது, கிறிஸ்தவர்கள் மீதான சமூகத் தடைகள் மேற்கொள்ளப்பட்ட 20 சம்பவங்கள் தொடர்பான விவரங்கள் பட்டியல் இடப்பட்டுள்ளன.

இதில் மத்தியப் பிரதேசத்தில் மட்டும் இப்படியான 30 சம்பவங்கள் நடந்துள்ளன. ஆதிவாசிகள் அதிகமாக உள்ள பகுதி இது என்பது குறிப்பிடத்தக்கது. மதமாற்றத்துக்கு எதிரான சட்டங்கள் முதலில் இயற்றப்பட்ட மாநிலமும் அதுதான். கிறிஸ்தவர்களைப் பொருத்தமட்டில் அடுத்து மிகவும் ஆபத்தாக உள்ள மாநிலம் உத்தரப்பிரதேசம் எனவும் அங்கு இப்படி நடந்த 22 தாக்குதல்கள் பட்டியல் இடப்பட்டுள்ளன. கர்னாடகத்தில் 14 தாக்குதல்களும்,. சட்டிஸ்கரில் 13 தாக்குதல்களும் இப்படி நடந்துள்ளன. எட்டு மாநிலங்களில் இன்று மதமாற்றத் தடைச் சட்டங்கள் உள்ளன.

இப்படி நிறையச் சொல்லலாம் என இது தொடர்பான அறிக்கையில் கிறிஸ்தவ அமைப்பினர் புலம்பியுள்ளனர்.

கிறிஸ்துவர்கள் மீது தாக்குதல்: நாங்கள் பங்கு பெற்ற இரண்டு ஆய்வுகள்

2008 ல் ஒடிஷாவின் கந்தமால் மாவட்டத்தில் மிகப் பெரிய அளவில் கிறிஸ்தவர்களுக்கு எதிரான வன்முறைகள் மேற்கொள்ளப்பட்டது நினைவிருக்கலாம். வெளியில் இருந்து அங்கு வந்து பல ஆண்டுகளாக ஆச்ரமம் நடத்திக் கொண்டு இந்துத்துவ அரசியல் செய்துவந்த இந்து சாமியார் லஷ்மணானந்தா என்பவரை மாஓயிஸ்டுகள் அப்போது கொன்றார்கள். தாங்கள்தான் கொன்றோம் என்பதை அவர்கள் வெளிப்படையாக அறிவிக்கவும் செய்தார்கள். அதை ஒட்டி மிகப்பெரிய அளவில் கிறிஸ்தவர்கள் அப்போது தாக்குதலுக்கு

உள்ளாயினர். அப்போது மனித உரிமைப் போராளி டாக்டர் பாலகோபால் உயிருடன் இருந்தார். அவரது முயற்சியின் விளைவாக ஒரு குழு அமைக்கப்பட்டு நான், சுகுமாரன் உட்பட அங்கு நேரில் சென்று ஆய்வுகளைச் செய்தோம். இந்துப் பழங்குடியினருக்கும் தாழ்த்தப்பட்ட கிறிஸ்தவர்களுக்கும் இடையில் பகை மூட்டி மிகப் பெரிய அளவில் “கர் வாபசி” நடந்துகொண்டிருந்த காலம் அது. எங்களையும் ஒரு கும்பல் தாக்க முயன்றபோது நாங்கள் உயிர்தப்பி வந்ததே சிக்கலானது. அந்த நேரத்தில்தான் வட கர்நாடகம் மங்களூர் மாவட்டத்திலும் கிறிஸ்தவர்கள் தாக்கப்பட்டனர். கிறிஸ்தவ ஆலயங்களும் உடைக்கப்பட்டன.

பாலகோபால் தலைமையிலான குழுவில் மீண்டும் நாங்கள் அங்கும் சென்று ஆய்வு செய்தோம். அப்போது வெளிவந்த கிறிஸ்தவர்கள் மீதான தாக்குதல் குறித்த எனது நூல் முக்கியமான ஒன்று. (தற்போது அச்சில் இல்லை). வரலாற்று ரீதியாக இந்தியக் கிறிஸ்தவம் பற்றிய சில முக்கிய குறிப்புகள் அடங்கிய நூல் அது.

2019 இல் மீண்டும் அதிக அளவில் ஒடிஷாவில் கிறிஸ்தவர்கள் தாக்கப்பட்டனர். கிறிஸ்தவர்கள் என்றால் ஏதோ கேரளம் அல்லது தமிழகத்தில் உள்ளது போல அவர்கள் ஓரளவு வசதியானவர்கள் இல்லை. அவர்கள் பெரும்பாலும் அடித்தள மக்கள். பழங்குடியினர். தமிழகம் மற்றும் கேரள மாநிலங்களில்தான் ஆதிக்க சாதிகளைச் சேர்ந்த கிறிஸ்தவர்களும் குறிப்பிட்ட அளவு உள்ளனர்.

ஒடிஷா அல்லது வட கிழக்கு மாநிலங்களில் உள்ள கிறிஸ்தவர்கள் மிகவும் ஏழை எளிய தாழ்த்தப்பட்ட சமூகத்தினர் மற்றும் பழங்குடி மக்கள். தாழ்த்தப்பட்ட கிறிஸ்தவர்கள் ஏழ்மையையும் தீண்டாமையையும் அனுபவித்த போதும் அவர்களுக்கு எஸ்.சி. பட்டியலில் இடம் கிடையாது. எனவே தாழ்த்தப்பட்டவர்களுக்கான இட ஒதுக்கீடு முதலிய சலுகைகளும் இவர்களுக்குக் கிடையாது. ஆனாலும் அவர்கள்

பொய்சொல்லி அதைப் பயன்படுத்துகின்றனர் என்கிற பிரச்சாரம் மதவெறியர்களால் செய்யப்பட்டது. ஒடிஷா மாநிலத்தில் உள்ள கந்தமால் மாவட்டத்தில் இந்துத்துவ சக்திகள் இந்த இட ஒதுக்கீட்டுப் பிரச்சினையை மையப்படுத்தி தலித்களுக்கும் பழங்குடியினருக்கும் இடையே பகை மூட்டினர். ஏழை எளிய தலித் கிறிஸ்தவர்கள் பெரிய அளவில் கட்டாயமாகக் கர் வாபசி செய்யப்பட்டு மீண்டும் இந்து மத்திற்குக் கொண்டு வரப்பட்டதும் அப்போது நடந்தது. நாங்கள் பாதிக்கப்பட்ட பகுதிகளுக்குச் சென்று கிறிஸ்தவர்களைச் சந்திக்கவும் இயலாத அளவிற்கு அப்போது அச்சுறுத்தலும் இருந்தது.

கொரோனா கொடுந் துயரிலும் குறையாத கொடுமைகள்

சென்ற நவம்பர் 12, 2020இல் மதச் சிறுபான்மையினர் மீதான வன்முறைகள் குறித்து ‘ஆன் லைன்’ இல் நடந்த பன்னாட்டுப் பிரார்த்தனை நாள் வழிபாட்டில் இந்தியாவின் பல்வேறு பகுதிகளிலிருந்தும் 150 பிரதிநிதிகள் கலந்துகொண்டு பாதிக்கப்பட்டவர்களுக்கு அஞ்சலி செலுத்தினர். (பார்க்க: https://adfinternational.org/news/one-attack-per-day-on-christians-in-india/). கொரோனா தாக்குதல் பின்னணியிலும் கூட சிறுபான்மையினர் மீதான இந்தத் தாக்குதல்கள் குறையவில்லை எனவும் சராசரியாகத் தினசரி ஒரு தாக்குதல் நடப்பதாகவும் அவர்கள் கூறினர். இந்திய அரசியல் சட்டத்தில் எல்லோருக்கும் வழிபாட்டு உரிமைகள் அளிக்கப்பட்டிருந்தும் அதனால் பயனில்லை எனவும் அவர்கள் தம் வேதனையை வெளிப்படுத்தினர். 2019 லிருந்து கிறிஸ்தவர்கள் மீதான தாக்குதல் அதிகரித்துள்ளதாக அவர்கள் கூறியது குறிப்பிடத்தக்கது. எங்காவது பிரார்த்தனைக் கூட்டங்கள் நடந்தால் அங்கே கும்பலாக வந்து அதைக் கலைப்பது, பெண்கள் குழந்தைகள் எனப் பார்க்காமல் வந்து தாக்குவது என்பதாக இவை நடக்கின்றன. காவல்துறை வந்து வன்முறைக்குக் காரணமானவர்கள் மீது நடவடிக்கை மேற்கொள்ளாமல் பாதிரிமார்கள் மதமாற்றத்தில் ஈடுபட்டார்கள் என அவர்கள் மீதே வழக்குத் தொடர்வது என்பதுதான்

நடைமுறையாக உள்ளது எனவும் அவர்கள் தம் துயரங்களைப் பதிவு செய்துள்ளனர்.

கிறிஸ்தவர்களின் எண்ணிக்கை இந்தியாவில் மிக மிகக் குறைவு வெறும் 2.3% தான். அதுவும் குறைந்து வருகிறது. தென்னிந்திய மாநிலங்கள் மற்றும் மேகாலயா முதலான பகுதிகளில்தான் அவர்கள் கொஞ்சம் செறிந்துள்ளனர். அந்த வகையில் கிறிஸ்தவத்தை ஒருவகையான திராவிட மற்றும் பழங்குடி மதம் எனச் சொல்வாரும் உண்டு. கிறிஸ்தவர்கள் மதம் மாற்றுகிறார்கள் எனப் பரவலாகக் கருத்து இருந்தபோதிலும் அவர்களின் மக்கள் தொகை எண்ணிக்கை குறைந்து வருவதே உண்மை.

3.11

பல்கலைக்கழகங்களுள் பாம்புகள்

ஒன்று

சென்னைப் பல்கலைக்கழகத்துக்குள் இந்து மக்கள் கட்சி அர்ஜுன் சம்பத் கும்பல் புகுந்து தமிழ்ப் பற்று மிக்க பேராசிரியர் ஒருவரைக் குறிவைத்த வரலாறு.

Oct 07 2018

அர்ஜுன் சம்பத் போன்றோர் இந்துமதப் பற்றாளர்கள் என்பதைக் காட்டிலும் சமஸ்கிருத மயமான பார்ப்பனீயத்தின் அடிவருடிகள்தான் என்பது நிரூபணம் ஆகிறது. இவர்களால் இப்போது தமிழ்ச் சைவம் குறித்த ஆய்வாளரும் அறிஞருமான பேரா. நல்லூர் சரவணன் இரண்டாண்டுகளுக்கு முன் இலக்காக்கப்பட்ட கொடுமையைக் காணலாம். தமிழக ஆளுநராக இருந்த புரோகித் என்பவர் யார் அவர் பின்புலம் என்ன என்பதைச் சொல்ல வேண்டியதில்லை. இவரது துணையோடு அர்ஜுன் சம்பத் கும்பல் சரவணன் அவர்களைக் குறி வைத்த வரலாறு கொடுமையானது.

சரவணன் மீது இவர்களுக்கு ஏன் இத்தனைக் கோபம், அவரும் சைவம் பற்றித்தானே எங்கும் உரையாற்றி வருகிறார் என்கிற ஐயம் யாருக்கும் வரக்கூடும். சரவணனின் கருத்துப்படி தமிழ்ச் சைவம் என்பது ஸ்மார்த்த பிராமண மயமாக்கப்பட்ட பார்ப்பனீய இந்து மதத்திலிருந்து வேறுபட்டது. இந்த உண்மையை அவர் நிறுவுவதுதான் சம்பத்களுக்கு எரிச்சல்.

தென்னகம், குறிப்பாகத் தமிழகம் பல்வேறு அம்சங்களில் வட புலத்திலிருந்து வேறுபட்டது. திராவிட மொழிகளுக்கும் வடமொழிகளுக்கும் இம்மியும் தொடர்பில்லை என்பது இன்று நிறுவப்பட்ட உண்மை. அதேபோல தமிழ் மதங்கள் அவற்றின் தனித் தன்மையுடன் விளங்குகின்றன. கங்கைச் சமவெளியில் உருவான பவுத்தம் உட்பட்ட மதங்கள் தமிழகத்தில் வந்தபோது தனித் தன்மையுடன் விளங்கின. இன்று உலக அளவில் கவனிப்பிற்கு உள்ளாகியுள்ள மணிமேகலைக் காப்பியம் புத்த பகவன் அவதரித்த லும்பினி, அவர் பேரொளி பெற்ற புத்த கயை ஆகியனபற்றிக் கூட ஓரிடத்திலும் பேசுவதில்லை. புகார், வஞ்சி, மதுரை, மணிபல்லவம், சாவகம் என அது முற்றிலும் வேறுபட்ட ஒரு தமிழ்ப் பவுத்த பிரபஞ்சத்தைக் கட்டி அமைக்கிறது.

அது போலவே தமிழ்ச் சைவம் வடமொழி வைதீகத்திலிருந்து வேறுபட்டது என்பது பேரா சரவணனின் கருத்து. அது மட்டுமல்ல தமிழ்ச் சைவ முறைப்படி வழிபாடுகள் நடந்துகொண்டிருந்த தமிழக சைவ ஆலயங்கள் எல்லாம் கொஞ்சம் கொஞ்சமாக ஸ்மார்த்த பிராமண வழிபாட்டு முறைக்குள் கொண்டு செல்லப்படுகின்றன என்கிற கருத்தை சரவணன் முன்வைத்து வருவது அர்ஜுன் சம்பத் கும்பலின் ஆத்திரத்திற்குக் காரணமாகி உள்ளது. எனவே அவர்கள் அப்போதைய ஆளுநரைப் பயன்படுத்தி சரவணனை வெளியேற்ற முயன்றனர். உண்ணாவிரதப் போராட்டம், சிண்டிகேட் கூட்டம் நடக்கும்போது சங்கு முழக்கத்துடன் வந்து கலாட்டா செய்வது, கவர்னர் புரோஹித்தை அணுகி மனு கொடுப்பது முதலான முயற்சிகளை மேற்கொண்டனர்.

கவர்னரும் சரவணன் மீது விசாரணை நடத்தக் கோரி பல்கலைக்கழகத் துணைவேந்தருக்கு உத்தரவிட்டுள்ளார். இது வன்மையாகக் கண்டிக்கத்தக்கது.

ஒரு கேள்வி எழலாம். தமிழ் அடையாளத்தை அழித்து பார்ப்பனீயத்தை முன்னிறுத்தப் பார்க்கிறார்கள் என்கிற காரணத்தை வெளிப்படையாகச் சொல்லி எப்படி அர்ஜுன் சம்பத் அமைப்பு போராடும்?

அவர்கள் இதைச் சொல்லாமல் வேறு ஒரு புதுக் காரணத்தைக் கண்டுபிடித்துள்ளனர். அந்தக் கதையைச் சுருக்கமாகக் காண்போம்:

பேரா. முனைவர் ஆ.பத்மாவதி அவர்கள் தொல்லியல் ஆய்வுகள், கல்வெட்டுத் துறை ஆகியவற்றில் வல்லுனர். 'தொல்லியல் இசைக்கலை நுட்பம்', 'சோழர் கால அரசும் மதமும்' முதலான முக்கிய ஆய்வு நூல்களின் ஆசிரியர். 'மாணிக்கவாசகர் காலமும் கருத்தும்' என்பது அவரது நூலில் ஆவுடையார் கோயில் குறித்து ஒரு உண்மையை அவர் முன்வைத்துள்ளார்.

சிவபெருமான் நரியைப் பரியாக்கிய திருவிளையாடலை அறிவோம். பாண்டிய மன்னனின் அமைச்சராக இருந்த மாணிக்கவாசகர் மன்னன் குதிரைகள் வாங்கக் கொடுத்த பணத்தை வைத்து இந்த ஆவுடையார் கோயிலைக் கட்டிவிடுகிறார். அரசன் குதிரைகள் எங்கே எனக் கேட்டபோது சிவபெருமான் அங்கிருந்த நரிகளைப் பரிகளாக்கி மாணிக்கவாசகருக்கு உதவி செய்கிறார் என்பதுதான் அந்தப் புராணக் கதை.

ஆனால் அப்படிக் கட்டப்பட்ட கோயிலாகச் சொல்லப்படும் ஆவுடையார் கோயிலுக்கும் மாணிக்க வாசகருக்கும் எந்தத் தொடர்பும் இல்லை. இந்தக் கோயிலின் காலமும் மாணிக்கவாசகரின் காலமும் வேறு வேறு. அருகில் உள்ள வடக்கூர் ஆதி கைலாசநாதர் கோயில்தான் மாணிக்கவாசகர் காலத்தில் கட்டப்பட்டது. ஆவுடையார் கோயில்

மாணிக்கவாசகரால் பாடல் பெற்ற தலம் மட்டுமே என்பது பேரா. பத்மாவதி அவர்களின் துணிபு. இது குறித்து பத்மாவதி அவர்கள் எழுதியுள்ள 'மாணிக்கவாசகர் காலமும் கருத்தும்' எனும் அந்த நூலைப் பதிப்பித்து வெளியிட்டுள்ளவர் பேரா. சரவணன்.

அர்ஜுன் சம்பத் கும்பலுக்கு இது போதாதா? இதைப் பிடித்துக் கொண்டது. ஒரு புனித நிகழ்வை ஆராய்ச்சி எனும் பெயரில் கொச்சைப்படுத்துவதன் மூலம் இந்து மதத்தினரின் மனதைப் புண்படுத்திவிட்டார்களாம் பேராசிரியர்கள் பத்மாவதியும் சரவணனும். இப்படியான கதை ஒன்றைக் கற்பித்து அவர்களின் வேலையைத் தொடங்கினர்.

பொதுவாக இம்மாதிரிப் பிரச்சினைகளில் புத்தகத்தை எழுதியவர்கள்தான் அதிகம் குறிவைக்கப்படுவர். ஆனால் அர்ஜுன் சம்பத் சொல்கிறார் இந்தப் பிரச்சினையில் எழுதியவர் பற்றிக் கவலை இல்லையாம். பதிப்பித்த சரவணனைத்தான் விடமாட்டார்களாம்.

இதுவரை இந்துத்துவவாதிகள் கர்நாடகத்திலும் மகாராஷ்டிராவிலும்தான் அறிவுஜீவிகளைக் குறிவைத்தார்கள். இன்று தமிழகத்தையும் தேர்ந்தெடுத்துள்ளனர். அதுமட்டுமல்ல அர்ஜுன்சம்பத் போன்றோர் இந்துமதம் என்பதைக் காட்டிலும் பார்ப்பன சேவகம் என்பதையே முதன்மையாகக் கொள்கின்றனர் என்பதும் இதன் மூலம் விளங்குகிறது.

இரண்டு

தமிழக உயர் கல்வி நிறுவனங்களில் தலையிட்டு வம்பு செய்யும் வேலை புதிதல்ல. நினைவில் உள்ள வேறு சில சம்பவங்கள்:

1. அக் 12, 2018: சென்னைப் பல்கலைக்கழகத்தில் நடந்தது

பல்கலைக்கழக மெரீனா வளாகத்தில் நடக்க இருந்த *JNU* மாணவர் உமர் காலித் உரை ஒன்று திடீரென ரத்து செய்யப்

பட்ட்து. *Students for Social Democracy* எனும் சென்னைப் பல்கலைக்கழக மாணவர் அமைப்புக்கு இரண்டு நாட்களுக்கு முன் அளிக்கப்பட்ட அனுமதியை இப்படிப் பல்கலைக் கழக நிர்வாகம் கடைசி நேரத்தில் ரத்து செய்தது.

மாணவர்கள் தற்போது திடீர் போராட்டம் ஒன்றின் மூலம் தம் எதிர்ப்பைப் பதிவு செய்தனர்.

2. நவ 2018. புகழ்பெற்ற திருச்சி புனித சூசையப்பர் கல்லூரியில் நடந்தது

தமிழ்த்துறை சார்பாக நடத்தவிருந்த 'தமிழ் இலக்கியத்தில் காணப்படும் பெண்கள் மீதான வன்முறைகள்' எனும் தலைப்பிலான பன்னாட்டுக் கருத்தரங்கு இந்துத்துவ சக்திகளின் தலையீட்டால் நிறுத்தப்பட்டது. எச்.ராஜா, மாஃபா பாண்டியராஜன் ஆகியோர் இதன் பின்னிருந்ததைப் பத்திரிகைகள் சுட்டிக் காட்டின. திருச்சி சூசையப்பர் கல்லூரி தமிழ்த்துறைப் பேராசிரியரும் சரி, தற்போது லயோலா கல்லூரியில் தாக்குதலுக்கு ஆளாகியுள்ள பேரா. காளீசுவரனும் சரி அவர்கள் கிறிஸ்துவர்களோ அல்லது பாதிரிமார்களோ அல்ல என்பது குறிப்பிடத் தக்கது. காளீசுவரனின் மீதான தாக்குதலைப் பின்னர் காணலாம்.

3. சென்னைப் பல்கலைக்கழகத்தில் திரையிட்டு விவாதம் செய்ய இருந்த ஆனந்த பட்டவர்தனின் *In the Name of Ram* ஆவணப்படம் இப்படியான தலையீட்டால் நிறுத்தப்பட்டது. உலகளவில் பாராட்டப்பட்ட ஒரு முக்கிய ஆவணப் படம் இது.

இவை எனக்கு இப்போது உடனடியாக நினைவுக்கு வந்தவை மட்டும்.

இவர்களின் இந்தத் தலையீடுகளை நாம் சரியாகப் புரிந்து கொள்ள வேண்டும். இது ஏதோ கல்விச் சுதந்திரத்தில் தலையீடு செய்யும் பிரச்சினை மட்டுமல்ல. இவர்கள் கல்விக்கு, குறிப்பாக

உயர்கல்விக்கே எதிரானவர்கள். சாதி ரீதியா மேற்தட்டில் உள்ள 10% மட்டும் உயர்கல்வி கற்றால் போதும் என நினைப்பவர்கள் இவர்கள். உயர்கல்வி நிறுவனங்கள், ஆய்வுகள், விவாதங்கள் என்றாலே இவர்களுக்கு அலர்ஜி.

மூன்று

லயோலா கல்லூரி மீதும் ஒரு தாக்குதல்:

ஜனவரி 23, 2019

பாரம்பரியம் மிக்க லயோலா கல்லூரி அதிக அளவில் அடித்தள மக்கள் பயிலும் ஒரு உயர்கல்வி நிறுவனம். இன்று அதையும் இவர்கள் இலக்காக்குகின்றனர். இக் கல்லூரியின் 'மாணவர் அரவணைப்பு மையத்தில்' பணியாற்றும் பேரா. காளீசுவரன் ஒரு கட்டத்தில் காவிக்கும்பலின் தாக்குதலுக்கு ஆளானார். அவரது உயிருக்கே ஆபத்து ஏற்படும் நிலையும் ஒரு கட்டத்தில் உருவாகியது. மோடி அரசின் கூட்டணிக் கட்சியாக இருந்த எடப்பாடி அரசின் காவல்துறை அவரைக் கைது செய்யவும் முயன்றது.

நடந்தது இதுதான். லயோலா கல்லூரி இந்திய அளவில் குறிப்பிடத்தக்க தரமான மிகச் சில உயர் கல்வி நிறுவனங்களில் ஒன்று என்பதை அறிவோம். பாரம்பரியம் மிக்க அக்கல்லூரியின் 'மாணவர் அரவணைப்பு மையத்தில்' (Students Support Centre) இருந்து செயல்பட்டு வருபவர் பேரா. காளீசுவரன். கடந்த ஆறேழு ஆண்டுகளாக லயோலா கல்லூரி ஆண்டுதோறும் வீதிக் கலைஞர்களைத் திரட்டி நிகழ்ச்சிகள் நடத்தி அவர்களுக்கு விருதுகளும் வழங்கி வருகின்றது. பேராசிரியரும் கலைஞருமான காளீசுவரன் அதற்குப் பொறுப்பாளராக இருந்து வருகிறார். இந்த ஆண்டு நேற்று அந்த 'வீதி விருது விழா' நிகழ்ச்சிகள் நடந்தபோது அதில் தங்களுக்கு ஆட்சேபகரமான கருத்துகள் பேசப்பட்டதாகவும் ஓவியங்கள் வைக்கப்பட்டிருந்ததாகவும் இந்து முன்னணி, ஆர்.எஸ்.எஸ் மற்றும் பாஜகவினர் காவல்துறை

உயர் அதிகாரிகளிடம் புகார் கொடுத்துள்ளனர். காவல்துறை சார்பில் கல்லூரி நிர்வாகத்திடம் விளக்கம் கேட்டபோது நிர்வாகம் வீதிக் கலைஞர்களைக் கவுரவிக்கும் அந்த நிகழ்ச்சியை ஆதரித்துப் பாதுகாப்பதற்குப் பதிலாக வருத்தம் தெரிவித்து கடிதம் கொடுப்பது என முடிவு செய்தது. சிறுபான்மை நிறுவனமாக இருக்கும் அவர்கள் அப்படி ஒரு முடிவை எடுக்க நேர்ந்ததை நாம் புரிந்துகொள்ள முடிகிறது.

கல்லூரி நிர்வாகம் எடுத்த முடிவின் அடிப்படையில் காளீசுவரன் அப்படியான ஒரு கடிதத்தை எழுதிக் கொடுத்த பின்னும் காளீசுவரனைக் குறிவைத்துப் பெரும் தாக்குதலைத் தொடர்ந்தது. பலமுறை அவர் தொலைபேசியில் மிரட்டப்பட்டார். நிகழ்ச்சி நடந்த இடத்தில் வைக்கப்பட்டிருந்த ஏதோ இரு படங்களை நீக்கவேண்டும் என இவர்கள் வம்பு செய்த உடன் அவற்றை நிகழ்ச்சி நடத்தியவர்கள் நீக்கியும் இப்படி நடந்துள்ளது. இங்கு ஒன்றைச் சொல்ல வேண்டும். இந்தப் படங்கள் முன்னதாக சென்னை சட்டக் கல்லூரியிலும், சென்னைப் பல்கலைக் கழகத்திலும் வைக்கப்பட்டபோது, இப்படி ஏதும் எதிர்ப்புகள் இல்லை. ஆக அவர்களுக்கு அந்தப் படங்கள் பிரச்சினை இல்லை. அவர்களின் நோக்கம் சிறுபான்மை நிறுவனமான லயோலா கல்லூரியைக் குறிவைப்பதே.

இதற்கிடையில் காவல்துறை காளீசுவரன் வீட்டிற்குச் சென்று விசாரித்ததும் நடந்தது. இப்படி எல்லாம் நடக்கும் என எதிர்பார்த்து அவர் வீட்டில் இல்லை. வீட்டில் இல்லை இருந்திருந்தால் அவர் கைது செய்யப்பட்டிருப்பார் என சக ஆசிரியர் ஒருவர் என்னிடம் தன் அச்சத்தை வெளிப்படுத்தினார். காளீசுவரனை முன் ஜாமீன் பெறச் சொல்லியும், பாதுகாப்பாக இருக்குமாறும் அவர் நலனில் அக்கறை உள்ளோர் அறிவுறுத்த வேண்டிய நிலையும் ஏற்பட்டது.

இத்தகைய தலையீடுகள் வன்மையாகக் கண்டிக்கத்தக்கன. கருத்துரிமைகளிலும், கல்வி உரிமைகளிலும், கேம்பஸ் உரிமைகளிலும் நம்பிக்கை உள்ளவர்கள் இதற்கு எதிராகக் குரல் கொடுப்பது அவசியம்.

3.12

டிஜிடல் உலகின் வெறுப்பு அரசியல்: புல்லிபாய் ஆப்பும் சல்லி டீட்ஸ் தாக்குதலும்

மார்ச் 11, 2022

ஒரு உண்மைச் சம்பவம் ஒன்றுடன் இன்று சர்ச்சைக்கு உள்ளாகி இருக்கும் “புல்லிபாய் ஆப்” மற்றும் சிறுபான்மைச் சமூகப் பெண்கள் மீதான “சல்லி டீல்ஸ்” தாக்குதல் ஆகியவற்றைக் குறித்துச் சிலவற்றைக் காணலாம். இரண்டாண்டுகளுக்கு முன் ஒரு எழுத்தாள நண்பர் சற்றுப் பதற்றத்துடன் என்னைத் தொடர்பு கொண்டார். பிரச்சினை இதுதான். அவரது நண்பர் ஒருவர் தன் மனைவியுடன் ஒரு திருமண நிகழ்ச்சிக்குச் சென்றுள்ளார். அவர்கள் தங்கி இருந்த இல்லத்தில் அவரது மனைவி குளித்துக்கொண்டிருந்த காட்சியை அங்கு மறைவாக வைக்கப்பட்டிருந்த ஒரு நவீன டிஜிடல் காமரா ஒன்றின் மூலம் பதிவு செய்து அதைச் சமூக ஊடகங்களில் யாரோ பரப்பிவிட்டார்கள். அது வைரல் ஆகப் பரவிய நிலையில்

அந்தக் குடும்பம் அதிர்ச்சிக்கு உள்ளாகியது. பலரையும் தொடர்பு கொண்டு அதை நீக்க அவர்கள் கடும் முயற்சிகளை மேற்கொண்டனர். 'சைபர் க்ரைம்' காவல்துறைக்கு நாங்கள் தொடர்புகொண்டும் இன்றைய சட்டங்களின் ஊடாகப் பெரிய அளவில் நடவடிக்கை ஏதும் எடுக்க முடியவில்லை. இதுபோன்ற பிரச்சினைகளில் இன்றைய நிலைக்கு ஒரு எடுத்துக்காட்டாகத்தான் இதைச் சொல்கிறேன்.

ஒரு பக்கம் நவீன தொழில்நுட்பம் மிகப் பெரிய அளவில் வளர்ந்துள்ளது. அதன் ஊடாக ஒரு யுகப் புரட்சியே நடந்துள்ளது என்றும் கூடச் சொல்லலாம். ஒரு இரண்டு நூற்றாண்டுகளுக்கு முன் 'மோர்ஸ் கோட்' மற்றும் 'கம்பி இல்லாத் தந்தி' முதலியன உருவாக்கப்படும்வரை உலகளவில் செய்திப் பரவல்கள் என்பன பயணிகள் மற்றும் கடல் வணிகம் ஆகியவற்றின் ஊடாகத்தான் நிகழ்ந்துகொண்டிருந்தன. ஆனால் இன்று நிலைமை பெரிய அளவில் மாறியுள்ளது. சில ஆண்டுகளுக்கு முன் அமெரிக்காவில் இரட்டைக் கோபுரங்கள் தாக்கப்பட்ட போது, அது அடுத்த சில நிமிடங்களில் செய்தி ஆகியது. உலகம் முழுவதும் அக் காட்சியைக் கண்டு பதறியதை நாம் அறிவோம். தகவல் தொழில்நுட்ப வளர்ச்சி கற்பனைக்கு எட்டாத அளவிற்கு இன்று வளர்ந்துள்ளது. ஒரு வகையில் எளிமை ஆகி உள்ளது. ஒரு 'ஆண்ட்ராய்ட்' தொலைபேசி வைத்துள்ள யாரும் எதையும் ஒரே கணத்தில் எந்தப் பெரிய செலவும் இல்லாமல் செய்தி ஆக்கிவிடலாம். ஒரே கணத்தில் பெருந்திரளான மக்கள் மத்தியில் அதைப் பரப்பிவிடலாம். எந்த விதமான 'சென்சார்' எதுவும் இல்லாமல் அது உலகெங்கும் ஓடிக் கொண்டிருக்கும். 'ஃபேஸ்புக்', 'ட்விட்டர்', 'இன்ஸ்டாகிராம்', 'வாட்ஸ் அப்' என்றெல்லாம் இன்று எத்தனையோ வசதிகள் நம் கைவசம் உள்ளன. இந்த வகையில் இன்றைய உலகை ஒரு 'டிஜிட்டல் உலகம்' எனச் சொல்லலாம்.

இப்படி இன்றைய அறிவியல் தொழில்நுட்பக் கண்டுபிடிப்புகளின் ஊடாகத் தகவல் தொழில்நுட்பம் கற்பனைக்கு எட்டாத அளவிற்கு வளர்ச்சி அடைந்துள்ளது என்பது ஒரு பக்கம்.

இன்னொரு பக்கம் இத்தகைய தொழில்நுட்ப வளர்ச்சி உருவாகி அதனூடாகப் பெரிய அளவில் செய்திப்பரவல் ஜனநாயகப் படுத்தப்படும் நிலை உருவாகியுள்ள போதிலும் இன்னொரு பக்கம் இன்று உலகளவில் உருவாகியுள்ள 'வெறுப்பு அரசியல்' என்பது மிகப் பெரிய அளவில் இந்த வாய்ப்பை ஆங்காங்கு உள்ள சாதி, மதம், மொழி, பாலியல் எனப் பல்வேறு அடிப்படைகளில் உருவாகியுள்ள சிறுபான்மைச் சமூகங்களின் மீதான வன்முறைகளுக்கும் பயன்படுத்திக்கொண்டுள்ளன.

இதன் ஊடாக மக்கள் மற்றும் தனிநபர்களின் அந்தரங்கங்கள் இன்று அம்பலமாகும் அவலமும் நேர்ந்துள்ளது. மாணவப் பருவத்தில் சுமார் ஐம்பது ஆண்டுகளுக்கு முன் நான் படித்த தமிழின் முக்கிய எழுத்தாளர்களின் ஒருவரான ஜெயகாந்தனின் "அந்தரங்கம் புனிதமானது" என்னும் சிறுகதை ஒன்று எனக்கு நினைவுக்கு வருகிறது. யாருக்கும் ஒரு அந்தரங்கம் உண்டு. அப்படியான அந்தரங்கங்கள் புனிதமானவை. அவை காக்கப்பட வேண்டும் என்பது ஆக அடிப்படையான ஒரு அறம். ஆனால் அந்த அறம் இன்றைய தகவல் தொழில்நுட்ப உலகில் எத்தனை மலினமாகிவிட்டது என்பதை நினைக்கும்போது நெஞ்சு பதறுகிறது.

சற்று விரிவாகப் பார்க்கலாம்.

இரண்டு

மானுடத்தின் அடையாளம் சக மனிதர்கள் மீது அன்பும் நேசமும் கொள்வதுதான். கொடும் சாதிக் கொடுமை, தீண்டாமை முதலிய வன்முறைகள் நிறைந்த இந்த நாட்டில் நாம் இதுவரை கற்பனையிலும் எண்ணிப் பார்த்திராத அளவிற்கு மானுட வெறுப்பு இன்று மத அடிப்படையில் உருவாக்கப்பட்டுள்ளது. ஒரு நூறாண்டு காலம் இங்கே மதத்தின் அடியாகச் சிறுபான்மை மக்களுக்கு எதிராக ஊட்டி வளர்க்கப்பட்ட வெறுப்பு இன்று மிகவும் நவீனமான வடிவங்களில் வெளிப்படத் தொடங்கியுள்ளது.

மதத்தின் அடிப்படையில் பெரும் கொடுமைகள் நடந்த நாடுதான் இது. புஷ்யமித்திர சுங்கன் எனும் பிராமண அரசனின் காலத்தில் பௌத்தர்கள் தலைக்கு விலை கூறிக் கொல்லப்பட்ட வரலாற்றை அம்பேத்கர் பதிவு செய்துள்ளதை அறிகிறோம். தமிழகத்தில் சமணர்கள் கழுவில் ஏற்றிக் கொல்லப்பட்ட வரலாற்றில் மிகைப்படுத்தல்கள் இருந்தபோதும், இங்கு சமணம் வேட்டை ஆடி வீழ்த்தப்பட்டது வரலாறு. இன்று தமிழகமெங்கும் சமண ஆலயங்கள், முனிவர்களின் படுக்கைகள் என்றெல்லாம் இருந்தபோதிலும் ஒரு காலத்தில் செழித்திருந்த தமிழ்ச் சமணத்தில் இன்று எஞ்சியுள்ளோரின் எண்ணிக்கை சில ஆயிரம் குடும்பங்கள் என்கிற அளவில்தான் உள்ளன.

இன்று இப்படியான பாரம்பரியத்துடன் கூடிய இந்த மத வெறுப்பும் எதிர்ப்பும் முஸ்லிம் மற்றும் கிறிஸ்தவச் சிறுபான்மை மக்களின் மீதான கொடும் வன்முறையாக வெளிப்படுகிறது. கிறிஸ்தவர்களின் எண்ணிக்கை இந்தியாவில், குறிப்பாக வடக்கே மிகக் குறைவு. ஆனால் இன்று உலக அளவில் அதிக முஸ்லிம்கள் வசிக்கும் நாடுகளில் இரண்டாவதாக உள்ள நாடு இந்தியா. அவர்கள் இன்று பல்வேறு மட்டங்களில் மத வெறுப்பைப் பரப்பி வருகிற பெரும்பான்மை மதவாத அமைப்பினரால் இலக்காக்கப்படுகின்றனர்.

அதன் விளைவு இன்று பல்வேறு வடிவங்களில் சிறுபான்மை மக்கள் மீதான வன்முறைகளாக வெளிப்பட்டு வருகிறது. கடந்த சில நாட்களாக நாம் ஊடகங்களின் ஊடாக அறியவரும் இந்தப் “புல்லி பாய்” / “சல்லி டீல்ஸ்” கொடூரம் மிகவும் நவீனமான, தகவல் தொழில்நுட்ப உத்திகளைப் பயன்படுத்தி முஸ்லிம் பெண்கள் மீது மேற்கொள்ளப்பட்டுள்ள ஆகக் கொடூரமான வன்முறையாக இன்று வெளிப்பட்டுள்ளது. முழுமையாக இந்தச் சதியை அறியும்போது ஓரளவு இதை எல்லாம் கவனித்து வருபவர்களுக்கும் கூட இப்படியெல்லாமும் சிறுபான்மை மக்கள், அதுவும் சிறுபான்மைச் சமூகத்தைச் சேர்ந்த இளம் பெண்களை இலக்காக்கி அவர்கள் மீது வன்முறைகளை ஏவ முடியுமா என்கிற அதிர்ச்சி ஏற்படுகிறது. இதை யார்

செய்துள்ளனர் என்பது இன்னும் பெரிய அதிர்ச்சிக்கு உரிய ஒன்று. கல்லூரி மாணவர்கள் மட்டத்தில் இந்த அநீதி நடந்திருக்கிறது. இதை எல்லாம் என்ன சொல்வது, எப்படிப் புரிந்துகொள்வது என நாம் அதிர்ச்சியில் உறைந்துபோகிறோம்.

நடந்துள்ளது இதுதான். சமூக ஊடக 'அக்கவுண்ட்'களிலிருந்து கிட்டத்தட்ட நூறு இளம் பெண்களின் படங்களைச் 'சுட்டு' அவற்றை நவீன தகவல் தொழில்நுட்ப வளர்ச்சியின் ஊடாக உருவாக்கப்பட்டுள்ள 'செயலி' *(App / Application)* ஒன்றைப் பயன்படுத்தி இணையத்தில் ஏற்றி *(upload)* குறிப்பிட்ட தேதியில் அவர்களை "ஏலம் விடுவதாக" அறிவிக்கிறார்கள். யார் வேண்டுமானாலும் ஏலத்தில் கலந்து கொள்ளலாமாம். ஆயிரக் கணக்கில் இது எங்கும் பரப்பப்படுகிறது. சுமார் 80 முஸ்லிம் பெண்கள் இவ்வாறு படங்களுடன் விளம்பரம் செய்யப்பட்டுள்ளனர் என முதலில் சொல்லப்பட்டது. இப்போது நூற்றுக்கும் மேற்பட்ட முஸ்லிம் பெண்கள் இப்படியான கொடும் வன்முறைக்கு ஆட்படுத்தப் பட்டுள்ளது உறுதி ஆகியுள்ளது. அவர்களுக்கே தெரியாமல் இது செய்யப்படுகிறது. எப்படி இந்த இளம் பெண்கள் தேர்வு செய்யப்பட்டுள்ளனர்? சமூக ஊடகங்களில் ஆர்வமாக இயங்கும் *(vocal)* இளம் முஸ்லிம் பெண்கள் இவ்வாறு இலக்காக்கப்பட்டுள்ளனர்.

அப்படிப் பாதிக்கப்பட்டு அதிர்ச்சியில் உறைந்துள்ள நூற்றுக் கணக்கானோரில் ஒருவரான 'காரத் உல்- எய்ன் ரெஹ்பார்' எனும் இளம் காஷ்மீரப் பெண் அது குறித்து கலங்கிச் சொன்னவற்றை 'தி காஷ்மீரியத்' *(The Kashmiri-yat)* எனும் ஊடகத்தில் வாசிக்கும்போது நாமும் அதிர்ச்சி அடைகிறோம். இந்த ஆண்டின் தொடக்கம் *(01-01-2022)* இந்த இளம் பெண்களுக்கு இத்தனை கொடூரமாக விடிந்துள்ளது.

சிறுபான்மை மக்களின் மீது இன்று எத்தனையோ வடிவங்களில் வன்முறைகள் ஏவப்படுகின்றன. 'குடியுரிமை' எனும் பெயரில் அரசே இன்று முஸ்லிம் சிறுபான்மை மக்களைப் பாதிக்கும் பெருங் கொடுமை ஒன்றைச் செயல்படுத்தத் தொடங்கியுள்ளது.

இப்படியான பின்புலத்தில் உத்வேகம் பெற்று இப்படி இந்த இளைஞர்கள் எல்லாம் அவரவர்களுக்குச் சாத்தியமான முறையில் இன்று இந்த 'நவீன' வடிவிலான ஆகக் கொடும் வன்முறைகளில் இறங்கியுள்ளனர்.

இது இப்படிச் செய்தி ஆனவுடன் இந்தச் செயலி நீக்கப்பட்டது. எனினும் இது கடந்த ஆறு மாதங்களாக இங்கு செயல்பட்டு வந்துள்ளது. காரட் மட்டுமல்ல. சமூகச் செயல்பாட்டாளர்கள், பத்திரிகையாளர்கள், மாணவியர் எனப் பலரும் இவ்வாறு ஏலம் விடப்படுவதாகப் படங்களுடன் அறிவிக்கப்பட்டிருந்தனர்.

'புல்லி பாய்', 'சல்லி டீட்ஸ்' எனும் பெயர்களில் இது நடந்தேறியுள்ளது. '*GitHub*' (கிதூப்) எனும் பெயரில் உருவாக்கப்பட்ட அமெரிக்கத் தளம் (*platform*) ஒன்றிலிருந்து இது செயல்படுத்தப்பட்டுள்ளது. *72* மில்லியன் செயல்பாட்டாளர்கள் (*developers*) மற்றும் நிறுவனங்கள் (*companies*) இந்த 'உலகளவில் பெரிய' மென்பொருள் உருவாக்கத் தளத்தைப் பயன்படுத்தி வருவதாக இந்தத் தளத்தின் (*platform*) இணைய பக்கம் தன்னை அறிமுகப்படுத்திக்கொள்கிறது.

கடந்த சுமார் பத்தாண்டு ஆட்சி அதிகாரத்தின் ஊடாக இன்றைய மத்திய அரசு சிறுபான்மை மக்கள், அதிலும் குறிப்பாக முஸ்லிம்களைப் பாதிக்கும் வகையில் மேற்கொண்ட நடவடிக்கைகளிலேயே ஆகக் கொடூரமான விளைவுகளை ஏற்படுத்தக் கூடியது குடியுரிமை தொடர்பான சட்ட (*CAA*) நிறைவேற்றம்தான். இது பெரிய அளவில் முஸ்லிம் சிறுபான்மை மக்களை இலக்காக்கிச் செய்யப்பட்ட ஒன்று என்பதை அனைவரும் அறிவோம். இதை எதிர்த்து வரலாறு காணாத வகையில், உலகே வியக்கும்படி அமைதிவழிப் போராட்டம் ஒன்றை முஸ்லிம் பெண்கள் டெல்லியில் நடத்தினர். தமிழகம் உட்பட இந்தப் போராட்டம் இந்தியா முழுவதும் எதிரொலித்தது. ஆங்காங்கு முஸ்லிம் பெண்கள் பொது இடங்களில் அமர்ந்து, தங்களைப் பாதிக்க உள்ள இந்தக் கொடுஞ் சட்டத்திற்கு எதிராக அமைதி வழியில் அமர்வுப்

போராட்டங்களை நடத்தினர். டெல்லியில் நடைபெற்ற இந்த 'ஷாகின்பா அமர்வு' போராட்டம்தான், மிகப் பெரிய அளவில் வெற்றிகரமாக நடைபெற்ற விவசாயிகளின் போராட்டத்திற்கும் கூட முன்னோடியாக இருந்தது என்கிற கருத்தும் உண்டு.

இப்படி வெற்றிகரமான ஒரு போராட்டத்தை நடத்திய முஸ்லிம் பெண்களின் மீது இருந்த ஆத்திரத்தின் விளைவே இந்த 'புல்லி பாய்', 'சல்லி டீட்ஸ்' வன்முறை என இன்று ஊடகங்கள் சுட்டிக் காட்டுகின்றன. 'சிறுபான்மையோர் உரிமைகள் *(minority rights)*' என்றெல்லாம் யார் பேசினாலும் இனி இப்படியான நவீன வடிவிலான கொடூரங்களைச் சந்திக்க நேரிடும் என்கிற எச்சரிக்கை இன்று இவ்வாறு முன்வைக்கப்பட்டுள்ளது. மதத்தின் பெயரால் மேற்கொள்ளப்படும் அநீதிகள் குறித்து பதிலளிக்க இயலாதவர்களின் அடுத்தகட்ட நடவடிக்கையாக இன்று இது வெளிப்பட்டுள்ளது.

முஸ்லிம் பெண்கள் மீதான இந்தக் கொடும் வன்முறையை இவர்கள் எப்படிச் செயல்படுத்தி உள்ளார்கள் எனப் பார்ப்போம். 'இன்றைக்கு ஏலம் விட இருப்பவர்கள்' *(Deal of the Day)*, 'இவர்கள் விற்பனைக்கு' *(For Sale)* என்றெல்லாம் படங்களுடன் முஸ்லிம் பெண்கள் இணையத்தில் விளம்பரப்படுத்தப் பட்டுள்ளனர். *GitHub* தளத்தின் ஊடாக இது மேற்கொள்ளப்பட்டுள்ளது. இப்படியாகப் பெண்களை ஏலமிடும் கொடுமைகள் இந்தியா அன்றி உலகில் வேறெங்கும் நடந்திருக்கச் சாத்தியமில்லை.

"நான் சொல்வதைக் கவனியுங்கள். இந்த 'ஆப்' விரைவில் செயல்படத் தொடங்கும்" - எனச் சென்ற ஜூலை 14 (2021) முதல் இப்படியான விளம்பரங்கள் சமூக ஊடகங்களில் செய்யப்பட்டன. "ட்விட்டர் 'போடில்' நாங்கள் இப்போது வேலை செய்து கொண்டுள்ளோம். அது தானாகவே உங்கள் ஆளை 'சல்லி'யை ஏலம் விடும்" என்றெல்லாம் வெளிப்படையாக விளம்பரங்கள் செய்யப்பட்டன. 'சல்லி' என்பது முஸ்லிம் பெண்களை இழிவுபடுத்திச் சங்கிகள்

பயன்படுத்தும் ஒரு அசிங்கமான சொல். "சென்றமுறை இதை நாங்கள் ட்விட்டரில் சோதனை செய்தாகிவிட்டது" என்றெல்லாம் இந்த விளம்பரங்கள் தொடர்ந்தன. இன்றைய 'புல்லி பாய்' இவர்தான் எனப் படத்துடன் முஸ்லிம் பெண்கள் விளம்பரம் செய்யப்பட்டனர்.

யாரெல்லாம் இவ்வாறு தேர்வுசெய்யப்பட்டனர் என்பது குறிப்பிடத் தக்கது. ஷாஹின்பா போராட்டத்தில் முன்நின்றவர்கள், சமூக வலைதளங்களில் செயல்படும் பெண்கள் முதலானோர்தான் இப்படிப் பொறுக்கி எடுக்கப்பட்டனர். மொத்தத்தில் தங்களின் குரலை ஏதோ ஒரு வகையில் ஒலிக்கும், உலகின் முன் உண்மையைச் சொல்லத் துணியும் முஸ்லிம் பெண்கள் இலக்காக்கப்பட்டனர். 'இன்றைய ஏலத்தில் இவள்' என்கிற ரீதியில் பொதுவெளியில் தங்களின் படங்களைக் காண நேரும் ஒரு பெண்ணின் மனம் எப்படி இருக்கும்.

கிட்டத் தட்ட ஆறேழு மாதங்கள் பொதுவெளியில் இந்த 'ஏலம்' நடந்து கொண்டிருந்தும் பெரிய ஊடகங்கள் எதுவும் இதைக் கண்டுகொள்ளவில்லை. அப்படிச் செய்திருந்தால் அப்போதே இந்த இழிவான செயலுக்கு ஒரு முடிவு வந்திருக்கும். முகநூல் முதலான ஊடகங்களிலும் கூட இது பெரிய சர்ச்சைக்கு உள்ளாகும்வரை யாரும் கண்டுகொள்ளவில்லை. அப்படிக் கவனப்படுத்தப்பட்டிருந்தால் எப்போதோ இது முடிவுக்கு வந்திருக்கும். *Alt News* முதலான சிறிய மீடியாக்கள்தான் முதலில் இதைக் கவனம் கொண்டன. மிக விரிவான, ஆதாரங்கள் அடங்கிய ஒரு கட்டுரையை அது வெளியிட்டது. அதன் பின்னரே *The Hindu, BBC (தமிழ்)* முதலான மீடியாக்களும் இது குறித்து விரிவாக எழுதி அம்பலப்படுத்தின.

பொதுவாக இப்படியான ஆன்லைன் தாக்குதல்கள் மதச் சிறுபான்மையினர், அடித்தளச் சாதியினர் ஆகியோரை நோக்கியே பாய்கின்றன என்பதை ஆம்னெஸ்டியின் நாசியா எரம் போன்றவர்கள் பதிவு செய்தனர். இருநூறுக்கும் மேற்பட்ட புகழ்பெற்ற சிந்தனையாளர்கள் முதலானோர்

கையொப்பமிட்ட கண்டனக் கடிதம் ஒன்றும் வெளியிடப் பட்டது. வெகுசில பெண்கள்தான் சோஷியல் மீடியாவில் உள்ளனர். அதிலும் முஸ்லிம் பெண்கள் குறைவு. அவர்கள் இப்படி இலக்காக்கப்பட்டுள்ளதை அனைவரும் சுட்டிக் காட்டினர். இப்படிச் செய்பவர்களுக்கு எந்த அச்சமும் கிடையாது. யாரும் சிறுபான்மைச் சமூகப் பெண்களை இப்படி அவமானப்படுத்திவிட்டுப் பெரிய தண்டனை இன்றி வெளிவந்துவிடலாம் எனும் சூழல் இன்று உள்ளதைச் சுட்டிக் காட்டினர். இப்படியான நபர்கள் தண்டிக்கப்படுவது மட்டுமல்ல 'ஹீரோ'க்களாகச் சமூக வெளிகளில் நடமாட முடிவதையும் சுட்டிக் காட்டினர். காவல்துறைதான் இது பெரிதாக விவாதத்துக்கு உள்ளானவரை கண்டுகொள்ளவில்லை. நீதிமன்றங்களும் கூடக் கவனத்தில் கொள்ளவில்லையே எனச் சிலர் தம் வருத்தத்தை வெளிப்படுத்தினர்.

இப்படி ஏலம் விடப்படுபவராக அறிவிக்கப்பட்டவர்களில் *The Wire* இணைய இதழின் 'இஸ்மத் ஆரா' வும் ஒருவர். இவர் டெல்லி போலீசின் 'சைபர் விங்' இல் இது குறித்துப் புகார் செய்தார். அதன் பின் டெல்லி போலீஸ் இது தொடர்பாக முதல் தகவல் அறிக்கை ஒன்றைப் பதிவு செய்தது.

அஸ்ஸாமில் உள்ள ஜோர்காத்தில் இருக்கும் டஸ்ரத் பிஷ்னோயின் வீட்டில் இருந்த அவர் மகன் நீரஜ் என்பவன் கைது செய்யப்பட்டான். 20 வயதினனான இந்த நீரஜ் போபாலில் உள்ள கல்லூரி ஒன்றில் தொழில்நுட்பம் பயில்பவன். அவனது கல்லூரி இப்போது அவனை 'சஸ்பெண்ட்' செய்துள்ளது. விசாரணையின்போது பெற்றோர் முன் நீரஜ் தன் குற்றத்தை ஒத்துக்கொண்டான் என 'தி ஹிண்டு' நாளிதழ் பதிவு செய்கிறது.

நீரஜ் தவிர பெங்களூரில் உள்ள விஷால் குமார் ஜா (வயது 21) என்பவனை மும்பை போலீஸ் கைது செய்தது. பீகாரைச் சேர்ந்த அவனும் ஒரு பொறியியல் கல்லூரி மாணவன்தான். அவனும் விசாரிக்கப்பட்டு இப்போது சிறையில் உள்ளான். இந்த வழக்கில் மும்பை போலீசால் கைது செய்யப்பட்டு

உள்ளவர்களில் ஸ்வேதா சிங் எனும் ஒரு 18 வயதுப் பெண்ணும் உண்டு. இவர் உத்தரகாண்டைச் சேர்ந்தவர். கைது செய்யப்பட்டவர்களின் இன்னொருவனான மாயங்க் ராவத் (21) எம்பவனும் இந்த ஸ்வேதாவும். பிணையில் விடுதலைகோரி நீதிமன்றத்தை அணுகியபோது, நீதிமன்றம் அதை மறுத்தது. ஸ்வேதா, மாயங்க் இருவரும் சீக்கியப் பெயர்களில் ஒளிந்துகொண்டு இந்த வேலைகளைச் செய்துள்ளதை பிணை மறுக்கப்படுவதற்கான ஒரு காரணமாக நீதிமன்றம் குறிப்பிட்டது. கைது செய்யப்பட்டவர்களில் இன்னொருவன் ஆம்கரேஷ்வர் தாகுர் (26). இவனைக் கைது செய்துள்ளது டெல்லி போலீஸ். இவர்கள் எல்லோரும் இளைஞர்கள். ஐ.டி தொழில்நுட்பம் பயில்பவர்கள்.

எதிர்கால இந்தியா இளைஞர்களின் கைகளில் உள்ளதாக இங்கே வசனம் பேசுவது வழக்கம். இப்படியானவர்களின் எதிர்கால இந்தியா எப்படி இருக்கும் என நினைக்கும்போது நெஞ்சு பதறுகிறது.

மொத்தத்தில் இவ்வழக்கு தொடர்பாக இன்று முதற்கட்டமாக அய்ந்து பேர்கள் கைது செய்யப்பட்டுள்ளனர். மும்பை போலீசைப் பொறுத்தமட்டில் அது பாஜக அரசுடன் அத்தனை நெருக்கமாக இல்லாத ஒன்று என்றாலும் அதுவும் சிவசேனா தலைமையில் அமைந்த ஒன்றுதான். டெல்லி போலீசைப் பொறுத்தமட்டில் அங்கு காவல்துறை அமித்ஷாவின் கைகளில் உள்ளது கவனத்துக்குரியது

கைது செய்யப்பட்டவர்களில் நீரஜ் பிஷ்னோய் ஒரு இராம பக்தன். சுந்தர காண்டத்தை ஓதுபவன். பொதுவில் அவனை ஓரளவு நேர்மையானவனாகச் சொல்கின்றனர். ஆனாலும் இப்படியானவர்கள் மத்தியிலும் மோசமான முஸ்லிம் வெறுப்பு இன்று உருவாக்கப்பட்டுள்ளதுதான் இன்னும் கவலைக்குரிய ஒன்றாக உள்ளது. பாதிக்கப்பட்டவர்களில் காஷ்மீரப் பெண்களும் அடக்கம். ஏற்கனவே நொந்துபோயுள்ள இவர்களுக்கு இது இன்னும் ஒரு கொடுந் தண்டனை.

ஆக இந்தப் புத்தாண்டு நூறுக்கும் மேற்பட்ட முஸ்லிம் பெண்களின் வேதனைக்குரிய நாளாக விடிந்தது. தங்களின் புகைப்படங்கள் இவ்வாறு அசிங்கமாக்கப்பட்டுள்ள நிலையில், இப்படியான முஸ்லிம் பெண்கள் மீதான அத்துமீறல்கள் குறித்த தகவல்கள் அமித்ஷாவின் கட்டுப்பாட்டில் உள்ள டெல்லி காவல்துறைக்குத் தெரிந்திருந்தபோதும், இந்தப் பிரச்சினை இன்று இது இப்படிப் பெரிதாகப் பேசப்படாதவரை ஏன் எந்த நடவடிக்கையும் எடுக்கப்படவில்லை என்கிற கேள்வி இப்போது ஊடகங்களால் முன்வைக்கப்படுகின்றது. வழக்கம்போல அவர்களிடம் எந்தப் பதிலும் இல்லை. டெல்லியில் இரண்டு வெவ்வேறு முதல் தகவல் அறிக்கைகளை டெல்லி மற்றும் உ.பி அரசுகள் 2021 ஜூலையிலேயே இது தொடர்பாகப் பதிவு செய்திருந்தும் யாரும் பிரச்சினை பெரிதாகும்வரை கைது செய்யப்படவும் இல்லை. பிரச்சினை பெரிதான பின்னரே முன்குறிப்பிட்ட கைதுகள் மேற்கொள்ளப்பட்டன.

முன்னதாகவே தகவல்கள் தெரிந்திருந்தும் ஏன் உரிய நடவடிக்கைகள் மேற்கொள்ளப்படவில்லை என்கிற கேள்வியை இன்று ‘அல்ஜசீரா’ போன்ற உலக அளவிலான ஊடகங்களும் முன்வைக்கின்றன.

எதற்கும் பதில் சொல்ல இயலாது என ஆணவத்துடன் அமர்ந்துள்ளன தொடர்புடைய அரசுகள். இதில் உ.பி., டெல்லி முதலான காவல்துறைகள் மட்டுமல்ல சிவசேனா அரசும் மௌனம் காக்கிறது. இன்னும் என்னென்னவெல்லாம் இங்கு நடக்கப்போகின்றன என எண்ணிப் பார்க்கக் கூட இயலவில்லை.

மூன்று

இப்படியான அநீதிகளை பிரதமர் மோடி முதலானோர் வெளிப்படையாகக் கண்டித்திருக்க வேண்டும். வழக்கம்போல அவர்கள் வாய்திறக்கவில்லை. பசுவின் பெயரால் நடந்த வன்முறைகள், பல்கலைக்கழக மாணவர்கள் மீதான தாக்குதல்கள்

உட்பட எதைத்தான் அவர்கள் கண்டித்துள்ளனர். இப்படியாகக் குடிமக்கள்மீது வன்முறைகளை மேற்கொண்டதற்காகக் கைது செய்யப்பட்டவர்கள் பிணையில் வெளிவரும்போது ஆளும் கட்சியின் சட்டமன்ற, நாடாளுமன்ற உறுப்பினர்களே சிறைச்சாலைகளுக்குச் சென்று வரவேற்பதையும் “முஸ்லிம்களைச் சுட்டுத் தள்ளுங்கள்” என அமைச்சர்களே முழங்குவதும், இப்படியான வெறுப்புப் பேச்சாளர்களுக்கு அமைச்சர் பதவிகள் அருளப்படுவதும் நடந்து கொண்டுதானே உள்ளன. இன்னொருபக்கம் குடிமக்களில் ஒரு சாராரின் குடியுரிமைகளைக் கேள்விக்குள்ளாக்கும் கொடுமைக்கு எதிராக உலகம் வியக்கும் வகையில், அமைதியாக இருந்து தம் எதிர்ப்புகளை வெளிப்படுத்தியவர்கள் கொடுஞ் சட்டங்களின் கீழ் சிறையில் அடைக்கப்படும் நிலைதானே இன்று நிலவுகிறது.

கொஞ்ச நாட்கள் கழித்து இன்று இந்த சல்லி டீல் கொடுமையைக் கண்டிப்பவர்கள் எல்லாம் சற்றே இதை மறந்தபின் இன்று இந்தக் குற்றத்தின் கீழ் கைது செய்யப்பட்டவர்களும் விடுதலை செய்யப்படலாம். அவர்களை இன்று முக்கிய பதவிகளில் உள்ளோர் சிறைச்சாலை வாசலில் நின்று மாலையிட்டு வரவேற்கவும் செய்யலாம்.

முஸ்லிம் பெண்கள் இவ்வாறு தொடர்ந்து பல்வேறு வகைகளில் இலக்காகப்படுவதையும் காண வேண்டும். அவர்கள் பொது வெளிகளில் பங்கு பெறுவதையும் தம்மை உறுதிப்படுத்திக் கொள்வதையும் வெறுப்பு அரசியலார் ஏற்பதில்லை. *CAA* எதிர்ப்புப் போராட்டத்தில் அவர்கள் முன்னணியில் நின்றதை அவர்களால் பொறுத்துக் கொள்ள முடியவில்லை. இப்படியான தங்களின் உரிமைகளைக் களத்தில் இறங்கி வலியுறுத்தும் முஸ்லிம் பெண்கள் அதிக அளவில் அவர்களால் வெறுக்கப்படுகின்றனர். உலக அளவில் ஆணாதிக்கப் பிற்போக்குவாதிகளிடம் காணப்படும் பொதுப் பண்பு இது. *Blank Noise, Why Loiter, Prinja Tode* முதலான அமைப்புகள் இப்படிப் பெண்களுக்கு எதிராகச் சில தடைகளை முன்வைத்ததையும் நாம் இத்துடன் ஒப்பிட்டுப் பார்க்க வேண்டும்.

முஸ்லிம் பெண்கள் திருமணச் சட்டம், முத்தலாக் தடுப்புச் சட்டம் முதலியவற்றை இயற்றியபோது அவற்றை முஸ்லிம் பெண்கள் மீதான தங்களின் கருணையாகச் சொல்லிக் கொண்ட இவர்கள், இன்று முஸ்லிம் பெண்கள் ஹிஜாப் அணிவதற்கு எதிராக நடத்தப்படும் போராட்டங்களைப் புன்னகையுடன் வேடிக்கை பார்ப்பது என்பதை எல்லாம் நாம் இத்துடன் ஒப்பிட்டுப் பார்ப்பது அவசியம். ஒரு பக்கம் பெண்களுக்குச் சாதகமாகப் பேசுவதுபோலக் காட்டிக் கொண்டு அவர்களின் சில தனித்துவமான அடையாளங்களைக் குறிவைப்பது என்பது இவற்றின் பொதுப்போக்காக உள்ளதையும் நாம் கவனத்தில் கொள்ள வேண்டும். முஸ்லிம் ஆண்களை முஸ்லிம் பெண்களுக்கு எதிராக இப்படி நிறுத்துவது எனபது கருப்பினப் பெண்களை கருப்பின ஆண்களிடமிருந்து காப்பாற்றுவதாக வெள்ளை நிற வெறியர்கள் சொல்லாடுவதுடன் காயத்ரி ஸ்பிவக் ஒருமுறை சுட்டிக்காட்டியது இங்கே ஒப்புநோக்கத் தக்கது.

நான்கு

ஒன்றைக் குறிப்பிட்டு இதை முடிப்பது அவசியம். பெண்கள் மீதான வன்முறையை உமிழும் இப்படியான இந்த ஆன்லைன் தாக்குதல்களை எளிதில் எதிர்கொண்டுவிட இயலுமா?

அது அத்தனை எளிதல்ல என்றுதான் தோன்றுகிறது. இப்படியான ஆன்லைன் தாக்குதல்களின் ஊடாக முஸ்லிம் பெண்கள் இலக்காக்கப்படுவது தடுப்பதைப் பொறுத்தமட்டில் அதற்கு *GitHub* பூரண ஒத்துழைப்பு அளிப்பது அவசியம். அப்படி அது ஒத்துழைக்காவிட்டால் அதனைக் கட்டுப்படுத்துவது இந்தத் தொழில்நுட்பத்திலும், இன்றைய ஆன்லைன் சட்டதிட்டங்கள் மற்றும் அதற்கான உடன்பாடுகள் ஆகியவற்றிலும் சாத்தியமா என்கிற கேள்விக்கு அத்தனை எளிதாகப் பதில் சொல்லிவிட முடியாது. யோசித்துப் பார்த்தால் இன்றைய உலக அரசியல் மற்றும் உடன்பாடுகள் ஆகியவற்றில் இது சாத்தியமில்லை என்றே தோன்றுகிறது. *GitHub* போன்ற தளங்களைப்

பொறுத்தமட்டில் நாம் புகார் அளிக்கலாம். சட்டவிரோத உள்ளடக்கங்கள் என நாம் எண்ணுவதைப் பட்டியலிட்டு நீக்க வேண்டும் எனலாம். சிலவற்றை, எடுத்துக்காட்டாக, குழந்தைகளைத் தவறாகப் பயன்படுத்துதல் முதலானவற்றை நிறுவுதல் அத்தனை எளிதல்ல. *GitHub* என்பது ஒரு *Specialist Platform.* இந்தச் செயலியை உருவாக்கியவர்களைக் கண்டுபிடித்துத் தண்டிக்கலாம என்றால் அதுவும் ஒரு எளிதான செயல் அல்ல. எல்லாவற்றிற்கும் மேலாக நம் அரசும் ஒத்துழைக்கவேண்டும். அரசு எந்த அளவிற்கு ஒத்துழைக்கும் என்பதை நாம் அறிவோம். அப்படியே சிரமப்பட்டுக் கண்டுபிடித்துத் தடுத்தாலும் அதெல்லாம் ஒரு குறுகிய காலப் பாதுகாப்பாகத்தான் இருக்கும். புகார் அளித்து 'ப்ளாக்' பண்ணுவது எல்லாமும் கூட ஒரு குறுகிய காலத் தீர்வாகத்தான் இருக்கும் என்பதுதான் இது குறித்த வல்லுனர்களின் கருத்து. ஒரு கட்டுரை ஆசிரியர் குறிப்பிட்டுள்ளதுபோல இப்படி எல்லாம் செய்து நாம் இந்தச் செயலியின் பரவலைத் தடுக்கலாம் என்றாலும் முஸ்லிம் பெண்களை இழிவுபடுத்தும் ஒரு கவலைக்குரிய சூழல் சமூகத்தில் நிலவுவதற்கு ஒரு முற்றுப்புள்ளி வைக்காதவரை இதெல்லாம் என்ன பயன் அளித்துவிட முடியும் என்கிற கேள்விக்கு நம்மிடம் பதில் இல்லை.

Ref:

1. *Attempt to silence those vocal' Kashmiri journalist among muslim women 'auctioned' on 'Bulli Bai', January 3, 2022 by News Desk*

2. *Sulli Deals: Organised attempt to blame a Muslim youth for the app, MOHAMMED ZUBAIR, PRATIK SINHA & POOJA CHAUDHUR, a/t News*

3. *Alok Deshpande, Hemani Pandari, Sulli Deals, Bulli Bai and the young and educated hatemongers, 22 Jam 2022 The Hindu*

4. *MYTHREYEE RAMESHHIMMAT SHALIGRAM, Police Makes Break-*

through in Bulli Delhi Bai: Why Didn't It Act 6 Months Ago?,Not a single arrest has been made in the 'Sulli Deals' case by the Delhi Police yet. 06 Jan 2022

5, *Srishit Daswal, Bulli Bai: India's Muslim women again listed on app for 'auction', AlJaseera 2, Jan 2022*

6. *Chinmayi Arun, Shilpa Phadke, Attacks like Bulli Bai are a response to assertive Minority women, Fbbruary 7, 2022*

3.13

பிஞ்சு நெஞ்சில் நஞ்சு

ஒன்று: பாடநூல்களின் ஊடாகப் பாசிசம்

இன்று இந்தியாவை ஆண்டுகொண்டு இருப்பவர்களுக்கு ஆளுகைக்கு அப்பால் ஒரு 'அஜெண்டா' (செயல்திட்டம்) உள்ளதை நாம் அறிவோம். சுருக்கமாக ஒற்றைவரியில் அதைச் சொல்வதானால் அது "இன்றைய மதச்சார்பற்ற ஜனநாயக அரசியல் சட்டம்" (Secular Democratic Constitution) என்பதை ஒழித்துக்கட்டுதல் என்பதுதான்.

அதிகாரத்தில் இருந்தாலும் இல்லாவிட்டாலும் இதை அவர்கள் கல்வி பயிற்றுவிப்பின் ஊடாகச் செய்துகொண்டுள்ளார்கள். சுருக்கமாகவும், மேலோட்டமாகவும் சொல்வதானால் பொதுவாக மூன்று வடிவங்களில் இதை அவர்கள் செய்து வருகின்றனர். அவை:

(i) வித்யாபாரதி பள்ளிகள்: சரஸ்வதி சிசு மந்திர் முதலியன: இப்படிப் பல ஆயிரம் பள்ளிகள் இந்தியா முழுவதும்

அவர்களால் நடத்தப்படுகின்றன. தீவிரமாக ஆர்.எஸ்.எஸ்சின் மதவாத / பிளவு அரசியலைப் பிஞ்சு நெஞ்சுகளில் புகுத்தும் வகையில் செயல்படும் பள்ளிக்கூடங்கள் இவை. 1970 களிலேயே, அப்போதைய கணக்குப்படி, இந்தப் பள்ளிகள் 14,000 க்கும் மேல் செயல்பட்டதாக அவர்களே கூறியுள்ளனர்.

மத்தியப் பிரதேசத்தில் கோண்டு இனமக்கள் வசிக்கும் மாண்ட் சரூர் பகுதியில் உள்ள விடிஷா எனும் ஊரில் நடத்தப்படும் ஒரு வித்யாபாரதி பள்ளி குறித்து நான் எனது கட்டுரை ஒன்றில் விரிவாக எழுதியுள்ளேன். 'இராவணவாசிகள்' எனத் தங்களை அடையாளப்படுத்திக் கொள்ளும் இவர்கள் இராவணனைத் தம் குலக் கடவுளாக வணங்குவோர். சுமார் ஆறு ஆண்டுகளுக்கு முன் நேரடியாகச் சென்று அங்குள்ள இப்பழங்குடி மக்கள் பலரையும் சந்தித்து எழுதப்பட்ட கட்டுரை ஒன்று ஆங்கில இந்து நாளிதழில் வந்தது *(Omar Rasheed, Celebrating Rawan, The Hindu, Oct 21, 2015).*

தசரா காலத்தில் இவர்கள் தமது இராவண பூஜையைச் சிறப்பாகக் கொண்டாடுவர். இப்போது அங்கிருந்த அரசுப் பள்ளி மூடப்பட்டு வித்யாபாரதி பள்ளி மட்டும்தான் செயல்படுகிறது. அங்குள்ள பழங்குடியிலிருந்தே ஆசிரியர் ஒருவர் நியமிக்கப்பட்டுள்ளார். அப்போது அவரது ஊதியம் 10,000 ரூ. கோண்டு இன மக்களின் பண்பாடுகள் (இராவண வணக்கம் முதலியன) அழிக்கப்பட்டு இப்போது அம்மக்கள் மத்தியில் இந்துமதக் கருத்துகள் திணிக்கப்படுவது குறித்து அந்த ஆசிரியர் புலம்புகிறார். இரவு நேரத்தில் 'மைக்' வைத்துத் தம் பண்பாட்டைக் காப்பது குறித்து இம்மக்கள் வேதனையோடு தம் பண்பாட்டுப் பெருமைகளைப் பேசுகின்றனர். இப்படிப் பல்வேறு அடித்தள மக்கள் வசிக்கும் பகுதிகளில் இப்பள்ளிகள் ஏராளமாக நடத்தப்படுகின்றன. 2004 இல் மோடியின் குஜராத் மாநிலத்தில் உள்ள வித்யாபாரதி பள்ளிகளில் எட்டாம் வகுப்பு மாணவர்களுக்கான பாடத் திட்டத்தில் காந்தியின் ஒத்துழையாமை இயக்கம் குறித்து எதிர்மறையாக அறிமுகப்படுத்தும் பாடம் ஒன்று இருந்தது. 10 ஆம் வகுப்புப்

பாடநூலில் *"Hitler the Supreme - The Internal Achievement of Nazism"* என்கிற ஹிட்லரையும் நாசிசத்தையும் புகழும் - பாடங்கள் இருந்தது அப்போது சர்ச்சையாகியது. "தேசத்தின் தூய்மையையும் பண்பாட்டையும் பேணுவதற்கு செமிடிக் இன யூதர்களை ஒழித்து *(purging)* உல்கத்தையே அதிர்ச்சி அடைய வைத்ததன் ஊடாக ஜெர்மனியின் தேசிய கவுரவம் அதன் உச்சக்கட்டத்தை எட்டியது" என ஒரு பாடம் ஹிட்லரின் அணுகல் முறையைக் கொண்டாடியது.

(ii) இராணுவப் பள்ளிகள்: 'மக்களை இராணுவமயப் படுத்துவது' என்பது ஆர்.எஸ்.எஸ்சின் கோட்பாடுகளில் ஒன்று. ஆர். எஸ். எஸ்சை உருவாக்கிய மூலவர்களில் ஒருவரான டாக்டர் மூஞ்சே, பாசிசம் உச்சக் கட்டத்தில் இருந்தபோது இத்தாலி சென்று முசோலினியைச் சந்தித்ததோடு "பலில்லா" எனப்படும் முசோலினியின் இராணுவப் பள்ளிகளைப் பார்த்து உற்சாகத்துடன் திரும்பி வந்து மகாராஷ்டிரத்தில் உள்ள நாசிக்கில் "போன்சாலா இராணுவப் பள்ளி" எனச் சிறு பிள்ளைகளுக்கு இராணுவப் பயிற்சி அளிக்கும் பள்ளி ஒன்றைத் தொடங்கியது (1937) குறிப்பிடத் தக்கது. 2006 இல் அது மீள் உருவாக்கம் செய்யப்பட்டுள்ளது. *Central Hindu military Education Society* எனும் அமைப்பு ஒன்றால் அது இப்போது நிர்வகிக்கப்படுகிறது. சில ஆண்டுகளுக்கு முன் மறைந்த ஹிமானி சாவர்கர் எனும் பெண்மணி அதன் தலைவர். இவர் காந்தியைக் கொன்ற நாதுராம் கோட்சேயின் மகள் மட்டுமல்ல, காந்தி கொலைச் சதியில் குற்றம்சாட்டப்பட்ட சாவர்கரின் தம்பி நாராயண் சாவர்கரின் மனைவியும் கூட.

இப்படியாகப் 'புகழ்பெற்ற' குடும்பம் ஒன்றின் வாரிசான இவர் "குண்டு வெடிப்புக்குக் குண்டு வெடிப்புதான் ஒரே வழி. முஸ்லிம் பயங்கரவாதத்தைப் பயங்கரவாதம் மூலமாகவே எதிர்கொள்ள வேண்டும்" என்று முழங்கியவர். 2006 இல் இவர் இந்து மகாசபைத் தலைவராகத் தேர்ந்தெடுக்கப்பட்டார் என்பதும் இங்கு குறிப்பிடத்தக்கது.

ஹிமானி சாவர்கரின் போன்சாலா இராணுவப் பள்ளியின் பெயர் சுமார் 12 ஆண்டுகளுக்கு முன் பத்திரிகைகளில் அடிபட்டது நம்மில் சிலருக்கு நினைவிருக்கலாம். செப் 28, 2008 அன்று மலேகான் எனும் இடத்தில் (நாசிக் மாவட்டம், மகாராஷ்டிரம்) நடந்த வெடிகுண்டு தாக்குதலின்போது இந்தப் பள்ளியின் பெயர் மேலுக்கு வந்தது. 9 பேர்கள் கொல்லப்பட்டு, சுமார் 50 பேர்கள் படுகாயம் அடைந்த அந்தத் தாக்குதல் குறித்து இந்தப் பள்ளியில்தான் சதிகாரர்கள் திட்டம் தீட்டினார்கள் என்பது விசாரணையில் வெளிப்பட்டது.

“இராணுவத் தன்மையிலான இந்தியப் புத்துயிர்ப்பு”. “வெற்றியை நோக்கிய முழக்கத்துடன் எதிரிகளைக் கொன்று குவிக்கும் விளையாட்டிற்குத் தகுதி உள்ளவர்களாக மக்களை ஆக்குதல்”, “குடிமக்களுக்கும் படைவீரனுக்கும் வேறுபாடு இருக்கக் கூடாது” என்கிற முழக்கங்களை உதிர்த்த மூஞ்சேதான் (1872 -1948) இன்றுவரை இந்துத்துவ பயங்கரவாதிகளின் இராணுவப் பள்ளிகளுக்கு வழிகாட்டியும் முன்னோடியுமாக இருந்து வருகிறார்.

நரேந்திர மோடி தலைமையில் இரண்டாம் முறையாக பா.ஜ.க ஆட்சி டெல்லியில் அமைக்கப்பட்டபோது (2020) உத்தரப் பிரதேசத்தில் உள்ள புலந்த்சாகர் மாவட்டத்தில் “ராஜு பையா சைனிக் வித்யாலயா” எனும் பெயரில் ஆர்.எஸ்.எஸ் சின் முதல் இராணுவப் பள்ளி தொடங்கப்பட்டது. ஹிமானி சாவர்கார் தலைமையில் இயங்கும் போன்சாலா இராணுவப் பள்ளி ஆர்.எஸ்.எஸ்சால் நேரடியாக நடத்தப்படுவதல்ல என்பது நினைவிற்குரியது.

ராஜு பையா என்பது முன்னாள் ஆர்.எஸ்.எஸ் ‘சர்சங்சலக்’குகளில் ஒருவர். அவர் பெயரில் தொடங்கப்பட்டுள்ள இப் பள்ளியில் ஆண்டுக்கு 160 மாணவர்கள் சேர்க்கப்படுகின்றனர். இதில் 56 இடங்கள் முன்னாள் இராணுவ வீரர்களுக்கு ஒதுக்கப்படுகின்ற CBSC பாடத்திட்டத்தின் கீழ் 6 முதல் 12ஆம் வகுப்புகள் வரை இராணுவப் பயிற்சியுடன் கூடிய கல்வி மாணவர்களுக்கு அளிக்கப்படும்.

அது மட்டுமல்ல. இதுபோல அடுத்தடுத்து ஆறு இராணுவப் பள்ளிகள் நிறுவப்படும் என ஆர். எஸ்,எஸ் அமைப்பு அப்போது அறிவித்தது.

(iii). வயது வந்தோருக்கான மதக் கல்விப் பள்ளிகள்: இதில் வயது வந்தோர், குறிப்பாகப் பெண்களுக்கு ஆர்.எஸ்.எஸ்சின் கோணத்திலிருந்து இந்துமதம் குறித்த பயிற்சிகளும், பயிற்சி முடிந்தபின் சான்றிதழ்களும் அளிக்கப்படுகின்றன. நாகர் கோவில் முதலான பகுதிகளில் செயல்படும் இப்பள்ளிகளில் வாரந்தோறும் வகுப்புகள் நடத்தப்படுகின்றன. உணவு போக்குவரத்துப் படி முதலியன அளிக்கப்படுகின்றன. வெளி மாநிலம் ஒன்றிலிருந்து வந்த ஒரு ஆய்வு மாணவர் அப்படிப் பாடம் முடிந்து வெளியே வந்த மக்களிடம் நின்று இன்று என்ன பாடம் சொல்லிக் கொடுத்தார்கள் எனக் கேட்கிறார்.

தவறாமல் அனைவரும் ஒரே பதிலைத்தான் சொல்கின்றனர். அது:

“கிறிஸ்தவ ஆலயங்கள் கிறிஸ்தவர்களிடம் உள்ளன. முஸ்லிம்களின் பள்ளிவாசல்களும் தர்காக்களும் முஸ்லிம்களிடம் உள்ளன. இந்துக்களின் கோயில்களை மட்டும் ஏன் அரசாங்கம் வைத்துள்ளது?

இந்துத்துவ அமைப்புகளின் கல்வி தொடர்பான பணிகள் இவ்வளவுதான் என நினைக்காதீர்கள். அந்தமான் தீவு உட்பட இந்தியாவின் பல்வேறு பகுதிகளிலும் பழங்குடி மக்கள் மத்தியில் இவை தீவிரமாகச் செயல்படுகின்றன. “மக்களை இந்தியமயமாக்கல்” எனும் கோட்பாட்டின் கீழ் இவர்கள் பல வடிவங்களில் பல்வேறு பகுதிகளிலும் பணி செய்கின்றனர்.

1978 இல் இந்திரா காந்தியின் நெருக்கடி நிலைக்குப் பின் ஜனதா கட்சி ஆட்சி அமைக்கப்பட்டபோது ஜனதாவின் ஓர் அங்கமாக அன்றைய பாரதீய ஜனசங் கட்சி (இன்றைய பா.ஜ.க) இருந்ததை அறிவோம். “வித்யா சாஸ்தா சன்ஸ்தான்” எனும் அவர்களின் அமைப்பு அப்போது இந்திய அளவில்

இருந்த அவர்களின் கல்வி முயற்சிகளை ஒழுங்குபடுத்தி ஒருங்கிணைத்தது. அன்றைய தேதியில் அவர்கள் வசம் 14,000 பள்ளிகள் இருந்ததை முன்பே குறிப்பிட்டேன்.

ஜனதா கட்சி ஆட்சி வீழ்ச்சிக்குப் பின் NCERT அமைப்பு இப்பள்ளிகளை மதிப்பிட்டு, "பண்பாட்டுப் பயிற்சி" எனும் பெயரில் அப்பள்ளிகளில் மத வெறுப்பு ஊட்டப்படுவதைச் சுட்டிக் காட்டியது. குறிப்பாக "சம்ஸ்கிருதி ஞான் பரிக்ஷா' மற்றும் "சம்ஸ்கிருதி ஞான் பிரசனேடாரி" எனும் இரு பாட நூல்கள் மிகவும் ஆபத்தானவை என்பதையும் அது குறிப்பிட்டது. பாட நூல்களின் ஊடாக இவர்கள் அப்பட்டமாகப் பொய்யுரைப்பதற்கு எடுத்துக்காட்டாக ஒன்று:

கஜினி முகம்மது (Mahmud of Gazni) பலமுறை படை எடுத்துவந்து கொள்ளையிட்டுச் சென்றான் என்பதை நாம் அறிவோம். எதிர்த்து நின்ற ரஜபுத்திர அரசனான பிருத்வி ராஜைக் (Pritvi Raj Chauhan) கைது செய்து கொண்டு சென்று தனது நாட்டில் கொன்றான் என்பதையும் அறிவோம். அதுதான் வரலாறு. ஆனால் அவ்வாறு கொண்டு செல்லப்பட்ட பிருத்வி கஜினி தன்னைக் கொல்லும் அதே நேரத்தில் கஜினியைக் கொன்றான் எனவும் கஜினியின் உடல் மன்னிப்பு கேட்பதுபோல பிருத்வி ராஜின் காலடியில் கிடந்தது எனவும் இந்துத்துவவாதிகளின் பாடநூல் அப்பட்டமாகப் பிஞ்சு நெஞ்சில் பொய்யையும் நஞ்சையும் விதைக்கிறது.

சரஸ்வதி சிசு மந்திர் 7ஆம் வகுப்பு பாடநூலில் உள்ள கேள்விகளில் சில:

(i) முலாயம்சிங் யாதவை ஏன் நவீன கால இராவணன் என்கிறோம்?

(ii) பாபர் இராமர் கோயிலை இடித்து அங்கு பாபர் மசூதி கட்டிய ஆண்டு எது"

(iii) மசூதியை இடிக்க வந்த எத்தனை முஸ்லிம்களை முலாயமின் குண்டுகள் வீழ்த்தின?

எத்தகைய உள்நோக்கத்துடன் இப்படியான கேள்விகள் முன்வைக்கப்படுகின்றன என்பதை விளக்க வேண்டியதில்லை. முலாயம்சிங் அப்போது உத்தரப் பிரதேச முதல்வர். பாபர் மசூதிப் பிரச்சினையில் சங்கிகளுக்கு ஆதரவாக இல்லை என்கிற ஆத்திரம் இப்படி அவர் மீதான வெறுப்பாக வெளிப்படுகிறது.

இரண்டு: அறிஞர்களின் தரமான பாடநூல்கள் நீக்கப்படுதல்

பாடநூல்களின் ஊடாக பிஞ்சு நெஞ்சுகளில் நஞ்சை விதைப்பது ஒருபக்கம் என்றால் இன்னொரு பக்கம் உலகத் தரமான அறிஞர்களால் நேர்மையாக எழுதப்பட்ட தரமான பாடநூல்களை, குறிப்பாக வரலாற்றுப் பாட நூல்களை ஒழித்துக் கட்டுவது என்பது சங்கிகளின் இன்னொரு பக்கமாக உள்ளது. ஏனெனில் நேர்மையான வரலாறு என்பது அவர்களின் பயங்கரவாத நோக்கங்களுக்கு எதிரானது என்பதை விளக்கிச் சொல்ல வேண்டியதில்லை.

சில ஆண்டுகளுக்கு முன் (2005) நடந்த ஒரு சம்பவத்தைப் பார்ப்போம். டாக்டர் பிபன் சந்திரா (1928 -2014) அவர்களின் தலைமையில் மிருதுளா முகர்ஜி, ஆதித்ய முகர்ஜி, கே.என். பணிக்கர், சுசேதா மஹாஜன் ஆகியோர் உருவாக்கி கடந்த 25 ஆண்டுகளாகப் 'இந்திய சுதந்திரப் போராட்ட வரலாறு' (*India's Struggle for Independence, 1857-1947*) எனும் நூல்.

டெல்லி பல்கலைக்கழகப் பாட நூலாக இருந்து வந்தது. இவர்கள் அனைவரும் புகழ் பெற்ற வரலாற்றறிஞர்கள். பிபன் சந்திரா நீண்ட காலம் டெல்லி ஜவஹர்லால் நேரு பல்கலைக் கழகத்தில் வரலாற்றுத் துறைத் தலைவராகவும், 'நேஷனல் புக் டிரஸ்ட்' டின் தலைவராகவும் இருந்தவர். இந்திய வரலாற்று மாநாட்டிற்குத் தலைமை தாங்கிய பெருமையும் (1985) அவருக்கு உண்டு. அவரை இந்துத்துவவாதிகள் அப்போது குறிவைத்தனர். அந்தப் பாடநூலை நீக்க வேண்டும் என்றனர்.

இந்நூலில் உள்ள 39 அத்தியாயங்களில் 22 அத்தியாயங்களை எழுதியவர் பிபன் சந்திரா. இந்த நூலின் 20வது அத்தியாயத்தின் தலைப்பு ‘பகத்சிங், சூரியாசென் மற்றும் புரட்சிகர பயங்கரவாதிகள்’ (*Bhagat Singh, Surya Sen and the Revolutionary Terrorists*) என்பது. இதில் பயன்படுத்தப்பட்டுள்ள இந்த ‘பயங்கரவாதிகள்’ எனும் சொல்லை வைத்துக்கொண்டுதான் அன்று அவர்கள் தமது நாடகத்தைத் துவக்கினர்.

ஏப்ரல் 27, 2005 அன்று நாடாளுமன்றத்தில் பா.ஜ.க உறுப்பினர் அனுராக் தாகூர் என்பவர் இப்படிப் பாடநூலில் நமது விடுதலைப் போராட்ட வீரர்களைப் ‘பயங்கரவாதிகள்’ எனலாமா என ஒரு பிரச்சினையை எழுப்பினார். அமைச்சர் ஸ்மிருதி இரானி எழுந்து இப்படி மரணமடைந்த தியாகிகளைக் கூறுவது "ஒரு கல்வித்துறைப் படுகொலை" என்று சீறினார்.

பகத்சிங்கின் பேரன் முறையுள்ள யத்விந்தர் சிங் சந்து, அபேய்சிங் சந்து என்கிற இரு வழித்தோன்றல்களையும் எங்கோ தேடிப்பிடித்துக் கொண்டுவந்து அவர்களையும் களத்தில் இறக்கினர். அவர்கள் டெல்லி பல்கலைக்கழகத் துணை வேந்தர் யோகேஷ் தியாகியை அணுகி அந்நூல் திரும்பப் பெற வேண்டும் என்கிற கோரிக்கையை வைத்தனர். பிபன் சந்திராவின் நூல் பாடநூலாக இல்லை எனவும், அது ஒரு *reference book* ஆகவே வைக்கப்பட்டுள்ளதாகவும் இவர்களின் புகாரைக் கவனிப்பதாகவும் அவர் பதிலளித்தார்.

இந்தப் பிரச்சினையை நாம் எப்படிப் பார்ப்பது?

பகத்சிங்கும் தோழர்களும் கொல்லப்பட்டபோது தந்தை பெரியார் உட்பட அதற்கு எதிராகக் கண்டனம் தெரிவித்து இந்தியா முழுவதும் இயக்கம் நடந்தபோதெல்லாம் இதில் இந்துத்துவவாதிகள் யாரும் பங்குபெற்றதில்லை என்பது கவனத்தில் கொள்ள வேண்டிய முக்கிய அம்சம். அப்போது அவர்கள் வெள்ளைக்காரர்களின் தயவை நாடி வாழ்ந்தனர். அந்தமான் சிறையில் இருந்த சாவர்கர் வெள்ளையர்களிடம் மன்னிப்புக் கடிதம் எழுதித் தந்துவிட்டு விடுதலை ஆனார்

என்பதும் அதன் பின் அவர் எந்நாளும் வெள்ளையர்களை எதிர்க்கவில்லை என்பதும் ஊரறிந்த வரலாறு.

எந்த வகையிலும் பகத்சிங்கை நேசிக்க அவர்களுக்குக் காரணமில்லை. பகத்சிங் தன்னை ஒரு நாத்திகர் என அறிவித்துக் கொண்டவர். இறுதிக் காலத்தில் இடதுசாரிக் கொள்கை உடையவராகவும் அவர் தன்னை வெளிப்படுத்திக் கொண்டார். இன்றளவும் இந்திய இடதுசாரிகள்தான் அவரது நினைவைப் போற்றி வருகின்றனர்.

மூன்று அம்சங்கள் இதில் நம் கவனத்திற்குரியன.

1. இந்த நூல் மிக்க ஆழமாகவும், மாணவர்களுக்குத் தக எளிமையாகவும் எழுதப்பட்ட ஒன்று. நமது சுதந்திரப் போராட்டம் என்பது ஏதோ காந்தி மற்றும் இந்திய தேசிய காங்கிரசால் மட்டும் போராடிப் பெற்றதல்ல, காங்கிரஸ் போராடியது. இடதுசாரிகள் போராடினர், தொழிலாளிகள், விவசாயிகள், படைவீரர்கள் போராடினர், ஏன் அன்னிபெசன்ட் போன்ற ஆங்கிலேயர்களும் கூட அதில் பங்களித்துள்ளனர். எல்லாவற்றிற்கும் மேலாக முஸ்லிம்கள் மற்றும் முஸ்லிம் மன்னர்களின் பங்கு மிக முக்கியமானது.

2, இப்படிப் பலதரப்பினரும் பங்குபெற்ற இந்திய சுதந்திரப் போரில் யாரேனும் ஒரு தரப்பு பங்குபெறவில்லை என்றால் அது இன்று ஆட்சியில் இருப்பவர்களின் அன்றைய அமைப்பினர்தான். ஆம் இந்துத்துவவாதிகள்தான். எனவே இந்திய சுதந்திரப் போராட்ட வரலாறே இவர்களுக்குக் கசப்பான ஒன்று. ஏதேனும் இந்த வரலாற்றில் அவர்களுக்குப் பங்கு உண்டென்றால் அது காட்டிக் கொடுத்தது, மன்னிப்புக் கடிதம் எழுதிக் கொடுத்தது இப்படித்தான் அமைகிறது. வாஜ்பாயி உட்பட இவர்களில் யார்தான் மன்னிப்புக் கடிதம் எழுதிக் கொடுக்கவில்லை. பிபன் சந்திராவின் நூல் விடுதலைப் போர் குறித்த உண்மைகளை அப்படியே உரைப்பதால் இந்த நூலில் அவர்களுக்கு இடமில்லை. அவர்களால் வெறுக்கப்படும் காந்தி, நேரு, முஸ்லிம்கள், ஏன் சில ஆங்கிலேயர்கள் ஆகியோரே

அந்த வரலாற்று நூலில் முக்கிய பங்கு பெறுகின்றனர். இதை இன்றைய ஆட்சியாளர்களால் சகிக்க இயலவில்லை.

3. இந்திய சுதந்திரப் போராட்ட வரலாற்றில் அவர்களுக்கு இடமில்லை என்பது மட்டுமல்ல, பாபர் மசூதிப் போராட்டத்திற்கு முன்னதாக அவர்கள் எந்த வெகுஜனப் போராட்டத்தையும் நடத்தியதில்லை.

4. இந்நிலையில் சுதந்திரப் போராட்டத்தில் பங்குபெற்ற சிலரை இன்று தம் வசமுள்ள அதிகாரத்தைப் பயன்படுத்தி அவர்கள் கையகப்படுத்த முயல்கின்றனர். அந்த வகையில் அவர்கள் இப்போது வல்லபாய் படேல், அண்ணல் அம்பேத்கர், சுபாஷ் சந்திர போஸ், சந்திரசேகர ஆசாத் ஆகியோரைக் கையில் எடுப்பதோடு அவர்களால் வெறுக்கப்படும் காந்தி, நேரு, முஸ்லிம் தலைவர்கள் ஆகியோருக்கு எதிராக அவர்களை மிகத் தந்திரமாக நிறுத்தவும் செய்கின்றனர்.

அந்த வகையில்தான் அவர்களுக்குப் புரட்சியாளர் பகத்சிங் மீது அந்தத் திடீர்கரிசனம். மறைந்த அறிஞர் பிபன் சந்திரா மீது திடீர் வெறுப்பு.

சரி. பகத்சிங்கை *Terrorist* எனச் சொல்வது சரிதானா?

இதுவும் மிகவும் நுணுக்கமாகப் பரிசீலிக்க வேண்டிய ஒன்று. இந்நூல் எழுதப்பட்டு கால் நூற்றாண்டுக்கு மேலாகிறது. சொற்களின் பொருள்கள் காலந்தோறும் மாறிவருகிறது என்பதை நாம் கவனத்தில் கொள்ள வேண்டும். வரலாற்று அனுபவங்கள் சொற்களின் பொருள்களில் புதிய பரிமாணங்களைத் திணித்துக் கொண்டே இருக்கின்றன. அந்தவகையில் "பயங்கரவாதம்" எனும் சொல்லின் பொருளும், அதன் உள்ளடக்கமும் இப்போது பேரளவில் மாறியுள்ளது.

1857 ல் ஆங்கிலேய அரசுக்கு எதிராக நிகழ்ந்த ஆயுத எழுச்சி அப்போது ஆங்கிலேயரால் மட்டுமல்ல, நம்மாலும், நம் வரலாற்று ஆசிரியர்களாலும் அது 'சிப்பாய் கலகம்' (*Sepoy Mutiny*) என்றே அழைக்கப்பட்டு வந்தது. பல காலம் இது நீடித்தது.

எனினும் இப்போது நாம் அப்படிச் சொல்வதில்லை. "முதல் சுதந்திரப் போர்" என்கிறோம். அதன் உள்ளடக்கம் குறித்தும் கூட இப்போது கருத்து மாற்றம் வந்துள்ளது. மன்னர்களும் உயர்சாதிப் படை வீரர்களும் நடத்திய போராட்டம் என்பதைத் தாண்டி இப்போது தலித்கள், ஆடல் மகளிர், அடித்தள மக்கள் ஆகியோரின் பங்கு முதன்மைப்படுத்தப்படுகிறது.

சோவியத்தின் வீழ்ச்சிக்குப் பின் இங்கு 'பயங்கரவாதம்' என்பதன் பொருள் மிகப் பெரிய அளவில் மாறியுள்ளது. இன்றைய பொருளில் அந்தச் சொல் அதற்கு முன் பயன்படுத்தப் பட்டதில்லை என்பதை நாம் மனம் கொள்ள வேண்டும்.

சுதந்திரப் போராட்ட வரலாற்றில் இரு கட்டங்களில் வன்முறை என்பது ஒரு போராட்ட வடிவமாக இருந்தது, இக்கால கட்டங்களில் கொடுமை செய்த ஆங்கிலேய அதிகாரிகளைக் கொல்வது என்கிற வடிவில் கொலைகள் மேற்கொள்ளப்பட்டன.

1. 1908 -18 காலகட்டம் இவ்வகையில் முதலாவதாக அமைகிறது.. பிரஃபுல்லா சாகி, குதிராம் போஸ், மதன்லால் திங்ரா, சசின் சன்யால், ராஷ் பிஹாரி போஸ், வாஞ்சிநாதன் முதலானோரை இப்படிச் சொல்லலாம். இக்காலகட்டத்தில் 186 பேர் இக்குற்றங்களுக்காகத் தூக்கிலிடப்பட்டனர் என்பதை பிபன் சந்திராவின் இந்த நூல் பதிவு செய்கிறது.

2. போராட்டக் களத்திற்குக் காந்தி வந்தபின் அவர் முன்வைத்த அகிம்சை எனும் கோட்பாட்டின் ஊடாக நம் விடுதலைப் போராட்டம் பெருந்திரள் மக்கள் போராட்டமாக மாறியது.

3. எனினும் 1922 ல் காந்தி தன் புகழ் பெற்ற ஒத்துழையாமைப் போராட்டத்தைத் திடீரென முடித்துக் கொண்ட போது இதனால் வெறுப்புற்ற இளைஞர்கள் மீண்டும் ஆயுதங்களை ஏந்தினர். ருஷ்யப் புரட்சியும் (1917) இத்தகைய முடிவுக்கு அவர்கள் நகர்ந்ததில் முக்கிய பங்கு வகித்தது.

1925ல் ராம்பிரசாத் பிஸ்மில், அஷ்ஃபகுல்லா கான், சந்திர சேகர் ஆசாத் முதலானோர் பணம் ஏற்றி வந்த ஒரு ரயிலை

ஆயுதங்கள் வாங்குவதற்கென கக்கொரி என்னும் இடத்தில் கொள்ளையிட்டனர். 1928ல் பகத்சிங், ஆசாத், ராஜகுரு ஆகியோர் ஆங்கில போலிஸ் அதிகாரி சான்டர்சைக் கொன்றனர். 1929ல் பகத்சிங்கும் பாதுகேஷ்வர் தத்தும் மத்திய சட்டமன்றத்தில் குண்டு வீசினர். 1930ல் சூர்யா சென்னும் அவரது தோழர்களும் சிட்டகாங்கில் ஒரு ஆயுதக் கிடங்கைத் தாக்கினர். முதற்கட்டப் போராளிகள் கையில் கீதையுடன் தூக்கு மேடை ஏறினர் என்றால் இவர்கள் அனைவரும் "இன்குலாப் ஜிந்தாபாத்" எனும் முழக்கத்தோடு கயிற்றை முத்தமிட்டனர்.

இவை எல்லாமும் பிபன் சந்திராவின் நூலில் புரட்சிகர நடவடிக்கைகளாகவே முன்வைக்கப்படுகின்றன. நமது விடுதலைப் போராட்டத்தில் இவற்றுக்குரிய பங்கு அதில் சரியாக அளிக்கப்படுகிறது. "1931 மார்ச்சில் அவர் தூக்கிலிடப்பட்டபோது நாடெங்கிலும் 'பகத்சிங்' என்பது வீடுகள்தோறும் உச்சரிக்கும் ஒரு பெயரானது. அவர் தூக்கிலிடப்பட்ட செய்தி அறிந்து நாடு முழுவதும் ஏராளமானோர் கண்ணீர் சிந்தினர். உணவருந்தவும், பள்ளி செல்லவும், தினசரி வேலைகளைச் செய்யவும் மறந்தனர்.." என்கிறார் சந்திரா.

இதில் கவனத்தில் கொள்ள வேண்டியது அன்று இந்த நடவடிக்கைகள் அனைத்தும் 'பயங்கரவாதம்' என்றே அழைக்கப்பட்டன என்பதுதான். பகத்சிங் உட்பட அவற்றை மேற்கொண்டவர்களேகூடத் தம் நடவடிக்கைகளை அப்படித்தான் குறிப்பிட்டனர்.

1929ல் வெளியிடப்பட்ட பகத்சிங்கின் 'இந்துஸ்தான் சோஷலிசக் குடியரசுக் கழக'த்தின் (*Hindustan Socialist Republican Association*) கொள்கை அறிக்கை இப்படிக் கூறியது:

“நமது பயங்கரவாதக் கொள்கைக்காக நாம் கடுமையாக விமர்சிக்கப்படுகிறோம். (ஆனால்) பயங்கரவாதத்தைக் கையிலெடுத்துத்தான் நாம் சரியான எதிர்வினை ஆற்ற முடியும் எனப் புரட்சியாளர்கள் சரியாகவே கருதுகிறார்கள் (*We have been taken to task for our terroristic policy. No doubt, the revolutionaries think, and rightly, that it is only by resorting to terrorism that they can find a most effective means of retaliation)"*

காந்தி இவர்களை 'குண்டுகளை வழிபடுபவர்கள்' என விமர்சித்தபோது பகவதி சரண் சர்மா, 'குண்டுகளின் தத்துவம் புரட்சியின் ஓர் அங்கம்' எனவும். 'பயங்கரவாதம் இல்லாமல் புரட்சி முழுமை அடைவதில்லை' எனவும் கூறினார்.

எதற்கு இதையெல்லாம் இங்கு சொல்ல வேண்டி வருகிறது என்றால் பிரெஞ்சுப் புரட்சி தொடங்கி கொடுங்கோல் அரசுகளுக்கு எதிரான வன்முறை நடவடிக்கைகள் 'பயங்கரவாதம்' என்றே அழைக்கப்பட்டன என்பதையும் பகத்சிங்கும் தோழர்களும், அவர்களின் இயக்கத்தினருமே அப்படித்தான் அச்சொல்லைப் பயன்படுத்தினர் என்பதையும் நாம் புரிந்துகொள்ள வேண்டும் என்பதற்குத்தான்.

இந்தப் பின்னணியில்தான் பிபன் சந்திரா தனது நூலின் இருபதாம் அத்தியாயத் தலைப்பில் பயங்கரவாதம் எனும் சொல்லைப் பயன்படுத்தினார்.

இந்தப் புத்தகம் எழுதப்படும்போது 'பயங்கரவாதம்' எனும் சொல்லுக்கு இன்றைய பொருள் கிடையாது என்பதை மீண்டும் இங்கு வலியுறுத்த வேண்டி உள்ளது. அப்போது பயங்கரவாதம் என்பது கொடுங்கோல் ஆட்சிக்கு எதிரான ஒரு போராட்ட வடிவம் என்பதுதான் அதன் புரிதலாக இருந்தது. குறிப்பான கொடுங்கோலர்களைத் திட்டமிட்டுக் கொல்வது, இதன் மூலம் மக்களுக்கு நம்பிக்கை ஊட்டுவது என்பதுதான் அன்று அதன் பொருள். இன்றோ அடையாளம் தெரியாத அப்பாவி மக்களைக் கொல்வதாகவும் மக்களை அச்சுறுத்துவதாகவும் 'பயங்கரவாதம்' எனும் சொல்லின் உள்ளடக்கம் மாறியுள்ளது.

இது குறித்து 2007ல் பேசும்போது இன்று அச்சொல்லின் பொருள் மாறியுள்ளது என்பதையும், இனி புரட்சிகரமான நடவடிக்கைகளைப் 'பயங்கரவாதம்' என்கிற சொல்லால்

குறிப்பிட இயலாது எனவும் பிபன் சந்திரா குறிப்பிட்டார். 2006ல் பகத்சிங்கின் 'நான் ஏன் நாத்திகன் ஆனேன்?', 'கனவுலகம்' எனும் இரு நூல்களின் தொகுப்பு ஒன்றிற்கு முன்னுரை எழுதியபோது 'புரட்சிகர பயங்கரவாதம்' எனும் சொல்லை சந்திரா கையாளவில்லை என்பதும் குறிப்பிடத் தக்கது.

இறுதியாக ஒரு கேள்வி நமக்கு எழலாம். இன்றுதான் 'பயங்கரவாதம்' எனும் அச்சொல்லின் அந்தப் பொருள் மாறியுள்ளதே, பின் எதற்காக அந்தச் சொல்லுடன் எழுதப்பட்டுள்ள அந்தப் புத்தகத்தை இன்னும் பாடநூலாக வைத்துக் கொள்ள வேண்டும்? அல்லது அந்தச் சொற்களை நீக்கிவிட்டு அந்த நூலைப் பயன்படுத்த வேண்டியதுதானே?

இந்தக் கேள்விக்கு புகழ்மிக்க வரலாற்றாசிரியர் ரொமிலா தாபர் சொல்வது இதுதான்; "ஒரு ஆசிரியனின் எழுத்தை மாற்றி அமைக்க அதைப் பாடப்புத்தகமாக வைத்திருக்கும் துணை வேந்தர் உட்பட யாருக்கும், உரிமை இல்லை. ஆசிரியர் உயிருடன் இருந்து, அவர் விரும்பினால் அப்படிச் செய்யலாம். ஆனால் அப்படிச் செய்வது சரியான ஒன்றல்ல. வேண்டுமானால் அந்நூலில் முதல் முறையாக அந்தச் சொல் தோன்றும் இடத்தில் அடிக்குறிப்பாக, அந்த நூலை எழுதும்போது அந்தச் சொல் என்ன பொருளில் கையாளப்பட்டது, இன்று எப்படி அது மாறியுள்ளது என்றொரு விளக்கத்தைப் பதிவு செய்யலாம்."

அப்படிச் செய்ய வேண்டியதுதானே என்றால் பிபன்சந்திராவே அதைச் செய்து முடித்துவிடார் என்பதுதான் பதில். புத்தகத்தின் 142ம் பக்கத்தில், "இச்சொல் எந்த மரியாதையற்ற பொருளுடனும் பயன்படுத்தப்படவில்லை. வேறு சரியான சொல் இல்லாமையால் இது பயன்படுத்தப்பட்டுள்ளது" என்று கூறியுள்ளார்.

தவிரவும் பேரா. பிபன் சந்திரா இந்தப் 'பயங்கரவாதம்' எனும் சொல்லை எப்போதும் 'புரட்சிகர பயங்கரவாதம்' என்றே பயன்படுத்தி வந்துள்ளார் என்பதும் குறிப்பிடத்தக்கது.

3.14

என்ன நடக்குது லட்சத் தீவில்?

மே 2021

கேரளத்திற்கு அருகிலுள்ள லட்சத் தீவு சுமார் 60 ஆயிரம் மக்கள் தொகை உள்ள ஒரு தீவுக்கூட்டம். அதன் தனித்துவமிக்க பாரம்பரியப் பண்பாடுகளைப் பாதுகாக்கத்தக்க தனித்துவமான சட்டங்களுடன் கூடிய நிர்வாகம் அதற்கு இதுவரை இருந்துவந்தது. வெளியார் யாரும் நிலம் வாங்கக் கூடாது. மது வகைகளின் விற்பனைக்குத் தடை, வெளியிலிருந்து யாரும் சிறப்பு அனுமதியின்றி நுழையக் கூடாது முதலான பாதுகாப்புகள் அத்தீவுக்கு இதுவரை அளிக்கப்பட்டு வந்துள்ளன. லட்சத் தீவின் முன்னாள் நிர்வாகி தினேஷ்வர் சர்மா சென்ற டிசம்பரில் இறந்துபோனதை ஒட்டி இப்போது நரேந்திர மோடி, அமித்ஷா ஆகியோருக்கு மிகவும் நெருக்கமானவரும் பா,ஜ,க கட்சிக்காரருமான பிரஃபுல் கோடா படேல் என்பவர் அங்கு நிர்வாக அதிகாரியாக நியமிக்கப்பட்டார். இவர் முன்னாள் குஜராத் சட்டமன்ற உறுப்பினரும் கூட.

அப்போது அத் தீவுக்குப் பிடித்த சனி இப்போது வெறி ஆட்டம் ஆடுகிறது என அம்மக்கள் படேலின் கொள்கை மாற்றங்களை எதிர்த்து நிற்கின்றனர். *SaveLakshadweep* என்கிற ஹேஷ்டாக்கள் பெரிய அளவில் பரப்பப்படுகின்றன.

உள்ளூர் மக்களின் கருத்துகள் எதையும் கேட்காமல் இப்போது இந்த பிரஃபுல் படேல் பல நிர்வாக மாற்றங்களை மேற்கொண்டு வருகிறார். இவை தீவின் பாரம்பரியத்தையும், மக்களின் பண்பாட்டையும் அழிக்கும் கொடுநோக்குடன் மேற்கொள்ளப் படுகின்றன என அம் மக்கள் இன்று கொதித்துப் போய் உள்ளனர். கேரளாவுக்கு அருகில் உள்ள தீவு என்பதை ஒட்டி இன்று கேரள அரசியல்வாதிகளும், பிருத்வி சுகுமாரன் போன்ற திரைப்படத் துறையினரும் மோடி அரசின் இந்த நடவடிக்கைகளைக் கண்டித்துள்ளனர்.

இந்தச் சில மாதங்களில் இந்த பிரஃபுல் படேல்,

1. *Lakshadweep Animal Preservation Regulation,*
2. *Lakshadweep Prevention of Anti-Social Activities Regulation,*
3. *Lakshadweep Development Authority Regulation and*
4. *Amendment to the Lakshadweep Panchayat Staff Rules*

முதலான புதிய விதிகளை அறிவித்துச் செயல்படுத்துவது மக்களின் இந்தக் கோபத்திற்குக் காரணமாகிறது.

குறிப்பாக இந்த "லட்சத் தீவு டெவலப்மெண்ட் அதாரிடி சீர்திருத்தம்" என்கிற புதிய ஆணை மக்களைக் கொதிப்பிற்கு ஆளாக்கியுள்ளது. தீவு நிலங்களைக் கைப்பற்றி வளர்ச்சி எனும் பெயரில் இயற்கையுடன் இயைந்த அதன் வாழ்வையும் அமைதியையும் குலைப்பதாக இந்தப் புதிய சட்டதிட்டங்கள் அமைந்துள்ளதாக அங்கு குடியிருக்கும் பாரம்பரிய மக்கள் கொதித்துப் போயுள்ளனர். புதிதாகப் பெரும் கட்டடங்களைக் கட்டுவது, சுரங்கம் நோண்டுவது முதலானவற்றிற்கெல்லாம் இந்தத் தீவைத் திறந்துவிடும் கொடூரம் நிறைவேற்றப்பட்டால் என்ன ஆகும் என்கிற அச்சம் அந்த அப்பாவி மக்களை இன்று நிலைகுலைய வைத்துள்ளது.

“சாலையை அகலப்படுத்தப்போகிறார்களாம். சரி. அப்படியானால் ஒட்டியிருக்கும் எம் மக்களின் வீடுகளை புல்டோசர்களைக் கொண்டு இடித்துத் தள்ளப் போகிறார்களா?” என்கிறார் லட்சத் தீவின் தேசிய காங்கிரஸ் கட்சித் தலைவர் புன்யாமின். ஏற்கனவே தீவில் இடப் பற்றாக்குறை மிகுந்துள்ளது. குடும்பங்கள் பல ஒரே வீட்டில் வசிக்கும் நிலை உள்ளது. இங்குள்ள தீவுகளில் பல வெறும் 500 மீ அகலம் அளவில்தான் உள்ளன. வளர்ச்சி என்ற பெயரில் இவற்றில் எல்லாம் கை வைக்கப்பட்டால் எம் மக்கள் என்ன செய்வார்கள் என அவர் புலம்புவது ஊடகங்களில் இன்று வெளிவந்துள்ளன.

கொச்சினிலிருந்து 200 கடல் மைல் தூரத்தில் உள்ள தீவுக் கூட்டம் இது. இங்குள்ள 10 தீவுகளில் மக்கள் வசிக்கின்றனர். சுமார் 60,000 மக்கள் இங்கு உள்ளனர். இங்குள்ள முஸ்லிம்கள் பழங்குடி மக்களாக (ST) அறிவிக்கப்பட்டவர்கள். அவர்களின் வாழ்வாதாரத்தில் கைவைக்கும் நோக்குடன்தான் இந்த முயற்சிகள் மேற்கொள்ளப்படுகின்றன எனும் அச்சம் இன்று அங்கு பரவியுள்ளது.

‘ஜெஸ்சி’ எனும் ஒரு மலையாளக் கிளை மொழி பேசும் மக்கள் இவர்கள். மினிகோய் எனும் இடத்தில் உள்ள மக்கள் மட்டும் ‘மஹல்’ எனும் மொழி பேசுகின்றனர்.

கேரளத்திலிருந்து லட்சத் தீவின் உறவை முறிப்பதே இவர்களின் திட்டம் என இன்று மக்கள் கொதித்துள்ளது குறிப்பிடத்தக்கது. கேரள ராஜ்யசபா எம்பி எலமாரம் மரீம், “எம் மக்கள் தம் போக்குவரத்திற்கு இனி ‘பேய்பூர்’ துறைமுகத்தைப் பயன்படுத்தாமல் ‘மங்களூரு’ துறைமுகத்தை நோக்கி அவர்களைத் திருப்புவதே இவர்களின் திட்டம்” எனக் குறிப்பிடுகிறார். இம்மக்கள் காலம் காலமாக பேய்பூர் துறைமுகத்தைத்தான் பயன்படுத்தி வருகின்றனர் என்பது குறிப்பிடத்தக்கது.

அதுமட்டுமல்ல; இந்தப் புதிய நிர்வாகம் அங்கிருந்த கால்நடைத்துறையால் இதுவரை நிர்வகிக்கப்பட்டிருந்த

பால்வளப் பண்ணைகளை எல்லாம் மூடிவிட்டதாகவும் அங்குள்ள மக்கள் குற்றம்சாட்டுகின்றனர். இந்தக் கொடுமைக்கு அவர்கள் வைத்திருக்கும் கவர்ச்சிப் பெயர் “பிராணிகள் பாதுகாப்புத் திட்டமாம்” வேறொன்றும் இல்லை. சங்கிகளின் திட்டம் மாட்டுக்கறி உணவை அங்கு தடை செய்வதுதான் எனவும் அம் மக்கள் தம் கவலையை வெளிப்படுத்தி உள்ளனர்.

கோவிட் 19 கட்டுப்பாடுகளைப் பயன்படுத்தி இப்படியான இவர்களின் கொள்கைத் திட்டங்களைச் செயல்படுத்தி வருகின்றனர் என்றும் அவர்கள் புலம்புகின்றனர்,

“எரிகிற வீட்டில் புடுங்குவது” ஆதாயம் எனும் பழமொழி நமக்கு உண்டு. சொந்த மக்களைக் காப்பாற்றத் தவறிய அரசு என இன்று உலக நாடுகளே வேதனையோடு நம்மைப் பார்த்து நகைக்கின்றன; உலகப் பத்திரிகைகள் எல்லாம் கார்டூன் போட்டுச் சிரிக்கின்றன. ஆனால் சங்கிகள் எது குறித்தும் கவலைப்படாமல் தம் திட்டத்தைத் தீவிரமாக நிறைவேற்றிக் கொண்டுள்ளனர்.

“தீவுகளுக்குள்ளேயே எல்லாம் எங்களுக்குக் கிடைத்துவிடுகிறது என நாங்கள் சொல்லவில்லை. நாங்கள் நாட்டின் பிற பகுதிகளைச் சார்ந்துதான் உள்ளோம். அதற்காக எதை வேண்டுமானாலும் நீங்கள் செய்துவிடலாம் எனப் பொருளல்ல. டிசம்பர் 2020 வரை, (அதாவது இந்தப் புதிய நிர்வாகி வரும்வரை) எல்லாம் சரியாகத்தான் இருந்தது. இப்போது எங்கள் பிள்ளைகளுக்கு மதிய உணவில் மாமிச உணவு இல்லை எனச் சொல்லிவிட்டார்கள். இதுவரை மாமிச உணவு கொடுக்கப்பட்டு வந்தது. இது தீவுக் கூட்டம். இங்கே எல்லாவிதமான காய்கறிகளும் கிடைக்காது. மாமிசமும், மாட்டுக் கறியும் இங்குள்ள பண்பாட்டின் ஓரங்கம்” என ’மினோயை’ச் சேர்ந்த ஃபாதிமா புலம்பியுள்ளதும் பத்திரிகைகளில் வந்துள்ளது. “ஒவ்வொரு பண்டிகையின்போதும் நாங்கள் கிராமங்களில் குவிவோம். இந்த ஆண்டு ஈத் பெருநாளிலும் கூட நாங்கள் கூடவில்லை. அரசு இப்போது கொண்டுவரும் இந்தத் திட்டங்கள் எல்லாம் நிறைவேற்றப்பட்டால் நாங்கள்

அமைதியான வாழ்க்கையை வாழ முடியாது” என்கிறார் அவர்.

பினரயி விஜயன் கண்டனம்

கேரள முதல்வர் பினரயி விஜயனும் இது குறித்துக் கண்டனம் தெரிவித்துள்ளார். மே 24 அன்று லட்சத் தீவிலிருந்து வந்த பத்திரிகையாளர்களைச் சந்தித்த விஜயன், “இது ஒரு ‘சீரியசான’ பிரச்சினை. தீவு மக்களின் வாழ்வாதாரத்திற்கும் பண்பாட்டுக்கும் ஏற்பட்டுள்ள அச்சுறுத்தல்... லட்சத் தீவும் கேரளமும் நெருக்கமான உறவு கொண்டவை. கேரளமும் லட்சத் தீவும் ஒன்றை ஒன்று சார்ந்துள்ளன. கல்வி, வேலைவாய்ப்பு, மருத்துவம், வணிகம் என எல்லா அமசங்களிலும் நாங்கள் ஒருவரை ஒருவர் சார்ந்துள்ளோம். ஆனால் இப்போது இந்தத் தொடர்பை ஒழித்துக்கட்டுவதற்கான முயற்சி மேற்கொள்ளப் படுகிறது. மிகவும் குறுகிய மனப்பான்மையுடன் இந்த முடிவுகள் மேற்கொள்ளப்பட்டுள்ளன, அதிகாரத்தில் உள்ளோர் இந்த முயற்சிகளை நிறுத்த வேண்டும்” எனக் கண்டித்துள்ளதும் ஊடகங்களில் வெளிவந்துள்ளது.

பாஜக அரசால் திணிக்கப்பட்ட இந்தப் புதிய நிர்வாகி மீனவர்கள் தம் வலைகளைக் கொண்டுவந்து வைக்கும் கொட்டகைகளை ஒழித்துக்கட்டியுள்ளதாகவும் குற்றம் சாட்டப்படுகிறது, இப்படி வலைகளை வைப்பது கரையோரப் பாதுகாப்புச் சட்டத்திற்கு எதிரானது எனக் காரணம் கூறிப் புதிய நிர்வாகம் இதைச் செய்துள்ளது. இந்தச் சட்டத்திலிருந்து விலக்களித்துதான் மீனவர்களுக்கு இப்படி வலைகளை வைக்க அனுமதி அங்கு வழங்கப்பட்டிருந்ததைச் சுட்டிக் காட்டி அரசுக்கு CPM ராஜ்ய சபா உறுப்பினரும் CITU தேசியச் செயலாளர் மற்றும் முன்னாள் கேரளத் தொழில் அமைச்சருமான எலமாரன் கரீம் கடிதம் எழுதியுள்ளார்.

குழந்தைகளின் படிப்பிலும் குறிவைக்கிறது இந்தப் புதிய நிர்வாகம்!

38 அங்கன்வாடிகள் மூடப்பட்டுள்ளன எனச் செய்தி. சுற்றுலாத்துறை மற்றும் கல்வித்துறை சார்ந்த 190 பேர்கள் பணி நீக்கம் செய்யப்பட்டுள்ளனர். கால்நடைத்துறை மற்றும் விவசாயத்துறையிலும் பலர் நீக்கப்பட்டுள்ளனர். “மத்திய அரசால் நிர்வகிக்கப்படும் இந்தத் தீவுக் கூட்டத்தில் உள்ள பல்வேறு துறைகளிலும் ஏராளமானோர் வேலை இழந்துள்ளனர்” என லட்சத் தீவின் மாணவர் கூட்டமைப்புத் தலைவர் சையத் முகமது அனீஸ் கூறியுள்ளார். ஒப்பந்த ஊழியர்கள் பலரும் தினந்தோறும் பணி நீக்கம் செய்யப்படுகின்றனர் எனவும் அனீஸ் கூறுகிறார்.

சிறைச்சாலைகள், லாகப்கள் எதிலும் அங்கே ஆட்கள் யாரும் இல்லை. அந்தச் சின்னத் தீவுக் கூட்டத்தில் குற்றச் செயல்கள் குறைவு. ஆனால் நரேந்திரமோடி அரசால் அனுப்பப்பட்ட இந்தப் புதிய நிர்வாகி இங்கே “குண்டர் சட்டத்தை” நிறைவேற்றப் போவதாகவும் செய்தி அடிபடுகிறது.

“எங்களின் இந்த நடவடிக்கைகளுக்கு எதிர்ப்புத் தெரிவிக்கும் எல்லோரையும் உள்ளே தள்ளுவதற்கான திட்டம் இது. எங்களின் வாயைக் கட்டிவிட்டு எல்லாவற்றையும் தனியார்மயப்படுத்தத் திட்டமிடுகிறார்கள். மொத்தத்தில் இந்தத் தீவின் எல்லாப் புனிதங்களிலும் கைவைக்கிறார்கள்” எனப் புலம்பியுள்ளார் இந்தத் தீவுக் கூட்டத்தில் ஒன்றான கவரட்டி தீவில் வாழும் ஒருவர்.

லட்சத் தீவுகள்: பிரஃபுல் படேல் அள்ளிக்கொள்ளும் ஏகப்பட்ட அதிகாரங்கள் - மேலும் சில...

பெரும்பான்மையாக முஸ்லிம் மக்கள் வசிக்கும் இந்தத் தீவிகளில் தனது அதிகாரத்தைத் தவறாகப் பயன்படுத்தி மதப் பிளவை ஏற்படுத்துவதை IUML தலைவர்களில் ஒருவரான ஈ.டி. முகம்மது பசீர் கண்டித்துள்ளார். எலமாரம் கரீம் குடியரசுத் தலைவருக்கு விரிவான கண்டனக் கடிதம். எழுதியுள்ளார்.

சட்டமன்றம் ஏதும் இல்லாமல் நேரடியாக மத்திய அரசால் ஆளப்படும் தீவுக் கூட்டம் இது. லட்சத் தீவில் இப்போது பொறுப்பேற்றிருக்கும் இந்த ப்ரஃபுல் படேல் ஏற்கனவே

தாத்ரா *(Dadra)* மற்றும் நகர் ஹவேலி *(Nagar Haveli)*, டையு, டாமன் *(Daman and Diu)* முதலான யூனியன் பகுதிகளுக்கும் பொறுப்பாக உள்ளவர் என்பது கவனத்துக்குரியது. நரேந்திர மோடிக்கு மிகவும் நெருக்கமான இவர் ஏற்கனவே குஜராத் அமைச்சராகவும் இருந்தவர்.

கோவிட் 19 தாக்குதலின்போது லட்சத் தீவுகளில் ஒருவர் கூட பாதிக்கப்படவில்லை. இந்த படேல் பொறுப்பேற்றவுடன் குவாரண்டைன் கட்டுப்பாடுகளை எளிமைப்படுத்தியதன் விளைவாக, சென்ற ஞாயிறு புள்ளிவிவரங்களின்படி வெறும் 60.000 மக்கள் தொகையே உள்ள இந்த தீவுக் கூட்டத்தில் இப்போது 6,611 பேர்களுக்கு கோவிட் தாக்குதல் இன்றுஉறுதி செய்யப்பட்டுள்ளது.

மாட்டுக்கறி முதலான பிரச்சினைகள் இன்று மேலுக்கு வந்தபோதிலும் படேல் செய்துள்ள நடவடிக்கைகளிலேயே ஆக ஆபத்தானது இந்தத் தீவுக் கூட்டத்தில் உள்ள நிலங்களின் பயன்பாடுகளில் மிகத் தீவிரமான பல மாற்றங்களைச் செய்வதுதான். இதுகுறித்து இவர் *Draft Lakshadweep Development Authority Regulation, 2021* எனும் ஒரு நகல் திட்டமும் இப்போது முன்வைக்கப்பட்டுள்ளது. அறிமுகப்படுத்தப் பட்டுள்ள இந்தத் திட்டம் இங்குள்ள நிலப் பயன்பாடுகளில் பல மாற்றங்களைச் செய்வதற்கு அரசுக்கு அதிகாரம் அளிக்கிறது. நிலங்களின் மீது இந்தச் சட்டத்தின் ஊடாக அளிக்கப்படும் இந்த அதிகாரம் தனியார் நிலங்களைக் கைப்பற்றவும் வழி வகுப்பதைச் சுட்டிக்காட்டி தீவுகளில் வாழும் மக்கள் கவலை தெரிவிக்கின்றனர்.

'வளர்ச்சி' என்பதற்கு படேல் நிர்ணயித்துள்ள வரையறையே கவலைக்குரியதாக உள்ளது. இவர்கள் மேற்கொள்ளும் 'வளர்ச்சித் திட்டங்கள்' புதிய கட்டிடங்களைத் தீர்மானித்துக் கட்டுவது, சுரங்கங்கள் நோண்டுவது, நிலத்திற்கு மேலும் கீழும் கற்கள் தோண்டுவது, வேண்டுமானால் இவர்களுக்குத் தடையாக இருக்கும் குன்றையும் கூட சிதைத்துத் திருத்துவது, எந்த ஒரு கட்டடத்திலும், அதன் பயன்பாடுகள் உட்பட எந்த மாதிரியான

மாற்றங்களை வேண்டுமானாலும் செய்வது, எந்த நிலத்தையும் 'சப் டிவிஷன்' செய்வது உள்ளிட்ட எல்லா அதிகாரங்களையும் தீவுகளின் நிர்வாகம் எனும் பெயரில் படேல் மற்றும் மத்திய அரசின் கைகளில் அள்ளித் தருகிறது.

விவாதிக்கவும், மறுப்புச் சொல்லவும், விமர்சிக்கவும் ஒரு சட்ட மன்றமும் கூட இல்லாத இந்தத் தீவுக் கூட்டத்தின் மீதான இத்தனை அதிகாரங்களும் இப்படி நிர்வாகம் எனும் பெயரில் பட்டேலும் மத்திய அரசும் பறித்துக்கொள்வது எங்கு கொண்டு விடும்?

பாவம் இந்தத் தீவுவாழ் மக்கள்! வேறென்ன சொல்வது?

இந்தத் தீவுகளின் சுற்றுச்சூழல் நிலைகள் மிகவும் மென்மையானவை. வளர்ச்சித் திட்டங்கள் எனும் பெயரில் இன்று மேற்கோள்ளப்படும் முரட்டுத் தன்மையான நடவடிக்கைகள் சுற்றுச் சூழல் அழிவுகளுக்கு இட்டுச் செல்லுமோ என்கிற நியாயமான அச்சம் அம் மக்கள் மத்தியில் உள்ளது. இது தொடர்பாக ஏராளமான எழுத்து மூலமான வேண்டுகோள்கள் ஏற்கனவே புதிய நிர்வாகத்திற்கு அனுப்பப்பட்டுவிட்டன, அது மட்டுமல்ல. வளர்ச்சித் திட்டங்கள் எனும் பெயரில் தாங்கள் கட்டாயமாக வெளியேற்றப்படுவது அல்லது புதிய சூழலுக்கு இடம் பெயர நேர்வது முதலான பிரச்சினைகளைச் சந்திக்க நேருமோ என்கிற மிகவும் நியாயமான அச்சம் இந்த எளிய மக்கள் மத்தியில் நிலவுகிறது.

பாதிக்கப்படும் இப்படியான மக்களின் அச்சங்களுக்கெல்லாம் இன்றைய ஆட்சியாளர்கள் என்றைக்குப் பதில் சொல்லியுள்ளனர்?

சென்ற பிப் 25 அன்று படேல் அறிவித்த *Lakshadweep Animal Preservation Regulation, 2021* சட்டம் அதாவது புரிகிறமாதிரி சொல்வதானால் "மாட்டுக் கறித் தடைச்சட்டம்" இனி உணவுக்காக மக்கள் மிருகங்களைக் கொல்வதைக் குற்றமாக்குகிறது. கொல்லப்படும் மிருகம் உணவுக்குத் தகுந்ததா என முதலில் சான்று பெற வேண்டும். புதிய சட்ட வரைவின்

5 (2) பிரிவின்படி கொல்லப்படும் மிருகம் கன்று, பசு அல்லது காளை (*cow, a bull or a bullock*) என்றால் அந்தச் சான்று தரப்பட மாட்டாது. இவை மட்டுமல்ல விவசாயத்திற்குப் பயன்படுத்தப்படும் வேறு எந்த மிருகத்தையுமே உணவுக்காகக் கொல்லக்கூடாதாம். பாலூட்டுபவை, கன்றுகள் எதையும் நீங்கள் கொல்லக்கூடாதாம். சட்டத்தின் 5(2) பிரிவின்படி வரையறுக்கப்படும் இந்த மிருகங்களை யாரும் கொண்டு செல்லவும் (*transporting*) கூடாதாம். இடையில் பிடிபட்டால் கொண்டு செல்லப்படும் மிருகம் கசாப்புக்காக அல்ல என நிறுவும் பொறுப்பு கொண்டு செல்பவருடையதாம்.

அடுத்து, புதிதாக *Prevention of Anti-Social Activities* என்கிற பெயரில் ஓராண்டுவரை யாரையும் சிறைக் கொட்டடிக்குள் தடுத்து வைக்கும், இதுவரை இல்லாத ஒரு தடுப்புக் காவல் சட்டத்தை இன்று கொண்டுவருவதும் மக்கள் மத்தியில் கொடும் அச்சத்தை உருவாக்குவதற்கே என்கிற கருத்தையும் பலர் கூறியுள்ளனர்.

இன்றைய கோவிட் 19 தாக்குதலை ஒட்டி சென்ற டிசம்பர் வரை, அதாவது படேலுக்கு முந்திய நிர்வாகம் இருந்தவரை தீவுகளுக்குள் நுழைய விரும்பும் யாரும் கேரளத்தில் ஒரு வார காலம் குவாரண்டைனில் இருக்க வேண்டும் என்கிற கட்டாயம் இருந்தது. புதிதாக அதிகாரத்தைக் கையில் ஏற்ற இந்த படேல் இதையும் யாரையும், எந்த யோசனையையும் கேட்காமல் தன்னிச்சையாக ரத்து செய்ததையும், அதனால் இன்று அம் மக்கள் சந்தித்துள்ள கோவிட் ஆபத்து குறித்த அம் மக்களின் கவலையையும் 'ஸ்க்ரால் இன்' இணைய இதழ் பதிவு செய்கிறது. பொருளாதார நடவடிக்கைகள் மற்றும் கொரோனாவின் 'மியூடேட்' ஆன புதியவடிவம் ஆகியவற்றை மட்டுமே காரணம் சொல்லிவிட்டால் போதுமா?

கேரளாவுடனான எங்கள் உறவுகளை ஏன் இவர்கள் அறுத்தெறிய விரும்புகின்றனர்? என இன்று அந்த மக்கள் கேட்கும் கேள்விக்கு படேலும் மோடியும் என்ன பதில் சொல்லப் போகிறார்கள்?

“பண்பாட்டுக் காரணங்களுக்காக இங்கே சாராயம் முதலியவற்றின் பயன்பாட்டிற்கு இருந்த கட்டுப்பாடுகளையும் எந்த விவாதங்களோ இல்லை கருத்துக் கோரல்களோ இல்லாமல் ரத்துசெய்துள்ளதையும் எலமாரம் கலீம் சுட்டிக் காட்டுகிறார். படேல் நிர்வாகம் தீவுகளில் வாழ்வோரை கேரளத்திலுள்ள பேய்ப்பூர் துறைமுகத்தைத் தவிர்த்து கர்நாடகத்தின் மங்களூர் துறைமுகத்தைப் பயன்படுத்த வேண்டும் என வற்புறுத்துவதையும் கண்டித்துள்ளார். தம் மக்களுக்குக் கேரளத்துடன் உள்ள உறவுகளை முறிக்க முயலும் முயற்சியாக இதைச் சுட்டிக் காட்டுகிறார்.

தீவுகளில் வாழும் மக்களின் இக் குற்றச்சாட்டுகள் குறித்து இவ்வளவுக்கும் காரணமான படேலிடம் கேட்டபோது தன் மீது அப்படியான குற்றச்சாட்டுகள் கூறப்படுவது தெரியாதெனவும் தான் இதற்கு மேல் இதுகுறித்து ஏதும் சொல்ல முடியாது எனவும் கூறியுள்ளார்.

இந்தியப் பத்திரிகைகள் அனைத்தும் படேலின் இந்த நடவடிக்கைகளைக் கடுமையாக விமர்சித்துள்ளன. நாடாளுமன்ற உறுப்பினர்கள், அருகாமையில் அமைந்த ஒரு மாநிலத்தின் முதலமைச்சர், பொறுப்பான ஊடகங்கள், எல்லாவற்றிற்கும் மேலாக தன்னால் பாதிக்கப்படுகிற அந்த மக்கள் ஆகியோர் வைக்கும் குற்றச்சாட்டுகள் தன் காதில் விழவில்லை எனச் சொல்வதும் கேள்விகளுக்கு பதிலில்லை என மறுப்பதும் என்ன மாதிரி திமிர்த்தனம் என்பதை ஒருகணம் யோசித்துப் பாருங்கள்.

நாம் ஜனநாயக நாட்டில் உள்ளோமா? இல்லை நரேந்திரமோடி - மோகன்பகவத்களின் லட்சிய ஆட்சி இதுதான் எனச் சொல்கிறார்களா?

இந்தப் புதிய நிர்வாகம் நீக்கப்பட வேண்டும் என முஸ்லிம் அமைப்புகளின் தலைவர்கள் குடியரசுத் தலைவருக்கும் மற்றவர்களுக்கும் விண்ணப்பம் அளித்துக் கொண்டு உள்ளனர்.

பாவம் இந்த எளிய தீவுவாழ் மக்கள். வேறென்ன சொல்வது...

3.14

ஜாஃப்ரிலோவின் பார்வையில் சுதந்திரம் அடைந்த 72 ஆண்டுகளுக்குப் பின் இந்திய முஸ்லிம்களின் நிலை

September 4, 2020,

[கடந்த கால் நூற்றாண்டாக இந்தியா, பாகிஸ்தான் நாடுகள் குறித்து ஆய்வுகளைச் செய்துவரும் கிறிஸ்டோஃப் ஜாஃப்ரிலோ. இந்தியவியல் குறித்த மிக முக்கியமான ஆய்வாளர்களுள் ஒருவர். அவருடன் காணொளிக் காட்சி மூலம் மேற்கொள்ளப்பட்ட ஒரு நீண்ட உரையாடலின் சில பகுதிகளை எனது மொழியில் இங்கு சுருக்கித் தருகிறேன். மகாத்மா காந்தியின் ஒரு கூற்றுடன் தொடங்குகிறது அவரது உரை. இது அவரது முழு உரை அல்ல. எனது குறிப்புகளுடன் ‘எடிட்’ பண்ணப்பட்டது. அடைப்புக் குறிக்குள் இருப்பவை என் குறிப்புகள்.]

சுதந்திரத்திற்குப் பிந்திய முஸ்லிம்களின் நிலை

“ஒரு தேசத்தின் பெருமை என்பது அந்த நாட்டிலுள்ள ஆக பலவீனமான மக்களை அது எவ்வாறு நடத்துகிறது என்பதன் அடிப்படையிலேயே மதிப்பிடப்படுகிறது” - மகாத்மா காந்தி.

மொத்த மக்கள் தொகையில் முஸ்லிம்கள் 20 சதம் இருந்தபோதும் விடுதலைக்குப் பிந்திய இந்தியாவில் IAS, IPS பதவிகள், நாடாளுமன்றம், சட்டமன்றங்கள் எதிலும் அவர்களின் எண்ணிக்கைக்குப் பொருத்தமான அளவில் அவர்கள் பிரதிநிதித்துவம் பெற்றதில்லை. வெறும் 8% நகர்ப்புற முஸ்லிம்கள்தான் மாத ஊதியம் பெறும் பணியாளர்களாக உள்ளனர் (தேசிய சராசரி 21%). 61% முஸ்லிம்கள் சுய வேலைவாய்ப்புகள், வணிகம் மற்றும் கைவினைத் தொழில்களிலேயே உள்ளனர். அவர்கள் மாத வருமானம் பெறும் ஊழியர்களாக இல்லாதது மட்டுமல்ல, பொதுத்துறை நிறுவனங்களில் அவர்கள் போதிய அளவில் இல்லை என்பது குறிப்பிடத்தக்கது.

விவசாயம் சாராத, முறையான மாத ஊதியம் பெறும் பணிகளில் உள்ள முஸ்லிம்கள் 5% மட்டுமே; இந்துக்கள் 22.16%. ஆனால், தனியார் துறைகளில் மாத ஊதியம் பெறும் முஸ்லிம்கள் 19.70%; இந்துக்கள் 22.16%.

(ஆக தனியார் துறையைக் காட்டிலும் அரசுத்துறை முஸ்லிம்களுக்கு வேலை கொடுப்பதில் பின்தங்கியுள்ளது. காங்கிரஸ் அரசு ஏதோ முஸ்லிம்களை மட்டும் ஊட்டி வளர்த்துவிட்டதாக (pampering) சங்கிகள் முன்வைக்கும் குற்றச்சாட்டு வழக்கம்போல ஒரு மோசடி வேலை என்பதற்கு இன்னொரு நிரூபணம் இது.)

1980க்குப் பின் நாடாளுமன்றத்தில் முஸ்லிம் பிரதிநிதித்துவம் குறைந்துகொண்டே போகிறது.

1980ம் ஆண்டில் 49 எம்.பிக்கள் (9%); 2014ம் ஆண்டில் 21 எம். பிக்கள் (4%); 2019ல் வெறும் 5%. மேற்கு வங்கத்தில் மட்டும்தான் ஓரளவு மக்கள் தொகையும், சட்டமன்றப் பிரதிநிதித்துவமும் ஒன்றாக உள்ளது. மக்கள் தொகை 25.2%. எம்எல்ஏக்கள் 20%. ஆனால் மே.வங்கத்தில் முஸ்லிம்கள் மத்தியில் வறுமை மிக அதிகம்.

(முதல் முதலில் முஸ்லிம் எம்.பிக்களே இல்லாத ஒரு கட்சி மத்தியில் அரசாள்வது இப்போதுதான். பாஜக மட்டுமல்ல இப்போது எல்லா அரசியல் கட்சிகளுமே நாடாளுமன்றம், சட்டமன்றம், கட்சித் தலைமை ஆகியவற்றில் முஸ்லிம்களை ஒதுக்கும் நிலை உள்ளது. கூட்டணி சேர்ந்தாலோ, ஏதோ முஸ்லிம்கள் செறிவாக உள்ள தொகுதிகளாக இருந்தாலோ அங்குதான் இப்போது முஸ்லிம்கள் வேட்பாளர்களாக நிறுத்தப்படுகின்றனர். கட்சிப் பதவிகளைப் பொறுத்தமட்டில் முஸ்லிம்களுக்கான கட்சி அமைப்புகள் இருந்தால் அதில் மட்டுமே அவர்கள் அமர்த்தப்படுவர். - அ.மா)

பிறப்புச் சான்றிதழ் இல்லாத 5 வயதுக்கு உட்பட்ட குழந்தைகளின் எண்ணிக்கை முஸ்லிம்களில் அதிகம். SC, ST, OBCக்கள் மத்தியிலும் அது உண்டு.

படித்து மேல்நிலை அடையும் முஸ்லிம்களின் எண்ணிக்கை மிகவும் குறைவு. ஒரு சமூகம் வலுவாக இருக்க வேண்டுமானால் படித்த இளைஞர்கள் (elites) அதிகம் இருக்க வேண்டும் என்பர்.

(முஸ்லிம் பெண்கள் உயர்கல்வி பெறுவது அதிகரித்தாலும் அவர்கள் உயர் பதவிகளில் இருப்பது குறைவு. படித்தாலும் இந்த ஊரில் வேலை கிடைக்கப்போவதில்லை எனும் எண்ணம் முஸ்லிம் இளைஞர்களை ஏதேனும் ஒரு டிகிரி பெற்றுக்கொண்டு ஏதேனும் ஒரு வளைகுடா நாடுகளுக்கு வேலை தேடிச் சென்றுவிடலாம் என்கிற கோணத்திலேயே சிந்திக்க வைக்கிறது. -அ.மா)

எதையும் 'பீட்' பண்ணும் இந்துத்துவா உத்தி!

கிட்டத்தட்ட இஸ்ரேல் போல இந்தியா ஆகிறது. ஒரு காலத்தில் இட்சாக் ராபின் (Yitzhak Rabin) போன்ற தொழிற்கட்சித் தலைவர்கள் கூட இஸ்ரேலில் பிரதமராக முடிந்தது. ஏரியல் ஷரோனுக்குப் பிறகு எல்லாம் மாறிவிட்டது. இப்போது அங்கு அப்படியான ஓரளவு தாராளவாதம் என்பதற்கெல்லாம் இடமே இல்லை. சமூகங்களுக்கிடையே எக்காரணம் கொண்டும் அமைதி

நிலவக் கூடாது என்பதில் அரசு கவனமாக உள்ளது. சாதாரண உரையாடலே "பாதுகாப்பு" தொடர்பானதாக மாற்றப்படுகிறது. தனித்தனிச் சமூகங்களாகப் பிரித்து நிறுத்துவதே *(polarization)* அரசியலின் முக்கியப் பணியாகிறது. நீங்கள் முஸ்லிம்களுக்கு ஆதரவாகப் பேசினால் முறைகேடான *(illegitimate)* நபர்.

இங்கு "இந்துத்துவாதான் இந்துயிசம்", "இந்து தேசியம்தான் இந்திய தேசியம்" என்கிற நிலை உருவாகிவிட்டது. "மற்றது குறித்த அச்சம்" *(fear of the other)* எங்கும் விரவிக் கிடக்கிறது. மற்றதைக் கண்டு அச்சம், பாகிஸ்தானைக் கண்டு அச்சம், இஸ்லாமைக் கண்டு அச்சம். நீங்கள் இப்படியான உரையாடலில் உங்களை ஈடுபடுத்திக் கொள்ளாவிட்டால் *you are considered illegitimate.*

சரி. இதை எதிர்கொள்ள என்னதான் வழி? இப்படியான "அடையாள அரசியலுக்கு" பதிலாக, தகுதியான சமூகப் பொருளாதாரப் பிரச்னை interest based socio economic issues எதையும் வைக்க முடியுமா?

இல்லை. மிகக் கடினம்.

இன்றைய தேர்தல் அரசியல் என்பதே முஸ்லிம்களை 'நாம்-அல்லாதவர்களாக' மற்றமைப்படுத்துவதுதான் *(otherisation of Muslims)*. உன் அடையாளத்திற்கு ஒரு அச்சுறுத்தல் என்கிற ரீதியில், நீ முஸ்லிம் வெறுப்புப் பேச்சை அவிழ்ப்பதன் ஊடாக நீ உன்னவர்களாக வரையறுப்பவர்களை ஒருங்குதிரட்டிக்கொள்ள வேண்டும். முஸ்லிம்களை மற்றவர்களாக்குவதுதான் இன்றைய தேர்தல் அரசியல்!

தாங்கள் (முஸ்லிம் ஆட்சி முதலிய அ.மா) வரலாற்றால் பாதிக்கப்பட்டவர்கள் என்கிற அச்சம் இந்துக்களுக்கு உண்டு. உலகளாவிய கிலாஃபத் இயக்கம் முதலியன ஆர்எஸ்எஸ் உருவாக்கத்தில் முக்கியப் பங்கு வகித்தன. இப்படியான அணிதிரட்டலில் பலனடைகிறோம் என்றால், அதை அவர்களும் செய்வார்கள்தானே. செய்கிறார்கள். எல்லா

அம்சங்களிலும் (பாபர் மசூதி தொடங்கி) அது நடக்கிறது. ஆங்காங்கு வன்முறைகள். கலவரங்கள் இன்னொரு பக்கம். எல்லாவற்றையும் தங்களின் 'தேர்தல் போர்த் தந்திரம்' (*electoral strategy*) என்பதாக முன்வைத்து அவர்கள் மேலே மேலே செல்கின்றனர்.

(இப்படியான தேர்தல் உத்தியில் சிறுபான்மையினர் தோற்றுப் போகிறார்கள். பேசாமல் வளைகுடா நாடுகளுக்குச் சென்று வேலையாவது பார்க்கலாமென்றால் கொரோனா புண்ணியத்தில் அதிலும் இப்போது தேக்கம். அ.மா)

சரி மொழிவாரி மாநிலத் தேசியத்திற்குள் (*linguistic nationalism*) சிறுபான்மையினர் அடைக்கலமாக முடியுமா? உறுதியாக அது அவர்களுக்கு உதவாது. வேண்டுமானால் தமிழ்நாடு, கேரளா ஆகிய மாநிலங்களில் அது கொஞ்சம் வேலை செய்யலாம்.

இந்துத்துவா இன்று ஒரு புது அடையாளமாக உருவெடுத்துள்ளது. கம்யூனிஸ்டுகள் உட்பட இன்று அந்தத் திசையில் சாயும் நிலை ஏற்பட்டுள்ளது. மேற்கு வங்கம், கேரளம் எல்லாமும் அந்தப் பக்கம் சாயும் நிலை ஏற்பட்டுள்ளது. (இதில் காங்கிரசை மட்டும் குறைசொல்லிப் பயனில்லை. - அ.மா)

தலித் முஸ்லிம் கூட்டணி எப்படி உள்ளது?

ஆனால், இந்தியா ஒன்றும் இஸ்ரேல் மாதிரி ஒரு இன அடிப்படையிலான ஜனநாயகம் இல்லை. இன்னும் கூட அதுவொரு மதச்சார்பற்ற அரசியல் சட்டத்தைத்தான் கொண்டுள்ளது. வேண்டுமானால் இப்படிச் சொல்லலாம். "இந்தியா ஒரு இன அடிப்படையிலான ஜனநாயகம் எனச் சட்டபூர்வமாக (*de jure*) அறிவிக்கவில்லை. ஆனால் நடைமுறையில் அது ஒரு இன அடிப்படையிலான ஜனநாயகமாக (*de facto*) இருக்கிறது."

இப்படியான சூழலில் காங்கிரஸ் மீது முஸ்லிம்கள் நம்பிக்கை இழக்கின்றனர். அசதுத்தீன் உவைசியின் AIMIM எனும் முஸ்லிம் அமைப்பும், பிரகாஷ் அம்பேத்கரின் தலித் கட்சியும் இம்முறை

தங்களின் தேர்தல் பங்கேற்பின் மூலம் காங்கிரஸைத்தான் பலவீனப்படுத்தின. இவை காங்கிரஸ் மற்றும் பாஜக கூட்டணி இரண்டையும் எதிர்த்து நின்றதால் காங்கிரஸும் அதன் கூட்டணிக் கட்சியான சரத் பவாரின் தேசியவாத காங்கிரஸ் கட்சியும் (NCP) கிட்டத்தட்ட 20 முதல் 25 தொகுதிகளில் வெற்றி வாய்ப்பை இழந்தன. (காங்கிரஸ் தோற்றதோடு முடியவில்லை. இன்னொரு பக்கம் பாஜகவை பலப்படுத்தத்தான் அது உதவியது. அ.மா)

இது எளிதில் விடை காண இயலாத ஒரு சிக்கல்தான். இப்படியான சிக்கல்களை மாநிலவாரியாகவும் தொகுதிவாரியாகவும் பேசித்தான் தீர்த்துக் கொள்ள வேண்டும். அப்படியான சூழலில் நமது முன்னுரிமை எவ்வாறு அமைய வேண்டும்? பாஜகவை வீழ்த்துவது என்பதற்கு நாம் யாரை ஆதரிக்க வேண்டும்? ஒருவேளை முஸ்லிம் வேட்பாளருக்கு நம் ஆதரவு இல்லாமல்கூடப் போகலாம்.

இப்போது பெரிய அளவில் பொருளாதார வீழ்ச்சி ஏற்பட்டுள்ளது. இந்தக் கொரோனா காலத்தில் சூழல் மிக மோசமாக உள்ளது. இப்போது தலித்களும் முஸ்லிம்களும் அத்தனை அரசியல் நெருக்கத்துடன் இல்லை. தலித்களை ஈர்ப்பதற்கு இந்துத்துவம் தனது சமஸ்கிருத மயமாக்கல் கொள்கையை மிகத் தந்திரமாகப் பயன்படுத்துகிறது.

இட ஒதுக்கீடு என்பது கொஞ்சம் சிக்கலான ஒரு நடவடிக்கை. பல மாநிலங்களில் தலித்களுக்குள் பல உட்பிரிவுகள் உள்ளன. தேர்தலில் சில உட்சாதிகளே ஒதுக்கப்பட்ட எல்லா இடங்களையும் கைப்பற்றிக்கொள்ளும் நிலை ஏற்பட்டுவிடுகிறது. அது வால்மீகிகள் போன்ற சில தலித் உட்பிரிவுகளுக்கு ஒன்றும் கிடைக்காத நிலைக்கு இட்டுச் செல்கிறது.

இப்படியான காரணங்களால் பகுஜன் சமாஜ் (BSP) கட்சியுடன் வால்மீகி போன்ற தலித் சாதியினர் முரண்படும்போது, இம்மாதிரி சிறு தலித் அமைப்புகள் பாஜக கூட்டணிக்குப் போய்விடுவதை நாம் பார்க்கிறோம். இம்மாதிரி நேரங்களில்

முஸ்லிம்களுடன் இணைவது ஒரு தேர்வாக அமைவதில்லை. அடையாள (*Identity*) அடிப்படையில் அவர்கள் முஸ்லிம்களோடு சேர்ந்து நிற்பதற்குப் பதிலாக தன்நல (*Interest*) அடிப்படையில் அவர்கள் பா.ஜ.க உடன் சேர்ந்துவிடுகின்றனர்.

முஸ்லிம்கள் மத்தியில் உருவாகும் புதிய மத்தியதர வர்க்கம்

CAA எதிர்ப்புப் போராட்டம் சமீப கால வரலாற்றில் மிக முக்கியமான ஒன்று. இதுவரை அரசியல் மயப்பட்டிராத மத்தியதர வர்க்கம் ஒன்று *CAA* எதிர்ப்புப் போரில் மைய நீரோட்டத்திற்கு (*mainstream*) வந்தது என்பது ஒரு மிக முக்கியமான திருப்பம். பெண்கள் இதில் மிக முக்கியப் பங்கை வகித்தனர். இளம் பெண்கள் மட்டுமல்ல, எல்லா வயதினரும் இதில் முன்னணிக்கு வந்தனர். முஸ்லிம்கள் குறித்த ஒற்றைப் பார்வையை இது தகர்த்தெறிந்தது. முஸ்லிம் பெண்கள் மத்தியில் கல்வி வளர்ச்சி உள்ளமைக்கும் இது ஒரு சான்றாக அமைந்தது.

மத்தியதர வர்க்கம் இப்படி மேலெழுவது ஒரு நல்ல அடையாளம். அரசியல் ரீதியாக மட்டுமல்ல, சமூக உறவுகள் எனும் வகையிலும் இப்படி எல்லா மட்டங்களிலும் உள்ள முஸ்லிம்கள் பங்கேற்றது ஒரு முக்கியத் திருப்பம். முஸ்லிம்கள் மத்தியில் இவ்வாறு வர்க்கம், மொழி, இதர உட்பிரிவுகள், ஷியா, போரா என்பன போன்ற வேறுபாடுகள் என எல்லாவற்றையும் கடந்த ஒற்றுமை என்பது இந்தக் கட்டத்தில் மிகவும் நல்ல ஒன்று.

இன்றைய முஸ்லிம் பிரச்னைகளை எதிர்கொள்ள பன்னாட்டு நிறுவனங்களை அணுகுவது குறித்து

இப்போதைக்கு அது உசிதம் அல்ல. ஏற்கனவே என்ன நடந்துள்ளன என்பவற்றை எல்லாம் பார்க்க வேண்டும். ஐநா அவையின் மனித உரிமைகள் ஆணையரான மிஷெல் பேச்சலெட் ஜெரியா (*Michelle Bachelet Jeria*) இந்தப் பிரச்னைகளைக் கவனித்துக்கொண்டுள்ளார். எந்த ஒரு

நீதிமன்றத்தைக் காட்டிலும் அவரை அணுகுவது எளிது. அதுதான் எதார்த்தமானதும் கூட.

இதர வெளிநாடுகளும் எல்லாவற்றையும் கவனித்துக் கொண்டுதான் உள்ளன. அமெரிக்க காங்கிரஸும் ஒவ்வொரு ஆண்டும் இந்தியாவில் மத உரிமைகள் எந்த நிலையில் உள்ளன என்பதை ஆராய்ந்துகொண்டுதான் உள்ளது. அமெரிக்க ஜனநாயகத்தில் (அமெரிக்க) காங்கிரஸின் செயல்பாடுகளை நாம் குறைத்து மதிப்பிட வேண்டியதில்லை.

ஐரோப்பிய யூனியன் நாடாளுமன்றமும் இந்தியாவில் நடப்பவற்றைக் கூர்மையாகப் பார்த்துக்கொண்டுள்ளது. சவுதி அரேபியா, *UAE* முதலிய முஸ்லிம் நாடுகளும் கவனிக்காமல் இல்லை. மோடி இவற்றுடன் நெருக்கம் காட்டிக்கொண்டிருப்பது உண்மைதான். பாகிஸ்தானுடன் அவை நெருங்கிவிடாமல் பார்த்துக்கொள்வதற்காகவும், இந்தியாவில் அவை முதலீடு செய்ய வேண்டும் என்பதற்காகவும்தான் இந்த நெருக்கம் எல்லாம். ஆனால் ஜம்மு காஷ்மீர் மீதான மோடி அரசின் நடவடிக்கையை *UAE, IOC* முதலியன வெளிப்படையாகக் கண்டித்ததை நாம் கவனத்தில் கொள்ள வேண்டும்.

பன்னாட்டு ஊடகங்களும் இதற்கு உரிய முக்கியத்துவம் அளிக்கின்றன. நியூயார்க் டைம்ஸ், வாஷிங்டன் போஸ்ட், எகனாமிஸ்ட் முதலான ஊடகங்கள் இதில் மிகவும் கரிசனத்துடன் உள்ளன.

3.15

பின்னுரையாகச் சில

தமிழகத்தில் வேரூன்ற முயலும் சிறுபான்மை வெறுப்பு

இன்று பெரிதாக மேலெழுந்து வரும் சிறுபான்மை மக்கள் மீதான வெறுப்பு அதிகம் வேரூன்றாத பகுதி நம் தமிழகம் எனும் பெருமை நமக்குண்டு. சாதி ரீதியாகப் பிளவுண்ட இந்தியச் சமூகங்களில் ஒடுக்கப்பட்ட சாதியினருக்குக் கல்வி சாத்தியமில்லை என்கிற நிலை இருந்து வந்ததை அறிவோம். ஏகலைவன் வரலாறு இதற்கொரு எடுத்துக்காட்டு. குருகுல வடிவிலான கல்வி முறை என்பது அப்பட்டமாக அடித்தள மக்களுக்கு மறுக்கப்பட்டதற்கு இது ஒரு வரலாற்றுச் சாட்சியம். சாதி மத வேற்றுமை இன்றி யாரும் எங்கிருந்தும் வந்து தங்கிப் படிக்கும் வடிவில் முதன் முதலில் இங்கே கல்விக் கூடங்களை அமைத்தது பௌத்தர்கள்தான். நாளந்தா, விக்ரம ஷீலம் முதலான அப்படியான பௌத்தப் பல்கலைக் கழகங்கள் உலக அளவில் ஒரு அதிசயம் எனலாம். ஆனால்

பா.ஜ.க ஆட்சியில் இங்கே எத்தனை வன்மத்துடன் இந்தப் பல்கலைக்கழகங்கள் தரம் குறைக்கப்பட்டன என்பதை விளக்க வேண்டியதில்லை. பள்ளி மாணவர்களைத் தரம் பிரிப்பது, கல்விக் கொள்கைகளில் இட ஒதுக்கீடு குறித்து மௌனம் காப்பது, டெல்லி *JNU* போன்ற உலகத் தரமான பல்கலைக் கழகங்களை நாசமாக்குவது என்கிற ரீதியிலேயே அவர்களின் கல்வித்துறைச் செயல்பாடுகள் அமைவதையும் காணலாம்.

கல்வி என்பது உயர்சாதியினருக்கு மட்டுமே என்கிற நிலை இங்கு மாற்றம் கண்டது என்பது கிறிஸ்தவம் மற்றும் இஸ்லாமியச் சிறுபான்மை மதங்களின் வருகையின் ஊடாகத்தான் என்பது வரலாறு. அவர்களே இங்கு அச்சு எந்திரத்தை அறிமுகப் படுத்தியவர்கள். ஊரெங்கும் பள்ளிகளை நிறுவியவர்கள். பெரிய அளவில் இலவசக் கல்வியை வழங்கியவர்கள். அன்றைய காலச் சூழலுக்கு இயைந்த ஒரு கல்வி முறையை உலக அளவிலான மாற்றங்களுக்கு இணையாக இங்கே அறிமுகப்படுத்தியது மெக்காலேதான். அவர் குறித்து இங்கே பரப்பப்பட்ட அபத்தங்கள் அர்த்தமற்றவை. அக்காலகட்டப் பொருளாதாரம், அரசியல் நிலை ஆகியவற்றுக்கு இணையாக உலக அளவில் உருவாகி இருந்த ஒரு கல்வி முறையை அவர் இங்கே அறிமுகம் செய்தார். “பிரிட்டிஷ் அரசுக்குத் தேவையான குமாஸ்தாக்களை உருவாக்கிய கல்விமுறை” என ஆங்கில அரசு காலக் கல்விமுறை குறித்து இங்கே பீலா’ விட்டதெல்லாம் படு அபத்தங்கள். இப்போது பா.ஜ.க அரசு உருவாக்கியுள்ள புதிய கல்விக் கொள்கைகள் எல்லாம் அப்படியே அடித்தள மக்களை மேலே ஏத்துவதற்காகக் கொண்டுவரப்பட்ட கல்வி முறையா என்ன. இன்றைய உலக முதலாளியத்திற்குச் சேவை செய்யும் நோக்கத்துடன் உருவாக்கப் படுபவைதானே இன்றைய புதிய கல்விக் கொள்கைகள். கொஞ்சம் அடித்தளமக்களுக்கான இலவசக் கல்வி என்பதெல்லாம் இங்கே கொஞ்சம் கொஞ்சமாகப் பொய்யாய்ப் பழங்கதைகளாகத்தானே போய்க்கொண்டுள்ளன. பா.ஜ.க அரசு ஆட்சிக்கு வந்தபின் அமைத்த முதல் கல்விக் கொள்கை உருவாக்கக் குழுவான கஸ்தூரிரங்கன் குழு பத்தாம் வகுப்பில் மாணவர்களைத் தரம்பிரித்து ஒரு சிலரைத் தொழிற்

கல்விக்கே தகுதியானவர்கள் என ஒதுக்கும் திட்டம் ஒன்றை உருவாக்கியதையும் நாம் மறந்து விட முடியாது.

இந்தக் கட்டுரையை நான் தட்டச்சு செய்து கொண்டுள்ள போது பா.ஜ.க வினர் தமிழகத்தில் 'அரியலூர் மாணவி மதமாற்றம்' எனும் பெயரில் லாவண்யா எனும் பெண்ணின் தற்கொலையைத் தீவிரமாகத் தம் சிறுபான்மை வெறுப்பு அரசியலுக்குத் தீனியாக்கிக் கொண்டுள்ளதைப் பார்க்கிறோம். மதமாற்றப் பிரச்சினையில்தான் அந்தப் பெண் தற்கொலை செய்துகொண்டாள் என்கிற அளவில் இன்று பெரிய அளவில் இதை ஒரு அரசியல் ஆக்கியுள்ளனர். ஆனால் அதற்கான உறுதியான ஆதாரம் ஏதுமில்லை என்பது அனைவரும் அறிந்த உண்மை.

இறந்துபோன மாணவி தாயில்லாதவர். மாற்றாந்தாய்ப் பிரச்சினைதான் அவரது தற்கொலைக்குக் காரணம் என்பதை உறவினர்களை எல்லாம் விசாரித்து ஊடகங்கள் விரிவாகச் செய்திகளை வெளியிட்டுள்ளன *(S.Ganesan and Jaisankar, An Untimely death and its ugly aftermath, The Hindu, Feb 05, 2022)*. மதமாற்றத்தால்தான் தற்கொலை செய்துகொண்டேன் என்றெல்லாம் இறந்த பெண் விளக்கமாக ஏதும் சொல்லாதபோதும் இன்று அப்படியான கதை கட்டப்படுவது அப்பட்டமான சங்கி அரசியல் அன்றி வேறில்லை.

தமிழக அரசும், உள்ளூர்க் காவல்துறையும், உள்ளூர் மக்களும் இப்படியான அரசியல் ஒரு அப்பட்டமான பொய் என்பதை வற்புறுத்தியும் கூட தமிழகத்தில் இத்தனை காலமும் வேர் பதிக்க இயலாத பா.ஜ.க வினர் இறந்த மாணவியின் பெற்றோர் ஊடாக உயர் நீதிமன்றத்தின் மதுரைக் கிளையில் முறையீடு செய்து நீதிமன்றத்தின் துணையுடன் இந்த வழக்கு விசாரணையைத் தமிழகக் காவல்துறையிடமிருந்து பறித்து சி.பி.ஐ இடம் கொடுத்தனர். "நீட் தேர்வு" முதலான பிரச்சினைகளில் தமிழ் மக்களின் விருப்பிற்கு நேர் எதிராகச் செயல்பட்ட, செயல்பட்டுக்கொண்டிருக்கும் சங்கிகள் இன்று இந்த வழக்கு

விசாரணையைத் தமிழக அரசிடமிருந்து இப்படிப் பறித்தனர். இதில் இன்னொன்றையும் நாம் கவனிக்க வேண்டும். இந்த வழக்கு விசாரணையை சி.பி.சி.ஐ.டி க்கு மாற்ற வேண்டும் என்றுதான் வழக்குத் தொடரப்பட்டதாக அறிகிறோம். ஆனால் விசாரணையின்போது சி.பி.ஐ இடம் கொடுக்க வேண்டும் எனக் கோரி அவ்வாறே உத்தரவையும் பெற்றனர்.

இப்போது இப்படி தமிழகக் காவல்துறையிடம் இருந்து வழக்கு விசாரணை மாற்றப்பட்டதை எதிர்த்து தமிழக அரசு மேல் முறையீடு செய்துள்ளது. தமிழகக் காவல்துறை விசாரித்தால் நீதி கிடைக்காது என்கிற ரீதியில் மதுரை உயர் நீதிமன்றக் கிளை அளித்த தீர்ப்பை எதிர்த்து தமிழக அரசு இப்படி மேல்முறையீடு செய்துள்ளது வரவேற்கத் தக்கது. மற்ற அரசியல் கட்சிகளும் அந்தத் தீர்ப்பு குறித்து வன்மையாகக் கண்டனங்களைத் தெரிவித்திருக்க வேண்டும்.

இப்படித் தமிழகக் காவல்துறையிடம் இருந்து இந்த வழக்கு விசாரணை சி.பி.ஐக்கு மாற்றியதை வன்மையாகவும் நீதி நெறிகளின் ஊடாகவும் வெளிப்படையாகக் கண்டித்தவர் நமது மதிப்பிற்குரிய முன்னாள் நீதியரசர் ஹரி பரந்தாமன் அவர்கள்தான். அவருக்கு நம் நன்றிகள் உரித்தாகுகின்றன. மதுரை உயர் நீதிமன்ற அமர்வு அளித்த தீர்ப்பு எத்தனை அபத்தமானது என்பதை அவரைப்போல மனசாட்சியுள்ள எல்லோரும் கண்டித்திருக்க வேண்டும்.

நீதித்துறை என ஒன்று உள்ளது. ஒப்பீட்டளவில் ஒரு நல்ல அரசியல் சட்டமும் நமக்கு உள்ளது என்கிற நம்பிக்கைகளை ஒரு ஜனநாயக அமைப்பு இழந்துவிடக் கூடாது.

பகுதி 4

அடக்குமுறைக்கு ஆளாகும் தீவிர இயக்கங்கள்

4.1

குடிமக்களுக்கு உயிர்வாழும் உரிமை இல்லை எனச் சொன்ன இந்திய அரசு

(கோழிக்கோடு கருத்தரங்க உரை. டிச 24, 2016 அன்று நக்சல்பாரி இயக்கத்தை ஒடுக்குவதற்கென உருவாக்கப்பட்ட 'தண்டர்போல்ட்' கமாண்டோ படையினர் நக்சலைட் அமைப்பைச் சேர்ந்த குப்பு தேவராஜ் மற்றும் அஜிதா எனும் ஒரு பெண் நக்சலைட் உட்பட இரு போராளிகளைச் சுட்டுக் கொன்றனர், மலப்புரம் காடுகளில் இவர்கள் இருப்பதை அறிந்து 60 பேர் கொண்ட ஆயுதம் தாங்கிய தண்டர் போல்ட் படை ஒன்று மேற்கொண்ட தேடுதல் வேட்டையின் ஊடாக இவர்கள் இப்படிச் சுட்டுக் கொல்லப்பட்டனர். அஜிதாவை எனக்கு சின்ன வயதிலிருந்து தெரியும். அவர் தந்தை தோழர் பரந்தாமன் ரயில்வேயில் உயர் பதவியில் இருந்தவர். SRMU தொழிற்சங்கத்திலும் முக்கிய பங்காற்றியவர். ரயில் விபத்துகளைத் தடுப்பது குறித்த அவரது ஆய்வுக் குறிப்புகள் அடங்கிய நூல் ரயில்வே ஊழியர்களுக்குப் பயிற்சி நூலாக வைக்கப்பட்டுள்ளது. சில ஆண்டுகள் முன்

அவர் புற்று நோயால் இறந்தபோது அவர் குறித்து நான் எழுதிய கட்டுரை ஒன்று என் 'அதிகாரத்தை நோக்கி உண்மைகளைப் பேசுவோம்' நூலில் உள்ளது. அஜிதாவை அவர் தலைமறைவு ஆவதற்கு முன்புவரை அறிவேன். இந்தச் சம்பவம் நடந்த சுமார் ஒரு மாதத்திற்குப் பின் டிசம்பர் 20, 2016 அன்று கோழிக் கோட்டில் நடந்த கருத்தரங்கொன்றில் நான் பேசிய ஒரு உறையின் பகுதி இது.)

நமக்கு ஒப்பீட்டளவில் நல்ல ஒரு அரசியல் சட்டம் வாய்த்தது. அடிப்படை உரிமைகள் பேரளவில் நல்ல முறையில் அதில் வரையறுக்கப்பட்டுள்ளன. ஆனால் அதற்குத்தக நமது நிறைவேற்றுச் சட்டங்களான IPC, CrPc முதலியன இன்றுவரை தகவமைக்கப்படவில்லை. இருந்தபோதிலும் நாம் அவ்வப்போது அரசியல் சட்டம் வரையறுத்துள்ள *fundamental rights* க்கும் இந்த IPC, CrPc முதலியவற்றிற்கும் உள்ள இடைவெளிகளையும் முரண்களையும் பயன்படுத்தி நியாயம் பேசுகிறோம், உரிமைகளைக் கோருகிறோம் என்பதால் 1947க்குப் பின் வந்த அத்தனை அரசுகளுமே இந்த அடிப்படை உரிமைகளை ரத்து செய்கிற அல்லது கட்டுக்குள் வைக்கிற சிறப்பு அடக்குமுறைச் சட்டங்களை இயற்றி அவற்றின் தயவில் மக்களையும் மக்களுக்காகப் பேசுகிறவர்களையும் ஒடுக்கின; சிறைகளில் அடைத்தன; கொன்று குவித்தன.

ஒப்பீட்டளவில் ஒரு சிறந்த ஜனநாயகவாதியான ஜவஹர்லால் நேரு கால அரசே DIR (Defense of India Rules) சட்டம் வழங்கிய அடக்குமுறை அதிகாரங்களுடன்தான் தெலங்கானா போராட்டத்தை ஒடுக்கியது. அதன் பின்தான் MISA, ESMA, TADA, POTA, ULAPA, AFSPA மற்றும் மாநிலங்கள் அளவில் இயற்றப்பட்ட PSA மற்றும் ஏராளமான COCA சட்டங்கள்.... இப்படி எத்தனை சட்டங்கள் நமது அரசியல் சட்ட உரிமைகளைக் கேலிக் கூத்தாக்கின.

நீதிமன்றங்களும் அரசுகளின் இந்தச் சட்ட விரோத

நடவடிக்கைகளுக்குத் துணை போயின. 'சாதாரணச் சட்டங்கள் மூலம் சட்டம் ஒழுங்கை நிலைநாட்ட முடியாத சூழலில் இப்படி (அரசியல் சட்ட உரிமைகளையும் கட்டுப்படுத்தக் கூடிய) அசாதாரணச் சட்டங்களை *(extraordinary laws)* இயற்ற அரசுக்குள்ள உரிமை'யைச் சுட்டிக் காட்டி அவை அரசின் செயலுக்கு நியாயம் வழங்கின. இத்தகைய அசாதாரணச் சட்டத்தை இயற்றுகிற அளவிற்கு நிலைமை அசாதாரணமாக இல்லை, சாதாரண சட்டங்களே இன்றைய சட்ட ஒழுங்கை நிலைநாட்டப் போதுமானவை என நாம் வழக்குத் தொடுத்த போதெல்லாம் இந்த உச்ச நீதிமன்றம்தான் எத்தனை லாகவமாக நமது வேண்டுதலை *(prayer)* திசை திருப்பி அரசிற்கு இப்படிச் சட்டங்களை இயற்ற உரிமை உண்டு எனும் அம்சத்தை மட்டும் சுட்டிக் காட்டி அச்சட்டங்களை நியாயப்படுத்தின. அசாதாரணச் சூழல் நிலவவில்லை என்கிற நம் வாதத்தைப் புறந்தள்ளின.

அப்படித்தான் அவை இந்திராகாந்தி அறிவித்த நெருக்கடி நிலையையும் அவரது அட்டர்னி ஜெனரல் நெருக்கடி நிலை அறிவிக்கப்பட்ட பின் குடிமக்களுக்கு *habeas corpus* உரிமை கிடையாது எனக் கூறியதையும் ஏற்றுக்கொண்டன. அதன் மூலம் நெருக்கடி நிலை காலத்தில் குடிமக்களுக்கு உயிர்வாழும் உரிமை கிடையாது என்று பிரகடனம் செய்யப்பட்டது.

எந்தக் காலத்திலுமே இந்த அரசுகள், எமர்ஜென்சி அறிவிக்கப்பட்டிருந்தாலும் இல்லாவிட்டாலும் மக்களின் உயிர்வாழும் உரிமைகளை அங்கீகரித்ததில்லை. குறிப்பாக பழங்குடியினர், சிறுபான்மை மக்கள் ஆகியோரின் உயிர்வாழும் உரிமைகளை அவை நடைமுறையில் அங்கீகரித்ததில்லை. 'என்கவுன்டர்' எனும் பெயரில் அரச படைகள் இவர்களில் எவ்வளவு பேர்களைக் கொன்று குவித்தன.

பழங்குடி மக்களின் போராட்டங்களையும் அவர்களுக்காகவும் இதர ஒடுக்கப்பட்ட மக்களின் உரிமைகளுக்காக நிற்போரையும் இந்த அரசுகள் என்றைக்குமே ஏற்றுக்கொண்டதில்லை. அவர்களின் நியாயமான கோரிக்கைகளை அவை

ஏற்றுக்கொண்டதே இல்லை. அவற்றை ஒரு அரசியல் பிரச்சினையாகவே அங்கீகரித்ததில்லை.

மாறாக அவற்றை அவை வெறும் சட்ட ஒழுங்குப் பிரச்சினையாகவும், தேசியப் பாதுகாப்புப் பிரச்சினையாகவும் *(Law and Order / National Security problems)* மட்டுமே எதிர் கொண்டன.

இங்கொன்றைச் சுட்டிக் காட்டுவது அவசியம். 2006 ல் மத்திய அரசின் திட்ட ஆணையம் *(planning commission)* 'நக்சலைட் பிரச்சினை' குறித்து ஆய்வு செய்து அறிக்கை ஒன்றைத் தருவதற்கு வல்லுனர் குழு *(expert committee)* ஒன்றை அமைத்தது. இங்குள்ள மூத்த மனித உரிமைப் போராளிகள் இதை அறிவர். மே.வங்கத்தைச் சேர்ந்தவரும், 'நக்சலைட் செயல்பாடுகளைக் கையாண்ட அனுபவம் மிக்கவர்' எனச் சொல்லப்படுபவருமான முன்னாள் *IAS* அதிகாரி டி. பன்டோபாத்யாயா என்பவர் தலைமையில் அமைக்கப்பட்ட அக்குழுவில் பி.பி. ஷர்மா எனும் முன்னாள் உயர் காவல்துறை அதிகாரி, இப்போது மோடியின் 'தேசியப் பாதுகாப்பு ஆலோசகராக *(NSA)* உள்ள அஜித் டோவல், முன்னாள் *UGC* தலைவரும் கல்வியாளருமான பேரா. சுக்தியோ தோரட், புகழ் பெற்ற மனித உரிமைப் போராளி டாக்டர் கே.பாலகோபால் முதலானோர் அதில் உறுப்பினர்களாக இருந்தனர்.

இந்தக் குழு ஆந்திரம் (தெலங்கானாவையும் உள்ளிட்ட பழைய ஆந்திரம்), ஒரிசா, சட்டிஸ்கர், ஜார்கண்ட், மே.வங்கம் முதலான ஐந்து மாநிலங்களைச் சேர்ந்த நக்சல் பாதிப்பிற்குள்ளான 20 மாவட்டங்களையும் நக்சல் பாதிப்பு இல்லாத 20 மாவட்டங்களையும் ஒப்பிட்டுத் தம் அறிக்கையை 2008 ஜூனில் அளித்தது.

அரசால் நியமிக்கப்பட்ட ஒரு குழு அளித்த அரசை விமர்சிக்கும் ஒரு அறிக்கை என இது பலராலும் பாராட்டப்பட்ட ஒன்று. இதன் வரைவைத் தயாரித்த பாலகோபாலின் முத்திரையுடன் அமைந்த இந்த அறிக்கை, வளர்ச்சிமிக்க மாவட்டங்களில்

நக்சலைட் இயக்கம் பெரிய அளவில் வளர்ச்சி அடையவில்லை என்பதையும், நக்சலைட் இயக்கம் வளர்ச்சி அடைந்துள்ள மாவட்டங்கள் அனைத்தும் ஒப்பீட்டளவில் வளர்ச்சி குன்றியதாக உள்ளதையும் சுட்டிக் காட்டியது. இதை "நக்சலைட் பிரச்சினை" எனச் சொல்வதைக் காட்டிலும் உண்மையில் இது வளர்ச்சி தொடர்பான ஒரு பிரச்சினை என்பதை சுட்டிக் காட்டியது. சரியாகச் சொல்வதானால் இது ஒரு வளர்ச்சி *(development deficiency)* இன்மையின் பிரச்சினை. நக்சலைட் இயக்கத்தின் வளர்ச்சி என்பதன் இன்னொரு பக்கமாக ஆளுகைத் தோல்வி *(failure of governance)* உள்ளது. அரசு தோற்ற இடங்களில் அரசின் இருப்பை நக்சலைட் இயக்கங்கள் ஒரு வகையில் ஈடுகட்டுகின்றன. அந்த வகையில் தாயற்ற குழந்தைகளுக்கு ஒரு மாற்றாந் தாயைப் போல நக்சலைட் இயக்கங்கள் ஒரு மாற்று அரசாகவும் *(surrogate state)* உள்ளன என இவ்வறிக்கை சுட்டிக் காட்டியது.

ஆனால் இதுகாறும் அரசுகள் இதை ஒரு வளர்ச்சியின்மையின் பிரச்சினையாகப் பார்க்காமல் வெறும் ஒரு சட்டம் ஒழுங்கு பிரச்சினையாகவும் தேசியப் பாதுகாப்புப் பிரச்சினையாகவுமே *(law and order / national security problem)* பார்த்து வந்தன.

இது தவறு. இந்தத் தவறான கருதுகோளின் அடிப்படையில் அரசு அடக்குமுறை மூலம் எதிர்கொள்ள வேண்டிய ஒரு சட்ட ஒழுங்கு அல்லது பயங்கரவாதப் பிரச்சினையாக நக்சலைட் பிரச்சினையை அணுகாமல், இதைப் பேசித் தீர்க்க வேண்டிய அரசியல் பிரச்சினையாகப் பார்க்க வேண்டும்; நக்சலைட்கள் அல்லது மாஓயிஸ்டுகளை அரசு ஒரு அரசியல் சக்தியாக அங்கீகரிக்க வேண்டும் என அது வலியுறுத்தியது.

ஆனால் இந்த எச்சரிக்கையையும் அறிவுறுத்தலையும் அரசுகள் புறக்கணித்தன. சட்டம் ஒழுங்கு பிரச்சினையாகவும், தேசியப் பாதுகாப்புப் பிரச்சினையாகவும் மட்டுமே அணுகும் நிலை தொடர்ந்தது.

இதில் எல்லா ஆளுங்கட்சிகளும் ஒரே மாதிரி அணுகல்

முறையைத்தான் மேற்கொள்கின்றன. முந்தைய காங்கிரஸ் ஆட்சி 'பச்சை வேட்டை' என்னும் பெயரில் கடும் அடக்குமுறையைப் பழங்குடி மக்கள் மீது ஏவியது. சட்டிஸ்கரில் ஆளும் பா.ஜ.கவும் எதிர்க் கட்சியான காங்கிரசும் இணைந்து சட்ட விரோதமான முறையில் 'சல்வாஜுடும்' எனும் கொலைகார குண்டர் படையை உருவாக்கி மக்களின் மீது வன்முறையை ஏவின. இதற்கு எதிராகச் செயல்பட்டு அது தடை செய்யப்படுவதற்குக் காரணமாக இருந்த நந்தினி சுந்தர் போன்ற டெல்லியில் உள்ள பல்கலைக்கழகப் பேராசிரியர்களும், ஜீன் டிரெஸ் போன்ற பன்னாட்டளவில் பெயர்பெற்ற அறிஞர்கள் மற்றும் அவரது *partner* பேலாபாட்டியா போன்றோரும் இன்று பொய் வழக்குகளுக்கும் வன்முறைகளுக்கும் ஆளாக்கப்பட்டுள்ளனர். நந்தினி சுந்தர் மீது கொலை வழக்குப் பதிவு செய்யப்பட்டுள்ளது. அவர்கள் மீது இன்னும் கடுமையான நடவடிக்கைகள் காத்திருக்கின்றன என காவல்துறை எச்சரித்துள்ளது.

பாஜக அரசு எல்லாவற்றையும் தேசியப் பாதுகாப்புப் பிரச்சினை எனக் கூறி ஓர் அறிவிக்கப்படாத நெருக்கடி நிலை நோக்கி நகர்கிறது.

தேசியப் பாதுகாப்பு என்கிற பெயரில் இன்று பல அப்பாவி முஸ்லிம் இளைஞர்களும் இலக்காக்கப்படுகின்றனர். என்கவுன்டரில் கொல்லப்படுகின்றனர். இர்ஷத் ஜெஹான் முதல் எத்தனையோ எடுத்துக்காட்டுகளைச் சொல்லலாம். இரண்டு ஆண்டுகள் முன் சிறையிலிருந்து கொண்டுவரப்பட்ட ஐந்து முஸ்லிம் இளைஞர்கள் ஹைதராபாத் நெடுஞ்சாலையில் அலேர் எனுமிடத்தில் வைத்து கைகள் இரும்புச் சங்கிலிகளால் கட்டப்பட்ட நிலையில் சுட்டுக் கொல்லப்பட்டனர். எண்ணற்ற முஸ்லிம் இளைஞர்கள் இன்று அடக்குமுறைச் சட்டங்களின் கீழ் கைது செய்யப்பட்டு பல ஆண்டுச் சிறைவாசங்களுக்குப் பின் அப்பாவிகள் என விடுதலை செய்யப்பட்டு வாழ்வை இழக்கின்றனர். சென்ற இரண்டாண்டுகளுக்கு முன் இங்கிருந்து சில கி.மீ தூரத்தில் உள்ள கண்ணூரில் 22 முஸ்லிம் இளைஞர்கள் *UAPA* சட்டத்தில் கைது செய்யப்பட்டு இன்றளவும் சிறையில்

உள்ளனர். *NCHRO* சார்பில் அமைக்கப்பட்ட உண்மை அறியும் குழு இது குறித்த அறிக்கையை வெளியிட்டுள்ளது. அலேர் என்கவுன்டர் படுகொலையிலும் இன்னும் பல்வேறு வன்முறைகள் தொடர்பாகவும் 80 க்கும் மேற்பட்ட வழக்குகள் நீதிமன்றங்களில் உள்ளன.

நிலாம்பூர் என்கவுன்டர் கொலையை இடது முன்னணி அரசின் கூட்டணிக் கட்சியான *CPI*-யே கண்டித்துள்ளது. முன்னாள் முதலமைச்சர் அச்சுதானந்தன் நீதிமன்ற விசாரணை கோரியுள்ளார். *CPM* கட்சி தனது மே.வங்க அனுபவத்திலிருந்து பாடம் கற்றுக்கொள்ள வேண்டும். இப்படியான அணுகல்முறைகளின் காரணமாகவே இன்று அது மேற்கு வங்கத்தில் ஆட்சியை இழந்துள்ளது. மீண்டும் ஆட்சியில் அமரும் வாய்ப்பையும் இழந்து நிற்கிறது.

நிலாம்பூர் இரட்டை என்கவுன்டர் கொலைகளைக் கண்டித்ததிலும் பாதிக்கப்பட்டவர்களோடு நின்றதிலும் கேரள மனித உரிமைப் போராளிகளின் பங்கு மிகவும் பாராட்டத் தக்க ஒன்று. என்கவுன்டர் நடந்த இரண்டாம் நாள் நான் கோழிக்கோடு மருத்துவமனைக்கு வந்தபோது அங்கு நாள் முழுவதும் மார்ச்சுவரி முன் காத்திருந்த கேரளத் தோழர்களைக் கண்டு மனம் நெகிழ்ந்தேன்.

இன்று கேரள மனித உரிமை அமைப்புகளும் அரசியல் அமைப்புகளும் சேர்ந்து இப்படி என்கவுன்டர் கொலைகளுக்கு எதிரான ஒரு நிரந்தர அமைப்பை உருவாக்குவது வரவேற்கத்தக்க ஒன்று. *NCHRO* இதற்கு எல்லாவிதமான ஒத்துழைப்பையும் நல்கும். உங்களோடு இணைந்து பணியாற்றும். நாம் இணைந்து செயல்படுவோம்.

2008ல் தமிழ்நாட்டில் இப்படி என்கவுன்டர் கொலைகளுக்கு எதிரான ஒரு கூட்டியக்கத்தை உருவாக்கினோம். 5000 விளக்க அறிக்கைகளை அச்சிட்டு விநியோகித்தோம். போராட்டம் ஒன்று நடத்தி 42 பேர்கள் கைதானோம். என்கவுன்டர் கொலைகளுக்கு எதிராக ஒரு லட்சம் கையொப்பங்கள் பெறும்

முயற்சி நடந்து கொண்டிருந்தபோது அந்தக் கூட்டியக்கம் சிதைந்தது.

இந்தியச் சூழலில் பாசிச மேகம் கவிழ்ந்துள்ள சூழலில் கேரள மனித உரிமை அமைப்புகள் உருவாக்கும் இந்தக் கூட்டமைப்பு பிற இந்திய மாநிலங்களுக்கும் முன்மாதிரியாக அமையும்.

நிலாம்பூர் இரட்டை என்கவுன்டர் படுகொலைகள் குறித்து பதவியில் உள்ள உயர் நீதிமன்ற நீதிபதி ஒருவர் தலைமையில் விசாரணை மேற்கொள்ளப்பட வேண்டும். என்கவுன்டரில் பங்குபெற்ற அதிகாரிகள் மீது கொலை வழக்குப் பதிவு செய்யப்பட்டு அவர்கள் பாதுகாப்புக்காகவே சுட்டதாக நிறுவும்வரை அவர்கள் பதவியிலிருந்து தற்காலிகப் பணி நீக்கம் செய்யப்பட வேண்டும். மார்ச்சுவரி முன் கைது செய்யப்பட்ட தோழர் ராவுண்ணி விடுதலை செய்யப்பட வேண்டும் முதலான கோரிக்கைகளைச் சென்ற வாரம் கோழிக்கோட்டில் *NCHRO* நடத்திய பத்திரிகையாளர் சந்திப்பில் முன்வைத்தோம். கூட்டமைப்பு எடுக்கும் முடிவுகளுக்கு *NCHRO* முழு ஒத்துழைப்பையும் நல்கும்.

நிலாம்பூர் படுகொலைகளைக் கண்டித்து நடக்கும் இம்மாநாட்டைத் தொடங்கி வைப்பதில் மகிழ்ச்சி அடைகிறேன். நன்றி!

4.2

நக்சல் இயக்கம் அரசியல் ரீதியில் பின்னடைந்தாலும், அழியாமலிருக்க அரசே காரணம்

BBC, 29 மே 2017

(இந்தியாவில் நக்சல்பாரி புரட்சி இயக்கம் தொடங்கப்பட்டு 50 ஆண்டுகள் நிறைவடைந்த நிலையில், அந்த அமைப்பு தமிழகத்தில் ஏற்படுத்திய தாக்கங்கள் குறித்து பல்வேறு தளங்களில் உள்ள சிந்தனையாளர்கள் பிபிசிதமிழ்.காம் பக்கங்களில் தங்கள் கருத்துகளை எழுதுகின்றனர். அந்தக் கட்டுரைத் தொடரில் மூன்றாவதாக, இடதுசாரி எழுத்தாளர் மற்றும் மனித உரிமை ஆர்வலர் அ.மார்க்ஸ் அவர்கள் எழுதியுள்ள கட்டுரை இன்று வெளியாகிறது. இத்தொடரில் வெளியாகும் கருத்துகள் கட்டுரையாளர்களுடைய சொந்தக் கருத்துகள். பிபிசி தமிழின் கருத்துக்கள் அல்ல. - ஆசிரியர், பிபிசி தமிழ்.)

சரியாக 50 ஆண்டுகளுக்கு முன் இதே நாளில் மே.வங்கத்தில் உள்ள நக்சல்பாரி எனும் கிராமத்தில் விவசாயிகள் இணைந்து ஒரு பண்ணையிலிருந்த தானியங்களை அறுவடை செய்து அங்கு

செங்கொடியை நாட்டியதோடு தொடங்கியது 'வசந்தத்தின் இடிமுழக்கம்' எனக் கொண்டாடப்பட்ட நக்சல்பாரி இயக்கம்.

நாடாளுமன்றப் பாதைக்குள் முழுமையாக அமிழ்ந்து பிற முதலாளித்துவக் கட்சிகளிலிருந்து எந்த வகையிலும் வேறுபடாது மாறியிருந்த இடது, வலது இந்தியக் கம்யூ., கட்சிகளில் வெறுப்புற்றிருந்த எண்ணற்ற இளைஞர்கள் அன்று அதன்பால் ஈர்க்கப்பட்டனர்.

அந்த இயக்கத்தின் அழைப்பை ஏற்று 1969 மே தினத்தில் கல்கத்தாவில் பல்லாயிரக் கணக்கானோர் திரண்டதைக் கண்டு ஆளும் வர்க்கம் அஞ்சி நடுங்கியது. 1969 ஏப்ரல் 22 அன்று 'இந்தியக் கம்யூனிஸ்ட் கட்சி (மார்க்சிஸ்ட்- லெனினிஸ்ட்)' பிரகடனம் செய்யப்பட்டது.

'நக்சல்பாரி இயக்கம்' எனப் பொதுவாக அறியப்பட்டிருந்த அந்த இயக்கம் மைய நீரோட்டப் பொதுவுடைமைக் கட்சிகள் இரண்டிலிருந்தும் மூன்று அம்சங்களில் வேறுபட்டிருந்தது. அவை:

1. இந்தியா குறித்த கணிப்பு: இது ஒரு அரை நிலப்பிரபுத்துவ அரைக் காலனியச் சமூகம். எனவே இது ஒரு சுதந்திர நாடல்ல. இங்கிருப்பது ஜனநாயகமும் இல்லை.

2. ஆயுதப் போராட்டம்: எனவே பாராளுமன்றப் பாதையை ஏற்க இயலாது. ஆயுதம் தாங்கிய புரட்சிப் பாதை ஒன்றே வழி.

3. சோவியத் ருஷ்யா பற்றிய கணிப்பு: சோவியத் யூனியன் ஒரு சோஷலிசச் சமுதாயமல்ல. அது ஒரு சமூக ஏகாதிபத்தியம்.

இந்த அடிப்படையில் புரட்சியின் எதிரிகள் என ஏகாதிபத்தியம், சமூக ஏகாதிபத்தியம், நிலப்பிரபுத்துவம், தரகு அதிகார வர்க்க முதலாளியம் ஆகியன முன்வைக்கப்பட்டன. அன்றைய காலகட்டம் 'மக்கள் ஜனநாயகப் புரட்சிக் கட்டம்' என அடையாளப்படுத்தப்பட்டது.

முழக்கங்கள்

"அரசியல் அதிகாரம் துப்பாக்கிக் குழலிலிருந்து பிறக்கிறது."

"முன்னோக்கி நடைபோடு, இழப்புகளுக்கு அஞ்சாதே, வெற்றி அருகில்."

- என மக்களை ஊக்கியது மா-லெ இயக்கம்.

திட்டம்

கிராமங்களை விடுதலை செய்து பின் நகரங்களைச் சுற்றி வளைத்தல், வர்க்க எதிரிகளை அழித்தொழித்து விடுதலைப் பிரதேசங்களை உருவாக்குதல், நீண்ட கால மக்கள் யுத்தம் முதலியன அதன் அரசியல் திட்டங்களாக முன்வைக்கப்பட்டன.

பொய்த்த மதிப்பீடுகள், தகர்ந்த நம்பிக்கைகள்

"இந்தியாவின் ஒவ்வொரு அங்குலமும் தீப்பற்றத் தயாராக உள்ளது" எனச் சொன்ன நக்சல்பாரி இயக்கத்தின் 'லெஜன்ட்' சாரு மஜூம்தார் 1971ல் ஆயுதப் போராட்டம் உறுதி பெற்று 1975ல் புரட்சி வெற்றி பெறும் என்றார். பிரிட்டிஷ் ஆட்சியின் வீழ்ச்சியோடு எல்லாத் துன்பங்களும் ஒழிந்தன என நம்பி தேச உருவாக்கத்தில் இணைந்து நின்ற ஒரு தலைமுறை, இந்த 20 ஆண்டுகளில் தாங்கள் நம்பிய எதுவும் நடக்காததைக் கண்டு மனம் கலங்கியிருந்த தருணம் அது. நக்சல்பாரி எழுச்சியில் பெரிய அளவில் ஆங்காங்கு இளைஞர்கள் ஈர்க்கப்பட்டனர்.

"நிலப்பிரபுக்களின் இரத்தத்தில் கைநனைப்பது" என்கிற வரலாற்றுக் கடமையை நிறைவேற்றுவதற்கெனத் தங்கள் கல்வியையும் எதிர்காலத்தையும் துறந்து எத்தனையோ இளைஞர்கள் களம் புகுந்தனர். தமிழகம், கேரளம் என எல்லாப் பகுதிகளிலும் அது எதிரொலித்தது. மகாத்மா காந்தியின் அழைப்பை ஏற்றுக் களம் புகுந்த எண்ணற்ற இளைஞர்கள் போல இப்போதும் நடந்தது. அப்பு. பாலன், கோதண்டராமன், தமிழரசன், தியாகு, லெனின்... என்றொரு தலைமுறை

அடுத்தடுத்துத் தங்களை இந்தப் போரில் அர்ப்பணித்துக் கொண்டனர்.

ஆனால் என்ன நடந்தது? அனைத்து மதிப்பீடுகளும் பொய்த்தன. எல்லா நம்பிக்கைகளும் தகர்ந்தன. 1972 க்கு முன்பே நக்சல்பாரி இயக்கம் மிகப் பெரிய இழப்புகளைச் சந்தித்தது. 1972 ஜூலை 16-ல் தோழர் சாரு மஜூம்தார் கைது செய்யப்பட்டு அடுத்த 12ம் நாள் 'உடல்நலக் குறைவால்' இறந்ததாக அறிவிக்கப்பட்டது. 1973ல் நாடெங்கிலும் 32,000 நக்சல் தோழர்கள் சிறைகளில் அடைக்கப்பட்டிருந்தனர். மூலாதாரம், DIPTENDU DUTTA

1978 தொடங்கி இயக்கம் பல பிளவுகளைச் சந்தித்தது. புதிதாக உருவான இயக்கங்கள் எல்லாமே கிட்டத்தட்ட அழித்தொழிப்புப் பாதையைக் கைவிட்டதாக அறிவித்தன. ஒன்றிரண்டைத் தவிர சில அமைப்புகள் தேர்தல் பாதைக்குத் திரும்புவது எனவும் முடிவெடுத்தன.

ஆயுதப் போராட்டத்தைத் தொடர்வது என முடிவு செய்த அமைப்புகளும் கூட 'இந்தியா முழுவதும் பற்றி எரியத் தயாராக உள்ளது' என்கிற நிலைபாட்டைக் கைவிட்டு தேர்வு செய்யப்பட்ட சில தளப் பகுதிகளை உருவாக்குவது என்கிற முடிவுக்கு வந்தன.

தமிழகத்தில் மிகப் பெரிய அளவில் கைதுகள், என்கவுன்டர் படுகொலைகள் என அரச நடவடிக்கைகள், இப்படியான பிளவுகள், நம்பிக்கை இழப்பு ஆகியவற்றின் ஊடாக நக்சல்பாரி இயக்கப் போராளிகள் பலரை அழித்தொழித்தன. வால்டர் தேவாரத்தின் தலைமையில் இயங்கிய படை இருபதுக்கும் மேற்பட்ட இளைஞர்களைக் கொன்று குவித்தது. அதற்காக அவருக்குப் பெரிய அளவில் பரிசுகள் வழங்கப்பட்டன.

பின்னடைவுக்கான காரணங்கள் என்ன?

1. இந்தியா இன்னும் சுதந்திரம் அடையாத ஒரு காலனியாகவே உள்ளது என்பதையும், இங்கு ஜனநாயகம் இல்லை என்பதையும்

மக்கள் மத்தியில் மாவோயிஸ்ட்களால் திருப்திகரமாக விளக்க இயலவில்லை.

2. 'நீண்ட கால மக்கள் யுத்தப் பாதை' என்பதில் 'நீண்ட' என்பது இத்தனை நீண்டதாக இருக்கும் என்பதை மக்கள் ஏற்கவில்லை.

3. 160 மாவட்டங்களில் அவர்களின் இருப்பு உள்ளதெனவும், அவற்றில் சுமார் 76 மாவட்டங்களில் அவர்கள் ஓரளவு வலுவாக இருப்பதாகவும் நான்காண்டுகளுக்கு முன் வந்த ஒரு அரசு அறிக்கை கூறுகிறது. 'சிவப்பு நடைவழி' (red corridor) எனப்படும் இப்பகுதி வடக்கே பிஹாரில் தொடங்கி ஜார்கன்ட் மற்றும் சட்டிஸ்கரின் செறிந்த காட்டுப் பகுதி, பழங்குடியினர் செறிந்துள்ள ஓரிசாவின் ஜொராபுட் மற்றும் மல்கன்கிரி ஊடாகக் கீழிறங்கி தெற்கே ஆந்திர மாநிலத்தின் முனை வரை பரவியுள்ளது. ஜார்கண்டை ஒட்டிய மே.வங்க மாவட்டங்களையும் தொட்டுச் செல்கிறது. 1972 ஜூலை 16 ல் தோழர் சாரு மஜூம்தார் கைது செய்யப்பட்டு அடுத்த 12ம் நாள் 'உடல்நலக் குறைவால்' இறந்ததாக அறிவிக்கப்பட்டது. ஆக ஓர் ஓரமாக, இந்தியாவின் கிழக்குப் பகுதியை ஒட்டிய வனப்பகுதிகளில் மட்டுமே அவர்களின் இருப்பு உள்ளபோது அவர்களால் நகரங்களைச் சுற்றி வளைத்து விடுதலை செய்வது என்கிற மாவோவின் வழிமுறை இங்கு சாத்தியமில்லாமலேயே உள்ளது. மைய மற்றும் மேற்கு இந்தியாவில் அவர்கள் இருப்பு இல்லை.

4. வலுவாக உள்ள பகுதிகளில் அவர்கள் விடுதலை செய்த நிலங்களை மக்களுக்குப் பிரித்துக் கொடுத்தபோதும் அதைப் பாதுகாக்க இயலவில்லை. மத்திய மாநில அரசுகள் தமது மிகக் கடுமையான அடக்குமுறைகள் ஊடாகவும் 'ஆபரேஷன் பர்கா' போன்ற நக்சலைட் பகுதிகளில் வளர்ச்சித் திட்டங்கள் (Comprehensive area development programme) போன்ற ஆறுதல் நடவடிக்கைகள் (ameliorative programme) மூலமும் அம்மக்களைத் தம் பிடிக்குள் விரைவில் கொண்டுவந்து விடுகின்றன.

5.ஆயுதப் போராட்டங்கள் தவிர்த்த பிற போராட்ட வடிவங்களை எடுக்காதது, அழித்தொழிப்பு நடவடிக்கைகளுக்கு முக்கியத்துவம் அளித்தது, தேர்தலை முற்றாகப் புறக்கணித்தது, மக்கள் மத்தியில் popular ஆக இருந்த தலைவர்களின் சிலைகளைத் தகர்த்தது முதலிய அவர்களின் நடவடிக்கைகள் மக்களிடம் நெருங்குவதற்குப் பதிலாக மக்களிடமிருந்து அவர்களை அந்நியப்பட வைத்தன.

வரலாற்றில் இடம்

நக்சல் இயக்கம் அரசியல் ரீதியில் தோற்றாலும், அழியாமலிருக்க அரசே காரணம் எனலாம். அது மட்டுமல்ல. உலக அளவில் ஏற்பட்டுள்ள பல மாற்றங்களும் இதில் முக்கிய பங்கு வகிக்கின்றன.

எனினும் சுதந்திரத்திற்குப் பிந்திய இந்திய வரலாற்றில் இந்த வசந்தத்தின் இடி முழக்கம் ஒரு முக்கிய இடத்தைப் பெறுவதை யாராலும் மறுக்க இயலாது.

என் வயதொத்தவர்களின் நினைவுகளிலிருந்து பிரிக்க இயலாத வரலாறு இது. இந்திய அரசின் 'திட்டக் கமிஷன்' (Planning Commission) 2008-ல், 'தீவிரவாதிகளால் பாதிக்கப்பட்ட பகுதிகளில் வளர்ச்சி அடிப்படையிலான மாற்றங்கள் குறித்த ஆய்வுக் குழு' ஒன்றை நியமித்தது. முன்னாள் காவல்துறை உயரதிகாரிகள், நிர்வாக அதிகாரிகள் ஆகியோர் தவிர பல்கலைக்கழக மான்யக் குழுத் தலைவராக இருந்த சுக்தியோ தோரத், புகழ்பெற்ற மனித உரிமைப் போராளி டாக்டர் பாலகோபால் ஆகியோரும் அந்தக் குழுவில் பங்கு பெற்றிருந்தனர். "நக்சலைட் தொல்லை" (Naxalite Menace) குறித்து அந்த அறிக்கை முற்றிலும் வேறுபட்ட ஒரு பார்வையை முன்வைத்தது. "எல்லோராலும் புறக்கணிக்கப்பட்ட பழங்குடி மக்கள் மத்தியில் தாயை இழந்த குழந்தைகளுக்கோர் மாற்றாந் தாய் (surrogate mother) போல நக்சல்பாரி இயக்கம் விளங்குகிறது" - என அந்த அறிக்கை கூறியது.

இந்தப் பிரச்சினைகள் தீர்க்கப்பட்டால் தானாகவே நக்சல்பாரி இயக்கத்தின் தேவை அழிந்துபடும் என்பது இதன் மறைபொருள்.

மாறாக நீங்கள் அவர்களையும் ஒழித்துக்கட்டுவதன் ஊடாக அந்த மக்களின் எந்தப் பிரச்சினையையும் தீர்க்கப் போவதில்லை. உங்களின் நக்சலைட் ஒழிப்பு நடவடிக்கைகள் அவர்களுக்கு இருந்த அந்த மாற்றாந் தாயையும் ஒழித்துக் கட்டத்தான் உதவுமே ஒழிய அவற்றால் எந்தப் பயனும் விளையப்போவதில்லை என்பதுதான் நாம் அதில் புரிந்து கொள்ள வேண்டியது..

மாறும் அரசுகள், மாறாத அணுகுமுறை

ஆனால் என்ன நடந்தது? என்ன நடக்கிறது? காங்கிரஸ் ஆட்சியானாலும் பா.ஜ.க ஆட்சியானாலும் இரண்டும் மாவோயிஸ்டுகள் என இன்று அழைக்கப்படும் நக்சலைட்களை ஒரே மாதிரியாகத்தான் அணுகுகின்றன. இராணுவம் மற்றும் அரை இராணுவப் படைகளைக் குவித்து, ஆயுதப்படை சிறப்பு அதிகாரச் சட்டம். சட்டவிரோத நடவடிக்கைகள் தடுப்புச் சட்டம் முதலிய கொடும் சட்டங்களின் துணையோடு மாவோயிஸ்டுகளை மட்டுமின்றி அவர்களை ஆதரிக்கும் பழங்குடி மக்களையும் கொன்று குவிக்கின்றனர்.

ஆதரவாகப் பேசுகிற நடுநிலையாளர்களான பேலா பாட்டியா, ஜீன் டிரெஸ் முதலான மனித உரிமைப் போராளிகள் ஆகியோரையும் நேரடியாகவும் கூலிப் படைகளைக் கொண்டும் தாக்குகின்றனர்.

எல்லாவற்றையும் விடக் கொடுமை என்னவெனில் மாவோயிஸ்டுகளை ஒழிப்பதற்கென பா.ஜ.கவும் காங்கிரசும் இணைந்து நின்று 'சல்வா ஜூடும்', 'கோப்ரா', 'சிறப்பு காவல் அதிகாரிகள்' என்பது போன்ற பெயர்களில் பழங்குடி மக்களில் சிலரைத் தேர்வு செய்து அவர்களுக்கு ஆயுதங்களையும் அரசு நிதியிலிருந்து ஊதியத்தையும் வழங்கி போராடும் பழங்குடி மக்களைக் கொல்கின்றனர்.

சென்ற மார்ச் 2011 இல் சட்டிஸ்காரில் உள்ள தாண்டேவாடா மற்றும் சுக்மா மாவட்டங்களில் உள்ள மோரபள்ளி, தட்மெல்டா, திம்மபுரம் எனும் மூன்று பழங்குடிக் கிராமங்களில் இருந்த

250 வீடுகளை, நக்சல்பாரிகளை ஒழிக்க சட்டிஸ்கார் அரசு நடத்தும் 'சல்வாஜூடும்' எனும் பயங்கரவாத கூலிப்படை, எரித்து அழித்ததோடு நிவாரணம் வழங்க வந்த மாவட்ட ஆட்சியரையும் அவர்கள் தடுத்து நிறுத்தினர்.

நீதிமன்றங்களும், மனித உரிமை ஆணையங்களும் பலமுறை எச்சரித்தும் அவற்றை ஏற்காமல் இப்படியான சட்டவிரோதக் கூலிப் படைகளை அரசுகள் செயல்படுத்தி வருகின்றன. பிரச்சினையின் ஆழத்தை ஆராய்ந்து உரிய தீர்வுகளை முன்வைக்காமல் ஒரு பக்கம் பழங்குடியினரின் வாழ்வாதாரங்களை அழித்துக் கார்பொரேட்களுக்குச் சேவை செய்தல், இன்னொரு பக்கம் சட்டவிரோதக் கூலிப் படைகளையும், அடக்குமுறைகளையும் கொண்டு மக்களை ஒடுக்குதல் என்னும் நிலையை அரசுகள் கையாளும்வரை நக்சல்பாரி இயக்கத்தை அவைகளால் முற்றாக ஒழித்துவிட இயலாது.

அரசியல் பாதையில் தோல்வியுற்றிருந்த போதிலும் நக்சல்பாரி இயக்கம் இன்றும் ஆங்காங்கு செயல்படுவதன் பின்னணி இதுதான்.

4.3

மாவோயிஸ்ட் வேட்டை எனும் பெயரில் பலிகொடுக்கப்படும் பழங்குடியினர்

மார்ச் 28 2020

நான்கு நாட்களுக்கு முன் சென்ற மார்ச் 22, 2020 அன்று சட்டிஸ்கார் மாநிலத்தின் சுக்மா மாவட்டத்தில் மாவோயிஸ்டுகளுக்கும் பாதுகாப்பு (அரசு) படைகளுக்கும் இடையில் நடந்த மோதலில் அரசு படைகளைச் சேர்ந்த 17 பேர்கள் கொல்லப்பட்டனர். மேலும் 15 பேர்கள் காயம் அடைந்தனர் எனவும் அதில் இருவர் நிலை 'சீரியஸ்' எனவும் தகவல் வந்தது. சீரியசாக இருந்தவர்கள் நிலை இப்போது என்ன எனத் தெரியவில்லை.

எல்மகுண்டா எனும் கிராமத்தில் மாவோயிஸ்டுகள் ஏதோ சந்திப்பு நடத்த உள்ளனர் என்கிற தகவல் அறிந்து படைகள் அங்கே சென்றபோது நடந்த மோதலில் இது நடந்துள்ளது. இந்த எல்மகுண்டா கிராமம் என்பது மாவோயிஸ்டுகளின், "மக்கள்

விடுதலை கொரிலா படைப் பிரிவு 1" (*People's Liberation Guerrilla Army Battalion 1*) செறிந்துள்ள பகுதி என அறியப்படுவது. மாஓயிஸ்டுகளின் இந்தச் சந்திப்பு அங்கே நடக்க இருந்ததை அறிந்து அரச படைகள் அங்கே சென்றுள்ளன. மாவட்ட ரிசர்வ் படை, சிறப்புப் பணிப் படை (*Special Task Force*), என 500 பேர்கள் அதில் இருந்ததாகத் தெரிகிறது.

அவர்களுக்கு உளவுத்துறை மூலமாக தகவல்கள் இருந்தபோதிலும் அவர்களால் ஒருவரைக்கூட கண்டுபிடிக்க முடியாமல் திரும்பி வந்ததாகவும் சொல்லப்படுகிறது. திரும்பும்போது அரச படையினர் இரு குழுக்களாகப் பிரிந்து வந்துள்ளனர். சின்டகுபா, புர்காபால் என இரு பகுதிகளில் உள்ள அவர்களின் 'கேம்ப்' களுக்கு அப் படைப்பிரிவுகள் தனித் தனியே சென்று கொண்டிருந்தபோது புர்காபாலை நோக்கிச் சென்ற 100 பேர்கள் கொண்ட படைப்பிரிவை ஆயுதம் தாங்கிய மாஓயிஸ்ட் படைகள் தாக்கியுள்ளன. தொடர்ந்து விரட்டி விரட்டி நடந்த மோதலில் சுமார் 350 மாஓயிஸ்ட்கள் இருந்த பகுதியை நோக்கி அரசுப் படைகள் தள்ளப்பட்டுள்ளனர். விளைவு 17 அரச படையினர் கொல்லப்பட்டனர்.

இது குறித்து நாம் மேலே நடந்ததை அறியும் முன் நாம் ஒன்றைத் தெளிவுபடுத்திக் கொள்ள வேண்டி உள்ளது. நாடு மிகப் பெரிய ஆபத்தை எதிர்கொண்டுள்ள தருணம் இது. உலக மக்கள் அனைவரின் கவனமும் கொரோனா என்கிற ஒரு உலகப் பேரழிவிலிருந்து மனித குலத்தை எவ்வாறு காப்பது என்கிற கவலையில் ஆழ்ந்துள்ள பின்னணியில் இப்படி நடந்துள்ளது மிக்க வேதனையான ஒன்று. இருதரப்பினரது நடவடிக்கைகளும் நமக்கு வேதனையை அளிக்கின்றன.

மாஓயிஸ்டுகள் இந்த நேரத்தில் தங்களின் கூடுகையை நடத்தியிருக்கத் தேவை இல்லை. செய்தி அறிந்தாலும் கூட மாஓயிஸ்டுகள் மிகவும் வலுவாக உள்ள இந்தப் பகுதியில் ஏற்கனவே பல இழப்புகளைச் சந்தித்துள்ள அரச படையினரும் இத்தனை எச்சரிக்கை இன்மையுடன் இந்த மோதலுக்கு இடம்

கொடுத்திருக்க வேண்டியதுமில்லை. இன்று 17 உயிர்கள் இப்படிப் பறிபோனது மிக்க வேதனைக்கு உரிய ஒன்று.

இப்படியான இதற்கு முந்திய சில நிகழ்வுகளை நம்மால் மறக்க இயலவில்லை.

2007 மார்ச் 15: பீஜப்பூர் மாவட்டத்தில் ராணிபோடி எனும் இடத்தில் இருந்த படைகளை சுமார் 500 மாஓயிஸ்டுகள் திடீரெனத் தாக்கியபோது 16 ஆயுதப் படையினரும் 39 சிறப்புக் காவல் படையினரும் கொல்லப்பட்டனர்.

2010 ஏப்ரல் 05: தாண்டேவாடா மாவட்டம், சின்டல்நர் எனும் இடத்தில் அமைந்திருந்த மாஓயிஸ்ட் எதிர்ப்பு அரச படையான CRPF இருந்த ‘கேம்ப்’ ஒன்றை சுமார் 400 மாஓயிஸ்டுகள் தாக்கியபோது 75 CRPF படையினர், ஒரு காவல்துறை வீரர், 8 மாஓயிஸ்டுகள் கொல்லப்பட்ட செய்தியை நாம் மறந்துவிட முடியாது.

2018 ஏப்ரல் 28: மகாராஷ்டிர மாநிலம் கட்சிரோலி பகுதியில் உள்ள காசனூர் எனும் இடத்தில் நடந்த மோதலில் 40 பேர்கள் கொல்லப்பட்டனர். மாஓயிஸ்டுகளுக்கே இதில் இழப்பு அதிகமானாலும் ஒரு சிறு குழந்தை, 8 பதின் வயதினர், உள்ளிட்ட 18 அப்பாவிகள் அதில் கொல்லப்பட்டனர். அவர்கள் ஒரு திருமணத்திற்குச் சென்று வந்துகொண்டிருந்தவர்கள். அதில் மங்கேஷ் மண்டலி எனும் சிறுவன் 11ம் வகுப்பு படித்துக் கொண்டிருந்தவன். இவர்கள் அனைவரும் பழங்குடியினர்.

இவற்றைத் தொடர்ந்துதான் இப்போதைய சம்பவம் நடந்துள்ளது. இதை ஒட்டி சில கேள்விகள் நமக்கு எழுகின்றன. மார்ச் 24 The Hindu நாளிதழும் இதைக் கவனப்படுத்தியுள்ளது. 500 பேர்கள் கொண்ட அரச படைப்பிரிவுகள் இத்தனை இழப்புகளைச் சந்திக்கும் வகையில் எங்கே தவறு இழைத்துள்ளன? அத்தனை வலிமை, ஆயுத பலம், தகவல் தொடர்பு ஏதும் இல்லாத மாஓயிஸ்டுகளால் எவ்வாறு இத்தகைய தாக்குதல்களைச் செய்ய முடிகிறது? எல்லா வசதிகளையும், அதிகாரங்களையும் கையில்

கொண்டுள்ள அரச படைகள், அவற்றின் உளவுத் துறைகள் எல்லாம் எங்கே தோற்கின்றன?

இதற்கான பதில்களை அடைய நாம் ஒன்றைக் கவனத்தில் கொள்ள வேண்டும். இப்போது கொல்லப்பட்டுள்ள 17 படைவீரர்களில் 13 பேர்கள் சுக்மா மாவட்டத்தைச் சேர்ந்த உள்ளூர் பழங்குடி மக்கள். அது மட்டுமல்ல அவர்கள் 13 பேர்களும் மாவோயிஸ்ட் அமைப்புகளில் இருந்து காவல்துறையிடம் சரண் அடைந்தவர்கள். 2007ல் பீஜப்பூர் மாவட்டத்தில் நடந்த தாக்குதலில் 16 ஆயுதப் படையினரும் 39 சிறப்புக் காவல் படையினரும் கொல்லப்பட்டதைப் பார்த்தோம். இந்த 39 சிறப்புக் காவல் படையினரும் கூட அவ்வாறே மாவோயிஸ்டுகளாக இருந்து காவல்துறையிடம் சரணடைந்தவர்கள்தான்.

சரணடைந்தவர்களைக் காவல்துறையினரும் அரசும் அவர்களுக்கு வேறு வாழ்க்கையை அமைத்துத் தந்து புதிய வாழ்வு ஒன்றைத் துவங்குவதற்கு வழிவகுக்காமல் இவ்வாறு அவர்களை மீண்டும் களத்திற்கு அனுப்பி பலியிடுவது என்பதன் பொருள் என்ன. அதுவும் ஒவ்வொரு முறையும் கொல்லப்பட்டவர்களில் இப்படியாகச் சரணடைந்தவர்களே அதிகமாக இருப்பதை எப்படிப் பார்ப்பது?

இது குறித்த ஐயத்தை மார்ச் 24 இந்து நாளிதழ் தலையங்கமும் பூடகமாக முன்வைப்பது குறிப்பிடத் தக்கது. நீதிமன்றங்கள் இவ்வாறு ஆயுதப் போராட்ட அமைப்புகளிலிருந்து பிரிந்து வருபவர்களை முன்னணிப்படைகளாகப் பயன்படுத்துவது ஏற்கத்தக்கதல்ல என்பதுதான் அது. போதிய முறையான இராணுவப் பயிற்சியற்றவர்களை முன்னணியில் நிறுத்துவது கிட்டத்தட்ட அவர்களைப் பலி கொடுக்கும் ஒரு முயற்சிதான். ‘முயற்சி’ எனச் சொல்வதைக் காட்டிலும் ‘திட்டம்’ எனவும் சொல்லலாம்.

இதனால் என்ன பயனை அரசும் காவல்துறையும் எதிர் பார்க்கின்றன? தங்களிடமிருந்து பிரிந்து போனவர்கள் என்றால் மாவோயிஸ்டுகள் இன்னும் ஆத்திரத்துடன் தாக்கமாட்டார்களா

என்பது எல்லாம் அவர்களுக்குத் தெரியாதா? இல்லை அவர்களைப் பலிகொடுக்கப்பட வேண்டியவர்களாகவே அரசும் காவல்துறையும் கருதுகின்றனவா? இப்படித் தொடர்ந்து தோல்விகளைச் சந்திப்பதனால் அரச படைகளுக்கும் சோர்வு ஏற்படும் என்று கூட அரசு யோசிக்காதா? ஆக மொத்தத்தில் பெரிய அளவில் இப்படிப் பழங்குடி மக்கள் பலிகொடுக்கப்படுவதை என்ன சொல்வது?

எப்படியாயினும் இத்தகைய உயிர்ப்பலிகள் தடுக்கப்பட வேண்டும். இந்தத் தோல்விகள் எப்படித் தவிர்க்கப்பட வேண்டும் என்பதை ஆராய ஓர் உயர்மட்ட ஆணையம் ஒன்றை அமைத்து அறிக்கை கோர வேண்டும். முன்னதாக மறைந்த மனித உரிமைப் போராளி டாக்டர் பாலகோபால் அவர்கள் தலைமையில் அப்போதிருந்த 'திட்ட ஆணையம்' *(Planning Commission)* சார்பாக அமைக்கப்பட்ட குழு ஒன்றின்அறிக்கை குறித்து நான் என் நூல்களிலும் கட்டுரைகளிலும் பதிவுகளிலும் குறிப்பிட்டுள்ளேன். முன்னாள் அரசு அதிகாரிகள், பாதுகாப்புத் துறை வல்லுனர்கள்,. ஓய்வுபெற்ற உயர் காவல்துறையினர், சுக்தியோ தோரட் போன்ற கல்வியாளர்கள் பங்குபெற்ற குழு அது. பழங்குடி மக்கள் மத்தியில் ஏன் மாஓயிஸ்டுகள் உருவாகிறார்கள் என்பதையும், மாஓயிச அமைப்புகளுக்கு ஆதரவளிப்பவர்களாகப் பழங்குடி மக்கள் ஏன் உருவாகிறார்கள் என்பதையும் விளக்கி அக்குழு மிக அற்புதமான ஒரு அறிக்கையைத் தந்திருந்தது. பழங்குடி மக்கள் மத்தியில் அரசு எங்கே தோல்வியுறுகிறது. எவ்வாறு மாஓயிஸ்டுகளால் பழங்குடி மக்களின் மனத்தை வெல்ல முடிகிறது என்பதை அந்த அறிக்கை மிகச் சிறப்பாகச் சொல்லியது.

இவற்றைக் கவனத்தில் எடுத்துக்கொண்டு அதற்குரிய திசையில் நகராமல் இப்படி 'சல்வாஜுடும்' போன்ற சட்டவிரோதக் கூலிப் படைகள், திருந்தி வரும் பழங்குடியினரைப் பலியாக்கும் கபடத் தனம், தமது கார்பொரேட் கொள்ளைக் கொள்கைகள் ஆகியவற்றை அரசு கைவிடுதல் ஒன்றுதான் இந்த முட்டுச் சந்திலிருந்து விடுபட ஒரே வழி.

இனியும் இப்படி மாவோயிஸ்டுகளுக்கும் அரசுக்கும் நடக்கும் மோதல்களில் நாம் பழங்குடி மக்களைப் பலிகொடுத்துக் கொண்டிருக்க முடியாது.

மேலும் ஒரு குறிப்பு

1972ல் மேற்கு வங்கத்தில் 'அரசியல் கைதிகள்' எனும் ஏற்பை கைது செய்யப்பட்ட நக்சலைட் கைதிகளுக்கு வழங்குவது எனச் சட்டம் ஒன்று இயற்றப்பட்டது. படிப்பதற்கு நாளிதழ், எழுத பேப்பர் முதலியன, வழங்கும் ரேஷனை அவர்களே சமைத்துக் கொள்ள உரிமை முதலிய சில மிக அடிப்படையான வசதிகள் அதன் மூலம் இந்த அரசியல் கைதிகளுக்கும் கிடைத்தன. மம்தா ஆட்சியின்போது மத்திய பா.ஜ.க அரசு அதையும் நீக்கச் சொன்னது. மாவோயிஸ்ட் கைதி ஒருவருக்கு அரசியல் கைதி நிலை தர வேண்டும் என நீதிமன்றம் ஆணையிட்டபோது மோடி அரசு அவ்வாறு மாநில அரசுக்கு அறிவுறுத்தியது. தடைசெய்யப்பட்ட இயக்கங்களுக்கு அரசியல் கைதிகள் அந்தஸ்து கிடையாது என்பதாகச் சட்டத்தைத் திருத்தி மம்தா, மோடி அரசின் ஆணையை நிறைவேற்றினார். இன்று இவ்வாறு அரசியல் கைதிகள் என்கிற வரையறை முற்றாக நீக்கப்பட்டுவிட்டது.

அதோடு இம்மாதிரிக் கைதிகள் அனைவர் மீதும் மூன்று நான்கு UAPA முதலான கொடுஞ் சட்டங்களைப் பிரயோகித்து ஆயுசுக்கும் அவர்கள் வெளியே வராமல் செய்யப்படுகிறது. ரூபேஷ் என்பவர் மீது 24 UAPA வழக்குகள் பதிவு செய்யப்பட்டுள்ளன என்றால் பார்த்துக் கொள்ளுங்கள். அவர் ஆயுசுக்கும் வெளியே வர இயலாது. அவர் மனைவியும் இன்று இப்படிச் சிறையில் உள்ளார். இரு குழந்தைகள் வெளியில். மிகவும் வயதானோர், நோய்வாய்ப்பட்டோர் என யாருக்கும் விடிவு இல்லாத நிலை தொடர்கிறது. இதைக் கேட்பதற்கு இன்று யாரும் இல்லை. பி.யூ.சி.எல் எனும் நாடறிந்த ஒரு மனித உரிமை இயக்கத்தின் தலைவராக இருந்தவரும் வழக்குரைஞருமான சுதா பரத்வாஜ் அவர்கள் இன்று மும்பை சிறையில் சுமார்

ஒன்றரை ஆண்டுகளாக உள்ளார். சம்மணமிட்டு தரையில் அமர இயலாத அவருக்கு ஓராண்டு வரை நாற்காலி ஒன்றைக் கூடக் கொடுக்க மறுத்தது சிறை நிர்வாகம். 90 சதம் உடல் ஊனமான பேரா முனைவர் சாய்பாபா நான்கு ஆண்டுகளாகக் கொடுஞ் சிறையில். எல்லா கைதிகளும் பயன்படுத்தும் கழிப்பறைகளைத்தான் இப்படிக் கையூன்றிச் செல்லும் சாய்பாபா அவர்களும் பயன்படுத்த வேண்டி இருந்தது.

அரசு அத்துமீறல்களைப் போலவே மாஓயிஸ்டுகளின் வன்முறைகளையும் நாம் ஏற்கவில்லை. ஆனால் இந்த வன்முறையின் பின்னணியைச் சரியாக ஆய்வு செய்து அதை எதிர்கொள்வதும், அவர்களின் நியாயங்களை ஏற்று முழுமையாக ஆய்வு செய்வதும், அதன் அடிப்படையில் மாஓயிஸ்ட் வன்முறைகளை எதிர்கொள்ளல் என்கிற நிலையை எடுப்பதுமே மாஓயிஸ்ட் வன்முறைகளை எதிர்கொள்ள சரியான வழியாக இருக்க முடியும். அதை விட்டுவிட்டு மாஓயிஸ்டுகளைப் போலவும், அதைவிடக் கொடூரமாகவும், சட்ட விரோதமாகவும் மாஓயிஸ்டுகளையும் அவர்களை ஆதரிக்க நேரும் பழங்குடி மக்களையும் மாஓயிஸ்டுகளின் வன்முறையைக் காட்டிலும் கொடூரமாக அரசு எதிர்கொள்வது என்பதை எப்படி நாம் ஏற்பது?

4.4

தமிழகச் சிறைகளில் மாஓயிஸ்ட் மற்றும் தமிழ் தேசியச் சிறைவாசிகள்

இரு நிகழ்வுகள்: 1. 'நக்சல்பாரிகள் தேசபக்தர்கள்' எனும் முழக்கத்தை முதன் முதலில் ஒலித்தவர்கள் அவர்கள்..

March 09 2020

சென்ற மார்ச் 7ம் தேதி மாலை மதுரை மாட்டுத்தாவணி பிரஸ் கிளப்பில் சிறைகளில் உள்ள மாஓயிஸ்டுகள், தமிழ்த் தேசிய இயக்கக் கைதிகள், முஸ்லிம் கைதிகள், ஈழத் தமிழ்க் கைதிகள் எனக் கைது செய்யப்பட்டுள்ளவர்கள் விடுதலை தொடர்பாகக் கூட்டம் ஒன்றை 'மாஓயிஸ்ட் அரசியல் கைதிகள் விடுதலைக்கான குழு' ஏற்பாடு செய்திருந்தது. கேரளத் தோழர் ராவுண்ணி, மீ.த பாண்டியன், தமிழ் நேயன், விவேக், அரங்க குணசேகரன், சுரேஷ் விஜயராஜ், மதுரா கல்லூரி முன்னாள் முதல்வர் முனைவர் முரளி, நான் ஆகியோர் பேசினோம்.

தமிழகச் சிறைகளில் தற்போது அடைபட்டிருக்கும் சுமார் 12 மாஓயிஸ்ட் கைதிகள் விவரங்களையும் தொகுத்து ஒரு விரிவான முன்னுரையுடன் அங்கு வழங்கப்பட்டது.

1972ல் மேற்கு வங்கத்தில் 'அரசியல் கைதிகள்' எனும் ஏற்பை இப்படியானவர்களுக்கு வழங்குவது என சட்டம் ஒன்று இயற்றப்பட்டது. படிப்பதற்கு நாளிதழ், எழுத பேப்பர் முதலியன, வழங்கும் ரேஷனை அவர்களே சமைத்துக் கொள்ள உரிமை முதலிய சில மிக அடிப்படையான வசதிகள் அதன் மூலம் அரசியல் கைதிகளுக்குக் கிடைத்தன. மம்தா ஆட்சியின்போது மத்திய பா.ஜ.க அரசு அதையும் நீக்கச் சொன்னது. மாஓயிஸ்ட் கைதி ஒருவருக்கு அரசியல் கைதி நிலை தர வேண்டும் என நீதிமன்றம் ஆணையிட்டபோது மோடி அரசு அவ்வாறு மாநில அரசுக்கு அறிவுறுத்தியது. தடைசெய்யப்பட்ட இயக்கங்களுக்கு அரசியல் கைதிகள் அந்தஸ்து கிடையாது என்பதாகச் சட்டத்தைத் திருத்தி மம்தா மோடி அரசின் ஆணையை நிறைவேற்றினார். இன்று இவ்வாறு அரசியல் கைதிகள் என்கிற வரையறைக்கான ஏற்பு முற்றாக நீக்கப்பட்டுவிட்டது.

அதோடு இம்மாதிரிக் கைதிகள் அனைவர் மீதும் மூன்று நான்கு UAPA முதலான கொடுஞ் சட்டங்களைப் பிரயோகித்து ஆயுசுக்கும் அவர்கள் வெளியே வராமல் செய்யப்படுகிறது. ரூபேஷ் என்பவர் மீது 24 UAPA வழக்குகள் பதிவு செய்யப்பட்டுள்ளன என்றால் பார்த்துக் கொள்ளுங்கள். அவர் ஆயுசுக்கும் வெளியே வர இயலாது. அவர் மனைவியும் இன்று இப்படிச் சிறையில் உள்ளார். இரு குழந்தைகள் வெளியில். மிகவும் வயதானோர், நோய்வாய்ப்பட்டோர் என யாருக்கும் விடிவு இல்லாத நிலை. இதைக் கேட்பதற்கு இன்று யாரும் இல்லை. பி.யூ.சி.எல் எனும் நாடறிந்த ஒரு மனித உரிமை இயக்கத்தின் தலைவராக இருந்தவரும் வழக்குரைஞருமான சுதா பரத்வாஜ் அவர்கள் இன்று மும்பை சிறையில் சுமார் ஒன்றரை ஆண்டுகளாக உள்ளார். சம்மணமிட்டு தரையில் அமர இயலாத அவருக்கு ஓராண்டு வரை ஒரு நாற்காலி

கூடக் கொடுக்க மறுத்தது சிறை நிர்வாகம். 90 சதம் உடல் ஊனமான பேரா முனைவர் சாய்பாபா நான்கு ஆண்டுகளாகக் கொடுஞ் சிறையில்.

இப்படி ஒவ்வொருவர் கதையும் மிக்க சோகமானது. கேட்பதற்கு யாரும் இல்லாத நிலையில்தான் இன்று இப்படியான ஒரு கூட்டத்தைத் தோழர்கள் ஏற்பாடு செய்திருந்தனர். தமிழ் தேச அமைப்பினர், ஈழத்தவர்கள், மிகப் பெரிய அளவில் முஸ்லிம்கள் எனச் சிறையில் இருக்கும் அரசியல் கைதிகளின் பட்டியல்களையும் தொகுத்துள்ளோம்.

இரவு 10 மணி வரை நடந்த கூட்டத்தில் அன்று நூறுக்கும் மேற்பட்டோர் கலந்து கொண்டனர்.

இனி நீண்டகாலமாகத் தமிழகச் சிறைகளில் அடைபட்டுள்ள மாஓயிஸ்ட் தோழர்களின் பட்டியல்...

1. சுந்தரமூர்த்தி

தற்போதுள்ள சிறைச்சாலை: புழல் 1, சென்னை. சிறையில் கழித்துள்ள காலம் 12 ஆண்டுகள்.

தர்மபுரி மாவட்டத்தில் நக்சல்பாரி இயக்கம் எழுச்சி கொண்டிருந்த காலத்தில் இளம் வயதிலேயே அதில் பங்குபெற்றவர். கந்துவட்டி, சாதிக் கொடுமைகள் முதலியவற்றை எதிர்த்தும், நில மீட்பு இயக்கங்களில் பங்கு கொண்டும் மக்கள் பிரச்சினைகளை முன்னெடுத்தவர். ‘முற்போக்கு இளைஞர் முன்னணி’ மற்றும் ‘உழவர் உழைப்பாளர் மாமன்றம்’ ஆகிய அமைப்புகளில் தலைமை ஏற்றுச் செயல்படுத்தியவர். தற்போது 3 வழக்குகள் நிலுவையில் உள்ளன. தடா நீதிமன்ற வழக்கில் அவருக்கு 5 ஆயுள்தண்டனைகள் வழங்கப்பட்டுள்ளன.

2. வீரமணி

தற்போதுள்ள சிறை: கோவை மத்தியசிறை. சிறையில் கழித்துள்ள காலம்: 4 ஆண்டுகள் வயது 70ஐக் கடந்தவர்.

நக்சல்பாரி அரசியலால் ஈர்க்கப்பட்டு தென்னாற்காடு மாவட்டத்தில் பணிசெய்தவர். பின்னர் பெங்களூருக்கு சென்று தமிழாசிரியராகப் பணிபுரிந்து கொண்டே அரசியல் செயல்பாடுகளில் ஈடுபட்டார். தமிழரசன், புலவர் கலியபெருமாள், ஏ.எம்.கோதண்டராமன், தமிழ்வாணன், கொண்டபள்ளி சீதாராமையா, சிவசாகர் முதலானோருடன் செயல்பட்ட மூத்த தலைவர். அணுஉலை எதிர்ப்பு, பழங்குடிகள் உரிமைகள், கர்நாடக தேசிய உரிமைகள், சிறுபான்மைத் தமிழர்களின் மீதான தாக்குதலுக்கு எதிர்ப்பு எனப் பலதுறை உரிமைகளுக்காகவும் செயல்பட்டவர். முதுமை காரணமாகவும் மூட்டுத் தேய்மானம் முதலான பிரச்சினைகளையும் சுமந்து கொண்டு சிறையில் உள்ளார்.

தமிழ்நாடு, கேரளம், கர்நாடகம் ஆகிய மூன்று மாநிலங்களிலும் பல்வேறு வழக்குகளில் *120(B), 124(A)IPC 20 of UAPA, 417, 465, 471, 447 & 420 IPC & 419, 468, 471, 447, 420 of IPC & U/S 18, 18(A), 18(B), 20, 38, 40(I) (C) of UAPA, 13(1)(B), 20, 28 of UAPA, 121(A) IPC & 25(1)(B) Arms Act & 3AA and U/S 13 of UAPA, 120, 302, 120 IPC of 45, 25 Arms Act 1999 & 10(1), 13(B) UAPA NSA 3(3) 124 A IPC & 20, 10, 13, 19 of UAPA* முதலான பிரிவுகளின் கீழ் வழக்குகள் உள்ளன.

3. கண்ணன்

தற்போதுள்ள சிறை: கோவை மத்திய சிறை. சிறையில் கழித்த காலம் 4 ஆண்டுகள்.

சட்டக் கல்லூரியில் பயின்ற காலத்திலிருந்து முற்போக்கு மாணவர் சங்கம் முதலான அமைப்புகளில் பணியாற்றியவர்.. ஆர்.எஸ்.எஸ், ஏ.பி.வி.பி ஆகிய அமைப்புகளின் வன்முறைகளை எதிர்த்து நின்றவர். பின்னர் முற்போக்கு இளைஞர் அணியில் இணைந்து கைத்தறித் தொழிலாளர் போராட்டங்கள், ரவுடிகள் எதிர்ப்பு, கந்துவட்டி எதிர்ப்பு, முதலான போராட்டங்களை முன்னெடுத்தவர், தற்போது சிறைக்குள்ளும் சிறைவாசிகளின் உரிமைகளுக்காகக் குரல் கொடுத்து வருகிறார்.

இவர் மீதுள்ள வழக்குகளில் ஒன்று கொடைக்கானல் மோதல் வழக்கு. சாதாரண இ.த.ச பிரிவுகளில் தொடுக்கப்பட்ட இவ்வழக்கு பிறகு *UAPA* சட்டப் பிரிவுக்கு மாற்றப்பட்டது. பிணை கிடைத்து விடுதலையாகும் நிலையில் மதுரை வழக்குரைஞர் முருகனைக் கைது செய்யப் போடப்பட்ட தருமபுரி *UAPA* வழக்கில் சேர்க்கப்பட்டு சிறையில் உள்ளார். மூலநோயால் பாதிக்கப்பட்டுள்ளார். இவருடைய இணையரான ஜாய்ஸ் மேரியும் மூன்று ஆண்டுகளாகச் சிறைப்படுத்தப்பட்டுள்ளது குறிப்பிடத்தக்கது

4. ரூபேஷ்

தற்போதுள்ள சிறை: கோவை மத்திய சிறை. சிறையில் கழித்துள்ள காலம்: நான்கு ஆண்டுகள்.

கேரளத்தைச் சேர்ந்த இவர் வழக்குரைஞர் படிப்பு முடித்தவர். கோவை கருமத்தம்பட்டி *UAPA* வழக்கில் கைது செய்யப்பட்ட இவர்மீது கேரளா மற்றும் தமிழ்நாட்டில் 40க்கும் மேற்பட்ட வழக்குகள் போடப்பட்டுள்ளன. பெரும்பாலான வழக்குகளில் பிணை கிடைத்துவிட்ட போதும், ஒருசில வழக்குகளில் பிணை தர மறுத்து இன்று அவர் சிறையில் அடைக்கப்பட்டுள்ளார். இவரது இணையர் சைனாவும் வழக்குரைஞர் படிப்பு முடித்தவர். இவரும் நான்காண்டு சிறைவாசம் அனுபவித்தவர், பின் தற்போது பிணையில் உள்ளார். தமது இரு குழந்தைகளையும் உறவினர்களிடம் விட்டுவிட்டு இவர்கள் சிறைகளில் இருந்தது குறிப்பிடத்தக்கது.

5. அனூப்

இப்போதுள்ள சிறை: கோவை மத்திய சிறை. சிறைபட்டுள்ள காலம்: நான்கு ஆண்டுகள்.

கேரளத்தைச் சேர்ந்த இவர் வெளிநாட்டில் செய்துகொண்டிருந்த வேலையைத் துறந்து வந்து மாணவர்கள் மற்றும் இளைஞர்கள் மத்தியில் போராடியவர். இவரும் கோவை கருமத்தம்பட்டி *UAPA*

வழக்கில் கைது செய்யப்பட்டவர்தான். இவர்மீது கேரளத்திலும் *UAPA* வழக்கு உண்டு. சிறையிலும் அடைபட்டிருப்பவர்களின் உரிமைகளுக்காகப் போராடி வருகிறார்.

6. மகாலிங்கம்

தற்போது உள்ள சிறை: மதுரை மத்திய சிறை. சிறையில் கழித்துள்ள காலம்: நாலரை ஆண்டுகள்.

மகாலிங்கம் நக்சலைட் தலைவர்களில் ஒருவரான கண்ணாமணியுடன் நக்சல்பாரி இயக்கத்தில் சிறுவயது முதல் செயல்பட்டு வந்தவர். எண்பதுகளில் நடைபெற்ற புகழ்பெற்ற கந்துவட்டி எதிர்ப்பு மற்றும் நிலப்பிரபுக்களுக்கு எதிரான தாக்குதல்கள் ஆகியவற்றில் முக்கிய பாத்திரம் ஏற்றவர். தேவாரம் தலைமையில் சுமார் 20 நக்சலைட்கள் கொல்லப்பட்டபோது அப் பகுதியில் செயல்பட்டவர். அதன் பிறகு மாநில அமைப்புக் குழு என்ற மா-லெ அமைப்பில் நீண்டகாலம் செயல்பட்டு, தேனி- உசிலம்பட்டி பகுதிகளில் விவசாயப் போராட்டங்கள் பலவற்றை நடத்தியவர் இவர். 2007 ல் வருசநாடு மோதல் வழக்கில் கைது செய்யப்பட்டு சுமார் ஒன்றரை ஆண்டுகள் சிறையில் இருந்தபோது சிறை நிர்வாகத்தின் ஊழல்களையும் கொடுமைகளையும் எதிர்த்துப் போராடினார். பிணையில் வந்தபோது காவல்துறையின் தொந்தரவுகள் தாங்காமல் தலை மறைவானார். 2016 ல் மீண்டும் கைது செய்யப்பட்டு, ஆந்திர போலீசின் கொடும் சித்திரவதைகளை எதிர்கொண்டார். தற்போது ஸ்ரீபெரும்புதூர் *UAPA* வழக்கொன்றில் கைது செய்யப்பட்டு 3 ஆண்டுகளாகச் சிறையிலுள்ளார். அவர் மீது தமிழகத்திலும் கேரளத்திலும் போடப்பட்டுள்ள ஏழு *UAPA* வழக்குகளில் இரண்டுக்கு பிணை கிடைத்துள்ளது. வயது மூப்பு மற்றும் நோய்களால் பாதிக்கப்பட்டுள்ளார்.

7. பாலமுருகன்

தற்போது உள்ள சிறை: மதுரை மத்திய சிறை. சிறையில் கழித்துள்ள் காலம்: 7 ஆண்டுகள்

முதலில் மாநில அமைப்புக் கமிட்டியிலும், பின்னர் மாவோயிச அரசியலிலும் ஈடுபட்டவர். மகாலிங்கத்துடன் வருஷநாடு வழக்கில் கைது செய்யப்பட்டு கடும் சித்திரவதைகளை அனுபவித்தவர் இவர். சுமார் ஒன்றரை ஆண்டு சிறைவாசத்துக்குப் பின்னர் பிணையில் வெளிவந்தார். காவல்துறை நெருக்கடி காரணமாகத் தலைமறைவானார். விசைத்தறித் தொழிலாளர்கள் மத்தியில் வேலை செய்தபோது சக தொழிலாளி ஒருவரை மணம்புரிந்தார். அவரது இணையருக்கு ஏற்கனவே முதல் திருமணம் மூலம் பிறந்த குழந்தையுடன் தனது குடும்பத்தைச் சிரமப்பட்டுக் காப்பாற்றிக்கொண்டிருந்த இவர் தீவிர அரசியல் பணிகளில் இருந்து விலகித் தாமாகவே நீதிமன்றத்தில் சரணடைந்தார்.

கடந்த மூன்று வருடங்களாக க்யூ பிரிவு போலீசார் எந்த ஒரு சாட்சியையும் நிறுத்தி விசாரனை நடத்தவில்லை. ஆனால் அவருக்கு பிணை அளிக்கக் கூடாது என மறுத்து வருகிறது. அவரது குடும்பம் இன்று நிராதரவாக நிற்கிறது. அவர் மீது வருஷநாடு வழக்கு தவிர வேறு வழக்குகள் ஏதும் இல்லை என்பது குறிப்பிடத் தக்கது. கடந்த ஐந்தரை வருடங்களாகத் தொடர்ச்சியாகச் சிறையில் உள்ளார். முதலில் கழித்த ஒன்றரை ஆண்டுகளோடு சேர்த்து மொத்தம் ஏழுஆண்டுகள் சிறையில் கழித்துள்ளார்.

8. கலா

தற்போது உள்ள சிறை: திருச்சி பெண்கள் சிறை. சிறையில் கழித்துள்ள காலம்: 3 ஆண்டுகள்.

இவர் தற்போது 60 வயதை நெருங்கிக்கொண்டிருக்கும் பெண்மணி. கிறித்தவப் பெண் துறவியாக வேண்டும் எனப் பயணத்தைத் துவங்கியவர். புரட்சிகர அரசியலை ஏற்று மக்கள் போராட்டங்களில் வாழ்வை அர்ப்பணித்தவர். ‘மக்கள் உரிமை கழகத்திலும்’, ‘புரட்சிகர பெண்கள் அமைப்பிலும்’ ஆத்தூர் மற்றும் தருமபுரி கிராமப் பகுதிகளில் எண்ணற்ற உழைக்கும் பெண்களின் போராட்டங்களுக்குத் தலைமை ஏற்றுள்ளார்.

கீரிப்பட்டி கூலி விவசாயிகள் போராட்டம் மற்றும் பல வேலை நிறுத்தப் போராட்டங்கள், தர்மபுரி உழவர் போராட்டங்கள் முதலியவற்றில் பெண்களை அணிதிரட்டியதில் அவரது பங்கு குறிப்பிடத் தக்கது. பழங்குடிப் பெண்கள் மத்தியிலும் அவர் செயல்பட்டார்.. அதன்பின் நகர்ப்புறத் தொழிலாளி வர்க்க அணிதிரட்டல்களிலும் பல ஆண்டுகள் பங்களிப்பு செய்தார்.. ஏறத்தாழ இருபத்தைந்து ஆண்டு காலம் மக்கள் பணியில் கழித்தவர். இப்போது *UAPA* சட்டத்தின் கீழ் பொய் வழக்கு போடப்பட்டு கடந்த *3* ஆண்டுகளாகச் சிறையில் உள்ளார்.. கரூர் *UAPA* வழக்கில் சிறையிலுள்ள இவர் வயது மூப்பு தவிர சர்க்கரை நோய், இரத்த அழுத்தம் முதலான நோய்களிலும் பாதிக்கப்பட்டவர். சிறைச்சாலைகளில் செய்யப்படும் நிர்வாண சோதனைக்கு எதிராகவும், விசாரணைக் கைதிகளை சுகாதாரக் குறைவான வேலைகளில் ஈடுபடுத்துவதற்கு எதிராகவும் போராடிக் கொண்டிருப்பவர்.

9. சந்திரா

தற்போது உள்ள சிறை: திருச்சி பெண்கள் சிறை. சிறையில் கழித்துள்ள காலம்: *3* ஆண்டுகள்.

இவர் இளம்வயதிலேயே தனது சகோதரரின் மூலமாக தர்மபுரி இயக்கத்தில் ஈர்க்கப்பட்டு முற்போக்கு இளைஞர் அணியில் மாவட்டக் குழு உறுப்பினராகச் செயல்பட்டார். தமிழ்நாடு பெண்கள் உரிமைக் கழக நிறுவனர்களில் இவரும் ஒருவர். தளியில் ஆசிரியை கல்பனா சுமதியை வன்புணர்வு செய்த காவல்துறையினரை நீதிமன்றத்திலேயே செருப்பால் அடித்தது, மதுரை 'தீபா- ரூபா' திரையரங்கில் நுழைந்து, ஆபாசப் படங்களைக் கைப்பற்றி பொதுமக்கள் முன்னிலையில் எரியூட்டியது, பிரேமானந்தா சாமியார் மீது அசிங்கங்களை வீசியது போன்ற 'தமிழ்நாடு பெண்ணுரிமை கழகப்' போராட்டங்களில் முன்னணியில் இருந்து செயல்பட்டவர். இளம்வயதில் இருந்தே பலமுறை கைது செய்யப்பட்டு, சித்திரவதைகள் செய்யப்பட்டபோதும், அஞ்சாது இயக்கப்

போராட்டங்களில் கலந்து கொண்டவர். நகர்ப்புறத் தொழிலாளர்களை அணிதிரட்டும் பணியையும் செய்துவந்தார்.

ஏறத்தாழ 35 ஆண்டுகளாக இத்தகைய பணிகளில் ஈடுபட்டு வந்த இவர் இப்போது கரூர் UAPA வழக்கில் கைது செய்யப்பட்டு சிறையில் அடைக்கப்பட்டுள்ளார். ஊத்தங்கரை POTA வழக்கு முதலான இதர சில வழக்குகளும் உண்டு. ஒன்றரை ஆண்டு காலம் இவரும், கலாவும் தனிமைச் சிறையில் வைக்கப்பட்டனர். தொலைபேசி வசதிகூட இவருக்கு மூன்று ஆண்டுகள் மறுக்கப்பட்டது. பல்வேறு வகைகளில் உளவியல் ரீதியாகவும் இவர் சித்திரவதை செய்யப்பட்டார். வளர்மதி என்ற காவலர் தாக்கியதில், இவரது ஒரு காது கேட்கும் திறனை இழந்த்து. ஐம்பது வயதைக் கடந்து விட்ட இவருக்கு சர்க்கரை மற்றும் இரத்த அழுத்த நோய்கள் உள்ளன. உயர் நீதிமன்றம் இவருக்குப் பிணை அளிப்பது குறித்துப் பரிசீலிக்குமாறு ஆணையிட்ட போதும் பொடா நீதிமன்றம், இவரது பிணை மனுவைத் தள்ளுபடி செய்துள்ளது. இவரது இணையர் சுந்தரமூர்த்தி 12 ஆண்டுகளாகச் சிறைபட்டுள்ளார் என்பதும் இங்கு குறிப்பிடத் தக்கது.

10. ரீனா ஜாய்ஸ்மேரி

தற்போது உள்ள சிறை: வேலூர் பெண்கள் சிறை. சிறையில் உள்ள காலம்: 5 ½ ஆண்டுகள்

மதுரையைச் சேர்ந்த ரீனா ஜாய்ஸ்மேரி ஏற்கனவே ஊத்தங்கரை மோதல் வழக்கில் இரண்டரை ஆண்டுகள் சிறைத் தண்டனையை அனுபவித்தவர். பெண்களை, குறிப்பாகப் பெண் தொழிலாளர்களை அணிதிரட்டும் பணிகளைத் தொடர்ந்து செய்து வந்தார். தற்போது ஸ்ரீபெரும்புதூர் UAPA பொய் வழக்கில் சேர்க்கப்பட்டு 3 ஆண்டுகளாகச் சிறையில் உள்ளார். இவர்மீது கொடைக்கானல் மோதல்வழக்கும் நிலுவையில் உள்ளது. 2004ல் ‘பொடா’ சட்டத்தைத் திரும்பப் பெறக் கோரி ஊத்தங்கரை மோதல் வழக்கில் கைது செய்யப்பட்டவர்கள் காலவரையற்ற உண்ணாவிரதப் போராட்டம் தொடங்கியபோது

அப் போராட்டத்தில் கலந்துகொண்டு முக்கிய பங்காற்றினார். ஏறக்குறைய இருபது நாட்களுக்கும் மேல் சிறைத் துறையினரின் துன்புறுத்தல்களையும் மீறி உண்ணாவிரதத்தைத் தொடர்ந்தார். இப்போராட்டம் 'பொடா' சட்டத்திற்கு எதிராக இந்திய அளவில் பல போராட்டங்கள் தோன்ற வழிவகுத்தது.

இவர் இப்போதும் சிறையில் அரசியல் சிறைவாசிகளின் உரிமைகளுக்கான போராட்டங்களைத் தொடர்ந்து வருகிறார். இவருடைய இணையர் கண்ணனும் நான்கு ஆண்டுகளாகச் சிறையில் உள்ளார்.

11. பழனிவேல்

தற்போதுள்ள சிறை: சேலம் மத்திய சிறை. சிறையில் கழித்துள்ள காலம்: 7 ஆண்டுகள்.

பழனிவேல் சேலத்தை ஒட்டிய ஒரு சிறு கிராமத்தில் விசைத்தறித் தொழிலாளியாக இருந்தவர். சிறுவயதிலேயே சி.பி.ஐ (எம்எல்) லிபரேஷன் அமைப்பில் இணைந்து பல்வேறு மக்கள் போராட்டங்களில் செயல்பட்டார். அவ்வூரில் ஒரு ரவுடிக் கும்பலை எதிர்த்து ஊர்மக்கள் தாக்கியதில் இருவர் இறந்தனர். ஊர்மக்கள் எல்லோரும் தாக்குதலில் பங்குபெற்றாலும் காவல்துறை ஒரு சிலரை மட்டும் குறிப்பாக அக் கொலை வழக்கில் சேர்த்தது. அவ்வாறு சேர்க்கப்பட்டவர்களில் பழனிவேலுவும் ஒருவர்.

2007 பெரியகுளம் ஆயுதப்பயிற்சி வழக்கிலும் கைது செய்யப்பட்டு கொடூரமான சித்திரவதைகளுக்கு ஆளானார். அவ்வழக்கில் சிறைபட்டிருந்த இவர் உட்பட நால்வர் மீது கோராபுட் ஆயுதப் பறிமுதல் வழக்கும் சேர்க்கப்பட்டு அவர்கள் ஒரிசா சிறைக்கு மாற்றப்பட்டனர். அங்கு இவர் ஒரியா மொழியைக் கற்றுக்கொண்டதோடு பல சிறை உரிமைப் போராட்டங்களிலும் முன்னெடுத்தார். கோராபுட் வழக்கில் இவர்கள் குற்றமற்றவர்கள் என விடுவிக்கப்பட்டனர். பெரியகுளம் வழக்கிலும் பிணை கிடைத்து வெளியில் வந்த பின்னும் தொடர்ந்து இயக்கப்

பணிகளில் ஈடுபட்ட இவர் மீண்டும் 2016ல் மேட்டூர் UAPA வழக்கில் கைது செய்யப்பட்டார். தற்போதும் சேலம் சிறையில் தொடர்ந்து சிறைவாசிகளின் உரிமைகளுக்காகப் போராடி வருகிறார்.

இவர்மீது கேரளத்திலும் சில UAPA வழக்குகள் பதிவு செய்யப்பட்டுள்ளன. ஏற்கனவே பெரியகுளம் வழக்கில் ஏறத்தாழ நான்கு வருடங்கள் சிறையில் இருந்த இவர், தற்போது இரண்டாவது முறையாக 3 வருடங்களாகச் சிறையில் இருந்து வருகிறார். இவருக்கு அனைத்து வழக்குகளிலும் இப்போது பிணை கிடைத்துவிட்ட நிலையில் சேலம் நீதிமன்றம் கியூ பிரிவின் முறையீட்டை ஏற்றுக் கொலை வழக்கொன்றில் அவரது பிணையை ரத்து செய்து தொடர்ந்து சிறையில் வைத்துள்ளது.

12. பகத்சிங்

தற்போது உள்ள சிறை: சேலம் மத்திய சிறை. சிறையில் இருந்த காலம்: சுமார் 3 ½ ஆண்டுகள்

பழைய தர்மபுரி மாவட்டத்தைச் சேர்ந்த பகத்சிங் சிறுவனாக இருந்தபோதே ஊத்தங்கரை மோதல் வழக்கில் ‘பொடா’ சட்டத்தில் கைது செய்யப்பட்டார். கடும் போராட்டங்களுக்குப் பின் பகத்சிங் உள்ளிட்ட இரண்டு சிறுவர்கள் மீதான வழக்குகள் ‘பொடா’விலிருந்து சிறுவர் சீர்திருத்தச் சட்டத்திற்கு மாற்றப்பட்டது. பிணையில் வெளிவந்த பிறகும் தொடர்ந்து இயக்கப் பணிகளில் பகத்சிங் ஈடுபட்டு வந்தார். நகர்ப்புறத் தொழிலாளர்களை அணிதிரட்டுவதற்காக, பல ஆண்டுகள் இவர் தானும் ஒரு தொழிலாளியாக அவர்கள் மத்தியில் வேலை செய்து வந்தார். 2017ல் இவர் மீண்டும் கைது செய்யப்பட்டு மேட்டூர் UAPA வழக்கில் பொய்யாகச் சேர்க்கப்பட்டார். சிறையில் நிர்வாண சோதனை, நிர்வாக ஊழல்கள் மற்றும் அடக்குமுறைகளை எதிர்த்துத் தொடர்ந்து போராடி வருகிறார். இவர்மீது கொடைக்கானல் மோதல் வழக்கு நிலுவையில் உள்ளது.

13. காளிதாஸ்

தற்போது உள்ள சிறை: கேரளா கண்ணனூர் சிறை. சிறையில் உள்ள காலம்: 2 ½ ஆண்டுகள்.

காளிதாஸ் பள்ளிப் பருவம் முதல் பரமக்குடி பகுதியில் 'முற்போக்கு மாணவர் சங்கம்', 'முற்போக்கு இளைஞர் அணி', 'மக்கள் கலை மன்றம்' முதலான அமைப்புகளில் செயல்பட்டார். புரட்சிகரப் பாடல்கள், நடனம், பறை இசைத்தல் முதலியவற்றில் சிறந்த கலைஞராக விளங்கினார். கடும் அடக்குமுறைகளுக்கு இடையே தருமபுரி மக்களிடையே பணி புரிந்து தொண்ணூறுகளின் பிற்பகுதியில் அங்கு விவசாய இயக்க அமைப்புகளையும் இளைஞர் அமைப்புகளையும் கட்டினார். நத்தம், நாய்க்கன் கொட்டாய் பகுதிகளில், சாராய எதிர்ப்பு, கந்துவட்டி எதிர்ப்பு, சாதி எதிர்ப்பு, நிலமீட்பு இயக்கம் ஆகியவற்றை முன்னெடுத்தார். அடக்குமுறைக்கு இடையில் தியாகிகள் நினைவு நாளில் நடந்த இரகசியக் கூட்டத்திற்கு 500க்கும் அதிகமான மக்களைத் திரட்டியதில் முக்கிய பங்கு வகித்தார்.

தேவைகளை ஒட்டிப் பல்வேறு பகுதிகளில் பணிபுரிந்த அவர் தனது உடல்நலக் குறைவிற்காக சிகிச்சை பெற்றுக் கொண்டிருந்தபோது 2018ல், கேரள போலீசால் கைது செய்யப்பட்டார். பல்வேறு UAPA வழக்குகளின் கீழ் சிறைபடுத்தப்பட்டார். சமீபத்தில் தண்ணீர் பிரச்சினைக்காகச் சிறையில் இதர தோழர்களுடன் காலவரையற்ற உண்ணாவிரதம் மேற்கொண்டு வெற்றி பெற்றுள்ளார். காசநோய் மற்றும் தற்காலிகப் பார்வை இழப்பு ஆகியவற்றுக்காக சிகிச்சை பெறும் போது அவரைக் கைது செய்த கேரள போலீஸ், அவர் மீது ஒன்றன்பின் ஒன்றாகப் பல UAPA வழக்குகளைப் போட்டுள்ளது. .தமிழகத்தில் கொடைக்கானல் மோதல் வழக்கு மற்றும், பெரியகுளம் ஆயுதப் பயிற்சி வழக்குகளிலும் அவர் குற்றம் சாட்டப்பட்டுள்ளார். இதுதவிர தருமபுரி மாவட்டத்திலும் அவர்மீது பல வழக்குகள் நிலுவையில் உள்ளன.

14. டானிஷ்

தற்போதுள்ள சிறை: திருச்சி மத்திய சிறை, சிறைபட்டுள்ள காலம்: 1 ஆண்டு

தந்தைக்கு ஒரு கை, கால் செயல்படாத நிலையில், தாயின் வருமானத்தைக் கொண்டு இயங்கி வந்த குடும்பத்தில் பிறந்து 'பி.எஸ்சி' கம்ப்யூட்டர் சயன்ஸ் பிரிவில் முதல் வகுப்பில் தேர்ச்சி பெற்றவர். ஈழப் போராட்டத்தின் இறுதிக் கட்டத்தில் அங்கு நடந்த இனப்படுகொலைக்கு எதிராகத் தமிழகம் முழுவதும் நடந்த மாணவர் போராட்டத்திலும் தன்னை ஈடுபடுத்திக் கொண்டார். 2010ல் மாணவர் அமைப்பில் இணைந்து அரசியல் வாழ்க்கையைத் தொடங்கினார். குடும்பத்தைக் காப்பாற்ற வேலைக்குச் சென்றது போக மற்ற நேரங்களில் அமைப்புப் பணிகளைச் செய்துவந்தார். 2015ல் சென்னை ஐ.ஐ.டியில் அம்பேத்கர் பெரியார் வாசகர் வட்டம் BJP அரசால் தடைசெய்யப்பட்டபோது அதற்கு எதிராகக் கோவையில் உள்ள மாணவர்கள் ரயில் மறியல் போராட்டத்தில் ஈடுபட்டபோது அதில் முன்னணியில் இருந்தவர்களில் டானிஷும் ஒருவர்.

அந்த ஆண்டு ஜூலை மாதம் பொள்ளாச்சி ஆழியார் பகுதியில் பழங்குடி மக்களுக்கு அடிப்படை வசதிகோரி, அம்மக்களோடு போராடிவந்த செயற்பாட்டாளர்கள் கைது செய்யப்பட்டபோது அதைக் கண்டித்துத் தடைமீறி நடந்த ஆர்ப்பாட்டத்தில் முன்னணியில் இருந்தார்.

காஞ்சி மக்கள் மன்றத்தைச் சார்ந்த செங்கொடி உயிர்த் தியாகம் செய்தபோது உடலை வாங்க மறுத்து நடந்த போராட்டத்திலும் முன்னணியில் இருந்தார். இப்படி ஓர் எளிய குடும்பத்தில் பிறந்து மக்கள் விடுதலைக்காகத் தன்னை அர்ப்பணித்துக் கொண்ட அவர் 2018ல் கேரளாவில் கைது செய்யப்பட்டு பல்வேறு UAPA வழக்குகளில் சேர்க்கப்பட்டார். இப்படி அவர் கைது செய்யப்பட்ட பின்பு கேரள போலீசார் தமிழகத்தில் உள்ள அவரது வீட்டுக்குச் சென்று நோயுற்றிருந்த தந்தையையும்

அவரது சகோதரியையும் மிரட்டி வெற்றுத்தாளில் கையொப்பம் வாங்கிச் சென்றுள்ளனர். தமிழக கியூபிரிவு போலீசார் தம் பங்கிற்கு அவரது தங்கையின் நிச்சயிக்கப்பட்ட திருமணத்தை மிரட்டித் தடுத்து நிறுத்தினர்.

15. பத்மா

தற்போது உள்ள சிறைச்சாலை: சென்னை புழல் பெண்கள் சிறை. சிறையில் இருந்த காலம்: மொத்தம் 3 ஆண்டுகள்

இவர் ஆந்திர மாநிலத்தைச் சேர்ந்தவர். வேலைக்காகச் சென்னை வந்தபோது தமிழ்நாடு பெண்ணுரிமைக் கழகத்தின் கொள்கைகளால் ஈர்க்கப்பட்டு, அவ்வமைப்பில் இணைந்து செயல்பட்டார். தளியில் ஆசிரியை கல்பனா சுமதியைப் பாலியல் வன்கொடுமை செய்த காவலர்களை நீதிமன்றத்தில் தாக்கியது, மதுரை தீபா- ரூபா திரையரங்கில் ஆபாசப் படச்சுருளைக் கைப்பற்றி மக்கள் முன்னே தீக்கிரையாக்கியது போன்ற பெண்ணுரிமைக் கழகப் போராட்டங்களில் தன்னை ஈடுபடுத்திக் கொண்டவர். சென்னை மற்றும் சுற்றுப்புறங்களில் பெண்ணுரிமைக் கழகத்தைக் கட்டியமைத்து சென்னை மாவட்டக் குழுவின் உறுப்பினராக நீண்டகாலம் செயல்பட்டவர். பின்னர் பெண் தொழிலாளர்களை அணிதிரட்டும் முகமாகத் தானும் ஒரு ஆயத்த ஆடைத் தொழிலாளியாகப் பணிபுரிந்தார்.

இதற்கிடையே 2002 ஊத்தங்கரை மோதல் வழக்கில் கைதுசெய்யப்பட்டு, இரண்டரை ஆண்டுகள் சிறையில் இருந்தார். சிறைவாசத்தின்போது பொடா பெண் சிறைவாசிகள் நடத்திய பல சிறைப் போராட்டங்களில் இவர் முக்கிய பங்காற்றினார். 2005 இல் அவ்வழக்கில் பிணையில் வந்த பிறகு புரட்சிகரப் பெண்கள் இயக்கத்தைத் தோற்றுவித்து அதில் முக்கிய பங்காற்றினார். இக்காலகட்டத்தில் சென்னையில் இடஒதுக்கீடு, முத்துக்குமார் தீக்குளிப்பை ஒட்டிய போராட்டங்கள் மற்றும் பல்வேறு ஜனநாயக சக்திகள் நடத்திய போராட்டங்களில் புரட்சிகரப் பெண்கள் அமைப்பின் சார்பில் பங்கேற்றார்.

இடையில் எஸ்.வி.டி என்ற இதயத்துடிப்பு தொடர்பான நோயால் துன்புற்று பல காலம் சிகிச்சை பெற்று வந்தார். உடல்நிலை மிகவும் மோசமடைந்த சூழலில் 2018 டிசம்பரில் பிணை ரத்து செய்யப்பட்டுப் பிடி ஆணை வழங்கப்பட்ட வழக்கில் பிடியாணையை ரத்து செய்யக்கோரி நீதிமன்றத்தில் சரணடைந்தார். இன்றுவரை பிணை மறுக்கப்பட்டுச் சிறையில் உள்ளார்.

பத்மா நீதிமன்றத்தில் சரணடைந்தபோது அவரது உடல்நிலை மிகவும் மோசமாக இருந்தது. அவரது இருதயத்துடிப்பு நோய் கட்டுக்குள் அடங்காத சூழ்நிலையில் இருந்தது. தற்போது சிறைபட்டுள்ள நிலையில் கடந்த எட்டு மாதங்களில் பலமுறை அவசர சிகிச்சைக்காக மருத்துவமனையில் அனுமதிக்கப்பட்டார். அதுமட்டுமின்றி அவரது கால்கள் நடக்க முடியாத நிலையை அடைந்துள்ளன. பார்வையும் பெருமளவு மங்கி ஏறத்தாழ பார்வையற்றவரைப் போலத்தான் சிறையில் வாடிவருகிறார். ஆனால் இன்றுவரை அவரது தீவிரமான உடல்நலப் பிரச்சினைகளைத் தீர்ப்பதற்கான முறையான மருத்துவத்தை அரசு வழங்க மறுத்து வருகிறது. மறுபுறம் மருத்துவ அடிப்படையில் கூட அவருக்குப் பிணை வழங்காமல் சித்திரவதை செய்து வருகிறது. நடக்கமுடியாத, பார்வைத்திறன் பாதிக்கப்பட்டுள்ள, ஒரு இதய நோயாளிக்குக் கூட பிணைவழங்க மறுத்து, கியூ பிரிவு போலீசும், நீதிமன்றங்களும் மனிதநேயமற்றவையாகத் தம்மை வெளிப்படுத்தி வருகின்றன.

இருபத்தைந்து ஆண்டுகளுக்கும் மேலாக தமிழகத்தில் இயக்கப் பணி செய்து வரும் பத்மா, இதுவரை சிறையில் கழித்துள்ள மொத்த காலம் 3 ஆண்டுகளுக்கும் மேல்.

குறிப்பு 1: இரண்டாண்டுகளுக்கு முன் தொகுக்கப்பட்டது. இந்தப் பட்டியலும் அபோதுள்ள நிலைதான். மதுரையில் இந்த அறைக்கூட்டத்தை ஏற்பாடு செய்ததில் முக்கிய பங்காற்றிய தோழர் விவேக் அதன்பின் கைது செய்யப்பட்டார். தற்போது அவரும் சிறையில். கடும் நோய்வாய்ப்பட்டுள்ள தோழர்

பத்மாவின் கணவர்தான் விவேக். ஏற்கனவே நீண்டகாலம் சிறையில் அடைபட்டிருந்தவர் விவேக்.

குறிப்பு2: பத்மா இப்போது கடும் நோய்வாய்ப்பட்டு பிணையில் விடுதலையாகி உள்ளார்.

தமிழ் தேசியச் சிறைவாசிகளின் பட்டியல்

1. திருச்செல்வம்
2. காளைலிங்கம்
3. கவியரசன் (எ) ராஜா
4. சான்மார்டின்
5. கார்த்திக்

இந்த ஐவரும் சிவகங்கை, இராமநாதபுரம், மதுரை மாவட்டத்தைச் சேர்ந்தவர்கள். தற்போது முன்னாள் மத்திய அமைச்சர் சிதம்பரத்தின் பண்ணை வீடு மற்றும் புதுச்சேரி முதல்வர் நாராயணசாமியின் வீடு ஆகியவற்றில் குண்டு வைத்ததாகக் குற்றசாட்டப்பட்டுக் கடந்த *5 1/2*ஆண்டுகளாக மதுரை மத்தியச் சிறையில் உள்ளனர்.

கூடங்குளம், ஸ்டெர்லைட் முதலான திட்டங்களின் மூலம் தமிழக உரிமைகளைப் பறிக்கும் மத்திய அரசிற்கும் பன்னாட்டு நிறுவனங்களுக்கும் எதிராக இந்த நடவடிக்கையை இவர்கள் மேற்கொண்டதாகக் கடந்த *2014* ல் இவர்கள் மீது *3* வழக்குகள் போடப்பட்டு கைது செய்யப்பட்டனர். தமிழகத்தில் போடப்பட்ட *2* வழக்குகளில் பிணை கிடைத்துள்ளது. புதுச்சேரியில் *NIA* விசாரணை செய்யும் வழக்கில் பிணை கிடைக்காததால் சிறையில் உள்ளனர்.

6. செந்தில் என்ற செந்தில்குமார்

தடா சட்டத்தின் கீழ் ஆயுள் தண்டனை விதிக்கப்பட்டவர். கடலூர் மாவட்டம் ஆலப்பாக்கத்தை சேர்ந்த இவர் கடந்த *8* ஆண்டுகளாகக் கடலூர் மத்தியச் சிறையில் உள்ளார்.

டெல்லியில் நடந்த சீக்கியர்களுக்கு எதிரான கலவரத்தைத் தூண்டிவிட்டு வேடிக்கை பார்த்தவர் என இந்திய இராணுவ தளபதி வைத்யா புனேயில் வைத்து சுட்டுக்கொல்லப்பட்டார். இந்த வழக்கில் கைது செய்யப்பட்ட ஜிண்டா, சுகதேவ் ஆகியோருக்குத் தூக்குத் தண்டனை விதிக்கப்பட்டது.

அவர்களுக்கு தூக்குத் தண்டனை விதிக்கப்பட்டதைக் கண்டித்து 'தமிழ்நாடு விடுதலைப் படை' மற்றும் 'தமிழக மக்கள் விடுதலைப்படை' ஆகிய இரு அமைப்புகளும் இணைந்து திருச்சி - கல்லகம் பாதையில் சென்றுகொண்டிருந்த தொடர்வண்டியை நிறுத்தி தண்டவாளத்தைக் குண்டு வைத்துத் தகர்த்ததாகக் குற்றம் சாட்டப்பட்டது. இந்த வழக்கில் 'தடா' சட்டத்தின் கீழ் செந்திலுக்கு ஆயுள் தண்டனை வழங்கப்பட்டது,

7. மருத்துவர் சிதம்பரம்

சித்த மருத்துவரான சிதம்பரம் கரூரைச் சேர்ந்தவர். கடந்த 1989 ஆம் ஆண்டு இலங்கை அரசுக்கு ஆதரவாக செயல்பட்டது என இந்திய அரசைக் கண்டித்து சென்னை கோட்டையில் குண்டு வைத்த வழக்கில் தலைமறைவாகி இருந்ததாக 2010-ல் இவர் கைது செய்யப்பட்டார். இது தொடர்பான 'தடா' வழக்கில் ஆயுள் தண்டனை விதிக்கப்பட்டு 10 ஆண்டுகளாகச் சிறையில் உள்ளார்.

தலைமறைவான காலத்தில் ஈழத்தில் புலிகளின் சார்லஸ் ஆண்டனி படைப் பிரிவிலும் பின்னர் மருத்துவப் பிரிவிலும் இவர் இருந்துள்ளார்.

8. இளவரசன்,
9. அமுல்ராஜ்,
10. குமார்

இவர்கள் கடலூர் அரியலூர் மாவட்டத்தைச் சேர்ந்தவர்கள். 'தமிழ்நாடு விடுதலைப்படை' எனும் அமைப்பில் இருந்தவர்கள். ஆயுள்தண்டனை வித்திக்கப்பட்ட இவர்கள் கடந்த 10

ஆண்டுகளாகச் சிறையில் உள்ளனர். இளவரசன் திருச்சி சிறையிலும் மற்ற இருவரும் சென்னை புழல் மத்தியச் சிறையிலும் உள்ளனர்.

புத்தூர் காவல்நிலையத்தில் அன்னக்கிளி என்ற பெண் பாலியல் வன்முறைக்கு ஆளாக்கப்பட்டார். இதை ஒட்டி 1991-ல் அந்தக் காவல்நிலையம் தாக்கப்பட்டது அதில் ஒரு காவலர் இறந்தார். இந்த வழக்கை விசாரணை செய்த நீதிமன்றம் குற்றம் சாட்டப்பட்ட 8 நபர்களுக்கு ஆயுள் தண்டனை வழங்கியது. மேல் முறையீட்டில் உயர்நீதிமன்றம் ஐந்து பேர்களை விடுதலை செய்து மேற்கூறிய 3 நபர்களுக்கு ஆயுள் தண்டனையை உறுதி செய்தது.

(இந்தப் பட்டியல் 2020-இல் தொகுக்கப்பட்டது)

4.5

பொய் வழக்குகளில் இலக்காக்கப்படும் செயல்பாட்டாளர்கள்

1. ஜீன் ட்ரெஸ் மற்றும் பேலா பாடியா ஆகியோர் மீது சங்கப் பரிவாரங்கள் தாக்குதல்

மார்ச் 08, 2016.

ஜீன் ட்ரெஸ் ஒரு வளர்ச்சிப் பொருளியல் அறிஞர். வறுமை ஒழிப்பு தொடர்பாக அமார்த்ய சென் அவர்களுடன் இணைந்து பல ஆய்வுகளைச் செய்தவர்; நூல்களை எழுதியவர். காங்கிரஸ் அரசும், தற்போது அதைவிடத் தீவிரமாக பா.ஜ.க அரசும் நடைமுறைப்படுத்திவரும் நவ தாராளவாதப் பொருளியல் குறித்த கடும் விமர்சகர். ஆதார் அட்டை, அரசு உதவிகளை உணவுப் பொருட்களாக வழங்காமல் பணமாக வங்கியில் போடுதல். நியாய விலைக் கடை முதலான பொது விநியோக முறையைப் படிப்படியாக அழித்தல் முதலான மத்திய அரசுத் திட்டங்களைக் கடுமையாக எதிர்ப்பவர். சுமார் 37 ஆண்டுகளாக

இந்தியாவிலேயே தங்கி ஒரு வாழ்நாளை இங்குள்ள பழங்குடி மக்களுக்காகவும் அடித்தள மக்களுக்காகவும் அர்ப்பணித்த அறிஞர் மற்றும் களப் போராளி.

பேலா பாடியாவும் ஜீன் ட்ரெஸ்சும் தம் போராட்ட வாழ்வை இணைந்து பகிர்ந்துகொள்கின்றனர். பேலா பாடியா பழங்குடி மக்களுக்கு ஆதரவாக நின்று அவர்களுக்கு எதிரான தாக்குதல்களை எதிர்கொள்பவர். 2011 ல் தண்டகாரண்யம் பகுதியில் அரசே நடத்தும் ஆயுதம் தாங்கிய கூலிப்படையான சல்வாஜூடும் அமைப்பு 'தாண்டே வாடா' மற்றும் 'சுக்மா' மாவட்டங்களில் உள்ள மூன்று பழங்குடிக் கிராமங்களில் இருந்த 250 வீடுகளை எரித்து அழித்ததோடு நிவாரணம் வழங்க வந்த மாவட்ட ஆட்சியரையும் அவர்கள் தடுத்து நிறுத்தினர்.

அந்த நிலையில் அம்மக்களுக்கு உணவுப் பொருட்களைக் கொண்டு கொடுப்பது, அரசு மற்றும் இந்தக் கூலிப் படைகள் எதிர்த்தபோதிலும் அதைச் செய்வது என பெங்களூரிலிருந்து ஒரு இளைஞர் குழு (அனைவரும் ஆய்வு மாணவர்கள்)

புறப்பட்டனர். உங்களைப் போன்ற மூத்த தலைவர்கள் இரண்டு மூன்று பேர்கள் எங்களோடு வந்தால் நல்லது என அந்த ஆய்வு மாணவர்கள் கேட்டுக் கொண்டபோது என்னால் மறுக்க இயலவில்லை. தமிழகத்திலிருந்து நானும் சுகுமாரனும் அதில் பங்குபெற்றோம். மிகவும் ஆபத்தான பயணம். மாவோயிஸ்டுகள் உட்பட்ட அனைத்து மக்களின் மனித உரிமைகளுக்காகச் செயல்பட்டுவந்த பேராசிரியர் எஸ். சேஷையா *(President, Andhra Pradesh Civil Liberties Cimmittee - APCLC)* அவர்களைச் சந்தித்து எங்களுக்கு ஒத்துழைப்பு அளிக்குமாறு கோரியபோது அது சாத்தியமில்லை எனக் கூறியதோடு, “மாவோயிஸ்ட்களே அடையாளம் தெரியாமல் உங்களைத் தாக்குவதற்கும் வாய்ப்புண்டு” என எச்சரிக்கவும் செய்தார். எனினும் நாங்கள் இரண்டு பெரிய டிராக்டர்களில் உணவுப் பொருட்களை ஏற்றிக் கொண்டு அந்தக் கிராமங்களுக்குச் சென்று அவற்றை சல்வாஜூடும் தாக்குதலால் பாதிக்கப்பட்ட பழங்குடி மக்களுக்கு வினியோகித்து வந்தது வாழ்வில் மறக்க இயலாத ஓர் அனுபவம். அப்போது எங்களோடு மூன்று நாட்கள் உடன் இருந்தவர் பேலா பாடியா. அவரே அந்தப் பயணத்தின் மைய சக்தியாக விளங்கியவர். நள்ளிரவில் அந்தக் கிராமங்களை அடைந்தபோது நாங்கள் சோர்ந்திருந்தோம். பேலா பாடியா அவர்கள் அந்த டிராக்டர்கள் மீது ஏறி நின்று உணவுப் பொருட்களை இறக்கி, அடுக்குவதில் அந்த இரவைக் கழித்த காட்சி நெஞ்சில் பதிந்துள்ள நினைவுகளில் ஒன்று.

ஜகதல்பூரில் தங்கி பழங்குடி மக்கள் மத்தியில் சேவை புரிந்துவரும் அவர் சில வாரங்களுக்கு முன் பீஜபூர் மாவட்டத்தில் படையினர் பழங்குடிப் பெண்களைப் பாலியல் வன்கொடுமைக்கு ஆளாக்கிய ஒரு பிரச்சினையில் புகார் கொடுத்துப் போராடி வருவது படையினருக்கு ஆத்திரம். இன்னொரு கூலிக் கும்பலான “சம்ஜிக் ஏக்தா மஞ்ச்’ எனும் அமைப்பின் மூலம் பேலா மிரட்டப்பட்டார்.

நேற்று ஒரு கும்பல் வந்து “பேலா பாடியா ஒழிக”, “ஓடிப்போ” என்றெல்லாம் முழக்கமிட்டு அவரை மாவோயிஸ்டு ஆதரவாளர்

எனக் கூறி அவருக்கு வாடகைக்கு வீடு கொடுத்தவரையும் மிரட்டிச் சென்றுள்ளனர். அப்பகுதி மக்கள் பேலாவுக்கு ஆதரவாக இருந்ததால் நல்லவேளையாக அவருக்கு ஒன்றும் நேரவில்லை. இன்னொரு பக்கம் தன் ஆய்வுப் பணிகளின் மூலமாகவே மக்களின் பிரச்சினைகளைப் பேசிவரும் ஜீன் ட்ரெஸ் அவர்களை "அந்நிய ஏஜன்ட்" எனவும் "இந்தியாவைச் சிதறடிக்கும் முயற்சியில் உள்ளவர்" எனவும் கடும் பிரச்சாரம் செய்யப்படுகிறது.

ஜீன் ட்ரஸ்சையும் பேலா பாடியாவையும் மாஓயிஸ்டுகள் என்றோ, மாஓயிஸ்டுகளின் ஆதரவாளர்கள் என்றோ சொல்வதைப்போல அபத்தம் வேறு ஏதுமில்லை. மாஓயிஸ்டுகளின் வழிமுறைகளை ஆதரிப்பது அல்லது எதிர்ப்பது அவர்கள் நோக்கம் அல்ல. அவர்கள் எல்லோராலும் கைவிடப்பட்ட பழங்குடி மக்களோடு நின்று அவர்களின் பிரச்சினைகளைப் பேசுபவர்கள்; எழுதுபவர்கள்; அதற்கென ஒரு வாழ்வை அர்ப்பணித்துக் கொண்டவர்கள்.

சற்றுமுன் சொன்னேன். 2011ல் நாங்கள் தண்டகாரண்யம் காட்டுக்குள் சென்றபோது மாஓயிஸ்டுகளேகூட எங்களைத் தாக்கக் கூடும் எனப் பேராசிரியர் சேஷையா எச்சரித்தார் என்று. பேலா பாடியா ஒரு மாஓயிஸ்டு ஆதரவாளராக இருந்திருந்தால் நாங்கள் அப்படி எச்சரிக்கப்பட்டிருப்போமா? இது சங்கப் பரிவாரங்களின் பாசிச அரங்கேற்றங்களில் ஒன்று. ஆய்வு என்பதை சட்டையில் அழுக்குப் படாமல் செய்யும் ஒரு கல்வியியல் சார்ந்த பணி என்பதாக மட்டும் அல்லாமல் அது உடனடியாக பாதிக்கப்பட்ட மக்களுக்கு உதவும் களப்பணியாகவும் மாறும்போது பாசிசம் என்ன செய்யும் என்பதற்கு இதோ ஜீன் ட்ரெஸ் மீதும் அவரது *partner* பேலா பாடியா மீதும் தொடுக்கப்பட்டுள்ள தாக்குதல் சான்று.

பாசிசத்தைப் புரிந்துகொள்வோம்...

2. நந்தினி சுந்தரை மாஓயிஸ்டுகளுடன் தொடர்புபடுத்திக் கைது செய்ய மேற்கொள்ளப்பட்ட முயற்சி

Jan 29 2014

பேரா. நந்தினி சுந்தர் டெல்லி பொருளாதாரப் பள்ளியில் சோஷியாலஜி துறைத் தலைவி *(Head of Department of Sociology, Dellhi School of Economics)*. மாஓயிஸ்டுகளுக்கு எதிராக என்கிற பெயரில் சட்டிஸ்கார் அரசு ‘சல்வாஜூடும்’ என்கிற சட்ட விரோத கொலைகாரக் கூலிப்படையை செயற்படுத்தி ஏராளமான பழங்குடிகள் கொல்லப்படுவதற்கும் துன்புறுத்தப்படுவதற்கும் காரணமாக இருப்பதற்கு எதிராக ராமச்சந்திர குஹா, சுவாமி அக்னிவேஷ், ஈ.ஏ.எஸ்.சர்மா ஆகியோருடன் உச்ச நீதிமன்றத்தில் வழக்குத் தொடர்ந்தவர் நந்தினி.

உச்ச நீதிமன்றம் சட்டிஸ்கர் அரசைக் கண்டித்ததோடு, இந்த நால்வர் உட்பட நியாயத்தைப் பேசும் யாரையும் மாஓயிஸ்டுகளுடன் தொடர்புபடுத்தி நடவடிக்கை எடுக்கும் அரசின் போக்கையும் சுட்டிக்காட்டியது. ஆனாலும் அந்த முயற்சியை சட்டிஸ்கர் காவல்துறை நிறுத்தவில்லை. சல்வா ஜூடும் கொடுமைகளை உலகிற்கு அம்பலப்படுத்தியது. நந்தினி சுந்தரை மாஓயிஸ்டுகளுடன் தொடர்புபடுத்திக் கைது செய்யும் வேலையைத் தொடங்கியது. அப்போது போலீஸ் காவலில் இருந்த பத்ரி கவ்டே என்கிற காங்கிரஸ்காரரை முன்னணியில் நிறுத்தி, போலீஸ் அதிகாரிகள் பின்னணியில் இருக்க ஒரு பத்திரிகையாளர் சந்திப்பை ஜனவரி 2014 இல் நடத்தினர். அதில் கவ்டே, தான்தான் நந்தினிக்கும் மாஓயிஸ்டுகளுக்கும் தொடர்பு ஏற்படுத்தித் தந்தது எனக் குறிப்பிட்டார்.

ஏ.டி.ஜி.பி முகேஷ் குப்தாவும் அதையே சொன்னார். இந்தக் குற்றச்சாட்டுக்கு எந்தவிதமான ஆதாரங்களும் இல்லை. அரசே சட்ட விரோதமாகக் கூலிப்படை ஒன்றைச் செயற்படுத்துவதும்,

அதற்கு அரசாங்க நிதியிலிருந்து ஊதியம் அளிப்பதும் மன்னிக்க இயலாத குற்றங்கள். இதை அம்பலப்படுத்திய வகையில் பேரா. நந்தினி சுந்தரும் மற்றவர்களும் பாராட்டுக்குரியவர்கள். பேராசிரியர் நந்தினி மீதான இந்தக் கைது முயற்சியை அரசியல் சட்ட ஆளுகையில் அக்கறை உள்ள அனைவரும் அப்போது கண்டித்ததை ஒட்டி அரசும் காவல்துறையும் சற்றுப் பின்வாங்கியது.

பேராசிரியை நந்தினி சுந்தர் புகழ்பெற்ற இதழாளர் சித்தார்த் வரதராஜனின் இணையர்.

3. சல்வாஜூடும் மாவோயிஸ்டுகளை அழிக்க அரசே நடத்திய சட்ட விரோதக் கூலிப்படை

எந்த யோக்கியமான அரசும் தன் மக்களுக்கு எதிரான ஒரு கூலிப்படையைச் சட்ட விரோதமாக நடத்துமா? ஆனால் இந்திய ஆட்சியாளர்கள் நடத்தினார்கள். அதில் அதிர்ச்சி அளிக்கும் ஒரு தகவல் என்னவெனில் இதில் காங்கிரஸ், பா.ஜ.க எல்லாம் பெரிய அளவில் கருத்து மாறுபாடு கொள்ளவில்லை. இந்த சல்வாஜூடும் கூலிப்படையை அரசாதரவுடன் முதன் முதலில் தொடங்கிய மகேந்திர கர்மா ஒரு காங்கிரஸ்காரர்.

சல்வாஜூடும் என்றால் கோண்டு மொழியில் 'தூய்மை வேட்டை' எனப் பொருளாம். அதாவது இப்படிக் கார்பொரேட் நலன்களுக்காக அவர்கள் மேற்கொள்ளும் நடவடிக்கைகளால் பாதிக்கப்படுகிறவர்கள் போராடினால் அப்படிப் போராடுபவர்களை வேட்டை ஆடி ஒழித்துக் கட்டிக் கார்பொரேட்களுக்கான பாதை தூய்மை ஆக்கப்படுமாம். ஆகப் பழங்குடி மக்கள் தம் நிலங்கள், வாழ்வாதாரங்கள் ஆகியவற்றை இழப்பதற்குத் தயாராகாமல் போராடும்போது அப்படியான கருத்துக்களை முன்வைப்போரைக் கொன்றொழிப்பது என்பதைத்தான் அவர்கள் தூய்மைப் பணியாக முன்வைக்கின்றனர்.

சட்டிஸ்கர் இப்படியான இயற்கை வளங்கள் நிரம்பிய ஒரு பகுதி. அங்கேதான் இப்படி நக்சலைட் வன்முறைகளை எதிர்கொள்வது என்கிற பெயரில் இது உருவாக்கப்பட்டது. உச்ச நீதிமன்ற ஆணை ஒன்று அதைத் தடை செய்தபோதும் பெயரை 'ஆயுதம் தாங்கிய துணைப்படைகள்' (*Armed Auxiliary Forces*) என்பது போல மாற்றிக் கொண்டும் அது தொடர்ந்தது.

நந்தினி சுந்தர் மீது அவர்களுக்கு ஆத்திரம் என்னவெனில் அவர் தொடுத்திருந்த ஒரு வழக்கில்தான் 2011 ஜூலை 5 அன்று உச்ச நீதிமன்றம் சல்வாஜுடுமை சட்டவிரோத அமைப்பு என அறிவித்தது. அதை உடனடியாகக் கலைக்குமாறும் ஆணையிட்டது. அதுமட்டுமல்ல அதனுடைய குற்ற நடவடிக்கைகள் குறித்துப் புலனாய்வு செய்யுமாறும் ஆணையிட்டது. அவர்களுக்குக் கொடுக்கப்பட்டுள்ள ஆயுதங்களையும் பறிக்கச் சொன்னது. 2013 மே 25 அன்று மாஓயிஸ்ட்களால் மகேந்திர கர்மா தர்பா பள்ளத்தாக்கு என்னும் இடத்தில் சுட்டுக் கொல்லப்பட்டான். 2005 இல் சல்வாஜுடும் தொடங்கப்பட்ட இருதரப்புகளாலும் கொல்லப்பட்டவர்களின் எண்ணிக்கை 800 பேர்கள் வரை இருக்கும் எனக் கூறப்படுகிறது. இதில் 300 பேர்கள் பாதுகாப்புப் படையினர். இவர்களில் அரசின் 'சிறப்பு போலீஸ் படையினர்' (SPO) 98 பேர்கள் அடக்கம். இந்த சிறப்புக் காவல் படை என்பது பழங்குடி இளைஞர்களைத் திரட்டி அமைக்கப்பட்ட ஒரு படை.

2008 இல் தேசிய மனித உரிமை ஆணையம் வெளியிட்ட அறிக்கை ஒன்றில் சல்வாஜுடும் தன் தொடக்க கால ஆதரவை இழந்துவிட்டதாகவும் அப்போது தாண்டேவாடா மற்றும் பீஜப்பூர் மாவட்டங்களில் உள்ள 23 'கேம்ப்' களில் மட்டுமே அவர்கள் உள்ளதாகவும் கூறப்பட்டது. *Forum for Fact-finding Documentation and Advocacy (FFDA)* எனும் அமைப்பு மேற்கொண்ட ஆய்வின்படி சல்வாஜுடுமில் 12,000 மைனர் பையன்களும் சேர்க்கப்பட்டிருந்தனர்.

மகேந்திர கர்மா கொல்லப்பட்டதை ஒட்டி மே 26, 2013 அன்று நான் பதிவு செய்த குறிப்பு ஒன்று:

மாவோயிஸ்டுகளின் தாக்குதலில் நேற்று மரணமடைந்த மகேந்திர கர்மா, சட்டிஸ்கர் மாநிலத்தின் முக்கிய காங்கிரஸ் தலைவர். முன்னாள் எதிர்க்கட்சித் தலைவராக இருந்தவர் என்பது மட்டுமல்ல. சல்வாஜூடும் என்கிற சட்ட விரோதாக் கூலிப்படையை உருவாக்கிச் செயல்படுத்தியவர்.

எதிர்க் கட்சிக்காரராக இருந்தும் ஆளும் பா.ஜ.க.வுடன் இந்தக் கொலைப் படையை நடத்தியவர். உச்ச நீதிமன்றத்தாலும் மனித உரிமைப் போராளிகளாலும் கடுமையாகக் கண்டிக்கப்பட்ட இக் கொலைப் படைக்கு மத்திய மாநில அரசுகள் கடைசிவரை ஆதரவாக இருந்தன, அரசாங்க நிதியிலிருந்து அவர்களுக்கு ஊதியம் மட்டுமல்ல, ஆயுதங்களும் வழங்கப்பட்டன.

கேரள மார்க்சிஸ்ட் ஆட்சியில் தொடரும் போலி என்கவுண்டர்கள்

கேரளத்தின் வயநாடு பகுதியில் 2020 நவம்பர் 3 அன்று கொல்லப்பட்ட மதுரையைச் சேர்ந்த வேல்முருகன் (வயது 33) என்கவுண்டர் படுகொலையுடன் சமீப காலத்தில் (2006-2020) இதுவரை 8 என்கவுண்டர் படுகொலைகள் நடந்துள்ளன. பினரயி விஜயன் அரசில் நடந்துவரும் இப்படியான நக்சலைட் என்கவுண்டர் கொலைகளில் இது ‘லேடஸ்ட்’ . வழக்கம்போல இப்போது கொல்லப்பட்டவரும் ஒரு தமிழர்தான். இவர் மதுரை வழக்குரைஞர் முருகனின் சகோதரர். உள்ளூர் சட்டமன்ற உறுப்பினரும் காங்கிரஸ் தலைவர் சென்னிதாலாவும் தண்டர் போல்ட் படையின் இந்த என்கவுண்டர் கொலையைக் கடுமையாகக் கண்டித்துள்ளனர். நீண்ட நேர பரஸ்பர தாக்குதலின் இறுதியில் அவர் கொல்லப்பட்டார் என தண்டர்போல்ட் தரப்பில் சொல்லப்படுகிறது.

பினரயி விஜயன் ஆட்சியில் இதுவரை இப்படியான எட்டு என்கவுண்டர் கொலைகள் நடந்துள்ளன என சென்னிதாலா கண்டித்துள்ளார். எதிர்க் கட்சியான காங்கிரஸ் மட்டுமின்றி, கூட்டணிக் கட்சியான இந்தியக் கம்யூனிஸ்ட் கட்சியும் இந்தக் கொலைகளுக்காக மார்க்சிஸ்ட் கட்சியைக் கண்டித்து

வருவது குறிப்பிடத் தக்கது. மார்க்சிஸ்ட் கட்சிக்குள்ளேயே கூட இப்படியான என்கவுன்டர்களுக்குக் கண்டனம் உள்ளது என்பதை டெக்கான் கிரானிக்கிள் நாளிதழ் பதிவு செய்துள்ளது.

முன்னதாக அக்டோபர் 29, 2019 இல் கார்திக், அரவிந்த், ஸ்ரீமதி என மூவர் இப்படி என்கவுன்டர் செய்து கொல்லப்பட்டனர். 2019 மார்ச்சில் ஓட்டல் ஒன்றில் சாப்பாடு வாங்கச் சென்ற ஜலீல் பிடித்துச் செல்லப்பட்டுக் கொல்லப்பட்டார். குப்பு தேவராஜ், அஜிதா இருவரும் நவ 24, 2016ல் சுட்டுக் கொல்லப்பட்டனர். அஜிதாவின் தந்தை பரந்தாமன் எனக்கு நெருங்கிய நண்பர். ரயில்வேயில் உயர் பதவியில் இருந்தவர். நல்ல படிப்பாளி. அஜிதாவைச் சின்ன வயதிலிருந்து அறிவேன். கடைசியாக அவரின் முகத்தையாவது பார்த்து அஞ்சலி செய்து வரலாம் எனப் போனபோது இரத்த உறவு உடையவர்கள் மட்டுமே உடலைப் பார்க்க அனுமதிக்கப்படுவர் எனத் தடுத்து நிறுத்தினர்.

கேரளம் படித்தவர்கள் அதிகம் உள்ள நாடு எனச் சொல்லப்படும் மாநிலம் மட்டுல்ல; அது இடதுசாரிக் கட்சி ஒன்று ஆளும் மாநிலம். இப்படி ஒவ்வொரு முறையும் போலி என்கவுன்டர்களில் மாஓயிஸ்டுகள் கொல்லப்படுவதும் அதைப் பினரயி விஜயன் போன்றோர் ஆதரிப்பதும் மிக்க கவலைக்குரிய ஒன்று. கேரள அரசு நக்சலைட்களை எதிர்கொள்வதற்கென உருவாக்கியுள்ள ‘தண்டர் போல்ட்’ படை மாநில அரசின் கட்டுப்பாட்டில் இல்லை என்கிற அளவு இன்று விமர்சனத்துக்கு உள்ளாகி இருக்கிறது. மூத்த பத்திரிகையாளர் பி.ஆர்.பி பாஸ்கர், “தண்டர்போல்ட் படை “சிவில் கட்டுப்பாட்டிலேயே இல்லை” எனக் கூறியுள்ளது கவனிக்கத் தக்கது. அப்புகுட்டன் வலி குன்னு என்கிற முன்னாள் சி.பி.எம் தலைவரும் கிட்டத்தட்ட இதே கருத்தைக் கூறியுள்ளார். இவை எதுவும் என்கவுண்டர் கொலைகள் இல்லை. எல்லாம் திட்டமிட்ட படுகொலைகள் என்கிறார். மூன்றாண்டுகளில் ஆறு என்கவுன்டர் படுகொலைகள் அங்கு இப்படி நடந்துள்ளன.

நக்சல்பாரி அமைப்பினரும் வயநாடு பகுதியில் இப்படித்

தோழர்களைத் தொடர்ந்து பலிகொடுக்கும் வகையில் என்ன செய்கிறார்கள் என்பது புரியவில்லை. சில மாதங்களுக்கு முன்னர் சி.பி.ஜலீல் கொல்லப்பட்டதற்காக நடந்த கண்டனக் கூட்டத்திற்குச் சென்றபோது ஜலீல் ஒரு பெரிய ஓட்டல் ஒன்றில் சாப்பாடு வாங்கச் சென்றபோதுதான் அங்கு காத்திருந்த காவல்துறையினர் அவரைக் கைது செய்தார்கள் என அறிய முடிந்தது. ஒரு பெரிய ஓட்டலில் அடிக்கடி சாப்பாடு வாங்கிச் செல்கிற அளவு அவர்கள் பாதுகாப்பு குறித்த கவலை இல்லாமல் இருந்தார்களா என்கிற கேள்வியும் எழுகிறது.

சி.பி.எம் தலைமையிலான இடது முன்னணி அரசு வாய்திறந்து பேச வேண்டும். சுதந்திரமான உண்மை அறியும் குழுக்கள் இயங்க அனுமதிக்க வேண்டும். சென்ற முறை தாம் கொன்ற உடல்களை உறவினர்களிடம் ஒப்படைக்க மறுத்தது போலச் செய்யாமல் உறவினர்கள் வந்து உரிமை கோரும்போது, இரக்கமின்றித் தாங்கள் கொன்று வீழ்த்திய அந்த உடல்களையாவது உற்றார் உறவினர்களிடம் கொடுக்க வேண்டும். ஒரு பாட்டாளிவர்க்கக் கட்சியாகத் தன்னைச் சொல்லிக் கொள்ளும் சி.பி.எம், சிபி.ஐ கட்சிகளால் ஆளப்படும் ஒரு அரசு குறைந்த பட்ச இந்த மனிதாபிமான உரிமைக் கோரலை மதிக்க வேண்டும்.

இல்லாவிட்டால் இந்த இடதுசாரிக் கட்சிகள் பிற மாநிலங்களில் தாங்கள் அமைத்துள்ள மனித உரிமை அமைப்புகளைக் கலைத்துவிடல் நல்லது.

இதைப் பதிவு செய்து கொண்டுள்ள போது கேரளத்தின் முதல் மாஓயிஸ்ட் என்கவுன்டர் கொலை நினைவுக்கு வருகிறது. நக்சலைட் வர்கிஸ் எனும் பெயர் இன்று கேரளத்தில் ஒவ்வொரு இல்லமும் அறிந்த ஒன்று. பிப் 18, 1970 இல் அவர் என்கவுன்டர் செய்து கொல்லப்பட்டார். திருநெல்லி காட்டில் இன்று வர்கிஸ் பாறை எனப்படுமிடத்தில் வைத்துத்தான் காவலர் ராமச்சந்திரன் நாயர் வர்கிசைச் சுட்டுக் கொன்றார். தப்பி ஓட முயன்றார் கொன்றோம் என வழக்கம்போலக் கதை முடிக்கப்பட்டது. ஆனால் ராமச்சந்திரன் மனசாட்சி உள்ள ஒரு காவலர். 1998

இல், அதாவது 28 ஆண்டுகள் கழித்து அவர் வாய் திறந்து உண்மையைச் சொன்னார். வர்கிஸ் தப்பி ஓட முயற்சிக்கும்போது சுட்டுக் கொல்லப்படவில்லை கே. லக்ஷ்மணா எனும் உயர் அதிகாரி தன்னை மிரட்டி அவரைச் சுட்டுக் கொல்ல வைத்தார் என்கிற உண்மை வெளியானபோது அனைவரும் அதிர்ந்தோம், உண்மை நிறுவப்பட்டு லக்ஷ்மணாவுக்கு ஆயுள் தண்டனை விதிக்கப்பட்டது. வர்கிஸ் பழங்குடி மக்களின் பாதுகாவலனாக அவர்களோடு வாழ்ந்தவர்.

உண்மை அறியச் சென்றவர்கள் பொய் வழக்கில் சிறைகளில் அடைக்கப்படும் கொடுமைகள்

சென்ற டிசம்பர் 26, 2016 அன்று 'தெலங்கானா ஜனநாயக முன்னணி' (Telangana Democratic Front TDF) எனும் அமைப்பைச் சேர்ந்த 7 செயல்பாட்டாளர்கள் சுக்மா மாவட்டத்தில் உள்ள தும்மெகுடெம் எனும் இடத்தில் தெலங்கானா போலீசால் கைது செய்யப்பட்டு சட்டிஸ்கர் போலிசிடம் ஒப்படைக்கப்பட்டனர். தாங்களே கைது செய்ததாக வழக்கைப் பதிவு செய்த சட்டிஸ்கர் காவல்துறை அந்த மாநிலத்தில் செயல்படும் ஆகக் கொடூரமான CSPS (Chhattisgarh Special Public Security Act) சட்டத்தின் கீழ் அவர்கள் மீது வழக்குத் தொடர்ந்தது. அவர்கள் ஓராண்டுக்கும் மேலாகச் சிறையில் அடைக்கப்பட்டனர். தடை செய்யப்பட்ட மாஓயிஸ்ட் அறிக்கைகள் மற்றும் தடை செய்யப்பட்ட கரன்சி நோட்டுகள் அவர்களிடம் இருந்தன என வழக்கு தொடுக்கப்பட்டது.

பல்லா ரவீந்திரநாத், சிக்குடு பிரபாகர், டி. பிரபாகர் முதலான வழக்குரைஞர்கள், துர்கா பிரசாத் எனும் பத்திரிகையாளர், நசீர், ராஜேந்திரபிரசாத், ஆர்.லக்ஷ்மணா முதலான உஸ்மான்யா பல்கலைக்கழக ஆய்வு மாணவர்கள் என்கிற ஏழுபேர்கள் இவ்வாறு சட்டிஸ்கர் சிறையில் அடைக்கப்பட்டனர். டிசம்பர் 24 (2016) அன்று தெலங்கானாவில் உள்ள தும்மகுடம் எனும் கிராமத்தில் போலி என்கவுன்டரில் பழங்குடி மக்கள் கொல்லப்பட்டது குறித்த உண்மைகளை அறிந்து

அறிக்கை அளிப்பதற்கெனச் சென்ற இந்த இளைஞர்கள் இவ்வாறு சட்டிஸ்கர் காவல்துறையிடம் ஒப்படைக்கப்பட்டு அந்தக் காவல்துறையால் வழக்குப் பதிவு செய்யப்பட்டது. பெரிய அளவில் இவ்வாறு பழங்குடியினர் இப்பகுதியில் தெலங்கானா போலீசால் கொல்லப்படுகின்றனர் என *TDF* தலைவர் நாராயணராவ் குற்றம் சுமத்துவது குறிப்பிடத் தக்கது. அதற்காகச் சொந்த மாநில மக்களைக் கைது செய்து மற்றொரு மாநில அரசிடம் ஒப்படைப்பதும், அந்த மாநிலமும் அதை ஏற்று அப்பாவி இளைஞர்கள் மீது இப்படிப் பொய்வழக்குப் போட்டு எளிதில் வெளிவர இயலாத கொடுஞ் சட்டங்களின் கீழ் சிறையில் அடைப்பதும் இன்றைய இந்திய அரசியல் பண்பாடாக மாறியுள்ளது வேதனை.

சுக்மா மற்றும் தாண்டேவாடா மாவட்ட நீதிமன்றங்கள் இவர்களுக்குப் பிணை அளிக்க மறுத்த பின்னணியில் சுக்மா சிறையில் அடைபட்டுக் கிடந்த இந்தப் போராளிகள் பிலாஸ்ப்பூர் உயர் நீதிமன்றத்தை அணுகினர். தங்களின் *CSPS* சட்டத்தின்படி ஒருவரைக் கைது செய்ய அவர் சட்டவிரோத நடவடிக்கைகளில் ஈடுபட்டிருக்க வேண்டும் என்பதல்ல; அப்படி ஒருவர் திட்டமிட்டார் எனத் தெரிந்தாலே அவருக்கு பிணை விடுதலை அளிக்க முடியாது என நீதிபதி கூறியது குறிப்பிடத் தக்கது. போராளிகள் சார்பாக வழக்காடிய மூத்த வழக்குரைஞர் கனக் திவாரி 2014 இல் கேரள நீதிமன்றம் ஒன்று "மாஓயிஸ்டாக இருப்பது ஒன்றும் குற்றமல்ல" எனக் கூறியுள்ளதைச் சுட்டிக் காட்டி வாதிட்டார். எனினும் பயனில்லை.

இறுதியில் ஜூலை 01, 2017-இல்தான் பிலாஸ்பூர் உயர் நீதிமன்றம் அந்த ஏழு போராளிகளையும் பிணையில் விடுதலை செய்தது

தமிழகம் மட்டும் என்ன

நக்சலைட் வேட்டை எனும் பெயரில் என்கவுன்டர் படுகொலைகள் செய்வதில் தமிழகம் வேறு எந்த மாநிலத்திற்கும் இளைத்ததில்லை. இதில் தி.மு.க, அ.திமுக, எம்.ஜி.ஆர், கருணாநிதி என்றெல்லாம் பெரிய வேறுபாடுகள் ஏதுமில்லை. வால்டர்

தேவாரம், விஜயகுமார், சைலேந்திரபாபு, வெள்ளத்துரை என இங்கு ஒரு என்கவுன்டர் ஹீரோக்களின் பட்டியல் உண்டு. 1980களில் சுமார் 20 நக்சலைட்களைக் கொன்ற வீரராக தேவாரம் அறியப்படுகிறார். அதை மெச்சி அவருக்கு வீட்டுமனை, ரொக்கப் பரிசு எல்லாம் வழங்கப்பட்டதையும் அறிவோம். வீரப்பன் வேட்டையின்போது பெரிய அளவில் அப்பகுதியில் நடந்த வன்முறைகள் ஏராளம். அது தொடங்கி சமீபத்தில் (அக் 2021) ஸ்ரீ பெரும்புதூரில் வழிப்பறி செய்த வடநாட்டுத் தொழிலாளி ஒருவர் வரை தொடர்ந்து என்கவுன்டர்கள் நடந்து கொண்டுதான் உள்ளன. வீரப்பன் என்கவுன்டர், வெள்ளை ரவி என்கவுன்டர் எனச் சொல்லிக்கொண்டே போகலாம், குடிவெறியில் ஒரு கும்பல் ஒரு போலீஸ்காரரைக் கொன்றது. அந்த வாகனத்தில் இருந்த பலரில் யார் கொன்றது என யாருக்குமே தெரியாது. தென் தமிழ் மாவட்டம் ஒன்றில் நடந்தது இது. ஒரு என்கவுன்டர் ஸ்பெஷலிஸ்ட் அந்த ஊர்ப் பக்கத்திற்கு இடமாற்றம் செய்யப்பட்டார். அப்போதே தெரிந்தது என்ன நடக்கப்போகிறது என்று. அவர் ஒரு நாள் இந்தக் கும்பல் அடைக்கப்பட்டிருந்த சிறைக்குச் சென்று, “நீவா, நீவா...” என அவர்களில் இருவரை விசாரணைக்கு என அழைத்துச் சென்று பிரியாணி வாங்கிக் கொடுத்து சுட்டுக் கொன்ற வரலாறுகள் தமிழகத்தில் உண்டு. தென் மாவட்டத்தில் சட்டம் ஒழுங்கு கெட்டுள்ளது என ஒரு பத்திரிகையில் செய்திக் கட்டுரை வந்ததை ஒட்டி பழைய ரவுடி ஒருவனைத் தேடிப் பிடித்துக் கொண்டு போய்க் கொன்ற வரலாறும் இங்கு உண்டு. போலீஸ் ஸ்டேஷனுக்கு விசாரணைக்கு அழைத்து வந்த ஒரு அப்பாவியை போலீஸ் ஸ்டேஷனிலேயே சுட்டுக் கொன்ற கொடுமையையும் நாங்கள் ஆய்வு செய்து அறிக்கை அளித்துள்ளோம்.

இவர்களில் பலர், அல்லது கிட்டத்தட்ட எல்லோருமே ரவுடிகள், குற்றவாளிகள், கொள்ளையர்கள், குடிவெறியில் கொன்றவர்கள் என்பது காரணங்களாகச் சொல்லப்படுகின்றன. கொல்லப்பட்ட எல்லோரையும் அப்படிச் சொல்லிவிட முடியாது. அப்படி அவர்கள் சொல்வன உண்மையே ஆனாலும் கூட, அவர்கள் கைது செய்யப்பட்டு சட்ட ரீதியாக வழக்கை நடத்தி உரிய

தண்டனை அளிக்கப்பட வேண்டும் என்பதுதான் நாம் சொல்வது. ஆனால் இப்படிப் பிடித்துச் சென்று, அவர்கள் மண்டியிட்டுக் கதறக் கதற சுட்டுக் கொல்ல வேண்டும் என எந்தச் சட்டத்தில் உள்ளது? அல்லது இப்படிச் செய்ததன் விளைவாக இங்கு குற்ற நடவடிக்கைகளை ஏதேனும் இவர்கள் குறைத்துவிட்டனரா? இப்படிப் பிடித்துச் சென்று சுட்டுக் கொன்று என்கவுன்டர் செய்ததன் ஊடாக ஏதாவது குற்றச் செயல்கள் தமிழகத்திலோ இல்லை வேறெங்குமோ குறைந்துள்ளதாக இவர்களால் நிறுவ முடியுமா?

கேள்விகள்... கேள்விகள்... கேள்விகள்... ஆனால் பதில்கள்தான் இல்லை.

★★★

www.ingramcontent.com/pod-product-compliance
Ingram Content Group UK Ltd.
Pitfield, Milton Keynes, MK11 3LW, UK
UKHW042139021026
15589UKWH00003B/931

9 789393 882424